ಗಿರಿಧರ

ಸಾಯಿಸುತೆ

ಸುಧಾ ಎಂಟರ್‌ಪ್ರೈಸಸ್

ನಂ. 761, 8ನೇ ಮೈನ್, 3ನೇ ಬ್ಲಾಕ್,
ಕೋರಮಂಗಲ, ಬೆಂಗಳೂರು – 560 034.

Giridhara (Kannada): a social novel written by Smt. Saisuthe; published by Sudha Enterprises, # 761, 8th Main, 3rd Block, Koramangala, Bangalore - 560 034.

ಹಿಂದೆ ಮುದ್ರಣವಾದ ವರ್ಷಗಳು	:	1978, 1981, 1984, 1986, 1990, 1995, 1997, 1999, 2007
ಹತ್ತನೇ ಮುದ್ರಣ	:	2017
ಪುಟಗಳು	:	252
ಬೆಲೆ	:	ರೂ. 200
ಉಪಯೋಗಿಸಿದ ಕಾಗದ	:	70 ಜಿ.ಎಸ್.ಎಂ. ಮ್ಯಾಪ್‌ಲಿಥೋ
ಮುಖಪುಟ ವಿನ್ಯಾಸ	:	ಪಾ.ಸ. ಕುಮಾರ್
ಹಕ್ಕುಗಳು	:	ಲೇಖಕಿಯವರದು

ಸಗಟು ಮಾರಾಟಗಾರರು
ವಸಂತ ಪ್ರಕಾಶನ
360, 10ನೇ 'ಬಿ' ಮುಖ್ಯರಸ್ತೆ, 3ನೇ ಬ್ಲಾಕ್,
ಜಯನಗರ, ಬೆಂಗಳೂರು – 560 011
ದೂರವಾಣಿ : 080–22443996
e-mail : vasantha_prakashana@yahoo.com
website: www.vasanthaprakashana.com

ಅಕ್ಷರ ಜೋಡಣೆ :
ವಸಂತ ಪ್ರಕಾಶನ

ಮುದ್ರಣ :
ರೀಗಲ್ ಪ್ರಿಂಟರ್ಸ್

ಮುನ್ನುಡಿ

ಸಾಕಷ್ಟು ಮುದ್ರಣಗಳನ್ನು ಕಂಡ ಈ ಕಾದಂಬರಿ ಮತ್ತೆ ಮುದ್ರಣವಾಗಿದೆ. ಗಿರಿಧರನ ಸರಳ ವ್ಯಕ್ತಿತ್ವವನ್ನು ಓದುಗರು ಮೆಚ್ಚಿಕೊಂಡಿದ್ದಾರೆ.

ಮತ್ತೆ ಸುಧಾ ಎಂಟರ್‌ಪ್ರೈಸಸ್‌ನಲ್ಲಿ ಮುದ್ರಣವಾಗುತ್ತಿದೆ. ಅಕ್ಕರೆಯಿಂದ ಕೊಂಡು ಓದಿದ್ದೀರಿ. ಧನ್ಯವಾದಗಳು.

ಸಾಯಿಸುತೆ
"ಸಾಯಿಸದನ"
12, 2ನೇ ಮುಖ್ಯರಸ್ತೆ, 2ನೇ ಅಡ್ಡರಸ್ತೆ,
ಮಾರುತಿನಗರ, ಕೋಗಿಲೆ ಕ್ರಾಸ್,
ಯಲಹಂಕ, ಬೆಂಗಳೂರು – 560064.
ದೂ.: 080–28571361

ನಮ್ಮಲ್ಲಿ ದೊರೆಯುವ ಸಾಯಿಸುತೆಯವರ ಕಾದಂಬರಿಗಳು

61. ಬಣ್ಣದ ಚುಂಬಕ
62. ಸ್ವರ್ಣ ಮಂದಿರ
63. ಶ್ರೀರಸ್ತು ಶುಭಮಸ್ತು
64. ಗಂಧರ್ವಗಿರಿ
65. ಶುಭಮಿಲನ
66. ಸಪ್ತಪದಿ
67. ಚೈತ್ರದ ಕೋಗಿಲೆ
68. ಬೆಳ್ಳಿದೋಣಿ
69. ವಿವಾಹ ಬಂಧನ
70. ಮಂಗಳ ದೀಪ
71. ಡಾ॥ ವಸುಧಾ
72. ಮುಂಜಾನೆಯ ಮುಂಬೆಳಕು
73. ಸೊಬಗಿನ ಪ್ರಿಯದರ್ಶಿನಿ
74. ರಾಗಬೃಂದಾವನ
75. ಬಿಳಿ ಮೋಡಗಳು
76. ಅನುಬಂಧದ ಕಾರಂಜಿ
77. ಮಿಂಚು
78. ನಾಟ್ಯಸುಧಾ
79. ಪಸರಿಸಿದ ಶ್ರೀಗಂಧ
80. ಬೆಳದಿಂಗಳ ಚೆಲುವೆ
81. ವರ್ಷಬಿಂದು
82. ಸಪ್ನ ಸಂಭ್ರಮ
83. ನನ್ನ ಭಾವ ನಿನ್ನ ರಾಗ
84. ಸುಮಧುರ ಭಾರತಿ
85. ಮೌನ ಆಲಾಪನ
86. ಮತ್ತೊಂದು ಬಾಡದ ಹೂ
87. ಶಿಶಿರದ ಇಂಚರ
88. ಮುಂಗಾರಿನ ಹುಡುಗಿ
89. ಸಾಮಗಾನ
90. ಕಡಲ ಮುತ್ತು
91. ಆಡಿಸಿದಳು ಜಗದೋದ್ಧಾರನಾ
92. ಪಂಚವಟಿ
93. ಶ್ಯಾನುಭೋಗರ ಮಗಳು
94. ಮೂಡಿ ಬಂದ ಶಶಿ
95. ಜನನೀ ಜನ್ಮಭೂಮಿ
96. ಬಿರಿದ ನೈದಿಲೆ
97. ಶರದೃತುವಿನ ಚಂದ್ರ
98. ಮೋಹನ ಮುರಳಿ ಕರೆಯಿತು
99. ಮುಗಿಲ ತಾರೆ
100. ಅಗ್ನಿದಿವ್ಯ
101. ಧವಳ ನಕ್ಷತ್ರ
102. ಕಲ್ಯಾಣಮಸ್ತು
103. ದಂತದ ಗೊಂಬೆ
104. ಸುಭಾಷಿಣಿ
105. ಮಮತೆಯ ಸಂಕೋಲೆ
106. ಮಂತ್ರಾಕ್ಷತೆ
107. ಸಪ್ತಧಾರೆ
108. ಹೇಮಂತದ ಸೊಗಸು
109. ಬೆಳಕಿನ ಹಣತೆ
110. ಗ್ರೀಷ್ಮದ ಸೊಬಗು
111. ಗ್ರೀಷ್ಮ ಋತು
112. ಪ್ರಿಯ ಸಖೀ
113. ಚಿರಬಾಂಧವ್ಯ
114. ಅಗ್ನಿದಿವ್ಯ
115. ಆಶಾಸೌರಭ
116. ಗಿರಿಧರ

1

ಗಿರಿಧರ ಉಡುಪು ಧರಿಸಿ ಕನ್ನಡಿಯ ಮುಂದೆ ನಿಂತ. ತನ್ನ ಈ ಸುಂದರ ನಿಲುವಿಗಾಗಿ ಸೋತಿರಬೇಕು ಸುಮನ್. ಆಕರ್ಷಣೆ ಕಡಿಮೆಯಾದ ಮೇಲೆ ಅವಳು ವಿಮುಖಳಾಗುವುದು ಹೆಚ್ಚಲ್ಲ. ಅಂಥ ಪರಿಸ್ಥಿತಿ ಬರದ ಹಾಗೆ ಈಗಾಗಲೇ ಎಚ್ಚರವಹಿಸಬೇಕೆಂದು ಗಿರಿಧರ ನಿರ್ಧರಿಸಿಕೊಂಡ.

ಗಿರಿಧರ ಬೆಳೆದದ್ದು ಕಡುಬಡತನದಲ್ಲಿ. ಈಗ ಜೀವನ ನಡೆಯುತ್ತಿರುವುದು ಮಧ್ಯಮ ದರ್ಜೆಯಲ್ಲಿ ಎಂದು ಹೇಳಬಹುದೇನೋ!

ಅವನು ಅವರಿವರ ಮನೆಯಲ್ಲಿ ವಾರಾನ್ನ ಉಂಡು, ಅವರಿವರ ಸಹಾನುಭೂತಿಯಲ್ಲಿ ತನ್ನ ವ್ಯಾಸಂಗವನ್ನು ಪೂರ್ಣಗೊಳಿಸಿದ. ಇದಕ್ಕೆ ಪ್ರಥಮ ಕಾರಣ ಅವನಿಗಿದ್ದ ಸರಸ್ವತಿಯ ಸಂಪೂರ್ಣ ಅನುಗ್ರಹ. ಅವನು ಪ್ರತಿಯೊಂದು ತರಗತಿಯಲ್ಲೂ ಮೊದಲನೇ ದರ್ಜೆಯಲ್ಲಿ ತೇರ್ಗಡೆ ಹೊಂದಿದನಲ್ಲದೇ ಎಂ.ಎ.ಯಲ್ಲಿ ರಾಜ್ಯಕ್ಕೇ ಮೊದಲನೆಯವನಾಗಿ ಉತ್ತೀರ್ಣನಾಗಿ ಚಿನ್ನದ ಪದಕ ಗಳಿಸಿದ. ಆದ್ದರಿಂದ ಕೂಡಲೇ ಅವನು ಲೆಕ್ಚರರ್ ಹುದ್ದೆಯಲ್ಲಿ ಭರ್ತಿಯಾದ. ಕಾಯ ಕಷ್ಟದಿಂದ ತನ್ನನ್ನು ಸಲಹಿದ ತಾಯಿಗೆ ಪೂರ್ಣ ವಿಶ್ರಾಂತಿ ನೀಡಿದ.

"ಗಿರಿ, ಕಾಲೇಜಿಗೆ ಹೊತ್ತಾಗಲಿಲ್ಲವೇ ಮರಿ?" ಎಂದು ಅಡಿಗೆ ಮನೆಯಿಂದ ತಾಯಿ ಕೂಗಿದಾಗ ಕೋಣೆಯಿಂದ ಹೊರಗೆ ಬಂದ.

ತಾಯಿಯ ವ್ಯಕ್ತಿತ್ವದ ಬಗ್ಗೆ ಅವನಿಗೆ ಅಪಾರ ಗೌರವ. ಅರೆ ಹುಚ್ಚಿನಿಂದ ನರಳುತ್ತಿದ್ದ ತಂದೆ ಇದ್ದಕ್ಕಿದ್ದ ಹಾಗೆ ಕಣ್ಮರೆಯಾದಾಗ ತುಂಗಮ್ಮ ಧೃತಿಗೆಟ್ಟು ಸುಮ್ಮನೆ ಕೂಡಲಿಲ್ಲ. ತಮ್ಮ ಇಬ್ಬರು ಮಕ್ಕಳ ಮುಖ ನೋಡಿ ಧೈರ್ಯ ತಂದುಕೊಂಡರು. ಅವರಿವರ ಮನೆ ಕೆಲಸದ ಜೊತೆಗೆ ಹಪ್ಪಳವನ್ನು ಮಾಡಿ ಮಾರುವ ದಂಧೆ ಆರಂಭಿಸಿದರು. ಇವರ ಹಪ್ಪಳದ ರುಚಿಯನ್ನುಂಡ ಜನ ಹಪ್ಪಳಕ್ಕೆ ಹೆಚ್ಚು ಹೆಚ್ಚು ಬೇಡಿಕೆ ನೀಡತೊಡಗಿದರು.

ಗಿರಿಧರ ಶಾಲೆಯಿಂದ ಬಂದ ಕೂಡಲೇ ತಾಯಿ ಮಾಡಿ ಒಣಗಿಸಿಟ್ಟ ಹಪ್ಪಳಗಳನ್ನು ಆಯಾ ಮನೆಗಳಿಗೆ ತಲುಪಿಸಿ ಹಣವನ್ನು ತರುತ್ತಿದ್ದ. ಅದರ ಜೊತೆ ಅವರ ಹುಡುಗರ

ಹರಿದ ಷರಟು, ನಿಕ್ಕರ್‌ಗಳನ್ನು ಕೊಡುತ್ತಿದ್ದರು. ಇದರಿಂದ ಅವನ ಬಟ್ಟೆಬರೆ ಯೋಚನೆ ಇರಲಿಲ್ಲ. ಅದೂ ಅಲ್ಲದೇ ಅವರುಗಳು ಏನಾದರೂ ಕೆಲಸ ಹೇಳಿದರೆ ಅದನ್ನು ಶ್ರದ್ಧೆಯಿಂದ ಮಾಡುತ್ತಿದ್ದ. ಅವರು ಕೊಡೋ ಅಲ್ಪಸ್ವಲ್ಪ ದುಡ್ಡನ್ನು ಜೋಪಾನವಾಗಿರಿಸಿ ಕೊಂಡು ತನಗೆ ಬೇಕಾದ ಪುಸ್ತಕವನ್ನೋ, ಪೆನ್ಸಿಲನ್ನೋ ಕೊಂಡುಕೊಳ್ಳುತ್ತಿದ್ದ. ತಂಗಿ ಶಶಿಯ ಸಣ್ಣಪುಟ್ಟ ಬೇಡಿಕೆಯನ್ನೂ ಪೂರೈಸುತ್ತಿದ್ದ.

ಚೂಟಿಯಾದ ಶಶಿ ತನ್ನ ಒಳ್ಳೆಯ ಸ್ವಭಾವದಿಂದ ಶಾಲೆಯಲ್ಲಿ ಮೇಡಮ್‌ಗಳ ವಿಶ್ವಾಸವನ್ನು ಗಳಿಸಿದ್ದಳು. ಮುದ್ದುಮುದ್ದಾಗಿ ದಂತದ ಗೊಂಬೆಯಂತೆ ಬೆಳ್ಳಗೆ ಇದ್ದ ಶಶಿ ಹರಕಲು ಚೀಟಿ ಲಂಗ ತೊಟ್ಟು ಬಂದಾಗ ಅವಳ ಸ್ಥಿತಿಗೆ ನೊಂದು ಹುಡುಗರಿಂದ ಚಂದಾ ಎತ್ತಿ ಬಟ್ಟೆಯನ್ನು ಹೊಲಿಸಿಕೊಡುತ್ತಿದ್ದದ್ದೂ ಉಂಟು.

ಇಂಥ ಮಕ್ಕಳು ತುಂಗಮ್ಮನಿಗೆ ಭಾರವಾಗಿರಲಿಲ್ಲ.

ಆ ಓಣಿಗೆಲ್ಲ ಆಕೆ ಹಪ್ಪಳದ ತುಂಗಮ್ಮನೆಂದೇ ಪ್ರಸಿದ್ಧಿಯಾಗಿದ್ದರು.

ಹುಡುಗರು ಬೆಳೆದಂತೆಲ್ಲ ಅವರ ಖರ್ಚು ವೆಚ್ಚಗಳೂ ಬೆಳೆದವು. ಅದರೊಂದಿಗೆ ತುಂಗಮ್ಮನ ಕಷ್ಟವೂ ಬೆಳೆಯಿತು. ತಾಯಿಯ ಕಷ್ಟವನ್ನು ಕಂಡು ನೊಂದ ಗಿರಿ ಒಂದಿಬ್ಬರ ಮನೆಯಲ್ಲಿ ನೀರು ಸೇದಿ ಹಾಕುವುದಕ್ಕೆ, ಹುಡುಗರಿಗೆ ಪಾಠ ಹೇಳಿಕೊಡುವುದಕ್ಕೆ ಒಪ್ಪಿಕೊಂಡ. ಓದೋ ಹುಡುಗನನ್ನು ಈ ತರಹ ಕಷ್ಟಗಳಿಗೆ ಈಡುಮಾಡಬೇಕಾಯಿತಲ್ಲ ಎಂದು ತಾಯಿ ತುಂಗಮ್ಮ ನೊಂದುಕೊಳ್ಳುತ್ತಿದ್ದರು.

ಅಂದು ಶಾಲೆ ಮುಗಿದ ಕೂಡಲೇ ಎರಡು ಮನೆ ತೊಟ್ಟಿ, ಹಂಡೆಗಳಿಗೆ ನೀರು ಸೇದಿ ತುಂಬುವ ವೇಳೆಗೆ ಗಿರಿಧರನಿಗೆ ಸಾಕಾಯಿತು. ಬೇಸರದಿಂದ ಸುಮ್ಮನೆ ಬಾವಿ ಕಟ್ಟೆ ಬಳಿ ಕುಳಿತುಬಿಟ್ಟ.

ಹಿತ್ತಲಿಗೆ ಬಂದ ವನಜಮ್ಮ ಬಳಲಿ ಕುಳಿತಿದ್ದ ಗಿರಿಧರನನ್ನು ನೋಡಿ ಮರುಕಗೊಂಡರು. ಆರು ಮಕ್ಕಳ ತಾಯಿಯಾದ ವನಜಮ್ಮ ಗಿರಿಧರನನ್ನು ಕಂಡು ಮರುಕಗೊಂಡದ್ದು ಸಹಜವೇ.

"ಗಿರಿ, ಬಾ ಇಲ್ಲಿ" ಎಂದು ಕರೆದವರು, ಅಡಿಗೆಯ ಮನೆಗೆ ಹೋದರು.

ಗಿರಿಧರನಿಗೆ ಆತಂಕವುಂಟಾಯಿತು. ಅವರುಗಳು ಆಗೀಗ ಸಣ್ಣಪುಟ್ಟ ಕೆಲಸಗಳು ಹೇಳುತ್ತಿದ್ದದ್ದು ಸಾಮಾನ್ಯ. ಅವನು ಅದನ್ನು ಎಂದೂ ನಿರಾಕರಿಸುತ್ತಿರಲಿಲ್ಲ; ವಿಧೇಯನಾಗಿ ಅಚ್ಚುಕಟ್ಟಾಗಿ ಮಾಡಿ ಮುಗಿಸುತ್ತಿದ್ದ. ಇಂದು ಬಳಲಿಕೆ ಜೊತೆಗೆ ನಾಳೆ ನಡೆಯಲಿರುವ ಟೆಸ್ಟಿನ ಭಯವೂ ಇತ್ತು.

ಗಿರಿಧರ ಅಳುಕುತ್ತಲೇ ಒಳಗೆ ಹೋದ.

ಗಂಡ, ಮಕ್ಕಳಿಗೆ ಮಾಡಿ ಮುಚ್ಚಿಟ್ಟಿದ್ದ ಉಪ್ಪಿಟ್ಟನ್ನು ಒಂದು ತಟ್ಟೆಗೆ ಬಗ್ಗಿಸಿಕೊಂಡು ಬಂದು ವನಜಮ್ಮ ಗಿರಿಧರನ ಮುಂದಿಟ್ಟರು.

“ಇದನ್ನು ತಿಂದು ಸುಧಾರಿಸಿಕೊಂಡು ಮನೆಗೆ ಹೋಗು.” ಅವರ ಮಾತಿನಲ್ಲಿ ಪುತ್ರವಾತ್ಸಲ್ಯ ತುಂಬಿತ್ತು.

ಅವರುಗಳ ಸಹಾನುಭೂತಿಯ ಕೂಸಾಗಿದ್ದ ಗಿರಿಧರನಿಗೆ ಹೆಚ್ಚು ಹೇಳಬೇಕಾಗಿರಲಿಲ್ಲ. ಹಸಿಗ ಹೊಟ್ಟೆ ಬಿಸಿ ಉಪ್ಪಿಟ್ಟನ್ನು ನೋಡಿದ ಕೂಡಲೇ ಹುಚ್ಚೆದ್ದು ಕುಣಿಯಿತು. ಗಿರಿಧರ ಸಾವಕಾಶವಾಗಿ ತಿಂದು ತಟ್ಟೆ ತೊಳೆದಿಟ್ಟು ಆ ತಾಯಿಗೆ ಮನದಲ್ಲೇ ಕೃತಜ್ಞತೆ ಅರ್ಪಿಸುತ್ತಾ ಮನೆ ಕಡೆಗೆ ಹೆಜ್ಜೆ ಹಾಕಿದ. ಈಗ ಅವನ ನಡಿಗೆಯಲ್ಲಿ ಉತ್ಸಾಹ ತುಂಬಿ ತುಳುಕಾಡುತ್ತಿತ್ತು. ದೂರದಲ್ಲಿ ಕನಕಾಂಬರ ಹೂ ಮಾರುತ್ತಿದ್ದುದನ್ನು ಕಂಡಕೂಡಲೇ ಅವನಿಗೆ ತನ್ನ ತಂಗಿ ಶಶಿಯ ಜ್ಞಾಪಕ ಬಂತು. ನೆನ್ನೆ ದಿನ ಸೌದೇನ ಒಳಗೆ ಎತ್ತಿಹಾಕಿದ್ದಕ್ಕೆ ಚೊಕ್ಕಮ್ಮ ಕೊಟ್ಟ ಇಪ್ಪತ್ತೈದು ಪೈಸೆ ಅವನ ನಿಕ್ಕರ್ ಜೋಬಿನಲ್ಲೇ ಇತ್ತು. ಧೈರ್ಯವಾಗಿ ಹೂವಿನತ್ತ ನಡೆದು ಇಪ್ಪತ್ತೈದು ಪೈಸೆಗೆ ಹೂ ಕೊಂಡೇಬಿಟ್ಟ. ಅವನ ಉತ್ಸಾಹ ನೂರ್ಮಡಿಯಾಯಿತು. ಒಂದೇ ಓಟದಲ್ಲಿ ಮನೆ ಸೇರಿದ.

ಮಗನ ಏರಿಳಿಯುತ್ತಿದ್ದ ಎದೆಯನ್ನು ನೋಡೇ ತುಂಗಮ್ಮ “ಗಿರಿ, ಯಾಕೆ ಅಷ್ಟು ಜೋರಾಗಿ ಓಡಿಬರೋಕೆ ಹೋಗ್ತೀಯಾ! ಎರಡು ಗಳಿಗೆ ನಿಧಾನವಾಗಿ ಬಂದಿದ್ದರೆ ಯಾವ ಸಾಮ್ರಾಜ್ಯ ಮುಳುಗಿಹೋಗುತ್ತಿತ್ತು?”

ಅವನಿಗೆ ತಾಯಿಯ ಮಾತಿನ ಕಡೇ ಗಮನವೇ ಇಲ್ಲ. ಆದಷ್ಟು ಬೇಗ ಹೂವನ್ನು ತಂಗಿಯ ಮುಡಿಯಲ್ಲಿ ಕಾಣುವ ಬಯಕೆ.

“ಅಮ್ಮ, ಶಶಿ ಎಲ್ಲಮ್ಮ?” ಎಂದವನೇ ತಾಯಿ ಉತ್ತರಿಸುವ ಮೊದಲೇ ಇದ್ದ ಎರಡು ಕೋಣೆಯಲ್ಲಿ ಹುಡುಕಾಡಿಬಿಟ್ಟ. ಶಶಿಯ ಪತ್ತೆಯೇ ಇಲ್ಲ.

“ಅವಳು ಸಿಂಗಮ್ಮನವರ ಮನೆಗೆ ಹಪ್ಪಳ ಕೊಟ್ಟು ಬರೋಕೆ ಹೋಗಿದ್ದಾಳೆ” ಎಂದು ಹೂಬತ್ತಿ ಹೊಸೆಯುತ್ತಿದ್ದ ತುಂಗಮ್ಮ ತಲೆ ಎತ್ತದೇ ಹೇಳಿದರು.

ಗಿರಿಧರ ಬರುವ ತಂಗಿಗಾಗಿ ಬಾಗಿಲಿನಲ್ಲೇ ಕಾದು ನಿಂತ. ಅವನ ಕೈಯಲ್ಲಿದ್ದ ಹೂ ನೋಡೇ ಊಹಿಸಿಕೊಂಡ ತುಂಗಮ್ಮ ಏನು ಹೇಳಲೂ ಹೋಗಲಿಲ್ಲ. ತಮ್ಮ ಮಕ್ಕಳ ಪ್ರೀತಿ ವಿಶ್ವಾಸ ಎಂದೂ ಹೀಗೆಯೇ ಉಳಿಯಲಿ ಎಂದು ದೇವರಲ್ಲಿ ಬೇಡಿಕೊಳ್ಳುವುದನ್ನು ಆಕೆ ಮರೆಯಲಿಲ್ಲ.

“ಗಿರಿ ಕೈಕಾಲು ತೊಳಕೊಂಡು, ಎರಡು ಹಿಡಿ ಅವಲಕ್ಕಿ ನೆನೆಹಾಕಿದ್ದೀನಿ, ಅದಕ್ಕೆ ಬೆಲ್ಲ ಹಾಕ್ಕೊಂಡು, ತಿನ್ನು” ಎಂದವರೇ ತಮ್ಮ ಕೆಲಸ ಮುಂದುವರಿಸಿದರು.

ಶಶಿ ದೂರದಿಂದಲೇ ಅಣ್ಣನನ್ನು ನೋಡಿ ಹಲ್ಲು ಗಿಂಜಿದಳು. ಅವಳ ಕೈಯಲ್ಲಿ ಕಾಗದದಲ್ಲಿ ಸುತ್ತಿದ್ದ ನಾಲ್ಕು ಕೋಡುಬಳೆಗಳು ಇದ್ದವು. ಅವರು ಕೊಟ್ಟದ್ದನ್ನು ಅಲ್ಲೇ ಮುಗಿಸದೇ ಅಣ್ಣನಿಗಾಗಿ ತಂದಿದ್ದಳು.

ಅಣ್ಣನ ಕೈಯಲ್ಲಿದ್ದ ಹೂವನ್ನು ನೋಡಿದ ಕೂಡಲೇ ಶಶಿಯ ಮುಖ ಅರಳಿತು. ಅವಳ ಜೊತೆಗಾತಿಯರು ಮುಡಿದು ಬಂದರೆ ಆಸೆಯಿಂದ ಅವರುಗಳ ಮುಡಿಯ

ಕಡೆಗೇ ನೋಡುತ್ತಿದ್ದಳು. ಅಗ್ರಹಾರದಲ್ಲಿ ಕನಕಾಂಬರ ಹೂ ಬರುವುದೇ ಅಪರೂಪ. ಬಂದರೂ ಬೆಲೆ ಅಧಿಕ. ತಾಯಿಗೆ ಅದನ್ನು ಕೊಳ್ಳುವ ಶಕ್ತಿಯಿಲ್ಲ. ಎಲ್ಲರ ಮನೆಗೆ ಬರುವ ಬೆಂಗಳೂರು ನೆಂಟರು ಕನಕಾಂಬರದ ಹೂಗಳನ್ನು ತರುತ್ತಿದ್ದರು. ಇವರ ಮನೆಗೆ ಪಟ್ಟಣದಿಂದ ಬರುವ ನೆಂಟರುಗಳು ಸಹ ಇಲ್ಲ. ಆಗಾಗ ಯಾರ ಮನೆಯವರಾದರೂ ಏನಾದರೂ ಒಂದು ಚೂರು ಹೂ ಕೊಡುತ್ತಿದ್ದರು. ಇವಳು ತಲೆಯ ತುಂಬ ಮುಡಿಯುವಷ್ಟು ಕೊಡುತ್ತಿರಲಿಲ್ಲ. ಇದರಿಂದ ಅವಳ ಆಸೆ ಆಸೆಯಾಗೇ ಉಳಿದಿತ್ತು. ಇಂದು ಅವಳ ಅಣ್ಣ ಅದನ್ನು ಪೂರೈಸುವವನಿದ್ದ.

"ಎಲ್ಲಿತ್ತೋ ಹೂ...." ಎಂದು ಆಸೆಯಿಂದ ಅಣ್ಣನ ಕಡೆ ನೋಡಿದಳು. ಅವಳಿಗೆ ಇನ್ನೂ ಅನುಮಾನವೇ! ಯಾರಾದರೂ ದುಡ್ಡು ಕೊಟ್ಟು ಹೂ ತರಲು ಹೇಳಿರಬೇಕು. ಇಲ್ಲ ಬೇರೆಯವರ ಮನೆಗೆ ತಲುಪಿಸೆಂದು ಯಾರಾದರೂ ನೀಡಿರಬಹುದು. ಅಂಥದರಲ್ಲಿ ತಾನು ಮೊದಲೇ ಯಾಕೆ ಆಸೆಪಟ್ಟು ನಿರಾಶಳಾಗಬೇಕು ಎಂದು ತನ್ನ ಆಸೆಯನ್ನು ಅದುಮಿಡಲು ಪ್ರಯತ್ನಿಸಿದಳು.

"ನಿನಗೋಸ್ಕರ ತಂದೆ, ಮೊದಲು ಜಡೆ ಬಿಚ್ಚಿ ಸರಿಯಾಗಿ ಹೆಣೆದುಕೋ" ಎಂದು ಅವಸರಿಸಿದ. ಕೋಡುಬಳೆ ಸುತ್ತಿದ್ದ ಕಾಗದವನ್ನು ಗೂಡಿನಲ್ಲಿಟ್ಟು ಶಶಿ ಓಡಿ ಹೋಗಿ ಮುಖ ತೊಳೆದು ಕೆಂಪು ಸಾದನ್ನು ಹಣೆಗಿಟ್ಟುಕೊಂಡು ಜಡೆ ಬಿಚ್ಚುತ್ತ ಬಂದಳು.

ಹೂ ಮಾರುವವನು ಕಡೆಯಲ್ಲಿ ಉಳಿದಿದ್ದ ಮಾರು ಹೂವನ್ನು ಇಪ್ಪತ್ತೈದು ಪೈಸೆಗಳಿಗೆ ಇವನ ಕೈಯಲ್ಲಿಟ್ಟಿದ್ದ. ಹೂ ಆಗಲೇ ತನ್ನ ಚೆಲುವನ್ನು ಕಳೆದುಕೊಂಡು ಬಾಡುವ ಅವಸ್ಥೆಯಲ್ಲಿ ಕಾಲಿಟ್ಟಿತ್ತು. ಅದರಿಂದಲೇ ಹಿಂದುಮುಂದು ನೋಡದೇ ಅಷ್ಟು ಹೂವನ್ನೂ ಅವನ ಕೈಯಲ್ಲಿಟ್ಟಿದ್ದ.

ಶಶಿ ಹೆಣೆದಿದ್ದ ಜಡೆ ನೋಡಿ ಗಿರಿಧರನಿಗೆ ಮುಜುಗರವಾಯಿತು. ತಾನೇ ನೀಟಾಗಿ ಬಾಚಿ ಬಿಡಿ ಕೂದಲಿಗೆ ಒಂದು ಟೇಪ್ ಕಟ್ಟಿದ. ಹೂವನ್ನು ಜೊತೆಜೊತೆಯಾಗಿ ಹೇರ್‌ಪಿನ್ನಿಗೆ ಸಿಗಿಸಿ ತಂಗಿಯ ಮುಡಿಯಲ್ಲಿರಿಸಿ ಸಮಾಧಾನಗೊಂಡ.

ತುಂಗಮ್ಮ ಹುಡುಗರ ಕಡೆ ಗಮನವನ್ನೇ ಕೊಡದೇ ಹೂಬತ್ತಿ ಹೊಸೆಯುವುದರಲ್ಲಿ ನಿರತರಾಗಿದ್ದರು. ಅವರು ಮದುವೆಯಾಗಿ ಬಂದಾಗಿನಿಂದ ಒಂದಲ್ಲ ಒಂದು ಕಷ್ಟಕ್ಕೆ ಗುರಿಯಾಗಿದ್ದರು. ಅರೆಹುಚ್ಚ ಅಣ್ಣನ ಕೈಯಲ್ಲಿ ರುಜು ಹಾಕಿಸಿಕೊಂಡು ಇದ್ದಬದ್ದ ಆಸ್ತಿಯನ್ನೆಲ್ಲ ಮಾರಿ ಮೈದುನರು ಪಟ್ಟಣವನ್ನು ಸೇರಿದ್ದರು. ಆಗ ದಿಕ್ಕಿಲ್ಲದ ಪರದೇಶಿಯಂತೆ ನಿಂತ ತುಂಗಮ್ಮನ ಸಂಸಾರಕ್ಕೆ ನೆರವಾದವರು ಅಪ್ಪಯ್ಯ ಜೋಯಿಸರು. ತಮ್ಮ ಖಾಲಿಯಾಗಿದ್ದ ಎರಡು ಕೋಣೆಯ ಪುಟ್ಟ ಜೋಪಡಿಯನ್ನು ಉಚಿತವಾಗಿ ನೀಡಿದರಲ್ಲದೇ ನಾಲ್ಕು ಪಿಂಡಿ ಊಟದ ಎಲೆ, ಐದು ಸೇರು ಅಕ್ಕಿ, ಹತ್ತು ರೂಪಾಯಿಗಳನ್ನು ನೀಡಿ ಧೈರ್ಯ ಹೇಳಿದ್ದರು. ಅನಾಥರಾಗಿ ಬೀದಿಯಲ್ಲಿ ನಿಂತ ತುಂಗಮ್ಮನಿಗೆ ಅವರ ಧೈರ್ಯ ಸಾವಿರ ಆನೆಯ ಬಲ ನೀಡಿತು. ಹೇಗೋ ಹುಚ್ಚು

ಗಂಡನನ್ನು ಧೈರ್ಯದಿಂದ ಸುಧಾರಿಸಿಕೊಂಡು ಕಡು ಕಷ್ಟದಿಂದ ಮಕ್ಕಳನ್ನು ಸಾಕತೊಡಗಿದರು. ಎಲ್ಲೇ ಹೋದರೂ ಎಂಟು ದಿನ, ತಿಂಗಳೊಳಗಾಗಿ ಹಿಂದಿರುಗುತ್ತಿದ್ದ ಗಂಡ ವರ್ಷವಾದರೂ ಬಾರದಿದ್ದಾಗ ಅತ್ತುಅತ್ತು ಸೊರಗಿದರು.

"ಅಮ್ಮ ಗಣಪತಿ ಗುಡಿಗೆ ಹೋಗಿ ಬರ್ತೀವಿ" ಎಂದಾಗ ತುಂಗಮ್ಮ ತಲೆ ಎತ್ತಿದರು. ಶಶಿಯ ಅಲಂಕಾರ ನೋಡಿ ಅವರಿಗೆ ಬೇಸರವಾದರೂ, ಬಯ್ದು, ಅರಳಿದ ಅವರ ಮುಖಗಳನ್ನು ಮುದುರಿಸಲು ಇಷ್ಟಪಡದೇ "ಆಗಲೇ ಕತ್ಲಾಗೋ ಹೊತ್ತಾಯ್ತು; ಹೋಗೋಹಾಗಿದ್ದರೆ ಬೇಗ ಹೋಗಿ ಬಂದುಬಿಡಿ" ಎಂದು ಜೋಮು ಹಿಡಿದಿದ್ದ ಕಾಲನ್ನೂ ಝಾಡಿಸಿ ಗೋಡೆ ಹಿಡಿದುಕೊಂಡು ಮೇಲಕ್ಕೆದ್ದರು.

ಗಿರಿಧರ, ಶಶಿ ಬೇಗ ಬೇಗ ಹೆಜ್ಜೆ ಹಾಕತೊಡಗಿದರು. ಅವರ ನಡಿಗೆಯಲ್ಲಿ ಉಲ್ಲಾಸವಿತ್ತು. ಸುಮಾರು ಅರ್ಧ ಫರ್ಲಾಂಗು ದೂರವಿದ್ದ ದೇವಸ್ಥಾನ ತಲುಪಲು ಅವರಿಗೆ ತುಂಬ ವೇಳೆ ಬೇಕಾಗಲಿಲ್ಲ.

ಕಲ್ಲಿನಲ್ಲಿ ಕೆತ್ತಿದ್ದ ಬೃಹತ್ ಗಣಪತಿಯ ವಿಗ್ರಹ ವಿರಾಜಮಾನವಾಗಿತ್ತು. ಜನರು ತಮ್ಮ ಭಕ್ತಿಯನ್ನು ಪ್ರದರ್ಶಿಸುವುದಕ್ಕೆ ಹೋಗಿ ದೇವರ ಹಣೆ, ಮೈ, ಕೈಗಳಿಗೆಲ್ಲ ಸಿಕ್ಕಾಪಟ್ಟೆ ಅರಿಸಿನ, ಕುಂಕುಮ ಬಳಿದು ಕಣಗಲೇ ಹೂ ತುಂಬಿದ್ದರು. ಭವ್ಯವಾಗಿದ್ದ ವಿಗ್ರಹ ಒಂದು ತರಹ ವಿಕಾರವಾಗಿತ್ತು.

ಗಿರಿಧರ ತನ್ನ ಜೇಬಿನಲ್ಲಿದ್ದ ಕರ್ಚೀಫನ್ನು ಅಲ್ಲೇ ಇದ್ದ ಕೆರೆಯಲ್ಲಿ ಒಗೆದು ತಂದು ಗಣಪತಿಯ ಮುಖವನ್ನು ಒರೆಸಿ! ಅಲ್ಲೇ ಉದುರಿದ್ದ ಕುಂಕುಮದಿಂದ ಅಂದವಾದ ಬಟ್ಟನ್ನು ಇಟ್ಟ. ಆಗ ಗಣಪತಿ ತನ್ನ ಸೌಂದರ್ಯದಿಂದ ವಿಜೃಂಭಿಸಿದಂತೆ ಕಂಡಿತು.

ಇಬ್ಬರೂ ಗಣಪತಿಗೆ ಕೈಮುಗಿದು ಮನೆ ಕಡೇ ಓಟಕಿತ್ತರು. ಆದಷ್ಟು ಬೇಗ ಮನೆ ಸೇರುವ ಆತುರ ಅವರಿಗೆ. ತಾಯಿ ಎಲ್ಲಿ ತಮ್ಮನ್ನು ಹುಡುಕಿಕೊಂಡು ಬಂದುಬಿಡುತ್ತಾಳೋ ಎಂಬ ಭಯ.

ತುಂಗಮ್ಮ ಇದ್ದಲು ಒಲೆ ಬೀಸುತ್ತ ಕುಳಿತಿದ್ದರು. ಇದ್ದಲು ಚಟಪಟಗುಟ್ಟುತ್ತ ತಾವು ಹತ್ತಿಕೊಳ್ಳುವ ಸೂಚನೆಯನ್ನು ಕೊಡುತ್ತಿದ್ದವು.

"ಶಶಿ, ನೆನೆಸಿದ್ದ ಅವಲಕ್ಕಿ ಹಾಗೇ ಉಳಿದಿದೆ. ಬೆಲ್ಲ ಹಾಕಿ ಗಿರಿಗೊಂದು ಚುರು ಕೊಟ್ಟು ನೀನೊಂದು ಚೂರು ತಗೋ" ಎಂದು ನಿರ್ವಿಕಾರಚಿತ್ತರಾಗೇ ನುಡಿದರು ತುಂಗಮ್ಮ ಪಾತ್ರೆಯನ್ನು ಒಲೆಯ ಮೇಲಿರಿಸುತ್ತ.

ಗಿರಿ, ಶಶಿ ಅವಲಕ್ಕಿ ತಿಂದು ಓದಲು ನಿರತರಾದರು.

* * *

ಗಿರಿಧರ ಎಸ್.ಎಸ್.ಎಲ್.ಸಿ.ಯಲ್ಲಿ ಮೊದಲನೆಯವನಾಗಿ ತೇರ್ಗಡೆಯಾದಾಗ

ತುಂಗಮ್ಮನ ಸಂತೋಷಕ್ಕೆ ಪಾರವೇ ಇರಲಿಲ್ಲ. ತಮಗೆ ಗುರುತಿದ್ದ ಜನಗಳಿಗೆಲ್ಲ ಹೋಗಿ ಸಕ್ಕರೆ ಕೊಟ್ಟು ಬಂದರು.

ಶಶಿ, ಗಿರಿಧರ ಗಣಪತಿಯ ಗುಡಿಗೆ ಹೋಗಿ ಕಾಯಿ ಒಡೆದು ಪೂಜೆ ಮಾಡಿಕೊಂಡು ಬಂದರು.

ಮುಂದೇನು ಎನ್ನುವುದು ಗಿರಿಧರನ ಯೋಚನೆಯಾಯಿತು. ಅವನ ಗೆಳೆಯರೆಲ್ಲ ಚಿಕ್ಕಬಳ್ಳಾಪುರದಲ್ಲಿದ್ದ ಕಾಲೇಜನ್ನು ಸೇರುವವರಿದ್ದರು. ಬೇರೆ ಊರಿನಲ್ಲಿದ್ದು ಖರ್ಚುವೆಚ್ಚಗಳನ್ನು ಪೂರೈಸಿಕೊಂಡು ಓದುವಷ್ಟು ಅನುಕೂಲ ಸ್ಥಿತಿಯಲ್ಲಿದ್ದೀನಾ? ಇಲ್ಲ. ಓದು ಮುಂದುವರಿಸದಿದ್ದರೆ ಮನೆಯಲ್ಲಿದ್ದು ಏನು ಮಾಡುವುದು? ತನಗೆ ಕೆಲಸಕ್ಕೆ ಸೇರೋ ಅಂಥ ವಯಸ್ಸಾಗಿಲ್ಲ; ವಯಸ್ಸಿದ್ದರೂ ತನ್ನ ಓದಿಗೆ ಕೆಲಸ ಕೊಡುವವರಾರು? ತನ್ನ ಓದುವ ಹಂಬಲ ಈಡೇರಿಸುವ ಬಗೆ ಹೇಗೆ?

"ಗಿರಿ, ಇಲ್ಲಿ ಬಾಪ್ಪ" ಎಂದು ತುಂಗಮ್ಮ ಮಗನನ್ನು ಕರೆದು ಹತ್ತಿರ ಕೂಡಿಸಿಕೊಂಡರು. ಅವರ ಕಣ್ಣಾಲಿಗಳು ತುಂಬಿ ಬಂದಿದ್ದವು. ಇಂಥ ಜಾಣ ಮಗನನ್ನು ದಯಪಾಲಿಸಿದ್ದ ದೇವರು ಅವನನ್ನು ಓದಿಸುವಷ್ಟು ಚೈತನ್ಯವನ್ನು ನೀಡಲಿಲ್ಲವಲ್ಲ ಎಂದು ಮರುಗಿದರು.

"ಈಗ ಏನು ಮಾಡೋದು ಗಿರಿ, ನೀನು ಅಲ್ಲಿದ್ದು ಓದೋದು ಅಂದರೆ ತುಂಬಾ ಖರ್ಚು ಬರಬಹುದಲ್ಲ."

ತಾಯಿಯ ಮಾತಿನಲ್ಲಿದ್ದ ವೇದನೆಯನ್ನು ಗುರ್ತಿಸಿದ ಗಿರಿ. ತಮ್ಮ ನಿಸ್ಸಹಾಯಕತೆಗೆ ಅವನಿಗೆ ಅಳು ಬಂದಿತು. ಯಾರೂ ಇಲ್ಲದ ಸ್ಥಳಕ್ಕೆ ಹೋಗಿ ಅವನಿಗೆ ಮನದಣಿಯ ಅಳುವ ಆಸೆಯಾಯಿತು.

"ಅಮ್ಮ, ಈಗ ಬಂದೆ" ಎಂದವನೇ ಬಯಲು ಗಣೇಶನ ಗುಡಿ ಕಡೆ ನಡೆದ. ಅಲ್ಲಿ ಜನಗಳು ಇದ್ದುದ್ದನ್ನು ದೂರದಿಂದಲೇ ಕಂಡು ಪೊದೆಯ ಪಕ್ಕದಲ್ಲಿದ್ದ ಕಲ್ಲಿನ ಮೇಲೆ ಹೋಗಿ ಕುಳಿತ. ಅಳು ಅವನಿಂದ ದೂರ ಸರಿದಿತ್ತು; ಅಳುವ ಮನಸ್ಸಾಗಲಿಲ್ಲ. ಸುಮ್ಮನೆ ಕುಳಿತು ದಿಗಂತದಲ್ಲಿ ಮುಳುಗುತ್ತಿದ್ದ ಸೂರ್ಯನ ಕಡೆ ನೋಡುತ್ತ ಕುಳಿತ. ಎಷ್ಟು ಹೊತ್ತು ಕುಳಿತಿದ್ದನೋ ಏನೋ. ರಾಮೇಗೌಡ ಬಂದು ಬೆನ್ನ ಮೇಲೆ ಗುದ್ದಿದಾಗ ಥಟ್ಟನೇ ಮೇಲಕ್ಕೆದ್ದ. ಹದಿನೆಂಟರ ಎಳೆಯ ಬಲಿಷ್ಠ ಯುವಕ ರಾಮೇಗೌಡನ ಏಟನ್ನು ತಡೆಯುವ ಶಕ್ತಿ ಅವನ ಎಳೆಯ, ಮೃದು ಶರೀರಕ್ಕೆ ಇರಲಿಲ್ಲ.

"ಲೇ ಗೌಡ, ಪಾಪ ಅವನಿಗೆ ಹಾಗೇನೋ ಗುದ್ದೋದು?" ಎಂದ ಪಕ್ಕದಲ್ಲಿ ನಿಂತಿದ್ದ ಗಂಗಾಧರ.

"ಥೂ! ಹೌದೋ! ಹಾಳು ಅಭ್ಯಾಸ! ಜೋರಾಗಿ ಬಿತ್ತೇನೋ ಮರಿ ಏಟು" ಎಂದು ಗಿರಿಧರನ ಬೆನ್ನನ್ನು ತಡವಿದ ರಾಮೇಗೌಡ.

ಏಟು ಜೋರಾಗಿ ಬಿದ್ದಿದ್ದರೂ ದಾಕ್ಷಿಣ್ಯಕ್ಕೆ ಒಳಗಾದ ಗಿರಿಧರ ಇಲ್ಲವೆನ್ನುವಂತೆ

ತಲೆಯಾಡಿಸಿದ.

"ನೀನು ರ್‍ಯಾಂಕ್ ಬಂದು ನಮ್ಮ ಅಗ್ರಹಾರಕ್ಕೆ ಕೀರ್ತಿ ತಂದುಬಿಟ್ಟೆ."

ರಾಮೇಗೌಡನ ಮಾತು ಕೇಳಿ ಗಿರಿಧರನ ಕಣ್ಣಲ್ಲಿ ನೀರಾಡಿತು.

ಗೆಳೆಯರೆಲ್ಲ ಗಿರಿಧರನ ಸ್ಥಿತಿಯನ್ನು ಬಲ್ಲವರೇ. ಅವನ ವಿನಯ, ಬುದ್ಧಿವಂತಿಕೆಯನ್ನು ಕಂಡು ಅವರು ಮೊದಲೇ ಯೋಜನೆಯನ್ನು ರೂಪಿಸಿಕೊಂಡೇ ಬಂದಿದ್ದರು.

"ನೋಡು ಗಿರಿ! ನಿನಗೆ ಅಲ್ಪಸ್ವಲ್ಪ ಅಡಿಗೆ ಮಾಡೋದು ಬರುತ್ತೆ. ನಾವು ಐದು ಜನಾನೂ ಸೇರಿ ಒಟ್ಟಿಗೆ ಒಂದು ಸಣ್ಣ ಮನೇನ ಮಾಡೋಣ ಅಂತ ಇದ್ದೀವಿ. ನೀನು ನಮಗೆಲ್ಲ ಅಡಿಗೆ ಮಾಡಿ ಹಾಕಿಬಿಡು. ನಿನ್ನ ಬಾಡಿಗೆ ಊಟದ ಖರ್ಚನ್ನು ನಾವು ವಹಿಸಿಕೊಳ್ಳುತ್ತೇವೆ" ಎಂದು ಮಲ್ಲಿಕಾರ್ಜುನ ತಮ್ಮ ಐದು ಜನರ ಯೋಜನೆಯನ್ನು ಗಿರಿಧರನ ಮುಂದಿಟ್ಟ.

ಗಿರಿಧರನಿಗೆ ಕತ್ತಲೆಯ ಗುಹೆಯಲ್ಲಿ ಬೆಳಕು ಕಂಡಂತೇ ಆಯಿತು. ಸಂತೋಷದಿಂದ ಮಲ್ಲಿಕಾರ್ಜುನನ್ನು ಅಪ್ಪಿಕೊಂಡ.

ರಾಮೇಗೌಡ ಮತ್ತು ಅವನ ಗೆಳೆಯರು ಗಿರಿಧರನ ಖರ್ಚನ್ನು ನಿರ್ವಹಿಸಲು ಸಮರ್ಥರಾಗಿದ್ದರು. ಆದರೆ ಮನೆಯವರ ಕಣ್ಣಿಗೆ ಮಣ್ಣೆರಚಲು ಈ ಉಪಾಯ ಹೂಡಿದ್ದರು. ಅದೂ ಅಲ್ಲದೇ ಸ್ವಾಭಿಮಾನಿ ಹುಡುಗ ಗಿರಿಧರ ತಮ್ಮ ಸಹಾಯವನ್ನು ನಿರಾಕರಿಸಿ ವಿದ್ಯಾಭ್ಯಾಸವನ್ನೇ ಮುಂದುವರಿಸದೆ ಅಗ್ರಹಾರದಲ್ಲೇ ನಿಲ್ಲಬಹುದು. ಅದಕ್ಕೆಂದೇ ಅವನ ಮನಸ್ಸಿಗೂ ಕಿರಿಕಿರಿಯಾಗದೇ, ದೊಡ್ಡವರೂ ಆಕ್ಷೇಪಿಸದಂತೆ, ಹೋಟಲಿನಲ್ಲಿ ತಿಂದು ತಮ್ಮಗಳ ಆರೋಗ್ಯ ಹಾಳಾಗದಂತೆ ಕಾಪಾಡಿಕೊಂಡು ಬರಲು ಯೋಜನೆಯನ್ನು ನಿರೂಪಿಸಿದ್ದರು.

ಗೆಳೆಯರು ಒಂದು ಕಡೆ ಕೂತು ಮಾತಾಡಿ ತೀರ್ಮಾನಕ್ಕೆ ಬಂದರು. ಇನ್ನು ತುಂಗಮ್ಮ ಒಪ್ಪುವುದೊಂದು ಬಾಕಿ.

ಗಿರಿಧರ ಮನೆಗೆ ಬಂದಾಗ ತಾಯಿ ಮಂಕಾಗಿ ಕುಳಿತಿದ್ದರು. ಶಶಿ ಲ್ಯಾಂಪಿನ ಬೆಳಕಿನಲ್ಲಿ ಓದುತ್ತಿದ್ದಳು. ತಾಯಿಗೆ ಎಲ್ಲವನ್ನೂ ವಿವರಿಸಿ ಹೇಳಿದ. ತುಂಗಮ್ಮ ಬಹಳಷ್ಟು ಹೊತ್ತು ಯೋಚಿಸಿ ತಮ್ಮ ಒಪ್ಪಿಗೆಯನ್ನು ನೀಡಿದರು. ಅದು ಬಿಟ್ಟರೇ ಅವರಿಗೆ ಮಗ ಓದುವ ಬೇರೆ ದಾರಿ ಗೋಚರಿಸಲಿಲ್ಲ.

"ಆಯಿತು ಗಿರಿ! ಹಾಗೇ ಮಾಡು. ಫೀಸು, ಪುಸ್ತಕಗಳಿಗೆ ಹೇಗಾದರೂ ಕಷ್ಟಪಟ್ಟು ದುಡ್ಡು ಕೊಡ್ತೀನಿ. ನಿನ್ನ ಓದು ಮುಗಿದರೆ ನಮ್ಮ ಕಷ್ಟಗಳೆಲ್ಲ ಪರಿಹಾರವಾದಹಾಗೇನೆ."

ತಾಯಿಯ ಮಾತಿನಿಂದ ಅವನಲ್ಲಿ ಭರವಸೆ ಮೂಡಿತು.

ರಾಮೇಗೌಡನ ತಂದೆ ಅಗ್ರಹಾರಕ್ಕೆ ದೊಡ್ಡ ಕುಳವಾದ್ದರಿಂದ ತಾವೇ ಹೋಗಿ ಮಗ ಮತ್ತು ಅವನ ಗೆಳೆಯರಿಗಾಗಿ ಸುಮಾರಾದ ಮನೆಯನ್ನು ಮಾಡಿ ಪಾತ್ರೆ,

ಪದಾರ್ಥಗಳನ್ನು ಹೊಂದಿಸಿ ಕೊಟ್ಟು ಊರಿಗೆ ಹಿಂದಿರುಗಿದರು.

ಗಿರಿಧರನೊಬ್ಬನಿಗೇ ಅಡಿಗೆ ಕೆಲಸವನ್ನು ಗೆಳೆಯರು ಒಪ್ಪಿಸಲಿಲ್ಲ; ತಾವುಗಳೂ ಅವನಿಗೆ ಅಲ್ಪಸ್ವಲ್ಪ ಸಹಾಯ ಮಾಡುತ್ತಿದ್ದರು. ಇದರಿಂದ ಗಿರಿಧರನಿಗೆ ಅಷ್ಟು ಕಷ್ಟ ಕಾಣಲಿಲ್ಲ. ಅವನಿಗೆ ತಾಯಿಗೆ ಪುರುಸೊತ್ತು ಇಲ್ಲದ ದಿನ ಅಡಿಗೆ ಮಾಡಿ ರೂಢಿ ಇತ್ತು. ಈಗ ಅದನ್ನೇ ಶ್ರದ್ಧೆಯಿಂದ ಮಾಡತೊಡಗಿದ. ಮೊದಲು ಸ್ವಲ್ಪ ಏರುಪೇರಾದರೂ ಕ್ರಮೇಣ ಗಿರಿಧರನ ಕೈ ಕುದುರಿತು. ರುಚಿಯಾಗಿ ಅಡಿಗೆ ಮಾಡಬಲ್ಲವನಾದ. ಇವನ ಅಡಿಗೆ ರುಚಿ ಕಂಡ ಸ್ನೇಹಿತರು ಸಂತುಷ್ಟರಾದರು.

ಶನಿವಾರ ಸಂಜೆ ಎಲ್ಲರೂ ಅಗ್ರಹಾರಕ್ಕೆ ಹಿಂದಿರುಗುತ್ತಿದ್ದರು. ಅವರುಗಳು ಬೇರೆ ಕಾರಣ ಹೇಳಿ ನಿಂತರೂ ಗಿರಿಧರ ಮಾತ್ರ ಬಂದುಬಿಡುತ್ತಿದ್ದ.

ಶನಿವಾರ ಬಂದ ಮಗನ ಬಳಿ ತುಂಗಮ್ಮ ತಮ್ಮ ಮನದಳಲನ್ನು ತೋಡಿಕೊಂಡರು.

“ಅಗ್ರಹಾರದ ಜನ ನಮ್ಮನ್ನು ಆಡಿಕೊಳ್ತಾರೆ. ಶೂದ್ರ ಹುಡುಗರಿಗೆ ಅನ್ನ ಮಾಡಿ ಹಾಕಿಕೊಂಡು ತಾಪೇದಾರೀ ಕೆಲಸ ಮಾಡ್ತಾನೆ ಅನ್ತಾರೆ.”

“ಅಮ್ಮಾ, ಹೇಗಿದ್ದರೂ ಅನ್ತಾರೆ. ಇವರುಗಳು ಯಾರಾದರೂ ನನ್ನ ವಿದ್ಯಾಭ್ಯಾಸಕ್ಕೆ ಸಹಾಯ ಮಾಡೋಕೆ ಮುಂದೆ ಬಂದರ? ಈಗ ಇವರಿಗೆ ಏಕಂತೆ ನಮ್ಮ ವಿಚಾರ,” ಎಂದು ತಾಯಿಗೆ ಸಮಾಧಾನ ಹೇಳಲು ಪ್ರಯತ್ನಿಸಿದ. ಇದರಿಂದ ತುಂಗಮ್ಮನಿಗೆಷ್ಟು ಸಮಾಧಾನವಾಯಿತೋ ಇಲ್ಲವೋ!

ಮಗನ ಉನ್ನತಿಗೋಸ್ಕರ ಅಗ್ರಹಾರದ ಜನರ ನಿಂದನೆಯನ್ನು ಸಹಿಸಿದರು. ತಮ್ಮ ಮಗನಿಗಿಲ್ಲದ ವಿದ್ಯಾಕಾಂಕ್ಷೆ ಗಿರಿಧರನಿಗಿದೆಯಲ್ಲ ಎಂದು ಅಸೂಯೆಪಟ್ಟ ಅನೇಕರು ಅವನ ಬಗ್ಗೆ ದಿನಕ್ಕೊಂದು ಕಥೆ ಹುಟ್ಟಿಸಿ ಹೇಳುತ್ತಿದ್ದರು. ಆದರೂ ಮಗನ ಸ್ವಭಾವ ಬಲ್ಲ ತುಂಗಮ್ಮ ಕಿವುಡಿಯಂತೆ ವರ್ತಿಸುತ್ತಿದ್ದರು.

ಪಿಯುಸಿ ತರಗತಿ ಮುಗಿಸಿ ಡಿಗ್ರಿ ಕ್ಲಾಸಿಗೆ ಕಾಲಿಟ್ಟಾಗ ಎಳೆ ಹರೆಯದ ಯುವಕನಾಗಿರದೇ ಹುಡುಗನಾಗೆ ಇದ್ದ ಗಿರಿಧರ. ರಾಮೇಗೌಡ ಕೊಡಿಸಿದ ಪ್ಯಾಂಟನ್ನು ಕಾಲೇಜಿಗೆ ಹೋಗಲು ಮಾತ್ರ ಉಪಯೋಗಿಸುತ್ತಿದ್ದ. ಮನೆಯಲ್ಲಿ ನಿಕ್ಕರಿನ ಹುಡುಗನೇ ಆಗಿದ್ದ.

ಪರೀಕ್ಷೆ ಮುಗಿದ ದಿನವೇ ಗಿರಿಧರ ಅಗ್ರಹಾರಕ್ಕೆ ಹಿಂದಿರುಗುವ ಬಗ್ಗೆ ತರಾತುರಿ ನಡೆಸಿದ್ದ.

ಮಲ್ಲಿಕಾರ್ಜುನ ಬಂದು “ಲೇ ಗಿರಿ, ಇವತ್ತು ಏನು ಅಗ್ರಹಾರಕ್ಕೆ ಹೋಗೋದು ಬೇಡ, ಸುಮ್ಮನೇ ಇಷ್ಟು ದಿನ ಓದಿ ದಣಿದಿದ್ದಿ. ಎರಡು ದಿನ ವಿಶ್ರಾಂತಿ ತಗೊಂಡು ಹೋಗೋಣ” ಎಂದ. ಅವನ ಮಾತನ್ನು ರಾಮೇಗೌಡ ಅನುಮೋದಿಸಿದ.

ಗಿರಿಧರ ಅವರ ಮಾತಿಗೆ ಪ್ರತಿ ಹೇಳಲಾರದವನಾಗಿದ್ದ. ಗೆಳೆಯರ ಋಣಭಾರ

ಅವನ ಮೇಲೆ ಅಷ್ಟಿತ್ತು.

ರಾಮೇಗೌಡ, ಮಿಕ್ಕ ಮೂವರು ಸಾಮಾನ್ಯ ದರ್ಜೆಯ ಹುಡುಗರು. ಫೇಲಾಗದೆ ಪಾಸಾಗಿದ್ದದ್ದೇ! ಅವರಿಗೆ ದೊಡ್ಡದು. ಆದರೆ ಗಿರಿಧರ ಕಾಲೇಜಿನಲ್ಲೆಲ್ಲ ಅತಿ ಚುರುಕಿನ ಹುಡುಗನೆಂದು ಹೆಸರು ಗಳಿಸಿದ್ದಲ್ಲದೆ ಮೊದಲ ರ್‍ಯಾಂಕ್ ಬಗುವುದು ತನ್ನ ಜನ್ಮಸಿದ್ಧ ಹಕ್ಕೆನ್ನುವಂತೆ ಪಿಯುಸಿ ಎರಡು ತರಗತಿಯಲ್ಲೂ ಪ್ರಥಮ ರ್‍ಯಾಂಕ್ ಗಿಟ್ಟಿಸಿ ಕಾಲೇಜಿಗೆ ಹೆಸರು ತಂದಿದ್ದ. ಉಪಾಧ್ಯಾಯರೂ ಸಹ ಅವನ ವಿನಯ, ವಿಧೇಯತೆ, ಬುದ್ಧಿವಂತಿಕೆಗೆ ಮೆಚ್ಚಿ ಅವನನ್ನು ವಿಶೇಷ ವಿಶ್ವಾಸದಿಂದ ಕಾಣುತ್ತಿದ್ದರು. ಇವೆಲ್ಲ ಗಿರಿಧರನ ತಲೆ ತಿರುಗಿಸಲಿಲ್ಲ. ಅವನಲ್ಲಿ ಇನ್ನಷ್ಟು ಒಳ್ಳೆಯತನ, ಆತ್ಮವಿಶ್ವಾಸಕ್ಕೆ ಕಾರಣವಾದವು.

ಎರಡು ದಿನ ಗೆಳೆಯರಿಗಾಗಿ ಉಳಿದ ಗಿರಿಧರ ಮೂರನೆಯ ದಿನ ಅಗ್ರಹಾರಕ್ಕೆ ಹಿಂದಿರುಗಿದ. ತಂಗಿಗಾಗಿ, ಸರ, ಬಳೆ ಮುಂತಾದುವನ್ನು ತರುವುದನ್ನು ಮರೆಯಲಿಲ್ಲ. ಹೋದ ಸಲ ಹೋದಾಗ ಲಂಗ ತೊಡುತ್ತಿದ್ದ ಶಶಿ ಈ ಸಲ ಸೀರೆ ಉಡುವ ಹುಡುಗಿಯಾಗಿದ್ದಳು. ಅಗ್ರಹಾರದಲ್ಲೇ ಅವಳ ವಯಸ್ಸಿಗಿಂತ ಹಿರಿಯ ಹುಡುಗಿಯರೇ ಲಂಗ ತೊಡುತ್ತಿದ್ದರು. ಅಂಥದ್ದರಲ್ಲಿ ತುಂಗಮ್ಮ ತನ್ನ ಮಗಳನ್ನು ಸೀರೆಯ ಹುಡುಗಿಯನ್ನಾಗಿ ಮಾಡಿದ್ದರು.

ಮಗ ಬಿಡುವಾಗಿ ರಾತ್ರಿ ತಮ್ಮ ಬಳಿ ಕುಳಿತಾಗ ತುಂಗಮ್ಮ ಮಗಳ ಮದುವೆಯ ಬಗ್ಗೆ ಪ್ರಸ್ತಾಪಿಸಿದರು.

"ಗಿರಿ, ಈಗಿಂದ ಶಶಿಗೆ ಗಂಡು ನೋಡೋಕೆ ಪ್ರಾರಂಭಿಸಬೇಕಪ್ಪ. ಈ ವರ್ಷ ಇಲ್ಲದಿದ್ದರೂ ಮುಂದಿನ ವರ್ಷವಾದರೂ ಶಶಿ ಮದುವೆ ಮಾಡಬೇಕು."

ತಾಯಿಯ ಮಾತಿನಿಂದ ಗಿರಿಧರ ವಿಸ್ಮಿತನಾದ.

ಈಗ ಸದ್ಯದಲ್ಲಿ ನಾವು ಮದುವೆ ಮಾಡೋ ಸ್ಥಿತಿಯಲ್ಲಿದ್ದೀವಾ? ಶಶಿಗೆ ತಾನೇ ಅಂಥ ವಯಸ್ಸೇನು ಆಗಿರೋದು? ತನ್ನ ಓದು ಮುಗಿದು ಕೆಲಸ ಸಿಗುವವರೆಗಾದರೂ ಅಮ್ಮ ನಿಧಾನಿಸಿದರೆ! ಇನ್ನು ನಾಲ್ಕು ವರ್ಷಗಳು ತಾಯಿ ಸುಮ್ಮನೇ ಕೂಡಲಾರರು. ನಮ್ಮ ಸ್ಥಿತಿಯಲ್ಲಿ ಎಂಥ ಗಂಡು ಸಿಗಬಹುದು? ಮುಗ್ಧ ಮನಸ್ಸಿನ ಚೆನ್ನದಂಥ ಹುಡುಗೀನಾ ಇಲ್ಲಿ ಅನುಭವಿಸಿದ ಕಷ್ಟಕಾರ್ಪಣ್ಯ ಸಾಲದೂಂತ ಪುನಃ ಅದಕ್ಕೆ ತಳ್ಳಬೇಕೆ ಎಂದು ತಳಮಳಗೊಂಡ.

"ಅಮ್ಮ, ಈಗ ಶಶಿ ಮದುವೆಗೇನು ಅವಸರ? ಇನ್ನೊಂದೆರಡು ವರ್ಷವಾದರೂ ಆಗಲಿ, ಈಗ ಅರ್ಜೆಂಟಿನಲ್ಲಿ ಮದುವೆ ಮಾಡೋ ಸ್ಥಿತಿಯಲ್ಲಿದ್ದೀವಾ!" ಎಂದು ತಾಯಿಯ ಮುಂದೆ ತನ್ನ ಮನದಳಲನ್ನು ತೋಡಿಕೊಂಡ.

"ನಮ್ಮ ಬಡತನಕ್ಕಾಗಿ ಶಶಿ ಮದುವೆ ಮುಂದೂಡೋದು ಬೇಡ. ಶಶಿ ಮದುವೆಗೆಂದು ಐನೂರು ರೂಪಾಯಿ ಕೂಡಿಟ್ಟಿದ್ದೀನಿ. ನಮ್ಮ ಯೋಗ್ಯತೆಗೆ ಸರಿಯಾದ ಗಂಡನ್ನು ಹುಡುಕಿ ಧಾರೆಯೆರೆದು ಕೊಟ್ಟುಬಿಡೋಣ. ಬಡವರ ಹಿತ್ತಲಲ್ಲಿ ದವನ

ಬೆಳೆದರೆ ದಾರಿಯಲ್ಲಿ ಹೋಗುವವರೆಲ್ಲ ಮೂಸಿ ನೋಡಲು ಆಸೆಪಡುತ್ತಾರೆ" ಎಂದು ನಿಟ್ಟುಸಿರುಬಿಟ್ಟರು.

ತಾಯಿಯ ಮುಂಜಾಗರೂಕತೆಗೆ ಗಿರಿಧರ ಮೆಚ್ಚಿಕೊಂಡರೂ ಇನ್ನೂ ಹದಿನೈದು ವರ್ಷಗಳು ಸಹ ತುಂಬಿರದ ಶಶಿಗೆ ಮದುವೆ ಮಾಡುವುದೆಂದರೆ ಅವನಿಗೆ ಅಸಂತೋಷದ ಸಂಗತಿಯಾಗಿತ್ತು.

ಇನ್ನು ವರ ಸಿಕ್ಕಿದ ಕಾಲಕ್ಕೆ ತಾನೇ ಎಂದು ಸುಮ್ಮನಿದ್ದ.

ಶಶಿ ಆ ವರ್ಷ ಎಸ್.ಎಸ್.ಎಲ್.ಸಿ. ಮುಗಿಸಿ ಮನೆಯಲ್ಲಿ ಕುಳಿತಳು. ಅವಳಿಗೂ ಎಲ್ಲರಂತೆ ಕಾಲೇಜು ಓದುವ ಆಸೆ. ಆದರೆ ತಮ್ಮ ಸ್ಥಿತಿಯನ್ನು ನೆನೆದು ತೆಪ್ಪಗಾದಳು.

ತಮಗೆ ಗುರುತು ಪರಿಚಯವಿದ್ದವರಲ್ಲೆಲ್ಲ ತುಂಗಮ್ಮ ಮಗಳ ಮದುವೆಯ ಬಗ್ಗೆ ಪ್ರಸ್ತಾಪ ಮಾಡತೊಡಗಿದರು. ಅವರು ಇವರು ಸೂಚಿಸೋ ಕಡುಕಾರ್ಪಣ್ಯದ ಗಂಡುಗಳನ್ನು ಗಿರಿಧರ ಒಪ್ಪದಾದ; ಖಡಾಖಂಡಿತವಾಗಿ ನಿರಾಕರಿಸಿದ.

ಬ್ಯಾಂಕ್‌ನಲ್ಲಿ ಹೊಸದಾಗಿ ಉದ್ಯೋಗಕ್ಕೆ ಸೇರಿದ ಮೂರ್ತಿಯನ್ನು ನೋಡಿ ಗಿರಿಧರನಿಗೆ ಆಸೆ ಚಿಗುರಿತು. ಅವನಿಗೂ ಸಹ ತಾಯಿತಂದೆಯರು ಇರಲಿಲ್ಲ; ಒಂಟಿಯಾಗಿ ಬೆಳೆದವ, ಕಷ್ಟಕಂಡವ. ತನ್ನಂತೆ ಅವರಿವರ ಸಹಕಾರದಿಂದ ವಿದ್ಯಾಭ್ಯಾಸ ಮುಗಿಸಿ ಕೆಲಸಕ್ಕೆ ಸೇರಿಕೊಂಡಿದ್ದ.

ಮೂರ್ತಿ ಇವರುಗಳಿದ್ದ ಪಕ್ಕದ ಕೋಣೆ ಹಿಡಿದಿದ್ದ. ಅನ್ನ ಮಾಡಿಕೊಂಡು ಹೋಟಲಿನಿಂದ ಸಾಂಬಾರ್ ತರಿಸಿಕೊಳ್ಳುತ್ತಿದ್ದ. ಕೆಲವು ಸಂದರ್ಭದಲ್ಲಿ ಗಿರಿಧರ ಬಲವಂತವಾಗಿ ಸಾರು ಹುಳಿಗಳನ್ನು ಕೊಡುತ್ತಿದ್ದ. ಕೆಲವೊಮ್ಮೆ ಅವನು ಊಟಕ್ಕೂ ಕರೆಯುತ್ತಿದ್ದ.

ಗಿರಿಧರ ಮೂರ್ತಿಯ ವಿಷಯದಲ್ಲಿ ತೋರುವ ಆತ್ಮೀಯತೆಯನ್ನು ನೋಡಿ "ಮಹರಾಯ, ಯಾರೊಂದಿಗೂ ಬೆರೆಯದಿದ್ದವನು ಮೂರ್ತಿಯ ಬಳಿ ಸ್ನೇಹ ಸಂಪಾದಿಸಿಕೊಂಡಿದ್ದೀಯಲ್ಲ? ಏನು ತಂಗಿಯನ್ನು ಕೊಟ್ಟು ಭಾವನನ್ನಾಗಿ ಮಾಡಿಕೊಳ್ಳುವ ಪಿತೂರಿಯೇ!" ಎಂದು ನಕ್ಕು ನುಡಿದಿದ್ದ ರಾಮೇಗೌಡ.

"ನೀನು ಏನು ಹೇಳ್ತಿಯೋ!" ಎಂದು ಅವನನ್ನೇ ಪ್ರಶ್ನಿಸಿದ.

"ಶಶಿಯಂಥ ಹುಡುಗೀನ್ನ ಮಾಡ್ಕೋಬೇಕಾದರೆ ಅದೃಷ್ಟ ಮಾಡಿರಬೇಕು. ಮೂರ್ತಿಗೂ ಚಿಕ್ಕ ವಯಸ್ಸು. ಈ ಸಲ ಅಗ್ರಹಾರಕ್ಕೆ ಕರ್ಕೊಂಡು ಹೋಗೋಣ. ಹುಡುಗ ಹುಡುಗಿ ನೋಡಿ ಒಪ್ಪಿದರೆ ಮದುವೆ ಮಾಡೇಬಿಡೋಣ."

ರಾಮೇಗೌಡನ ಮಾತನ್ನ ಕೇಳಿ ಗಿರಿಧರ ಮೂಕನಾದ. ಸ್ವಂತ ತಮ್ಮನಿಗಿಂತ ಹೆಚ್ಚಾಗಿ ಗಿರಿಧರನಿಗೆ ನೆರವನ್ನು ನೀಡಿದ್ದ ರಾಮೇಗೌಡ ತನ್ನ ದಾಕ್ಷಿಣ್ಯಕ್ಕೆ ಒಳಗಾದವನು ಎಂದು ಒಂದು ದಿನವಾದರೂ ಉದಾಸೀನವಾಗಿ ಕಂಡವನಲ್ಲ. ತಮ್ಮ ಬಟ್ಟೆಗಳನ್ನು ಅಗಸರಿಗೆ ಕೊಡುವಾಗ ಇವನ ಬಟ್ಟೆಗಳನ್ನು ಹಾಕುತ್ತಿದ್ದ. ಗಿರಿಧರ ಬೇಡವೆಂದರೂ

ಒಪ್ಪುತ್ತಿರಲಿಲ್ಲ. ಇಷ್ಟು ಬಟ್ಟೆಗಳಲ್ಲಿ ನಿನ್ನದೇನು ಎಂದು ಬಾಯಿ ಮುಚ್ಚಿಸುತ್ತಿದ್ದ. ತಾವು ಕೊಳ್ಳುವಾಗಲೆಲ್ಲ ಅವನಿಗಾಗಿ ಚಪ್ಪಲಿ, ಬೂಡ್ಸನ್ನು ಕೊಳ್ಳುತ್ತಿದ್ದ. ನಾಲ್ಕು ಜನ ಸಹ ಅನುಕೂಲ ಸ್ಥಿತಿಯಲ್ಲಿದ್ದುದರಿಂದ ಅವರಿಗೆ ಇದೊಂದು ದೊಡ್ಡ ಹೊರೆಯಾಗಿ ಕಾಣಲಿಲ್ಲ.

ತಾನು ಹೊಸ ಗಡಿಯಾರವನ್ನು ಕೊಂಡಾಗ ಹಳೆಯ ಗಡಿಯಾರವನ್ನು ಗಿರಿಧರನಿಗೆ ಕೊಟ್ಟಿದ್ದ. ಅವನು ಹೊಸ ಗಡಿಯಾರ ಕೊಂಡುಕೊಡುವುದರಲ್ಲೇ ಇದ್ದ. ಆದರೆ ಗಿರಿಧರ ಒಪ್ಪದೇ ಹಳೆಯದನ್ನೇ ತೆಗೆದುಕೊಂಡ.

"ಯಾಕೋ ಸುಮ್ಮನೇ ಕುಳಿತುಬಿಟ್ಟೆ! ನಿನಗೆ ಶಶಿ ಹೇಗೆ ತಂಗಿಯೋ ನನಗೂ ಹಾಗೇ ಅಂತ ತಿಳ್ಕೋ. ಇರೋ ಒಂದು ವರ್ಷನಾದ್ರೂ ಶಶೀ ಕೈಯಲ್ಲಿ ಊಟ ಮಾಡೋಣ. ಈ ಶನಿವಾರ ಮೂರ್ತಿನ ಹೊರಡಿಸು" ಎಂದು ಸಿಗರೇಟು ಹಚ್ಚಿಕೊಂಡವನೇ ಹೊರಗೆ ನಡೆದ ರಾಮೇಗೌಡ.

ರಾಮೇಗೌಡನ ತಂದೆ ದೊಡ್ಡ ಶ್ರೀಮಂತರು, ಹೊಲಗದ್ದೆಗಳ ಜೊತೆ ಹತ್ತು ಎಕರೆ ತೋಟವನ್ನು ಹೊಂದಿದ್ದ. ಬೇಸಾಯದಲ್ಲಿ ಪರಿಣಿತ. ಕಷ್ಟಪಟ್ಟು ಜಮೀನಿನಲ್ಲಿ ಚಿನ್ನ ಬೆಳೆಯುತ್ತಿದ್ದ. ಸುತ್ತಮುತ್ತಲಿನಲ್ಲಿ ಹೆಸರಾದವ. ನಾಲ್ಕು ಜನ ಗಂಡು ಮಕ್ಕಳಲ್ಲಿ ಕಾಲೇಜಿನ ಮೆಟ್ಟಲು ತುಳಿದವನು ರಾಮೇಗೌಡನು ಮಾತ್ರ. ಆದ್ದರಿಂದ ಆ ಮಗನ ಬಗ್ಗೆ ಅವನಿಗೆ ಅಪಾರ ಅಭಿಮಾನ, ಅವನು ಕೇಳಿದ್ದಕ್ಕೆ ಇಲ್ಲವೆನ್ನುತ್ತಿರಲಿಲ್ಲ.

ತಂದೆಯ ಬಗ್ಗೆಯೂ ಗೌರವ ಹೊಂದಿದ್ದ ರಾಮೇಗೌಡ ಎಂದೂ ಅವರ ಮಾತನ್ನು ಮೀರಿ ನಡೆಯುತ್ತಿರಲಿಲ್ಲ. ಅವನು ಸಹ ಓದು ಮುಗಿಸಿ ಹೋಗಿ ಬೇಸಾಯಗಾರನಾಗೇ ಜೀವನ ಸಾಗಿಸುವವ. ಆದ್ದರಿಂದಲೇ ತನ್ನ ಓದಿಗೆ ಕೊಡದ ಪುರಸ್ಕಾರವನ್ನು ಗಿರಿಧರನ ಓದಿಗೆ ಕೊಡುತ್ತಿದ್ದ ಬುದ್ಧಿವಂತ ಹುಡುಗ. ಅವನ ಜೀವನಕ್ಕೆ ಬರೀ ವಿದ್ಯೆಯೊಂದೇ ಆಧಾರವೆಂಬ ಅರಿವು ರಾಮೇಗೌಡನಿಗಿತ್ತು.

ಗಿರಿಧರನೊಬ್ಬನನ್ನು ಬಿಟ್ಟರೇ ಎಲ್ಲರೂ ಸಿಗರೇಟು ಸೇದುತ್ತಿದ್ದರು. ಸಿನಿಮಾ ನೋಡುವುದೊಂದು ಹಾಬಿಯಾಗಿತ್ತು ಅವರಿಗೆ. ಅವೆರಡನ್ನು ದಾಟಿ ಅವರು ಮುಂದುವರೆದಿರಲಿಲ್ಲ.

ಮೂರ್ತಿಯೇನೋ ಗಿರಿಧರನ ಮಾತಿಗೆ ಒಪ್ಪಿ ಅಗ್ರಹಾರಕ್ಕೆ ಹೊರಡಲು ಸಿದ್ಧನಾದ. ಆದರೆ ಗಿರಿಧರನಿಗೆ ಸಂಕೋಚವಾಯಿತು. ತನ್ನನ್ನು ನೋಡಿ ತೀರ ಬಡವನೆಂದು ನಿರೀಕ್ಷಿಸಿರಲಾರ. ಅಗ್ರಹಾರಕ್ಕೆ ಬಂದು ತಮ್ಮ ಮನೆ ಸ್ಥಿತಿಯನ್ನು ನೋಡಿ ಅವನು ಬೇಸರಗೊಂಡರೆ ತನ್ನ ಆಸೆಯೆಲ್ಲ ನಿರಾಸೆಯಾಗುವುದಲ್ಲ ಈಗ ಏನು ಮಾಡಲಿ? ಎಂದಿದ್ದರೂ ಅವನಿಗೆ ತಮ್ಮ ಸ್ಥಿತಿ ತಿಳಿಯಲೇಬೇಕು. ಈಗ ವಧುವನ್ನು ನೋಡಲು ಅವನನ್ನೇನು ಆಹ್ವಾನಿಸುತ್ತಿಲ್ಲವಲ್ಲ. ಹೇಗೋ ಬರಲಿ, ಇಷ್ಟಪಟ್ಟರೆ ಮದುವೆ ಮಾಡಿಕೊಳ್ಳಲಿ, ಇಲ್ಲದಿದ್ದರೆ ಬೇಡ. ಅದಕ್ಕೇಕೆ ತಾನು ಯೋಚಿಸಿ–ಕಂಗೆಡಬೇಕು–

ಎಂದು ಧೈರ್ಯಗೊಂಡ.

ಗಿರಿಧರನು ಅಗ್ರಹಾರಕ್ಕೆ ಆಹ್ವಾನಿಸಿದಾಗಲೇ ಮೂರ್ತಿ ಊಹಿಸಿಕೊಂಡಿದ್ದ. ತನ್ನನ್ನು ಸುಮ್ಮನೇ ಆಹ್ವಾನಿಸುತ್ತಿಲ್ಲ. ಗಿರಿಧರನಿಗೆ ಒಬ್ಬ ತಂಗಿ ಇರುವ ವಿಷಯ ಎಷ್ಟೋ ಸಲ ಲೋಕಾಭಿರಾಮವಾಗಿ ಮಾತನಾಡುತ್ತಿದ್ದಾಗ ಹೇಳಿದ್ದ. ಈಗ ತಂಗಿಯನ್ನು ನೋಡುವ ಸಲುವಾಗಿ ಆಹ್ವಾನಿಸುತ್ತಿದ್ದಾನೆ. ಅವನು ಹೇಳೋ ಮಾತು ನೋಡಿದರೆ ಅವರು ತೀರಾ ಬಡತನದ ಸ್ಥಿತಿಯಲ್ಲಿರಬೇಕು. ತನಗೆ ಹುಡುಗಿಯನ್ನು ಬಿಟ್ಟು ಮತ್ತೇನನ್ನು ಕೊಟ್ಟಾರು? ತನ್ನ ಸ್ಥಿತಿಯಂತೂ ಚೆನ್ನಾಗಿಲ್ಲ. ಹುಡುಗಿಯ ಕಡೆಯವರಾದರೂ ಅನುಕೂಲವಾಗಿದ್ದರೆ ತನಗೆಷ್ಟೋ ಸಹಾಯವಾಗುತ್ತೆ. ಅದು ಬಿಟ್ಟು ತೀರಾ ಬಡತನದ ಹುಡುಗಿಯನ್ನು ಮದುವೆಯಾದರೇ ಇದೇ ಕಷ್ಟಕಾರ್ಪಣ್ಯ ಮುಂದೂ ಸಹ ಅನುಭವಿಸಬೇಕಾಗುತ್ತೆ. ಏನೋ ಕರೆದ ಅಂತ ಹೋಗಿ ಬಂದರಾಯಿತು ಎಂದುಕೊಂಡ.

ಆಗಲೇ ಎರಡು, ಮೂರು ಸಂಬಂಧದವರು ಹುಡುಗಿಯನ್ನು ಕೊಟ್ಟು ಮದುವೆ ಮಾಡಲು ಮುಂದು ಬಂದಿದ್ದರು. ಆದರೆ ಮೂರ್ತಿಯೇ ನಿರಾಕರಿಸಿದ್ದ. ಮದುವೆಯ ಖರ್ಚಿಗಾದರೂ ಸ್ವಲ್ಪ ದುಡ್ಡು ಕೂಡಿಡುವವರೆಗೂ ಮದುವೆಯಾಗಬಾರದೆಂದು ನಿರ್ಧರಿಸಿದ್ದ.

ಮಗ ಗೆಳೆಯನ ಜೊತೆ ಬಂದಿಳಿದಾಗ ತುಂಗಮ್ಮನಿಗೆ ಏನೂ ಅನ್ನಿಸಲಿಲ್ಲ. ಏನೋ! ಬಂದಿದ್ದಾನೆ! ಎರಡು ದಿನ ಇದ್ದು ಹೋಗಲಿ. ತಮ್ಮ ಮನೆಯಲ್ಲಿದ್ದುದನ್ನೇ ಮಾಡಿ ಬಡಿಸಿದರಾಯಿತು ಎಂದುಕೊಂಡರು.

ಮನೆಯನ್ನು ನೋಡಿದ ಕೂಡಲೇ ಮೂರ್ತಿ ಬೇಸರಗೊಂಡರೂ ಅದರ ಅಚ್ಚುಕಟ್ಟನ್ನು ನೋಡಿ ಸಂತೋಷಗೊಂಡ.

ಇರೋದು ಎರಡು ಕೋಣೆ. ಅದರಲ್ಲಿ ಶಶಿ ಎಲ್ಲಿ ಅವಿತಿರಲು ಸಾಧ್ಯ? ಮೂರ್ತಿಯ ಮುಂದೆಯೇ ಓಡಾಡುತ್ತಿದ್ದಳು. ಅಪರೂಪವಾಗಿ ಬಂದ ಅಣ್ಣನ ಸ್ನೇಹಿತನ ಮೇಲೆ ಅವಳಿಗೂ ಆದರವೇ. ಅದರಲ್ಲಿ ಅತಿಥಿ ಅನ್ನೋ ಆದರ ಬಿಟ್ಟರೇ ಬೇರೇನೂ ಇಲ್ಲ.

ಮೂರ್ತಿ ಶಶಿಯನ್ನು ಗಮನಿಸಿದ. ಸುಂದರವಾದ ಹುಡುಗಿ; ಮಾಟವಾದ ಮೈಕಟ್ಟು; ಶುಭ್ರ ಬಿಳಿಯ ಬಣ್ಣ; ಕಣ್ಣಿನಲ್ಲಿ ಶುದ್ಧ ಕಾಂತಿ; ಮುಖದಲ್ಲಿ ಗಾಂಭೀರ್ಯ, ನಡಿಗೆಯಲ್ಲಿ ಲಾಲಿತ್ಯವಿತ್ತು.

ಆಧುನಿಕ ಸೌಂದರ್ಯ ಸಾಧನಗಳೊಂದೂ ಅವರ ಬಳಿ ಸುಳಿದ ಹಾಗಿರಲಿಲ್ಲ. ಬಿಳಿಯ ಹಣೆಯಲ್ಲಿ ಅಗಲವಾದ ದುಂಡು ಕುಂಕುಮ; ಬಿಗಿಯಾಗಿ ಹೆಣೆದ ಐದು ಕಾಲಿನ ಜಡೆ; ಮುಖದ ಮೇಲೆ ಮುಂಗುರುಳು ಸುಳಿಯುವ ಅವಕಾಶವನ್ನೇ ಕೊಟ್ಟಿರಲಿಲ್ಲ.

ತಾಯಿ ಮಾಡಿಕೊಟ್ಟ ತೊಗರಿ ನುಚ್ಚಿನುಂಡೆಯನ್ನು ಅಣ್ಣ ಮತ್ತು ಮೂರ್ತಿಯ

ಮುಂದೆ ತಂದಿಟ್ಟು ಹಿಂದಿರುಗಿದಾಗ ಗಿರಿಧರ ಹೇಳಿದ.

"ಶಶಿ, ಗಣಪತಿ ಗುಡಿ ಕಡೆಗೆ ಹೋಗಿಬರೋಣ. ಏನು ಕೆಲಸ ಇದ್ದರೂ ಬೇಗ ಮುಗಿಸು."

ಶಶಿ ಬಂದು ತಾಯಿಯ ಮುಂದೆ ನಿಂತಳು. ಮಗ ಹೇಳಿದ ಮಾತೇನೂ ತುಂಗಮ್ಮನ ಕಿವಿಗೆ ಬೀಳದೇ ಇರಲಿಲ್ಲ. ಅವರಿಗೆ ಮಗನ ಮಾತಿನಿಂದ ಬೇಸರವೇ ಆಯಿತು. ಅವರಿಬ್ಬರ ಮಧ್ಯೆ ತಿರುಗಾಡಲು ವಯಸ್ಸಿಗೆ ಬಂದ ಹುಡುಗಿಯನ್ನೇಕೆ ಕರೆಯಬೇಕು? ಜನ ನೋಡಿ ಏನಂದಾರು! ಎಷ್ಟಾದರೂ ಅವನು ಹುಡುಗ! ಲೋಕದ ವ್ಯವಹಾರ ಅವನೇನು ಬಲ್ಲ! ಎಂದು ಸಿಡಿಮಿಡಿಗೊಂಡರು.

ಶಶಿ ತಾಯಿಯ ಇಂಗಿತವನ್ನು ಊಹಿಸಿ ಒಂದು ಕಡೆ ಕುಳಿತಳು. ಗಿರಿಧರ ಅಡಿಗೆಯ ಮನೆಗೆ ಬಂದ ತಾಯಿಯ ಮುಖದ ಮೇಲಿದ್ದ ಬೇಸರದ ಛಾಯೆಯನ್ನು ಗುರ್ತಿಸಿ ಹಿಂದಿರುಗಿದ. ತಂಗಿಯನ್ನು ಜೊತೆಯಲ್ಲಿ ಕರೆದೊಯ್ಯುವ ಧೈರ್ಯ ಬರಲಿಲ್ಲ.

ಗೆಳೆಯರಿಬ್ಬರೇ ಹೊರಟರು. ದಾರಿಯಲ್ಲಿ ರಾಮೇಗೌಡ ಬಂದು ಕೂಡಿಕೊಂಡ. ಮಾತು ಎತ್ತೆತ್ತಲೋ ತಿರುಗಿ ಮೂರ್ತಿಯ ಮದುವೆಗೆ ಬಂದು ನಿಂತಿತು.

ರಾಮೇಗೌಡ ನೇರವಾಗಿ ಕೇಳಿದ–

"ಮೂರ್ತಿ, ನೀವು ಯಾಕೆ ನಮ್ಮ ಶಶಿನ ಮಾಡ್ಕೋಬಾರದು? ನಮ್ಮ ಹುಡುಗೀದು ಹೊನ್ನಿನಂಥ ಗುಣ."

ಮೂರ್ತಿಗೆ ಏನು ಹೇಳಬೇಕೋ ತಿಳಿಯದಾಯಿತು. ಶಶಿಯ ಮುಗ್ಧ ರೂಪ ಅವನ ಮನವನ್ನು ಆವರಿಸಿದ್ದರೂ ಅವರ ಬಡತನ ಅವನ ಮನಸ್ಸನ್ನು ಕುಟುಕುತ್ತಿತ್ತು. ಶಶಿಯನ್ನು ಮದುವೆಯಾದರೆ ಅವನಿಗೆ ಯಾವ ವಿಧವಾದ ಆರ್ಥಿಕ ಸಹಾಯವೂ ಸಿಕ್ಕುವಂತಿರಲಿಲ್ಲ. ಅಷ್ಟೇ ಅಲ್ಲದೆ ಅಳಿಯ ಬಯಸೋ ವೈಭವವೆಲ್ಲ ಅವನ ಪಾಲಿಗೆ ಕನಸೇ.

ಮೂರ್ತಿ ಸುಮ್ಮನಿದ್ದುದನ್ನು ನೋಡಿ ಗಿರಿಧರನಿಗೆ ಆತಂಕವಾಯಿತು.

"ಏಕೆ ಮೂರ್ತಿ, ಏನಾದರೂ ಹೇಳಿ, ನೀವು ಹೆಣ್ಣು ಕೊಡೋ ಮಾವನ ಶ್ರೀಮಂತಿಕೆಯನ್ನು ಬಯಸುತ್ತೀರೇನೋ! ಅಲ್ಲಿ ನಿಮಗೆ ಬರೀ ಶ್ರೀಮಂತಿಕೆ ಸಿಕ್ಕಬಹುದೇ ವಿನಹ ನಮ್ಮ ಶಶಿಯಂಥ ಹುಡುಗಿ ಸಿಕ್ಕಲು ಸಾಧ್ಯವಿಲ್ಲ. ನಾವೇನೂ ಹುಡುಗಿಯನ್ನು ಕಳಪೆಯಾಗಿ ಕಳಿಸೋಲ್ಲ. ಆದಷ್ಟೂ ಮುಚ್ಚಟೆಯಾಗೇ ಮದುವೆ ಮಾಡಿಕೊಡ್ತೀವಿ" ಎಂದ ಪುನಃ ರಾಮೇಗೌಡ.

ಮೂರ್ತಿಯ ಮನಸ್ಸಿನಲ್ಲಿ ದ್ವಂದ್ವ ಹೋರಾಟ ಶುರುವಾಯಿತು. ಅವನ ಆರ್ಥಿಕ ಸ್ಥಿತಿ ಚೆನ್ನಾಗಿದ್ದರೆ ಅವನೇನು ಶಶಿಯನ್ನು ಮದುವೆಯಾಗಲು ಯೋಚಿಸುತ್ತಿರಲಿಲ್ಲ. ಆದರೆ ಬರುವ ಸಂಬಳದಲ್ಲಿ ಈ ತುಟ್ಟಿ ಕಾಲದಲ್ಲಿ ಜೀವನ ನಡೆಸೋದೇ ಕಷ್ಟ. ಇಷ್ಟು

ದಿನ ತಾನೊಬ್ಬನೇ ಇದ್ದೆ. ಹೇಗೋ ಆಗುತ್ತಿತ್ತು. ಮುಂದೆ ಮದುವೆಯಾಗಿ ಮಡದಿ ಮನೆಗೆ ಬಂದರೆ ಸಂಸಾರಕ್ಕೆ ಸಂಬಂಧಪಟ್ಟ ಎಲ್ಲ ಸಾಮಾನುಗಳು ಬೇಕು. ಅವನ್ನೆಲ್ಲ ತನ್ನ ಸಂಬಳದಲ್ಲಿ ಸರಿಹೊಂದಿಸಿಕೊಳ್ಳಬೇಕಾದರೆ ಎರಡು ಮೂರು ವರ್ಷಗಳೇ ಬೇಕು. ಆಮೇಲೆ ಮಕ್ಕಳು ಮರಿ ತಾಪತ್ರಯ ಇದ್ದದ್ದೇ. ಇನ್ನೆಂದು ತಾನು ಸಂತೋಷವಾಗಿರುವುದು? ಬಡತನದಲ್ಲಿ ಹುಟ್ಟಿ ಬಡತನದಲ್ಲಿ ಬೆಳೆದು ಇಡೀ ಜೀವಮಾನ ಬಡತನದಲ್ಲೇ ಸವೆಸಬೇಕಾ? ಸಾಧ್ಯವಿಲ್ಲ. ಯಾರಾದರೂ ಅನುಕೂಲಸ್ಥರ ಮನೆಯಲ್ಲಿ ಮದುವೆಯಾದರೇ ಸ್ವಲ್ಪ ನೆಮ್ಮದಿಯನ್ನಾದರೂ ಕಾಣಬಹುದು.

"ಇದು ಅಷ್ಟು ಬೇಗ ನಿರ್ಧರಿಸೋ ವಿಷಯವಲ್ಲ. ಯೋಚಿಸೋಕೆ ಅವಕಾಶ ಕೊಡಿ" ಎಂದ ಮೂರ್ತಿ.

ಅವನ ನಿರುತ್ಸಾಹದ ಮಾತನ್ನು ಕೇಳೇ ನಿರ್ಧರಿಸಿಕೊಂಡರು; ಇದು ಆಗದ ವಿಷಯವೆಂದು.

ಗಿರಿಧರನಿಗೆ ಪುನಃ ಕೇಳುವ ಮನಸ್ಸಾಗಲಿಲ್ಲ. ಆದರೂ ಕರೆತಂದ ಗೆಳೆಯನನ್ನು ಆತ್ಮೀಯವಾಗೇ ಕಂಡ.

ಮೂರ್ತಿ ಹೊರಟುನಿಂತಾಗ ತುಂಗಮ್ಮನವರು ಹೊರಗೆ ಬಂದರು. ಆ ಸಾಧ್ವಿಯ ಮುಖ ಎಂಥವರಲ್ಲಾದರೂ ಗೌರವ ಹುಟ್ಟಿಸುತ್ತಿತ್ತು.

"ಹೋಗಿ ಬರ್ತೀನಮ್ಮ, ನೀವು ಮಾಡಿದ ಉಪಚಾರಾನ ಎಂದೂ ಮರೆಯಲಾರೆ" ಎಂದು ಹೇಳಿದ ಮೂರ್ತಿಯಲ್ಲಿ ಕಾಣದ ಆತ್ಮೀಯತೆ ಇಣುಕಿತು.

ಅಣ್ಣನನ್ನು ಬೀಳ್ಕೊಡಲು ಬಂದ ಶಶಿ ಅಣ್ಣನ ಊಟ ಉಪಚಾರ ನಿದ್ದೆಯ ಬಗ್ಗೆ ಸಣ್ಣ ಉಪದೇಶವನ್ನೇ ಮೆಲುಧ್ವನಿಯಲ್ಲಿ ನೀಡಿದಳು. ಇದು ಮಾಮೂಲು ಸಂಗತಿ. ಪ್ರತಿ ಸಲ ಗಿರಿಧರ ಬಂದು ಹಿಂದಿರುಗುವಾಗಲೆಲ್ಲ ಶಶಿ ಅಣ್ಣನ ಆರೋಗ್ಯದ ಬಗ್ಗೆ ವಿಶೇಷ ಕಾಳಜಿ ವಹಿಸಿ ಅವನ ಊಟ, ನಿದ್ದೆ, ವಿಶ್ರಾಂತಿಯ ಬಗ್ಗೆ ಎಚ್ಚರಿಕೆ ಕೊಡುತ್ತಿದ್ದಳು. ಈ ಜಗತ್ತಿನಲ್ಲೇ ಅಣ್ಣ ಅವಳಿಗೆ ಬೆಲೆ ಕಟ್ಟಲಾರದ ಸಂಪತ್ತು. ಅವಳ ಭವಿಷ್ಯದ ಬೆಳಕು.

ರಾಮೇಗೌಡ, ಮಲ್ಲಿಕಾರ್ಜುನ, ಪರಮಶಿವ ಬೆಂಗಳೂರಿಗೆ ಹೋಗಿ ನೇರವಾಗಿ ಅಲ್ಲಿಗೆ ಬರುವ ಸಮಾಚಾರ ತಿಳಿಸಿದಾಗ ಚಿದಾನಂದಮೂರ್ತಿ, ಗಿರಿಧರ, ಮೂರ್ತಿ ಮಾತ್ರ ಚಿಕ್ಕಬಳ್ಳಾಪುರಕ್ಕೆ ಹೊರಟರು.

ತನ್ನ ನಿರಾಶೆ ಮೂರ್ತಿಗೆ ಅರಿವಾಗದೇ ಇರಲಿ ಎಂದು ಗಿರಿಧರ ಗೆಲುವಾಗೇ ಇದ್ದ. ಆದರೆ ಮೂರ್ತಿ ಊಹಿಸಲಾರದಷ್ಟೇನು ಪೆದ್ದನಲ್ಲ–ಕಡೆಯ ಬಾರಿ ಅವನು ಶಶಿಯನ್ನು ನೋಡಿದಾಗ ಯಾವುದೋ ಒಂದು ಬಲವಾದ ಆಕರ್ಷಣೆ ಅವನನ್ನು ಬಂಧಿಸಿದಂತೆ ಆಯಿತು. ಆದರೆ ಇನ್ನೂ ಮನಸ್ಸು ಹಾಗೂ ಹೀಗೂ ತೊಯ್ದಾಡುತ್ತಿತ್ತು.

ರಾಮೇಗೌಡನಿಗೆ ಮೂರ್ತಿಯ ವಿಷಯದಲ್ಲಿ ಬೇಸರವಾಗಿತ್ತು. ಅದನ್ನು ಎರಡು,

ಮೂರು ಸಲ ಪ್ರಕಟಿಸಿಯೂ ಇದ್ದ. ಆಗೆಲ್ಲ ಗಿರಿಧರನೇ ಸಮಾಧಾನ ಹೇಳುತ್ತಿದ್ದ.

"ಇವನೇನು ರಾಜನ ಮೊಮ್ಮಗನೇನು! ಅಷ್ಟು ಚೆಂದುಳ್ಳೆ ಹುಡುಗಿನ ತೋರಿಸಿದರೆ ಮುಖ ಮುದುರುತ್ತಾನಲ್ಲ. ಇವನನ್ನು ನಿವಾಳಿಸಿ ಒಗೆಯೋಂಥ ಗಂಡನ್ನೇ ಹುಡುಕ್ತೀನಿ" ಎಂದು ಸೆಟೆದು ರಾಮೇಗೌಡ ನುಡಿದ.

ಗಿರಿಧರನಿಗಂತೂ ಅವನ ಆತ್ಮೀಯತೆಗೆ ಏನು ಹೇಳಬೇಕೋ ಗೊತ್ತಾಗುತ್ತಿರಲಿಲ್ಲ. ಅವನೇ ಶಶಿಗಾಗಿ ಎರಡು ಸಲ ಬಟ್ಟೆಗಳನ್ನು ಕೊಂಡುಕೊಟ್ಟಿದ್ದ. ಅಂಥ ಸಮಯದಲ್ಲಿ ಎದುರಾಡಿದ ಗಿರಿಧರನನ್ನು ಗದರಿಸಿ ಬಾಯಿ ಮುಚ್ಚಿಸಿದ್ದ. ಉಳಿದ ಗೆಳೆಯರು ಸಹ ರಾಮೇಗೌಡನ ಮಾತಿಗೆ ಎದುರಾಡುತ್ತಿರಲಿಲ್ಲ.

ಗಿರಿಧರನ ಡಿಗ್ರಿ ಮುಗಿದರೂ ಶಶಿಗೆ ವರ ಗೊತ್ತಾಗಲಿಲ್ಲ. ತುಂಗಮ್ಮನಂತು ಅದೇ ಯೋಚನೆ ಹತ್ತಿಸಿಕೊಂಡು ಕೊರಗತೊಡಗಿದರು.

ರಾಮೇಗೌಡ ಉಳಿದ ಗೆಳೆಯರು ಅಲ್ಲಿಗೆ ವಿದ್ಯಾಭ್ಯಾಸ ನಿಲ್ಲಿಸಿದರು. ಗಿರಿಧರನ ವಿದ್ಯಾಭ್ಯಾಸ ಮುಂದುವರಿಸುವುದಕ್ಕೆ ಪ್ರೋತ್ಸಾಹ ಕೊಟ್ಟರು. ಅದಕ್ಕೆ ಸರಿಯಾಗಿ ಚಿನ್ನದ ಪದಕ ಗಳಿಸಿ ರಾಜ್ಯಕ್ಕೆ ಮೊದಲನೆಯವನಾಗಿ ತೇರ್ಗಡೆಯಾದ ಇವನಿಗೆ ಸ್ಕಾಲರ್‌ಷಿಪ್ ಸಿಗಲು ಕಷ್ಟವಾಗಲಿಲ್ಲ. ಎಲ್ಲ ಯೋಚನೆಯನ್ನು ಕೊಡವಿಕೊಂಡು ಬೆಂಗಳೂರಿಗೆ ಹೋಗಿ ಎಂ.ಎ.ಗೆ ಸೇರೇಬಿಟ್ಟ.

2

ಅಪ್ಪಯ್ಯ ಜೋಯಿಸರು ಅಪರೂಪವಾಗಿ ತಮ್ಮ ಮನೆಗೆ ಬಂದಾಗ ತುಂಗಮ್ಮನವರಿಗೆ ಆಶ್ಚರ್ಯವೇನೂ ಆಗಲಿಲ್ಲ. ಎಂದೋ ವರ್ಷಕ್ಕೋ ಆರು ತಿಂಗಳಿಗೋ ಒಂದು ಗಳಿಗೆ ಅವರು ಬಂದು ಕಷ್ಟಸುಖ ವಿಚಾರಿಸಿಕೊಂಡು ಹೋಗುತ್ತಿದ್ದರು.

"ಬನ್ನಿ ಜೋಯಿಸರೇ" ಎಂದು ಗೌರವದಿಂದಲೇ ಸ್ವಾಗತಿಸಿದರು ತುಂಗಮ್ಮ.

ಬಂದವರೇ ಉಸ್ಸ್ ಎಂದು ಮಂದಲಿಗೆಯ ಮೇಲೆ ಕುಳಿತರು. ಸ್ವಲ್ಪ ಹೊತ್ತು ಸುಧಾರಿಸಿಕೊಂಡು ತಾವೇ ಮಾತು ಪ್ರಾರಂಭಿಸಿದರು.

"ಎಲ್ಲಿ ಶಶಿ ಕಾಣೋಲ್ಲ!"

"ಭಾಗೀರಥಮ್ಮನ ಮಗಳು ಪದ್ಮನ್ನ ನೋಡೋಕೆ ಹೋದಳು."

ಅವರ ಮಾತಿನ ಹಿಂದಿದ್ದ ವೇದನೆಯನ್ನು ಅಪ್ಪಯ್ಯ ಜೋಯಿಸರು ಗುರ್ತಿಸಿದರು. ತುಂಗಮ್ಮ ಮದುವೆಯಾಗಿ ಅಗ್ರಹಾರಕ್ಕೆ ಬಂದಾಗಿನಿಂದ ಅನುಭವಿಸಿದ ಕಷ್ಟಗಳ ಪರಂಪರೆ ಎಲ್ಲ ಅವರಿಗೆ ಗೊತ್ತು. ಆಕೆ ಮತ್ತು ಆಕೆಯ ಮಕ್ಕಳ ಬಗ್ಗೆ ಅವರಿಗೆ ಅಪಾರ ಸಹಾನುಭೂತಿ.

"ಮೊನ್ನೆ ಬೆಂಗಳೂರಿಗೆ ಹೋಗಿದ್ದೆನಲ್ಲ ತುಂಗಮ್ಮ, ಆಗ ಒಂದು ಸಂಬಂಧ

ಕಣ್ಣಿಗೆ ಬಿತ್ತು. ಹುಡುಗನ ಮನೆಯವರು ಶ್ರೀಮಂತರೇ. ಬೆಂಗಳೂರಿನಲ್ಲಿ ದೊಡ್ಡ ಜವಳಿ ಅಂಗಡಿ ಇಟ್ಟುಕೊಂಡಿದ್ದಾನೆ. ಅಂದರೇ ಬರೀ ನಮ್ಮ ರಾಮಶೆಟ್ಟರು ಇಟ್ಟುಕೊಂಡಿದ್ದಾರಲ್ಲ ಅಂಥ ಜವಳಿ ಅಂಗಡಿಯಲ್ಲ. ಸಾವಿರಾರು ಬಗೆ ಸೀರೆ, ಪಂಚೆ, ಷರಟುಗಳನ್ನು ಗಾಜಿನ ಬೀರುವಿನಲ್ಲಿ ತುಂಬಿಟ್ಟುಕೊಂಡು ವ್ಯಾಪಾರ ಮಾಡ್ತಾರೆ."

ಜೋಯಿಸರ ಮಾತಿನಿಂದ ತುಂಗಮ್ಮನ ಕಿವಿ ಚುರುಕಾಯಿತು. ಅಂತಹ ಶ್ರೀಮಂತರ ಮನೆಯವರು ಬಡವರ ಸಂಬಂಧ ಮಾಡ್ತಾರಾ! ಹಾಗಿಲ್ಲದೇ ಇದ್ದರೇ ಜೋಯಿಸರೇಕೆ ತಮ್ಮ ಮುಂದೆ ಪ್ರಸ್ತಾಪ ಮಾಡ್ತಾ ಇದ್ದರು ಎಂದು ಧೈರ್ಯ ತಂದುಕೊಂಡರು. ಅವರಲ್ಲಿ ಆಸೆಯ ಅಂಕುರಾರ್ಪಣವಾಯಿತು.

"ಹೇಗೊ ಶಶಿ ಜಾತಕ ನನ್ನ ಹತ್ತಿರವೇ ಇತ್ತು. ಅದನ್ನ ಭಾಸ್ಕರನ ಜಾತಕದೊಂದಿಗೆ ಕೂಡಿಸಿ ನೋಡಿದೆ. ಜಾತಕಾನುಕೂಲ ಪ್ರಶಸ್ತವಾಗಿದೆ. ಆದರೆ...." ಎಂದು ಸ್ವಲ್ಪ ಅನುಮಾನಿಸಿದರು ಜೋಯಿಸರು.

ಇಷ್ಟೊತ್ತು ಬಾಯಿ ಬಿಟ್ಟುಕೊಂಡು ಕೇಳುತ್ತಿದ್ದ ತುಂಗಮ್ಮನಿಗೆ ಸ್ವಲ್ಪ ಆತಂಕವಾಯಿತು. ಅವರು ನಮ್ಮಿಂದ ದೊಡ್ಡ ಮೊತ್ತದ ವರದಕ್ಷಿಣೆಯನ್ನು ನಿರೀಕ್ಷಿಸಬಹುದೇ. ನಾನು ಮಗಳ ಮದುವೆಗಾಗಿ ತುಂಬ ದುಡ್ಡು ಕೂಡಿಟ್ಟಿರಬಹುದು ಎಂದು ಜೋಯಿಸರ ಎಣಿಕೆಯೋ! ಅವರಿಗೊಂದೂ ಹೊಳೆಯಲೇ ಇಲ್ಲ.

"ಅರ್ಧದಲ್ಲೇ ಮಾತು ನಿಲ್ಲಿಸಿಬಿಟ್ಟಿರಲ್ಲ ಜೋಯಿಸರೇ! ವಿಷಯ ಸರಿಯಾಗಿ ಹೇಳಿ. ಏನೋ ನಮ್ಮ ಶಶಿ ಹಣೆಬರಹ" ಎಂದು ನಿಡುಸುಯ್ದರು ತುಂಗಮ್ಮ.

"ಎರಡನೇ ಸಂಬಂಧ...." ಎಂದರು. ಭಾಸ್ಕರನಿಗೆ ಯಾರು ಎರಡನೇ ಮದುವೆಯ ಗಂಡು ಎಂದು ಹೇಳದಿದ್ದರೂ ಹುಡುಗಿಯ ಮನೆಯವರಿಗೆ ನಿಜ ಸ್ಥಿತಿ ತಿಳಿಸಬೇಕೆಂದು ಅವನೇ ಒತ್ತಾಯಿಸಿದ್ದ.

ತುಂಗಮ್ಮನ ಮುಖ ಮುದುಡಿತು. ಶ್ರೀಮಂತ ಮನೆತನದ ಹುಡುಗ ಸಿಕ್ಕದಿದ್ದರೂ ಹೋಗಲಿ. ಎರಡು ಹೊತ್ತು ಹೊಟ್ಟೆ ತುಂಬ ಊಟಕ್ಕೆ ತಂದು ಹಾಕಿ ಪ್ರೀತಿಯಿಂದ ಹೆಂಡತಿಯನ್ನು ನೋಡಿಕೊಳ್ಳುವ ಗಂಡಾದರೆ ಅವರಿಗೆ ಸಾಕಾಗಿತ್ತು.

ಎರಡನೇ ಸಂಬಂಧಕ್ಕೆ ಕೊಡಲು ಅವರಿಗೆ ಸುತರಾಂ ಮನಸ್ಸಿರಲಿಲ್ಲ. ವಯಸ್ಸಾದ ಗಂಡನ ಜೊತೆ ಮಗಳೇನು ಸುಖಪಡಬಲ್ಲಳು? ಇನ್ನು ಕೆಲವು ಕಡೆ ವಿಚಾರಿಸಿದರಾಯಿತು ಎಂಬ ತೀರ್ಮಾನಕ್ಕೆ ಬಂದರು ಜೋಯಿಸರ ಮಾತಿನಿಂದ.

"ನೋಡು ತುಂಗಮ್ಮ ಎರಡನೇ ಸಂಬಂಧ ಅಂದ ಕೂಡ್ಲೆ ನೀನು ವರ ಮುದುಕ ಎಂದು ಊಹಿಸಿಕೊಂಡೆಯೇನು? ಶಶಿ ನನ್ನ ಕಣ್ಣ ಮುಂದೆ ಬೆಳೆದ ಹುಡುಗಿಯಲ್ಲವಾ? ಅವಳಿಗೆ ಅಂಥ ಸಂಬಂಧ ನಾನು ಸೂಚಿಸುತ್ತೀನಾ? ಹುಡುಗ ಲಕ್ಷಣವಾಗಿದ್ದಾನೆ; ಇನ್ನು ಮೂವತ್ತು ವರ್ಷ ಕೂಡ ತುಂಬಿಲ್ಲ. ನೀನು ಈಗ ಮನಸ್ಸು ಮಾಡಲಿಲ್ಲ, ಶಶಿಗೆ ಅಂಥ ಸಂಬಂಧ ಈ ಜನ್ಮದಲ್ಲಿ ಸಿಕ್ಕೊ ಸಾಧ್ಯವಿಲ್ಲ."

ಜೋಯಿಸರ ಮಾತಿನಿಂದ ಪುನಃ ಮುದುಡಿದ ಮನ ಸ್ವಲ್ಪ ವಿಕಸಿಸಿತು. ಆ ಮೂವತ್ತು ವರ್ಷದ ಬಗ್ಗೆ ಸರಿಯಾಗಿ ತಿಳುವಳಿಕೆ ಇಲ್ಲದ ಕಾರಣ ಸರಿಯಾಗಿ ತಿಳಿದುಕೊಳ್ಳಬೇಕಾಯಿತು.

"ಮೂವತ್ತು ವರ್ಷ ಅಂದರೆ..?"

ತುಂಗಮ್ಮನ ಮಾತಿಗೆ ಜೋಯಿಸರಿಗೆ ನಗು ಬಂತು. ಈ ಹೆಣ್ಣಿಗೆ ಮೂವತ್ತು ವರ್ಷ ಅಂದರೆ ಎಷ್ಟು ಅನ್ನೋ ತಿಳುವಳಿಕೆಯೇ ಇಲ್ಲವೇ? ಗಿರಿಧರ, ಶಶಿ ಚೂಟಿ ಹುಡುಗರಾಗಿದ್ದಕ್ಕೆ ಸರಿ, ಇಲ್ಲದಿದ್ದರೇ ದೇವರೇ ಗತಿ!

"ಗಿರಿಗಿಂತ ಒಂದೆರಡು ವರ್ಷ ಜಾಸ್ತಿ ಅಷ್ಟೆ" ಎಂದರು. ಇಪ್ಪತ್ತೆರಡು ವರ್ಷದ ಗಿರಿಗೂ ಮೂವತ್ತು ವರ್ಷದ ಭಾಸ್ಕರನಿಗೂ ನಡುವೆ ಎಷ್ಟು ವರ್ಷದ ಅಂತರ ಹೇಳಿ ತುಂಗಮ್ಮನನ್ನ ಕಕ್ಕಾಬಿಕ್ಕಿ ಮಾಡಲು ಇಷ್ಟಪಡದೇ ಏನೋ ಹೇಳಿದ್ದರು.

"ಏನೋ ಜೋಯಿಸರೇ! ನನಗೇನು ಗೊತ್ತಾಗುತ್ತೆ? ಹಿರಿಯರು ನೀವು ಮುಂದು ನಿಂತು ಶಶಿ ಲಗ್ನ ಮಾಡ್ಬೇಕು. ಗಿರೀನ ನಿಮ್ಮ ಹತ್ತಿರಕ್ಕೆ ಕಳಿಸ್ತೀನಿ, ಏನು ಹೇಳಬೇಕೋ? ಏನು ಮಾಡಬೇಕೋ ನೀವು ಮಾಡಿ. ಮೈದುನರು, ವಾರಗಿತ್ತಿಯರು ಈ ಕಡೆ ತಿರುಗಿ ನೋಡೋಲ್ಲ" ಎಂದು ಕಣ್ಣಿಗೆ ಸೆರಗನ್ನ ಹಚ್ಚಿದರು.

"ಹುಚ್ಚಿ! ಯಾಕೆ ಅಳ್ತಿ ಸುಮ್ಮನಿರು. ಈ ಅಗ್ರಹಾರದಲ್ಲಿ ಹುಡುಕಿದರೂ ಸಿಕ್ಕೋಲ್ಲ ಗಿರಿ ಅಂತ ಹುಡುಗ" ಎಂದು ಮೇಲಕ್ಕೆದ್ದ ಜೋಯಿಸರು ಶಶಿಯೊಡನೆ ಪತ್ರ ಬರೆಸಿ ಗಿರಿಧರನನ್ನು ಕೂಡಲೇ ಕರೆಸುವಂತೆ ಹೇಳಿ ಹೋಗಲು ಮರೆಯಲಿಲ್ಲ.

ತುಂಗಮ್ಮನಿಗೆ ಹಪ್ಪಳ ಮಾಡುವುದು ಗೊತ್ತಿತ್ತೇ ವಿನಃ ಅದನ್ನು ಎಣಿಸುವುದು ಗೊತ್ತಿರಲಿಲ್ಲ. ಇದು ಆಶ್ಚರ್ಯವಾದ ಸಂಗತಿಯೇ. ಗಿರಿ, ಶಶಿ ಯಾರಾದರೂ ಹಪ್ಪಳಗಳನ್ನು ಎಣಿಸಿ ಬೇಕಾದವರ ಮನೆಗೆ ತಲುಪಿಸುತ್ತಿದ್ದರು. ಇಲ್ಲ ಬೇಕಾದವರು ಬಂದಾಗ ಶಶಿ ಎಣಿಸಿ ಕೊಡುತ್ತಿದ್ದಳು. ಗಿರಿ, ಶಶಿ ಇಲ್ಲದಿದ್ದಾಗ ಬಂದವರೇ ಎಣಿಸಿಕೊಂಡು ಒಯ್ಯುತ್ತಿದ್ದರು.

ಎಷ್ಟೋ ದಿನ ಗಿರಿಧರ ತಾಯಿಗೆ ಎಣಿಸಿ ಕೊಡುವುದರ ತಿಳುವಳಿಕೆ ನೀಡಲು ಯತ್ನಿಸಿ ಸೋತಿದ್ದ. "ಇರಲಿ ಬಿಡೋ; ನೀವುಗಳು ಇಲ್ಲದಿದ್ದಾಗ ಬಂದವರು ಎಣಿಸಿ ಒಯ್ಯುತ್ತಾರೆ" ಎಂದುಬಿಡುತ್ತಿದ್ದರು.

ಶಶಿ ಪತ್ರ ನೋಡಿದ ಕೂಡಲೇ ಗಿರಿಧರ ಆತಂಕದಿಂದಲೇ ಧಾವಿಸಿದ. ವಿಷಯ ತಿಳಿದ ಮೇಲೆ ನಿರಾಳವಾಗಿ ಉಸಿರಾಡಿದ. ಮುದ್ದು ತಂಗಿಯನ್ನು ಎರಡನೆ ಸಂಬಂಧಕ್ಕೆ ಕೊಡಲು ಅವನ ಮನಸ್ಸು ಸುತರಾಂ ಒಪ್ಪಲಿಲ್ಲ. ಕಾಲೆಳೆಯುತ್ತ ಅಪ್ಪಯ್ಯ ಜೊಯಿಸರ ಮನೆ ಕಡೆ ಹೆಜ್ಜೆ ಹಾಕಿದ.

ಜೋಯಿಸರು ಪ್ರೀತಿಯಿಂದಲೇ ಸ್ವಾಗತಿಸಿದರು.

ಗಿರಿಧರ ಅವರ ಎದುರಿನಲ್ಲಿ ಕೂಡುತ್ತ "ಅಮ್ಮ, ನಿಮ್ಮನ್ನು ನೋಡಿ ಬಾ ಅಂದಳು" ಎಂದ.

"ನಿಮ್ಮಮ್ಮ ನಿನಗೆ ವಿಷಯ ತಿಳಿಸಿರಬಹುದು. ಯಾಕೋ ನಿನ್ನ ಮುಖದಲ್ಲೂ ಅಸಮಾಧಾನ ಇಣುಕಿದ ಹಾಗೆ ಕಾಣುತ್ತೆ. ಅಂಥ ಸಂಬಂಧ ಸಿಗಬೇಕು ಅಂದರೆ ನಿಮ್ಮ ಶಶಿ ಪುಣ್ಯ ಮಾಡಿರಬೇಕು. ನೀನು ಹೇಗೂ ಬೆಂಗಳೂರಿನಲ್ಲೇ ಇರುವವನಲ್ಲ, ಹೋಗಿ ನೋಡಿ ಬಾ. ಆಮೇಲೆ ಮುಂದಿನ ಮಾತು" ಎಂದು ಭಾಸ್ಕರನ ವಿಳಾಸವಿದ್ದ ಚೀಟಿಯನ್ನು ಅವನ ಮುಂದೆ ಒಗೆದು ಎದ್ದು ಒಳಗೆ ಹೋಗೇಬಿಟ್ಟರು.

ಗಿರಿಧರನ ಮುಖ ಪೆಚ್ಚಾಯಿತು.

ಜೋಯಿಸರು ಎಂದೂ ನಮ್ಮ ಹಿತಚಿಂತಕರೇ. ಅವರ ಮಾತಿನಲ್ಲಿ ನಂಬಿಕೆ ಇಡದೆ ತಾನೇ ತಪ್ಪು ಮಾಡಿದೆನೆನ್ನಿಸುತ್ತದೆ. ಮೂರ್ತಿಯಂಥ ಹುಡುಗ ಸಹ ನಮ್ಮಂಥವರ ಮನೆಯಲ್ಲಿ ಮದುವೆಯಾಗಲು ಇಷ್ಟಪಡಲಿಲ್ಲ. ಅಂಥದ್ದರಲ್ಲಿ ಶಶಿ ಮದುವೆ ಮಾಡೋದು ಸುಲಭವಲ್ಲ ಎಂದು ಯೋಚಿಸಿ ಒಂದು ನಿರ್ಧಾರಕ್ಕೆ ಬಂದ.

ತಾಯಿಗೆ ಹೇಳಿ ಅಂದೇ ಬೆಂಗಳೂರಿಗೆ ಹಿಂದಿರುಗಿದ. ಮಾರನೆಯ ದಿನ ಭಾಸ್ಕರನ ನ್ಯೂ ಸಿಲ್ಕ್ ಪ್ಯಾಲೆಸ್ ಅನ್ನು ಹುಡುಕುತ್ತಾ ಹೊರಟ. ಸರಿಯಾದ ವಿಳಾಸವಿದ್ದುದ್ದರಿಂದ ಹುಡುಕಲು ಅಷ್ಟೇನು ಕಷ್ಟವಾಗಲಿಲ್ಲ. ಅಷ್ಟು ಮೇಲ್ಮಟ್ಟದ ಅಂಗಡಿಯನ್ನು ಅವನು ನಿರೀಕ್ಷಿಸಿರಲಿಲ್ಲ. ಷೋಕೇಸಿನಲ್ಲಿದ್ದ ಸುಂದರ ತರುಣಿಯರ ಬೊಂಬೆಗಳು ಜೀವಂತವಾಗಿರುವಷ್ಟು ಭ್ರಮೆಯನ್ನು ಹುಟ್ಟಿಸುತ್ತಿದ್ದವು.

ನೇರವಾಗಿ ಒಳಗೆ ಹೋಗಲು ಅವನ ಮನ ಅಳುಕಿತ್ತು. ಅಷ್ಟು ದೊಡ್ಡ ಅಂಗಡಿಯಲ್ಲಿ ವ್ಯಾಪಾರ ಮಾಡಿದ ಅನುಭವವಾಗಲಿ, ಕೊಂಡ ಅನುಭವವಾಗಲಿ ಅವನಿಗಿರಲಿಲ್ಲ. ಅನುಮಾನಿಸುತ್ತಲೇ ಹೆಜ್ಜೆಯನ್ನು ಇಟ್ಟ, ಯಜಮಾನನ ಸೀಟು ಖಾಲಿಯಾಗಿತ್ತು. ಆಳುಗಳು ಮತ್ತು ಗುಮಾಸ್ತ ಮಾತ್ರ ಇದ್ದರು. ಒಂದಿಬ್ಬರು ಆಗಲೇ ವ್ಯಾಪಾರ ಮಾಡುತ್ತಿದ್ದರು. ಬೆಳಗಿನ ಒಂಬತ್ತು ಗಂಟೆಯಾದುದ್ದರಿಂದ ಹೆಚ್ಚು ಜನರಿರಲಿಲ್ಲ.

"ಏನು ಬೇಕು ಬನ್ನಿ" ಎಂದು ಸ್ವಾಗತಿಸಿದ ಆಳು ಸಾಮಾನ್ಯ ದರ್ಜೆಯ ಪ್ಯಾಂಟು, ಷರಟು ಬಟ್ಟೆಗಳನ್ನು ತಂದು ಹರಡಿದ. ಅವನ ಬಟ್ಟೆ ಮತ್ತು ಮುಖಭಾವವನ್ನು ನೋಡೇ ಸಾಮಾನ್ಯ ದರ್ಜೆಯವನೆಂದು ಆತ ಊಹಿಸಿರಬೇಕು.

"ಇಲ್ಲ, ಬಟ್ಟೆ ಏನು ಬೇಕಾಗಿಲ್ಲ. ಭಾಸ್ಕರ್‌ರವರನ್ನು ನೋಡಬೇಕಾಗಿತ್ತು. ಎಷ್ಟೊತ್ತಿಗೆ ಬರ್ತಾರೆ?" ಎಂದ ಸಂಕೋಚಿಸುತ್ತಲೇ.

ಬಟ್ಟೆಗಳನ್ನು ಎತ್ತಿಡುತ್ತ "ಇನ್ನು ಅರ್ಧ ಗಂಟೆಯೊಳಗೆ ಬರ್ತಾರೆ. ಬೇರೆ ಕೆಲಸವಿಲ್ಲದಿದ್ದರೆ ಕೂತಿರಿ; ಇಲ್ಲ ಎಲ್ಲಾದರೂ ಹೋಗಿಬರೋ ಹಾಗಿದ್ದರೆ ಹೋಗಿ ಬನ್ನಿ."

ಆ ಉಸಿರು ಕಟ್ಟುವ ವಾತಾವರಣದಲ್ಲಿ ಅರ್ಧ ಗಂಟೆ ಕೂತಿರುವುದು ಅವನಿಗೆ ಕಷ್ಟವಾಗಿ ಕಾಣಿಸಿತು. ಪುನಃ ಬರುವುದಾಗಿ ಹೇಳಿ, ಹೊರಗೆ ಬಂದು ನಿರಾಳವಾಗಿ ಉಸಿರಾಡಿದ.

ಅವನಿಗೆ ಅರ್ಧ ಗಂಟೆ ದೀರ್ಘಾವಧಿಯಾಗಿ ಕಂಡಿತು. ಆದಷ್ಟು ಬೇಗ ಭಾಸ್ಕರನನ್ನು ನೋಡುವ ತವಕ ಅವನಿಗೆ. ಅವನು ಅಲ್ಲಲ್ಲಿ ಸುತ್ತಾಡಿ ಹತ್ತು ಗಂಟೆಯ ವೇಳೆಗೆ ಅಂಗಡಿಯ ಬಳಿ ಬಂದ. ಅಂಗಡಿಯ ಮುಂದೆ ನಿಂತಿದ್ದ ಕಾರನ್ನು ನೋಡೇ ಭಾಸ್ಕರ ಬಂದಿರಬಹುದೆಂದುಕೊಂಡು ಹೆಜ್ಜೆಯನ್ನು ವೇಗವಾಗಿ ಹಾಕಿ ಅಂಗಡಿಯನ್ನು ಸಮೀಪಿಸಿದ.

ಗಿರಿಧರನ ಎದೆ ಡವಡವನೇ ಹೊಡೆದುಕೊಳ್ಳಲು ಪ್ರಾರಂಭಿಸಿತು. ಮದುವೆಯಂಥ ದೊಡ್ಡ ವಿಷಯಕ್ಕೆ ಏನೂ ಅನುಭವವಿಲ್ಲದ ನಾನು ಮುಂದಾಳಾಗಬೇಕಲ್ಲ. ಇವರಿಗೆ ಏನು ಹೇಳಲಿ? ಏನು ಕೇಳಲಿ? ಹೇಗೆ ಮಾತು ಪ್ರಾರಂಭಿಸಲಿ? ಎಂದು ಅವನ ಮನಸ್ಸು ಯೋಚಿಸುತ್ತಿದ್ದರೂ, ಕಾಲುಗಳು ಅವನನ್ನು ಕೌಂಟರ್ ಬಳಿ ಕರೆದೊಯ್ದು ನಿಲ್ಲಿಸಿತು.

ಭಾಸ್ಕರ ಲೆಕ್ಕದ ಪುಸ್ತಕ ನೋಡುವುದರಲ್ಲಿ ತಲ್ಲೀನನಾಗಿದ್ದ. ಕೆಂಪಾದ ಬಣ್ಣ; ಅಗಲವಾದ ಹಣೆ, ನೀಟಾದ ಕಣ್ಣು, ಮೂಗು, ಬಾಯಿ ಅಜಾನುಬಾಹು. ಅವನನ್ನು ನೋಡಿದವರು ಮೂವತ್ತಕ್ಕಿಂತ ಹೆಚ್ಚಿಗೆ ವಯಸ್ಸು ಎಂದು ಹೇಳಲು ಸಾಧ್ಯವಿಲ್ಲ.

ಯಾವ ರೀತಿ ಕರೆಯಬೇಕೋ ಅವನಿಗೆ ಅರಿವಾಗಲಿಲ್ಲ. "ಸಾರ್" ಎಂದ.

ಭಾಸ್ಕರ ಪುಸ್ತಕದಿಂದ ತಲೆ ಎತ್ತಿದ. ಅವನ ಮುಖದಲ್ಲಿ ಮುಗುಳು ನಗೆ ಇತ್ತು. ಅದು ಅಳಿಸಲಾರದಂತ ನಗೆಯಂತೆ ಕಾಣಿಸಿತು.

"ಅಪ್ಪಯ್ಯ ಜೋಯಿಸರು..." ಎಂದ. ಮುಂದೇನು ಹೇಳಬೇಕೋ ತೋಚದೇ.

"ಓಹೋ, ನೀವು, ಗಿರಿಧರ್ ತಾನೇ? ನಿಮ್ಮನ್ನು ನೋಡಿದ ತಕ್ಷಣ ಊಹಿಸಿಕೊಂಡೆ." ಎಂದು ನಕ್ಕು. ಯಾರಾದರೂ ಸ್ನೇಹಿತರು, ಬೇಕಾದವರಿಗೆ ಮೀಸಲಾಗಿದ್ದ ಆಸನದಲ್ಲಿ ಕುಳಿತುಕೊಳ್ಳುವಂತೆ ಹೇಳಿ "ಒಂದು ನಿಮಿಷ, ಇದನ್ನು ಸ್ವಲ್ಪ ನೋಡಿಬಿಡ್ತೀನಿ" ಎಂದವನೇ ಲೆಕ್ಕದ ಪುಸ್ತಕದಲ್ಲಿ ತನ್ಮಯನಾದವನು ಹತ್ತು ನಿಮಿಷದ ಮೇಲೆ ತಲೆ ಎತ್ತಿ "ಸಾರಿ, ನಿಮಗೆ ತೊಂದರೆ ಕೊಟ್ಟೆ" ಎಂದು ಪುಸ್ತಕವನ್ನು ಪಕ್ಕಕ್ಕಿಟ್ಟು ಕೆಲಸದ ಹುಡುಗನನ್ನು ಕರೆದು ಕಾಫೀ ತರಿಸಿದ. ಇಬ್ಬರೂ ಕುಡಿದರು. ಆಗಲೇ ಅಂಗಡಿಯಲ್ಲಿ ಜನಸಂದಣಿ ಜಾಸ್ತಿಯಾಗಿತ್ತು. ಬಿಲ್ಲು ತಂದವರ ಬಳಿ ಹಣ ಪಡೆಯುತ್ತ ಗಿರಿಧರನ ಕಾಲೇಜು, ವಿದ್ಯಾಭ್ಯಾಸ ಮುಂತಾದುವನ್ನು ವಿಚಾರಿಸಿದ.

ಗಿರಿಧರ ಮೇಲಕ್ಕೆದ್ದ. ಭಾಸ್ಕರ ಶಶಿಯನ್ನು ಕೈಹಿಡಿಯಲು ಒಪ್ಪಿದರೇ ದೊಡ್ಡ ಅದೃಷ್ಟವೆಂದುಕೊಂಡಿದ್ದ. ಅದು ಸಾಧ್ಯವೇ? ಜೋಯಿಸರು ನಮ್ಮ ವಿಷಯ ತಿಳಿಸೇ ಇರುತ್ತಾರೆ. ಅವರಿಗೆ ಸಮ್ಮತವಿಲ್ಲದಿದ್ದರೂ ನಮಗೆ ತಿಳಿಸಿ ನನ್ನನ್ನು ಯಾಕೆ

ಕಳಿಸಿಕೊಡುತ್ತಿದ್ದರು?

"ಯಾಕೆ ಎದ್ರಿ! ಗಿರಿಧರ್! ಕೂತ್ಕೊಳ್ಳಿ. ನಾನೂ ಬರ್ತೀನಿ, ಮನೆಗೆ ಹೋಗೋಣ" ಎಂದು ಗುಮಾಸ್ತರನ್ನು ಕರೆದು ಏನೋ ಹೇಳಿ "ಬನ್ನಿ ಹೋಗೋಣ" ಎಂದು ಕೌಂಟರಿನಿಂದ ಇಳಿದು ಕಾರಿನ ಕಡೆಗೆ ನಡೆದ. ಗಿರಿಧರ ಅವನನ್ನು ಹಿಂಬಾಲಿಸಿದ.

ಗಿರಿಧರ ಕಾರು ಹತ್ತಿ ಕುಳಿತ ಮೇಲೆ ಭಾಸ್ಕರ್ ಸ್ಟಾರ್ಟ್ ಮಾಡಿದ. ಕಾರು ಜಯನಗರದ ಕಡೆ ಹೊರಟಿತು.

ಕಾರು ಒಂದು ಆಧುನಿಕ ಬಂಗ್ಲೆಯ ಬಳಿ ನಿಂತಿತು. ಆಳು ಬಂದು ಗೇಟು ತೆಗೆದ ಮೇಲೆ ಕಾರನ್ನು ಕಾಂಪೌಂಡಿನಲ್ಲಿ ನಿಲ್ಲಿಸಿ ಭಾಸ್ಕರ, ಗಿರಿಧರನನ್ನು ಒಳಕ್ಕೆ ಕರೆದೊಯ್ದ.

ಮನೆ ಆಧುನಿಕ ಉಪಕರಣಗಳಿಂದ ಸಜ್ಜಾಗಿತ್ತು. ಆಳು, ಅಡಿಗೆಯವನ ವಿನಃ ಬೇರೆ ಯಾರೂ ಕಾಣಿಸಲಿಲ್ಲ.

ಭಾಸ್ಕರ ಊಟಕ್ಕೆ ರೆಡಿ ಮಾಡುವಂತೆ ಹೇಳಿದವನು ಗಡಿಯಾರ ನೋಡಿಕೊಂಡ. ಆಗಿನ್ನು ಹನ್ನೊಂದೂವರೆ. ಇಷ್ಟು ಬೇಗ ಅವನಿಗೆ ಊಟ ಮಾಡಿ ಅಭ್ಯಾಸವಿಲ್ಲ. ಅವನು ಪ್ರತಿದಿನ ಅಂಗಡಿಯಿಂದ ಮನೆಗೆ ಬರುತ್ತಿದ್ದದ್ದೇ ಒಂದೂವರೆಗೆ ಇಂದು ಗಿರಿಧರನಿಗಾಗಿ ಬೇಗ ಬಂದಿದ್ದ.

"ಈಗಲೇ ಊಟ ಮಾಡೋಣವಾ? ಇಲ್ಲ ಇನ್ನು ಸ್ವಲ್ಪ ಹೊತ್ತು ಏನಾದರೂ ಡ್ರಿಂಕ್ಸ್ ತಗೊಂಡು ಆಮೇಲೆ ಊಟ ಮಾಡೋಣವಾ!" ಎಂದ ಭಾಸ್ಕರ ಗಿರಿಧರನ ಮುಖ ನೋಡುತ್ತ.

ಗಿರಿಧರ ಅವನ ಮಾತಿಗೆ ಏನು ಹೇಳಿಯಾನು! ಸಂಕೋಚದಿಂದಲೇ ನುಡಿದ. "ನಾನು ಊಟದ ಹೊತ್ತಿಗೆ ಹಾಸ್ಟೆಲ್‌ಗೆ ಹೋಗಿಬಿಡ್ತೀನಿ."

"ಛೆ ಛೆ! ಅದೆಲ್ಲ ಆಗೋದಿಲ್ಲ. ಊಟ ಮುಗಿಸಿ ಹೋಗಿ. ನೀವು ಬಂದ ವಿಷಯಾನೇ ಪ್ರಸ್ತಾಪಿಸಿಲ್ಲ. ನನ್ನ ವಿಷಯವನ್ನು ಕೇಳಿ ತಿಳಿದಿಲ್ಲ" ಎಂದವನೇ ಅಡಿಗೆಯವರಿಗೆ ತಟ್ಟೆ ಹಾಕುವಂತೆ ಹೇಳಲು ಎದ್ದು ಹೊರಟ.

ಗಿರಿಧರನಿಗೆ ಕಕ್ಕಾಬಿಕ್ಕಿಯಾಗಿತ್ತು. ಅವನು ಅಪ್ಪಯ್ಯ ಜೋಯಿಸರು ಸೂಚಿಸಿದ ಗಂಡು ಇಷ್ಟೊಂದು ಶ್ರೀಮಂತ, ಸುಸಂಸ್ಕೃತನೆಂದು ಅವನ ಕಲ್ಪನೆಯಲ್ಲೂ ಸಹ ಮೂಡಿರಲಿಲ್ಲ. ಇಲ್ಲಿಗೆ ಬಂದ ಮೇಲೆ ಅವನಿಗೆ ಸಂಕೋಚವಾಗಿ ಹೋಗಿತ್ತು. ಇಂಥವರ ಸಂಬಂಧ ಬೆಳೆಸುವಷ್ಟು ಅರ್ಹತೆ ತನಗಿದೆಯೇ ಎಂದು.

"ಏಳಿ, ಊಟ ಮಾಡೇ ಮಾತನಾಡೋಣ" ಎಂದು ಭಾಸ್ಕರ ಹುಳಿ, ಪಲ್ಯಗಳು, ಮೊದಲು ಗಿರಿಧರ ಸಂಕೋಚದಿಂದ ಊಟ ಆರಂಭಿಸಿದರೂ ಭಾಸ್ಕರನ ಆತ್ಮೀಯ ಉಪಚಾರದಿಂದ ಹೊಟ್ಟೆತುಂಬ ಊಟ ಮಾಡಿದ.

ಊಟ ಮುಗಿಸಿ ಬಂದ ಇಬ್ಬರೂ ಡ್ರಾಯಿಂಗ್ ರೂಮಿನಲ್ಲಿ ಕುಳಿತರು. ಆಳು ಬಾಳೆಹಣ್ಣುಗಳನ್ನು ತಂದಿಟ್ಟು ಹೋದ. ಇಬ್ಬರೂ ಒಂದೊಂದು ತಿಂದು ಮುಗಿಸಿದರು.

"ನಿಮಗೇನಾದರೂ ಸಿಗರೇಟಿನ ಅಭ್ಯಾಸವಿದೆಯೇ!" ಎಂದು ಸಿಗರೇಟು ಪ್ಯಾಕ್ ತೆಗೆಯುತ್ತ ಭಾಸ್ಕರ.

ಇಲ್ಲವೆನ್ನುವಂತೆ ಗಿರಿಧರ ತಲೆಯಾಡಿಸಿದ.

"ಸೇದೋದರಿಂದ ನಿಮಗೇನು ತೊಂದರೆ ಇಲ್ಲ ತಾನೇ!" ಎಂದ ಮುಗುಳುನಗುತ್ತ. ಸಿಗರೇಟು ತೆಗೆದು ಬಾಯಿಗಿಟ್ಟುಕೊಂಡು ಕಡ್ಡಿ ಗೀರಿ ಹಚ್ಚಿ ಒಂದು ದಮ್ಮು ಎಳೆದು ಹೊಗೆಬಿಟ್ಟು ಆಷ್‌ಟ್ರೇನಲ್ಲಿ ಹಾಕಿ ನಂದಿಸಿದ.

"ಈ ಅಭ್ಯಾಸ ಹೇಗೋ ಆಗಿಹೋಯಿತು. ಈಗ ಕೆಟ್ಟದ್ದು ಅಂತ ತಿಳಿದರೂ ಬಿಡೋಕೆ ಆಗೋಲ್ಲ. ನಾನು ಸೇದೋದು ದಿನಕ್ಕೆ ಎರಡು ಮಾತ್ರ. ಮಧ್ಯಾಹ್ನ, ರಾತ್ರಿ ಊಟವಾದ ಮೇಲೆ ಮಧ್ಯೆ ಗೆಳೆಯರ ಕಂಪನಿಗಾಗಿ ಮಾತ್ರ."

ಗಿರಿಧರನಿಗೆ ಏನು ಹೇಳಬೇಕೋ ತಿಳಿಯಲಿಲ್ಲ. ಅವನ ಗೆಳೆಯರಲ್ಲಿ ಬಹುಪಾಲು ಸಿಗರೇಟು ವ್ಯಸನಿಗಳು. ರಾಮೇಗೌಡ ಸಹ ಸಿಗರೇಟು ಸೇದುತ್ತಿದ್ದ. ಆದರೆ ಆ ಅಭ್ಯಾಸ ಇವನವರೆಗೆ ಬಂದಿರಲಿಲ್ಲ.

"ಜೋಯಿಸರು ಆರೋಗ್ಯವಾಗಿದ್ದಾರಾ?" ಎಂದು ತನ್ನ ಮಾತು ಆರಂಭಿಸಿದ ಭಾಸ್ಕರ.

"ಆರೋಗ್ಯವಾಗಿದ್ದಾರೆ" ಎಂದ ಚುಟುಕಾಗಿ.

ಗಿರಿಧರ ಮಾತನಾಡದೇ ಚಡಪಡಿಸುತ್ತಿರುವುದನ್ನು ಅರಿತು ಭಾಸ್ಕರ ತಾನೇ ಮಾತು ಪ್ರಾರಂಭಿಸಿದ.

"ನನ್ನ ನೋಡಿದ್ದೀರಲ್ಲ; ನಿಮಗೆ ಏನನ್ನಿಸಿತು?" ಎಂದು ಅವನ ಮುಖದ ಭಾವನೆಗಳನ್ನು ಕಾಣಲು ನೇರವಾಗಿ ಅವನ ಮುಖ ನೋಡಿದ.

"ನೀವು ಎರಡನೇ ವರ ಅಂತ ನನಗೆ ನಂಬೋದೇ ಕಷ್ಟ" ಎಂದ ತಡವರಿಸುತ್ತ.

ಅವನ ಮಾತಿಗೆ ಭಾಸ್ಕರ ನಕ್ಕುಬಿಟ್ಟ.

ಎದ್ದು ಹೋಗಿ ಕೋಣೆಯಿಂದ ತನ್ನ ಮದುವೆಯ ಫೋಟೋ ತಂದು ಗಿರಿಧರನ ಮುಂದೆ ಹಿಡಿದ. ಹುಡುಗಿ ಅಂದವಾಗಿದ್ದರೂ ಬಹಳ ತೆಳ್ಳಗಿದ್ದಳು. ಅಜಾನುಬಾಹು ಭಾಸ್ಕರನ ಪಕ್ಕದಲ್ಲಿ ಅವಳು ಬಿದಿರಿನ ಬೊಂಬೆಯಾಗಿ ಕಾಣಿಸುತ್ತಿದ್ದಳು.

"ನಮ್ಮಿಬ್ಬರದು ಬಹಳ ಅನ್ಯೋನ್ಯ ದಾಂಪತ್ಯ. ವಿಮಲ ಬಹಳ ಜಾಣೆ, ಒಳ್ಳೆಯ ಹುಡುಗಿ. ಆದರೆ ಆರೋಗ್ಯವನ್ನು ಪಡೆದುಕೊಂಡು ಬಂದಿರಲಿಲ್ಲ. ತಾಯಿತಂದೆಯರ ಮುದ್ದಿನ ಒಬ್ಬಳೇ ಮಗಳಲ್ಲದೇ ನಾಲ್ಕು ಜನ ಅಣ್ಣಂದಿರ ಪ್ರೀತಿಯ ತಂಗಿ. ಅವರುಗಳ ಅತಿಯಾದ ಪ್ರೀತಿಯೇ ಅವಳ ಆರೋಗ್ಯಕ್ಕೆ ಕುತ್ತಾಯಿತೇನೋ ಅಂತ ನನ್ನ ಅನಿಸಿಕೆ.

ಅವಳು ಬೆಳೆದ ಹುಡುಗಿಯಾದರೂ ಪ್ರತಿಯೊಂದನ್ನು ಅವಳಿಗೆ ತಿನ್ನಲಿಕ್ಕೆ ಕೊಡುತ್ತಿರಲಿಲ್ಲ. ಅದು ತಿಂದರೆ ಶೀತ ಆಗುತ್ತೆ, ಇದು ಉಷ್ಣ ಆಗುತ್ತೆ. ನಡೆದರೆ ಸವೆದೇ ಹೋಗುತ್ತೀಯಾ ಅನ್ನೋ ಅಷ್ಟು ಮಟ್ಟಿಗೆ ಬೆಳೆಸಿದರು. ಅವಳು ಹುಟ್ಟಿದಾಗಿನಿಂದ ಫರ್ಲಾಂಗ್ ದೂರ ನಡೆದಿರಲಿಲ್ಲವೇನೋ! ಮದುವೆಯಾಗಿ ಇಲ್ಲಿಗೆ ಬಂದ ಮೇಲೆ ಅವಳ ರೂಢಿಗಳನ್ನು ಸ್ವಲ್ಪಮಟ್ಟಿಗೆ ಬದಲಾಯಿಸಲು ಪ್ರಯತ್ನಪಟ್ಟೆ. ಆದರೆ ಅದಕ್ಕೆ ಅವಳು ಒಗ್ಗಲಿಲ್ಲ. ಅವಳ ದೇಹಸ್ಥಿತಿ ಸಹಕರಿಸಲೂ ಇಲ್ಲ. ಇಲ್ಲಿ ಅವಳಿಗೆ ಯಾವ ಕೊರತೆಯೂ ಇರಲಿಲ್ಲ. ಸ್ವಲ್ಪ ಅತೃಪ್ತಿ ಆಗಾಗ ನನ್ನನ್ನು ಕಾಡುತ್ತಿತ್ತು. ನಾನು ಬಹಳ ಸಂಯಮ ಜೀವಿ–ಅವಳನ್ನು ಹೂವಿನೋಪಾದಿಯಲ್ಲಿ ನೋಡಿಕೊಳ್ಳುತ್ತಿದ್ದೆ. ಮೊದಲ ಸಲ ಅವಳು ಗರ್ಭಿಣಿಯಾದಾಗ ನಾನು ಆನಂದತುಂದಿಲನಾದೆ. ಆದರೆ ದೇವರಿಗೆ ಸಹನೀಯವಾಗಲಿಲ್ಲವೇನೋ, ಗರ್ಭಪಾತವಾಯಿತು. ಆಮೇಲೆ ಅವಳ ದೇಹಸ್ಥಿತಿ ಬಹಳ ಸೂಕ್ಷ್ಮವಾಯಿತು. ಆದಷ್ಟು ಅವಳಿಗೆ ವಿಶ್ರಾಂತಿ ಕೊಟ್ಟು ದೂರ ಸರಿಯಲು ಪ್ರಯತ್ನಪಟ್ಟೆ. ಅವಳು ಅಪಾರ್ಥ ಮಾಡಿಕೊಂಡು ಅತ್ತು, ಕರೆದು ನನ್ನನ್ನು ಒಲಿಸಿಕೊಂಡಳು. ಪುನಃ ಗರ್ಭಿಣಿಯಾದಳು. ಆಗ ಅವರ ತಾಯಿ ಬಂದಿಳಿದರು. ಡಾಕ್ಟರ್ ಸಹ ಅವಳನ್ನು ನರ್ಸಿಂಗ್ ಹೋಂನಲ್ಲೇ ಬಿಡಲು ಸೂಚಿಸಿದರು. ಮೂರು ತಿಂಗಳ ಗರ್ಭಿಣಿಯಾಗಿ ನರ್ಸಿಂಗ್ ಹೋಂ ಸೇರಿದ ವಿಮಲ ಹಿಂದಿರುಗಿದ್ದು ಏಳನೆಯ ತಿಂಗಳು ನಡೆಯಬೇಕಾದ ಸೀಮಂತದ ಸಲುವಾಗಿ ಒಂದು ದಿನ. ಸೀಮಂತದ ಸಡಗರ ಪೂರ್ತಿ ಮುಗಿಯದೆಯೇ ಪುನಃ ನರ್ಸಿಂಗ್ ಹೋಂ ಸೇರಿದಳು. ಅಂದೇ ಪ್ರಸವಿಸಿ ಅಂದೇ ಕಣ್ಣು ಮುಚ್ಚಿದಳು."

ಭಾಸ್ಕರನ ಕಣ್ಣಿಂದ ಎರಡು ಹನಿ ಕಂಬನಿ ಉದುರಿ ಮಡಿದ ಮಡದಿಯ ಮೇಲಿದ್ದ ಪ್ರೀತಿಯನ್ನು ತೋರಿಸಿತು.

ಅನನುಭವಿ ಗಿರಿಧರ ಏನು ಹೇಳಿಯಾನು? ವಿಮಲಳ ದುರಂತ ಸಾವು ಅವನಲ್ಲಿ ವೇದನೆಯನ್ನೇ ತುಂಬಿತು. ಸಹಾನುಭೂತಿಯಿಂದ ಭಾಸ್ಕರನ ಕಡೆ ನೋಡಿದ.

"ಅಂದು ಅವಳು ಪ್ರಸವಿಸಿದ ನನ್ನ ಮಕ್ಕಳು ಇಂದು ಜೀವಂತವಾಗಿವೆ–ಆದರೆ..." ಎಂದು ನಿಟ್ಟುಸಿರು ಬಿಟ್ಟು ವೇದನೆಯಿಂದ ಮುಖವನ್ನು ಹಿಂಡಿದ.

ಗಿರಿಧರ ಕುತೂಹಲ ತಾಳಲಾರದೇ ಕೇಳಿದ: "ಈಗ ಆ ಮಕ್ಕಳು ಎಲ್ಲಿದ್ದಾರೆ?"

"ಅವರು ಶಿವಮೊಗ್ಗದಲ್ಲಿ ನನ್ನ ತಾಯಿಯ ಬಳಿ ಇದ್ದಾರೆ. ವಿಮಲ ಮೊದಲೇ ಬಲಹೀನೆಯಾದ್ದರಿಂದ ಅವಳಿ ಮಕ್ಕಳು ಕೇವಲ ಎರಡೂವರೆ, ಎರಡೂವರೆ ಪೌಂಡಿನಷ್ಟೇ ಇದ್ದವಂತೆ. ಅವು ಸಹ ಉಳಿಯುವ ನಂಬಿಕೆ ಇರಲಿಲ್ಲ. ಒಂದು ವರ್ಷದವರೆಗೂ ಆಸ್ಪತ್ರೆಯವರೇ ಬೆಳೆಸಿದರು. ಈಗ ನಾಲ್ಕು ವರ್ಷದ ಮಕ್ಕಳೆಂದು ಸಹ ಹೇಳುವ ಹಾಗಿಲ್ಲ, ಹಾಗಿದ್ದಾರೆ. ಇನ್ನು ಅವಕ್ಕೆ ಮಿದುಳಿನ ಬೆಳವಣಿಗೆಯೇ ಇಲ್ಲ. ಬದುಕಿದ್ದು ಸತ್ತಂತೆ ಇದೆ. ನಮ್ಮ ಅತ್ತೆ ಮಾವ ಮಗಳು ಸಾಯೋದಿಕ್ಕೆ ನಾನೇ ಕಾರಣ, ಅವಳ ದೇಹಸ್ಥಿತಿ ತಿಳಿದೂ ಸಹ ಅವಳಿಗೆ ತಾಯ್ತನ ನೀಡಿದೆ ಎಂದು

ನಿಂದಿಸಿ ಮಗಳಿಗಾಗಿ ಕೊಟ್ಟಿದ್ದ ಎಲ್ಲ ಸಾಮಾನುಗಳನ್ನು ಒಯ್ದರು. ನಾನು ಅದಕ್ಕಾಗಿ ಚಿಂತಿಸಲೇ ಇಲ್ಲ. ಬೆಲೆ ಕಟ್ಟದ ಸಂಗಾತಿಯನ್ನೇ ಕಳೆದುಕೊಂಡೆ. ಅಂಥದರಲ್ಲಿ ಅವರ ಒಡವೆ ವಸ್ತುಗಳನ್ನು ಕಟ್ಟಿಕೊಂಡು ನಾನೇನು ಮಾಡಲಿ? ಇರೋ ವಿಷಯವೆಲ್ಲ ತಿಳಿಸಿದ್ದೀನಿ. ಇನ್ನು ನಿಮ್ಮ ಇಷ್ಟ" ಎಂದ ಭಾಸ್ಕರ ಸೋಫಾಕ್ಕೆ ಒರಗಿ ಕಣ್ಣು ಮುಚ್ಚಿದ.

ಅವನ ತಲೆಯಲ್ಲಿ ದೊಡ್ಡ ತುಮುಲವೇ ಎದ್ದಿತು. ತಾಯಿ ಹುಡುಕಿ ತಂದ ನಾಲ್ಕಾರು ಸಂಬಂಧಗಳನ್ನು ಅವನು ನಿರಾಕರಿಸಿದ್ದ. ಮಡದಿ ಸತ್ತ ಒಂದೆರಡು ವರ್ಷ ಇನ್ನು ಮದುವೆಯ ಸುದ್ದಿಯೇ ಬೇಡ; ವಿರಾಗಿಯಾಗಿ ಕಳೆದುಬಿಡೋಣ ಎಂದುಕೊಂಡಿದ್ದ. ದಿನಗಳು ಉರುಳಿದಂತೆ ಅದಷ್ಟು ಸುಲಭವಾಗಿ ಕಾಣಲಿಲ್ಲ. ದಣಿದು ಬಂದ ಅವನನ್ನು ಪ್ರೀತಿಯಿಂದ ಓಲೈಸುವ ಮಡದಿಯ ಅವಶ್ಯಕತೆ ದಿನದಿನಕ್ಕೆ ಅವನಲ್ಲಿ ಜಾಸ್ತಿಯಾಯಿತು. ಬೇಸತ್ತ ದಿನ ಗೆಳೆಯರು ಅವನನ್ನು ಬೇರೆ ಕಡೆ ಕರೆದೊಯ್ದು ಸ್ತ್ರೀ ಸಹವಾಸ ಮಾಡಿಸಲು ಬಯಸಿದರು. ಆದರೆ ಅದು ಅವನಿಗೆ ವಾಕರಿಕೆಯಾಯಿತು. ಯಾರು ಯಾರೋ ತಿಂದು ಎಸೆದ ಎಂಜಲನ್ನು ಮೂಸುವುದು ಅವನಿಗೆ ಬೇಕಾಗಲಿಲ್ಲ. ಜೀವನ ಪೂರ್ತಿ ಹೀಗೆ ಇದ್ದರೂ ಸರಿ ಅಂತಹ ಹೆಣ್ಣುಗಳ ಸಹವಾಸವನ್ನು ಮಾತ್ರ ಮಾಡಲಾರೆನೆಂದು ನಿರ್ಧಾರ ಮಾಡಿದ.

ಪುನಃ ಹೆಣ್ಣಿನವರು ಇವರ ಮನೆಗೆ ಎಡತಾಕತೊಡಗಿದರು. ಎಲ್ಲ ಅನುಕೂಲಸ್ಥ ಮನೆಯ ಹುಡುಗಿಯರೇ. ಅವರು ಈಗಾಗಲೇ ಕಲ್ಪನಾ ಸಾಮ್ರಾಜ್ಯದಲ್ಲಿ ವಿಹರಿಸುತ್ತ ಸುಂದರ ಕನಸನ್ನ ಹೆಣೆಯುತ್ತಿದ್ದವರು. ಇವನ ಮನಸ್ಸು ಆ ಸ್ಥಿತಿಯಲ್ಲಿಲ್ಲ. ಅವರು ಸಹನೆಯಿಂದ ಅವನನ್ನು ತಮ್ಮ ಸ್ಥಿತಿಗೆ ತಂದುಕೊಳ್ಳಬೇಕಾಗಿತ್ತು. ಆ ಸಹನೆಯ ಕೊರತೆ ಅವರಲ್ಲಿ ಅಪಾರ. ಆದ್ದರಿಂದ ಮದುವೆಯಾಗಿ ಅಶಾಂತಿಯಿಂದ ತೊಳಲಾಡುವ ಬದಲು ಹೀಗೇ ಕಾಲ ಕಳೆಯುವುದು ಒಳ್ಳೆಯದೆಂದು ನಿರಾಕರಿಸಿದ್ದ.

ಹಿರಿಯರಾದ ಅಪ್ಪಯ್ಯ ಜೋಯಿಸರು ಶಶಿಯ ರೂಪು, ಗುಣಗಳನ್ನು ಹೊಗಳಿ ಮದುವೆಯಾಗುವಂತೆ ಬಲಾತ್ಕರಿಸಿದಾಗ ಯಾವುದೋ ಆಕರ್ಷಣೆಗೆ ಒಳಗಾದವನಂತೆ ಒಪ್ಪಿಗೆ ಸೂಚಿಸಿದ್ದ.

ಭಾಸ್ಕರನ ಸರಳ ಮಾತುಕತೆ ಗಿರಿಧರನಿಗೆ ಹಿಡಿಸಿತು. ಶಶಿಯನ್ನು ಕೊಡುವುದರಲ್ಲಿ ಅವನಿಗೆ ಯಾವ ಅಭ್ಯಂತರವೂ ಇರಲಿಲ್ಲ. ಅದನ್ನು ಬಾಯಿಬಿಟ್ಟು ಹೇಗೆ ಹೇಳುವುದು ಎಂದು ತವಕಿಸಿದ.

"ನೀವು ಯೋಚನೆ ಮಾಡಿ, ಪೂರ್ಣ ವಿಷಯಾನ ಮುಚ್ಚಿಡದೆ ನಿಮ್ಮ ತಂಗಿಗೆ ತಿಳಿಸಿ. ಆಕೆ ಸಮ್ಮತಿಸಿದರೆ ಮುಂದಿನ ಮಾತು" ಎಂದ ಭಾಸ್ಕರ.

ಗಿರಿಧರನನ್ನು ಕಾರಿನಲ್ಲೇ ಕರೆತಂದು ಹಾಸ್ಟಲ್ ಬಳಿ ಬಿಟ್ಟುಹೋದ. ಗಿರಿಧರನಿಗೆ ಅಲ್ಲಿ ನಿಲ್ಲುವ ಮನಸ್ಸಾಗಲಿಲ್ಲ. ಕೂಡಲೇ ಅಗ್ರಹಾರಕ್ಕೆ ಹಿಂದಿರುಗಿ ತಾಯಿಗೆ ಪೂರ್ಣ ವಿಷಯ ತಿಳಿಸಿ ಭಾಸ್ಕರನ ಗುಣ, ರೂಪ, ಐಶ್ವರ್ಯವನ್ನು ಬಾಯಿ ತುಂಬ ಹೊಗಳಿದ.

ತುಂಗಮ್ಮ ಮಗನಿಗೆ ಎಲ್ಲ ವಹಿಸಿ ನಿಶ್ಚಿಂತರಾದರು.

ಕೂಡಲೇ ಗಿರಿಧರ ಅಪ್ಪಯ್ಯ ಜೋಯಿಸರ ಮನೆಗೆ ಹೋಗಿ ಅವರ ಸಹಾಯವನ್ನು ಕೊಂಡಾಡಿ ಶಶಿಯನ್ನು ಕೊಡಲು ತಮ್ಮ ಅಭ್ಯಂತರ ಇಲ್ಲವೆಂದು ತಿಳಿಸಿದ.

ಅಪ್ಪಯ್ಯ ಜೋಯಿಸರು ಒಂದು ಒಳ್ಳೆ ದಿನ ನಿಶ್ಚಯಿಸಿ ಶಶಿಯನ್ನು ತಮ್ಮ ಕುಟುಂಬದೊಂದಿಗೆ ಕರೆದೊಯ್ದು ತೋರಿಸುವ ಕಾರ್ಯಕ್ರಮ ಹಾಕಿಕೊಂಡರು. ಆ ಹೊತ್ತಿಗೆ ಭಾಸ್ಕರನ ತಾಯಿತಂದೆಯರನ್ನು ಕರೆಸುವಂತೆ ಅವನಿಗೆ ಪತ್ರ ಬರೆದರು.

* * *

ಭಾಸ್ಕರನ ತಾಯಿ ತಂದೆ ಮಗನ ಪತ್ರ ನೋಡಿ ಓಡೋಡಿ ಬಂದರು. ಮಗ ಪುನಃ ಮದುವೆಯಾಗಿ ಸುಖವಾಗಿರಲಿ ಎಂದು ಎಷ್ಟೊ ದೇವರಿಗೆ ಅವರು ಹರಕೆ ಹೊತ್ತಿದ್ದರು. ಮಗ ಹುಡುಗಿಯ ಮನೆಯ ಸ್ಥಿತಿ ತಿಳಿಸಿದಾಗ ಅದೇನು ಅವರಿಗೆ ದೊಡ್ಡದಾಗಿ ಕಾಣಲಿಲ್ಲ. ಆರೋಗ್ಯವಾಗಿರುವ ಗುಣವಂತೆ ಹೆಣ್ಣು ತಮ್ಮ ಮಗನ ಕೈಹಿಡಿದರೆ ಸಾಕು ಎನ್ನುವುದೇ ಅವರ ಅಭಿಲಾಷೆ.

ಅಪ್ಪಯ್ಯ ಜೋಯಿಸರ ಕುಟುಂಬದೊಂದಿಗೆ ಶಶಿ, ಗಿರಿಧರ ಬೆಂಗಳೂರಿಗೆ ಹೊರಟರು. ಗಿರಿಧರನಿಗೆ ಬೆಂಗಳೂರು ಹೊಸದಾಗಿರದಿದ್ದರೂ ಶಶಿಗಂತೂ ಆ ಊರು ಕಂಡು ಹಿಗ್ಗೋ ಹಿಗ್ಗು. ಬೆರಗುಗಣ್ಣುಗಳಿಂದ ಓಡಾಡುವ ಬಸ್ಸು, ಆಟೋಗಳನ್ನು ನೋಡತೊಡಗಿದಳು. ಅವಳಿಗಂತೂ ಗಂಧರ್ವಲೋಕ ನೋಡಿದ ಅನುಭವವಾಯಿತು. ಎರಡಂತಸ್ತಿನ ಬಸ್ಸುಗಳನ್ನು ಕಂಡಾಗಲಂತೂ ಶಶಿ ಜೋರಾಗಿ ಕೂಗಿಯೇಬಿಟ್ಟಳು ಬಸ್ಸಿನ ಜನವೆಲ್ಲ ಅವಳ ಕಡೆ ದೃಷ್ಟಿ ಹೊರಳಿಸಿದಾಗ ನೀರಾದಳು.

"ಅಯ್ಯೋ ಪೆದ್ದು ಹುಡುಗಿ! ನಿನಗೆ ಇದೆಲ್ಲ ಹೊಸದಾಗಿ ಕಾಣಬಹುದು. ಆದರೆ ಇಲ್ಲಿನ ಜನಕ್ಕೆ ಇದೆಲ್ಲ ಸಾಮಾನ್ಯ. ನಿನ್ನ ಆಶ್ಚರ್ಯದ ಉದ್ಗಾರ ನೋಡಿ ಜನ ನಿನ್ನ ಹುಚ್ಚಿ ಅಂತ ತಿಳೀತಾರೆ. ಇದಕ್ಕಿಂತ ಎಷ್ಟೋ ಆಶ್ಚರ್ಯಕರವಾದದ್ದು ನೋಡ್ತೀಯ. ಸ್ವಲ್ಪ ಗಂಭೀರವಾಗಿರೋದನ್ನು ಕಲಿ" ಎಂದ ನಗುತ್ತ ಗಿರಿಧರ.

ಅಪ್ಪಯ್ಯ ಜೊಯಿಸರು ತಮ್ಮ ಬೊಚ್ಚು ಬಾಯಿ ಅಗಲಿಸಿ ನಕ್ಕರು.

ಇವರು ಬಸ್ಸಿನಿಂದ ಇಳಿದಾಗ ಭಾಸ್ಕರ ಕಾರು ಸಮೇತ ಕಾದು ನಿಂತಿದ್ದ.

ಗಿರಿಧರನೊಡನೆ ಮುಗುಳುನಗೆ ವಿನಿಮಯ ಮಾಡಿಕೊಂಡು ಜೋಯಿಸರೊಂದಿಗೆ ಆತ್ಮೀಯವಾಗಿ ಸಂಭಾಷಣೆ ನಡೆಸಿ ಎಲ್ಲರನ್ನು ಕಾರಿಗೆ ಹತ್ತಿಸಿದ.

ಶಶಿ ಅಣ್ಣನ ಜೊತೆ ಮುಂದೆ ಕೂಡಲು ಒಪ್ಪದೇ ಜೋಯಿಸರ ಸಂಸಾರದ ಜೊತೆ ಹಿಂದೆ ಕುಳಿತಳು. ಬೆಂಗಳೂರನ್ನು ನೋಡುತ್ತಿರುವುದು ಪ್ರಥಮ ಅನುಭವವಾದರೆ ಕಾರಿನಲ್ಲಿ ಹತ್ತಿ ಕುಳಿತಿದ್ದು ಹೊಚ್ಚ ಹೊಸ ಅನುಭವವಾಯಿತು. ಇಷ್ಟು ವಾಹನ, ಜನಗಳನ್ನು ಹಿಂದೆ ಹಾಕುತ್ತ ಕಾರು ಮುಂದೆ ಹೊರಟಾಗ ಅವಳಿಗೆ ಭಯವೋ ಭಯ. ಇಲ್ಲದ ಆಕ್ಸಿಡೆಂಟ್‌ಗಳ ಕಲ್ಪನೆ.

ಕಾರು ಮನೆ ಮುಂದೆ ನಿಂತಾಗ ಭಾಸ್ಕರ ಮೊದಲು ತಾನು ಇಳಿದು ಬೇರೆಯವರು ಇಳಿಯಲು ಸಹಕರಿಸಿ ಆತ್ಮೀಯವಾಗಿ ಒಳಗೆ ಕರೆದೊಯ್ದ.

ಭಾಸ್ಕರನ ತಾಯಿ ಗಿರಿಜಮ್ಮ ಆತ್ಮೀಯವಾಗಿ ಎಲ್ಲರನ್ನೂ ಸ್ವಾಗತಿಸಿದರು. ಗೌರವರ್ಣದ ಮುತ್ತೈದೆ ಗಿರಿಜಮ್ಮ ಕಳಕಳೆಯಾಗಿದ್ದರು. ಶಶಿಯನ್ನು ಮೊದಲ ನೋಟದಲ್ಲೇ ಅವರು ಒಪ್ಪಿದರು. ಅವರು ತಮ್ಮ ಮಗನ ಪಕ್ಕದಲ್ಲಿ ಮನಸ್ಸಿನಲ್ಲೇ ಶಶಿಯನ್ನು ನಿಲ್ಲಿಸಿ ನೋಡಿದರು. ಅವರಿಗೆ ತೃಪ್ತಿಯಾಯಿತು.

ಶಶಿಯ ಮುಖ ಭಯದಿಂದ ಬೆವತುಹೋಯಿತು. ಅಣ್ಣನ ಪಕ್ಕ ಬಿಟ್ಟು ಅಲ್ಲಾಡಲಿಲ್ಲ. ಇದನ್ನು ಭಾಸ್ಕರ ಸೂಕ್ಷ್ಮವಾಗಿ ಗಮನಿಸಿದ. ದುಂಡು ದುಂಡಾಗಿ ಮುದ್ದಾಗಿದ್ದ ಶಶಿ ಅವನ ಕಣ್ಣಿಗೆ ಆಕರ್ಷಕವಾಗಿ ಕಂಡಳು. ಆದರೆ ವಿಮಲಳನ್ನ ವಿವಾಹವಾಗುವ ಮುನ್ನ ಇಂಥ ಹೆಣ್ಣಿನ ಕನಸನ್ನು ಕಂಡಿದ್ದ. ಆದರೆ ವಿಮಲಳನ್ನ ಕೈಹಿಡಿದ ಮೇಲೆ ತನ್ನ ಕನಸಿಗೆ ಸ್ವಸ್ತಿ ಹೇಳಿ ವಿಮಲಳನ್ನ ಹೃದಯದಲ್ಲಿ ತುಂಬಿಕೊಂಡು ಓಲೈಸಿದ್ದ. ಆದರೆ ವಿಧಿಗೆ ಸಹನೆಯಾಗಲಿಲ್ಲ. ಅಗಲಿದ ಮಡದಿಯ ನೆನಪಿನಿಂದ ಅವನ ಹೃದಯ ಭಾರವಾಯಿತು. ವಿಮಲ ಕ್ಷಮಿಸುತ್ತೀಯ ತಾನೇ! ಎಂದು ಗೋಗರೆದ.

ಭಾಸ್ಕರನ ತಾಯಿ ಶಶಿಯನ್ನು ಕೋಣೆಯಿಂದ ಕರೆದೊಯ್ಯಲು ಬಂದರು.

"ಬಾ ಮಗು, ಮುಖ ಕೈಕಾಲು ತೊಳೆದುಕೊಳ್ಳುವಿಯಂತೆ" ಎಂದರು ಆತ್ಮೀಯವಾಗೆ.

ಶಶಿ ದೀನವದನಳಾಗಿ ಅಣ್ಣನ ಕಡೆ ನೋಡಿದಳು. ಅದು ಕರು ತಾಯಿಯನ್ನು ಬಿಟ್ಟು ಅಗಲುವಾಗಿನ ದೀನ ನೋಟ.

"ಹೋಗು ಶಶಿ ಅವರ ಜೊತೆ" ಎಂದ ಗಿರಿಧರ.

ಶಶಿ ಅಳುಕುತ್ತಲೇ ಅವರ ಹಿಂದೆ ನಡೆದಳು.

ಅಪ್ಪಯ್ಯ ಜೋಯಿಸರು ಅವರ ಹೆಂಡತಿ ಸೋಫಾ ಮೇಲೆ ಆರಾಮವಾಗಿ ಕುಳಿತು ಭಾಸ್ಕರನ ತಂದೆಯ ಜೊತೆ ಮಾತಾಡುತ್ತಿದ್ದರು.

ಶಶಿಯ ಕಡೆ ನೋಡಿ ನಗು ಬೀರಿದರು.

ಗಿರಿಜಮ್ಮ ತೋರಿಸಿದ ಬಾತ್‌ರೂಂ ಹೊಕ್ಕ ಶಶಿ ಅಲ್ಲಿನ ಬಾಯಲರ್ ಮುಂತಾದ ಆಧುನಿಕ ಸಲಕರಣೆಗಳನ್ನು ನೋಡಿ ದಂಗಾಗಿ ಕ್ಷಣಕಾಲ ಹಾಗೇ ನಿಂತಳು. ಮರುಕ್ಷಣವೇ ಮುಖ ತೊಳೆದು ಹೊರಗೆ ಬಂದಳು.

ಗಿರಿಧರ ಟವಲು ತಂದಿತ್ತ. ಅವನಿಗೆ ಕ್ಷಣಕಾಲ ತಂಗಿಯನ್ನು ಅಗಲಿರುವುದು ಸಾಧ್ಯವಾಗದಾಯಿತು. ಏನೋ ಅಳುಕು, ಏನೋ ಭಯ, ಮತ್ಯಾವುದೋ ದುಃಖ ಅವನನ್ನು ಹಣ್ಣು ಮಾಡುತ್ತಿದ್ದವು.

ಗಿರಿಧರನನ್ನು ನೋಡಿ ಗಿರಿಜಮ್ಮನಿಗೆ ನಗು ಬಂತು.

ಗಿರಿಧರ ತಂಗಿಯನ್ನು ಜೊತೆಯಲ್ಲೇ ಕೋಣೆಗೆ ಕರೆದೊಯ್ದ. ಗಿರಿಜಮ್ಮ ಮುಖಾಲಂಕಾರ ಸಾಮಾಗ್ರಿಗಳನ್ನು ಅಲ್ಲೇ ತಂದಿತ್ತರು. ಶಶಿ ಪೌಡರ್ ಹಾಕಿ ಹಣೆಗಿಟ್ಟುಕೊಂಡು ತನ್ನ ಅಲಂಕಾರ ಮುಗಿಸಿದಳು. ಗಿರಿಧರ ತೃಪ್ತಿಯಿಂದ ತಂಗಿಯ ಕಡೆ ನೋಡಿದ.

ಅಪ್ಪಯ್ಯ ಜೋಯಿಸರು ಊಟ ಮಾಡಬಹುದು ಎಂದಿದ್ದರಿಂದ ಬೇರೆ ಯೋಚಿಸುವ ಹಾಗಿರಲಿಲ್ಲ. ಎಲ್ಲರೂ ಒಟ್ಟಿಗೆ ಊಟ ಮುಗಿಸಿದರು. ಶಶಿ ಅಪ್ಪಿತಪ್ಪಿ ಸಹ ಭಾಸ್ಕರನ ಕಡೆ ನೋಡಲಿಲ್ಲ. ಭಯವೋ? ಅಳುಕೋ? ಇಲ್ಲ ಬಡವರೆಂಬ ಸಂಕೋಚವೋ? ಆದರೆ ಭಾಸ್ಕರ ಶಶಿಯನ್ನು ಮನದಣಿಯ ನೋಡಿದ.

ಊಟ ಆದ ಮೇಲೆ ಅಪ್ಪಯ್ಯ ಜೋಯಿಸರು ಮತ್ತು ಅವರ ಹೆಂಡತಿ ಕೋಣೆಯಲ್ಲಿ ಮಲಗಿ ಮಧ್ಯಾಹ್ನದ ನಿದ್ದೆ ತೆಗೆಯಲು ಶುರುಮಾಡಿದರು.

ಭಾಸ್ಕರ ತಾಯಿಯ ಬಳಿಗೆ ಬಂದ. ಅವರು ಗಂಡನೊಡನೆ ಸಮಾಲೋಚನೆಯಲ್ಲಿ ತೊಡಗಿದ್ದರು.

"ಬಾಪ್ಪ ಭಾಸ್ಕರ. ಅವರುಗಳು ಮಲಗಿದರೆ?" ಎಂದರು ಗಿರಿಜಮ್ಮ.

"ನಾನು ಮಲಗಿ ಎಂದೆ. ಅವರಿಗೆ ಮಲಗಿ ಅಭ್ಯಾಸವಿಲ್ಲವಂತೆ. ಒಂದೆರಡು ವಾರಪತ್ರಿಕೆ ಕೊಟ್ಟು ಬಂದೆ" ಎನ್ನುತ್ತ ಚೊಂಬಿನಲ್ಲಿದ್ದ ನೀರನ್ನು ಲೋಟಕ್ಕೆ ಬಗ್ಗಿಸಿಕೊಂಡು ಕುಡಿದು ತಂದೆಯ ಪಕ್ಕ ಕುಳಿತ.

"ಹುಡುಗಿನ ನೋಡಿದೆಯಲ್ಲ! ನಿನ್ನ ಒಪ್ಪಿಗೆ ತಿಳಿಸು."

ಭಾಸ್ಕರ ಮಾತನಾಡಲು ಅನುಮಾನಿಸಿದ. ಈಗಾಗಲೇ ಶಶಿ ಅವನ ಹೃದಯದಲ್ಲಿ ತೂರಿ ಭದ್ರವಾಗಿ ನೆಲೆಸಲು ಹವಣಿಸುತ್ತಿದ್ದಳು.

"ಅಮ್ಮ..." ಎಂದು ಮಧ್ಯದಲ್ಲೇ ನಿಲ್ಲಿಸಿದ.

"ಅದೇ ಹಳೇರಾಗ ಬೇಡ. ನೀನು ಹೀಗೆ ಒಂಟಿಯಾಗಿದ್ದರೆ ಸತ್ತ ವಿಮಲ ಬದುಕಿಬರೋಲ್ಲ. ಆ ಮಕ್ಕಳಾದರೂ ಆರೋಗ್ಯವಾಗಿದ್ದರೆ ನಿನ್ನ ನಿರ್ಧಾರಕ್ಕೆ ಅಡ್ಡಿ ಬರ್ತಾ ಇರಲಿಲ್ಲ. ಈಗ ಅವು ಬದುಕಿದ್ದರೂ ಸತ್ತಹಾಗೆ. ನಿನ್ನ ತಮ್ಮ ಶ್ರೀನಿವಾಸನಿಗೆ ಮದುವೆಯಾಗಿ ಮೂರು ವರ್ಷ ಆಯಿತು. ಇನ್ನೂ ಮಕ್ಕಳಿಲ್ಲ. ನಮ್ಮ ವಂಶ ಎಲ್ಲಿ ಇಲ್ಲಿಗೆ ನಿಂತುಹೋಗುತ್ತೋ ಅಂತ ಕೊರಗಾಗಿಬಿಟ್ಟಿದೆ ನಮಗೆ. ಹುಡುಗಿ ಲಕ್ಷಣವಾಗಿದ್ದಾಳೆ, ಒಪ್ಕೊಂಡುಬಿಡೋ."

ತಾಯಿಯ ಮಾತಿನಲ್ಲಿದ್ದ ವೇದನೆ ಗುರ್ತಿಸಿದ ಭಾಸ್ಕರ. ಅದನ್ನು ಪರಿಹರಿಸುವುದಕ್ಕೂ ಅವನು ಸಿದ್ಧನಾಗಿದ್ದ. ಆದರೆ... ಶಶಿ? ಅವಳು ಬಂದಾಗಿನಿಂದ ಅವನ ಕಡೆ ದೃಷ್ಟಿ ಹರಿಸಿರಲಿಲ್ಲ; ಸಂಕೋಚದ ಮುದ್ದೆಯಾಗಿದ್ದಳು. ಎರಡನೆ ವರ ಅಂದರೆ ಪ್ರತಿಯೊಂದು ಹೆಣ್ಣಿಗೂ ನಿರಾಶೆ, ಜುಗುಪ್ಸೆ, ಉದಾಸೀನ. ಪಾಪ, ಈ ಹುಡುಗಿ ಅದಕ್ಕೆ ಹೇಗೆ ಹೊರತಾದಾಳು? ಅವಳ ಬಡತನವನ್ನು ಉಪಯೋಗಿಸಿಕೊಂಡು

ಅವಳ ಆಸೆಗೆ ಕೊಡಲಿ ಪೆಟ್ಟು ಹಾಕುವುದು ಬೇಡ.

"ಅಮ್ಮ ಇನ್ನು ಆ ಹುಡುಗಿ ಒಪ್ಪಿಗೆ ಸಿಗಬೇಕಲ್ಲ?" ಎಂದು ಅನುಮಾನಿಸುತ್ತ ಭಾಸ್ಕರ.

"ನಿನಗೆ ಆ ಸುದ್ದಿ ಬೇಡ. ಅಪ್ಪಯ್ಯ ಜೋಯಿಸರೆ ಅವರ ಪರವಾಗಿ ತಮ್ಮ ಒಪ್ಪಿಗೆ ತಿಳಿಸಿದ್ದಾರೆ. ನಿನ್ನ ಒಪ್ಪಿಗೆ ತಿಳಿಸಿದರೆ ದಿನ ನಿಶ್ಚಯಿಸಿ ಮುಹೂರ್ತ ಇಟ್ಟುಬಿಡೋದೆ" ಎಂದರು ಉತ್ಸಾಹದಿಂದ ಭಾಸ್ಕರನ ತಂದೆ.

"ಅವರ ಬಲವಂತಕ್ಕೆ ಬಲಿಯಾಗೋದು ಬೇಡ. ನಾನು ಗಿರಿಧರನ ಹತ್ತಿರ ಸರಿಯಾಗಿ ವಿಚಾರಿಸುತ್ತೀನಿ" ಎಂದು ಎದ್ದು ಹೊರಗೆ ಬಂದ. ಮತ್ತೆ ಗಿರಿಧರನ ಕೋಣೆ ಕಡೆ ನಡೆದ.

ಗಿರಿಧರ ಯೋಚನಾಮಗ್ನನಾಗಿದ್ದ. ಶಶಿ ಮಾತ್ರ ಯಾವ ಯೋಚನೆಗೂ ಒಳಗಾಗದವಳಂತೆ ಮಯೂರ ಪತ್ರಿಕೆ ಓದುವುದರಲ್ಲಿ ಮಗ್ನಳಾಗಿದ್ದಳು. ಅವಳು ಎಲ್ಲ ವಾರಪತ್ರಿಕೆಗಳನ್ನು ತನ್ನ ಮುಂದೆ ಇಟ್ಟುಕೊಂಡಿದ್ದಳು. ಅವಳು ಓದುತ್ತಿದ್ದ ರೀತಿ ನೋಡೇ ಓದುವುದರಲ್ಲಿ ಅವಳಿಗಿದ್ದ ಆಸಕ್ತಿಯನ್ನು ಕಂಡುಕೊಂಡ.

ಗಿರಿಧರ ನಗುನಗುತ್ತ ಸ್ವಾಗತಿಸಿದ. ಭಾಸ್ಕರ ಬಂದು ಅವನ ಬಳಿ ಕುಳಿತ. ಇದು ಯಾವುದನ್ನೂ ಗಮನಿಸದ ಶಶಿ ಓದುತ್ತಲೇ ಇದ್ದಳು.

ಅವಳಿಗೆ ಇಷ್ಟು ಬಗೆಯ ಪತ್ರಿಕೆಗಳು ಒಮ್ಮೆಲೆ ಸಿಕ್ಕಿದ್ದು ಸಂತೋಷವಾದರೂ, ಇದನ್ನು ಸಂಜೆ ಒಳಗೆ ಓದಿ ಮುಗಿಸಲು ಸಾಧ್ಯವೇ? ಒಂದು ನಿಮಿಷವೂ ವ್ಯರ್ಥವಾಗಿ ಕಾಲ ಕಳೆಯದೇ ಆದಷ್ಟು ಬೇಗ ಓದಿ ಮುಗಿಸಬೇಕೆಂಬ ಸಂಕಲ್ಪದಿಂದ ಓದಲು ಶುರುಮಾಡಿದ್ದಳು.

"ಅಣ್ಣ, ಇವತ್ತು ಒಂದೆರಡು ಕನ್ನಡ ಮಾಸಪತ್ರಿಕೆಗಳನ್ನಾದರೂ ಕೊಂಡ್ಕೊಬೇಕು" ಎಂದಳು ಪುಸ್ತಕದಿಂದ ದೃಷ್ಟಿ ಕೀಳದೆ.

ಗಿರಿಧರ, ಭಾಸ್ಕರ ಇಬ್ಬರು ಒಟ್ಟಿಗೆ ನಕ್ಕರು.

ಶಶಿ ದೃಷ್ಟಿ ಕಿತ್ತು ಅಣ್ಣನ ಕಡೆ ಹರಿಸಿದವಳು ಥಟ್ಟನೆ ತಲೆ ಬಗ್ಗಿಸಿದಳು. ಅವಳ ಮುಖ ಕೆಂಪುಕೆಂಪಾಯಿತು. ಭಾಸ್ಕರನ ನೆಟ್ಟ ನೋಟ ದೃಢವಾಗಿ, ನಿರ್ಮಲವಾಗಿ ಇದ್ದ ಅವಳ ಹೃದಯವನ್ನು ಒಂದು ಗಳಿಗೆ ಅಲ್ಲಾಡಿಸಿತು.

"ಜೋಯಿಸರು ಇನ್ನು ಎರಡು ದಿನ ಇರ್ತಾರಂತೆ. ನಮಗೆ ಮಾತ್ರ ಹೋಗೋಕೆ ಅಪ್ಪಣೆ ಕೊಡಿ" ಎಂದ ಗಿರಿಧರ ವಿನಯದಿಂದ ಭಾಸ್ಕರನ ಕಡೆ ನೋಡುತ್ತ,

"ಬಂದ ಆಯಾಸವೇ ಪರಿಹಾರವಾಗಿಲ್ಲ. ನಾಳೆ ಹೋದರೆ ಆಯಿತು" ಎಂದ ಭಾಸ್ಕರ ಎಲ್ಲೋ ನೋಡುತ್ತ.

"ಇಲ್ಲಿ ನಾನು ಇವಳನ್ನು ಬಿಟ್ಟು ನಾಳೆ ಕಾಲೇಜಿನ ವೇಳೆಗೆ ಹಿಂದಿರುಗಬೇಕು."

"ನೀವು ಬಂದ ಕೆಲಸವೇ ಮುಗಿದಿಲ್ಲ, ನಿಮ್ಮ ತಂಗಿ ಒಂದು ಸಲವಾದರೂ ನನ್ನನ್ನು ನೋಡಲು ಪ್ರಯತ್ನಿಸಿಲ್ಲ."

ಗಿರಿಧರ ಅವನ ಮಾತಿಗೆ ಮೃದುವಾಗಿ ನಕ್ಕ. ಶಶಿಯಂತೂ ನಾಚಿಕೆಯ ಮುದ್ದೆಯಾದಳು.

ಇಬ್ಬರೂ ಎದ್ದು ಹೊರ ನಡೆದಾಗ ಶಶಿ ಒಬ್ಬಳೆ ಉಳಿದಳು ಕೋಣೆಯಲ್ಲಿ. ಹತ್ತು ನಿಮಿಷದ ತರುವಾಯ ಗಿರಿಧರ ಹಿಂದಿರುಗಿದ.

ಭಾಸ್ಕರ ಒಬ್ಬನೇ ಶಶಿಯೊಂದಿಗೆ ಮಾತನಾಡಬೇಕೆಂದಾಗ ಅದು ಗಿರಿಧರನಿಗೆ ಸಮಂಜಸವಾಗಿ ತೋರಿತು. ಒಂದೆರಡು ಸಲದ ಭೇಟಿಯಲ್ಲೇ ಭಾಸ್ಕರ ಗಿರಿಧರನ ಮನಸ್ಸಿನಲ್ಲಿ ಒಳ್ಳೆಯ ವ್ಯಕ್ತಿಯಾಗಿ ನೆಲೆಸಿದ್ದ. ಆದರೆ ಈ ಮೊದ್ದು ಹುಡುಗಿ ಒಪ್ಪಬೇಕಲ್ಲ. ಹೇಗೆ ಒಪ್ಪಿಸಲಿ? ಈ ಹುಡುಗಿ ಹೇಗೆ ಎಸ್.ಎಸ್.ಎಲ್.ಸಿ. ಪಾಸು ಮಾಡಿದಳೋ! ಭಾಸ್ಕರನ ಮಾತಿಗೆ ಇಲ್ಲವೆಂದರೆ ಅವನು ತಪ್ಪು ತಿಳಿಯುತ್ತಾನೆ. ಇಂಥ ಒಳ್ಳೆ ಸಂಬಂಧ ತಪ್ಪಿಹೋಗುವ ಸಾಧ್ಯತೆ ಸಹ ಇದೆ. ಏನು ಮಾಡಲಿ? ಹೇಗೊ ಭಾಸ್ಕರ ಪಿಕ್ಚರ್‌ಗೆ ಹೋಗೋಣ ಅಂತ ಹೇಳಿದ್ದಾನೆ. ಅವರ ಜೊತೆ ಹೋಗಿ ಮಧ್ಯದಲ್ಲಿ ತಾನು ತಪ್ಪಿಸಿಕೊಂಡು ಅವರನ್ನು ಕಳುಹಿಸಿಕೊಡೋದು ಎಂದು ತೀರ್ಮಾನಿಸಿದ.

"ಶಶಿ, ಮುಖ ತೊಳ್ಕೊಂಡು ಬೇರೆ ಸೀರೆ ಉಟ್ಕೊಳ್ಳೆ, ಪಿಕ್ಚರ್‌ಗೆ ಕರ್ಕೊಂಡು ಹೋಗ್ತೀನಿ" ಎಂದ ಗಿರಿಧರ.

ಒಂದು ಗಳಿಗೆ ಅರಳಿದ ಮುಖ ಮುದುಡಿತು. ಪಿಕ್ಚರ್ ನೋಡೋ ಸಂತೋಷ ಒಂದು ಕಡೆಯಾದರೆ ಈ ಪುಸ್ತಕಗಳನ್ನೆಲ್ಲ ಓದದೇ ಬಿಟ್ಟು ಹೋಗಬೇಕೆಂಬ ವ್ಯಾಕುಲ ಒಂದು ಕಡೆ.

"ಅವರನ್ನು ಕೇಳಿ ಇವನ್ನೆಲ್ಲ ತಗೊಂಡು ಹೋಗೋಣ. ನಾನು ಪುನಃ ಅಗ್ರಹಾರಕ್ಕೆ ಬರುವಷ್ಟರಲ್ಲಿ ನೀನು ಓದಿ ಮುಗಿಸಿಬಿಡು. ನಾನು ತಂದು ಅವರಿಗೆ ಹಿಂದಿರುಗಿಸುತ್ತೀನಿ" ಎಂದ ಗಿರಿಧರ ತಂಗಿಯ ಮನಸ್ಥಿತಿಯನ್ನು ಅರಿತು.

"ಬೇಡಪ್ಪಾ ಬೇಡ, ಓದದಿದ್ದರೂ ಚಿಂತೆ ಇಲ್ಲ. ಇಲ್ಲಿಂದ ಪುಸ್ತಕ ಒಯ್ಯೋದು ಮಾತ್ರ ಬೇಡ" ಎನ್ನುತ್ತ ಪುಸ್ತಕ ಮಡಚಿ ಮುಂದೆ ಹರಡಿಕೊಂಡಿದ್ದ ಮಾಸಪತ್ರಿಕೆ, ವಾರಪತ್ರಿಕೆಗಳನ್ನ ಸರಿಯಾಗಿ ಜೋಡಿಸಿಟ್ಟು ಮೇಲಕ್ಕೆದ್ದಳು.

ತಂಗಿಯ ಸ್ವಾಭಿಮಾನಕ್ಕೆ ಗಿರಿಧರ ತಲೆದೂಗಿದ.

ಅಪ್ಪಯ್ಯ ಜೋಯಿಸರು ತಮ್ಮ ಸೊಸೆಯ ಒಂದು ರೇಷಿಮೆ ಸೀರೆಯನ್ನು ಇಲ್ಲಿ ಉಡಲು ಶಶಿಗೆ ಕೊಡಿಸಿದ್ದರು. ಶಶಿ ಮೊದಲು ಬೇಡವೆಂದರೂ ಅಣ್ಣನ ಬಲವಂತಕ್ಕೆ ಒಪ್ಪಿ ತಂದಿದ್ದಳು. ಅದನ್ನೇ ನೀಟಾಗಿ ಉಟ್ಟಳು. ಜೋಯಿಸರು ಅವರ ಹೆಂಡತಿ ಬರುವುದಿಲ್ಲವೆಂದು ಜಾರಿಕೊಂಡಿದ್ದರು. ಗಿರಿಜಮ್ಮ ಕಣ್ಣರಳಿಸಿ ಭಾವೀ ವಧುವಿನ ಕಡೆ ನೋಡಿದರು.

ಅಣ್ಣ, ತಾನು ಮಾತ್ರ ಹೊರಡಬಹುದೆಂದು ತಿಳಿದಿದ್ದ ಶಶಿ ಭಾಸ್ಕರ ಹೊರಟಾಗ ಪೆಚ್ಚುಪೆಚ್ಚಾದಳು. ಗಿರಿಧರ ಒಬ್ಬನೇ ಹೊರಟಿದ್ದರೆ ದಾರಿಯಲ್ಲಿ ಕಾಣೋ ಭವ್ಯ ಕಟ್ಟಡಗಳ ಬಗ್ಗೆ ತಿಳಿಯಬಹುದಾಗಿತ್ತು. ಮನಸ್ವೀ ಹರಟೇ ಹೊಡೆಯಬಹುದಾಗಿತ್ತು. ಇದಕ್ಕೆಲ್ಲ ಕತ್ತರಿ ಬಿತ್ತಲ್ಲ! ತಾನು ಪುನಃ ಬೆಂಗಳೂರನ್ನು ನೋಡುವುದು ಎಷ್ಟು ವರ್ಷಕ್ಕೋ ಎಂದು ಅಸಮಾಧಾನಗೊಂಡಳು.

ಭಾಸ್ಕರನ ಬಗ್ಗೆ ಯಾವ ಕಲ್ಪನೆಗೂ ತೊಡಗಲಿಲ್ಲ ಅವಳ ಮನಸ್ಸು. ಬಡಹೆಣ್ಣು ಮಗಳು ಇಷ್ಟೊಂದು ಶ್ರೀಮಂತರ ಮನೆ ಸೇರುವುದು ಸುಲಭದ ವಿಷಯವಲ್ಲ. ಆದ್ದರಿಂದ ಇಲ್ಲದ ಕಲ್ಪನೆಗೆ ಒಳಗಾಗಿ ನಾಳೆ ನಿರಾಸೆಪಡುವುದು ಬೇಡ ಎಂಬುದೇ ಅವಳ ನಿರ್ಧಾರ.

ಅಣ್ಣ ಆಸೆಯ ಮಾತನಾಡಿದಾಗಲೂ ಅವಳು ಸುಮ್ಮನೇ ಇದ್ದಳು. ಅಪ್ಪಯ್ಯ ಜೋಯಿಸರು ಆಗಲೇ ಅವಳನ್ನು ಭಾಸ್ಕರನ ಹೆಂಡತಿಯನ್ನಾಗಿ ಮಾಡಿ ತಮಾಷೆ ಮಾಡಿದ್ದೂ ಉಂಟು. ಆಗೆಲ್ಲ ಯೋಚನಾಪರವಶಳಾಗಿ ಸುಮ್ಮನಿದ್ದುಬಿಡುತ್ತಿದ್ದಳು.

ಗಿರಿಧರ ತಂಗಿಯೊಂದಿಗೆ ಭಾಸ್ಕರನ ಮುಂದಿನ ಸೀಟಿನಲ್ಲೇ ಕುಳಿತ. ಕಾರು ಹೊರಟಾಗ ಗಿರಿಜಮ್ಮ ಒಳಗೆ ಹೋದರು. ಮದುವೆಯಾಗುವ ಮೊದಲೇ ಮಗ ಶಶಿ ಜೊತೆ ಸುತ್ತಿದರೂ ಅವರ ಆಕ್ಷೇಪಣೆ ಏನೂ ಇರಲಿಲ್ಲ. ವಿಮಲ, ಭಾಸ್ಕರ ಜೋಡಿ ಹಕ್ಕಿಗಳಂತೆ ಮದುವೆಗೆ ಮೊದಲೇ ವಿಹರಿಸಿದ್ದರು ಇನ್ನೂ ಶ್ರೀನಿವಾಸನ ಹೆಂಡತಿ ಸ್ವತಃ ಅಣ್ಣನ ಮಗಳೇ ಆದುದರಿಂದ ಆಗಾಗ ಪಾರ್ಕು, ಸಿನಿಮಾ ಎಂದೆಲ್ಲ ಸುತ್ತಿದ್ದ. ಆಗ ಸಹ ಅವರು ಆಕ್ಷೇಪಿಸಿರಲಿಲ್ಲ. ತಮ್ಮಿಬ್ಬರು ಗಂಡು ಮಕ್ಕಳ ಹೊನ್ನಿನ ಗುಣದ ಮೇಲೆ ಅವರಿಗೆ ಅಪಾರ ನಂಬಿಕೆ.

ಗಿರಿಧರ ತಂಗಿಯ ಮುಖ ನೋಡಿ ಅವಳ ಕಿವಿಯಲ್ಲಿ ಪಿಸುಗುಟ್ಟಿದ್ದ. ಶಶಿ ಭಯದಿಂದ ಅಣ್ಣನ ಕಡೆ ನೋಡಿದಳು.

"ಸ್ವಲ್ಪ ನಿಲ್ಲಿಸಿ, ನಾನು ಇಲ್ಲೊಬ್ಬ ಗೆಳೆಯನನ್ನು ನೋಡಬೇಕಾಗಿದೆ" ಎಂದ.

ಭಾಸ್ಕರನ ಕಾರು ರಸ್ತೆಯ ಮಗ್ಗುಲಲ್ಲಿ ನಿಂತಿತು. ಗಿರಿಧರ ತಾನು ಇಳಿದು ತಂಗಿಯ ಕೆನ್ನೆಯನ್ನು ಮೃದುವಾಗಿ ತಟ್ಟಿ ಕೈಬೀಸಿ; ಮುಗುಳುನಗೆ ಚೆಲ್ಲಿ ಹೊರಟ.

ಕಾರು ರೊಯ್ಯನೆ ಅವನ ಮುಂದಿನಿಂದ ಹಾದು ಹೋದಾಗ ಧೃತಿಗೆಟ್ಟವನಂತೆ ನಿಂತುಬಿಟ್ಟ, ಅವನಿಗೆ ತಾನು ಮಾಡಿದ್ದು ಸರಿಯೋ ತಪ್ಪೋ ಎಂದು ಯೋಚನೆಗೀಡಾದ. ಶ್ರೀಮಂತ ಭಾಸ್ಕರ್ ಏನಾದರೂ ಹೆಚ್ಚು ಕಡಿಮೆ ಮಾಡಿ ತಂಗಿಯ ಕೈಬಿಟ್ಟರೆ ಅವನ ಜೀವ ಧಸಕ್ಕೆಂದಿತು. ಕಾಲೆಳೆಯುತ್ತ ನಡೆದ.

ಭಾಸ್ಕರ ಸೂಕ್ಷ್ಮವಾಗಿ ಶಶಿಯನ್ನು ಗಮನಿಸಿದ. ಅವಳ ಮುಖ ಕಂಗೆಟ್ಟದನ್ನು ಗಮನಿಸಿದ. ಈಗ ಧೈರ್ಯ ನೀಡದಿದ್ದರೆ ಅವಳಿಂದ ತಾನು ಸರಿಯಾದ ಉತ್ತರ ಪಡೆಯಲಾರೆನೆಂದು ಅರಿತ.

"ನಿಮ್ಮ ಹೆಸರೇನು?" ಎಂದ ಮೃದುವಾಗಿ. ಅವನಿಂದ ಎಷ್ಟು ಮೃದುವಾಗಿ ಮಾತನಾಡಿಸಲು ಸಾಧ್ಯವೋ ಅಷ್ಟು ಮೃದುವಾಗಿ ಮಾತನಾಡಿಸಿದ್ದ.

ಶಶಿ ಇವರಿಗೆ ತನ್ನ ಹೆಸರು ತಿಳಿದಿರಲಾರದೇ ಎಂದು ಒಂದು ಗಳಿಗೆ ಸುಮ್ಮನೆ ಯೋಚಿಸಿ ಮರುಗಳಿಗೆ ಉತ್ತರಿಸಿದಳು "ಶಶಿಕಲಾ."

"ತುಂಬಾ ಸೊಗಸಾದ ಹೆಸರು" ಎಂದ. ಹೆಂಗಸರು ಹೊಗಳಿಕೆಗೆ ಉಬ್ಬುತ್ತಾರೆ ಎಂಬ ವಿಷಯ ಅವನೇನೂ ಅರಿಯದವನಲ್ಲ. ಈಗಾಗಲೇ ಒಂದು ಹೆಣ್ಣಿನ ಅನುಭವವಾಗಿತ್ತು ಅವನಿಗೆ.

ಶಶಿ ಅವನ ಮಾತಿಗೆ ಏನು ಹೇಳಿಯಾಳು?

ಅವಳ ವಿದ್ಯಾಭ್ಯಾಸ, ಅಗ್ರಹಾರದ ಜನಜೀವನದ ಬಗ್ಗೆ ಕೆಲವಾರು ಪ್ರಶ್ನೆಗಳನ್ನು ಹಾಕಿ ಉತ್ತರ ಪಡೆದ. ಅಷ್ಟರ ವೇಳೆಗೆ, ಭಯದಿಂದ, ಸಂಕೋಚದಿಂದ ಸ್ವಲ್ಪಮಟ್ಟಿಗೆ ಚೇತರಿಸಿಕೊಂಡಿದ್ದಳು ಶಶಿ.

ಜನಸಂದಣಿ ಇಲ್ಲದ ರಸ್ತೆಯಲ್ಲಿ ಕಾರು ನಿಧಾನವಾಗಿ ಸಾಗುತ್ತಿತ್ತು. ಶಶಿ ಕಾರಿನ ಬಾಗಿಲ ಬಳಿ ಕುಳಿತಿದ್ದಳು. ಭಾಸ್ಕರ ಧೈರ್ಯದಿಂದ ವಿಷಯಕ್ಕೆ ಬಂದ.

"ನಿಮ್ಮಣ್ಣ ನನ್ನ ವಿಷಯಾನ ಪೂರ್ಣವಾಗಿ ತಿಳಿಸಿದ್ದಾರೋ ಇಲ್ಲವೊ, ಗೊತ್ತಿಲ್ಲ. ನಾನು ಎರಡನೇ ವರ, ಹಾಗೂ ಇಬ್ಬರು ಅವಳಿ ಮಕ್ಕಳ ತಂದೆ."

ಶಶಿ ಥಟ್ಟನೆ ತಲೆ ತಿರುಗಿಸಿ ಅವನ ಕಡೆ ನೋಡಿದಳು. ಭಾಸ್ಕರ ಅವಳ ಕಣ್ಣಿಗೆ ಬಹಳ ಆಕರ್ಷಕವಾಗಿ ಕಂಡ. ಅವನು ತೊಟ್ಟ ಶ್ರೀಮಂತ ಉಡುಗೆ ಅವನ ಗಂಭೀರ ವ್ಯಕ್ತಿತ್ವಕ್ಕೆ ಶೋಭಿಸುತ್ತಿತ್ತು. ಒಮ್ಮೆ ನೋಡಿದರೆ ಪುನಃ ನೋಡಬೇಕೆನ್ನುವ ಮುಖ.

ಭಾಸ್ಕರ ಥಟ್ಟನೆ ಅವಳ ಕಡೆ ತಿರುಗಿದಾಗ ಒಂದು ಕ್ಷಣ ಇಬ್ಬರ ನೋಟಗಳೂ ಬೆರೆತವು. ಶಶಿ ನಾಚಿಕೆಯಿಂದ ತಲೆ ತಗ್ಗಿಸಿದಳು. ಬಗ್ಗಿದ ಹಣೆಗೆ ಮುತ್ತಿಡುವ ಮನಸ್ಸಾಯಿತು ಅವನಿಗೆ.

"ಇನ್ನು ಮಿಕ್ಕ ವಿಷಯವೆಲ್ಲ ಗೊತ್ತೇ ಇರಬೇಕು. ಈಗ ಹೇಳಿ, ನನ್ನ ಮದುವೆಯಾಗುವುದಕ್ಕೆ ನಿಮ್ಮ ಒಪ್ಪಿಗೆ ಇದೆಯೇ, ಇಲ್ಲದಿದ್ದರೂ ಧೈರ್ಯವಾಗಿ ಹೇಳಿ. ನನ್ನೊಬ್ಬ ಆತ್ಮೀಯ ಮಿತ್ರನ ತಂಗಿ ಎಂದು ಭಾವಿಸುತ್ತೇನೆ."

ಭಾಸ್ಕರನನ್ನು ಒಪ್ಪಿದರೂ ಬಾಯಿಬಿಟ್ಟು ಹೇಳುವುದು ಅವಳಿಂದ ಆಗಲಿಲ್ಲ. ಜೋಯಿಸರು ಎರಡನೇ ವರ ಎಂದಾಗ ಅವಳೇನು ಉಪೇಕ್ಷೆ ತೋರಲಿಲ್ಲ. ಯಾವ ಅನುಕೂಲವೂ ಇಲ್ಲದೇ ಕಡೆಗೆ ಉದ್ಯೋಗವು ಇಲ್ಲದ ಗಂಡುಗಳು ಸಹ ವರದಕ್ಷಿಣೆಯ ಆಸೆಯನ್ನು ವ್ಯಕ್ತಪಡಿಸಿದಾಗ ಬಹಳ ನಿರಾಸೆಗೊಂಡಿದ್ದಳು. ಈಗಂತೂ ಭಾಸ್ಕರನ ಮನೆ ಶ್ರೀಮಂತಿಕೆಗಿಂತ ಅವನ ವಿನಯಪೂರ್ಣ ಸೌಜನ್ಯತೆಗೆ ಮಾರುಹೋಗಿದ್ದಳು. ಆದರೆ ಅಗ್ರಹಾರದ ಹೆಣ್ಣು ಶಶಿ, ಅದನ್ನು ಅವನಿಗೆ ತಾನೇ ಹೇಗೆ ತಿಳಿಸಿಯಾಳು?

ಭಾಸ್ಕರನಿಗೂ ಒಮ್ಮೆಲೆ ಬೇಸರವಾಯಿತು. ತಾನು ಕರೆತಂದು ಶಶಿಯನ್ನು ಮಾತಿನ ಇಕ್ಕಟ್ಟಿಗೆ ಸಿಲುಕಿಸಿದಂತೆ ಆಯಿತು. ತನ್ನ ಮನಸ್ಸಿನಲ್ಲಿದ್ದುದ್ದನ್ನು ಧೈರ್ಯವಾಗಿ ಹೇಳಬಲ್ಲ ಹುಡುಗಿಯಲ್ಲ ಇವಳು. ಈಗೇನು ಮಾಡಲಿ? ಏನೇ ಆಗಲಿ ಅವಳು ಯಾರ ಬಲವಂತಕ್ಕೂ ಒಳಗಾಗಿ ತನ್ನನ್ನು ಮದುವೆಯಾಗಬಾರದು ಎಂದು ನಿರ್ಧರಿಸಿದ.

"ನಿಮಗೆ ಬಾಯಿಂದ ಒಪ್ಪಿಗೆ ತಿಳಿಸದಿದ್ದರೆ ಪರವಾ ಇಲ್ಲ. ಒಪ್ಪಿಗೆ ಇದ್ದರೆ ಆ ಗುಲಾಬಿ ಹೂ ತಗೊಳ್ಳಿ" ಎಂದು ಕಾರಿನಲ್ಲಿ ಅಂದಕ್ಕಾಗಿ ಇಟ್ಟಿದ್ದ ಹೂವನ್ನು ಕಣ್ಣು ಸನ್ನೆಯಿಂದಲೇ ತೋರಿಸಿದ.

ಶಶಿ ಯೋಚನೆ ಮಾಡಲು ಅವಕಾಶ ಕೊಡದೇ ತಟ್ಟನೇ ಹೂವಿಗೆ ಕೈಹಾಕಿದಳು.

"ಶಶಿ" ಎನ್ನುತ್ತ ಅವಳನ್ನು ಒಂದು ಕೈಯಿಂದ ಬಳಸಿ ತನ್ನೆಡೆಗೆ ಎಳೆದುಕೊಂಡ. ಕೊಸರಿಕೊಳ್ಳಬೇಕೆಂದರೂ ಅವನಿಂದ ದೂರ ಸರಿಯಲು ಮನಸ್ಸಾಗಲಿಲ್ಲ ಶಶಿಗೆ. ಅವನ ವಿಶಾಲ ಎದೆಯ ಮೇಲೆ ಒರಗಿದಳು. ಭಾಸ್ಕರನ ಕೈ ಅವಳ ಭುಜವನ್ನು ಮೃದುವಾಗಿ ನೇವರಿಸುತ್ತಿತ್ತು.

ಥಟ್ಟನೇ ಅವನಿಂದ ದೂರ ಸರಿದಳು ಶಶಿ. ತನಗೆ ಎಲ್ಲಿಂದ ಬಂತು ಇಷ್ಟು ಧೈರ್ಯ? ಪ್ರಿಯತಮನ ಬಾಹುಗಳಲ್ಲಿ ಸೇರಿಹೋಗಲು ಪ್ರತಿಯೊಂದು ಹೆಣ್ಣಿಗೂ ಧೈರ್ಯವನ್ನು ದೈವವೇ ಕರುಣಿಸಿರಬೇಕೇನೋ?

ಅವಳ ಹಣೆಯ ಮೇಲೆ ಮೂಡಿದ ಮುತ್ತಿನಂಥ ಬೆವರು ಹನಿಯನ್ನು ನೋಡಿ ನಸುನಕ್ಕ ಭಾಸ್ಕರ.

"ಶಶಿ" ಎಂದ ಅವನ ಹೃದಯದ ಅನುರಾಗದ ಸಿಹಿ ಜೇನನ್ನೆಲ್ಲ ಸುರಿಸುವಂತೆ. ಕಾರು ಜನಜಂಗುಳಿಯ ನಡುವೆ ಹಾದು ಅಭಿಮಾನ್ ಥಿಯೇಟರಿನ ಮುಂದೆ ಹೋಗಿ ನಿಂತಿತು. ತಾನು ಇಳಿದು ಶಶಿಯನ್ನು ಇಳಿಯಲು ಸೂಚಿಸಿ ಅಲ್ಲೇ ಇರುವಂತೆ ಶಶಿಗೆ ಹೇಳಿ ಹೋಗಿ 2 ಟಿಕೇಟ್ ಪಡೆದು ಬಂದ. ಅಷ್ಟರೊಳಗೆ ಹತ್ತೆಂಟು ಸಾರಿ ಹಿಂದಿರುಗಿ ಶಶಿ ಅಲ್ಲೇ ಇರುವಳೆಂದು ಖಚಿತಪಡಿಸಿಕೊಂಡಿದ್ದ. ಮೊದಲೇ ತಂಗಿಯ ಮುಗ್ಧತೆಯ ಬಗ್ಗೆ ಹತ್ತೆಂಟು ಸಾರಿ ಎಚ್ಚರಿಸಿದ್ದ ಗಿರಿಧರ.

ಶಶಿಗಂತೂ ಅಷ್ಟೊಂದು ಜನಜಂಗುಳಿಯನ್ನು ನೋಡಿ ಆಶ್ಚರ್ಯದ ಜೊತೆಗೆ ಭಯವೂ ಆಯಿತು. ಇವಳು ಹೈಸ್ಕೂಲಿಗೆ ಹೋಗುತ್ತಿದ್ದದ್ದು ಅಗ್ರಹಾರದಿಂದ ಮೂರು ಮೈಲಿ ದೂರದಲ್ಲಿದ್ದ ಕುಪ್ಪಳ್ಳಿ ಕ್ರಾಸಿಗೆ. ಅಲ್ಲಿ ನಡೆಯುತ್ತಿದ್ದ ಜಾತ್ರೆಯ ಸಲುವಾಗಿ ಒಮ್ಮೆ ಟೆಂಟ್ ಸಿನಿಮಾ ಬಂದಿತ್ತು. ಆಗ ಗೆಳತಿಯರೊಡನೇ ಹೋಗಿ ಬಂದಿದ್ದಳು. ಆ ಟೆಂಟ್ ಸಿನಿಮಾಗೂ ಈ ಭವ್ಯಚಿತ್ರಮಂದಿರಕ್ಕೂ ಅಜಗಜಾಂತರ ವ್ಯತ್ಯಾಸವಿತ್ತು. ಇದನ್ನು ಕಂಡ ಶಶಿಗೆ ಗಂಧರ್ವಲೋಕ ಕಂಡಂತೇ ಆಯಿತು.

ಶಶಿ ಅಲ್ಲೆಲ್ಲಾದರೂ ತಪ್ಪಿಹೋದಾಳೆಂದೂ ಭಾಸ್ಕರ ಕೈ ಹಿಡಿದೇ ಕರೆದೊಯ್ದ. ಆ ಆಸನಗಳ ಮೇಲೆ ಕುಳಿತಾಗ ಅವಳ ಮೈ ಜುಮ್ಮೆಂದಿತ್ತು. ಸುತ್ತಮುತ್ತಲೂ

ನೋಡಿದಳು. ಕುಳಿತ ಹೆಣ್ಣು ಗಂಡು ಯಾವ ಪರಿವೆಯೂ ಇಲ್ಲದೇ ಒಬ್ಬರ ಕಿವಿಯಲ್ಲಿ ಒಬ್ಬರು ಪಿಸುಗುಟ್ಟುತ್ತ ನಗುತ್ತ ಮೈ ಮರೆತಿದ್ದರು. ಬಾಗಿಲಿನಿಂದ ಒಳಗೆ ಬರುತ್ತಿದ್ದ ಹೆಣ್ಣು ಗಂಡುಗಳು ಒಬ್ಬರ ಕೈ ಒಬ್ಬರು ಹಿಡಿದೇ ಬರುತ್ತಿದ್ದರು. ಇವೆಲ್ಲ ನೋಡಿ ಭಾಸ್ಕರ ತನ್ನ ಕೈ ಹಿಡಿದು ಬಂದದ್ದು ನೆನೆಸಿಕೊಂಡು ನಾಚಿ ನೀರಾದಳು.

ಭಾಸ್ಕರ ಅವಳ ಮುಖದಲ್ಲಾಗುವ ಭಾವನೆಗಳ ಮಾರ್ಪಾಟನ್ನು ಓರೆನೋಟದಿಂದ ನೋಡುತ್ತ ಕುಳಿತ. ಅವನಿಗೆ ಒಡನೇ ವಿಮಲಳ ಜ್ಞಾಪಕ ಬಂತು. ಮದುವೆಯಾಗುವುದಕ್ಕೆ ಮುನ್ನವೇ ಅವಳೊಂದಿಗೆ ಎಷ್ಟೋ ಬಾರಿ ಸಿನಿಮಾಗೆ ಬಂದಿದ್ದ. ಆಗೆಲ್ಲ ಅವಳು ಇವನ ಭುಜದ ಮೇಲೆ ಒರಗಿ ನಲ್ಮೆಯಿಂದ ಪಿಸುಗುಟ್ಟುತ್ತಿದ್ದಳು. ಭಾರವಾದ ನಿಟ್ಟುಸಿರೊಂದನ್ನು ಹೊರಗೆ ಚೆಲ್ಲಿದ.

ಶಶಿ ಥಟ್ಟನೇ ಅವನ ಕಡೆ ತಿರುಗಿದಳು. ಅವನ ಮುಖದಲ್ಲಿ ಮೂಡಿದ್ದ ನೋವಿನ ಗೆರೆಗಳನ್ನು ಗುರ್ತಿಸಿದಳು. ಪಾಪ! ಅವರು ತಮ್ಮ ಮಡದಿಯನ್ನು ನೆನೆಸಿಕೊಂಡು ವೇದನೆ ಪಡುತ್ತಿರಬಹುದು. ಎಂತಹ ಅನ್ಯಾಯ! ಆಕೆ ಸಹ ಇಂಥ ಗಂಡನನ್ನು ಬಿಟ್ಟು ಸಾಯಬೇಕಾದರೆ ಎಷ್ಟು ಪರಿತಾಪಪಟ್ಟಿರಬೇಕು?

ಮತ್ತೆ ಭಾಸ್ಕರ ಚೇತರಿಸಿಕೊಂಡ. ವಿಮಲಳ ಮೇಲಿದ್ದ ಪ್ರೀತಿಗಾಗಿ ಮದುವೆಯಾಗದೇ ಉಳಿಯಬೇಕು. ಇಲ್ಲ ಮದುವೆಯಾದರೇ ಸಂಪೂರ್ಣವಾಗಿ ವಿಮಲಳನ್ನು ಮರೆತು ಹೊಸ ಗಂಡಿನಂತೆ ದಾಂಪತ್ಯ ಜೀವನ ಪ್ರಾರಂಭಿಸಬೇಕು. ಅದು ಬಿಟ್ಟು ಸತ್ತ ಮಡದಿಯ ನೆನಪಿನಲ್ಲಿ ಬಂದವಳ ಆಸೆಗಳಿಗೆ ಕಡಿವಾಣ ಹಾಕುವುದರಲ್ಲಿ ಯಾವ ಪ್ರಯೋಜನವಿದೆ? ಎರಡರಲ್ಲಿ ಒಂದು ದಾರಿ ಹಿಡಿಯಬೇಕು. ಇನ್ನೂ ಸಾಗಬೇಕಾದ ದಾರಿ ಬಹಳವಿದೆ. ಅಂಥದರಲ್ಲಿ ಅಷ್ಟು ದೂರ ಒಂಟಿಯಾಗಿ ಸಾಗಲಾರೆ. ಖಂಡಿತ ಸಂಗಾತಿಯ ಅವಶ್ಯಕತೆ ಇದೆ. ಸುಮ್ಮನೇ ಮನಸ್ಸಿನಲ್ಲಿ ಹಲಬುವುದನ್ನು ಬಿಟ್ಟು ಮದುವೆಯಾಗಿಬಿಡುವುದು ಒಳ್ಳೆಯದು. ಶಶಿನ ಮನಃಪೂರ್ತಿಯಾಗಿ ಒಪ್ಪಿದ್ದು ಆಗಿದೆ; ಅವಳಿಗೆ ಆಶ್ವಾಸನೆ ಕೊಟ್ಟಿದ್ದೂ ಆಗಿದೆ. ಈಗ ಯಾವ ಕಾರಣಕ್ಕೂ ಹಿಂದೆಗೆಯುವುದು ಬೇಡ, ಎಂದು ಮನದಲ್ಲೇ ನಿಶ್ಚಯಿಸಿದ.

ಅವನ ಯೋಚನೆ ಮುಗಿಯುವ ವೇಳೆಗೆ ಲೈಟುಗಳು ಆರಿ ನ್ಯೂಸ್ ರೀಲ್ ಶುರುವಾಯಿತು. ಆ ಮಂದ ಬೆಳಕಿನಲ್ಲಿ ಶಶಿ ಮುದ್ದುಮುದ್ದಾಗಿ ಕಂಡಳು.

ಅವಳು ಮಾತ್ರ ಸಂಪೂರ್ಣವಾಗಿ ಚಿತ್ರ ನೋಡುವುದರಲ್ಲಿ ತನ್ಮಯಳಾಗಿದ್ದಳು. ಅವಳ ತನ್ಮಯತೆಗೆ ಭಂಗ ತರದೇ ಅವಳನ್ನೇ ನೋಡುತ್ತ ಕುಳಿತ ಭಾಸ್ಕರ.

ವಿರಾಮದ ವೇಳೆಯವರೆಗೂ ಯಾರೂ ಮಾತನಾಡಲಿಲ್ಲ. ವಿರಾಮದ ಪರದೇ ಎಳೆದಾಗ "ಬಾ ಶಶಿ, ಕಾಫೀ ಕುಡಿದುಬ ರೋಣ" ಎಂದ ಅವಳ ಮುಖವನ್ನೇ ನೋಡುತ್ತ.

ಶಶಿ ಬರುವುದಿಲ್ಲವೆಂದು ತಲೆಯಾಡಿಸಿದಳು. ಹತ್ತು ಹೆಜ್ಜೆ ಹೋಗುವುದರಲ್ಲಿ

ಅವನನ್ನ ಹಿಂಬಾಲಿಸಿದಳು. ಭಾಸ್ಕರ ನಕ್ಕು ಅವಳನ್ನು ಕರೆದೊಯ್ದು. ಕಾಫೀ ಕುಡಿದು ಉಪ್ಪೇರಿಯ ಪ್ಯಾಕೆಟ್ ಹಿಡಿದು ಹಿಂದಿರುಗಿದರು.

ಭಾಸ್ಕರನ ಪ್ಯಾಕೆಟ್ ಖಾಲಿಯಾದರೂ ಶಶಿಯ ಪ್ಯಾಕೆಟ್ಟಿನಲ್ಲಿ ನಾಲ್ಕು ಚಿಪ್ಸ್ ಖರ್ಚಾಗಲಿಲ್ಲ. ಎರಡು ಬಾರಿ ಭಾಸ್ಕರನೇ ಜ್ಞಾಪಿಸಿದ. ಆಗ ಒಂದು ತೆಗೆದುಕೊಂಡು ಬಾಯಿಗೆ ಹಾಕಿಕೊಂಡು ಸುಮ್ಮನಾಗುತ್ತಿದ್ದಳು. ಪುನಃ ಅದರ ತಂಟೆಗೇ ಹೋಗುತ್ತಿರಲಿಲ್ಲ. ಕೊನೆಗೆ ಭಾಸ್ಕರನೇ ಖಾಲಿ ಮಾಡಿದ.

ಸಿನಿಮಾದಿಂದ ಹೊರಟ ಕಾರು ಒಂದು ನಿರ್ದಿಷ್ಟ ಸ್ಥಳದಲ್ಲಿ ನಿಂತಿತು. ಗಿರಿಧರ ಬಂದು ಕಾರು ಹತ್ತಿದ.

ಭಾಸ್ಕರ ಮತ್ತು ತಂಗಿಯ ಗೆಲುವಿನ ಮುಖವನ್ನು ನೋಡೇ ಅರಿತುಕೊಂಡ, ಅವರಿಬ್ಬರ ಮನಗಳು ಬೆಸೆದುಕೊಂಡಿವೆ ಎಂದು.

"ರಾತ್ರಿ ಎಂಟು ಗಂಟೆಗೊಂದು ಕಡೇ ಬಸ್ಸಿದೆ. ಅದರಲ್ಲಿ ಹೊರಟುಬಿಡೋಕೆ ನಮಗೆ ಅವಕಾಶ ಮಾಡಿಕೊಡಿ. ನಮ್ಮ ಪರವಾಗಿ ಜೋಯಿಸರು ಇದ್ದಾರೆ. ನಾನು ಹೇಗೊ ನಾಳೆ ಬರ್ತೀನಿ. ಆಗ ಬಂದು ನಿಮ್ಮನ್ನು ಕಾಣ್ತೀನಿ" ಎಂದ ಗಿರಿಧರ ಸಣ್ಣ ಧ್ವನಿಯಲ್ಲಿ.

"ನೋಡೋಣ! ಮನೆಗೆ ಹೋದ ಮೇಲೆ ಜೋಯಿಸರು ಹೇಗೆ ಹೇಳ್ತಾರೋ ಹಾಗೆ" ಎಂದು ನಗು ಬೀರಿದ ಭಾಸ್ಕರ.

ಶಶಿ ತುಟಿ ಎರಡು ಮಾಡದೇ ಸುಮ್ಮನೇ ಕುಳಿತಿದ್ದಳು. ಎರಡು ಸಲ ಗಿರಿಧರ ಮಾತನಾಡಿಸಿದರೂ ಮಾತನಾಡದೇ ಕುಳಿತಿದ್ದಳು. ಅವಳ ನಸುಮುನಿಸು ಇಬ್ಬರಿಗೂ ಅರ್ಥವಾಗಿತ್ತು.

ಭಾಸ್ಕರ ಒಂದು ಕಡೆ ಕಾರು ನಿಲ್ಲಿಸಿ ಇಳಿದು ಹೋದ.

"ಶಶಿ...." ಎಂದ ಗಿರಿಧರ.

"ಥೂ, ನೀನು ತುಂಬ ಕೆಟ್ಟವನು. ನನ್ನನ್ನು ಬಿಟ್ಟು ಎಲ್ಲಿ ಹೋದೆ?" ಎಂದಳು ಕೋಪದಲ್ಲಿ. ಅದು ಹುಸಿಕೋಪವೆಂಬುದು ಅವಳ ಮಾತಿನಿಂದಲೇ ಅರ್ಥವಾಯಿತು.

"ಇದು ನಿಜವಾದ ಕೋಪ ಅಲ್ಲಮ್ಮ. ನಿನ್ನ ಮುಖ ಎಷ್ಟು ಕೆಂಪು ಕೆಂಪಾಗಿತ್ತು ಗೊತ್ತ! ಭಾಸ್ಕರ ಏನಾದರೂ ನಿನ್ನ ಹತ್ತಿರ ಅನುಚಿತವಾಗಿ ವರ್ತಿಸಿದರೆ?"

ಇಲ್ಲ ಎನ್ನುವಂತೆ ತಲೆಯಾಡಿಸಿದಳು.

"ಭಾಸ್ಕರನಂಥ ಶ್ರೀಮಂತ, ವಿದ್ಯಾವಂತ, ಸಭ್ಯ ಗಂಡು ಎಷ್ಟು ಹೆಣ್ಣುಮಕ್ಕಳಿಗೆ ಸಿಕ್ಕಲು ಸಾಧ್ಯ?" ಎಂದು ಗಿರಿಧರ ಅವಳ ಕೆನ್ನೆಯನ್ನು ಹಿಂಡಿದ.

ಭಾಸ್ಕರ ಒಂದು ಸಣ್ಣ ಬಂಡಲನ್ನು ತಂದು ಗಿರಿಧರನ ಕೈಗೆ ಕೊಟ್ಟು ಕಾರು ಸ್ಟಾರ್ಟ್ ಮಾಡಿದ.

ಗಿರಿಧರ ಬಿಚ್ಚಿ ನೋಡಿದ. ಎಂಟು ಕನ್ನಡ ಕಾದಂಬರಿಗಳು. ಅವನು ಏನೋ ಹೇಳಲು ಯತ್ನಿಸಿದ. ಭಾಸ್ಕರ ತಡೆದು ಹೇಳಿದ "ಇದರ ಬಗ್ಗೆ ಏನು ಸಂಕೋಚವಾಗಲಿ, ಹೇಳೋದಾಗಲಿ ಬೇಡ."

ಗಿರಿಧರ ಸುಮ್ಮನಾದ. ಆದರೆ ಶಶಿಯ ಮನಸ್ಥಿತಿ ಹೇಗಿತ್ತೋ ಅರಿವಾಗಲಿಲ್ಲ.

ಅಪ್ಪಯ್ಯ ಜೋಯಿಸರು ಎಲ್ಲ ಭಾರವನ್ನು ತಾವೇ ಹೊತ್ತು ತಂಗಿಯೊಡನೆ ಗಿರಿಧರನನ್ನು ಅಂದೇ ಅಗ್ರಹಾರಕ್ಕೆ ಕಳಿಸಿದರು.

ತುಂಗಮ್ಮ ಮಕ್ಕಳ ಬರುವನ್ನು ಎದುರು ನೋಡುತ್ತ ಗೋಡೆಗೆ ಆತು ಕುಳಿತಿದ್ದರು. ಲ್ಯಾಂಪ್ ತನ್ನ ಸಣ್ಣ ಪ್ರಕಾಶದಿಂದ ಆ ಮನೆಯನ್ನು ಬೆಳಕು ಮಾಡಿತ್ತು.

ಗಿರಿಧರ ಒಳಗೆ ಬಂದವನೇ ಕೈಯಲ್ಲಿದ್ದ ಬ್ಯಾಸ್ಕೆಟನ್ನು ಗೋಡೆಯ ಪಕ್ಕಕ್ಕಿಟ್ಟು ಬಚ್ಚಲು ಮನೆಯೆನ್ನಿಸಿದ್ದ ಹಿತ್ತಲಲ್ಲಿ ಹೋಗಿ ಮುಖ ಕೈಕಾಲು ತೊಳೆದು ಬಂದು ಶಶಿ ಕೊಟ್ಟ ಟವಲಿನಿಂದ ಮುಖ ಕೈಕಾಲು ಒರೆಸಿ ಕೂದಲಿನ ಮೇಲೆ ಬಾಚಣಿಗೆಯಾಡಿಸಿ ಬಂದು ತಾಯಿಗೆ ಸಮೀಪವಾಗಿ ಕುಳಿತ.

ತುಂಗಮ್ಮ ಮಾತನಾಡುತ್ತಿದ್ದುದ್ದೇ ಕಡಿಮೆ. ಗಂಡ ಮನೆ ಬಿಟ್ಟು ಹೋದಮೇಲಂತೂ ಸದಾಕಾಲದಲ್ಲೂ ಮಂಕಾಗಿರುತ್ತಿದ್ದರು. ಇಂಥ ಮಂಕು ಮೂದೇವಿಯ ಮಕ್ಕಳೆಂದು ಗಿರಿಧರ, ಶಶಿಯನ್ನು ತೋರಿಸಿದರೆ ಕಾಣದವರು ನಂಬುತ್ತಿರಲಿಲ್ಲ.

ಗಿರಿಧರ ತಾಯಿಗೆ ಎಲ್ಲ ವರದಿಯನ್ನು ಒಪ್ಪಿಸಿ ಭಾಸ್ಕರನ ಸರಳತನವನ್ನು ಕೊಂಡಾಡಿ, ತಂಗಿಯ ಅದೃಷ್ಟವನ್ನು ಬಾಯಿ ತುಂಬ ಹೊಗಳಿದ.

"ಹೇಗೋ ಮಗು, ಆ ಹುಡುಗಿ ಕಣ್ಣೀರು ಹಾಕದೇ ಸುಖವಾಗಿದ್ದರೆ ಸಾಕು" ಎಂದು ಮೇಲಕ್ಕೆದ್ದರು ತುಂಗಮ್ಮ.

ಅಷ್ಟರಲ್ಲಿ ಶಶಿ ಅಡಿಗೆ ಮನೆಯಲ್ಲಿ ತಟ್ಟೆ ಹಾಕಿ ಅಣಿಗೊಳಿಸಿದ್ದಳು. ತುಂಗಮ್ಮ ಮೌನವಾಗಿ ಹುಡುಗರಿಬ್ಬರಿಗೆ ಬಡಿಸಿದರು. ಊಟ ಮಾಡುತ್ತಿದ್ದ ಮಗಳ ಮುಖವನ್ನು ತದೇಕಚಿತ್ತರಾಗಿ ನೋಡಿದರು. ಹೆತ್ತ ಕರುಳು ಮಗಳ ಸಮ್ಮತಿಯನ್ನು ಗುರುತಿಸಿತೇನೋ, ಮುಖದ ಮೇಲೆ ತೃಪ್ತಿಯ ಕಳೆ ಮೂಡಿತು.

ಮರುದಿನ ಬೆಂಗಳೂರಿಗೆ ಕಾಲೇಜು ಸಲುವಾಗಿ ಹೋದ ಗಿರಿಧರ ಭಾಸ್ಕರನ ಮನೆಗೆ ಹೋಗಲು ಸಂಕೋಚಪಟ್ಟ. ಹೇಗಾದರು ಅವನು ಅಪ್ಪಯ್ಯ ಜೋಯಿಸರನ್ನು ಕಾಣಲೇಬೇಕಾಗಿತ್ತು. ಸಂಜೆ ಕಾಲೇಜಿನಿಂದ ಹಾಗೇ ಭಾಸ್ಕರನ ಅಂಗಡಿಗೆ ಹೋದ. ವಿಪರೀತ ಜನಸಂದಣಿ, ವ್ಯಾಪಾರ ಭರಾಟೆಯಿಂದ ಸಾಗುತ್ತಿತ್ತು. ಆದರೆ ಭಾಸ್ಕರ ಸಹಜ ಮುಗುಳು ನಗೆಯೊಂದಿಗೆ ಗಿರಿಧರನನ್ನು ಸ್ವಾಗತಿಸಿದ.

"ನೀವು ಬಹಳ ಹೊತ್ತಾಗಿ ಅಗ್ರಹಾರ ತಲುಪಿರಬೇಕಲ್ಲ? ಅಮ್ಮ ಅಂತು ನಾಳೆ ಕಳಿಸಿದ್ದರಾಯಿತು ಎಂದು ಬೇಸರಗೊಂಡರು. ಜೋಯಿಸರೇ ನಿಮ್ಮ ತಾಯಿಯ ಕಕ್ಕುಲತೆಯನ್ನು ವಿವರಿಸಿದರು. ನಿಮ್ಮ ತಾಯಿ ಏನು ಹೇಳಿದರು?" ಎಂದು ಭಾಸ್ಕರ

ನಸುನಗು ಚೆಲ್ಲಿ.

ಗಿರಾಕಿಗಳು ಕೌಂಟರ್ ಬಳಿ ಬರುತ್ತಿದ್ದರಿಂದ ಗಿರಿಧರ ಏನೂ ಹೇಳಲಿಲ್ಲ.

ಅಲ್ಲೇ ಕುಳಿತು ಲೆಕ್ಕ ಬರೆಯುತ್ತಿದ್ದ ವೃದ್ಧರ ಬಳಿಗೆ ಹೋದ ಭಾಸ್ಕರ ಏನೋ ಹೇಳಿ ಮರುಕ್ಷಣವೇ ಹಿಂದಿರುಗಿ ಬಂದ.

"ಬನ್ನಿ ಹೋಗೋಣ" ಎಂದ ಬೀಗದ ಕೈಯನ್ನು ಜೇಬಿಗೆ ಸೇರಿಸುತ್ತ.

ಗಿರಿಧರ ಎದ್ದು ಅವನ ಹಿಂದೆ ಹೆಜ್ಜೆ ಹಾಕಿದ. ಅವನಿಗೆ ಬಹಳ ಸಂಕೋಚವಾಗಿತ್ತು. ತಾನು ಇಂಥ ವ್ಯಾಪಾರದ ಹೊತ್ತಿನಲ್ಲಿ ಬಂದು ಅವರ ಕೆಲಸಕ್ಕೆ ತೊಂದರೆ ಕೊಡುತ್ತಿರುವೆನೇನೋ! ಅದನ್ನು ಅವರು ಬಾಯಿಬಿಟ್ಟು ಹೇಗೆ ಹೇಳಿಯಾರು!

ಕಾರಿನಲ್ಲಿ ಕೂಡುತ್ತ ಮನಸ್ಸಿನಲ್ಲಿದ್ದುದ್ದನ್ನು ಆಡಿಯೇಬಿಟ್ಟ.

"ನಾನು ಬಂದದ್ದು ನಿಮಗೆ ತುಂಬಾ ತೊಂದರೆಯಾಯಿತೇನೋ?"

"ಛೆ? ಹಾಗೆ ತಿಳಿಯಲೇಬೇಡಿ. ಇಲ್ಲಿ ತೊಂದರೆಯ ಪ್ರಶ್ನೆಯೇ ಬರೋದಿಲ್ಲ" ಎಂದು ಕಾರು ಸ್ಟಾರ್ಟ್ ಮಾಡುತ್ತ ಭಾಸ್ಕರ.

ಕಾರು ಹೋಟಲಿನ ಮುಂದೆ ನಿಂತಾಗ ಗಿರಿಧರ ಯಾವ ಆಕ್ಷೇಪವನ್ನೂ ಎತ್ತಲಿಲ್ಲ. ತನ್ನ ಅತೀ ಸಂಕೋಚವನ್ನು ಭಾಸ್ಕರ ತಪ್ಪು ತಿಳಿದಾನೆಂದು.

ಭಾಸ್ಕರ ಜಾಮೂನ್, ಮಸಾಲೆದೋಸೆಗೆ ಆರ್ಡರ್ ಮಾಡಿ ವಾಷ್ ಬೇಸಿನ್‌ನಲ್ಲಿ ಹೋಗಿ ಕೈತೊಳೆದು ಬಂದ. ಗಿರಿಧರ ಸಹ ಕೈ ತೊಳೆದು ಬಂದು ಪ್ಯಾಂಟಿನ ಕಿಸೆಯಲ್ಲಿದ್ದ ಕರ್ಚೀಫಿಗೆ ಕೈ ಹಾಕಿದ. ತಂಗಿ ಪ್ರೀತಿಯಿಂದ ಅದರ ಮೇಲೆ ಕಸೂತಿ ಹಾಕಿ ಕೊಟ್ಟಿದ್ದರಿಂದ ಅದನ್ನು ಬಳಸದಿದ್ದರೂ ಸದಾ ಜೇಬಿನಲ್ಲಿ ಇಟ್ಟಿರುತ್ತಿದ್ದ. ಇವನು ಕೈ ಹಾಕಿದೊಡನೆ ಅದು ಹೊರಗೆ ಬಂತು. ಭಾಸ್ಕರ ಅದನ್ನು ಪಡೆದು ಆಸಕ್ತಿಯಿಂದ ನೋಡಿದ. ಜಾಣ್ಮೆಯಿಂದ ಶಶಿ 'ಗಿರಿಧರ' ಎಂದು ಕಲಾತ್ಮಕವಾಗಿ ಹೆಣೆದಿದ್ದಳು. ಭಾಸ್ಕರ ಅದನ್ನು ನೋಡಿ ಹಿಂದಿರುಗಿಸಿದ.

"ಅಗ್ರಹಾರದಲ್ಲಿ ಹೊತ್ತು ಹೋಗೋದು ಬಹಳ ಕಷ್ಟ. ಅದಕ್ಕೆ ಕಸೂತಿ ಕೆಲಸ ಮಾಡ್ತಾ ಇರ್ತಾಳೆ" ಎಂದ ಮೆಚ್ಚಿಗೆಯ ಧ್ವನಿಯಲ್ಲಿ ಗಿರಿಧರ.

"ತುಂಬ ಕಲಾತ್ಮಕವಾಗಿದೆ" ಎಂದ ಭಾಸ್ಕರ. ಅವನ ನುಡಿಯಲ್ಲಿ ಅದನ್ನು ಹೆಣೆದವಳ ಬಗ್ಗೆ ಇರುವ ಮೆಚ್ಚಿಕೆಯನ್ನು ಗಿರಿಧರ ಗ್ರಹಿಸಲಾಗದೆ ಹೋಗಲಿಲ್ಲ.

ತಿಂಡಿ ತಿನ್ನುತ್ತ ಗಿರಿಧರ ತಮ್ಮಗಳ ಪೂರ್ತಿ ಸಮ್ಮತಿಯನ್ನು ತಿಳಿಸಿ ತಮ್ಮ ಪರಿಸ್ಥಿತಿಯನ್ನು ತೋಡಿಕೊಂಡ.

"ನಾವು ನಿಮ್ಮ ಅಂತಸ್ತಿಗೆ ಸರಿಯಾಗಿ ಮದುವೆ ಮಾಡಿಕೊಡಲು ಸಾಧ್ಯವಿಲ್ಲ. ಇದನ್ನು ಈಗಾಗಲೇ ಜೋಯಿಸರು ನಿಮಗೆ ಹೇಳಿರಬಹುದು. ಆದರೂ ನಾನು ಮೊಕ್ತ ಹೇಳೋದೇ ಸರಿಯೆನ್ನಿಸಿತು."

"ಗಿರಿಧರ್, ನೀವು ಅದರ ಬಗ್ಗೆ ತಲೆ ಕೆಡಿಸಿಕೊಳ್ಳಬೇಕಾಗಿಲ್ಲ. ಶಶಿನ ನಮ್ಮ ತಾಯಿ ತಂದೆ ಆದಿಯಾಗಿ ಎಲ್ಲರೂ ಮೆಚ್ಚಿಕೊಂಡಿದ್ದಾರೆ. ನಾನು ಒಂದು ಸಲ ಮದುವೆಯಾದವನು. ನನಗೆ ಮದುವೆಯ ಬಗ್ಗೆ ಉತ್ಸಾಹ ಕಡಿಮೆ ಇರಬಹುದು. ಆದರೆ ಯಾವ ಕಾರಣಕ್ಕೂ ನಿಮ್ಮ ತಂಗಿ ಮನಸ್ಸು ನೋಯಬೇಕಾಗಿಲ್ಲ. ಹುಡುಗಿಯರು ತಮ್ಮ ವಿವಾಹದ ಬಗ್ಗೆ ಎಷ್ಟೋ ಕಲ್ಪನೆಗಳನ್ನು ಕಟ್ಟಿಕೊಂಡಿರುತ್ತಾರೆ" ತನ್ನ ಮಾತಿಗೆ ತಾನೇ ನಕ್ಕ ಭಾಸ್ಕರ. ಏಕೆಂದರೆ ಗಿರಿಧರ ಇನ್ನೂ ಮದುವೆಯಾಗದ ಹುಡುಗ. ಬಹಳ ಸಂಕೋಚ ಪ್ರಕೃತಿಯವ; ಕಾಲೇಜು ಓದಿನಲ್ಲೂ ಅವನು ಹೆಣ್ಣುಗಳಿಂದ ಬಹಳ ದೂರವೇ ಉಳಿದಿರಬೇಕು. ಅಂಥವನೊಡನೆ ತಾನು ಏನು ಹೇಳಲಿ? ಏನು ಕೇಳಲಿ? ಎಂದುಕೊಂಡ.

ತಿಂಡಿ ತಿಂದು ಕಾಫಿ ಕುಡಿದು ಮಾಣಿ ತಂದು ಕೊಟ್ಟ ಬಿಲ್ಲನ್ನು ಭಾಸ್ಕರ ಎತ್ತಿಕೊಂಡ. ಹಾಗೂ ಗಿರಿಧರ ತಾನೇ ಕೈಹಾಕಿದ್ದ. ಆದರೆ ಭಾಸ್ಕರ ತಾನೇ ಒಯ್ದ. ಗಿರಿಧರ ಸುಮ್ಮನೆ ಅವನನ್ನು ಹಿಂಬಾಲಿಸಿದ.

ವರಾಂಡದಲ್ಲಿ ಕುಳಿತಿದ್ದ ಜೋಯಿಸರು ಗಿರಿಧರನನ್ನು ನೋಡಿ ದೊಡ್ಡ ನಗೆ ಬೀರಿದರು. ಗಿರಿಧರ ಗೌರವದಿಂದ ಅವರ ಬಳಿ ಹೋಗಿ ಕುಳಿತ. ಭಾಸ್ಕರ ಒಳಗೆ ಹೋದ.

"ಗಿರಿ, ಇವತ್ತಿಗೆ ಹದಿನೈದು ದಿನಕ್ಕೆ ಒಳ್ಳೆ ಲಗ್ನ ಇದೆ. ಆ ಲಗ್ನಕ್ಕೆ ಭಾಸ್ಕರನ ತಾಯಿ ತಂದೆ ಒಪ್ಪಿಗೆ ಕೊಟ್ಟಿದ್ದಾರೆ. ಅಗ್ರಹಾರದಲ್ಲಿ ಅನುಕೂಲವಿಲ್ಲವಾದ್ದರಿಂದ ಮದುವೆಯನ್ನು ನಂದಿಯಲ್ಲಿ ನಡೆಸೋಣವೆಂದು ತೀರ್ಮಾನಿಸಿದ್ದೇವೆ. ಇದಕ್ಕೆ ನೀನು ಏನು ಹೇಳ್ತಿ?" ಎಂದರು ಹೆಗಲ ಮೇಲಿದ್ದ ತಮ್ಮ ಹಳೇ ಜರಿ ಶಲ್ಯದಲ್ಲಿ ಮೂಗು ಒರೆಸುತ್ತ.

ಗಿರಿಧರನಿಗೆ ಏನು ಹೇಳಬೇಕೋ ತಿಳಿಯಲಿಲ್ಲ. ತನ್ನ ಬಳಿ ಒಂದು ಪೈಸಾ ಕೂಡಾ ಇಲ್ಲ. ತಂಗಿ ಮದುವೆಗಾಗಿ ಅಮ್ಮ ನೂರು ರೂಪಾಯಿ ಕೂಡಿಸಿಟ್ಟಿದ್ದಾಳೆ. ಅದು ಎಲ್ಲಿಗೆ ಸಾಲುತ್ತೆ? ಏನು ಮಾಡಲಿ? ಯಾರು ಸಾಲ ಕೊಡ್ತಾರೆ? ತನಗೆ ಆಸ್ತಿ, ಜಮೀನು, ಮನೆ ಏನೂ ಇಲ್ಲ, ಒತ್ತೆಯಾದರೂ ಇಟ್ಟು ದುಡ್ಡು ತರೋಣವೆಂದರೆ ನನ್ನ ವಿದ್ಯೆಯೇ ನನಗೆ ಆಸ್ತಿ. ಏನು ಮಾಡಲಿ? ಎಂದು ಕೈ ಕೈ ಹಿಸುಕಿಕೊಂಡ.

ಜೋಯಿಸರಿಗೆ ಗಿರಿಧರನ ಅಸಹಾಯಕ ಪರಿಸ್ಥಿತಿಯ ಅರಿವಿತ್ತು.

"ಯಾವ ಕಾರಣಕ್ಕೂ ಲಗ್ನವನ್ನು ಮುಂದುಹಾಕೋದು ಬೇಡ. ರಾಮೇಗೌಡನ್ನ ಕೇಳಿದರೆ ಸ್ವಲ್ಪ ಸಹಾಯ ಮಾಡಿಯಾನು. ಯಾವುದಕ್ಕೂ ನಾನು ನಾಳೆ ಅಗ್ರಹಾರಕ್ಕೆ ಹೋಗಿ ವಿಚಾರಿಸ್ತೀನಿ. ಓದೋ ಹುಡುಗ ನೀನು ಯೋಚಿಸಿ ತಲೆ ಕೆಡಿಸಿಕೊಳ್ಳೋದು ಬೇಡ" ಎಂದು ಭುಜವನ್ನು ಮೃದುವಾಗಿ ತಟ್ಟಿ ಧೈರ್ಯ ತುಂಬಿದರು.

ಜೋಯಿಸರ ಧೈರ್ಯದ ನುಡಿಗಳಿಂದ ಗಿರಿಧರ ಸ್ವಲ್ಪ ಚೇತರಿಸಿಕೊಂಡ.

ಭಾಸ್ಕರನ ತಾಯಿ ಹೊರಗೆ ಬಂದು ಗಿರಿಧರನನ್ನು ಮಾತನಾಡಿಸಿ ಒಳಗೆ ಹೋದರು. ಆ ಹುಡುಗನ ಮುಂದೆ ಮದುವೆಯ ಸುದ್ದಿ ಎತ್ತುವ ಮನಸ್ಸೇ ಆಗಲಿಲ್ಲ ಅವರಿಗೆ.

ಭಾಸ್ಕಗ ಹೊರಗೆ ಬಂದು ಗಿರಿಧರನನ್ನು ಒಳಗೆ ಕರೆದೊಯ್ದ. ಅವನ ತಾಯಿ ಬಲವಂತಕ್ಕೆ ಪುನಃ ಅಲ್ಲಿ ಕಾಫಿ ತಿಂಡಿ ಸಮಾರಾಧನೆ ಆಯಿತು.

ಗಿರಿಧರ ತಾನೇ ಅವಸರಿಸಿ ಹಾಸ್ಟೆಲಿಗೆ ಹೊರಟ. ಅವನಿಗೆ ಯಾವುದೋ ಒಂದು ಪವಾಡ ತನ್ನ ಮುಂದೆ ನಡೆದುಹೋಗುತ್ತಿರುವ ಅನುಭವವಾಯಿತು.

3

ಜೋಯಿಸರು ಹೇಳಿದ್ದನ್ನೆಲ್ಲ ಮೌನವಾಗಿ ಕೂತು ಕೇಳಿದ ತುಂಗಮ್ಮ ಒಳಗೆ ಎದ್ದು ಹೋಗಿ ಹಳೇ ಟ್ರಂಕಿನಲ್ಲಿ ಮುಚ್ಚಿಟ್ಟಿದ್ದ ಒಂದು ಸಣ್ಣ ಗಂಟನ್ನು ತಂದು ಜೋಯಿಸರ ಮುಂದಿಟ್ಟು, ಒಂದೇ ಹಳೇ ಕಾಲದ ನಾಗರಬಿಲ್ಲೆಯನ್ನು ಅದರ ಜೊತೆಗಿಟ್ಟರು. ಎಣಿಸಲು ಬಾರದ ತುಂಗಮ್ಮ ಜೋಯಿಸರ ಕಡೆ ಮಗ ಸತೀಶನೊಡನೆ ಕೊಟ್ಟು ಎಣಿಸುವಂತೆ ಹೇಳಿದರು. ಆಕೆ ಒಟ್ಟು ಐದುನೂರ ಮೂವತ್ತೆರಡು ರೂಪಾಯಿ ಹನ್ನೊಂದು ಪೈಸೆಯನ್ನು ಗಂಟುಕಟ್ಟಿ ಇಟ್ಟಿದ್ದರು. ಅದನ್ನು ಮಗ, ಮಗಳಿಗೂ ಸಹ ತೋರಿಸಿರಲಿಲ್ಲ. ಮಾತಿನ ಸಂದರ್ಭದಲ್ಲಿ ಐನೂರೂ ರೂಪಾಯಿ ಶಶಿಯ ಮದುವೆಗಾಗಿ ಕೂಡಿಸಿಟ್ಟಿರುವುದಾಗಿ ಗಿರಿಧರನ ಮುಂದೆ ಒಮ್ಮೆ ಹೇಳಿದ್ದರು.

ಜೋಯಿಸರು ವೇದನೆಯ ನಿಟ್ಟುಸಿರೊಂದನ್ನು ಹೊರ ಚೆಲ್ಲಿದರು. ತುಂಗಮ್ಮ ಮದುವೆಯಾಗಿ ಬಂದಾಗಿನಿಂದ ಅನುಭವಿಸಿದ ಕಷ್ಟವೆಲ್ಲ ಅವರಿಗೆ ನೆನಪಾಯಿತು.

"ತುಂಗಮ್ಮ, ಅವರೇ ಖರ್ಚಿಟ್ಟು ಮಾಡ್ಕೊಳ್ಳೋಕೆ ಸಿದ್ಧವಾಗಿದ್ದಾರೆ."

"ಬೇಡಿ ಜೋಯಿಸರೇ, ಇರೋ ಒಂದು ಹೆಣ್ಣು; ನಮಗೆ ದೇವರು ಕೊಟ್ಟಿದ್ದರಲ್ಲೇ ಧಾರೆಯೆರೆದು ಕೊಡೋಣ. ನನ್ನ ಹತ್ತಿರ ಇರೋದನ್ನ ನಿಮ್ಮ ಮುಂದೆ ಇಟ್ಟಿದ್ದೀನಿ. ಆ ನಾಗರಬಿಲ್ಲೆ ಎಲ್ಲ ಮುರಿಸಿ ಚೆನ್ನಾದ ಒಂದು ಒಂದು ಜೊತೆ ವಾಲೆ, ಮೂಗುಬೊಟ್ಟು, ತಾಳಿ ಮಾಡಿಸಿ."

ತುಂಗಮ್ಮನ ಮಾತು ಕೇಳಿ ಜೋಯಿಸರಿಗೆ ಹೆಮ್ಮೆಯಾಯಿತು. ಬಡಹೆಣ್ಣಾದರೂ ಎಷ್ಟೊಂದು ಸ್ವಾಭಿಮಾನ. ಆದರೆ ಐದುನೂರು ರೂಪಾಯಿ ಯಾವ ಮೂಲೆಗೆ? ಎಂದು ತಲೆ ಕೆರೆದುಕೊಂಡರು.

ಪುನಃ ಒಳಗೆ ಎದ್ದು ಹೋದ ತುಂಗಮ್ಮ ಹಳೇಕಾಲದ ಒಂದು ಬೆಳ್ಳಿ ಲೋಟ, ಪಂಚಪಾತ್ರೆ, ಉದ್ಧರಣೆ ತಂದಿಟ್ಟರು. ಅವರ ಮನಸ್ಸು ತೊಯ್ದಾಡುತ್ತಿತ್ತು. ಕಡೇಪಕ್ಷ ಅಳಿಯನಿಗೆ ಒಂದು ಉಂಗುರವಾದರೂ ಬೇಡವಾ! ಏನು ಮಾಡೋದು?

"ತುಂಗಮ್ಮ ರಾತ್ರಿ ಗಿರಿ ಬರ್ತಾನೆ. ಅವನ ಜೊತೆ ಮಾತಾಡಿ ಮುಂದಿನದು ಮಾಡೋಣ. ನೀನೇನು ಆತಂಕಪಟ್ಟುಕೋಬೇಡ" ಎಂದವರೇ ಎದ್ದುಹೋದರು ಜೋಯಿಸರು ಮೆಲ್ಲಗೆ. ವಯಸ್ಸು ಕುಂದಿದ್ದರಿಂದ ಅವರು ಸ್ವಲ್ಪ ದೂರ ನಡೆದರೆ ಆಯಾಸಗೊಳ್ಳುತ್ತಿದ್ದರು.

ಗಿರಿಧರ ಕಾಲೇಜು ಮುಗಿಸಿಕೊಂಡು ಕಡೆಯ ಬಸ್ಸಿಗೆ ಅಗ್ರಹಾರಕ್ಕೆ ಹಿಂದಿರುಗಿದ. ಅವನ ಮುಖ ತಂಗಿಗೆ ಉತ್ತಮ ವರ ದೊರಕಿತೆಂದು ಮುದಗೊಂಡಿದ್ದರೂ ಅನನುಭವಿಯಾದ ತಾನು ಹೇಗೆ ತಂಗಿಯ ಮದುವೆಯನ್ನು ಸುಸೂತ್ರವಾಗಿ ಮಾಡಬಲ್ಲೆ!? ಚಿಕ್ಕಪ್ಪಂದಿರಿಂದ ಏನೂ ಸಹಾಯ ನಿರೀಕ್ಷಿಸುವ ಹಾಗಿರಲಿಲ್ಲ. ಒಂದೆರಡು ಸಲ ತಾಯಿಯ ಬಲವಂತಕ್ಕೆ ಅವರುಗಳ ಮನೆಗೆ ಹೋದಾಗ ಅವರು ಆತ್ಮೀಯತೆ ತೋರುವುದಿರಲಿ, ಮುಖ ಕೊಟ್ಟೂ ಮಾತನಾಡಿರಲಿಲ್ಲ. ವ್ಯಂಗ್ಯ ಮಾತುಗಳಿಂದ ಅವನನ್ನು ನೋಯಿಸಿ ಕಳಿಸಿದ್ದರು.

ಶಶಿಯ ಮುಖ ಬಹಳ ಮಂಕಾದ ಹಾಗೆ ಕಾಣಿಸಿತು ಗಿರಿಧರನಿಗೆ. ಅವನ ಮನಸ್ಸು ಆತಂಕಗೊಂಡಿತು. ಅವಳು ಮೌನವಾಗಿ ಊಟ ಬಡಿಸಿದಳೇ ವಿನಃ ಎಂದಿನಂತೆ ನಗುನಗುತ್ತ ಮಾತನಾಡಲಿಲ್ಲ. ಆದರೆ ತಾಯಿಯ ಎದುರಿಗೆ ಅವಳನ್ನು ಪ್ರಶ್ನಿಸುವ ಮನಸ್ಸಾಗಲಿಲ್ಲ. ಅದೇ ಹೊತ್ತಿಗೆ ತುಂಗಮ್ಮ ಕಾಶಿನಾತ ಶಾಸ್ತ್ರಿಗಳ ಮನೆಗೆ ಹೊರಟರು. ಅವರ ಮಗು ಸಾಯಂಕಾಲದಿಂದ ರಚ್ಚೆ ಹಿಡಿದುಬಿಟ್ಟಿತ್ತು. ಅದಕ್ಕೆ ದೃಷ್ಟಿ ತೆಗೆದು ನಿವಾಳಿಸಲು ತುಂಗಮ್ಮನವರನ್ನು ಅವರೇ ಬಂದು ಕರೆದೊಯ್ದುರು. ಆಕೆಗೆ ಇದು ದಿನನಿತ್ಯದ ಪಾಠವಾಗಿತ್ತು. ನೆರೆಹೊರೆಯವರ ಮನೆಯಲ್ಲಿ ಮಕ್ಕಳಿಗೆ ಏನಾದರೂ ಆದರೆ ಸಲಹೆ ಕೇಳಲು ತುಂಗಮ್ಮನ ಬಳಿ ಬರುತ್ತಿದ್ದರು. ಕೆಲವೊಮ್ಮೆ ಅವರನ್ನೇ ತಮ್ಮ ಮನೆಗೆ ಕರೆದೊಯ್ಯುತ್ತಿದ್ದರು.

ತುಂಗಮ್ಮನ ತಂದೆ ಅಳಲೆಕಾಯಿ ಪಂಡಿತರು. ಅವರು ಕಾಡಿನಲ್ಲೆಲ್ಲ ಸುತ್ತಾಡಿ ನಾರು, ಬೇರು ಸಂಗ್ರಹಿಸಿ ಅವುಗಳನ್ನು ಒಣಗಿಸಿ ಕುಟ್ಟಿ ಪುಡಿ ಮಾಡಿ ಹಲವು ಬಗೆಯ ಚೂರ್ಣವನ್ನು ತಯಾರಿಸುತ್ತಿದ್ದರು. ಯಾವ ಬಗೆಯ ಪ್ರತಿಫಲವನ್ನೂ ನಿರೀಕ್ಷಿಸದೇ ರೋಗಗಳಿಗೆ ಅದನ್ನು ಪುಕ್ಕಟೆಯಾಗಿ ಕೊಡುತ್ತಿದ್ದರು. ಇವರ ಚೂರ್ಣ ಹಲವು ಬಗೆಯ ವ್ಯಾಧಿಗಳಿಗೆ ರಾಮಬಾಣವಾಗಿತ್ತು. ಅದಲ್ಲದೇ ಮಕ್ಕಳಿಗೆ ಮಂತ್ರ ಹಾಕುವುದು ಇವರಿಗೆ ಕರಗತವಾಗಿತ್ತು. ಆ ವಿದ್ಯೆಯ ಸ್ವಲ್ಪಾಂಶ ತುಂಗಮ್ಮನಿಗೆ ವರವಾಗಿ ಬಂದಿತ್ತು. ಅದರ ಕಡೆ ತುಂಗಮ್ಮ ಹೆಚ್ಚಿನ ಗಮನ ಕೊಡದೇ ಇದ್ದುದರಿಂದ ಅದು ಹೆಚ್ಚಿನ ಪ್ರವರ್ಧಮಾನಕ್ಕೆ ಬರಲು ಅವಕಾಶವಾಗಲಿಲ್ಲ.

ಊಟ ಮುಗಿಸಿ ಬಂದ ಗಿರಿಧರ ಗೋಡೆಗೆ ಒರಗಿ ಉರಿಯುತ್ತಿದ್ದ ಲಾಟಿನನ್ನು ದಿಟ್ಟಿಸತೊಡಗಿದ. ಶಶಿ ಅಡಿಗೆಯ ಕೋಣೆ ಎನ್ನಿಸಿಕೊಂಡಿದ್ದ ಸ್ಥಳದಿಂದ ಹೊರಗೆ ಬರುವಷ್ಟರಲ್ಲಿ,

"ಶಶಿ, ಇಲ್ಲಿ ಬಾ" ಎಂದ.

ಶಶಿ ಬಂದು ಅಣ್ಣನ ಮುಂದೆ ಕುಳಿತಳು. ಅವಳ ಕಣ್ಣಿನಲ್ಲಿ ಯಾವುದೊ ನೋವು ಎಡತಾಕುತ್ತಿತ್ತು.

"ಶಶಿ, ಯಾಕೋ ನಿನ್ನ ಮುಖ ಗೆಲುವಾಗಲಿಲ್ಲ. ನಿನಗೆ ಈ ಮದುವೆ ಇಷ್ಟವಿಲ್ಲದಿದ್ದಗೆ ಹೇಳು, ನಿಲ್ಲಿಸಿಬಿಡೋಣ" ಎಂದ ಮೆಲುವಾಗಿ.

ಶಶಿ, ಅಣ್ಣನ ಮೊಣಕಾಲಿಗೆ ತಲೆ ತಾಗಿಸಿ ಬಿಕ್ಕಿಬಿಕ್ಕಿ ಅಳತೊಡಗಿದಳು. ಅವಳು ಭಾಸ್ಕರನನ್ನು ಮನಃಪೂರ್ವಕವಾಗಿ ಮೆಚ್ಚಿಕೊಂಡಿದ್ದಳು. ಆದರೆ ಅವಳ ಹೃದಯದಲ್ಲಿ ಮೂರು ರೀತಿಯ ಭಯಗಳು ಉತ್ಪನ್ನವಾಗಿದ್ದವು. ಅವು ಮೂರೂ ಸಮ್ಮಿಳನವಾಗಿ ವೇದನೆಯ ರೂಪಕ್ಕೆ ತಿರುಗಿತ್ತು.

ಮೊದಲನೆಯದಾಗಿ ಅವಳನ್ನು ಕಾಡುತ್ತಿದ್ದದ್ದು; ಎರಡನೇ ಗಂಡಾದ ಭಾಸ್ಕರ ಮೊದಲ ಮಡದಿಯನ್ನು ಮರೆತು ತನ್ನನ್ನು ಪ್ರೀತಿಸಬಲ್ಲನೇ? ಇಲ್ಲ ಈ ಮದುವೆ ಅವರ ತಾಯಿ-ತಂದೆಯ ಬಲವಂತವೇ!? ಎರಡನೆಯದಾಗಿ ತಾನು ತೀರ ಬಡತನದಲ್ಲಿ ಬೆಳೆದ ಹುಡುಗಿ, ಅಲ್ಲಿನ ವಾತಾವರಣಕ್ಕೆ ಹೊಂದಿಕೊಳ್ಳಬಲ್ಲೆನೇ? ತನ್ನ ಸ್ಥಿತಿಯನ್ನು ತಿಳಿದೂ ಸಹ ಅವರು ತನ್ನನ್ನು ಗೌರವಿಸಬಲ್ಲರೇ? ಮೂರನೆಯದಾಗಿ ಜೀವನದಲ್ಲಿ ಕಷ್ಟವನ್ನೇ ಕಂಡು ಉಂಡ ತಾಯಿಯನ್ನು ಬಿಟ್ಟು ಹೇಗೆ ಅಲ್ಲಿಗೆ ಹೋಗಿ ಸುಖವಾಗಿರಲಿ? ತಾವು ಇರೋ ಸ್ಥಿತಿಯಲ್ಲಿ ಸಾವಿರಾರು ರೂಪಾಯಿ ಖರ್ಚು ಮಾಡಿ ಮದುವೆ ಮಾಡಲು ಹೇಗೆ ಸಾಧ್ಯ?

ಅತ್ತು ಸಮಾಧಾನಗೊಂಡ ಶಶಿ ಅಣ್ಣನಿಗೆ ತನ್ನ ಹೃದಯದ ಬೇಗುದಿಯನ್ನು ತಿಳಿಸಿದಳು.

"ಹುಚ್ಚುಹುಡುಗಿ! ಇಲ್ಲದೆಲ್ಲ ಯೋಚಿಸುತ್ತಾಳೆ. ಭಾಸ್ಕರನ ಪ್ರೀತಿಯ ಬಗ್ಗೆ ನಿನಗೆ ಅನುಮಾನ ಬೇಡ. ಇನ್ನು ಮದುವೆ, ಅಮ್ಮನ ವಿಷಯಾನ ನೀನು ತಲೆಗೆ ಹಚ್ಚಿಕೋಬೇಡ" ಎಂದು ಸಮಾಧಾನಪಡಿಸಿದ. ಆ ಮಾತಿನಿಂದ ಶಶಿ ಎಷ್ಟು ಸಮಾಧಾನಗೊಂಡಳೋ!

ಬೆಳಿಗ್ಗೆ ಎದ್ದ ಕೂಡಲೇ ಗಿರಿಧರ ರಾಮೇಗೌಡನನ್ನು ಹುಡುಕಿಕೊಂಡು ಹೋದ. ಬತ್ತದ ಮಡಿಗಳಿಗೆ ನೀರು ಕಟ್ಟುತ್ತಿದ್ದ ರಾಮೇಗೌಡ ಗೆಳೆಯನನ್ನು ಕಂಡು ಆತ್ಮೀಯವಾಗೇ ಸ್ವಾಗತಿಸಿದ.

"ಇದೇನೋ ಗಿರಿ, ರಜಾನ! ಬುಧವಾರ ಬಂದುಬಿಟ್ಟಿದ್ದೀಯಾ?" ಎನ್ನುತ್ತ ಆಳುಗಳಿಗೆ ತನ್ನ ಕೆಲಸ ಒಪ್ಪಿಸಿ ಗದ್ದೆಯಿಂದ ಹೊರಗೆ ಬಂದ.

"ನಿನ್ನ ಹತ್ರ ಸ್ವಲ್ಪ ಮಾತಾಡಬೇಕಾಗಿತ್ತು" ಎಂದ ಗಿರಿಧರ ಸಂಕೋಚದಿಂದ. ಅವನ ಗಂಟಲಿನಿಂದ ಮಾತುಗಳು ಹೊರಬೀಳಲು ಮುಷ್ಕರ ಹೂಡುತ್ತಿದ್ದವು. ಅವನು ಈ ಜನ್ಮದಲ್ಲಿ ತೀರಿಸಲಾರದಷ್ಟು ರಾಮೇಗೌಡನ ಋಣದಲ್ಲಿದ್ದ. ಈಗ ಪುನಃ ಹೇಗೆ ಅವನ ಸಹಾಯ ಕೇಳುವುದೆಂದೇ ಅವನಿಗೆ ಸಂಕೋಚ.

ಹೊಂಗೆ ಮರದ ತಂಪು ನೆರಳಲ್ಲಿ ಬಂದು ಕೂಡುವವರೆಗೂ ರಾಮೇಗೌಡ

ಮತ್ತೇನೂ ಕೇಳಲಿಲ್ಲ.

ಹುಸ್ಸಪ್ಪ ಎಂದು ಮರದ ಕೆಳಗೆ ಕುಳಿತ ರಾಮೇಗೌಡ ನೇರವಾಗಿ ಗಿರಿಧರನ ಮುಖ ನೋಡುತ್ತ "ಈಗ ಹೇಳು ಗಿರಿ, ಏನು ಸಮಾಚಾರ?" ಎಂದ.

"ಶಶಿಗೆ ಗಂಡು ಗೊತ್ತಾಗಿದೆ" ಎಂದು ತೊದಲಿದ ಗಿರಿಧರ.

ಗಿರಿಧರನ ಬೆನ್ನ ಮೇಲೆ ಗುದ್ದಿ "ಇಂತಹ ಸಂತೋಷದ ವಿಷಯ ತಿಳಿಸೋಕೆ ಯಾಕೆ ಇಷ್ಟು ಅನುಮಾನ?"

"ನಿನಗೆ ಗೊತ್ತೇ ಇದೆ ನಮ್ಮ ಪರಿಸ್ಥಿತಿ. ಹುಡುಗನ ಕಡೆಯವರು ದೊಡ್ಡ ಶ್ರೀಮಂತರು. ಅವರು ತಾನೇ ಪಾಪ ನಮ್ಮಿಂದ ಏನೂ ಅಪೇಕ್ಷಿಸುತ್ತಾ ಇಲ್ಲ. ಆದರೆ.... ನಾವು ಮದುವೆಯನ್ನಾದರೂ ಮಾಡಿಕೊಡಬೇಕೋ ಬೇಡವೋ?"

ಗಿರಿಧರನ ಸ್ಥಿತಿ ನೆನಸಿಕೊಂಡು ರಾಮೇಗೌಡನಿಗೆ ಅಯ್ಯೋ ಎನ್ನಿಸಿತು.

"ಗಿರಿ, ನೀನೇನು ಯೋಚನೆ ಮಾಡಬೇಡ. ಮದುವೆಗೆ ಆಗೋವಷ್ಟು ಬತ್ತ, ಕಾಳು ಕಡ್ಡಿ ನಾನು ಅಪ್ಪಾಜಿಗೆ ಹೇಳಿ ಕೊಡಿಸ್ತೀನಿ. ಪೋಸ್ಟ್ ಆಫೀಸಿನಲ್ಲಿ ನನ್ನ ಖಾತೆಯಲ್ಲಿ ಸಾವಿರ ರೂಪಾಯಿ ಇರಬೇಕು. ಅದನ್ನು ತಗೋ. ಮಲ್ಲಿಕಾರ್ಜುನನಿಗೂ ಚಿದಾನಂದ ಮೂರ್ತಿಗೂ ಹೇಳಿ ಅವರಿಂದ ಏನಾಗುತ್ತೋ ಸಹಾಯ ಅದು ಮಾಡಿಸ್ತೀನಿ. ಹೇಗೋ ನಡೆಯಲಿ, ನೀನು ಅದಕ್ಕಾಗಿ ಯೋಚಿಸಿ ತಲೆ ಕೆಡಿಸಿಕೋಬೇಡ" ಎಂದು ಗಿರಿಧರನ ಕೈ ಹಿಡಿದು ಭರವಸೆ ನೀಡಿದ.

ಗಿರಿಧರನ ಕಣ್ಣಲ್ಲಿ ನೀರಾಡಿತು. ಸ್ವಂತ ಬಂಧುಗಳು ಎನ್ನಿಸಿಕೊಂಡಿದ್ದ ಚಿಕ್ಕಪ್ಪಂದಿರು ನಮ್ಮ ಕಡೇ ತಿರುಗಿ ನೋಡದಿದ್ದರೂ ಸಂಬಂಧವಿಲ್ಲದ ರಾಮೇಗೌಡ ಸಹಾನುಭೂತಿಯಿಂದ ಎಷ್ಟು ಸಹಾಯವನ್ನು ನೀಡುತ್ತಾನೆ.

"ಲೋ ಗಿರಿ! ಯಾಕೋ ಅಳ್ತಿ? ಹುಚ್ಚು ಹುಡುಗ. ನನ್ನ ಸ್ವಂತ ತಮ್ಮನಿಗಿಂತ ಹೆಚ್ಚು ನೀನು? ಎಂದು ತನ್ನ ಹೆಗಲ ಮೇಲಿದ್ದ ಟವಲಿನಿಂದಲೇ ಕಣ್ಣನ್ನು ಒರೆಸಿ ಕರೆಂಟ್ ರೂಮಿನಲ್ಲಿದ್ದ ಬುತ್ತಿಯ ಗಂಟನ್ನು ತಂದು ಬಿಚ್ಚಿದ್ದ. ಹದವಾದ ಅಕ್ಕಿರೊಟ್ಟಿ, ಕಾಯಿ ಚಟ್ನಿ ಇಬ್ಬರೂ ತಿಂದು ಮುಗಿಸಿ ಕೈತೊಳೆದು ನೀರು ಕುಡಿದರು.

ರಾಮೇಗೌಡನನ್ನು ಬೀಳ್ಕೊಟ್ಟು ಗಿರಿ ಮನೆ ಕಡೆ ಹೆಜ್ಜೆ ಹಾಕಿದ. ನಿರುತ್ಸಾಹದಿಂದ ಮನೆಯಿಂದ ಹೊರಟವನು ಉತ್ಸಾಹದಿಂದ ಮನೆಗೆ ಬಂದ. ರಾಮೇಗೌಡನ ಮಾತುಗಳು ಅವನಲ್ಲಿ ಧೈರ್ಯವನ್ನು ತುಂಬಿದ್ದವು.

ಬೆಳಿಗ್ಗೆ ತಿಂಡಿ ಮಾಡಿರದಿದ್ದರಿಂದ ತುಂಗಮ್ಮ ಅಡಿಗೆ ಮಾಡಿಟ್ಟು ತಮ್ಮ ಹಪ್ಪಳದ ಕಾಯಕಕ್ಕೆ ಕೈ ಹಚ್ಚಿದ್ದರು. ಹೋದ ತಿಂಗಳೆಲ್ಲ ಎಡೆಬಿಡದೇ ಮಳೆ ಬಿದ್ದಿದ್ದರಿಂದ ಅವರು ಹಪ್ಪಳ ಮಾಡೋ ತಂಟೆಗೇ ಕೈಹಾಕಿರಲಿಲ್ಲ. ಈಗಂತೂ ಅವರಿಗೆ ಎಡೆಬಿಡದ ಕೆಲಸ.

ತಾಯಿಗೆ ಸಹಾಯ ಮಾಡುತ್ತಿದ್ದ ಶಶಿ ಅಣ್ಣನನ್ನು ನೋಡಿ ಮೇಲೆ ಎದ್ದಳು.

"ಈಗಲೇ ಹೊಟ್ಟೆ ಹಸಿವಿಲ್ಲ. ರಾಮೇಗೌಡನ ತೋಟಕ್ಕೆ ಹೋಗಿದ್ದೆ" ಎನ್ನುತ್ತ ಅಲ್ಲೇ ಕುಳಿತು ತಾಯಿ, ತಂಗಿಯರ ಕೆಲಸಕ್ಕೆ ತಾನೂ ನೆರವಾದ.

"ಅಣ್ಣ, ನೀನು ಏಳು" ಎಂದು ಬಲವಂತದಿಂದ ಕೈ ಹಿಡಿದು ಮೇಲೆ ಎಬ್ಬಿಸಿದಳು ಶಶಿ. ಗಿರಿಧರ ಎದ್ದು ತಂಗಿಯ ಹಿಂದೆ ನಡೆದ. ಶಶಿ ಮೌನವಾಗಿ ತಟ್ಟೆ ಹಾಕಿ ಬಡಿಸತೊಡಗಿದಾಗ ಕೈ ತೊಳೆದು ಬಂದು ತಟ್ಟೆಯ ಮುಂದೆ ಕುಳಿತ.

ಅವರೇಕಾಳಿನ ಹುಳಿ, ರಾಗಿ ಮುದ್ದೆ, ಅನ್ನವನ್ನು ಹಸಿವಿಲ್ಲ ಎನ್ನುವುದನ್ನೇ ಮರೆತು ಹೊಟ್ಟೆ ತುಂಬ ಊಟ ಮಾಡಿ, ಶಶಿ ಊಟ ಮಾಡುವವರೆಗೂ ರಾಮೇಗೌಡನ ಔದಾರ್ಯ ಹೊಗಳುತ್ತ ಅಲ್ಲೇ ಕುಳಿತಿದ್ದ.

* * *

ಅಪ್ಪಯ್ಯ ಜೋಯಿಸರು ತಾವೇ ಕಷ್ಟದಿಂದ ಚಿಕ್ಕಬಳ್ಳಾಪುರದವರೆಗೂ ಹೋಗಿ ತುಂಗಮ್ಮ ಕೊಟ್ಟ ಹಳೆಚಿನ್ನ, ಬೆಳ್ಳಿಯಿಂದ ಚೂರುಪಾರು ಮಾಡಿಸಿ ಹಾಕಿಬಂದರು. ಹಿಂದೆ ಅವರ ಕೈ ನಡೆಯುತ್ತಿತ್ತು. ಯಾರಿಗಾದರೂ ಧಾರಳವಾಗಿ ಸಹಾಯ ಮಾಡುತ್ತಿದ್ದರು. ಈಗ ಎಲ್ಲ ಜವಾಬುದಾರಿ ಮಗ ವಹಿಸಿಕೊಂಡಿದ್ದ. ಅದೂ ಅಲ್ಲದೇ ಉಳುವವರೇ ಹೊಲದ ಒಡೆಯರು ಎಂಬ ಕಾನೂನು ಜಾರಿಗೆ ಬಂದ ಮೇಲೆ ಅರ್ಧ ಭೂಮಿಯೆಲ್ಲ ರೈತರಿಗೆ ಸೇರಿಹೋಗಿತ್ತು. ಆದ್ದರಿಂದ ಅವರು ಈ ಸಮಯದಲ್ಲಿ ನಿಸ್ಸಹಾಯಕರಾಗಿ ವರ್ತಿಸಬೇಕಾಯಿತು.

ರಾಮೇಗೌಡ ಬತ್ತವನ್ನು ಅಕ್ಕಿ ಮಾಡಿಸಿ, ಅದನ್ನು ತಂದು ತುಂಗಮ್ಮನವರ ಮನೆಯಲ್ಲಿ ಹಾಕಿದರೆ, ಮಲ್ಲಿಕಾರ್ಜುನ ಸೌದೆಯನ್ನು ಕಡಿಸಿಕೊಂಡು ಬಂದು ಹಿತ್ತಲಲ್ಲಿ ಪೇರಿಸಿದ. ಗಿರಿಧರನನ್ನು ಕೇಳದೆಯೇ ಅವನ ಗೆಳೆಯರೆಲ್ಲ ಸ್ವಯಂ ತಾವೇ ಮದುವೆಯ ಕೆಲಸಕ್ಕೆ ಮುಂದು ಬಂದರು.

ಕಾರು ಬಂದು ಮನೆಯ ಮುಂದೆ ನಿಂತಾಗ ಶಶಿ ಕುತೂಹಲದಿಂದ ತಲೆ ಸಹ ತಿರುಗಿಸದೇ ಕಾರು ಬರೋದು ಅಪರೂಪವಾಗಿರಲಿಲ್ಲ. ನರಸಿಂಹ ಶಾಸ್ತ್ರಿಗಳ ಎರಡನೆ ಮಗ ಬೆಂಗಳೂರಿನಲ್ಲಿ ಡಾಕ್ಟರಾಗಿದ್ದ. ಅವನು ತಾಯಿ ತಂದೆಯನ್ನು ನೋಡಲು ಹದಿನೈದು ದಿನಕ್ಕೊಮ್ಮೆ ಕಾರಿನಲ್ಲೇ ಬರುತ್ತಿದ್ದ. ಇನ್ನು ರಾಮೇಗೌಡನ ಅಕ್ಕನ ಮನೆಯವರು ಮಂಡ್ಯದಲ್ಲಿ ದೊಡ್ಡ ವ್ಯಾಪಾರಸ್ಥರು. ಅವರೂ ಸಹ ಕಾರಿನಲ್ಲೇ ಬರುತ್ತಿದ್ದರು. ಇನ್ನು ಕೆಲವರ ಮನೆಗೆ ನೆಂಟರುಗಳು ಕಾರಿನಲ್ಲೇ ಬರುತ್ತಿದ್ದರು. ಆದ್ದರಿಂದ ಕಾರು ಇವರ ಮನೆ ಮುಂದೆಯೇ ಹಾದುಹೋಗುತ್ತಿತ್ತು. ಕೆಲವು ಬಾರಿ ಅಲ್ಲೇ ಕಾರನ್ನು ನಿಲ್ಲಿಸಿ ಮುಂದಕ್ಕೆ ನಡೆದೇ ಹೋಗುತ್ತಿದ್ದರು. ಕಾರಣ: ದಾರಿ ಬಹಳ ಇಕ್ಕಟ್ಟು.

"ಶಶಿ...." ಎಂದಾಗ ತಟ್ಟನೆ ತಲೆ ಎತ್ತಿದಳು ಶಶಿ. ಗಿರಿಧರ, ಭಾಸ್ಕರ ಮತ್ತು

ಅವರ ಜೊತೆ ಮತ್ತೊಬ್ಬ ಯುವಕ ನಿಂತಿದ್ದ. ಹೋಲಿಕೆಯಲ್ಲಿ ಅವನು ಭಾಸ್ಕರನನ್ನೆ ಹೋಲುತ್ತಿದ್ದುದ್ದರಿಂದ ಅವರ ತಮ್ಮನಿರಬಹುದೆಂದು ಊಹಿಸಿದಳು. ಥಟ್ಟನೇ ನಾಚಿ ಓಡುವ ಮನಸ್ಸಾದರೂ ಮನೆಯಲ್ಲಿದ್ದುದು ತಾನೊಬ್ಬಳೇ, ಹಾಗೆ ಓಡುವುದು ಸಮಂಜಸವಲ್ಲವೆಂದು ತಲೆ ಬಗ್ಗಿಸಿಯೇ "ಬನ್ನಿ" ಎಂದು ನಿಧಾನವಾಗಿ ಅಡಿಗೆಯ ಮನೆಗೆ ನಡೆದಳು.

ಚಿಕ್ಕಬಳ್ಳಾಪುರದ ತಮ್ಮ ಓದನ್ನು ಮುಗಿಸಿದ ಗೆಳೆಯರು ಅಲ್ಲಿನ ಪೀಠೋಪಕರಣಗಳನ್ನು ಗಿರಿಧರನಿಗೆ ಕೊಟ್ಟಿದ್ದರಿಂದ ಭಾಸ್ಕರ, ಶ್ರೀನಿವಾಸ ನೆಲದ ಮೇಲೆ ಕೂಡಬೇಕಾಗಲಿಲ್ಲ.

ಗಿರಿಧರ ಅವರುಗಳನ್ನು ಕೂಡಿಸಿ ಅಡಿಗೆಯ ಮನೆಗೆ ಬಂದ. ಅವನಿಗೂ ಅವರುಗಳನ್ನು ಕರೆದುಕೊಂಡು ಬರಬೇಕೆಂಬ ಉದ್ದೇಶವಿರಲಿಲ್ಲ. ಆದರೆ ಶ್ರೀನಿವಾಸ ಭಾವೀ ಅತ್ತಿಗೆಯನ್ನು ನೋಡಲೇಬೇಕೆಂದು ಹಟ ಹಿಡಿದಾಗ ಅವರುಗಳ ಜೊತೆ ಕಾರು ಹತ್ತಿ ಬಂದಿದ್ದ.

ತಂಗಿಯ ಬಳಿ ಏನೋ ಪಿಸಪಿಸ ನುಡಿದು ಹೊರಗೆ ಬಂದ. ಇವರ ಮನೆಗೆ ನೆಂಟರು ಬಂದಿದ್ದ ಸಂಗತಿ ಯಾರೋ ಕೃಷ್ಣಮೂರ್ತಿಗಳ ಮನೆಯಲ್ಲಿ ಉಂಡೆ ಮಾಡುತ್ತಿದ್ದ ತುಂಗಮ್ಮನವರಿಗೆ ಮುಟ್ಟಿಸಿರಬೇಕು. ಆಕೆ ಆತುರಾತುರವಾಗಿ ಬಂದರು.

ಗಿರಿಧರ ತಾಯಿಗೆ ಬಂದಿದ್ದವರ ಪರಿಚಯ ಮಾಡಿಸಿದ. ಶ್ರೀನಿವಾಸ ಬಗ್ಗಿ ಅವರ ಕಾಲು ಮುಟ್ಟಿ ನಮಸ್ಕರಿಸಿದಾಗ ಭಾಸ್ಕರ ಹಾಗೆ ಮಾಡಲೇಬೇಕಾಯಿತು. ತುಂಗಮ್ಮ ಸಂಕೋಚದ ಮುದ್ದೆಯಾದರು. ಅಜಾನುಬಾಹು, ಗಂಭೀರ ವ್ಯಕ್ತಿತ್ವದ ಭಾವೀ ಅಳಿಯನನ್ನು ನೋಡಿ ಅವರ ಹೃದಯ ತುಂಬಿ ಬಂತು. ಅಡಿಗೆಯ ಕೋಣೆಗೆ ಹೋಗಿ ಕಣ್ಣೊರೆಸಿಕೊಂಡರು.

ಯಾರಿಂದಲೋ ವಿಷಯ ತಿಳಿದ ರಾಮೇಗೌಡ, ಮಲ್ಲಿಕಾರ್ಜುನ, ಚಿದಾನಂದಮೂರ್ತಿ ಅಲ್ಲಿಗೆ ಧಾವಿಸಿ ಬಂದರು.

ಶಶಿ ಅಕ್ಕಿ ತರಿಯ ಉಪ್ಪಿಟ್ಟು ಮಾಡಿ, ರಾಮೇಗೌಡ ಮೊನ್ನೆ ತಂದು ಕೊಟ್ಟಿದ್ದ ಪುಟ್ಟ ಬಾಳೆಗೊನೆಯಲ್ಲಿ ಹಣ್ಣಾದ ಬಾಳೆಹಣ್ಣುಗಳನ್ನು ತಟ್ಟೆಗಳಿಗೆ ಹಾಕಿ ಅಣಿ ಮಾಡಿಬಿಟ್ಟಳು. ಅದನ್ನು ಒಯ್ಯಲು ಬಂದ ಗಿರಿಧರ ಮೆಚ್ಚಿಕೆಯಿಂದ ತಂಗಿಯ ಕಡೆ ನೋಡಿ ಮುಗುಳ್ನಕ್ಕ.

ಮಾತಾಡುತ್ತ ಕುಳಿತಿದ್ದ ರಾಮೇಗೌಡ ಹೋಗುವ ಮುನ್ನ ತಮ್ಮ ತೋಟಕ್ಕೆ ಬಂದೇ ಹೋಗಬೇಕೆಂದು ಭಾಸ್ಕರನಿಗೆ ಆಹ್ವಾನವಿತ್ತು ಹೋದ. ಗಂಭೀರವಾಗಿ ಅವನ ಆಹ್ವಾನವನ್ನು ಭಾಸ್ಕರ ಸ್ವೀಕರಿಸಿದರೆ ಶ್ರೀನಿವಾಸ ನಗುತ್ತ "ನೀವು ಅಷ್ಟು ಹೇಳಬೇಕಾಗೇ ಇಲ್ಲ. ಎಳನೀರು ಸಿಗುತ್ತೆ ಅಂದರೆ ನಾನು ಖಂಡಿತ ಹಾಜರು" ಎಂದ.

ಅವರುಗಳು ಹೋದ ಮೇಲಾದರೂ ಶಶಿ ಹೊರಗೆ ಬರಬಹುದೆಂದು ಅಣ್ಣ

ತಮ್ಮ ಕಾದರೂ ಅವಳ ಸುಳಿವಿಲ್ಲ. ಗಿರಿಧರ ಎರಡು ಸಲ ಒಳಗೋಗಿ ಹಿಂದಿರುಗಿದ. ಒಳಗೆ ಏನೋ ವಿಶೇಷ ಅಡಿಗೆಯ ತಯಾರಿ ನಡೆಸಿದಂತೆ ಕಾಣಿಸುತ್ತಿತ್ತು.

"ಗಿರಿಧರ್, ನೀವು ಒಳಗೆ ಹೇಳಿ, ದಯವಿಟ್ಟು ಯಾವ ತಯಾರಿಕೆಯೂ ಬೇಡ. ಬರೀ ಅನ್ನ, ಸಾರು ಊಟ ಮಾಡ್ಕೊಂಡು ಹೊರಟುಬಿಡ್ತೀವಿ." ಎಂದ ಭಾಸ್ಕರ.

"ನಿನ್ನದು ಯಾವಾಗಲೂ ಒಂದೇ. ಭಾವೀ ಅಳಿಯ ಬಂದಿದ್ದೀಯ. ಅವರು ಈಗ ಏನು ಮಾಡಿ ಹಾಕಿದರೂ ಅದನ್ನು ತಿನ್ನಬೇಕಾದ್ದು ನಿನ್ನ ಕರ್ಮ" ಎಂದು ತನ್ನ ಮಾತಿಗೆ ತಾನೇ ನಕ್ಕ ಶ್ರೀನಿವಾಸ.

ಭಾಸ್ಕರ ಒಂದು ತರಹ ತಮ್ಮನನ್ನು ನೋಡಿದ. ಅದು ಕೋಪವೋ, ಆಕ್ಷೇಪಣೆಯೋ? ಅದು ಅಣ್ಣತಮ್ಮಂದಿರಿಗೆ ಮಾತ್ರ ಗೊತ್ತು.

ಅಲ್ಪ ವೇಳೆಯಿಂದ ಪರಿಚಿತನಾದ ಶ್ರೀನಿವಾಸನ ಸರಳ, ಹಾಸ್ಯ ಮಾತುಕತೆಗಳನ್ನು ಗಿರಿಧರ ಗಮನಿಸಿದ್ದ. ಭಾಸ್ಕರ ಸಹ ತಮ್ಮನ ಅತಿಯಾದ ಮಾತು, ಬಾಯಿಗೆ ಬಂದದ್ದನ್ನು ಆಡಿಬಿಡುವ ಸ್ವಭಾವವನ್ನು ಗಿರಿಧರನಿಗೆ ಮೊದಲೇ ತಿಳಿಸಿದ್ದ.

ಅಣ್ಣ ಭಾಸ್ಕರ ಬಹಳ ಗಂಭೀರ ಸ್ವಭಾವದವನು. ಆಡಬೇಕಾದ ಮಾತುಗಳನ್ನು ಯೋಚಿಸಿ ಆಡುತ್ತಿದ್ದ. ಆದರೆ ಶ್ರೀನಿವಾಸ ಇದಕ್ಕೆ ವ್ಯತಿರಿಕ್ತ, ಗಂಭೀರತೆಗೂ ಅವನಿಗೂ ಬಹಳ ದೂರ. ಸದಾ ಸರಸಿ, ಎಲ್ಲರೊಂದಿಗೂ ಸರಳವಾಗಿ ಬೆರೆತುಹೋಗುವ ಸ್ವಭಾವ.

"ನೋಡಿ ಗಿರಿಧರ್, ನಾವು ಬಂದ ಕೆಲಸವೆ ಪೂರ್ಣವಾಗಿ ಆಗಲಿಲ್ಲ. ನಮ್ಮ ಅತ್ತಿಗೆಯವರನ್ನು ಸ್ವಲ್ಪ ಹೊರಗೆ ಕರೆಯಿಸಿ. ಈ ತುಂಟ ಮೈದುನನನ್ನು ಸ್ವಲ್ಪ ಪರಿಚಯ ಮಾಡಿಕೊಳ್ಳಲಿ" ಎಂದ ಗಿರಿಧರನ ಕಡೆ ನೋಡುತ್ತ.

ಗಿರಿಧರ ಮುಗುಳುನಗುತ್ತ ಅಡಿಗೆ ಕೋಣೆಗೆ ಹೋದ. ತಂಗಿಯನ್ನು ಬಲವಂತದಿಂದ ಹೊರಗೆ ಕರೆದುಕೊಂಡ ಬಂದ.

ಶಶಿಯ ಮೈ ಮೃದುವಾಗಿ ಕಂಪಿಸುತ್ತಿತ್ತು. ಅವಳಿಗೆ ಅಣ್ಣನನ್ನು ಬಿಟ್ಟರೇ ಬೇರೆ ಯುವಕರೊಡನೆ ಮಾತಾಡುವ ಅಭ್ಯಾಸವೇ ಇರಲಿಲ್ಲ. ಗಿರಿಧರನ ಗೆಳೆಯರು ಎಂದಾದರೂ ಬಂದರೆ ಒಂದೆರಡು ಮಾತಿನಲ್ಲೇ ಮುಕ್ತಾಯವಾಗುತ್ತಿತ್ತು. ಅವಳ ಮಾತುಕತೆ.

ಭಾಸ್ಕರ, ಶ್ರೀನಿವಾಸ ಒಟ್ಟಿಗೆ ನೋಡಿದರು. ಶಶಿಯನ್ನು ಭಾಸ್ಕರನ ಹೃದಯ ಮಧುರವಾಗಿ ಮಿಡಿದರೆ, ಶ್ರೀನಿವಾಸನ ಹೃದಯ ವಾತ್ಸಲ್ಯದಿಂದ ಮಿಡಿಯಿತು.

ಶಶಿಯ ತುಂಬು ಗಂಭೀರದ ಸೌಂದರ್ಯ ಇಬ್ಬರ ಮನಸ್ಸಿಗೂ ತೃಪ್ತಿಯೆನಿಸಿತ್ತು.

ಶಶಿಗೆ ಹೆಚ್ಚು ಹೊತ್ತು ಅಲ್ಲಿ ನಿಂತಿರಲು ಸಾಧ್ಯವಾಗಲಿಲ್ಲ. ಕೂಡಲೇ ಅಡಿಗೆಯ ಮನೆಗೆ ನಡೆದುಬಿಟ್ಟಳು.

ಶ್ರೀನಿವಾಸ ಸಂತೋಷದಿಂದ ಅಣ್ಣನ ಕೈಯನ್ನು ಬಲವಾಗಿ ಕುಲುಕಿದ.

ಭಾಸ್ಕರ ಸಂತೃಪ್ತಿಯ ನಿಟ್ಟುಸಿರುಬಿಟ್ಟ.

ಮಡದಿ ವಿಮಲಳಿಗೂ, ತಮ್ಮ ಶ್ರೀನಿವಾಸನಿಗೂ ಎಣ್ಣೆ, ಸೀಗೆ. ಸದಾ ಸಣ್ಣಪುಟ್ಟ ವಿಷಯಕ್ಕೆಲ್ಲ ಜಗಳ. ಶ್ರೀನಿವಾಸನಿಗೂ ಅತ್ತಿಗೆಯ ಮೇಲೆ ವಿರುದ್ಧ ಜಗಳಕ್ಕೆ ನಿಂತರೂ ಮನಸ್ಸಿನಲ್ಲಿ ಅವರನ್ನು ಅತಿಯಾಗಿ ಪ್ರೀತಿಸುತ್ತಿದ್ದ. ತನ್ನ ಪ್ರೀತಿಯ ಅಣ್ಣನ ಮುದ್ದು ಮಡದಿಯನ್ನು ಅವನು ಎಂದಿಗೂ ದ್ವೇಷಿಸಲಾರ. ಅವನಿಗೆ ಪ್ರೀತಿಸುವುದು ಗೊತ್ತಿತ್ತೇ ವಿನಃ ದ್ವೇಷಿಸುವುದು ಗೊತ್ತಿರಲಿಲ್ಲ.

ವಿಮಲ ಮೈದುನನನ್ನು ಸರಿಯಾಗಿ ಅರ್ಥಮಾಡಿಕೊಳ್ಳಲಿಲ್ಲ. ಅವನನ್ನು ಕಂಡರೇ ಸಿಡಿಮಿಡಿಗೊಳ್ಳುತ್ತಿದ್ದಳು. ಇದನ್ನು ಕಂಡು ಅತಿಯಾಗಿ ನೊಂದವನು ಭಾಸ್ಕರ. ತಮ್ಮ ಶ್ರೀನಿವಾಸನನ್ನು ಅವನು ಪ್ರಾಣಕ್ಕಿಂತ ಹೆಚ್ಚಾಗಿ ಪ್ರೀತಿಸುತ್ತಿದ್ದ. ಅವನ ನಿಷ್ಕಲ್ಮಷ ಸ್ವಭಾವವನ್ನು ಚೆನ್ನಾಗಿ ಬಲ್ಲವ. ಇದಕ್ಕಾಗಿ ಅವನು ಮಡದಿಯ ವಿರುದ್ಧಕ್ಕೂ ನಿಲ್ಲಲಾರದಾದ. ಕೈ ಹಿಡಿದವಳನ್ನು ಮನಃಪೂರ್ವಕವಾಗಿ ಪ್ರೀತಿಸುತ್ತಿದ್ದ.

ಒಂದು ದಿನ ಭಾಸ್ಕರ ಮಧ್ಯಾಹ್ನ ಊಟಕ್ಕೆ ಬಂದಾಗ ಮನೆಯಲ್ಲಿ ದೊಡ್ಡ ರಾದ್ಧಾಂತವೇ ನಡೆದುಹೋಗಿತ್ತು. ವಿಮಲ ದೊಡ್ಡದಾಗಿ ರೇಗಾಡುತ್ತಿದ್ದಳು. ಶ್ರೀನಿವಾಸ ಮಾತ್ರ ಜೋರಾಗಿ ನಗುತ್ತಿದ್ದ. ಪೂರ್ಣಯ್ಯನವರು ಮಗನ ಮೇಲೆ ಒಂದೇ ಸಮನಾಗಿ ರೇಗಾಡುತ್ತಿದ್ದರು.

ಭಾಸ್ಕರನಿಗೆ ಶ್ರೀನಿವಾಸನೇ ವಿಷಯ ತಿಳಿಸಿದ. ವಿಮಲಳ ಅಣ್ಣ ಬರುವುದಾಗಿ ಸುಳ್ಳು ಹೇಳಿ ತಾನೇ ಅತ್ತಿಗೆಯನ್ನು ರೈಲ್ವೆ ಸ್ಟೇಷನ್‌ವರೆಗೂ ಕಾರಿನಲ್ಲಿ ಕರೆದುಕೊಂಡು ಹೋಗಿ ವಾಪಸ್ಸು ಕರೆತಂದುದಕ್ಕೆ ರೇಗಾಡುತ್ತಿದ್ದಾಳೆ.

ಭಾಸ್ಕರನಿಗೆ ಅದು ದೊಡ್ಡ ವಿಷಯವಾಗಿ ಕಾಣಲಿಲ್ಲ. ಅವನು ಕೋಣೆಗೆ ಬಂದಾಗ ವಿಮಲ ಅಳುತ್ತ ಕುಳಿತಿದ್ದಳು. ಮಡದಿಯ ಅಳು ನೋಡಿ ಅವನಿಗೆ ಕೆಡುಕೆನಿಸಿತು. ಆ ಕ್ಷಣದಲ್ಲಿ ತಮ್ಮನ ಮೇಲೆ ಕೋಪ ಬಂತು.

"ವಿಮ್ಮು, ಅವನು ಶುದ್ಧ ಹುಡುಗು. ತಮಾಷೆಗಾಗಿ ಕರೆದೊಯ್ದಿದ್ದಾನೆ" ಎಂದ ಮಡದಿಯನ್ನು ರಮಿಸುತ್ತ.

ವಿಮಲಳ ಶರೀರ ಮೃದುವಾಗಿ ಕಂಪಿಸುತ್ತಿತ್ತು. ಅವಳು ರೈಲ್ವೇ ಸ್ಟೇಷನ್ನಿನ ಪಾವಟಿಗೆಗಳನ್ನು ಹತ್ತಿ ಇಳಿದು ಆಯಾಸಗೊಂಡಿದ್ದಳು. ಅಣ್ಣನನ್ನು ನೋಡುವ ಆತುರದಲ್ಲಿ ವೇಗವಾಗಿ ಹೆಜ್ಜೆ ಹಾಕಿದ್ದಳು. ಅದರ ಫಲವಾಗಿ ತುಂಬ ಆಯಾಸಗೊಂಡಿದ್ದಳು. ಶೀಘ್ರ ಕೋಪ ಅವಳ ಆಯಾಸವನ್ನು ನೂರ್ಮಡಿಸಿತ್ತು. ಗಂಡನ ಎದೆಗೆ ಒರಗಿ ಬಿಕ್ಕಿದಳು.

ಮಡದಿಯ ಸೂಕ್ಷ್ಮ ದೇಹಸ್ಥಿತಿಯನ್ನು ಅರಿತಿದ್ದ ಭಾಸ್ಕರ ಆವೇಶಭರಿತನಾದ.

ಮಡದಿಯನ್ನು ಮಂಚದ ಮೇಲೆ ಮಲಗಿಸಿ ದಢಾರನೆ ಹೊರಗೆ ಬಂದ.

"ಸೀನಿ, ನಿನಗೆ ಸ್ವಲ್ಪ ಕೂಡ ವಿವೇಕ ಇಲ್ಲ. ಅವಳು ಮೊದಲೇ ಬಹಳ ಸೂಕ್ಷ್ಮ.

ಅಂಥದ್ದರಲ್ಲಿ ನೀನು ತಮಾಷೆಗಾಗಿ ಅವಳನ್ನು ಬಳಲಿಸಿದ್ದೀಯಾ" ಎಂದ ಕೋಪದಿಂದ ಭಾಸ್ಕರ ತಮ್ಮನ ಕಡೆ ನೋಡುತ್ತ.

ಅಣ್ಣನ ಮಾತು ಕೇಳಿ ಶ್ರೀನಿವಾಸ ಬೆಚ್ಚಿಬಿದ್ದ. ಅವನು ಖಂಡಿತ ಅತ್ತಿಗೆಯನ್ನು ಬಳಲಿಸಬೇಕೆಂದೇನೂ ಇರಲಿಲ್ಲ. ಆದರೆ ಅತ್ತಿಗೆ ತನ್ನೊಂದಿಗೆ ಸರಿಯಾಗಿ ಮಾತನಾಡುವುದಿಲ್ಲ. ತನ್ನ ಪ್ರೀತಿಯ ಜಗಳವನ್ನು ಅಪಾರ್ಥ ಮಾಡಿಕೊಂಡಿದ್ದಾರೆ. ಹೇಗಾದರೂ ಅವರ ಮುಂದೆ ತನ್ನ ಹೃದಯ ಬಿಚ್ಚಿಟ್ಟು ಅವರ ಮಮತೆಯ ಮೈದುನನಾಗಿ ಉಳಿಯಬೇಕೆಂದು ಪ್ರಯತ್ನಿಸುತ್ತಿದ್ದ.

ಇಂದು ತನ್ನ ಸುಳ್ಳನ್ನು ಮನಗಂಡು ಕೋಪಗೊಂಡರೂ ಆಮೇಲೆ ಅತ್ತಿಗೆ ನಕ್ಕುಬಿಡುತ್ತಾರೆ ಎಂದು ಊಹಿಸಿದ್ದ. ಆದರೆ ಅವನ ಊಹೆ ನಿಜವಾಗಲಿಲ್ಲ. ದಾರಿಯುದ್ದಕ್ಕೂ ವಿಮಲಳಿಂದ ಅವನಿಗೆ ಬೈಗಳ ಸುರಿಮಳೆಯೇ. ಅದನ್ನು ಕೇಳಿ ನಕ್ಕುಬಿಟ್ಟಿದ್ದ. ಮನೆಗೆ ಬಂದ ಮೇಲೆ ಸೊಸೆಯಿಂದ ವಿಷಯ ತಿಳಿದ ಪೂರ್ಣಯ್ಯನವರು ಸಹ ಮಗನನ್ನು ತರಾಟೆಗೆ ತೆಗೆದುಕೊಂಡರು.

ಶ್ರೀನಿವಾಸ ಎತ್ತಿದ ತಲೆಯನ್ನು ತಗ್ಗಿಸಿಬಿಟ್ಟ. ಅವನ ಕಣ್ಣುಗಳು ಅಣ್ಣನ ಕಣ್ಣುಗಳಲ್ಲಿದ್ದ ಅಸಮಾಧಾನ ಗುರ್ತಿಸಿದ್ದವು.

ಭಾಸ್ಕರ ಊಟ ಸಹ ಮಾಡದೆ ಮಡದಿಯ ಶುಶ್ರೂಷೆಯಲ್ಲಿ ನಿರತನಾದ.

ಗಿರಿಜಮ್ಮ ಬೇಸರಗೊಂಡು ಸುಮ್ಮನೆ ಕುಳಿತರು. ಅವರಿಗೂ ಸೊಸೆಯನ್ನು ಕಂಡರೆ ಪ್ರೀತಿಯೇ. ಅದರೆ ಶ್ರೀನಿವಾಸನ ಸಣ್ಣ ತಮಾಷೆಯ ಮಾತುಗಳನ್ನೆಲ್ಲ ದೊಡ್ಡದನ್ನಾಗಿ ಮಾಡಿಕೊಂಡು ಜಗಳಕ್ಕೆ ನಿಲ್ಲುತ್ತಿದ್ದ ಸೊಸೆಯ ಮೇಲೆ ಆಕೆಗೂ ಬೇಸರವೇ. ಅವಳ ಅತಿ ಸೂಕ್ಷ್ಮ ಪ್ರಕೃತಿ ಅವರಿಗೆ ದೊಡ್ಡ ತಲೆನೋವಾಗಿತ್ತು.

ಶ್ರೀನಿವಾಸ ಮಧ್ಯಾಹ್ನ ಹೋದವನು ರಾತ್ರಿ ಹತ್ತು ಗಂಟೆಗೆ ಮನೆಗೆ ಹಿಂದಿರುಗಿದ. ಅವನ ಮುಖ ಬಹಳ ಮಂಕಾಗಿತ್ತು. ಬಂದವನೇ ಹೋಗಿ ಮಲಗಿದ.

ಮಧ್ಯಾಹ್ನದಿಂದ ಮಗನಿಗಾಗಿ ಚಡಪಡಿಸುತ್ತ ಕುಳಿತಿದ್ದ ಗಿರಿಜಮ್ಮ ಮಗನ ಬಳಿಗೆ ಬಂದರು. ಮಗನ ಕಂಗೆಟ್ಟ ಮುಖ ನೋಡಿ ಅವರ ಕರುಳು ಚುರುಕ್ಕೆಂದಿತು. ಮೃದುವಾಗಿ ಮಗನ ಕೂದಲಲ್ಲಿ ಕೈಯಾಡಿಸುತ್ತ "ಶ್ರೀನಿ, ಎಲ್ಲಿ ಹೋಗಿದ್ಯೋ? ಊಟ ಮಾಡೇಳು" ಎಂದರು.

ಶ್ರೀನಿವಾಸ ತಾಯಿಯ ಮಡಿಲಿನಲ್ಲಿ ಮುಖವಿಟ್ಟು ಜೋರಾಗಿ ಅತ್ತುಬಿಟ್ಟ.

"ಅಮ್ಮ, ಅಣ್ಣ ನನ್ನನ್ನು ತಪ್ಪು ತಿಳ್ಕೊಂಡಿದ್ದಾನೆ. ಖಂಡಿತ ನನಗೆ ಅತ್ತಿಗೇನ ಬಳಲಿಸಬೇಕು ಎಂದೇನೂ ಇರಲಿಲ್ಲ" ಎಂದ ಶ್ರೀನಿವಾಸ.

"ಆಯಿತುಬಿಡು. ಅದನ್ನೇ ದೊಡ್ಡದಾಗಿ ಮಾಡ್ಕೋಬೇಡ. ಭಾಸ್ಕರನೂ ಮಧ್ಯಾಹ್ನದಿಂದ ಊಟ ಮಾಡಲಿಲ್ಲ. ನಿಮ್ಮ ಅತ್ತಿಗೆಗೆ ಜ್ವರ ಬಂದುಬಿಟ್ಟಿದೆ."

ತಾಯಿಯ ಮಾತಿನಿಂದ ಶ್ರೀನಿವಾಸನ ಹೃದಯ ಧಸಕ್ಕೆಂದಿತು. ಥಟ್ಟನೇ ಅಣ್ಣನ ಕೋಣೆಯ ಕಡೆ ನಡೆದ. ಭಾಸ್ಕರ ಕಿಟಕಿಯಲ್ಲಿ ನಿಂತು ಹೊರಗೆ ನೋಡುತ್ತಿದ್ದ. ವಿಮಲ ಮೈತುಂಬ ಹೊದ್ದು ಮಂಚದ ಮೇಲೆ ಮಲಗಿದ್ದಳು.

"ಅಣ್ಣ...." ಎಂದ ಮೆಲುವಾಗಿ.

ಹಿಂದಿರುಗಿದವನೇ ಭಾಸ್ಕರ ತಮ್ಮನ ಬಳಿಗೆ ಬಂದು ಅವನ ಮುಖವನ್ನು ತನ್ನೆರಡು ಕೈಗಳಿಂದಲೂ ಸವರುತ್ತ "ಎಲ್ಲಿ ಹೋಗಿದ್ದ್ಯೋ?" ಎಂದ.

ಶ್ರೀನಿವಾಸ ಅಣ್ಣನ ತೋಳಿನೊಳಗೆ ಸೇರಿಹೋದ. ಅಣ್ಣ-ತಮ್ಮಂದಿರ ಶರೀರಗಳು ಒಂದೇ ಹೃದಯವೆನ್ನುವಂತೆ ವೇದನೆಪಟ್ಟವು.

ಶ್ರೀನಿವಾಸ ನಮ್ರ ಸೇವಕನಂತೆ ಅತ್ತಿಗೆಗೆ ಹುಷಾರಾಗುವವರೆಗೂ ವಿವಿಧ ರೀತಿಯಲ್ಲಿ ಸೇವೆ ಮಾಡಿದ. ಆದರೆ ವಿಮಲ ಮಾತ್ರ ಶ್ರೀನಿವಾಸನನ್ನು ಕಂಡರೇ ಸಿಡಿಮಿಡಿಗುಟ್ಟತೊಡಗಿದಳು. ಸ್ವಭಾವತಃ ಒಳ್ಳೆಯವಳಾದ ವಿಮಲ ಶ್ರೀನಿವಾಸನನ್ನು ಮನಃಪೂರ್ವಕವಾಗಿ ದ್ವೇಷಿಸತೊಡಗಿದಳು. ಅವಳ ದ್ವೇಷಕ್ಕೆ ಪ್ರಬಲವಾದ ಕಾರಣ ಗಂಡ ತಮ್ಮನನ್ನು ಬಹಳವಾಗಿ ಪ್ರೀತಿಸುತ್ತಾನೆನ್ನುವುದೇ.

ಪೂರ್ಣಯ್ಯನವರು ಯೋಚಿಸಿ ಒಂದು ತೀರ್ಮಾನಕ್ಕೆ ಬಂದರು. ಭಾಸ್ಕರ ಬುದ್ಧಿವಂತ. ಇಲ್ಲಿನ ಅಂಗಡಿಯನ್ನು ಸಮರ್ಥವಾಗಿ ನಿರ್ವಹಿಸಬಲ್ಲ. ಶ್ರೀನಿವಾಸ ಇಲ್ಲಿರುವುದು ವಿಮಲಳಿಗೆ ಇಷ್ಟವಿಲ್ಲ. ಆದ್ದರಿಂದ ಶಿವಮೊಗ್ಗದಲ್ಲಿ ಹೊಸದಾಗಿ ಒಂದು ಅಂಗಡಿ ಪ್ರಾರಂಭಿಸಲು ನಿಶ್ಚಯಿಸಿದರು. ಅದನ್ನು ಕಾರ್ಯರೂಪಕ್ಕೂ ತಂದುಬಿಟ್ಟರು. ಭಾಸ್ಕರ ಎಷ್ಟು ವಿರೋಧಿಸಿದರೂ ಪೂರ್ಣಯ್ಯನವರು ಅದನ್ನು ಲೆಕ್ಕಕ್ಕೆ ಇಡಲಿಲ್ಲ.

ಶ್ರೀನಿವಾಸನ ಜೊತೆ ಪೂರ್ಣಯ್ಯನವರು ಶಿವಮೊಗ್ಗ ಸೇರಿದರು. ಮನೆಯಲ್ಲಿ ದಕ್ಷರಾದ ಅಡಿಗೆಯವನನ್ನು, ಕೆಲಸದವರನ್ನು ನೇಮಿಸಿ ಗಿರಿಜಮ್ಮ ಸಹ ಶಿವಮೊಗ್ಗಕ್ಕೆ ಹೊರಟರು.

ಭಾಸ್ಕರನ ಮನಸ್ಸು ವಿಲಿವಿಲಿ ಒದ್ದಾಡಿತು. ಹೇಗೋ ಪರಿಸ್ಥಿತಿಗೆ ಹೊಂದಿಕೊಂಡ. ಮದುವೆಯಾದ ಅಲ್ಪ ವೇಳೆಯಲ್ಲೇ ಎಷ್ಟೋ ಘಟನೆಗಳು ಕನಸಿನಂತೆ ನಡೆದುಹೋದವು.

ವಾರಕ್ಕೊಮ್ಮೆಯಾದರೂ ಶ್ರೀನಿವಾಸ ಬಂದು ಹೋಗುತ್ತಿದ್ದ. ಭಾಸ್ಕರ ಮೊದಲಿನ ವಾತ್ಸಲ್ಯವನ್ನೇ ತಮ್ಮನ ಮೇಲಿಟ್ಟಿದ್ದ. ಆದರೆ ವಿಮಲ ಮುಖಕೊಟ್ಟು ಮಾತನಾಡಿಸುತ್ತಿರಲಿಲ್ಲ. ಸರಳ ಮನಸ್ಸಿನ ಶ್ರೀನಿವಾಸ ಅದನ್ನು ದೊಡ್ಡದಾಗಿ ಭಾವಿಸದೇ ತಾನೇ ಅತ್ತಿಗೆಯನ್ನು ಬಲವಂತದಿಂದ ಮಾತಿಗೆಳೆಯಲು ಪ್ರಯತ್ನಿಸುತ್ತಿದ್ದ. ಆದರೆ ಅದರಿಂದ ಏನೂ ಪ್ರಯೋಜನವಾಗುತ್ತಿರಲಿಲ್ಲ.

ಸೊಸೆ ಗರ್ಭಿಣಿ ಎಂದು ತಿಳಿದ ಮೇಲೆ ಗಿರಿಜಮ್ಮ ಇಲ್ಲೇ ಬಂದು ನೆಲಸಿದರು. ಅಪರೂಪದ ಮೊಮ್ಮಗನಿಗಾಗಿ ಅವರ ಹೃದಯ ತವಕಿಸುತ್ತಿತ್ತು. ಆದರೆ ಆ ಆಸೆ ಆಸೆಯಾಗಿಯೇ ಉಳಿಯಿತು.

ಮತ್ತೊಮ್ಮೆ ಮಡದಿ ಗರ್ಭಿಣಿಯಾದಾಗ ಡಾಕ್ಟರ ಸಲಹೆಯಂತೆ ಅವಳನ್ನು ನರ್ಸಿಂಗ್ ಹೋಂನಲ್ಲೇ ಬಿಟ್ಟ. ಗಿರಿಜಮ್ಮ ದಿನಕ್ಕೊಮ್ಮೆ ನರ್ಸಿಂಗ್ ಹೋಂಗೆ ಹೋಗಿ ಸೊಸೆಯನ್ನು ನೋಡಿ ಬರುತ್ತಿದ್ದರು. ಶ್ರೀನಿವಾಸನಂತೂ ಶಿವಮೊಗ್ಗದಿಂದ ಅತ್ತಿಗೆಯನ್ನು ನೋಡಲು ಮೂರು ದಿನಕ್ಕೊಮ್ಮೆ ಓಡಿ ಬರುತ್ತಿದ್ದ. ಅವನ ಅಕ್ಕರೇ ಅಷ್ಟಿತ್ತು ಅತ್ತಿಗೆಯ ಮೇಲೆ.

ಸೀಮಂತ ಶಾಸ್ತ್ರಕ್ಕೆ ಅಣಿಗೊಳಿಸಿ ವಿಮಲಳನ್ನು ನರ್ಸಿಂಗ್ ಹೋಂನಿಂದ ಒಂದು ದಿನದ ಮಟ್ಟಿಗೆ ಮನೆಗೆ ಕರೆತರಲು ನಿಶ್ಚಯಿಸಿದರು. ವಿಮಲಳ, ತಾಯಿ, ತಂದೆ ಅಣ್ಣಂದಿರು, ಮಿಕ್ಕ ಬಂಧುಬಳಗದವರು ಬಂದು ಇಳಿದರು.

ಶ್ರೀನಿವಾಸ ಆಸೆಪಟ್ಟು ಜರತಾರಿಯ ಹಸಿರು ರೇಷ್ಮೆ ಸೀರೆ ಕೊಂಡು ತಂದ. ಆದರೆ ಅದರ ಭಾರ ಹೊರಲಾರೆನೆಂದು ವಿಮಲ ಅದನ್ನು ಉಡಲೇ ಇಲ್ಲ.

ಶ್ರೀಮಂತಕ್ಕೆ ಬಂದ ಜನ ವಿಮಲಳ ಶವಸಂಸ್ಕಾರ ಮುಗಿಸಿಕೊಂಡು ಹಿಂದಿರುಗಿದರು. ಆ ಕೋಮಲ ದೇಹದಿಂದ ಹೊರಬಂದಿದ್ದು ಒಂದು ಜೀವವಲ್ಲ, ಎರಡು ಜೀವ. ಅವು ವಿಕೃತ ರೂಪಗಳು. ಅವುಗಳಿಗೆ ಮೆದುಳಿನ ಬೆಳವಣಿಗೆ ಇಲ್ಲ. ಅವುಗಳನ್ನು ಶ್ರೀನಿವಾಸ ಬಲವಂತದಿಂದ ಶಿವಮೊಗ್ಗಕ್ಕೆ ಕೊಂಡೊಯ್ದ. ಅವುಗಳ ಜವಾಬ್ದಾರಿ ಹೊತ್ತು ಎಲ್ಲ ರೀತಿಯ ಚಿಕಿತ್ಸೆ ಪರೀಕ್ಷೆಯನ್ನು ನಡೆಸಿದ. ಅದರಿಂದ ಯಾವ ಪ್ರಯೋಜನವೂ ಆಗಲಿಲ್ಲ.

ತಾಯಿಯಿಂದ ಭಾಸ್ಕರ ಮದುವೆಗೆ ಒಪ್ಪಿಗೆ ಸಮಾಚಾರ ತಿಳಿದು ಒಂದೇ ನೆಗೆತದಲ್ಲಿ ಹಾರಿ ಬಂದಿದ್ದ ಬೆಂಗಳೂರಿಗೆ. ಗಿರಿಧರನ ಹಾಸ್ಟೆಲ್‌ಗೆ ಹೋಗಿ ಅವನನ್ನು ಕರೆದುಕೊಂಡು ಅಣ್ಣನನ್ನು ಹೊರಡಿಸಿಕೊಂಡು ಅಗ್ರಹಾರಕ್ಕೆ ಹೊರಟೇಬಿಟ್ಟಿದ್ದ.

* * *

ಗಿರಿಧರ ಎಲ್ಲರ ಸಹಕಾರದೊಂದಿಗೆ ನಂದಿಯಲ್ಲಿ ತಂಗಿಯ ಮದುವೆಯನ್ನು ಶಾಸ್ತ್ರೋಕ್ತವಾಗಿ ನಡೆಸಿದ. ಶ್ರೀನಿವಾಸ ಅಷ್ಟೇ ವಿಜೃಂಭಣೆಯಿಂದ ಆರತಕ್ಷತೆ ಏರ್ಪಡಿಸಿದ್ದ. ಬೆಂಗಳೂರಿನಲ್ಲಿ ಭಾಸ್ಕರ ಅಷ್ಟು ವಿಜೃಂಭಣೆ ಬೇಡವೆಂದಾಗ "ಮಹಾರಾಯ, ನೀನು ಮೊದಲು ಮದುವೆಯ ಸೊಬಗು ಅನುಭವಿಸಿರಬಹುದು. ಆದರೆ ಶಶಿ ಅತ್ತಿಗೆಗೆ ಇದು ಹೊಸದು, ನೀನು ಇದಕ್ಕೆಲ್ಲ ಅಡ್ಡಿ ಬರಬೇಡ" ಎಂದು ಅಣ್ಣನ ಬಾಯನ್ನು ಮುಚ್ಚಿಸಿದ್ದ.

ತುಂಗಮ್ಮ ಮಗಳ ಮದುವೆಯ ಆರತಕ್ಷತೆಯ ಸಲುವಾಗಿ ಬೆಂಗಳೂರನ್ನು ಕಂಡರು. ಅವರು ಮಗಳನ್ನು ಮೂರು ತಿಂಗಳು ತಮ್ಮ ಬಳಿಯೇ ಉಳಿಸಿಕೊಳ್ಳುವ ಇಚ್ಛೆಯನ್ನು ವ್ಯಕ್ತಪಡಿಸಿದಾಗ ಜೋಯಿಸರು ಆಗಬಹುದೆಂದರು. ಭಾಸ್ಕರ ಥಟ್ಟನೇ ಒಪ್ಪಿಕೊಂಡುಬಿಟ್ಟ. ಗಿರಿಜಮ್ಮನವರಿಗೆ ಇಷ್ಟವಿಲ್ಲವಿದಿದ್ದರೂ ಮಗನ ಮಾತಿನಿಂದ ಸುಮ್ಮನಾದರು. ವಿಷಯ ತಿಳಿದ ಶ್ರೀನಿವಾಸ ಅಣ್ಣನ ಬಳಿಗೆ ಓಡಿಬಂದ.

"ಮಹರಾಯ, ಇದೇನು ನೀನು ಮಾಡ್ತ ಇರೋದು! ಅತ್ತಿಗೆ ಮೂರು ತಿಂಗಳು ಅಲ್ಲಿ ಇರೋದು, ನೀನು ದಿನ ತಾರೀಖು ಎಣಿಸೋದು. ನನಗೆ ಸುತರಾಂ ಇಷ್ಟವಿಲ್ಲ. ನೀನು ಸುಮ್ಮನಿದ್ದುಬಿಡು. ಜೋಯಿಸರಿಗೆ ನಾನು ಹೇಳ್ತೀನಿ" ಅಂತ ಶ್ರೀನಿವಾಸ.

"ಬೇಡ ಶೀನಿ, ಶಶಿ ಮೂರು ತಿಂಗಳು ಅಲ್ಲೇ ಇರಲಿ. ಯಾಕೋ ನನ್ನ ಆತ್ಮವಿಶ್ವಾಸವೇ ಕುಗ್ಗುತ್ತ ಇದೆ. ಪದೇ ಪದೇ ವಿಮಲಳ ನೆನಪು ಬಂದು ನನ್ನ ಕಾಡ್ತ ಇದೆ. ವಿಮಲಳ ಆತ್ಮ ಎಲ್ಲಿ ನೋಯುತ್ತೋ!" ಎಂದ ನೊಂದ ಧ್ವನಿಯಲ್ಲಿ ಭಾಸ್ಕರ.

"ಅಂತೂ ಒಳ್ಳೆ ಆಸಾಮಿ! ಸತ್ತವರ ನೆನೆಸಿಕೊಂಡು ಇದ್ದವರಿಗೆ ಮೋಸ ಮಾಡಿದ ಹಾಗೆ. ಬೇಡ, ಅತ್ತಿಗೆಯ ಆತ್ಮ ಖಂಡಿತ ನೋಯೋಲ್ಲ. ಇಲ್ಲದೆಲ್ಲ ಕಲ್ಪಿಸಿಕೊಂಡು ಮನೋರೋಗಿಯಾಗಬೇಡ. ಶಶಿ ಅತ್ತಿಗೇನ ಮೂರು ತಿಂಗಳು ನಿನ್ನಿಂದ ದೂರವಿಟ್ಟರೇ ನೀನು ಪೂರ್ತಿಯಾಗಿ ಮನೋರೋಗಿಯಾಗುವುದು ಖಂಡಿತ" ಎಂದವನೇ ಭಾಸ್ಕರ ಕೂಗುತ್ತಿದ್ದರೂ ಕಿವಿಯ ಮೇಲೆ ಹಾಕಿಕೊಳ್ಳದೇ ಹೊರಟುಬಿಟ್ಟ.

ತಾಯಿಗೆ ಸರಿಯಾಗಿ ವಿಷಯ ವಿವರಿಸಿ ಖಂಡಿತ ಶಶಿ ಅತ್ತಿಗೆಯನ್ನು ಕಳುಹಿಸಕೂಡದೆಂದು ಹೇಳಿದ.

ಗಿರಿಜಮ್ಮನ ಮಾತಿಗೆ ಹೆಚ್ಚು ಪ್ರತಿಭಟನೆ ಸೂಚಿಸುವವರು ಯಾರೂ ಇರಲಿಲ್ಲ. ಶಶಿಯನ್ನು ಇಲ್ಲಿಯೇ ನಿಲ್ಲಿಸಿಕೊಳ್ಳುವುದೆಂದು ತೀರ್ಮಾನಿಸಿದರು.

ಶ್ರೀನಿವಾಸ ಮಾಡಿದ ಮೊದಲ ಕೆಲಸವೆಂದರೆ ಭಾಸ್ಕರನ ಕೋಣೆಯಲ್ಲಿದ್ದ ಅವನ ವಿಮಲಳ ದೊಡ್ಡ ಫೋಟೋವನ್ನು ತಂದು ದೇವರ ಕೋಣೆಯಲ್ಲಿ ಹಾಕಿದ. ಫ್ರೇಮಿನಲ್ಲಿದ್ದ ಫೋಟೋ ತೆಗೆದು ಬೀರುವಿನಲ್ಲಿಟ್ಟ. ಅವನ ಇಚ್ಛೆಗೆ ಯಾರೂ ಅಡ್ಡ ಬರಲಿಲ್ಲ. ಪ್ರತಿಭಟನೆ ಸೂಚಿಸಬೇಕಾದ ಭಾಸ್ಕರ ಅಂದು ರಾತ್ರಿವರೆಗು ಯಾವುದೋ ನೆಪವೊಡ್ಡಿ ಮನೆಗೆ ಬರಲೇ ಇಲ್ಲ. ಅವನು ರಾತ್ರಿ ಮನೆಗೆ ಬಂದಾಗ ಒಂಬತ್ತು ಗಂಟೆ. ಶ್ರೀನಿವಾಸ ಅಂಗಡಿಗೆ ಹೋಗಿ ಅಣ್ಣನನ್ನು ಹೊರಡಿಸಿಕೊಂಡು ಬಂದಿದ್ದ. ಅವನಿಗೆ ಚೇತನ ತುಂಬಲು ಹಲವು ಬಗೆಯಾಗಿ ಪ್ರಯತ್ನಿಸಿದ್ದ.

ಮೌನವಾಗಿ ಊಟ ಮುಗಿಸಿದ ಭಾಸ್ಕರ ತನ್ನ ಕೋಣೆಗೆ ಬಂದ. ಅದರ ಅಲಂಕಾರಕ್ಕೆ ತಾನೇ ಬೆರಗಾದ. ಶ್ರೀನಿವಾಸ ಅಷ್ಟು ಕಲಾತ್ಮಕವಾಗಿ ಸಿಂಗರಿಸಿದ್ದ. ಮಲ್ಲಿಗೆ ಹೂವಿನ ಸುವಾಸನೆ ಕೋಣೆಯಲ್ಲೆಲ್ಲ ಅರಳಿ ಒಂದು ರೀತಿಯ ಮಧುರತೆಯನ್ನು ಉಂಟುಮಾಡಿದ್ದರೆ, ಸುಗಂಧಭರಿತ ಊದುಬತ್ತಿಯ ಪರಿಮಳ ಮನವನ್ನು ಆಹ್ಲಾದಗೊಳಿಸುತ್ತಿತ್ತು.

ವಿಮಲಳ ಜೊತೆಯಲ್ಲಿ ಕಳೆದ ಮೊದಲ ರಾತ್ರಿ ಅವನ ನೆನಪಿಗೆ ಬಂತು. ಮದುವೆಗೆ ಮೊದಲೇ ಸುತ್ತಾಟ ನಡೆಸಿದ್ದರಿಂದ ಆಲಿಂಗನ, ಚುಂಬನ ವಿನಿಮಯವಾಗಿತ್ತು. ವಿಮಲಳ ಸನಿಹದಲ್ಲಿ ಮತ್ತೇರಿಸುವ ಕಾವು ಅವನಲ್ಲಿ ಉಂಟಾಗಲಿಲ್ಲ. ಅವಳ ಜೊತೆಯಲ್ಲಿ ದಾಂಪತ್ಯ ಸುಖ ಅನುಭವಿಸಿದ್ದ ರಾತ್ರಿಗಳನ್ನು

ಲೆಕ್ಕವಿಡಬಹುದಾಗಿತ್ತು. ಅವಳ ಕೋಮಲ ಮೈ ಗಂಡನ ಬಿಗಿಯಪ್ಪುಗೆಯನ್ನು ತಡೆಯಲಾರದಷ್ಟು ಸೂಕ್ಷ್ಮವಾಗಿತ್ತು.

ಅಲಂಕೃತಳಾದ ಸೊಸೆಯನ್ನು ಕರೆತಂದ ಗಿರಿಜಮ್ಮ ಮುತ್ತೈದೆಯರೊಂದಿಗೆ ಮಗ, ಸೊಸೆಗೆ ಆರತಿ ಮಾಡಿ ಮನಃಪೂರ್ವಕವಾಗಿ ಹರಸಿ, ಕೋಣೆಗೆ ಬಿಟ್ಟು ಹೊರಗೆ ಹೋದರು. ಆಗ ಬಂದ ಶ್ರೀನಿವಾಸ ಅಣ್ಣನ ಕಿವಿಯಲ್ಲಿ ಪಿಸುಗುಟ್ಟಿ ಹೋಗುವುದನ್ನು ಮರೆಯಲಿಲ್ಲ.

ಶಶಿಯ ಸ್ನಿಗ್ಧ ಸುಂದರವದನ ಅವನಲ್ಲಿ ನೂತನ ಚೇತನವನ್ನು ನೀಡಿತು. ಬಗ್ಗಿದ ಶಶಿಯ ಮುಖವನ್ನು ಬೆರಳಿನ ತುದಿಯಿಂದ ಎತ್ತಿದ. ನಾಚಿದ ಕಂಗಳು ಪ್ರಿಯನನ್ನು ನೋಡಲಾರದೇ ದೃಷ್ಟಿಯನ್ನು ಕೆಳಗೆ ಚೆಲ್ಲಿದವು.

ಅವನಿಗೆ ಇದೊಂದು ನೂತನ ಅನುಭವ. ವಿಮಲ ಗಂಡನೊಡನೆ ಸಹಜವಾಗಿ ವರ್ತಿಸುತ್ತಿದ್ದಳೇ ವಿನಹ ನಾಚಿಕೆ ಒಮ್ಮೆಯಾದರು ಅವಳ ಬಳಿ ಸುಳಿದಿರಲಿಲ್ಲ. ಎಂದೋ ಅವಳು ಅಪರೂಪವಾಗಿ ನಾಚಿದಾಗ ಮೊದಲೇ ಬಿಳುಪಾಗಿದ್ದ ಮುಖ ಇನ್ನಷ್ಟು ಬಿಳಚಿಕೊಳುತ್ತಿತ್ತೆ ವಿನಹ ಕೆಂಪಾಗುತ್ತಿರಲಿಲ್ಲ. ಅದಕ್ಕೆ ವಿರುದ್ಧವಾಗಿ ನಾಚಿದ ಶರೀರದ ಎಲ್ಲ ರಕ್ತವು ಶಶಿಯ ಮುಖಕ್ಕೆ ನುಗ್ಗಿ ಅವಳ ಸೌಂದರ್ಯ ರಕ್ತರಂಜಿತವಾಗಿ ಮತ್ತಷ್ಟು ದ್ವಿಗುಣಗೊಳಿಸಿತ್ತು.

"ಶಶಿ... ನನ್ನ ಒಂದು ಸಲ ನೋಡು" ಎಂದ ಭಾಸ್ಕರ ಅವಳ ಮುಖವನ್ನು ತನ್ನ ಬೊಗಸೆಯಲ್ಲಿ ಹಿಡಿದು.

ಶಶಿ ಮೈ ಮೃದುವಾಗಿ ಕಂಪಿಸುತ್ತಿತ್ತು.

ಅವಳ ಮುಖದ ಮೇಲೆ ನಗು ಅರಳಿತೇ ವಿನಹ ತಲೆ ಮೇಲಕ್ಕೆ ಎತ್ತಲಿಲ್ಲ. ಭಾಸ್ಕರನ ಎರಡು ತೋಳುಗಳು ಮಡದಿಯನ್ನು ಅಪ್ಪಿ ಸುಖಿಸಿದವು.

ಎಂದೂ ಎಂಟು ಗಂಟೆಯಾದರೂ ಹಾಸಿಗೆ ಬಿಟ್ಟೇಳದ ಶ್ರೀನಿವಾಸ ಆರು ಗಂಟೆಗೆಲ್ಲ ಎದ್ದು ಕೋಣೆಯಿಂದ ಎದ್ದು ಬರುವ ಅಣ್ಣನನ್ನು ನಿರೀಕ್ಷಿಸುತ್ತ ಕುಳಿತಿದ್ದ.

ಮೊದಲು ಕೋಣೆಯಿಂದ ಹೊರಗೆ ಬಂದ ಅತ್ತಿಗೆಯನ್ನು ನೋಡಿ ಅವನ ಹೃದಯ ತುಂಬಿ ಬಂತು.

"ಅತ್ತಿಗೆ, ಒಂದು ನಿಮಿಷ ನಿಂತ್ಕೊಳ್ಳಿ" ಎಂದವನೇ ಬಗ್ಗಿ ಶಶಿ ತಡೆಯುವುದಕ್ಕೆ ಮುನ್ನವೇ ನಮಸ್ಕಾರ ಮಾಡಿಬಿಟ್ಟ.

ಮಡದಿಯ ಹಿಂದೆ ಬಂದ ಭಾಸ್ಕರ ನಗುತ್ತ ಹೇಳಿದ.

"ಶೀನಿ, ಶಶಿ ನಿನಗಿಂತ ಚಿಕ್ಕವಳು."

"ವಯಸ್ಸು ಅಲ್ಲಣ್ಣ ಮುಖ್ಯ. ಸ್ಥಾನ ಮುಖ್ಯ. ಅತ್ತಿಗೆ ಈಗ ನನ್ನ ತಾಯಿ ಸ್ಥಾನದಲ್ಲಿದ್ದಾರೆ" ಎಂದ. ಅಷ್ಟರಲ್ಲಿ ಶಶಿ ಅಲ್ಲಿಂದ ಸರಿದು ಹೋಗಿದ್ದಳು.

ಮುಖ ತೊಳೆಯೋಕೆ ಭಾಸ್ಕರನನ್ನು ಬಿಡದೇ ತಮಾಷೆ ಮಾಡಿ ರೇಗಿಸಿ ನಗಿಸಿ ಗೋಳು ಹೊಯ್ದುಕೊಂಡುಬಿಟ್ಟ. ಶ್ರೀನಿವಾಸ. ಅವನೊಂದಿಗೆ ಅವನ ಮಡದಿ ಶಾಂತಿ ಬಂದು ಸೇರಿದ ಮೇಲಂತೂ ಇವರ ಉಪಟಳ ತಡೆಯಲಾರದೇ ಭಾಸ್ಕರ ತಾಯಿಯನ್ನು ಕೂಗಿಕೊಂಡ.

ಅಡಿಗೆಯ ಮನೆಯ ಮೇಲ್ವಿಚಾರಣೆಯಲ್ಲಿದ್ದ ಗಿರಿಜಮ್ಮ ಓಡಿ ಬಂದರು.

"ಅಮ್ಮ, ಇವನ ಕಾಟ ನನ್ನಿಂದ ಖಂಡಿತ ತಡೆಯೋಕೆ ಸಾಧ್ಯವಿಲ್ಲ. ಶಾಂತಿ ಗಲಾಟೆಯಲ್ಲಿ ಗಂಡನನ್ನು ಮೀರಿಸುವಷ್ಟು ನಿಸ್ಸೀಮಳಾಗಿದ್ದಾಳೆ" ಎಂದ.

"ಶೀನಿ, ನಿನಗೆ ವಯಸ್ಸಾದರೂ ಬುದ್ಧಿ ಬರಲಿಲ್ಲವಲ್ಲೋ? ಶಾಂತೀ ನಿನಗೆ ಸ್ವಲ್ಪ ವಿವೇಕಾನೂ ಇಲ್ಲ. ಎದ್ದು ನಡೆಯಿರಿ" ಎಂದು ಪ್ರೀತಿಯಿಂದ ಚಿಕ್ಕ ಮಗ, ಸೊಸೆಯನ್ನು ಗದರಿಕೊಂಡರು ಗಿರಿಜಮ್ಮ.

ಭಾಸ್ಕರ ಮೆತ್ತಗೆ ಅಲ್ಲಿಂದ ಪಾರಾದ.

ಶಶಿ ಅವನ ಮೈ ಮನಸ್ಸಿನಲ್ಲಿ ನವೋಲ್ಲಾಸ ತುಂಬಿದ್ದಳು. ಅವನ ಮೈಮನಗಳು ಹಗುರವಾಗಿ ಹೂವಿನಂತೆ ತೇಲಾಡುತ್ತಿತ್ತು.

ಯಾವುದೋ ಹಾಡು ಗುನುಗುತ್ತ ಸ್ನಾನ ಮಾಡಿ ಬಂದ. ಅವನ ಕಣ್ಣುಗಳು, ಮಡದಿಯನ್ನು ಅರಸುತ್ತಿದ್ದವು.

ಶಶಿ ಕೋಣೆಯಲ್ಲಿ ಹೊರಟು ನಿಂತಿದ್ದ ತಾಯಿಯನ್ನು ಅಪ್ಪಿ ಮಗುವಿನಂತೆ ಅಳುತ್ತಿದ್ದಳು. ಅವಳು ಹುಟ್ಟಿದಂದಿನಿಂದ ತಾಯಿಯನ್ನು ಎಂದೂ ಅಗಲಿದವಳೇ ಅಲ್ಲ. ಅವಳಿಗೆ ತಾಯಿಯ ಬಗ್ಗೆ ಅಪಾರ ಗೌರವ. ತಂದೆ ಹುಚ್ಚನಾದರೂ ತಾಯಿ ತಮ್ಮನ್ನೆಲ್ಲ ಅನಾಥರನ್ನಾಗಿ ಮಾಡದೇ ಕಾಯಕಷ್ಟದಿಂದ ಸಲಹಿದರು. ಇಂಥ ದೇವತೆಯನ್ನು ಹೇಗೆ ಅಗಲುವುದು?

ಗಿರಿಜಮ್ಮ ಬಂದು ತುಂಗಮ್ಮನವರನ್ನು ಮಗಳ ಜೊತೆ ಇಲ್ಲೇ ಇದ್ದುಬಿಡುವಂತೆ ಬಲವಂತ ಮಾಡಿದರು. ಭಾಸ್ಕರ ಹೇಳಿ ನೋಡಿದ. ಶ್ರೀನಿವಾಸ ಬಲವಂತ ಮಾಡಿದ. ಅವರು ಯಾವುದಕ್ಕೂ ಒಪ್ಪಲಿಲ್ಲ.

ಗಿರಿಧರ ಇಡೀ ರಾತ್ರಿ ಪೂರ್ತಿ ನಿದ್ದೆ ಮಾಡಿರಲಿಲ್ಲ. ತಂಗಿಯ ಅಗಲಿಕೆಯನ್ನು ನೆನೆಸಿಕೊಂಡರೇ ಅವನ ಹೃದಯ ವೇದನೆಯಿಂದ ಹೆಪ್ಪುಗಟ್ಟುತ್ತಿತ್ತು.

ಜೋಯಿಸರು ಬಸ್ಸಿಗೆ ಹೊತ್ತಾಯಿತೆಂದು ಅವಸರಿಸಿದರು.

ಮಗಳ ಅಳು ನೋಡಲಾರದೇ ತುಂಗಮ್ಮನವರೇ ಸಮಾಧಾನ ಮಾಡಿದರು.

"ಸಮಾಧಾನ ಮಾಡ್ಕೋ ಬಾಳಾ. ದೇವರ ದಯೆಯಿಂದ ದೇವರಂಥ ಗಂಡ, ಒಳ್ಳೆ ಅತ್ತೆ, ಮಾವ, ಮೈದುನ, ಓರಗಿತ್ತಿ ಸಿಕ್ಕಿದ್ದಾರೆ. ಇದಕ್ಕಿಂತ ಇನ್ನೇನು ಬೇಕು ಹೆಣ್ಣು ಮಕ್ಕಳಿಗೆ, ಸಂಭಾವಿತಳಾಗಿರು. ಗಿರಿ ಇಲ್ಲೇ ಇರ್ತಾನಲ್ಲ. ಆಗಾಗ ಬಂದು ನೋಡ್ತಾನೆ"

ಎಂದು ಸೆರಗಿನಿಂದ ಮಗಳ ಕಣ್ಣೀರು ಒರೆಸಿದರು.

ಗಿರಿಜಮ್ಮ ಬೀಗಿತ್ತಿಗೆ, ಜೋಯಿಸರ ಹೆಂಡತಿಗೆ ಭಾರಿ ರೇಷಿಮೆ ಸೀರೆಗಳನ್ನು ಉಡಿಸಿದರು. ಜೋಯಿಸರು ಒಂದು ಜೊತೆ ಜರತಾರಿ ಪಂಚೆ, ಶಲ್ಯವನ್ನು ಸಂತೋಷದಿಂದ ಸ್ವೀಕರಿಸಿದರು.

ಇವರನ್ನೆಲ್ಲ ಕರೆದೊಯ್ಯಲು ಬಸ್‌ಸ್ಟ್ಯಾಂಡಿಗೆ ಕಾರು ಸಿದ್ಧವಾಯಿತು. ತುಂಗಮ್ಮ, ಜೋಯಿಸರು, ಅವರ ಹೆಂಡತಿ ಕಾರಿನಲ್ಲಿ ಕುಳಿತರು.

ಗಿರಿಧರನಂತೂ ತಂಗಿಯನ್ನು ಅಪ್ಪಿಕೊಂಡು ಜೋರಾಗಿ ಅತ್ತುಬಿಟ್ಟ. ಅವರ ದುಃಖ ನೋಡಲು ಭಾಸ್ಕರನಿಂದಲೇ ಸಾಧ್ಯವಾಗಲಿಲ್ಲ.

"ಗಿರಿಧರ್, ಇನ್ನು ಮೇಲೆ ನೀವು ಇಲ್ಲೇ ಇದ್ದುಬಿಡಿ" ಎಂದ ಭಾಸ್ಕರ.

ತಂಗಿಯನ್ನು ಬಿಟ್ಟು ಭಾವನ ಕಡೆ ತಿರುಗಿದ ಗಿರಿಧರ್ "ದಯವಿಟ್ಟು ಅದೊಂದು ಮಾತ್ರ ಹೇಳಬೇಡಿ" ಎಂದವನೇ ಭಾಸ್ಕರನ ಎರಡು ಕೈಗಳನ್ನು ಹಿಡಿದು "ನಮ್ಮ ಶಶಿ ಅಗ್ರಹಾರದಲ್ಲಿ ಬೆಳೆದ ಹುಡುಗಿ, ಅವಳಿಗೆ ಪಟ್ಟಣದ ನಯ, ನಾಜೋಕು ಒಂದೂ ತಿಳಿಯದು. ದಿನ ಕಳೆದಂತೆ ಸುಧಾರಿಸಿಕೊಳ್ಳುತ್ತಾಳೆ. ಅದಕ್ಕೆ ನಿಮ್ಮ ಸಹಕಾರ ಅವಳಿಗೆ ಬೇಕು. ಬಡವರ ಮನೆ ಹುಡುಗಿ ನಿಮ್ಮ ಅಂತಸ್ತಿಗೆ..." ಅವನು ಮಾತು ಪೂರ್ತಿ ಮಾಡುವ ಮುನ್ನವೇ ಭಾಸ್ಕರ ತನ್ನ ಕೈಯಿಂದ ಅವನ ಬಾಯಿ ಮುಚ್ಚಿ ಹೇಳಿದ. "ಗಿರಿಧರ್, ದಯವಿಟ್ಟು ಆ ಮಾತು ಹೇಳಬೇಡಿ. ನನಗಾಗಲಿ, ನನ್ನ ತಾಯಿ, ತಂದೆಗಾಗಲಿ, ನಮ್ಮ ಶೀನಿ, ಶಾಂತಿಗಾಗಲಿ ಅಂಥ ಭಾವನೆ ಇಲ್ಲ. ಶಶಿ ಮನಸ್ಸನ್ನು ನೋಯಿಸದೇ ಆದಷ್ಟು ಸುಖವಾಗಿ ಇಟ್ಟುಕೋತೀನಿ ಅಂತ ನಾನು ನಿನಗೆ ಭರವಸೆ ಕೊಡಬಲ್ಲೆ" ಎಂದು ಅವನ ಕೈಯನ್ನು ಹಿಡಿದು ಹೇಳಿದ.

ಗಿರಿಧರನ ದುಃಖ ಸ್ವಲ್ಪಮಟ್ಟಿಗೆ ಹತೋಟಿಗೆ ಬಂತು.

ಭಾಸ್ಕರ ಮಡದಿಯನ್ನು ಬಸ್ ನಿಲ್ದಾಣಕ್ಕೆ ಹೊರಡಿಸಿದ. ಇವರ ಕಾರು ಹೋಗುವ ವೇಳೆಗೆ ಬಸ್ಸು ಹೊರಟು ನಿಂತಿದ್ದರಿಂದ ಯಾರಿಗೂ ಹೆಚ್ಚು ಹೇಳಿ ಹೋಗುವ ವೇಳೆ ಸಿಕ್ಕಲಿಲ್ಲ. ಇವರಿಬ್ಬರೂ ಕೈಯಾಡಿಸುತ್ತಿದ್ದಂತೆ ಬಸ್ಸು ಹೊಗೆಯುಗುಳುತ್ತ ಹೊರಟಿತು.

ಬಸ್ಸು ಹೋದ ಕಡೆ ನೋಡುತ್ತ ನಿಂತಿದ್ದ ಶಶಿಯನ್ನು ಎಚ್ಚರಿಸಿ ಕರೆದೊಯ್ದು ಕಾರಿನಲ್ಲಿ ಕುಳ್ಳಿರಿಸಿದ ಭಾಸ್ಕರ.

ಶಶಿ ಇಂದು ಸಹ ಯಾವುದೋ ಜ್ಞಾನದಲ್ಲಿ ಬಾಗಿಲಿಗೆ ಒರಗಿ ಭಾಸ್ಕರನಿಂದ ದೂರ ಕುಳಿತಿದ್ದಳು.

"ಶಶಿ, ನಮಗೆ ಮದುವೆಯಾದ ವಿಷಯಾನೇ ನೀನು ಮರೆತುಬಿಟ್ಟ ಹಾಗೆ ಕಾಣುತ್ತೆ" ಎಂದು ಮಡದಿಯನ್ನು ಎಳೆದು ಪಕ್ಕದಲ್ಲಿ ಕೂಡಿಸಿಕೊಂಡ.

"ಶಶಿ, ಶ್ರೀನಿವಾಸ ನಿನ್ನ ಶಿವಮೊಗ್ಗಕ್ಕೆ ಕರ್ಕೊಂಡು ಹೋಗ್ತೀನಿ ಅಂತಿದ್ದಾನೆ"

ಎಂದ.

ಶಶಿ ಥಟ್ಟನೆ "ಬೇಡಪ್ಪಾ, ನಾನು ಎಲ್ಲೂ ಹೋಗೋಲ್ಲ" ಎಂದಳು ನಾಚಿಕೆಯಿಂದ.

"ಅಂತು ನನ್ನ ಬಿಟ್ಟು ನೀನು ಎಲ್ಲೂ ಹೋಗೋಕೂ ಸಿದ್ಧವಿಲ್ಲ" ಎಂದು ಮಡದಿಯ ದುಂಡು ಕೆನ್ನೆಯನ್ನು ಹಿಂಡಿದ. ಥಟ್ಟನೆ ಅವನಿಗೆ ವಿಮಲಳ ಜ್ಞಾಪಕ ಹತ್ತಿತ್ತು. ವಿಮಲಳ ಕೆನ್ನೆಗಳು ಹತ್ತಿಕೊಂಡು ಹೋಗಿದ್ದವು. ಹಿಂಡುವುದಕ್ಕೆ ಸಿಗುತ್ತಲೇ ಇರಲಿಲ್ಲ.

ಭಾಸ್ಕರ ವಿಮನಸ್ಕನಾಗಿದ್ದುದನ್ನು ಶಶಿ ಗಮನಿಸಿದಳು. ಮೊದಲ ಮಡದಿಯ ಜ್ಞಾಪಕವಿರಬಹುದೆಂದು ನೊಂದುಕೊಂಡಳು.

ಭಾಸ್ಕರ ಹಾಗೂ ತನ್ನ ವಿಮನಸ್ಕತೆಯನ್ನು ಹತ್ತಿಕ್ಕಿ ಮಡದಿಯನ್ನು ಮಾತನಾಡಿಸಿದ.

ಇವರಿಬ್ಬರೂ ಮನೆಗೆ ಬಂದಾಗ ಮನೆ ನಿಶ್ಶಬ್ದವಾಗಿತ್ತು. ಶ್ರೀನಿವಾಸ ಅಂಗಡಿಗೆ ಹೋಗಿದ್ದ. ಶಾಂತಿ ಯಾರೋ ಗೆಳತಿಯರನ್ನು ಕಂಡುಬರಲು ಹೋಗಿದ್ದಳು. ಪೂರ್ಣಯ್ಯನವರು ಮದುವೆಯ ವಾರನೆಯ ದಿನವೇ ಶಿವಮೊಗ್ಗಕ್ಕೆ ಹೊರಟುಹೋಗಿದ್ದರು. ಗಿರಿಜಮ್ಮ ಮಾತ್ರ ಮನೆಯಲ್ಲಿದ್ದರು. ಅಡಿಗೆಯವರು, ಕೆಲಸದವರು ಇದ್ದುದ್ದರಿಂದ ಗಿರಿಜಮ್ಮ ಪುರುಸೊತ್ತಾಗೇ ಇದ್ದರು.

"ಬಸ್ಸು ಸರಿಯಾದ ವೇಳೆಗೆ ಸಿಕ್ಕಿತೇನಪ್ಪ?" ಎಂದು ಮಗನನ್ನು ಪ್ರಶ್ನಿಸಿದರು.

"ನಾವು ಹೋಗುವ ವೇಳೆಗೆ ಸರಿಯಾಗಿ ಹೊರಟು ನಿಂತಿತ್ತು. ಇನ್ನೈದು ನಿಮಿಷ ಲೇಟಾಗಿದ್ದರೂ ಇನ್ನೊಂದು ಬಸ್ಸಿಗೆ ಕಾಯಬೇಕಾಗಿತ್ತು. ಎನ್ನುತ್ತ ಭಾಸ್ಕರ ತಾಯಿಗೆ ಎದುರಾಗಿ ಸೋಫಾ ಮೇಲೆ ಕುಳಿತ.

ಶಶಿಗೆ ಏನೂ ತೋಚದೇ ಸುಮ್ಮನೇ ನಿಂತಳು.

ಗಿರಿಜಮ್ಮ ಕರೆದು ಪಕ್ಕದಲ್ಲಿ ಕೂಡಿಸಿಕೊಂಡರು. ಅವರಿಗೆ ಹೆಣ್ಣು ಮಕ್ಕಳ ಸಂತಾನವಿಲ್ಲದ್ದರಿಂದ ಸೊಸೆಯರನ್ನು ತಮ್ಮ ಮಕ್ಕಳಿಗಿಂತ ಹೆಚ್ಚು ಪ್ರೀತಿಯಿಂದ ಕಾಣುತ್ತಿದ್ದರು. ವಿಮಲಳನ್ನೂ ಸಹ ಅವರು ಎಂದೂ ದ್ವೇಷಿಸಿರಲಿಲ್ಲ. ಶಾಂತಿ ಅಣ್ಣನ ಮಗಳೆಂದು ಹೆಚ್ಚಿನ ಅಕ್ಕರೆಯನ್ನು ತೋರಿಸುತ್ತಿರಲಿಲ್ಲ. ಈಗ ಶಶಿ ಬಡವರ ಮನೆ ಹೆಣ್ಣೆಂದು ಅವರು ಉದಾಸೀನ ಮಾಡಲು ಸಿದ್ಧರಾಗಿರಲಿಲ್ಲ.

"ಅಮ್ಮ ಶಾಂತಿ ಎಲ್ಲಿ?" ಎಂದ ಮೈ ಮುರಿಯುತ್ತ ಭಾಸ್ಕರ.

"ಇಲ್ಲೇ ಅವಳ ಸ್ನೇಹಿತೆ ಮನೆ ಇದೆಯಂತೆ. ಅವಳನ್ನು ನೋಡಿ ಬರಬೇಕು ಅಂದಳು, ಶ್ರೀನಿವಾಸ ಜೊತೆಯಲ್ಲೇ ಕರೆದೊಯ್ದು ಅಲ್ಲಿ ಬಿಟ್ಟು ಹಾಗಿಂದ ಹಾಗೆ ಅಂಗಡಿಗೆ ಹೋಗ್ತೀನಿ ಅಂತ ಹೋದ" ಎಂದವರೇ ಸೊಸೆಯ ಕಡೆ ನೋಡಿದರು. ಅವರ ಕರುಳು ಚುರುಕ್ಕೆಂದಿತು.

"ಶಶಿ, ಒಂದು ಗಳಿಗೆ ಮಲಕ್ಕೋ ಹೋಗಮ್ಮ. ನೀನು ಯಾವಾಗ ಬೇಕಾದರೂ

ಅಗ್ರಹಾರಕ್ಕೆ ಹೋಗಿ ನಿಮ್ಮಮ್ಮನ ನೋಡಿ ಬರಬಹುದು. ಇನ್ನು ನಿಮ್ಮಣ್ಣ ಇಲ್ಲೇ ಇರ್ತಾನೆ. ದಿನ ಒಂದು ಸಲ ಬಂದು ತಂಗೀನ್ನ ಮಾತಾಡಿಸಿಕೊಂಡು ಹೋಗೋಕೆ ಹೇಳ್ತೀನಿ. ಈಗ ಸ್ವಲ್ಪ ಹೊತ್ತು ನೆಮ್ಮದಿಯಿಂದ ನಿದ್ದೆ ಮಾಡಬಹುದು. ಶೀನಿ ಬಂದರೆ ವಿಪರೀತ ಗಲಾಟೆ ಯಾರಾದರೂ ನಿದ್ದೆ ಮಾಡೋದು ಇರಲಿ, ನೆಮ್ಮದಿಯಿಂದ ಇರೋಕೂ ಸಾಧ್ಯವಿಲ್ಲ" ಎಂದು ನಕ್ಕು ಸೊಸೆಯ ಮುಂದಲೆಯನ್ನು ಪ್ರೀತಿಯಿಂದ ಸವರಿದರು.

ತಾಯಿಯ ಒಳ್ಳೆಯ ಸ್ವಭಾವದ ಅರಿವಿದ್ದ ಭಾಸ್ಕರ ಹೆಮ್ಮೆಯಿಂದ ತಲೆದೂಗಿದ.

"ಅಮ್ಮ ನಿನಗೆ ಯಾವಾಗಲೂ ಸೊಸೆಯರ ಮೇಲೆ ಪ್ರೀತಿ" ಎಂದ ಭಾಸ್ಕರ ತಾಯಿಯನ್ನು ನೋಡುತ್ತ.

ಗಿರಿಜಮ್ಮ ಮಗನ ಮಾತಿಗೆ ಸುಮ್ಮನೆ ನಕ್ಕುಬಿಟ್ಟರು.

ಸುಮ್ಮನೆ ಸಂಕೋಚದ ಮುದ್ದೆಯಾಗಿ ಕುಳಿತಿದ್ದ ಸೊಸೆಗೆ ಪುನಃ ಹೇಳಿದರು. "ಇಲ್ಲೇನೂ ಸಂಕೋಚ ಬೇಡ; ಇದು ನಿನ್ನ ಮನೆ. ಈ ಮನೆಯಲ್ಲಿರೋ ಜನರು ನಿನ್ನವರು, ಹೋಗಿ ಮಲಕ್ಕೋ ಹೋಗು" ಎಂದರು.

ಶಶಿ ಎದ್ದು ಕೋಣೆಗೆ ನಡೆದು ಸುಮ್ಮನೇ ಮಂಚದ ಮೇಲೆ ಮಲಗಿದಳು. ಕಳೆದ ಮಧುರ ರಾತ್ರಿಯ ನೆನಪು ಅವಳಿಗೆ ಕಚಗುಳಿಯನ್ನಿಡುತ್ತಿದ್ದವು.

ಭಾಸ್ಕರ ತಾಯಿಯ ಬಳಿ ಕುಳಿತೇ ಇದ್ದ. ಅವನಿಗೆ ಮಡದಿಯ ಸಾಮೀಪ್ಯ ಬೇಡವೆಂದಲ್ಲ. ಆದರೆ.... ಸಂಕೋಚಿಸುತ್ತಲೇ ಕುಳಿತಿದ್ದ.

"ಭಾಸ್ಕರ, ನಾನು ನಾಳೆ ಹೊರಟುಬಿಡ್ತೀನಪ್ಪ" ಎಂದರು ಗಿರಿಜಮ್ಮ.

"ಹೋದರಾಯಿತೇಳಮ್ಮ, ಶಶಿಗೆ ಹೊಸ ಪರಿಸರ. ನೀನು ಇಲ್ಲೇ ಇದ್ದರೆ ಅವಳು ಸ್ವಲ್ಪ ಬೇಗ ಹೊಂದಿಕೊಂಡಾಳು."

"ಇದ್ದರೆ ಆಗಿತ್ತು. ಆದರೆ.. ಆ ಮಕ್ಕಳು! ನಾನು ಇಲ್ಲದಿದ್ದರೆ ರಾತ್ರಿ ಹಗಲು ಶ್ರೀನಿವಾಸ ಅವುಗಳ ಮುಂದೆ ಕೂತುಬಿಡ್ತಾನೆ. ಮಾಡಿದ್ದಕ್ಕೆ ಏನಾದರೂ ಸಾರ್ಥಕ ಇದ್ದರೆ ಸರಿ. ಇಲ್ಲದಿದ್ದರೆ ಏನು ಪ್ರಯೋಜನ? ಅವಕ್ಕೆ ನಮ್ಮ ಪ್ರೀತಿಯನ್ನು ಅರ್ಥ ಮಾಡಿಕೊಳ್ಳುವ ಶಕ್ತಿಯಾಗಲಿ, ನಮ್ಮ ಆರೈಕೆಯನ್ನು ಅರಗಿಸಿಕೊಳ್ಳುವ ಚೇತನವಾಗಲಿ ಇಲ್ಲ" ಎಂದು ನಿಟ್ಟುಸಿರುಬಿಟ್ಟರು.

"ಮಕ್ಕಳನ್ನು ಇಲ್ಲಿಗೇ ಕರೆದುಕೊಂಡು ಬಂದುಬಿಡೋಣಾಂತ."

"ಬೇಡಪ್ಪ ಬೇಡ. ಅದರಿಂದ ಏನು ಪ್ರಯೋಜನವಿಲ್ಲ. ಶಶಿ ನೋಡಿದರೆ ಬಹಳ ಮೃದು ಸ್ವಭಾವದ ಹುಡುಗಿಯಾಗಿ ಕಾಣ್ತಾಳೆ. ಅವಳು ಇಲ್ಲದ್ದು ತಲೆಗೆ ಹಚ್ಚಿಕೊಂಡು ಕೊರಗೋದು ಬೇಡ. ಸದ್ಯ ಇವಳ ಹೊಟ್ಟೆಯಲ್ಲಾದರೂ ಒಂದು ಆರೋಗ್ಯವಾದ ಮಗು ಹುಟ್ಟಿದರೆ ಸಾಕು."

ಭಾಸ್ಕರನಿಗೆ ಏನು ಹೇಳಬೇಕೋ ಒಂದೂ ಅರ್ಥವಾಗಲಿಲ್ಲ. ಮಾತು ಎಲ್ಲೆಲ್ಲೋ ಹರಿದು ಶಾಂತಿಗೆ ಮಕ್ಕಳಾಗದ ಸುದ್ದಿಗೆ ಬಂದು ನಿಂತಿತು.

ಶ್ರೀನಿವಾಸನಿಗೆ ಮದುವೆಯಾಗಿ ಬಹಳ ವರ್ಷಗಳಾಗಿದ್ದರೂ ಸಂತಾನಹೀನರಾದು ದನ್ನರಿತ ಗಿರಿಜಮ್ಮ ಶಾಂತಿ, ಶ್ರೀನಿವಾಸರನ್ನು ತಜ್ಞರಾದ ವೈದ್ಯರಲ್ಲಿ ಪರೀಕ್ಷೆಗಾಗಿ ಕರೆದುಕೊಂಡು ಹೋಗಿ ಭಾಸ್ಕರನಿಗೆ ಆಗ್ರಹಪೂರ್ವಕವಾಗಿ ಒತ್ತಾಯ ಮಾಡಿದರು.

ಭಾಸ್ಕರ ಒಪ್ಪಿದ. ತಾಯಿ ಹೇಳಿದ ಹಾಗೆ ಅದೇನು ದೊಡ್ಡ ವಿಷಯವಾಗಿ ಅವನಿಗೆ ಕಾಣಲಿಲ್ಲ. ಇನ್ನು ಮದುವೆಯಾಗಿ ಮೂರು ವರ್ಷಗಳಾಗಿದೆ. ಅವರು ಬೇಗ ಮಕ್ಕಳಾಗುವುದು ಬೇಡವೆಂದು ಯಾವುದೋ ಸುರಕ್ಷಿತ ವಿಧಾನವನ್ನು ಅನುಸರಿಸುತ್ತಿರಬೇಕು ಎಂದುಕೊಂಡಿದ್ದ.

ಅಷ್ಟರಲ್ಲಿ ಬಂದ ಶಾಂತಿ "ಅತ್ತೆ, ಒಂದು ಲೋಟ ಜ್ಯೂಸ್. ಬಾಯಿ ಒಣಗಿಕೊಂಡು ಹೋಗ್ತಾ ಇದೆ" ಎನ್ನುತ್ತ ಬಂದು ಭಾಸ್ಕರನ ಪಕ್ಕ ಕುಳಿತಳು.

ಗಿರಿಜಮ್ಮ ಮುಗುಳುನಗುತ್ತ ಎದ್ದು ಅಡಿಗೆಯ ಮನೆಗೆ ಹೋದರು. ಸ್ವಂತ ಸೋದರತ್ತೆಯಾದ್ದರಿಂದ ಗಿರಿಜಮ್ಮನವರಲ್ಲಿ ಅವಳಿಗೆ ಹೆಚ್ಚಿನ ಸಲಿಗೆ.

"ಶಾಂತಿ, ಎಲ್ಲಿ ಹೋಗಿದ್ದೆ? ಒಳ್ಳೆ ಬಿಸಿಲಿನ ವೇಳೆಯಲ್ಲಿ?" ಎಂದ ಭಾಸ್ಕರ ಅವಳ ಕಡೆ ನೋಡುತ್ತ.

"ಅದೆಲ್ಲ ಇರಲಿ, ಶಶಿ ಎಲ್ಲಿ? ಅವರು ವಯಸ್ಸಿನಲ್ಲಿ ನನಗಿಂತ ಚಿಕ್ಕವರೇ ಆದ್ದರಿಂದ ನಾನು ಅವರನ್ನು ಅಕ್ಕ ಅಂತ ಕೂಗೋಲ್ಲ. ಹೆಸರಿಡಿದೇ ಕರಿತೀನಿ, ಸರೀನಾ?" ಎಂದಳು.

ಭಾಸ್ಕರ ಸರಿ ಎನ್ನುವಂತೆ ತಲೆಯಾಡಿಸಿದ.

ಭಾಸ್ಕರ ಟೇಬಲ್ಲಿನ ಮೇಲಿದ್ದ ಅವಳ ವ್ಯಾನಿಟಿ ಬ್ಯಾಗ್ ತೆಗೆದು ಅದರಲ್ಲಿದ್ದ ಒಂದೊಂದೇ ವಸ್ತುವನ್ನು ತೆಗೆದು ಟೀಪಾಯಿ ಮೇಲಿಡತೊಡಗಿದ. ಸ್ನೋ, ಪೌಡರ್, ಬಾಚಣಿಗೆ, ಲಿಪ್‌ಸ್ಟಿಕ್, ಕೆನ್ನೆಗೆ ಹಚ್ಚುವ ರೋಸ್, ಸೆಂಟು, ಹೇರ್‌ಪಿನ್, ಇನ್ನೂ ಹಲವು ಬಗೆಯ ಸೌಂದರ್ಯ ಸಾಧನಗಳು, ಕರ್ಚಿಫ್, ನೋಟು, ಚಿಲ್ಲರೆ, ಬೀಗದ ಕೈಗೊಂಚಲು, ಇನ್ನು ಹಲವು ಸಣ್ಣ ಪುಟ್ಟ ಸಾಮಾನುಗಳು. ಅವುಗಳ ಸಂಖ್ಯೆಯನ್ನು ನೋಡಿ ಭಾಸ್ಕರ ಆಶ್ಚರ್ಯಗೊಂಡ. ಇಷ್ಟು ಸಣ್ಣ ವ್ಯಾನಿಟಿ ಬ್ಯಾಗಿನಲ್ಲಿ ಇಷ್ಟು ಬಗೆಯ ಸರಕುಗಳು.

"ಶಾಂತಿ, ಸಾಕಾ?" ಎಂದ ನಗುತ್ತ.

"ಹೋಗಿ ಭಾವ. ನಾನೇನು ನಿಮ್ಮ ಶಶಿಯಷ್ಟು ಬೆಳ್ಳಗೂ ಇಲ್ಲ, ಚೆನ್ನಾಗೂ ಇಲ್ಲ. ಸ್ವಲ್ಪವಾದರೂ ನೋಡೋ ಹಾಗೆ ಕಾಣಬೇಕಾದರೆ ಇವಿಷ್ಟಾದರೂ ಬಳಸಬೇಡ್ವಾ?" ಎಂದಳು.

"ಅಯ್ಯೋ ಹುಚ್ಚು ಹುಡುಗಿ! ನೀನು ಚೆನ್ನಾಗಿಲ್ಲ ಅಂತ ಯಾರು ಅಂದರು? ನೀನು ಚೆನ್ನಾಗಿಲ್ಲದಿದ್ದರೆ ಘಾಟಿ ಶೀನಿ ಮದುವೆ ಆಗ್ತಿದ್ನಾ? ನೀನು ನೂರು ಪಾಲು ಚೆಲುವೆ" ಎಂದ ಭಾಸ್ಕರ ಮೆಚ್ಚುಗೆಯಿಂದ. ಶಾಂತಿ ಸಾದಾ ಕಪ್ಪು ಬಣ್ಣದ ಹುಡುಗಿಯಾದರೂ ಲಕ್ಷಣವಾಗಿದ್ದಳು.

ಸೋದರತ್ತೆಯ ಮಗನಾದ ಭಾಸ್ಕರನಲ್ಲೂ ಶಾಂತಿಗೆ ಅಪಾರ ಸಲಿಗೆ. ಹುಡುಗಿಯಾದಾಗಿನಿಂದ ಪ್ರತಿಯೊಂದು ವಸ್ತುವಿಗೂ ಭಾಸ್ಕರನನ್ನೇ ಪೀಡಿಸುತ್ತಿದ್ದಳು. ಘಾಟಿ ಶ್ರೀನಿವಾಸನಿಗಿಂತ ಭಾಸ್ಕರ ಅವಳಿಗೆ ಬಹಳ ಒಳ್ಳೆಯವನಾಗಿ ಕಂಡಿದ್ದ.

ಗಿರಿಜಮ್ಮನವರು ತಂದ ಪಾನೀಯವನ್ನು ಕುಡಿದು ಮಾತಿಗೆ ತೊಡಗಿದವರು ಶ್ರೀನಿವಾಸ ಬರುವವರೆಗೂ ಮಾತನಾಡುತ್ತಲೇ ಇದ್ದರು.

"ಶಾಂತಿ..." ಎಂದು ಕೂಗುತ್ತಲೇ ಶ್ರೀನಿವಾಸ ಒಳಗೆ ಬಂದ.

"ಅಬ್ಬ, ನಾನು ಇಲ್ಲೇ ಇದ್ದೀನಿ. ಎಷ್ಟು ಜೋರಾಗಿ ಕೂಗೋದು?" ಎಂದು ಅಷ್ಟೇ ಜೋರಾಗಿ ಕೇಳಿದಳು ಶಾಂತಿ.

"ಸಾಕು, ಇನ್ನು ನಿಮ್ಮ ಜಗಳ ಪ್ರಾರಂಭಮಾಡಿಬಿಟ್ಟೀರಿ. ಶಾಂತಿ, ಶಶಿ ಎದ್ದಿದ್ದಾಳೇನೋ ನೋಡು. ಬೆಳಿಗ್ಗೆ ತಿಂಡಿ ಸಹ ಸರಿಯಾಗಿ ತಿಂದಿಲ್ಲ; ಊಟ ಮಾಡಲಿ" ಎಂದರು ಗಿರಿಜಮ್ಮ ಮೇಲಕ್ಕೆ ಏಳುತ್ತ.

ಹೋಗುತ್ತಿದ್ದ ಶಾಂತಿಯ ತಲೆಯ ಮೇಲೆ ಶ್ರೀನಿವಾಸ ಒಂದು ಮೊಟಕಿ ಭಾಸ್ಕರ ಹೋಗಿ ಎಬ್ಬಿಸಿಕೊಂಡು ಬರಲಿ ಎಂದು ಸನ್ನೆ ಮಾಡಿ ಬಟ್ಟೆ ಬದಲಾಯಿಸಲು ಕೋಣೆಯ ಕಡೇ ಹೊರಟ, ಏನೂ ಅರಿಯದವಳಂತೆ ಶಾಂತಿ ಗಂಡನನ್ನು ಹಿಂಬಾಲಿಸಿದಳು.

ಗಿರಿಜಮ್ಮ ನಕ್ಕು "ಹೋಗು ಭಾಸ್ಕರ, ಶಶೀನ ಕರ್ಕೊಂಡು ಬಾ. ತಟ್ಟೆ ಹಾಕಿಸ್ತೀನಿ" ಎಂದವರೇ ಊಟದ ಮನೆಯ ಕಡೆ ನಡೆದರು.

ಭಾಸ್ಕರ ಎದ್ದು ತನ್ನ ಕೋಣೆಯ ಕಡೆ ನಡೆದ. ಅವನ ಊಹೆ ಸುಳ್ಳಾಗಿತ್ತು. ಶಶಿ ಯಾವುದೋ ಪುಸ್ತಕ ಓದುತ್ತಾ ಕುಳಿತಿದ್ದಳು.

"ಶಶಿ, ನೀನು ನಿದ್ದೆ ಮಾಡ್ತ ಇದ್ದೀಯಾ ಅಂತ ತಿಳ್ಕೊಂಡು ಇದ್ದೆ" ಎನ್ನುತ್ತ ಮಡದಿಯನ್ನು ಸಮೀಪಿಸಿದ. ಎದ್ದು ನಿಂತ ಶಶಿಯ ಕೆನ್ನೆ ಟೊಮೇಟೋ ಹಣ್ಣಿನಂತೆ ಕೆಂಪಾಗಿತ್ತು.

ಶ್ರೀನಿವಾಸ ತಟ್ಟೆ ಶಬ್ದ ಮಾಡಿ ಅಣ್ಣನಿಗೆ ಊಟದ ನೆನಪನ್ನು ತಂದ.

ಇಬ್ಬರೂ ಜೊತೆಯಲ್ಲಿ ಬಂದಾಗ ಶ್ರೀನಿವಾಸ ಕಣ್ಣರಳಿಸಿ ನೋಡಿದ.

ಟೇಬಲ್ಲಿನ ಮೇಲಿನ ಊಟ ಶಶಿಗೆ ಹೊಸದು. ಆದರೂ ಪರಿಸ್ಥಿತಿಗೆ ಹೊಂದಿಕೊಳ್ಳುವಷ್ಟು ಜಾಣತನ ಅವಳಲ್ಲಿತ್ತು. ಗಂಡನ ಪಕ್ಕ ಮುದುರಿ ಕುಳಿತಳು.

ಶ್ರೀನಿವಾಸ ತನ್ನ ತಟ್ಟೆಯಲ್ಲಿ ಬೇಡೆನಿಸಿದ್ದನ್ನು ಮಡದಿಯ ತಟ್ಟೆಗೆ ವರ್ಗಾಯಿಸುವುದು, ತನಗೆ ಇಷ್ಟವಾದುದನ್ನು ಅವಳ ತಟ್ಟೆಯಿಂದ ತಾನು ತೆಗೆದುಕೊಂಡು ತಿನ್ನುವುದು ಶಶಿಗೆ ಬಹಳ ತಮಾಷೆಯಾಗಿ ಕಂಡಿತು.

ಎರಡು ಸಲ ಮಡದಿಯ ತಟ್ಟೆಯಿಂದ ಮೈಸೂರುಪಾಕು ಹಾರಿಸಿದ. ಶ್ರೀನಿವಾಸ ಮೂರನೆಯ ಬಾರಿ ಕೈ ಹಾಕಿದಾಗ ಗಂಡನ ಕೈಯನ್ನು ಗಟ್ಟಿಯಾಗಿ ಹಿಡಿದುಕೊಂಡ ಶಾಂತಿ "ಭಾವ, ಈ ಕೈ ಕಾಟ ಸಹಿಸೋಕೆ ಸಾಧ್ಯವಿಲ್ಲದಾಗಿದೆ. ಈಗ ಇದಕ್ಕೆ ಏನು ಶಿಕ್ಷೆ ಹೇಳಿ" ಎಂದಳು.

ಶ್ರೀನಿವಾಸ ನಿಸ್ಸಹಾಯಕನಂತೆ ನಟಿಸುತ್ತ "ಬೇಗ ಹೇಳಣ್ಣ, ಒಂದು ಒಳ್ಳೆ ಸಿಹಿಯಾದ ಮುತ್ತು" ಎಂದ.

ಶಶಿ ನಾಚಿದರೆ ಶ್ರೀನಿವಾಸನ ಮಾತು ಕೇಳಿ–ಭಾಸ್ಕರ ಬರೀ ನಕ್ಕ. ಗಿರಿಜಮ್ಮ ಗದರಿಕೊಂಡರು.

"ಹುಡುಗುತನಕ್ಕೂ ಒಂದು ಮಿತಿ ಇರುತ್ತೆ. ಶ್ರೀನಿವಾಸ, ನಿಂದು ಬಹಳ ಅತಿಯಾಯಿತು. ನಿಮ್ಮ ಹುಡುಗಾಟಗಳೆಲ್ಲ ನೀವಿಬ್ಬರೇ ಇದ್ದಾಗ ನಡೆಸಿ, ದೊಡ್ಡವರ ಎದುರು ಗಂಭೀರವಾಗಿರುವುದನ್ನು ಕಲಿತುಕೊಳ್ಳಿ."

ಶ್ರೀನಿವಾಸ ಮಾತನಾಡದೆ ಊಟ ಮಾಡಿ ಎದ್ದು ಹೋದ. ಅಷ್ಟೊತ್ತು ಅದ್ಧೇಗೆ ಸುಮ್ಮನಿದ್ದನೋ? ಕೋಣೆಯಲ್ಲಿ ಮಡದಿಯೊಂದಿಗೆ ದೊಡ್ಡ ಜಗಳವನ್ನೇ ಆರಂಭಿಸಿದ್ದ. ಅವಳು ಹಿಂದಿ ಸಿನಿಮಾಗೆ ಹೋಗೋಣ ಅಂತ, ಇವನು ಕನ್ನಡ ಸಿನಿಮಾಗೆ ಅಂತ, ಅವಳು ಇವನ ಮಾತಿಗೆ ಒಪ್ಪೋಲ್ಲ, ಇವನು ಮಡದಿಯ ಮಾತಿಗೆ ಬಗ್ಗೋಲ್ಲ.

ಗಿರಿಜಮ್ಮ ಸುಮ್ಮನೇ ಹೋಗಿ ಮಲಗಿಬಿಟ್ಟರು.

ಭಾಸ್ಕರನಿಗೆ ಎಂದೂ ಮಧ್ಯಾಹ್ನ ಮಲಗೇ ಅಭ್ಯಾಸವಿಲ್ಲ. ವಿರಾಮವಿದ್ದಾಗ ಅಂಗಡಿಯ ಲೆಕ್ಕಪತ್ರಗಳನ್ನು ನೋಡುವುದು ಅವನ ಕೆಲಸ.

ಶಶಿಗೆ ಕೆಲಸ ಮಾಡದೇ ಮೈಯೆಲ್ಲ ಜಡ್ಡು ಕಟ್ಟಿಹೋದಂತೆ ಆಗಿತ್ತು. ಬೇಸರದಿಂದ ಕಿಟಕಿಯಲ್ಲಿ ನೋಡುತ್ತ ನಿಂತಳು. ಹಿಂದಿನಿಂದ ಬಂದ ಭಾಸ್ಕರ ಮಡದಿಯನ್ನು ತೋಳುಗಳಿಂದ ಬಳಸಿ ಹಿಡಿದ.

"ಶಶಿ ಪಿಕ್ಚರಿಗೆ ಹೋಗೋಣವಾ?" ಅಂದ ಮಡದಿಯ ಕೆನ್ನೆಗೆ ತನ್ನ ಕೆನ್ನೆ ಉಜ್ಜುತ್ತ.

ಗಂಡನ ಕಡೆಗೇ ತಿರುಗಿಕೊಂಡ ಶಶಿ ಅವನ ವಿಶಾಲ ಎದೆಯಲ್ಲಿ ತನ್ನ ಮುಖ ಹುದುಗಿಸಿ ಆಕರ್ಷಕವಾಗಿ ನಕ್ಕಳು.

"ನೀವು ಅಂಗಡಿಗೆ ಹೋಗೋಲ್ಲವಾ?" ಎಂದಳು ಮೃದುವಾಗಿ.

"ಇವತ್ತೊಂದು ದಿನ ಹೋಗದಿದ್ದರೂ ಆಗುತ್ತೆ" ಎಂದ ಅನುಮಾನಿಸುತ್ತ.

"ಅಣ್ಣ.... ಅಣ್ಣ" ಎಂದು ಕೂಗಿಕೊಂಡೇ ಬಂದುಬಿಟ್ಟ ಶ್ರೀನಿವಾಸ. ಶಶಿ ಗಂಡನಿಂದ ದೂರ ಸರಿದು ನಿಂತಳು.

"ಬೇಡಪ್ಪ ಮಹಾರಾಯ, ನಿನ್ನ ನಾದಿನಿಯೊಂದಿಗೆ ಸಂಸಾರ ಮಾಡೋದು ನನ್ನಿಂದ ಸಾಧ್ಯವಿಲ್ಲ" ಎನ್ನುತ್ತ ಅಲ್ಲಿದ್ದ ಸ್ಟೂಲಿನ ಮೇಲೆ ಕುಳಿತೇಬಿಟ್ಟ.

"ಲೇ ಶೀನಿ, ನಿಮ್ಮ ಜಗಳ ನೋಡಿದರೆ ಮಕ್ಕಳ ಆಟದ ಹಾಗೆ. ಏನು ಹೇಳಬೇಕೋ ಒಂದೂ ಗೊತ್ತಾಗೋಲ್ಲ" ಎಂದ ಭಾಸ್ಕರ ನಗುತ್ತ.

ಶಾಂತಿ ಹೋಗಿ ಅತ್ತೆಗೆ ದುಂಬಾಲುಬಿದ್ದು ಎಬ್ಬಿಸಿಕೊಂಡು ಬಂದಳು.

"ಲೋ ಶೀನಿ, ಹೋಗಲಿ ಹಿಂದಿ ಪಿಕ್ಚರ್‌ಗೇ ಹೋಗಿ, ನಾಳೆ ಬೇಕಾದರೆ ಕನ್ನಡಾನೇ ನೋಡುವಿರಂತೆ" ಎಂದರು ಸಮಾಧಾನ ಮಾಡುತ್ತ ಗಿರಿಜಮ್ಮ.

ಇಷ್ಟು ಹೊತ್ತು ಮಡದಿಯ ಮಾತಿಗೆ ಸೋಲದವನು ತಾಯಿಯ ಮಾತಿಗೆ ಸೋತು ಶಾಂತಿಯ ಮಾತಿನಂತೆ ಹಿಂದಿಯ ಚಿತ್ರಕ್ಕೆ ಹೋಗಲು ಒಪ್ಪಿಕೊಂಡ.

"ಅಣ್ಣ ಅತ್ತಿಗೆ ಬೇಗ ರೆಡಿಯಾಗಿ" ಎನ್ನುತ್ತ ಮೇಲಕ್ಕೆದ್ದ ಶ್ರೀನಿವಾಸ.

"ನಾನು ಅಂಗಡಿಗೆ ಹೋಗಬೇಕು. ನೀವು ಹೋಗಿ ಬನ್ನಿ, ನಾವು ಇನ್ನೊಂದು ದಿನ ಹೋಗ್ತೀವಿ" ಎಂದವನೇ ಭಾಸ್ಕರ ಮುಖ ತೊಳೆದು ಅಂಗಡಿಗೆ ಹೊರಟುಬಿಟ್ಟ.

"ಅವನು ನಿನ್ನ ಹಾಗೆ ಹುಡುಗುಹುಡುಗಾಗಿ ಆಡುತ್ತಿದ್ದರೆ ನಮ್ಮ ಗತಿ ಗೋವಿಂದ. ಭಾಸ್ಕರ ಹೊಣೆ ಅರಿತವನು" ಎಂದು ದೊಡ್ಡ ಮಗನನ್ನು ಪ್ರಶಂಶಿಸಿದರು ಗಿರಿಜಮ್ಮ.

ಆಮೇಲೆ ಶ್ರೀನಿವಾಸ, ಶಾಂತಿ ಶಶಿಯನ್ನು ಹೊರಡಿಸಲು ಪ್ರಯತ್ನಪಟ್ಟು ಸೋತು ತಾವೇ ಹೊರಟರು.

ಈಗ ಮನೆಯಲ್ಲಿ ಕೆಲಸದವರನ್ನು ಬಿಟ್ಟರೇ ಉಳಿದವರು ಗಿರಿಜಮ್ಮ, ಶಶಿ ಮಾತ್ರ. ಸಮಯ ಕಳೆಯಲು ಗಿರಿಜಮ್ಮ ಯಾವುದೋ ವಿಷಯಗಳನ್ನು ಹೇಳುತ್ತ ಕುಳಿತರು.

4

ಭಾಸ್ಕರ ಮನೆಗೆ ಬಂದಾಗ ಹತ್ತು ಗಂಟೆ ಹೊಡೆದುಹೋಗಿತ್ತು. ಶ್ರೀನಿವಾಸ, ಶಾಂತಿಯರ ಮಾತುಗಳನ್ನು ಕೇಳುತ್ತ ಶಶಿ ಸುಮ್ಮನೇ ಕುಳಿತಿದ್ದಳು.

ಭಾಸ್ಕರನ ದೃಷ್ಟಿ ಬಂದ ತಕ್ಷಣ ಮಡದಿಯ ಕಡೆ ಹರಿಯಿತು. ಅವಳ ಮುಖದಲ್ಲಿ ಅಸಮಾಧಾನವಾಗಲಿ, ಕೋಪವಾಗಲಿ ಇಲ್ಲದ್ದನ್ನು ಕಂಡು ಸಮಾಧಾನಗೊಂಡ.

ತಾನೇ ಪಿಕ್ಚರಿಗೆ ಹೋಗೋಣವಾ ಎಂದವನು ಇದ್ದಕ್ಕಿದ್ದ ಹಾಗೆ ಹೊರಟಿದ್ದರಿಂದ ಅವಳು ಬೇಸರಗೊಂಡಿರಬಹುದೆಂದು ತಿಳಿದಿದ್ದ; ಆದರೆ ಅವನ ಊಹೆ ಸುಳ್ಳಾಗಿತ್ತು.

ಎಲ್ಲರೂ ಒಟ್ಟಿಗೆ ಊಟಕ್ಕೆ ಕುಳಿತರು. ಎಲ್ಲರ ಊಟದ ಮುಂದೆ ಶಶಿಯ ಊಟ

ಮಂದಗತಿಯಲ್ಲಿ ಸಾಗುತ್ತಿತ್ತು. ಭಾಸ್ಕರನಿಗೆ ಎರಡು ಅವಳಿ ಮಕ್ಕಳು ಇರೋ ಸುದ್ದಿ, ಅವಕ್ಕೆ ಆರೋಗ್ಯ ಇಲ್ಲದೇ ಇರೋ ಸುದ್ದಿ ಗಿರಿಧರ ಮದುವೆಗೆ ಮೊದಲೇ ಅವಳಿಗೆ ತಿಳಿಸಿದ್ದ. ಮಧ್ಯಾಹ್ನ ಭಾಸ್ಕರ ತಾಯಿಯೊಂದಿಗೆ ಮಾತನಾಡುತ್ತಿದ್ದುದು ಇವಳ ಕಿವಿಗೆ ಬಿದ್ದಿತ್ತು. ಆಗಿನಿಂದ ಏನೋ ಒಂದು ತರಹ ವೇದನೆ ಅವಳಲ್ಲಿ ಮನೆ ಮಾಡಿತ್ತು. ಆದರೆ ಬಹಿರಂಗವಾಗಿ ಆಕೆಯ ಮುಖ ಪ್ರಸನ್ನತೆಯಿಂದ ಕೂಡಿತ್ತು.

"ಅತ್ತಿಗೆ, ನೀವು ಸರಿಯಾಗಿ ಊಟ ಮಾಡ್ತಾ ಇಲ್ಲ" ಎಂದು ಶ್ರೀನಿವಾಸ ಶಶಿಯನ್ನು ಎಚ್ಚರಿಸಿದ.

ಭಾಸ್ಕರ ಥಟ್ಟನೆ ಗಮನಿಸಿದ. ಅವಳ ತಟ್ಟೆಯಲ್ಲೀ ಹೆಚ್ಚು ಕಡಿಮೆ ಬಡಿಸಿದ್ದೆಲ್ಲ ಹಾಗೇ ಇತ್ತು.

"ಯಾಕೆ ಶಶಿ ಊಟ ಸೇರ್ತಾ ಇಲ್ಲವಾ?" ಎಂದ ಮಡದಿಯ ಕಡೇ ನೋಡುತ್ತ.

ಯಾಕೋ ತಾಯಿ ಮನೆಯ ಕಷ್ಟಕಾರ್ಪಣ್ಯದ ಬದುಕು, ಅಲ್ಲಿ ತಾವು ಮಾಡ್ತಾ ಇದ್ದ ಸಾಧಾರಣ ಊಟ, ಆಗಾಗ ಅನುಭವಿಸಿದ ಉಪವಾಸಗಳು, ತಾಯಿಯ ಕಷ್ಟ, ಗಿರಿಧರ ಕಡು ಕಷ್ಟಪಟ್ಟು ತನ್ನ ವಿದ್ಯಾಭ್ಯಾಸ ಮುಂದುವರಿಸುತ್ತಿದ್ದದ್ದು-ಎಲ್ಲಾ ಒಟ್ಟಿಗೆ ನೆನಪಿಗೆ ಬಂದು ಅವಳನ್ನು ಕಂಗೆಡಿಸಿಬಿಟ್ಟಿತು.

ಅನ್ನದ ಒಂದೊಂದು ತುತ್ತೂ ಅವಳಿಗೆ ಕಹಿಯಾಗತೊಡಗಿತು. ಅವಳ ಕಣ್ಣಲ್ಲಿ ನೀರು ತುಂಬಿಕೊಂಡಿತು. ಊಟ ಮಾಡಲು ಅವಳಿಂದ ಸಾಧ್ಯವಾಗಲೇ ಇಲ್ಲ. ಆದರೆ ಎಲ್ಲರ ಎದುರಿಗೆ ಕೈತೊಳೆದು ಏಳಲಾರಳು.

"ಅತ್ತಿಗೆ ನೀವು ಕೈ ತೊಳೆದು ಎದ್ದುಬಿಡಿ" ಎಂದ ಶ್ರೀನಿವಾಸ ಮೊಸರನ್ನ ಕಲಿಸುತ್ತ.

ಶಶಿಗೆ ಅಷ್ಟೇ ಸಾಕಾಗಿತ್ತು. ಮಾತಿಲ್ಲದೆ ಎದ್ದು ಕೈ ತೊಳೆದು ಕೋಣೆಗೆ ಹೊರಟುಬಿಟ್ಟಳು. ತಡೆದಿಟ್ಟ ಕಣ್ಣೀರೆಲ್ಲ ಉಕ್ಕಿ ಹರಿಯಿತು.

"ಹೆಣ್ಣು ಮಕ್ಕಳಿಗೆ ತೌರುಮನೆ ಮೇಲೆ ಎಷ್ಟು ಮಮತೆ ನೋಡು" ಎಂದರು ಗಿರಿಜಮ್ಮ ಕೈತೊಳೆಯುತ್ತ.

"ಅಮ್ಮ ಎಲ್ಲ ಹೆಣ್ಣು ಮಕ್ಕಳಿಗೂ ಅಲ್ಲ. ಶಾಂತಿ ಮದುವೆಯಾಗಿ ನಮ್ಮನೇಗೆ ಬಂದಾಗ ಒಂದು ತೊಟ್ಟು ಕಣ್ಣೀರು ಸುರಿಸಿದಳಾ!" ಎಂದವನೇ ಹಪ್ಪಳವನ್ನು ಬಾಯಿಗೆ ತುರುಕಿಕೊಂಡ.

"ನೋಡಿ ಅತ್ತೆ, ನನಗೆ ಬುದ್ಧಿ ಬಂದ ಮೇಲೆ ಹೆಚ್ಚು ಕಡಿಮೆ ನಿಮ್ಮನೆಯಲ್ಲೇ ಇದ್ದೆ. ಇನ್ನು ನನಗೆ ತೌರಿನ ಹಂಬಲ ಹೇಗೆ ಬರುತ್ತೆ?" ಎನ್ನುತ್ತಲೇ ಶಾಂತಿ ನೀರು ಕುಡಿದು ಕೈತೊಳೆದು ಎದ್ದಳು.

ಅತ್ತು ಸಮಾಧಾನಗೊಂಡ ಶಶಿ ಹೊರಗೆ ಬರಲು ನಾಚಿ ಕೋಣೆಯಲ್ಲಿ ಉಳಿದಳು.

ಭಾಸ್ಕರ ಊಟ ಮುಗಿಸಿದವನೇ ನೇರವಾಗಿ ಕೋಣೆಗೆ ಬಂದ. ಮಡದಿ ಊಟ ಮಾಡದಿದ್ದರಿಂದ ಅವನಿಗೆ ಸಮಾಧಾನವಾಗಲಿಲ್ಲ. ಮಡದಿಯನ್ನು ರಮಿಸಿ ಹಣ್ಣು ತಿನ್ನಿಸಿ ಹಾಲು ಕುಡಿಸಿದ.

ವಿಮಲಳಲ್ಲಿ ಕಾಣದ ಸಂಪೂರ್ಣ ತೃಪ್ತಿಯನ್ನು ಅನುಭವಿಸಿದ ಭಾಸ್ಕರ ಶಶಿಯ ಆಲಿಂಗನದಲ್ಲಿ.

* * *

ಗಿರಿಧರ ಸಂಜೆ ಕಾಲೇಜು ಮುಗಿಸಿಕೊಂಡು ನೆಟ್ಟಗೇ ಬಸ್ಸು ಹಿಡಿದ ತಂಗಿಯ ಮನೆ ಕಡೆ ನಡೆದ.

ಇವನು ಬಂದಾಗ ಶಶಿ ಮಾತ್ರ ಮನೆಯಲ್ಲಿದ್ದಳು.

ಪ್ರೀತಿಯ ಅಣ್ಣನನ್ನು ನೂರು ಕಣ್ಣುಗಳಿಂದ ಕಾಯುತ್ತಿದ್ದ ಶಶಿ ಅಕ್ಕರೆಯಿಂದ ಸ್ವಾಗತಿಸಿ ಹರ್ಷದ ಹೊನಲನ್ನೇ ಹರಿಸಿದಳು. ಮಾವನವರ ಕರೆಯ ಮೇಲೆ ಅತ್ತೆ, ಶ್ರೀನಿವಾಸ, ಶಾಂತಿ ಶಿವಮೊಗ್ಗಕ್ಕೆ ಹೋದ ವಿಷಯ ತಿಳಿಸಿದಳು.

"ಶಶಿ, ತುಂಬಾ ಬೇಸರ ಇರಬೇಕು, ಅಲ್ಲವಾ?" ಎಂದ ಗಿರಿಧರ.

"ಬೇಕಾದಷ್ಟು ಪುಸ್ತಕ ತಂದು ಹಾಕಿದ್ದಾರೆ. ಓದುತ್ತಾ ಕಾಲ ಕಳೆಯುತ್ತೇನೆ. ಅವರು ನೀನು ಇಲ್ಲೇ ಇರೋಕೆ ಹೇಳು ಅಂತ ಹೇಳಿದರು. ಇಲ್ಲೇ ಇದ್ದುಬಿಡೋ ಗಿರಿಯಣ್ಣ" ಎಂದಳು. ಅವಳ ಪ್ರೀತಿ ಜಾಸ್ತಿಯಾದಾಗ ಮಾತ್ರ ಗಿರಿಯಣ್ಣ ಎಂದು ಸಂಬೋಧಿಸುತ್ತಿದ್ದಳು.

"ಅದು ಮಾತ್ರ ಬೇಡಮ್ಮ. ಇಷ್ಟು ದಿನ ಕಳೆದುಹೋಯಿತು. ಇನ್ನು ಆರು ತಿಂಗಳು ಹೇಗೋ ಕಳೆದುಹೋಗುತ್ತೆ. ಆಗಾಗ ಬಂದು ನಿನ್ನ ನೋಡ್ಕೊಂಡು ಹೋಗ್ತಾ ಇರ್ತೀನಲ್ಲ! ಒಟ್ಟಿನಲ್ಲಿ ನೀನು ಸುಖವಾಗಿದ್ದೀಯಾ, ನನಗೆ ಅಷ್ಟೇ ಸಾಕು" ಎಂದು ತಾಯಿ ಹೇಳಿಕಳಿಸಿದ್ದ ಬುದ್ಧಿ ಮಾತುಗಳನ್ನೆಲ್ಲ ತಂಗಿಗೆ ಹೇಳಿದ.

ಸಂಜೆ ಭಾಸ್ಕರ ಮನೆಗೆ ಬರುವ ಪದ್ಧತಿ ಇಲ್ಲದ್ದರಿಂದ ಮನೆಯಲ್ಲಿ ತಿಂಡಿ ಮಾಡುತ್ತಿರಲಿಲ್ಲ. ಭಾಸ್ಕರ ಶಶಿಗೊಬ್ಬಳಿಗೆ ತಿಂಡಿ ಮಾಡುವಂತೆ ಹೇಳಿದಾಗ ಅವಳೇ ನಿರಾಕರಿಸಿದ್ದಳು. ಆಗಾಗ ಫೋನ್ ಮಾಡಿ ಮಡದಿಯ ಬೇಸರವನ್ನು ಹೋಗಲಾಡಿಸುತ್ತಿದ್ದ.

ತಂಗಿಯ ಬಲವಂತಕ್ಕೆ ಅವನು ಎಂಟು ಗಂಟೆಗೆ ಊಟ ಮುಗಿಸಿಕೊಂಡೇ ಹಾಸ್ಟಲಿಗೆ ಹಿಂದಿರುಗಿದ. ಅವನನ್ನು ಅಲ್ಲೇ ನಿಲ್ಲಿಸಿಕೊಳ್ಳಲು ಪ್ರಯತ್ನಪಟ್ಟರೂ ಅವನೇ ಒಪ್ಪಲಿಲ್ಲ. ಸಾಧ್ಯವಾದರೆ ಕಾಲೇಜಿಗೆ ಹೋಗುವ ಮುನ್ನ ನಾಳೆ ಭಾಸ್ಕರನನ್ನು ಅಂಗಡಿಯಲ್ಲಿ ಕಂಡು ಹೋಗುವುದಾಗಿ ತಿಳಿಸಿದ.

ಭಾಸ್ಕರ ಮನೆಗೆ ಬಂದಾಗ ಶಶಿ ಹಸನ್ಮುಖಳಾಗಿದ್ದಳು. ಅವನಿಗೆಷ್ಟೋ ಸಮಾಧಾನವೆನ್ನಿಸಿತು. ತಾಯಿಯನ್ನು ಅವನು ಇಲ್ಲೇ ಇರಿಸಿಕೊಳ್ಳಲು ಇಷ್ಟಪಡುತ್ತಿದ್ದ. ಆದರೆ ಅವರು ಒಪ್ಪುತ್ತಿರಲಿಲ್ಲ. ಆ ಮಕ್ಕಳು ಜೊತೆಗೆ ಹುಡುಗು ಹುಡುಗಾಗಿ ಆಡುವ

ಶಾಂತಿಯನ್ನು ಅವರು ನೋಡಿಕೊಳ್ಳಬೇಕಾಗಿತ್ತು.

ಗಿರಿಧರ ಸಂಜೆ ಬಂದು ಹೋದ ವಿಷಯ, ಅವನು ಇಲ್ಲಿರೋಕೆ ಒಪ್ಪದ ವಿಷಯವನ್ನು ಶಶಿ ಗಂಡನಿಗೆ ತಿಳಿಸಿದಳು.

"ಒಳ್ಳೆ ಸ್ವಾಭಿಮಾನಿ ಹುಡುಗ!" ಎನ್ನುತ್ತ ಊಟಕ್ಕೆ ಎದ್ದ ಭಾಸ್ಕರ.

ಭಾಸ್ಕರನಿಗೆ ದಿನಗಳು ಸರಿಯುವ ಅರಿವೇ ಇರಲಿಲ್ಲ. ಅವನು ದಾಂಪತ್ಯ ಜೀವನದಲ್ಲಿ ಸಂಪೂರ್ಣ ಸುಖಿಯಾಗಿದ್ದ.

ಶ್ರೀನಿವಾಸ ಬಂದಾಗ ಶಶಿಯೊಬ್ಬಳೇ ದೇವರ ಕೋಣೆಯಲ್ಲಿದ್ದಳು. ಅವನು ಬಗ್ಗಿ ನೋಡಿದ. ಆಶ್ಚರ್ಯಗೊಂಡ. ದೇವರ ಕೋಣೆಯ ಸ್ವರೂಪವೇ ಬದಲಾಯಿಸಿದಂತೆ ಕಾಣುತ್ತಿತ್ತು. ದೇವರ ಪ್ರತಿಮೆಗಳು ಇಂದು ಜೀವಂತವಾಗಿದೆಯೇನೋ ಅನ್ನಿಸಿಬಿಟ್ಟಿತು. ಮಂದಾಸನದಲ್ಲಿ ಶೋಭಿಸುತ್ತಿದ್ದ ಒಂದು ಅಡಿ ಎತ್ತರದ ಪಂಚಲೋಹದ ಕೃಷ್ಣನ ವಿಗ್ರಹ ಬಹಳಷ್ಟು ಅವನನ್ನು ಆಕರ್ಷಿಸಿತು. ಹಿಂದೆ ಇದ್ದ ಪುಟ್ಟ ವಿಗ್ರಹಗಳೆಲ್ಲ ಒಂದು ವಿಶಿಷ್ಟ ಸ್ಥಾನದಲ್ಲಿ ಕುಳಿತು ತಮ್ಮ ಪ್ರತಿಭೆಯನ್ನು ಹೊರಸೂಸುತ್ತಿದ್ದವು. ಬೆಳ್ಳಿ ದೀಪಗಳು ತಮ್ಮ ಮಂದವಾದ ಪ್ರಕಾಶವನ್ನು ಸೂಸುತ್ತ ವಿಶಿಷ್ಟ ಸೊಬಗನ್ನು ಇತ್ತಿತ್ತು.

ತಲೆಗೆ ನೀರು ಹಾಕಿಕೊಂಡಿದ್ದ ಶಶಿ ಸಡಿಲವಾಗಿ ಗಂಟು ಹಾಕಿಕೊಂಡಿದ್ದಳು. ಅವಳು ಉಟ್ಟಿದ್ದು ಸಣ್ಣ ಅಂಚಿನ ನೀಲಿ ಬಣ್ಣದ ಸಾಧಾರಣ ರೇಷ್ಮೆ ಸೀರೆ, ಅದೇ ಬಣ್ಣದ ಕುಪ್ಪಸ, ಕೈಗಳಲ್ಲಿ ಗಂಡನ ಮನೆಯವರು ಕೊಟ್ಟಿದ್ದ ಎಂಟು ಚಿನ್ನದ ಬಳೆಗಳ ಜೊತೆಯಲ್ಲಿ ನಾಲ್ಕು ನಾಲ್ಕು ಗಾಜಿನ ಬಳೆಗಳು ಆ ದುಂಡು ಕೈಗಳಲ್ಲಿ ಶೋಭಿಸುತ್ತಿದ್ದವು. ಕತ್ತಿನಲ್ಲಿ ಬರೀ ಎರಡೆಳೆಯ ಕರಿಮಣಿಸರ, ಗಲ್ಲಕ್ಕೆ ಹರಿಶಿನ, ಹಣೆಯಲ್ಲಿ ಅಗಲವಾದ ಕುಂಕುಮ. ಕೈಮುಗಿದು, ಕಣ್ಣುಮುಚ್ಚಿ ದೇವರ ಮುಂದೆ ಕುಳಿತಿದ್ದಳು. ಶಶಿ ಭೂಮಿಗಿಳಿದು ಬಂದ ದೇವತೆಯಂತೆ ಕಂಡಳು ಶ್ರೀನಿವಾಸನ ಕಣ್ಣುಗಳಿಗೆ. ಎಷ್ಟು ಹೊತ್ತು ನೋಡುತ್ತ ನಿಂತಿದ್ದನೋ! ಎಚ್ಚೆತ್ತು ಅಡಿಗೆಯವನು ಕೊಟ್ಟ ತಿಂಡಿ ತಿಂದು ಕಾಫೀ ಕುಡಿದು ಅಂಗಡಿಗೆ ನಡೆದುಬಿಟ್ಟ. ಅತ್ತಿಗೆ ಅವನ ಹೃದಯದಲ್ಲಿ ವಿಶಿಷ್ಟ ಸ್ಥಾನ ಗಳಿಸಿಕೊಂಡಿದ್ದಳು.

ಅಣ್ಣತಮ್ಮಂದಿರಿಬ್ಬರೂ ಒಂದು ಗಂಟೆ ಮುಂಚಿತವಾಗಿಯೇ ಮನೆಗೆ ಬಂದರು.

ಭಾಸ್ಕರ ಮಡದಿಯನ್ನು ದಿಟ್ಟಿಸಿದ. ತಮ್ಮ ಹೇಳಿದ ಮಾತುಗಳು. ಅವನಿಗೆ ಉಪೇಕ್ಷೆಯಾಗಿ ಕಾಣಲಿಲ್ಲ. ಒಳ್ಳೆಯತನ, ಕುರೂಪಗೊಳ್ಳದ ಒಳ್ಳೆಯ ಹೃದಯ ಹೊತ್ತ ಶಶಿ ನಿಜವಾಗಿಯೂ ಅವನ ಕಣ್ಣಿಗೆ ದೇವತೆಯಾಗೇ ಕಂಡಳು.

"ಶಶಿ..." ಎನ್ನುತ್ತ ಶ್ರೀನಿವಾಸ ಪಕ್ಕದಲ್ಲಿರುವುದನ್ನು ಮರೆತು ಅಪ್ಪಿಬಿಟ್ಟ.

"ನಿಮ್ಮ ತಮ್ಮ...." ಎಂದ ಶಶಿ, ನಾಚಿ ಗಂಡನಿಂದ ದೂರ ಸರಿದಳು.

ಶ್ರೀನಿವಾಸನ ಹೃದಯ ಹರ್ಷದ ಕಣಜವಾಗಿತ್ತು. ಅಣ್ಣ ಇಷ್ಟು ಸುಖಿಯಾಗಬಲ್ಲ ಎನ್ನುವುದನ್ನು ಅವನು ಕನಸಿನಲ್ಲೂ ಎಣಿಸಿರಲಿಲ್ಲ.

ಶಶಿ ಅವನ ಎದುರಿನಿಂದ ಸರಿದು ಹೋದ ಎಷ್ಟೋ ಹೊತ್ತಿಗೆ ಭಾಸ್ಕರ ತಮ್ಮನ ಕಡೆ ತಿರುಗಿದ. ಅವನು ಏನೂ ಅರಿಯದವನಂತೆ ಪೇಪರ್ ನೋಡುತ್ತ ಕುಳಿತಿದ್ದ. ಆದರೆ ಅವನ ಮುಖದಲ್ಲಿ ತುಂಟನಗೆ ಲಾಸ್ಯವಾಡುತ್ತಿತ್ತು.

"ಶ್ರೀನಿ, ಹೋಗಿ ಬಟ್ಟೆ ಬದಲಾಯಿಸು; ಊಟ ಮಾಡೋಣ" ಎಂದವನೇ ಕೊಣೆಗೆ ಹೋದ. ಶಶಿ ಅಲ್ಲಿರಲೇ ಇಲ್ಲ. ಅವಳು ಊಟದ ಮನೆಗೆ ಸೇರಿ ತಟ್ಟೆ ಹಾಕುವುದರಲ್ಲಿ ನಿರತಳಾಗಿದ್ದಳು.

ಅಡಿಗೆಯವನ ಬದಲು ಅತ್ತಿಗೆ ಬಡಿಸಲು ನಿಂತಾಗ ಶ್ರೀನಿವಾಸನಿಗೆ ಆಶ್ಚರ್ಯವಾಯಿತು.

"ಅಣ್ಣ, ಇದು ಯಾವತ್ತಿನಿಂದ?" ಎಂದ.

"ಹಸಿದು ಬಂದ ಗಂಡನಿಗೆ ಬಡಿಸುವುದರಲ್ಲಿ ಹೆಣ್ಣಿಗೊಂದು ತೃಪ್ತಿ ಇದೆಯಂತೆ ಅದಕ್ಕೆ ನಾನು ಯಾಕೆ ಒಲ್ಲೆ ಎನ್ನಲಿ? ಮನವರಿತ ಮಡದಿ ಬಡಿಸಿದ ಊಟ ಉಣ್ಣುವುದರಲ್ಲೂ ಕೂಡ ಒಂದು ವಿಚಿತ್ರ ಬಗೆಯ ತೃಪ್ತಿ ಇದೆ. ಆ ಅದೃಷ್ಟಾನ ನಾನು ಯಾಕೆ ತಪ್ಪಿಸಿಕೊಳ್ಳಲಿ?" ಎಂದ ಭಾಸ್ಕರ ಮಡದಿಯನ್ನು ಮೆಚ್ಚಿಗೆಯಿಂದ ನೋಡುತ್ತ.

ಶ್ರೀನಿವಾಸ ಅತ್ತಿಗೆಯ ಕಡೆ ನೋಡಿದವನೇ "ಅಣ್ಣ, ನೀನು ಮಾತಾಡಿದರೆ ಅತ್ತಿಗೆ ಕೆನ್ನೆ ಕೆಂಪಾಗಿಬಿಡುತ್ತೆ. ನಾನು ಏನು ಮಾಡಿದರೂ ಶಾಂತಿ ಕೆನ್ನೆ ಕೆಂಪಾಗೋಲ್ಲವಲ್ಲ. ಅದಕ್ಕೆ ಒಳ್ಳೆ ರೋಜ್ ತಂದು ಕೊಟ್ಟುಬಿಟ್ಟಿದ್ದೀನಿ. ಯಾವಾಗಲೂ ಹಚ್ಚಿಕೊಂಡು ಕೆಂಪಗಿರಲಿ ಅಂತ."

ಭಾಸ್ಕರ ಅವನ ಮಾತಿಗೆ ಜೋರಾಗಿ ನಕ್ಕ. ಹೊರ ಬಂದ ನಗುವನ್ನು ಶಶಿ ಒಳಗೆ ಅಡಗಿಸಿಬಿಟ್ಟಳು.

ಭಾಸ್ಕರ ಕಾಗದ ಬರೆದು ತಮ್ಮನನ್ನು ಕರೆಸಿಕೊಂಡಿದ್ದ ಕಾರಣ, ಅವನ ದೇಹ ಸ್ಥಿತಿಯ ತಪಾಸಣೆಗಾಗಿ. ಅವನಿಗೆ ಈಗಾಗಲೇ ಮದುವೆಯಾಗಿ ನಾಲ್ಕು ವರ್ಷವಾಗುತ್ತಾ ಬಂತು; ಅದೇನು ದೊಡ್ಡ ಕಾಲವಲ್ಲ ಭಾಸ್ಕರನಿಗೆ. ಆದರೆ ಗಿರಿಜಮ್ಮ ಮೊಮ್ಮಕ್ಕಳ ಆಸೆಗಾಗಿ ಪೇಚಾಡುತ್ತಿದ್ದರು. ಅದಕ್ಕಾಗಿ ಎಷ್ಟೋ ಮುಡುಪುಗಳನ್ನು ತೆಗೆದಿಟ್ಟಿದ್ದರು. ಎಷ್ಟೋ ದೇವರಿಗೆ ಹರಕೆ ಹೊತ್ತಿದ್ದರು. ಸೊಸೆಯ ಕೈಯಲ್ಲಿ ಅಶ್ವತ್ಥವೃಕ್ಷದ ಪ್ರದಕ್ಷಿಣೆ ಹಾಕಿಸಲು ಸಂಕಲ್ಪತೊಟ್ಟರು. ಎರಡು ದಿನ ಅಶ್ವತ್ಥವೃಕ್ಷ ಸುತ್ತಿ ಬಂದ ಶಾಂತಿ "ಅತ್ತೆ, ನನಗೆ ಖಂಡಿತ ಅದರ ಬಗ್ಗೆ ವಿಶ್ವಾಸವಿಲ್ಲ. ಅದನ್ನು ಆಟಕ್ಕೆ ಸುತ್ತ ಅನುಭವವಾಗುತ್ತೇ ವಿನಹ ನನಗೆ ಭಕ್ತಿ ಹುಟ್ಟೋಲ್ಲ" ಎಂದಾಗ ಗಿರಿಜಮ್ಮ ಸುಮ್ಮನಾಗಿಬಿಟ್ಟರು. ಆದರೆ ಡಾಕ್ಟರ್ ಬಳಿ ಪರೀಕ್ಷಿಸಲು ಮಗ, ಸೊಸೆಗೆ ಹೇಳತೊಡಗಿದರು.

ಶ್ರೀನಿವಾಸನಿಗೆ ತಾಯಿಗಿಂತ ಹೆಚ್ಚು ಅಕ್ಕರೆ ಮಕ್ಕಳಲಿ. ತನ್ನದಾಗುವ ಮಗುವನ್ನು ನೆನೆಸಿಕೊಂಡರೇನೇ ಅವನು ಸಂತೋಷದಿಂದ ಪುಳಕಿತನಾಗುತ್ತಿದ್ದ. ಅವನು ಎಷ್ಟೋ ಡಾಕ್ಟರ್‌ಗಳ ಬಳಿ ಮಡದಿಯನ್ನು ಕರೆದೊಯ್ದಿದ್ದೂ ಅಲ್ಲದೇ ತನ್ನ ದೇಹಸ್ಥಿತಿಯನ್ನು

ಪರೀಕ್ಷಿಸಿಕೊಂಡ. ಆದರೆ ಅದರ ಫಲಿತಾಂಶ ಯಾರಿಗೂ ಹೇಳಲಿಲ್ಲ. ಕಡೆಗೆ ಮಡದಿಗೂ ಕಾಣದಂತೆ ಆ ರಿಪೋರ್ಟ್‌ಗಳನ್ನು ಮುಚ್ಚಿಟ್ಟ.

ಬೇಸತ್ತ ಗಿರಿಜಮ್ಮ ಭಾಸ್ಕರನಿಗೆ ದುಂಬಾಲು ಬಿದ್ದರು.

ಊಟ ಮಾಡಿದವನೇ ಭಾಸ್ಕರ ಅತಿಥಿಗಳಿಗೆಂದೇ ಮೀಸಲಾಗಿದ್ದ ಕೋಣೆಯಲ್ಲಿ ಹೋಗಿ ಕುಳಿತ. ಶ್ರೀನಿವಾಸ ಸಹ ಅಲ್ಲೇ ಹೋಗಿ ಅಣ್ಣನ ಎದುರಿನಲ್ಲಿ ಕುಳಿತ.

ಭಾಸ್ಕರ ಏನೋ ಹೇಳಹೊರಟಾಗ ಶ್ರೀನಿವಾಸ ದೊಡ್ಡ ಕವರನ್ನು ತೆಗೆದು ಅವನ ಮುಂದಿಟ್ಟು "ಇದೆಲ್ಲ ನೋಡು, ಆಗಲೂ ನನ್ನ ಪರೀಕ್ಷಿಸಬೇಕೆಂದರೆ ಅದಕ್ಕೆ ನಾನು ಸಿದ್ಧ" ಎಂದವನೇ ಮುಖಕ್ಕೆ ಅಡ್ಡಲಾಗಿ ಕನ್ನಡ ವಾರಪತ್ರಿಕೆಯನ್ನು ಹಿಡಿದು ಕುಳಿತ.

ಭಾಸ್ಕರ ಒಂದೊಂದೇ ರಿಪೋರ್ಟ್ ತೆಗೆದು ನೋಡತೊಡಗಿದ. ಒಂದಲ್ಲ ಎರಡಲ್ಲ ಹತ್ತಾರು ನುರಿತ ಡಾಕ್ಟರ್‌ಗಳು ಪರೀಕ್ಷಿಸಿ ನೀಡಿದ ರಿಪೋರ್ಟ್‌ಗಳು. ಶಾಂತಿಯಲ್ಲಿ ಯಾವ ಕೊರತೆಯೂ ಇಲ್ಲ. ಆದರೆ ವೀರ್ಯಾಣುಗಳ ಕೊರತೆಯಿಂದ ಶ್ರೀನಿವಾಸ ಎಂದಿಗೂ ತಂದೆಯಾಗಲು ಸಾಧ್ಯವಿಲ್ಲವೆಂದು ಅವು ಸಾಬೀತುಪಡಿಸುತ್ತಿತ್ತು. ಅದಕ್ಕಾಗಿ ದೀರ್ಘಕಾಲ ಮಾತ್ರೆ, ಇಂಜೆಕ್ಷನ್ ತೆಗೆದುಕೊಂಡು ಪುನಃ ಪರೀಕ್ಷಿಸಿದಾಗಲೂ ಅದೇ ಪರಿಸ್ಥಿತಿ.

ಭಾಸ್ಕರನಿಗೆ ತಡೆಯಲಾರದಷ್ಟು ವೇದನೆಯಾಯಿತು. ಇಷ್ಟು ದಷ್ಟಪುಷ್ಟನಾಗಿ, ಆರೋಗ್ಯವಂತನಾಗಿ ರಸಿಕನಾದ ಶ್ರೀನಿವಾಸನಲ್ಲಿ ಎಂಥ ಕೊರತೆ! ದೇವರೇ, ಎಂದು ತಲೆ ಹಿಡಿದುಕೊಂಡು ಕೂತುಬಿಟ್ಟ.

ಪತ್ರಿಕೆಯ ಮರೆಯಿಂದ ಅಣ್ಣನನ್ನು ಗಮನಿಸುತ್ತಿದ್ದ ಶ್ರೀನಿವಾಸ ಪತ್ರಿಕೆಯನ್ನು ಪಕ್ಕಕ್ಕಿಟ್ಟು "ಅಣ್ಣ, ಇದು ಯಾಕೆ ಹೀಗೆ ಕೂತುಬಿಟ್ಟೆ? ನನಗೆ ಮಕ್ಕಳಾಗದೇ ಹೋದರೆ ಏನು ಮುಳುಗಿಹೋಗೋಲ್ಲ. ಅಮ್ಮನಿಗಂತೂ ಬುದ್ಧಿ ಇಲ್ಲ ಅಂದರೆ ನಿನಗೂ ಇಲ್ಲವಲ್ಲ" ಎಂದ ತನ್ನ ನಿರಾಸೆಯನ್ನು ಅದುಮಿಕೊಂಡು.

"ಶೀನಿ, ನಿನ್ನ ಹೃದಯದಿಂದ ಈ ಮಾತುಗಳು ಬರ್ತಾ ಇವೆಯೇ? ಶಾಂತಿಗೆ ಈ ವಿಷಯ ಗೊತ್ತೆ?" ಎಂದ ಭಾಸ್ಕರ ತಲೆ ಎತ್ತಿ.

ಶ್ರೀನಿವಾಸನ ಹೃದಯ ಒಂದು ಬಗೆಯ ವೇದನೆಯನ್ನು ಅನುಭವಿಸಿತು; ಭಾರವಾದ ನಿಟ್ಟುಸಿರುಬಿಟ್ಟ.

"ಶಾಂತಿಗೆ ವಿಷಯ ಗೊತ್ತಿಲ್ಲ. ಇಂದಲ್ಲ ನಾಳೆ ಗೊತ್ತಾಗಲೇಬೇಕು. ಅವಳನ್ನು ನಾನು ಖಂಡಿತ ವಂಚಿಸಲಾರೆ. ಆದಷ್ಟು ಬೇಗ ಅವಳಿಗೆ ತಿಳಿಸ್ತೀನಿ. ಹೆಣ್ಣು ತನ್ನ ಮಡಿಲು ತುಂಬಿ ಮಾತೃತ್ವ ನೀಡಲಾರದ ಗಂಡನ್ನ ಖಂಡಿತ ಅವಳು ಪ್ರೀತಿಸಲಾರಳು, ಗೌರವಿಸಲಾರಳು. ಹಾಗಂತ ನನ್ನ ಪ್ರೀತಿಯ ಶಾಂತಿಯನ್ನು ವಂಚಿಸಲಾರೆ. ತಿಳಿಸಿ ಅವಳ ಪ್ರೀತಿಯನ್ನು ಕಳೆದುಕೊಳ್ಳಲಾರದೇ ಚಡಪಡಿಸುತ್ತ ಇದ್ದೀನಿ" ಎಂದು ತನ್ನೆರಡು

ಕೈಗಳನ್ನು ಮುಷ್ಟಿ ಮಾಡಿ ಹಣೆಗೆ ಒತ್ತಿಕೊಂಡ. ಅವನ ತುಂಟ ಕಣ್ಣುಗಳಲ್ಲೂ ನೀರು ಇಣುಕಿತು.

ತಮ್ಮನ ಕಣ್ಣಲ್ಲಿ ನೀರು ಕಂಡ ಕೂಡಲೇ ಭಾಸ್ಕರನ ಹೃದಯ ದ್ರವಿಸಿಹೋಯಿತು. ಅವನ ಕಣ್ಣಲ್ಲಿ ನೀರು ಕಾಣುವ ಸಂದರ್ಭ ಬಂದಿರಲಿಲ್ಲವೇನೋ ಅವನಿಗೆ. ವಿಮಲ ಸತ್ತಾಗ ಎಲ್ಲರಿಗಿಂತ ಹೆಚ್ಚು ವೇದನೆಪಟ್ಟವನು ಶ್ರೀನಿವಾಸ ಎಂದು ಗೊತ್ತಿದ್ದರೂ ಅವನು ಆಗ ಗಮನಿಸುವ ಸ್ಥಿತಿಯಲ್ಲಿರಲಿಲ್ಲ.

ಭಾಸ್ಕರ ಎಂ.ಎ. ಮುಗಿಸಿದರೂ ಶ್ರೀನಿವಾಸ ಡಿಗ್ರಿ ಕ್ಲಾಸಿನ ಮೊದಲ ಹಂತದಲ್ಲೇ ಇದ್ದ. ಅವನಿಗೆ ವಿದಾಭ್ಯಾಸದಲ್ಲಿ ಆಸಕ್ತಿಯೇ ಇರಲಿಲ್ಲ. ಪ್ರತಿದಿನ ವಾಲಿಬಾಲ್, ಕ್ರಿಕೆಟ್, ಫುಟ್‌ಬಾಲ್–ಇವೇ ಯಾವುದೋ ಒಂದು ಆಟದಲ್ಲಿ ನಿರತನಾಗಿ ಕಾಲ ಕಳೆದುಬಿಡುತ್ತಿದ್ದ.

ಪೂರ್ಣಯ್ಯನವರು ಮಗನಿಗೆ ಹೇಳಿ ಹೇಳಿ ಸೋತು ಸುಮ್ಮನಾದರು. ಗಿರಿಜಮ್ಮ ಇವನ ಹಣೆಯಲ್ಲಿ ವಿದ್ಯಾಭ್ಯಾಸವೇ ಬರೆದಿರಲಿಲ್ಲವೇನೋ ಎಂದುಕೊಂಡು ಸುಮ್ಮನಾಗಿಬಿಟ್ಟರು.

ಭಾಸ್ಕರನ ಮೇಲ್ವಿಚಾರಣೆಯಲ್ಲಿ ಅಲ್ಲಿನವರೆಗೂ ಸಾಗಿದ ಶ್ರೀನಿವಾಸ ಮುಂದೆ ಹೋಗಲಿಲ್ಲ.

"ಶೀನಿ" ಎಂದ.

ಕಣ್ಣೊರೆಸಿಕೊಂಡು ಥಟ್ಟನೇ ತಲೆ ಮೇಲಕ್ಕೆತ್ತಿದ ಶ್ರೀನಿವಾಸ ಅಣ್ಣನ ಕೈಹಿಡಿದುಕೊಂಡು "ಅತ್ತಿಗೆ ದೇವತೆಯಾಗಿ ಈ ಮನೆಗೆ ಬಂದಿದ್ದಾರೆ. ನಮ್ಮೆಲ್ಲರ ಆಸೆಯನ್ನು ಬೇಗ ನೆರವೇರಿಸುತ್ತಾರೆ. ನಿನ್ನ ಮಕ್ಕಳನ್ನು ಮುದ್ದಾಡೋ ಭಾಗ್ಯ ನನಗಿರಲಿ" ಎಂದವನೇ ಅಣ್ಣನ ಭುಜ ತಟ್ಟಿ "ಅತ್ತಿಗೆ ಕಾಯ್ತ ಇರಬಹುದು ನೋಡು. ನಾನು ರಾತ್ರಿ ಬಸ್ಸಿಗೆ ಹೊರಟುಬಿಡ್ತೀನಿ. ಶಾಂತಿ ತಾನೂ ಬರ್ತೀನೀ ಅಂತ ಹೊರಟಿದ್ದಳು."

ಭಾಸ್ಕರನಿಗೆ ಏನು ಹೇಳಬೇಕೋ ಒಂದೂ ತೋಚಲಿಲ್ಲ. ಸ್ಕೂಟರ್ ಸದ್ದು ಕೇಳಿ ಎಚ್ಚೆತ್ತ. ಶ್ರೀನಿವಾಸ ಎಲ್ಲಿಗೋ ಹೊರಟುಬಿಟ್ಟಿದ್ದ. ಸುಮ್ಮನೆ ಹೋಗಿ ಮಂಚದ ಮೇಲೆ ಉರುಳಿ ಕಣ್ಣು ಮುಚ್ಚಿದ. ತಾನು ಮದುವೆಯಾಗುವ ಮೊದಲು ಎಂಥ ಕನಸು ಕಂಡಿದ್ದೆ. ವಿಮಲಳನ್ನು ಗಂಟು ಹಾಕಿದಾಗ ತನ್ನ ಕನಸನ್ನು ಹತ್ತಿಕ್ಕಿ ಹೊಂದಿಕೊಂಡಿದ್ದ. ಅವಳೊಂದಿಗೆ ನಡೆಸಿದ ದಾಂಪತ್ಯ ಜೀವನ ನೀರಸ. ಆದರೂ ಅದೊಂದು ದೊಡ್ಡ ವಿಷಯವಾಗಿ ಎಣಿಸದೇ ಅವಳನ್ನು ಆರೋಗ್ಯವಾಗಿಡುವಲ್ಲೇ ದಿನಗಳನ್ನು ಸವೆಸಿದೆ. ಅವಳು ಗರ್ಭಿಣಿಯಾದಾಗ ಮೊದಲು ನಿರಾಶೆಗೊಂಡರೂ ನೂರು ಕನಸು ಕಂಡು ಅವಳನ್ನು ಜೋಪಾನ ಮಾಡಿದೆ. ಕೊನೆಗೆ ಪ್ರತಿಫಲ ವಿಮಲ ಹೋದುದಲ್ಲದೇ ಭೂಮಿಗೆ ಭಾರವಾದ ಮಕ್ಕಳ ಜನನ. ದೇವರೇ ಯಾವ ತಪ್ಪಿಗೆ ನನಗೀ ಶಿಕ್ಷೆ? ಈಗ ಮುದ್ದಿನ ತಮ್ಮ ಶ್ರೀನಿವಾಸ ಎದುರಿಸಬೇಕಾದ ಪರಿಸ್ಥಿತಿ. ಅಷ್ಟರಲ್ಲಿ ಬಳೆಗಳ ಸದ್ದು

ಅವನ ಕಣ್ಣನ್ನು ತೆರೆಸಿತು. ಎದುರಿಗೆ ನಿಂತ ಶಶಿ ಕ್ಷಣದಲ್ಲೇ ಅವನ ಮನದ ದುಗುಡವನ್ನು ಕ್ಷಣಕಾಲ ಮರೆಸಿದಳು.

"ಯಾಕೆ ಮಲಗಿದ್ದೀರಿ?" ಎನ್ನುತ್ತ ಮಂಚದ ಮೇಲೆ ಗಂಡನ ಪಕ್ಕ ಕುಳಿತ ಶಶಿ ಅವನ ತಲೆ ಮುಟ್ಟಿ ನೋಡಿ ಕ್ರಾಪಿನಲ್ಲಿ ಬೆರಳಾಡಿಸಿದಳು. ಎಲ್ಲ ಮರೆತು ಭಾಸ್ಕರ ಅವಳ ಮಡಿಲಿನಲ್ಲಿ ತಲೆ ಇಟ್ಟು ಕಣ್ಣು ಮುಚ್ಚಿದ.

ಭಾಸ್ಕರ ಯೋಚಿಸಿದ. ತನಗೂ ಶಶಿಗೂ ವಯಸ್ಸಿನ ಅಂತರ ಹದಿನೈದು ವರ್ಷ. ಆದರೂ ಕೆಲವು ಸಲ ಮಗುವಿನಂತೆ ಅವಳ ತೊಡೆಯ ಮೇಲೆ ಮಲಗಲು ಹಂಬಲ. ಇದು ಸೃಷ್ಟಿ ವೈಪರೀತ್ಯವೋ.

* * *

ಶಶಿ ದಿನಗಳು ಕಳೆದ ಹಾಗೆಲ್ಲ ಮಕ್ಕಳನ್ನು ನೋಡುವ ಹಂಬಲ ಹತ್ತಿಕ್ಕಲಾರದೇ ಗಂಡನ ಮುಂದಿಟ್ಟಳು. ಮದುವೆಯಾದ ಮೇಲೆ ಭಾಸ್ಕರ ಎರಡು ಸಲ ಶಿವಮೊಗ್ಗೆಗೆ ಹೋಗಿ ಮಕ್ಕಳನ್ನು ನೋಡಿ ಬಂದಿದ್ದ. ಅವಕ್ಕೆ ಎಷ್ಟೋ ಆರೈಕೆ ಮಾಡಿದರೂ ಮೈಕೈ ತುಂಬಿಕೊಳ್ಳಲಿಲ್ಲ. ಚರ್ಮ ಹೊದಿಸಿದ ಅಸ್ಥಿಪಂಜರದಂತೆ ಕಾಣಿಸುತ್ತಿದ್ದವು. ತನ್ನವರನ್ನು ಗುರ್ತಿಸಿ ನಗುಬೀರುವ ಬುದ್ಧಿಶಕ್ತಿಯಾಗಲಿ, ಚೈತನ್ಯವಾಗಲಿ ಅವಕ್ಕೆ ಇರಲಿಲ್ಲ.

ಪೂರ್ಣಯ್ಯನವರು ತಾವೇ ಬಂದು ಅಂಗಡಿಯ ಉಸ್ತುವಾರಿಗೆ ನಿಂತು ಮಗ ಸೊಸೆಯನ್ನು ಶಿವಮೊಗ್ಗಕ್ಕೆ ಕಳಿಸಿದರು. ತಂದೆ ಹೇಳದಿದ್ದರೂ ಏನೋ ವಿಶೇಷವಿದೆಯೆಂದೇ ಹೊರಟ ಮಡದಿಯೊಂದಿಗೆ. ತಂದೆ ಕಾರಿನಲ್ಲೇ ಹೋಗು ಎಂದಿದ್ದರಿಂದ ಕಾರಿನಲ್ಲೇ ಹೊರಟ.

ಕಾರಿನಲ್ಲಿ ಹೋಗುತ್ತ ಭಾಸ್ಕರ ವಿಮಲಳ ಆರೋಗ್ಯಕ್ಕಾಗಿ ತಾನು ಪಟ್ಟಪಾಡು ಕಡೆಗೆ ಅವಳ ತಾಯಿ ತಂದೆ, ಅಣ್ಣ ತನ್ನ ಏನೇನೋ ಆಡಿ ನಿಂದಿಸಿದ್ದು, ತಾನು ಮಕ್ಕಳನ್ನು ನೋಡಿ ಹಗಲಿರುಳು ಕೊರಗುತ್ತ ಇದ್ದಾಗ ಬಲವಂತದಿಂದ ಶ್ರೀನಿವಾಸ ಶಿವಮೊಗ್ಗಕ್ಕೆ ಕರೆದೊಯ್ದು ಅಲ್ಲೆ ಇರಿಸಿಕೊಂಡು ಯುನಾನಿ, ಆಯುರ್ವೇದ, ಮಂತ್ರ, ತಂತ್ರ, ಎಲ್ಲ ಮಾಡಿಸಿದ್ದು. ಅದರಿಂದ ಏನೂ ಪ್ರಯೋಜನವಾಗದಿದ್ದದ್ದು ಎಲ್ಲ ತಿಳಿಸಿದ.

ಶಶಿ ಎಲ್ಲಕ್ಕೂ ಹ್ಞೂಗುಟ್ಟಿದ್ದಳೇ ವಿನಃ ಮಾತಾಡಲಿಲ್ಲ.

ಶಿವಮೊಗ್ಗಕ್ಕೆ ಇಬ್ಬರೂ ಹೊರಟಿದ್ದು ಮೊದಲನೇ ಸಲವಾದರೂ ಯಾರಿಗೂ ಉತ್ಸಾಹವಿರಲಿಲ್ಲ. ಶಶಿ, ಮಕ್ಕಳು ಹೇಗಿರಬಹುದು, ಅವನ್ನು ಗುಣಪಡಿಸಲು ಸಾಧ್ಯವಿಲ್ಲವೇ? ಬೆಂಗಳೂರಿಗಾದರೂ ಕರೆದೊಯ್ದು ಬಿಡಬೇಕು ನೂರೆಂಟು ಯೋಚಿಸುತ್ತಲೇ ಸಾಗುತ್ತಿದ್ದಳು. ಆದರೆ ಭಾಸ್ಕರನ ಯೋಚನೆಗಳೇ ಬೇರೆ ಕಡೇ ಸಾಗಿದ್ದವು. ಶಶಿ ಆ ಮಕ್ಕಳನ್ನು ನೋಡಿ ಎಂಥ ಪ್ರತಿಕ್ರಿಯೆ ತೋರಬಹುದು. ಆಗಿನ ಅವಳ ಮನಸ್ಥಿತಿ ಹೇಗಾಗಬಹುದು? ಶ್ರೀನಿವಾಸ ಶಾಂತಿಯರ ಮಧ್ಯೆ ಯಾವ

ಘರ್ಷಣೆ ಉಂಟಾಗಿದೆಯೋ? ಇಬ್ಬರನ್ನು ತಾನು ಯಾವ ರೀತಿಯಲ್ಲಿ ಸಮಾಧಾನಪಡಿಸುವುದು?

ಮನೆ ಮುಂದೆ ಕಾರು ನಿಂತಾಗ ಗಿರಿಜಮ್ಮ ಹೊರಗೆ ಬಂದರು. ಅವರು ವ್ಯಥಿತರಾಗಿದ್ದ ಚಿಹ್ನೆ ಮುಖದಲ್ಲಿ ಇಣುಕುತ್ತಿತ್ತು. ಮಗ ಸೊಸೆಯನ್ನು ನಗುನಗುತ್ತಲೇ ಎದುರುಗೊಂಡರು.

"ದಾರಿಯಲ್ಲಿ ಏನು ತೊಂದರೆಯಾಗಲಿಲ್ಲವಾ? ಸ್ವಲ್ಪ ಕೂತ್ಕೊಂಡು ಸುಧಾರಿಸಿಕೊಂಡು ಕಾಫೀ ಕುಡಿದು ಕೈಕಾಲು ಮುಖ ತೊಳೆದುಕೊಳ್ಳಿ" ಎಂದರು ಪ್ರೀತಿಯಿಂದ.

ಭಾಸ್ಕರ ಸುಮ್ಮನೇ ಕುಳಿತ. ಮೊದಲೇ ಸಂಕೋಚದ ಹುಡುಗಿ ಶಶಿ ಏನು ಹೇಳಿಯಾಳು? ಗಂಡನನ್ನು ಅನುಸರಿಸಿದಳು.

ಮನೆ ಬೆಂಗಳೂರಿನಷ್ಟು ವಿಶಾಲವಾಗಿಲ್ಲದಿದ್ದರೂ ಬಹಳ ಅಚ್ಚುಕಟ್ಟಾಗಿತ್ತು. ಅಲ್ಲಿನ ಹಾಗೆ ಇಲ್ಲೂ ಬೆಲೆಬಾಳುವ ಫರ್ನೀಚರ್ ವಿರಾಜಿಸುತ್ತಿದ್ದವು. ಷೋಗಾಗಿ ವಿವಿಧ ರೀತಿಯ ಬೊಂಬೆ. ದಂತದ ಕೆತ್ತನೆ ಕೆಲಸದ ಕಲಾಕೃತಿಗಳನ್ನು ತೂಗು ಹಾಕಿದ್ದರು.

ಶಶಿ ಎದ್ದು ಹೋಗಿ ಕೈಕಾಲು ತೊಳೆದುಕೊಂಡು ಜಡೆ ಹೆಣೆದು ಹಣೆಗಿಟ್ಟುಕೊಂಡು ಬಂದಾಗಲೂ ಭಾಸ್ಕರ ಬಟ್ಟೆ ಸಹ ಬದಲಾಯಿಸದೇ ತಾಯಿಯ ಬಳಿ ಮಾತನಾಡುತ್ತಿದ್ದ. ಗಿರಿಜಮ್ಮ ಗಳಿಗೆಗೊಮ್ಮೆ ಕಣ್ಣು ಒರೆಸಿಕೊಳ್ಳುತ್ತ ಮಗನ ಬಳಿ ಏನೋ ಹೇಳುತ್ತಿದ್ದರು. ಭಾಸ್ಕರನ ಮುಖದಲ್ಲಿ ವಿವಿಧ ರೀತಿಯ ಭಾವನೆಗಳು ಪ್ರಕಟವಾಗುತ್ತಿದ್ದವು. ಒಮ್ಮೆ ಚಿಂತೆಯಿಂದ ಹಣೆಯ ಮೇಲೆ ಗೆರೆಗಳು ಮೂಡಿದರೆ ಮತ್ತೊಮ್ಮೆ ಕೋಪದಿಂದ ಹುಬ್ಬುಗಳು ಗಂಟಾಗುತ್ತಿದ್ದವು. ಮರುಕ್ಷಣವೇ ಅಳುವಷ್ಟು ಭಾವ ಅವನ ಮುಖದಲ್ಲಿ ಕಾಣುತ್ತಿತ್ತು. ಶಶಿಗೆ ಅವರ ನಡುವೆ ಹೋಗಿ ಕೂಡುವ ಧೈರ್ಯವಾಗಲಿಲ್ಲ.

ಗಿರಿಜಮ್ಮನವರು ಸೊಸೆಯನ್ನು ಕೂಗಿದರು. ಅಷ್ಟರಲ್ಲಿ ಭಾಸ್ಕರ ಬಟ್ಟೆ ಬದಲಾಯಿಸಿ ಕೈಕಾಲು ಮುಖ ತೊಳೆದು ಬಂದ. ಅಡಿಗೆಯವನು ತಂದಿಟ್ಟ ತಿಂಡಿಯನ್ನು ತಿನ್ನುವ ಮನಸ್ಸಾಗಲಿಲ್ಲ ಭಾಸ್ಕರನಿಗೆ. ಆದರೆ ಶಶಿ ತನ್ನನ್ನೇ ಗಮನಿಸುತ್ತಿರುವುದನ್ನು ನೋಡಿ ಬಲವಂತದ ನಗೆ ನಕ್ಕು ಹೇಗೋ ತಿಂಡಿ ತಿಂದು ಮುಗಿಸಿದ.

ಕೋಣೆಯಲ್ಲಿ ಬಹಳ ಕ್ಷೀಣವಾದ ಒಂದು ತರಹ ಶಬ್ದ ಬಂದದ್ದು ನೋಡಿ ಶಶಿಯ ಗಮನ ಅತ್ತ ಹರಿಯಿತು. ಭಾಸ್ಕರ ಬಾ ಎನ್ನುವಂತೆ ಸನ್ನೆ ಮಾಡಿ ಆ ಕೋಣೆಗೆ ಅವಳನ್ನು ಕರೆದೊಯ್ದ.

ಎರಡು ವಿಶಾಲ ತೊಟ್ಟಿಲಿನಲ್ಲಿ ಮಲಗಿದ್ದ ಮಕ್ಕಳನ್ನು ನೋಡಿ ಶಶಿ ದಿಗ್ಮೂಢಳಾಗಿ ನಿಂತುಬಿಟ್ಟಳು. ಅಂತಹ ಮಕ್ಕಳನ್ನು ಅವಳೆಂದೂ ನೋಡಿರಲಿಲ್ಲ. ಅಂತಹ ಮಕ್ಕಳ ಜನನದ ಕಲ್ಪನೆಯೂ ಅವಳಿಗಿರಲಿಲ್ಲ.

ಆ ಮಕ್ಕಳ ಮುಖದಲ್ಲಿ ಜೀವಂತದ ಕಳೆಯೇ ಇರಲಿಲ್ಲ. ಅವು ಕೈಕಾಲು

ಆಡಿಸುತ್ತಿದ್ದರಿಂದ ಜೀವದಿಂದಿರಬಹುದು ಎಂದು ಊಹಿಸಬಹುದಾಗಿತ್ತು. ಮೈಚರ್ಮ ಮೂಳೆಗೆ ಅಂಟಿಕೊಂಡುಹೋಗಿತ್ತು. ಅವು ಯಾವ ಬಣ್ಣದಲ್ಲಿದೆಯೆಂದು ಹೇಳುವುದೇ ಕಷ್ಟವಾಗಿತ್ತು. ಅವುಗಳು ವರ್ಷ ತುಂಬಿದ ಮಕ್ಕಳೆಂದು ತಿಳಿದವರೂ ಸಹ ಊಹಿಸಲಾರರು. ತಲೆಯಲ್ಲಿ ಕಂಡೂ ಕಾಣದ ಹಾಗೆ ಕೂದಲಿತ್ತು.

ಶಶಿ ಹೋಗಿ ತೊಟ್ಟಿಲ ಬಳಿ ನಿಂತು ಬಗ್ಗಿ ಮಗುವನ್ನು ಎತ್ತಿಕೊಳ್ಳಲು ಪ್ರಯತ್ನಿಸಿದಳು. ಆದರೆ ಕೈಕಾಲು ಎಲ್ಲಿ ಉದುರಿಹೋಗುವುದೋ ಎಂದು ಹಿಮ್ಮೆಟ್ಟಿದ್ದಳು. ಅಷ್ಟರಲ್ಲಿ ಬಂದ ಆಯ ಮಗುವನ್ನು ಎತ್ತಿ ಅವಳ ಎರಡು ಕೈಗಳ ಮೇಲೆ ಮಲಗಿಸಿದಳು. ಭಾಸ್ಕರ ಮತ್ತೊಂದು ಮಗುವನ್ನು ಎತ್ತಿಕೊಂಡು ಅದನ್ನು ತನ್ನ ಕೆನ್ನೆಗೆ ಸ್ಪರ್ಶಿಸುತ್ತ ಕಣ್ಣು ಮುಚ್ಚಿದ. ಮಗು ಎಷ್ಟು ವಿರೂಪವಾಗಿದ್ದರೇನು. ಅದು ಅವನ ರಕ್ತದ ತುಣುಕಲ್ಲವೆ?

ಮರುಕ್ಷಣವೇ ಮಗುವನ್ನು ತೊಟ್ಟಿಲಲ್ಲಿ ಮಲಗಿಸಿ ಹೊರಗೆ ನಡೆದುಬಿಟ್ಟ.

ಒಳಗೆ ಬಂದ ಗಿರಿಜಮ್ಮ ಸೊಸೆಯ ಕೈಮೇಲೆ ಮಲಗಿದ್ದ ಮಗುವನ್ನು ನೋಡಿ ನಿಟ್ಟುಸಿರುಬಿಟ್ಟರು.

ಶಶಿಯ ಕಣ್ಣಿಂದ ಹರಿದು ಎರಡು ಕಂಬನಿಯ ತೊಟ್ಟು ಆ ಮಗುವಿನ ಗಲ್ಲದ ಮೇಲೆ ಬಿತ್ತು. ಅದು ಹುಟ್ಟಿದ್ದಕ್ಕೂ ಸಾರ್ಥಕವೆನ್ನಿಸಿತು. ಹೆತ್ತ ತಾಯಿಯ ಕಂಬನಿಯಾಗಲಿ, ಅವಳ ಸ್ಪರ್ಶವಾಗಲಿ ಆಗುವ ಅದೃಷ್ಟ ಅವುಗಳ ಪಾಲಿಗೆ ಇರಲಿಲ್ಲ. ತಾಯಿಯ ಸ್ಥಾನದಲ್ಲಿ ನಿಂತ ಶಶಿಯ ಹೃದಯದಲ್ಲಿ ದುಃಖ ಉಕ್ಕಿ ಕಣ್ಣೀರಾಗಿ ಬಂದ ಎರಡು ಅಶ್ರುಬಿಂದುಗಳನ್ನು ಪಡೆದು ಈ ಮಕ್ಕಳು ಧನ್ಯವಾದವು.

ಗಿರಿಜಮ್ಮ ಸೊಸೆಯ ಕೈಯಲ್ಲಿದ್ದ ಮಗುವನ್ನು ಎತ್ತಿ ತೊಟ್ಟಿಲಲ್ಲಿ ಮಲಗಿಸಿ ಭುಜ ಹಿಡಿದು ಹೊರಗೆ ಬರುವಂತೆ ಸನ್ನೆ ಮಾಡಿದರು.

ಶಶಿ ಇನ್ನೊಂದು ಮಗುವಿನ ಕೆನ್ನೆಯನ್ನು ಮೃದುವಾಗಿ ತಡವಿ ಹೊರಗೆ ಬಂದುಬಿಟ್ಟಳು.

ಭಾಸ್ಕರ ಮಂಕಾಗಿ ಸುಮ್ಮನೇ ಕುಳಿತಿದ್ದ. ಕ್ಲಬ್‌ಗೆ ಹೋಗಿದ್ದ ಶಾಂತಿ ಬಂದವಳೇ ಭಾವನನ್ನು ಮಗುವಿನಂತೆ ಅಪ್ಪಿಕೊಂಡು ಅಳತೊಡಗಿದಳು.

"ಶಾಂತಿ.... ಶಾಂತಿ, ಸಮಾಧಾನ ಮಾಡ್ಕೋ. ಏನು ನಿಮ್ಮ ಜಗಳ? ಅವನು ಬರಲಿ, ನಾನು ಎಲ್ಲ ವಿಚಾರಿಸ್ತೀನಿ. ಸ್ವಲ್ಪ ಸಮಾಧಾನ ಮಾಡ್ಕೋ" ಎಂದು ರಮಿಸುವ ಧ್ವನಿಯಲ್ಲಿ ಅವಳ ತಲೆ ಸವರುತ್ತ ಸಮಾಧಾನ ಹೇಳಿದ ಭಾಸ್ಕರ.

ಗಿರಿಜಮ್ಮನವರು ಬಂದವರೇ "ಸದ್ಯ ನೀನಾದರೂ ತಿಳ್ಕೋಪ ಇವರ ಜಗಳ. ಅವನು ಅವಳ ಜೊತೆ ಮಾತಾಡೋಲ್ಲ. ಇವಳು ಅವನ ಜೊತೆ ಮಾತಾಡೋಲ್ಲ. ಅವನು ಸದಾ ಮಂಕಾಗಿರುತ್ತಾನೆ. ಇವಳು ಅಳುಮುಖ ಮಾಡ್ಕೊಂಡು ಕೂತಿರುತ್ತಾಳೆ. ಸರಿಯಾಗಿ ಊಟ ಬೇಡ, ತಿಂಡಿ ಬೇಡ" ಎಂದು ತಮ್ಮ ದುಗುಡವನ್ನು

ತೋಡಿಕೊಂಡರು.

ಭಾಸ್ಕರನಿಗೆ ಮೊದಲೇ ವಿಷಯ ತಿಳಿದಿದ್ದರಿಂದ ಅವನೇನು ಕೆದಕಿ ಕೇಳಬೇಕಾಗಿರಲಿಲ್ಲ. ಆದರೆ ಯಾರೂ ಮಾಡದ ತಪ್ಪಿಗಾಗಿ ಒಬ್ಬರಿಗೊಬ್ಬರು ಮಾತನಾಡದೇ ಸದಾ ಮಂಕಾಗಿರುವುದೇಕೆ? ಶ್ರೀನಿವಾಸ ಬರಲಿ ಎಂದುಕೊಂಡು ಸುಮ್ಮನಾದ.

ಶ್ರೀನಿವಾಸನಿಗೆ ಅಣ್ಣ ಬರುವ ವಿಷಯ ತಿಳಿದಿದ್ದರೂ ಇಂದೇ ಬರಬಹುದೆಂಬ ನಿರೀಕ್ಷೆ ಇರಲಿಲ್ಲ. ಡಾಕ್ಟರ್ ಮಕ್ಕಳ ವಿಷಯವಾಗಿ ನಿಖರವಾಗಿ ಹೇಳಿದ್ದರು. ಅವು ಕೇವಲ ಕೆಲವು ದಿನಗಳು ಮಾತ್ರ ಉಸಿರಾಡಬಲ್ಲವು. ಅದಕ್ಕಾಗಿ ತಂದೆ ಅಲ್ಲಿ ಹೋಗಿ, ಮಗ ಸೊಸೆಯನ್ನು ಇಲ್ಲಿಗೆ ಕಳುಹಿಸಿಕೊಡುವುದಾಗಿ ಹೇಳಿಹೋಗಿದ್ದರು.

ಮನೆಗೆ ಶ್ರೀನಿವಾಸ ಬಂದಾಗ ಹತ್ತೂವರೆಯಾಗಿ ಹೋಗಿತ್ತು. ಭಾಸ್ಕರ ಊಟ ಮಾಡದೇ ಅವನಿಗಾಗಿ ಕಾದು ಕೂತಿದ್ದ. ಮಿಕ್ಕವರೂ ಅವನನ್ನೇ ಅನುಸರಿಸಿದ್ದರು. ತಮ್ಮನ ಮುಖದಲ್ಲಿ ಮೊದಲಿನ ಗೆಲುವು ಇಲ್ಲದ್ದನ್ನು ಭಾಸ್ಕರ ಗಮನಿಸಿದ.

ಅಣ್ಣನ ಬಳಿ ಬಂದು ಕುಳಿತವನೇ ಎಂದಿನಂತೆ ತಮಾಷೆಯಾಗಿ ಮಾತನಾಡಲು ಪ್ರಯತ್ನಪಟ್ಟು ಸೋತ.

"ಅಣ್ಣ, ನಾನು ಬೆಂಗಳೂರಿಗೆ ಬಂದುಬಿಡ್ತೀನಿ. ಯಾಕೋ ಇಲ್ಲಿನ ವಾತಾವರಣ ಉಸಿರು ಕಟ್ಟುವ ಹಾಗಾಗಿದೆ" ಎಂದ ಬೇರೆ ಕಡೆ ಮುಖ ತಿರುಗಿಸಿಕೊಂಡು.

"ಸದ್ಯ ಹಾಗೆ ಮಾಡು, ಅಲ್ಲಿನ ಸಂಪಾದನೆಯೇ ಸಾಕಷ್ಟಿದೆ. ವ್ಯಾಪಾರವೂ ಚೆನ್ನಾಗಿದೆ. ಒಬ್ಬನೇ ಜವಾಬ್ದಾರಿ ಹೊತ್ತು ಬೇಸರವಾಗಿದೆ. ಏಳು ಊಟ ಮಾಡೋಣ" ಎಂದ ಹೆಚ್ಚು ಮಾತಾಡೋಕೆ ಹೋಗಿ ಕಿರಿಕಿರಿ ಮಾಡಿಕೊಳ್ಳುವುದಕ್ಕೆ ಇಷ್ಟಪಡದೆ.

ಎಲ್ಲರೂ ಒಟ್ಟಿಗೆ ಕೂತರೂ ಯಾರೂ ಹೆಚ್ಚಿಗೆ ಮಾತಾಡಲಿಲ್ಲ. ಭಾಸ್ಕರ, ಶ್ರೀನಿವಾಸ ವ್ಯಾಪಾರದ ಬಗ್ಗೆ ಒಂದೆರಡು ಮಾತುಗಳನ್ನು ಆಡಿದರು. ಶಶಿಯಂತೆ ಮಾತು ಬದುಕಿ ಶಾಂತಿಯು ಮೌನದ ಗೊಂಬೆಯಾಗಿದ್ದಳು.

ಗಿರಿಜಮ್ಮ ಶಶಿ ಹಾಲಿನಲ್ಲಿದ್ದ ಸೋಫಾದ ಮೇಲೆ ಕುಳಿತರು. ಭಾಸ್ಕರ, ಶ್ರೀನಿವಾಸ ಕೋಣೆಗೆ ಹೋದರು. ತಮ್ಮನಿಂದ ವಿಷಯ ಸರಿಯಾಗಿ ತಿಳಿದು ಸಮಾಧಾನಪಡಿಸುವ ತವಕ ಭಾಸ್ಕರನಿಗಾದರೆ, ಅಣ್ಣನಿಗೆ ಸರಿಯಾಗಿ ವಿವರಿಸಿ ಶಾಂತಿಯನ್ನು ಒಪ್ಪಿಸುವ ಜವಾಬ್ದಾರಿಯನ್ನು ಅವನಿಗೆ ಹೊರಿಸಿ ನಿಶ್ಚಿಂತೆಯಾಗಿದ್ದುಬಿಡೋಣ ಎನ್ನುವ ಆತುರ ಶ್ರೀನಿವಾಸನಿಗೆ.

ಭಾಸ್ಕರ ಕುಳಿತವನೇ ತಮ್ಮನ ಭುಜದ ಮೇಲೆ ಕೈಹಾಕಿ "ಶ್ರೀನಿ ಯಾಕೋ ಮಂಕಾಗಿಬಿಟ್ಟಿದ್ದೀಯ?" ಎಂದ.

"ನಿನಗೆ ವಿಷಯವೇನು ಹೊಸದಲ್ಲ. ಯಾರೋ ಪಂಡಿತರು ಗುಳಿಗೆ ಕೊಡ್ತೀನಿ, ಒಂದು ತಿಂಗಳು ತಿಂದು ಪರೀಕ್ಷೆ ಮಾಡಿ ಎಂದಿದ್ದರು. ಅದು ಆಯಿತು; ರಿಸಲ್ಟ್

ಬಂತು; ಫಲಿತಾಂಶ ಸೊನ್ನೆ. ಇನ್ನು ಈ ವಿಷಯಾನ ಶಾಂತಿಯಿಂದ ಮುಚ್ಚಿಟ್ಟು ಫಲವಿಲ್ಲವೆಂದು ತಿಳಿಸಿಬಿಟ್ಟೆ. ಹಾಗೂ ಡೈವರ್ಸ್ ಪಡೆದು ಬೇರೆಯವರೊಂದಿಗೆ ಮದುವೆಯಾಗಲು ತಿಳಿಸಿದೆ. ಅದಕ್ಕೆ ನನ್ನಿಂದಾಗುವ ಸಹಕಾರ ಸಹ ನೀಡುವುದಾಗಿ ತಿಳಿಸಿದೆ. ಅಂದಿನಿಂದ ಅವಳ ಗೋಳಾಟ ನೋಡಲಾಗದು. ನಾನೇನು ಮಾಡಲಿ? ನಾನು ನಿಸ್ಸಹಾಯಕ. ದೈವದ ಆಟದ ಮುಂದೆ ಮನುಷ್ಯ ನಿಸ್ಸಹಾಯಕ ಎನ್ನುವ ನಂಬಿಕೆ ನನ್ನಲ್ಲಿ ಮೂಡಿದೆ."

ಆ ಮಾತುಗಳನ್ನು ಶ್ರೀನಿವಾಸ ಸಮಾಧಾನಚಿತ್ತನಾಗಿ ಆಡಿದರೂ ಭಾಸ್ಕರ ಉದ್ವೇಗಭರಿತನಾದ.

"ಏನೋ ನೀನು ಹೇಳ್ತಾ ಇರೋದು....?" ಎಂದ ಭಾಸ್ಕರ.

"ಇರೋ ವಿಷಯ; ಎಷ್ಟು ಜನ ಗಂಡಸರು ಮಕ್ಕಳಾಗಲಿಲ್ಲ ಅಂತ ಮರುಮದುವೆಯಾಗಲಿಲ್ಲ? ಈಗ ಶಾಂತಿ ಮರುಮದುವೆಯಾಗುವುದರಲ್ಲಿ ತಪ್ಪೇನಿದೆ? ಜಗತ್ತಿನಲ್ಲಿ ಎಲ್ಲರೂ ಸಮಾನರು. ಹೆಣ್ಣಿಗೆ ಒಂದು ಕಾನೂನು; ಗಂಡಿಗೆ ಒಂದು ಕಾನೂನು ಏಕೆ?"

ಭಾಸ್ಕರ ವಿಸ್ಮಿತನಾದ ಹುಡುಗಾಟದ ಶ್ರೀನಿನ ಇಷ್ಟು ಅರ್ಥಗರ್ಭಿತವಾಗಿ ಮಾತನಾಡುತ್ತ ಇರೋದು!

ಶಾಂತಿ ಬಿರುಗಾಳಿಯಂತೆ ಕೋಣೆಯೊಳಕ್ಕೆ ನುಗ್ಗಿ ಬಂದಳು.

"ನೋಡಿದಿರಾ ಭಾವ! ನನಗೆ ಮದುವೆ ಮಾಡ್ತಾರಂತೆ" ಅವಳ ಕಣ್ಣಾಲಿಗಳು ನೀರಿನ ಕೊಡಗಳಾಗಿದ್ದವು.

ಶ್ರೀನಿವಾಸ ತಲೆ ತಗ್ಗಿಸಿ ಕುಳಿತುಬಿಟ್ಟ, ಮಡದಿಯ ಕಡೆ ಅಪ್ಪಿತಪ್ಪಿಯೂ ನೋಡಲಿಲ್ಲ.

"ಅಣ್ಣ, ನೀನು ಅವಳಿಗೆ ಸರಿಯಾಗಿ ತಿಳಿಯಹೇಳು. ಹೆಣ್ಣು ಸಹಜವಾಗಿ ಮಕ್ಕಳನ್ನು ಬಯಸುತ್ತಾಳೆ. ಅವಳು ಬಂಜೆತನಾನ ಇನ್ನೆಂದಿಗೂ ಸಹಿಸಲಾರಳು. ಇದರಿಂದ ಘರ್ಷಣೆಗಳಾಗುತ್ತೆ. ಒಬ್ಬರ ಮೇಲೊಬ್ಬರಿಗೆ ಗೌರವಾದರಗಳು ಇಲ್ಲದ ಮೇಲೆ ಅಂತಹ ದಾಂಪತ್ಯಕ್ಕೆ ಅರ್ಥವಿಲ್ಲ" ಎಂದು ತಲೆ ತಗ್ಗಿಸಿಯೇ ಹೇಳಿದ ಶ್ರೀನಿವಾಸ.

"ಛೀ! ನೀವು ಬರೀ ಮೋಸಗಾರರು. ನಾನು ಸತ್ತರೂ ನಿಮ್ಮನ್ನು ಬಿಟ್ಟು ದೂರ ಹೋಗೋಲ್ಲ. ನನಗೆ ಮಕ್ಕಳೇಬೇಡ... ನನಗೆ ಮಕ್ಕಳು ಬೇಡ... ನನ್ನನ್ನು ಹಿಂಸೆ ಮಾಡಬೇಡಿ" ಎಂದು ಎರಡು ಕೈಗಳಿಂದಲೂ ಮುಖ ಮುಚ್ಚಿಕೊಂಡು ಶಾಂತಿ ಬಿಕ್ಕಿಬಿಕ್ಕಿ ಅತ್ತಳು.

"ಶಾಂತಿ, ನೀನು ಇನ್ನೂ ಚಿಕ್ಕವಳು. ನಿನಗೆ ಅರ್ಥವಾಗೋಲ್ಲ. ನಾಳೆ ಜೀವನ ಪೂರ್ತಿ ನೋವು ಅನುಭವಿಸೋದು ಬೇಡ. ನೀನು ಖಂಡಿತ ಡೈವೋರ್ಸ್ ಪಡೆದು ಬೇರೆ ಮದುವೆಯಾಗಲೇಬೇಕು."

"ಇಲ್ಲ, ನಾನು ಆಗೋಲ್ಲ...."

"ನೀನು ಆಗಲೇಬೇಕು."

ಭಾಸ್ಕರ ಇವರ ಮಾತುಕತೆಗಳನ್ನು ಕೇಳುತ್ತ ಸುಮ್ಮನೇ ಕುಳಿತ. ಹುಡುಗಾಟವಾಡುತ್ತ ಕಳೆಯುತ್ತಿದ್ದ ಇವರ ಪ್ರೀತಿ ಎಷ್ಟು ಅಮೂಲ್ಯವಾದದ್ದು. ಒಬ್ಬರಿಗೊಬ್ಬರು ಎಂಥ ತ್ಯಾಗಕ್ಕೆ ಸಿದ್ಧರಾಗಿದ್ದಾರೆ ಇವರು ಎಂದುಕೊಂಡ.

ಇಬ್ಬರೂ ಮಾತಾಡಿ ಸೋತರು. ಒಬ್ಬರ ನಿಲುವನ್ನು ಇನ್ನೊಬ್ಬರು ಒಪ್ಪಲು ಸಿದ್ಧವಿಲ್ಲ.

"ಶ್ರೀನಿ, ನಿನಗೆಲ್ಲೋ ತಲೆ ಕೆಟ್ಟಿದೆ. ಇವತ್ತಲ್ಲ ನಾಳೆ ನಿನ್ನಲ್ಲಿರುವ ದೋಷ ಸರಿಹೋಗಬಹುದು. ಅದಕ್ಕಾಗಿ ಪ್ರೀತಿಸಿ ಮದುವೆಯಾದ ಶಾಂತಿಗೆ ಡೈವೋರ್ಸ್ ಕೊಟ್ಟು ಎರಡನೇ ಮದುವೆ ಮಾಡಲು ಸಿದ್ಧವಾಗ್ತಿದೀಯಲ್ಲ?" ಎಂದು ಸ್ವಲ್ಪ ಸಿಟ್ಟಿನಿಂದಲೇ ಹೇಳಿದ ಭಾಸ್ಕರ.

ತಮ್ಮನ ಮನಸ್ಸಿಗೆ ಸಮಾಧಾನವಾಗುವಂತೆ ಬುದ್ಧಿ ಹೇಳಿ ಅವನ ಮನಸ್ಥಿತಿಯನ್ನು ಒಂದು ಹದಕ್ಕೆ ತರುವ ವೇಳೆಗೆ ಭಾಸ್ಕರನಿಗೆ ಸಾಕುಸಾಕಾಯಿತು.

ಇಬ್ಬರೂ ಕೋಣೆಯಿಂದ ನಗುತ್ತ ತಮ್ಮ ಕೋಣೆಯ ಕಡೆ ಹೊರಟಾಗ ಭಾಸ್ಕರನ ತಲೆಯ ಮೇಲಿದ್ದ ದೊಡ್ಡ ಭಾರ ಇಳಿದಂತಾಯಿತು.

ಅಲ್ಪಸ್ವಲ್ಪ ಈ ವಿಷಯವನ್ನು ಕೇಳಿಸಿಕೊಂಡಿದ್ದ ಗಿರಿಜಮ್ಮ ಭಾಸ್ಕರನಿಂದ ತಿಳಿದುಕೊಂಡು ಅತ್ತೆಬಿಟ್ಟರು.

"ನಮ್ಮ ವಂಶಕ್ಕೆ ಯಾವುದೋ ಶಾಪ ತಟ್ಟಿರಬೇಕು. ನಿಮ್ಮ ಚಿಕ್ಕಪ್ಪನಿಗೆ ಮಕ್ಕಳೇ ಇಲ್ಲ. ನಮಗೇನೋ ನಿಮ್ಮಿಬ್ಬರನ್ನು ಕೊಟ್ಟ. ನಿನ್ನ ಮಕ್ಕಳು ಇದ್ದೂ ಇಲ್ಲದ ಹಾಗೆ ಇಂದೋ ನಾಳೆಯೋ ಭೂಮಿಯ ಋಣ ತೀರಿಸಿಕೊಂಡು ಹೊರಡಲಿವೆ. ಇನ್ನು ಅವನ ಸ್ಥಿತಿ ಹೀಗಾಯಿತು."

ತಾಯಿಯ ಮಾತುಗಳನ್ನು ಕೇಳಿ ಭಾಸ್ಕರ ನೊಂದುಕೊಂಡ. ಅವನಲ್ಲಿ ಒಂದು ಅವ್ಯಕ್ತ ಭಯ ಉಂಟಾಯಿತು. ನಾಳೆ ಶಶಿಗೂ ಮಕ್ಕಳಾಗದಿದ್ದರೆ ಶ್ರೀನಿವಾಸನ ಪರಿಸ್ಥಿತಿ ತನಗೂ ಎದುರಾದರೆ? ಅವನ ಹೃದಯ ಕ್ಷಣಕಾಲ ನಡುಗಿತು.

ಶಶಿ ಅಲ್ಲಿರಲೇ ಇಲ್ಲ. ಅವಳು ಕೋಣೆ ಸೇರಿಬಿಟ್ಟಿದ್ದಳು. ಗಿರಿಜಮ್ಮನವರೂ ಸಹ ಸೊಸೆ ಬೇಸರಗೊಂಡಳೆಂದು ಏನೂ ಹೇಳಲಿಲ್ಲ. ಭಾಸ್ಕರ್ ತಮ್ಮ ನಾದಿನಿಯ ಸಂಗಡ ಏಕಾಂತದಲ್ಲಿ ಮಾತನಾಡುತ್ತ ಕುಳಿತಾಗ ಶಶಿಗೆ ಪಿಚ್ಚೆನ್ನಿಸಿತ್ತು. ತನ್ನ ಎದುರಿನಲ್ಲಿ ಹೇಳಬಾರದ ವಿಷಯಗಳೇನಿವೆಯೋ? ಇಲ್ಲ ಉದಾಸೀನವೋ? ಅತ್ತೆಯವರು ಸಹ ಮಗನ ಮುಂದೆ ಹೇಳಿಕೊಂಡರೇ ವಿನಹ ತನ್ನ ಮುಂದೆ ಪ್ರಸ್ತಾಪವೆತ್ತಲಿಲ್ಲ. ಇಂಥದ್ದರಲ್ಲಿ ಹೊರಗೆ ಕುಳಿತು ಅವರಾಡುವ ಮಾತುಗಳನ್ನು ಕೇಳುವುದರಲ್ಲಿ ಅರ್ಥವಿಲ್ಲ ಎಂದುಕೊಂಡೇ ಕೋಣೆಗೆ ಬಂದು ಮಲಗಿಬಿಟ್ಟಿದ್ದಳು ಶಶಿ.

ಭಾಸ್ಕರ ಕೋಣೆಗೆ ಬಂದಾಗ ಹನ್ನೆರಡು ದಾಟಿ ಹೋಗಿತ್ತು. ಅವನ ಹೃದಯ ಚಿಂತೆಯ ಅಗರವಾಗಿತ್ತು. ಬಂದವನೇ ಮೌನದಿಂದ ಮಲಗಿಬಿಟ್ಟ. ಎಂದಿನಂತೆ ಮಡದಿಯನ್ನು ತೋಳುಗಳಲ್ಲಿ ಹುದುಗಿಸಿಕೊಳ್ಳಲಿಲ್ಲ.

ಬೆಳಿಗ್ಗೆ ಇವನಿಗೆ ಎಚ್ಚರವಾದಾಗ ಶಶಿ ಪಕ್ಕದಲ್ಲಿ ಇರಲಿಲ್ಲ. ಎದ್ದು ಹೊರಗೆ ಬಂದಾಗ ಶಾಂತಿ, ಶ್ರೀನಿವಾಸ ಯಾವುದೋ ಚರ್ಚೆಯಲ್ಲಿ ಮುಳುಗಿದ್ದರು. ಅವನ ಮುಖದಲ್ಲಿ ಪ್ರಸನ್ನತೆಯ ಕಳೆ ಇತ್ತು. ಏನೂ ನಡೆಯಲೇ ಇಲ್ಲ ತಮ್ಮಿಬ್ಬರ ನಡುವೆ ಎನ್ನುವಷ್ಟು ಸಹಜವಾಗಿತ್ತು ಅವರ ವರ್ತನೆ.

“ನಿದ್ದೆ ಮುಗೀತಾ? ಅತ್ತಿಗೆ ಮೂರು ಸಲ ನಿನ್ನ ಕೋಣೆಗೆ ಕಾಫೀ ತಂದು ವಾಪಸ್ಸು ಬಂದರು” ಎನ್ನುತ್ತ ಶ್ರೀನಿವಾಸ ಅಡಿಗೆಯ ಮನೆ ಕಡೆ ನಡೆದ.

ಭಾಸ್ಕರ ಮೈಮುರಿಯುತ್ತ ಬಂದು ಕುಳಿತ. ಕಾಫೀ ಕುಡಿಯದೇ ಅವನು ಹಾಸಿಗೆಯಿಂದ ಏಳುವ ಪದ್ಧತಿಯನ್ನೇ ಇಟ್ಟಿರಲಿಲ್ಲ.

ಶಶಿ ಸ್ಟೌವ್ ಮುಂದೆ ಕೂತು ಪೂರಿ ಕರೆಯುತ್ತಿದ್ದಳು. ಆಗ ತಾನೇ ತುಳಸಿ ಪೂಜೆ ಮಾಡಿ ಬಂದ ಅವಳ ಮುಖದಲ್ಲಿ ಒಂದು ಅಪೂರ್ವ ಕಳೆ, ಭಕ್ತಿಭಾವ ಮಿನುಗುತ್ತಿತ್ತು.

ಅಡಿಗೆಯವನು ಊರಿಗೆ ಹೋದುದ್ದರಿಂದ ಕೆಲಸವೆಲ್ಲ ಇವರಿಬ್ಬರ ಮೇಲೆ ಬಿದ್ದಿತ್ತು. ಶಾಂತಿಯಂತೂ ಏನಾದರೂ ಸರಿ ಅಡಿಗೆಯ ಮನೆಗೆ ಬರುತ್ತಿರಲಿಲ್ಲ. ಅಡಿಗೆಯವನು, ಗಿರಿಜಮ್ಮ ಇಲ್ಲದ ಸಂದರ್ಭ ಬಂದಾಗ ಗಂಡಹೆಂಡತಿ ಇಬ್ಬರೂ ಹೋಟಲಿಗೆ ಹೋಗಿಬಿಡುತ್ತಿದ್ದರು.

“ಅತ್ತಿಗೆ, ಅಣ್ಣ ಎದ್ದು ಬಂದಿದ್ದಾನೆ, ಕಾಫೀ” ಎನ್ನುತ್ತ ಸೊಂಟದ ಮೇಲೆ ಕೈ ಇಟ್ಟುಕೊಂಡು ನಿಂತ ಶ್ರೀನಿವಾಸ.

“ಅವಳ ಕೈ ಬಿಡುವಿಲ್ಲ. ನೀನೇ ಬೆರೆಸಿಕೋ” ಎಂದರು ಹಿಟ್ಟನ್ನು ಲಟ್ಟಿಸುತ್ತ ಗಿರಿಜಮ್ಮ.

ಶ್ರೀನಿವಾಸನೇ ಫಿಲ್ಟರ್‌ನಲ್ಲಿದ್ದ ಡಿಕಾಕ್ಷನ್‌ಗೆ ಹಾಲು, ಸಕ್ಕರೆ ಬೆರೆಸಿ ಮೂರು ಕಪ್ ಕಾಫೀ ಮಾಡ್ಕೊಂಡು ಹೊರಗೆ ಹೋದ.

ಅವರಿಗೆ ಇವತ್ತು ನಿಜವಾಗಿ ಶಾಂತಿ ಮೇಲೆ ಕೋಪ ಬಂದಿತ್ತು. ಶಶಿ ಎದ್ದಾಗಿನಿಂದ ಒಂದಲ್ಲ ಒಂದು ಕೆಲಸ ಮಾಡುತ್ತಿದ್ದಳು. ಶಾಂತಿ ಅಡಿಗೆಯವನು ಇಲ್ಲ ಅಂತ ತಿಳಿದು ಸಹ ಅಡಿಗೆಯ ಮನೆ ಕಡೇ ಇಣುಕಿ ನೋಡಿರಲಿಲ್ಲ.

ಮಡದಿ ಬರಬಹುದು ಎಂದು ನಿರೀಕ್ಷಿಸಿದ್ದ ಭಾಸ್ಕರನಿಗೆ ತಮ್ಮ ಕಾಫೀ ತಂದಾಗ ತುಸು ಬೇಸರವೇ ಆಯಿತು. ಶಶಿ ಮದುವೆಯಾಗಿ ಮನೆಗೆ ಬಂದಾಗಿನಿಂದ ಅವನ ಪ್ರತಿಯೊಂದು ಕೆಲಸವೂ ಅವಳ ಸಹಕಾರದಿಂದಲೇ ನಡೆಯಬೇಕು. ಅವಳು ಸದಾ ಅವನ ಎದುರಿಗೇನೇ ಇರಬೇಕು.

ಕಾಫೀ ಕುಡಿದು ಲೋಟ ಪಕ್ಕಕ್ಕಿಟ್ಟ ಭಾಸ್ಕರ ಟವಲನ್ನು ಹೆಗಲ ಮೇಲೆ ಹಾಕ್ಕೊಂಡು ಬಾತ್‌ರೂಮಿನ ಕಡೆ ನಡೆದ.

ಶ್ರೀನಿವಾಸ ಅಣ್ಣನ ಬೇಸರವನ್ನು ಗುರ್ತಿಸುವ ಸ್ಥಿತಿಯಲ್ಲಿರಲಿಲ್ಲ. ಅವನ ಮಡದಿ ಅವನಿಗೆ ದೊಡ್ಡ ತ್ಯಾಗಮೂರ್ತಿಯಾಗಿ ಕಂಡಿದ್ದಳು. ಅವಳನ್ನು ಕೊಂಡಾಡುವುದರಲ್ಲಿ, ಅವಳನ್ನು ಓಲೈಸುವುದರಲ್ಲಿ ತನ್ನ ಜೀವನದ ಸಾರ್ಥಕತೆ ಎಂದು ತಿಳಿದಿದ್ದ ಆ ಕ್ಷಣದಲ್ಲಿ.

ಶಶಿ ಎರಡು ಮೂರು ಸಲ ಅಂದುಕೊಂಡಳು. ಗಂಡ ಸ್ನಾನಕ್ಕೆ ಹೋದರೇನೋ? ಅವರಿಗೆ ಸೋಪು, ಟವಲು ಕೊಡಬೇಕು. ಇನ್ನು ಏನು ಅಂದುಕೊಂಡರೂ ಸಂಕೋಚಬಿಟ್ಟು ಎದ್ದು ಹೋಗಲು ಅವಳಿಂದ ಸಾಧ್ಯವಾಗಲಿಲ್ಲ.

ಸ್ನಾನ ಮುಗಿಸಿದ ಭಾಸ್ಕರ ಹೊರಗೆ ಬಂದ. ಆಗಲೂ ಅವನಿಗೆ ಮಡದಿಯ ಮುಖ ದರ್ಶನವಾಗಲಿಲ್ಲ. ತಲೆ ಬಾಚಿಕೊಂಡು ಸಂಕೋಚವನ್ನು ಬದಿಗಿಟ್ಟು ಅಡಿಗೆಯ ಮನೆಗೆ ಬಂದ. ತರಕಾರಿ ಹಚ್ಚುತ್ತಿದ್ದ ಶಶಿ ತಲೆ ಎತ್ತಿ ನಸುನಗು ಬೀರಿದಳು.

ಮಡದಿಯ ಸಮೀಪದಲ್ಲಿ ಮಣೆ ಹಾಕಿಕೊಂಡು ಕುಳಿತ.

ಅಡಿಗೆ ಮನೆಯೊಳಕ್ಕೆ ಬಂದ ಗಿರಿಜಮ್ಮ "ಭಾಸ್ಕರ, ತಿಂಡಿ ತಟ್ಟೆಗಳನ್ನು ಅಲ್ಲೇ ತೆಗೆದುಕೊಂಡು ಹೋಗಿ ಇರಿಸಿದ್ದೀನಿ, ತಿಂಡಿ ತಗೋ ನಡೀ" ಎಂದರು.

"ನಾನು ಇಲ್ಲೇ ತಗೋತೀನಿ" ಎಂದವನೇ ಮಡದಿಯ ಮುಂದಿದ್ದ ತರಕಾರಿಯನ್ನು ಪಕ್ಕಕ್ಕೆ ಸರಿಸಿ ಈಳಿಗೆ ಮಣೆ ತೆಗೆದು ಪಕ್ಕಕ್ಕಿಟ್ಟು,

"ಮೊದಲು ತಿಂಡಿ ತಿನ್ನಿ, ಆಮೇಲೆ ಕೆಲಸ" ಎಂದವನೇ ತಾಯಿಯನ್ನು ಬಲವಂತದಿಂದ ಕೂಡಿಸಿ ಮೂರು ಪ್ಲೇಟುಗಳಿಗೂ ತಿಂಡಿ ಹಾಕಿ ಅವರಿಬ್ಬರ ಮುಂದೆ ಒಂದೊಂದು ಇಟ್ಟು ತಾನೂ ಒಂದು ಪ್ಲೇಟ್ ತೆಗೆದುಕೊಂಡು ತಿನ್ನತೊಡಗಿದ.

ದಿನ ಅಡಿಗೆಯವನು ಮಾಡುತ್ತಿದ್ದ ಸಾಗುವಿಗಿಂತ ಇಂದು ಸೊಸೆ ಮಾಡಿದ ಸಾಗು ತುಂಬಾ ರುಚಿಯಾಗಿತ್ತು. ಗಿರಿಜಮ್ಮ ಸೊಸೆಯನ್ನು ಬಾಯಿತುಂಬ ಹೊಗಳುತ್ತ ತಿಂಡಿ ತಿನ್ನತೊಡಗಿದರು.

ಭಾಸ್ಕರನಿಗಾಗಿ ಕಾದು ಕೂತಿದ್ದ ಶ್ರೀನಿವಾಸ, ಶಾಂತಿ ಇಬ್ಬರು ಒಟ್ಟಿಗೆ ಕೂಗುತ್ತಲೇ ಅಡಿಗೆಯ ಮನೆಗೆ ಬಂದರು. ತಾಯಿ, ಮಗ, ಸೊಸೆ, ಮೂವರು ಮಾತನಾಡುತ್ತ ತಿಂಡಿ ತಿನ್ನುತ್ತಿರುವುದನ್ನು ನೋಡಿ ಶ್ರೀನಿವಾಸ ದೊಡ್ಡ ಧ್ವನಿಯಲ್ಲಿ ಆಕ್ಷೇಪವೆತ್ತಿದ.

"ನೀವೆಲ್ಲ ಇಲ್ಲಿ ಸೇರಿಬಿಟ್ಟು ನಮ್ಮನ್ನು ಮಾತ್ರ ಹೊರಗೆ ಹಾಕಿದ್ದೀರಿ."

"ಸಾಕು ಸುಮ್ಮನಿರೋ! ನೀವಿಬ್ಬರು ಯಾವತ್ತು ನಮ್ಮ ಜೊತೆ ಕೂತು ತಿಂಡಿ ತಿಂದಿದ್ದೀರಿ? ನೀವು ಆರಾಮವಾಗಿ ಕೋಣೆಯಲ್ಲಿ ಕೂತೇ ತಾನೇ ತಿಂಡಿ ತಿನ್ನೋದು. ಆಗೇನಾದರೂ ನಿಮಗೆ ಅಮ್ಮನ ಜ್ಞಾಪಕ ಬಂತೇ? ಹೇಗೋ ನೀವು ನಗುನಗುತ್ತ

ಇದ್ದರೆ ಸಾಕು. ಈಗ ಬಂದುಬಿಟ್ಟ ಆಕ್ಷೇಪಣೆ ಮಾಡೋಕೆ."

ತಾಯಿಯ ಆಕ್ಷೇಪಣೆ ಜೊತೆಯಲ್ಲಿ ನೋವನ್ನು ಥಟ್ಟನೇ ಗುರ್ತಿಸಿದ ಶ್ರೀನಿವಾಸ. ಅದು ಅವನಿಗೆಂದೂ ಹೊಳೆದಿರಲೇ ಇಲ್ಲ. ಹೋಗಿ ಅಮ್ಮನ ಮುಂದೆ ಕೂತೇಬಿಟ್ಟ.

"ಅಮ್ಮ, ನೀನೇ ನಾವು ಹುಡುಗಾಟ ಆಡಿದಾಗ ನಿನ್ನ ಎದುರಿನಲ್ಲಿ ನಿಮ್ಮ ಆಟ ಏನಿದ್ದರೂ ಕೋಣೆಯಲ್ಲಿ ನಡೆಸಿ, ಹಿರಿಯರ ಮುಂದೆ ಬೇಡ ಅಂತ ಹೇಳಿದ್ದೀಯ" ಎನ್ನುತ್ತ ತಾಯಿಯ ತಟ್ಟೆಯಿಂದಲೇ ತಿಂಡಿ ತಿನ್ನತೊಡಗಿದ.

"ಆಯಿತು ಹೋಗೋ. ಶಾಂತಿ ಇವನ್ನ ಕರ್ಕೊಂಡು ಹೋಗು" ಎಂದ ಗಿರಿಜಮ್ಮ "ಮೊದಲು ಎದ್ದು ಹೋಗಿ ತಿಂಡಿ ತಿಂದು ಬಾ" ಎಂದು ಗದರಿಕೊಂಡರು.

ಶ್ರೀನಿವಾಸ ಎದ್ದು ನಡೆದ. ಶಾಂತಿ ಅವನನ್ನು ಹಿಂಬಾಲಿಸಿದಳು. ಭಾಸ್ಕರ ದೊಡ್ಡ ನಗೆ ನಕ್ಕ.

ಅಂದು ಭಾನುವಾರವಾದ್ದರಿಂದ ಅಂಗಡಿಗೆ ರಜ ಇತ್ತು. ಎಲ್ಲರೂ ಮಾರ್ನಿಂಗ್ ಷೋಗೆ ಹೋಗಲು ನಿರ್ಧರಿಸಿದರು. ಗಿರಿಜಮ್ಮನವರು "ನಾನು ಬರುವುದಿಲ್ಲ" ಎಂದುಬಿಟ್ಟರು.

ಶಾಂತಿ ಸಿನಿಮಾಗೆ ಹೊರಡಲು ತಯಾರಿ ನಡೆಸಲು ಕೋಣೆಗೆ ಹೊರಟಳು. ಅವಳ ಮುಖಾಲಂಕಾರ ಮುಗಿಯಲು ಏನಿಲ್ಲ ಎಂದರೂ ಒಂದು ಗಂಟೆ ಬೇಕಾಗಿತ್ತು. ಇನ್ನು ಸೀರೆಗಳನ್ನು ಆರಿಸಿ ಉಡೋ ಹೊತ್ತಿಗೆ ಸಿನಿಮಾನೇ ಬಿಟ್ಟ ಸಂದರ್ಭಗಳೂ ಉಂಟು.

ತನಗೊಪ್ಪುವ ಸೀರೆಯನ್ನು ಆರಿಸಲು ಗಂಡನನ್ನು ಕೂಗಿಕೊಂಡಾಗ ಶ್ರೀನಿವಾಸ ನಾಟಕೀಯವಾಗಿ ತಲೆ ಚಚ್ಚಿಕೊಳ್ಳುತ್ತ ಕೋಣೆಗೆ ಹೋದ.

ಭಾಸ್ಕರ ತನ್ನ ಕೋಣೆಗೆ ಬಂದಾಗ ಶಶಿ ಜಡೆಯನ್ನು ಬಿಚ್ಚಿ ಬಾಚುತ್ತಿದ್ದಳು. ಅವಳ ತುಂಬು ಕೂದಲು ಸೊಂಟದವರೆಗೂ ಇತ್ತು. ತಾಯಿ ಮನೆಯಲ್ಲಿರುವವರೆಗೂ ತುಂಗಮ್ಮನವರೇ ಮಗಳ ತಲೆ ತಿಕ್ಕಿ ನೀರು ಹಾಕುತ್ತಿದ್ದರು. ಇಲ್ಲಿಗೆ ಬಂದ ಮೇಲೆ ತಾನೇ ಸಾಹಸಪಟ್ಟು ನೀರು ಹಾಕಿಕೊಳ್ಳುತ್ತಿದ್ದಳು. ಎಷ್ಟೇ ಕಷ್ಟವಾದರೂ ಶಾಂಪು ಉಪಯೋಗಿಸಲು ಅವಳು ಇಷ್ಟಪಡುತ್ತಿರಲಿಲ್ಲ.

ಭಾಸ್ಕರ ಹಿಂದಿನಿಂದ ಹೋಗಿ ಮಡದಿಯ ಸೊಂಟವನ್ನು ಬಳಸಿದ. ಕೂದಲಿನ ಮೃದು ಕಂಪನ್ನು ಅವನ ಮೂಗು ಆಘ್ರಾಣಿಸಿತು.

"ಶಶಿ, ನೀನು ಎಷ್ಟು ದೊಡ್ಡ ತಪ್ಪು ಮಾಡಿದ್ದೀಯಾ ಗೊತ್ತ? ಅದಕ್ಕೆ ಈ ಶಿಕ್ಷೆ" ಎನ್ನುತ್ತ ತನ್ನ ಹಲ್ಲುಗಳನ್ನು ಮಡದಿಯ ಕೆನ್ನೆಯ ಮೇಲೆ ಊರಿದ.

"ಹಾ" ಎನ್ನುತ್ತ ಶಶಿ ಕೆನ್ನೆಯನ್ನು ಉಜ್ಜಿಕೊಂಡಳು.

* * *

ಶಿವಮೊಗ್ಗದಲ್ಲಿನ ಭಾಸ್ಕರನ ಮಕ್ಕಳ ಸ್ಥಿತಿ ಚಿಂತಾಜನಕವಾಗಿರುವ ಸುದ್ದಿ ತಿಳಿದು ಎಲ್ಲರೂ ಹೊರಟರು.

ಭಾಸ್ಕರ, ಶಶಿ ಡಾಕ್ಟರ್ ಸಲಹೆಯಂತೆ ಅಲ್ಲೇ ನಿಂತರು. ದಿನದಿನಕ್ಕೂ ಮಕ್ಕಳು ಕ್ಷೀಣಿಸತೊಡಗಿದವು. ಶಶಿ ಆಯ ಇದ್ದರೂ ತನ್ನ ಹೆಚ್ಚು ವೇಳೆಯನ್ನು ಅಲ್ಲೇ ಕಳೆಯುತ್ತಿದ್ದಳು. ಶ್ರೀನಿವಾಸ ಒಂದೊಂದು ದಿನ ತಲೆಯ ಮೇಲೆ ಕೈಹೊತ್ತು ಅವುಗಳ ಮುಂದೆ ಕುಳಿತುಬಿಡುತ್ತಿದ್ದ. ಮೂರು ದಿನ ಉಸಿರಾಡಲು ತೊಂದರೆಪಟ್ಟ ಆ ಮಕ್ಕಳು ನಾಲ್ಕನೆಯ ದಿನ ಕಣ್ಣು ಮುಚ್ಚಿದವು.

ಭಾಸ್ಕರ ಬಿಕ್ಕಿಬಿಕ್ಕಿ ಅತ್ತುಬಿಟ್ಟ.

ಗಿರಿಜಮ್ಮ ಮೊದಲು ಕಣ್ಣು ಒದ್ದೆ ಮಾಡಿದರು. ನಂತರ ಭಾಸ್ಕರನಿಗೆ ಬುದ್ಧಿ ಹೇಳಿ ಸಮಾಧಾನ ಮಾಡಿದರು.

ಭಾಸ್ಕರ ಎಲ್ಲ ಮುಗಿಸಿ ಮಡದಿಯೊಂದಿಗೆ ಹೊರಟು ನಿಂತ. ಗಿರಿಜಮ್ಮ ತಾವೂ ಹೊರಟರು.

ಗಿರಿಧರನಿಗೆ ಶಶಿಯನ್ನು ನೋಡಿ ಆತಂಕವಾಯಿತು. ಅವಳು ಈಗ ಮೊದಲಿನ ಅರ್ಧದಷ್ಟೂ ಇರಲಿಲ್ಲ. ತೀರಾ ತೆಳ್ಳಗಾಗಿಬಿಟ್ಟಿದ್ದಳು. ಮುಖದ ಮೇಲೆ ಮೊದಲಿನ ಗೆಲುವು ಇರಲಿಲ್ಲ.

"ಯಾಕೆ ಶಶಿ, ಹೀಗಾಗಿಬಿಟ್ಟಿದ್ದೀಯಾ? ಮೈಯಲ್ಲಿ ಹುಷಾರಿಲ್ಲವಾ?" ಎಂದು ಪ್ರಶ್ನಿಸಿದ.

"ನೀನು ತುಂಬಾ ದಿನ ಆಯ್ತು ನೋಡು ನನ್ನ ನೋಡಿ. ಅದಕ್ಕೇ ಹಾಗೆ ಕಾಣಿಸ್ತೀನಿ. ಅಮ್ಮ ಹೇಗಿದ್ದಾರೆ?" ಎಂದು ಅಗ್ರಹಾರದ ಬಗ್ಗೆ ವಿವರವಾಗಿ ಪ್ರಶ್ನಿಸಿ ವಿಷಯ ತಿಳಿದುಕೊಂಡಳು.

ತುಂಗಮ್ಮ ಮಗಳನ್ನು ನೋಡಬೇಕೆಂದು ಹಂಬಲಿಸುತ್ತಿದ್ದಳು. ಗಿರಿಧರನಿಗೂ ವಾರ ಪೂರ್ತಿ ರಜೆ ಇತ್ತು. ತಂಗಿಯನ್ನು ಕರೆದೊಯ್ಯಲು ನಿಶ್ಚಯಿಸಿದ. ಶಶಿಗೂ ತಾಯಿಯನ್ನು ನೋಡುವ ಆಸೆ ಇದ್ದುದರಿಂದ ಅವಳೂ ಬರುವ ಉತ್ಸಾಹ ತೋರಿಸಿದಳು. ಮದುವೆಯಾದ ಮೇಲೆ ಶಶಿ ಅಗ್ರಹಾರಕ್ಕೆ ಬಂದೇ ಇರಲಿಲ್ಲ. ಆದ್ದರಿಂದ ಗಿರಿಜಮ್ಮನ ಅನುಮತಿಯೂ ಸಹ ಸುಲಭವಾಗೇ ಸಿಕ್ಕಿತು. ಇನ್ನು ಭಾಸ್ಕರನ ಒಪ್ಪಿಗೆ? ಅವನು ಮೊದಲು ಒಪ್ಪದಿದ್ದರೂ ಶಶಿಗಾಗಿ ಒಪ್ಪಿಕೊಂಡ.

ಬಸ್ಸಿನಲ್ಲಿ ದಾರಿಯುದ್ದಕ್ಕೂ ಶಶಿ ಹರಟುತ್ತಲೇ ಇದ್ದಳು. ಅಣ್ಣನ ಜೊತೆ ಮದುವೆಯಾದ ಮೇಲೆ ಮಾತನಾಡಲು ಮುಕ್ತ ಅವಕಾಶ ಸಿಕ್ಕಿದ್ದು ಇದೇ ಮೊದಲು.

ಗಿರಿಧರ ಮನೆಗೆ ಬಂದರೂ ಯಾರೂ ಇಲ್ಲದಿದ್ದರೂ ಹೆಚ್ಚು ಮಾತನಾಡುತ್ತಿರಲಿಲ್ಲ. ಇಂದು ಅಣ್ಣನ ಹತ್ತಿರ ಬಹಳ ಮಾತನಾಡಿದಳು.

ತುಂಗಮ್ಮನವರು ಮಗಳು ಬಂದಿದ್ದನ್ನು ನೋಡಿ ತುಂಬಾ ಸಂತೋಷಗೊಂಡರು. ಅದನ್ನು ಅವರು ಮಾತಿನಿಂದ ತೋರಿಸದಿದ್ದರೂ ಅವರ ಉತ್ಸಾಹ ಅದನ್ನು ಸಾರುತ್ತಿತ್ತು. ಆದರೂ ಯಾಕೋ ಅವಳ ಒಳ ಮನಸ್ಸು ಶಶಿ ಬಹಳ ಇಳಿದುಹೋಗಿದ್ದಾಳೆ. ಏನು ಕಷ್ಟವೋ ಏನೋ? ತಾವು ಏನೆಂದು ಕೇಳುವುದು? ಅವಳು ಏನೆಂದು ಹೇಳಿಯಾಳು? ತಿಳಿದೂ ಸಹ ತಾವು ಏನು ಮಾಡಲು ಸಾಧ್ಯ? ಆದ್ದರಿಂದ ವಿಚಾರಿಸುವುದೇ ಬೇಡ. ಏನಾದರೂ ಇದ್ದರೆ ಗಿರಿಯ ಬಳಿ ಹೇಳಿಯಾಳು. ಗಿರಿ ಬಂದಾಗಲೆಲ್ಲ ಹೇಳುತ್ತಿದ್ದನಲ್ಲ; ಶಶಿ ಬಹಳ ಅದೃಷ್ಟವಂತಳು. ರಾಣಿಯ ಹಾಗೆ ಇದ್ದಾಳೆ ಅಂತ. ಅವರು ಹತ್ತಾರು ಬಗೆ ಯೋಚಿಸಿದರೂ ಒಂದೂ ಬಾಯಿಬಿಟ್ಟು ಆಡಲಿಲ್ಲ.

ರಾಮೇಗೌಡ ಶಶಿಗಾಗಿ ತರಕಾರಿ, ಸಣ್ಣಕ್ಕಿ ತಂದು ಹಾಕಿ ಹೋದರೆ ಚಿದಾನಂದ, ಮಲ್ಲಿಕಾರ್ಜುನ ಹಾಲು, ತುಪ್ಪ ಸರಬರಾಜು ಮಾಡಿದರಲ್ಲದೇ ತಮ್ಮ ಕೈಲಾದ ಸಹಕಾರ ನೀಡಿದರು ಗಿರಿಧರನಿಗೆ.

ಜೋಯಿಸರು ಶಶಿಯನ್ನು ಕರೆಸಿ ಔತಣ ಮಾಡಿ ತಮ್ಮ ಅಕ್ಕರೆಯನ್ನು ತೋರಿಸಿದರು.

ಗಿರಿಧರ ಒಂದು ನಿಮಿಷವನ್ನೂ ವ್ಯರ್ಥ ಮಾಡದೇ ತಮ್ಮ ಕಾಲೇಜಿನ ವಿದ್ಯಮಾನಗಳಿಗೆಲ್ಲ ಬಣ್ಣ ಹಚ್ಚಿ ತಂಗಿಯ ಎದುರಿಗೆ ಹೇಳಿ ಅವಳನ್ನು ನಗಿಸಿ ತಾನೂ ಸಂತೋಷಪಡುತ್ತಿದ್ದ.

ಗಂಡನ ನೆನಪು ಬಂತೆಂದರೆ ಶಶಿ ಎಲ್ಲ ಬಿಟ್ಟು ಬೆಂಗಳೂರಿಗೆ ಹಾರಿಬಿಡುವಷ್ಟು ಆತುರ. ಆಗೆಲ್ಲ ಮಂಕಾಗಿಬಿಡುತ್ತಿದ್ದಳು.

ಅಂದು ಭಾನುವಾರ.... ತುಂಗಮ್ಮ ಎಲ್ಲ ತರಕಾರಿ ಹಾಕಿ ಕೂಟು ಮಾಡಿ, ಹಪ್ಪಳ ಕರಿದು, ಮಜ್ಜಿಗೆ ಪಳಂದ್ಯ ಮಾಡಿದ್ದರು. ಬೆಳಿಗ್ಗೆ ತಿಂಡಿ ಮಾಡಿರದಿದ್ದರಿಂದ ತುಂಗಮ್ಮನವರು ಮಕ್ಕಳನ್ನು ಊಟಕ್ಕಾಗಿ ಅವಸರಿಸುತ್ತಿದ್ದರು.

ಕೈಕಾಲು ತೊಳೆಯುತ್ತಿದ್ದ ಗಿರಿಧರ ಕಾರಿನ ಶಬ್ದ ಕೇಳಿ ಒಂದೇ ಉಸುರಿಗೆ ಓಡಿ ಬಂದ. ಮೊದಲ ದಿನ ಮಡದಿಗೆ ಪತ್ರ ಬರೆದಿದ್ದನಾದರೂ ಅದರಲ್ಲಿ ಬರುವ ವಿಷಯವನ್ನು ತಿಳಿಸಿರಲಿಲ್ಲ ಭಾಸ್ಕರ.

ತಟ್ಟೆ ಹಾಕುತ್ತಿದ್ದ ಶಶಿ ಬಾಗಿಲಿನಲ್ಲಿ ಬಂದು ಇಣುಕಿದಳು. ಕಪ್ಪು ಕನ್ನಡಕ ಧರಿಸಿ ಚೆಲುವಚೆನ್ನಿಗನಾದ ಪತಿ ಕಾರಿನಿಂದ ಇಳಿದು ಬಂದಾಗ ಶಶಿಯ ಕೆನ್ನೆಗಳು ಕೆಂಪೇರಿದ್ದೂ ಅಲ್ಲದೇ ಹೃದಯ ಅವ್ಯಕ್ತ ಆನಂದ ಅನುಭವಿಸಿತು.

ಗಿರಿಧರ ಹಸ್ತಲಾಘವನ್ನಿತ್ತು ಒಳಗೆ ಕರೆತಂದು. ಕಾರಿನಲ್ಲಿದ್ದ ಹಣ್ಣುಗಳು ಮತ್ತು ಹೂವಿನ ಬುಟ್ಟಿಯನ್ನು ಕರಿಯನ ಮಗ ಚೆನ್ನ ಒಳಗೆ ತಂದಿಟ್ಟು ಹೋದ.

ಶಶಿಗೆ ಹೇಗೆ ಮಾತನಾಡಿಸಬೇಕು? ಏನು ಮಾಡಬೇಕು? ಒಂದೂ ತೋರಲಿಲ್ಲ. ಸುಮ್ಮನೇ ನಿಂತುಬಿಟ್ಟಳು.

ಭಾಸ್ಕರನಿಗೂ ಹೇಗೆ ಹೇಗೋ ಆಯಿತು. ಈ ಮನೆಯಲ್ಲಿ ಪ್ರತ್ಯೇಕ ಕೋಣೆ ಇಲ್ಲ, ಮಡದಿಯೊಂದಿಗೆ ಮಾತನಾಡಲು. ಎದುರಿಗೆ ವಿವಾಹವಾಗದ ಗಿರಿಧರನು ಇದ್ದಾನೆ. ಗೋಡೆಯ ಮಗ್ಗುಲಿನಲ್ಲಿ ಅತ್ತೆಯವರು ಇದ್ದಾರೆ. ಹೇಗೆ ಮಾತನಾಡಬಲ್ಲ?

"ಶಶಿ, ಆರೋಗ್ಯವಾಗಿದ್ದೀಯಾ?" ಎಂದ ಮಡದಿಯನ್ನು ಕಣ್ಣಲ್ಲಿ ಹೀರಿಕೊಳ್ಳುವ ಹಾಗೆ ನೋಡುತ್ತ.

"ಹ್ಞೂ" ಎಂದ ಶಶಿ ಒಳಗೆ ಸರಿದಳು.

ಗಿರಿಧರನೇ ಭಾವನ ಕೈಕಾಲುಗಳಿಗೆ ನೀರು ನೀಡಿ ಅವನ ಬೇಕುಬೇಡಗಳನ್ನು ನೋಡಬೇಕಾಯಿತು.

ಊಟ ಮಾಡಿದ ಭಾಸ್ಕರ ಚಾಪೆಯ ಮೇಲೆ ಕುಳಿತ. ಗಿರಿಧರ ಸೇಬನ್ನು ತುಂಡುಗಳನ್ನಾಗಿ ಮಾಡುತ್ತ ಎದುರಿನಲ್ಲಿಟ್ಟು ತಾನೂ ಬಂದು ಕುಳಿತ. ಶಶಿ ಸ್ವಲ್ಪ ದೂರದಲ್ಲಿ ಬಂದು ಕುಳಿತಳು. ತುಂಗಮ್ಮನವರು ಅಡಿಗೆ ಕೋಣೆ ಬಿಟ್ಟು ಹೊರಗೆ ಬರಲೇ ಇಲ್ಲ.

"ಗಿರಿ, ಶಶೀನ ಕರ್ಕೊಂಡು ಹೋಗ್ತೀನಿ. ಅಮ್ಮ ನೆನ್ನೆ ಶಿವಮೊಗ್ಗಕ್ಕೆ ಹೊರಟುಬಿಟ್ಟರು. ಮನೆಯಲ್ಲಿ ಯಾರೂ ಇಲ್ಲ" ಎಂದ ಭಾಸ್ಕರ ಗಿರಿಧರನ ಕಡೆ ನೋಡುತ್ತ.

"ಅಮ್ಮ ಇನ್ನೊಂದು ಹದಿನೈದು ದಿನವಾದರೂ ಇಲ್ಲಿರಿಸಿಕೋಬೇಕು ಅಂತಿದ್ದರು. ಹೋಗಲಿ, ನನ್ನ ರಜ ಮುಗಿಯುವವರೆಗಾದರೂ ಇರಲಿ."

"ಈಗ ಬೇಡ ಗಿರಿ, ಶಿವಮೊಗ್ಗ ವಿಷಯ ಶಶಿ ಹೇಳಿರಬೇಕು. ನನ್ನ ಮನಸ್ಸು ಬಹಳ ನೊಂದಿದೆ. ಶಶೀನೂ ಇಲ್ಲದೇ ಹೋದರೆ ನನಗೆ ಹುಚ್ಚು ಹಿಡಿದ ಹಾಗೆ ಆಗುತ್ತೆ" ಎಂದು ಯಾವುದೋ ಉದ್ವೇಗಕ್ಕೆ ಒಳಗಾದವನಂತೆ ಹೇಳಿದ.

ಗಿರಿಧರ ತಾನೇ ಏನು ಹೇಳಿಯಾನು? ಭಾಸ್ಕರನ ಮಾತಿಗೆ ಎದುರಾಡುವ ಚೈತನ್ಯವೇ ಅವನಿಗಿರಲಿಲ್ಲ.

ಪುನಃ ಭಾಸ್ಕರನೇ ಗಿರಿಧರನ ಕೈ ಹಿಡಿದು "ನೀನು ಅಲ್ಲೇ ಇರ್ತೀಯ, ಯಾವಾಗ ಬೇಕಾದರೂ ಕರ್ಕೊಂಡು ಬರಬಹುದು. ಈಗ ಮಾತ್ರ ಕಳುಹಿಸಿಕೊಟ್ಟುಬಿಡು."

ಗಿರಿಧರನಿಗೆ ಬಹಳ ವೇದನೆಯಾಯಿತು. ಈಗಲೇ ಎಂಟು ದಿನ ಶಿಶಿಯನ್ನು ತಮ್ಮ ಮನೆಯಲ್ಲಿ ಬಿಡಲು ಅವರು ಒಪ್ಪುವುದಿಲ್ಲ. ಅಂಥದ್ದರಲ್ಲಿ ಮುಂದೆ ಶಶಿ ತಮ್ಮ ಮನೆಗೆ ಬಂದಾಳಾ? ಇನ್ನು ತಂಗಿಯ ಜೊತೆಯಲ್ಲಿ ಪ್ರೀತಿಯಿಂದ ಕಳೆದ ದಿನಗಳು ಮುಂದೆ ಬರುವುದೇ? ಅವನ ಕಣ್ಣು ಮಂಜಾಯಿತು.

ಭಾಸ್ಕರನಿಗೆ ಅಕ್ಕ ತಂಗಿಯರಿಲ್ಲದಿದ್ದರೂ ಗಿರಿಧರನ ಸಂಕಟ ಅರ್ಥವಾಯಿತು. ಅವನ ಭುಜದ ಮೇಲೆ ಕೈಹಾಕಿ "ಗಿರಿ, ನಿನ್ನ ಸಂಕಟ ನನಗೆ ಅರ್ಥವಾಗುತ್ತೆ. ಆದರೆ

ನನ್ನ ಸ್ಥಿತಿ ನಿನಗೆ ಅರ್ಥವಾಗೋಲ್ಲ." ಎಂದು ಮೃದುವಾಗಿ ನಕ್ಕು ಶಶಿಯ ಕಡೆ ನೋಡಿದ. ಶಶಿ ನಾಚಿ ಒಳಗೆದ್ದು ಹೋದಳು.

ಗಿರಿಧರ ಮೃದುವಾಗಿ ನಕ್ಕುಬಿಟ್ಟ.

ಮಗಳು ಇನ್ನೂ ನಾಲ್ಕು ದಿನ ಇರ್ತಾಳೆ ಎಂದುಕೊಂಡಿದ್ದ ತುಂಗಮ್ಮ ಶಶಿ ಗಂಡನ ಜೊತೆ ಹೊರಟು ನಿಂತಾಗ ಭಾರವಾದ ನಿಟ್ಟುಸಿರುಬಿಟ್ಟರು. ಆದರೆ ಅಳಿಯ, ಮಗಳು ನಗುನಗುತ್ತಾ ಕಾರು ಏರಿದಾಗ ಹರ್ಷದ ಎರಡು ಬಿಂದುಗಳು ಅವರ ಕಣ್ಣಿಂದ ಉದುರಿದುವು.

ಮೇಲೆ ನಗುವಿನ ಮುಖವಾಡವಿದ್ದರೂ ಭಾರವಾದ ಮನಸ್ಸಿನಿಂದಲೇ ಶಶಿ ಕಾರು ಹತ್ತಿದಳು. ಎಷ್ಟೇ ಆಗಲಿ ತವರುಮನೆಯ ವ್ಯಾಮೋಹ ಎಲ್ಲಿ ಕಡಿಮೆಯಾಗುತ್ತೆ ಹೆಣ್ಣು ಮಕ್ಕಳಿಗೆ!

ಅಗ್ರಹಾರ ಬಿಟ್ಟು ಕಾರು ಮುಂದೆ ಸರಿದಾಗ ಭಾಸ್ಕರ ಮಡದಿಯನ್ನು ತನ್ನ ಸಮೀಪಕ್ಕೆ ಎಳೆದುಕೊಂಡು ಸಮಾಧಾನದ ಉಸಿರುಬಿಟ್ಟ.

"ಅತ್ತೆಯವರು ಇಷ್ಟು ಬೇಗ ಶಿವಮೊಗ್ಗಕ್ಕೆ ಹೊರಟುಬಿಟ್ಟರ!" ಅವಳ ಮಾತಿನಲ್ಲಿ ಅಸಮಾಧಾನವಿತ್ತು. ಭಾಸ್ಕರ ಅಂಗಡಿಗೆ ಹೋದರೆ ಅವಳೊಬ್ಬಳೇ ಮನೆಯಲ್ಲಿ ಇರಬೇಕು. ಮಾಡೋಕೆ ಕೆಲಸವೂ ಇಲ್ಲ. ಅವರಾದರೂ ಮನೆಯಲ್ಲಿದ್ದರೆ ಅರ್ಧ ಬೇಸರ ಕಳೆಯುತ್ತೆ. ಮನೆಯಲ್ಲಿ ಒಬ್ಬರು ಹಿರಿಯರು ಇದ್ದ ಹಾಗೆ ಆಗುತ್ತೆ ಅನ್ನೋದು ಅವಳ ಉದ್ದೇಶ.

"ಬೇಗ ಬಂದುಬಿಡ್ತಾರೆ. ಅಲ್ಲಿ ಸರಿಯಾಗಿ ವ್ಯವಸ್ಥೆ ಮಾಡಿ ಅಪ್ಪ, ಅಮ್ಮ ಇಬ್ಬರೂ ಬಂದುಬಿಡ್ತಾರೆ. ಆಮೇಲೆ ಒಂದು ತಿಂಗಳು ನಮ್ಮನ್ನ ಹನಿಮೂನ್‌ಗೆ ಕಳಿಸಿಕೊಡ್ತಾರೆ" ಎನ್ನುತ್ತ ಒಂದು ಕೈಯಲ್ಲಿ ಸ್ಟೀರಿಂಗ್ ಹಿಡಿದು ಮತ್ತೊಂದು ಕೈಯಿಂದ ಮಡದಿಯನ್ನು ಬಳಸಿ ಹತ್ತಿರಕ್ಕೆಳೆದುಕೊಂಡು ಪ್ರೀತಿಯ ಮುದ್ರೆಯನ್ನು ಅವಳ ದುಂಡು ಕೆನ್ನೆಯ ಮೇಲೆ ಒತ್ತಿ ರಮಿಸಿ ಅವಳ ದುಗುಡವನ್ನು ಸ್ವಲ್ಪಮಟ್ಟಿಗೆ ಕಡಿಮೆ ಮಾಡಿದ.

ಗಿರಿಜಮ್ಮ, ಪೂರ್ಣಯ್ಯನವರ ಜೊತೆ ಮೂರು ನಾಲ್ಕು ದಿನಗಳಲ್ಲೇ ಶಿವಮೊಗ್ಗದಿಂದ ಹಿಂದಿರುಗಿ ಬಂದರು. ಅವರೇ ಮಗನಿಗೆ ಮಡದಿಯೊಂದಿಗೆ ಎಲ್ಲಾದರೂ ಹೋಗಿ ಬರಲು ಸಲಹೆ ಇತ್ತಿದ್ದರು. ಅದನ್ನು ಭಾಸ್ಕರ ಸಂತೋಷದಿಂದಲೇ ಒಪ್ಪಿದ.

ಒಂದು ತಿಂಗಳು ಟೂರ್ ಪ್ರೋಗ್ರಾಂ ಹಾಕಿಕೊಂಡು ಹೊರಟ ಭಾಸ್ಕರ ಮಡದಿಯೊಂದಿಗೆ. ಆದರೆ ಹಿಂದಿರುಗುವ ವೇಳೆಗೆ ಎರಡು ತಿಂಗಳೇ ಆಗಿತ್ತು. ಅವನ ಮೈಮನ ಹೂವಿನಂತೆ ಹಗುರವಾಗಿತ್ತು. ಹಿಂದೆ ವಿಮಲಳ ಜೊತೆ ಹನಿಮೂನ್‌ಗೆ ಹೊರಟವನು ಮೂರು ದಿನದಲ್ಲೇ ಹಿಂದಿರುಗಿದ್ದ. ಇದಕ್ಕೆ ಕಾರಣ ಅವಳ ಸೂಕ್ಷ್ಮ

ದೇಹಸ್ಥಿತಿ.

ಬರೀ ಅಗ್ರಹಾರದಲ್ಲೇ ಹುಟ್ಟಿ ಬೆಳೆದ ಶಶಿ ಬಹಳ ಉತ್ಸಾಹದಿಂದ ಹೋದ ಜಾಗದಲ್ಲೆಲ್ಲ ಸಂಚರಿಸಿದಳು. ಪ್ರೀತಿಯ ಗಂಡನೊಡನೆ ಮಧುಚಂದ್ರದ ಪೂರ್ಣ ಸವಿಯನ್ನು ಅನುಭವಿಸಿದಳು. ಮಧುಚಂದ್ರಕ್ಕೆ ಹೊರಟಿದ್ದು ತಡವೆನ್ನಿಸಿದರೂ ಅವರಲ್ಲೇನು ಉತ್ಸಾಹ ಕುಂದಿರಲಿಲ್ಲ.

ವಿಷಯ ತಿಳಿದ ತಕ್ಷಣ ಗಿರಿಧರ ತಂಗಿಯನ್ನು ನೋಡಲು ಓಡಿಬಂದ. ಅವಳ ಮುಖದ ಮೇಲಿದ್ದ ತೃಪ್ತಿಯ ಕಳೆಯನ್ನು ನೋಡಿ ಸಮಾಧಾನಗೊಂಡ.

ಬೆಳಿಗ್ಗೆ ಮೇಲಕ್ಕೆ ಏಳಲಾರದಂಥ ಆಲಸ್ಯ ತಲೆದೋರಿತು ಶಶಿಯಲ್ಲಿ. ಬಲವಂತದಿಂದ ಮೇಲಕ್ಕೆ ಎದ್ದು ನಿತ್ಯದ ಕೆಲಸಗಳಿಗೆ ಕೈ ಹಾಕಿದಳು.

ಕಾಫಿ ತಂದ ಮಡದಿಯನ್ನು ದಿಟ್ಟಿಸಿದ ಭಾಸ್ಕರ. ಅವಳು ಎಂದಿನಂತೆ ಇಲ್ಲವೆನ್ನಿಸಿತು.

"ಶಶಿ, ಯಾಕೆ ಒಂದು ತರಹ ಇದ್ದೀಯಾ?" ಎಂದ ಪ್ರೀತಿಯಿಂದ ಅವಳ ತಲೆ ತಡವುತ್ತ.

"ಏನಿಲ್ಲ, ಯಾಕೋ ಒಂದು ತರಹ ಸೋಮಾರಿತನ" ಎಂದು ನಕ್ಕಳು.

"ನನ್ನ ಹುಡುಗಿ ಬಹಳ ಚೂಟಿ. ಅವಳು ಎಂದಿಗೂ ಸೋಮಾರಿ ಆಗಲು ಸಾಧ್ಯವೇ ಇಲ್ಲ" ಎಂದು ಮೃದುವಾಗಿ ಅವಳ ಕೆನ್ನೆ ತಟ್ಟಿದ.

"ನಾನು ಸ್ವಲ್ಪ ಮಲಗಲಾ!" ಎಂದಳು ಸಂಕೋಚದಿಂದ.

ಮದುವೆಯಾದಾಗಿನಿಂದ ಒಂದು ದಿನವೂ ತಲೆನೋವೆಂದು ಸಹ ಹೇಳಿರಲಿಲ್ಲ. ಈಗ ಅವಳ ಮಾತು ಕೇಳಿ ಗಾಬರಿಗೊಂಡ.

"ಶಶಿ, ಹುಷಾರಾಗಿದ್ದೀಯಾ ತಾನೇ!" ಎಂದು ಅವಳ ತಲೆ, ಮೈ ಕೈ ಮುಟ್ಟಿ ನೋಡಿದ.

ಗಂಡನ ಗಾಬರಿ ಕಂಡು ಅವಳಿಗೆ ನಗು ಬಂತು.

"ಸದ್ಯ ಏನು ಇಲ್ಲ. ಗಾಬರಿಯಾಗೋ ಅಂತ ಕಾಯಿಲೆ ಇಲ್ಲ" ಎಂದು ನಸುನಕ್ಕಳು.

ಭಾಸ್ಕರ ತಿಂಡಿ ಮುಗಿಸಿ ಅಂಗಡಿಗೆ ಹೋದ. ಆದರೆ ಅವನ ಮನಸ್ಸಿಗೆ ನೆಮ್ಮದಿಯೇ ಇರಲಿಲ್ಲ.

ಮೊದಲು ಪ್ರಯಾಣದ ಆಯಾಸ ಎಂದು ತಿಳಿದ ಗಿರಿಜಮ್ಮ ತಿಂಡಿ ತಿಂದು ಮಲಗು ಎಂದು ಸೊಸೆಯನ್ನು ಬಲವಂತ ಮಾಡಿ ಎಬ್ಬಿಸಿ ತಾವೇ ತಿಂಡಿತಂದಿತ್ತರು.

ಹೊಗೆಯಾಡುತ್ತಿದ್ದ ತಿಂಡಿಯನ್ನು ನೋಡಿದ ತಕ್ಷಣ ಶಶಿಗೆ ತಿನ್ನಬೇಕೆನ್ನಿಸಲೇ ಇಲ್ಲ. ಎರಡು ಸಲ ಬಲವಂತದಿಂದ ಬಾಯಿಗಿಟ್ಟ ಶಶಿ ಎಲ್ಲ ಹೋಗಿ ವಾಂತಿ

ಮಾಡಿಬಂದಳು.

ಗಿರಿಜಮ್ಮನವರ ಮುಖ ಸಂತೋಷದಿಂದ ಅರಳಿತು. ಸೊಸೆಯಿಂದ ವಿಷಯ ತಿಳಿದ ಮೇಲಂತೂ ಸಡಗರದಿಂದ ದೇವರಕೋಣೆಗೆ ಹೋಗಿ ಭಕ್ತಿಯಿಂದ ತುಪ್ಪದ ದೀಪ ಹಚ್ಚಿಟ್ಟು, ಈ ವಂಶಾನ ಬೆಳಗೋಕೆ ಆರೋಗ್ಯವಾದ ಮಗುವನ್ನು ಕೊಡಪ್ಪ ಎಂದು ಬೇಡಿಕೊಂಡರು.

ನರ್ಸಿಂಗ್ ಹೋಂಗೆ ಸೊಸೆಯನ್ನು ಕರೆದೊಯ್ದು ಪರೀಕ್ಷಿಸಿಕೊಂಡು ಬಂದರು. ಡಾಕ್ಟರ್ ಅವಳಿಗೆ ಎರಡು ತಿಂಗಳೆಂದು ಸ್ಥಿರಪಡಿಸಿ ವಾಂತಿಗಳನ್ನು ಕಡಿಮೆ ಮಾಡುವಂಥ ಪಿಲ್ಸ್ ಕೊಟ್ಟು ಕಳುಹಿಸಿದರು.

ಗಿರಿಜಮ್ಮನವರು ಸೊಸೆಯನ್ನು ನೆಲದಲ್ಲಿ ಇಡದಾದರು. ಅವರೇ ಮೂಸಂಬಿ ರಸ ಹಿಂಡಿ ಗ್ಲೂಕೋಸ್ ಹಾಕಿ ಕುಡಿಸಿದರು. ಅವರಿಗೆ ಏನು ಮಾಡಿದರೂ ಸಮಾಧಾನವಿಲ್ಲ. ತಮ್ಮ ಸಂತೋಷವನ್ನು ಬೇರೆಯವರೊಂದಿಗೆ ಹಂಚಿಕೊಳ್ಳಬೇಕು. ತಂದೆ, ಮಗ ಇಬ್ಬರೂ ಅಂಗಡಿಯಲ್ಲಿದ್ದರು. ಫೋನ್ ಮಾಡೋಣವೆಂದರೆ ಅದು ಕೆಟ್ಟು ಕೂತಿತ್ತು. ಸುಮ್ಮನೇ ಅವರು ಬರುವವರೆಗೂ ಚಡಪಡಿಸಿದರು.

"ಭಾಸ್ಕರ ಫೋನ್ ಕೆಟ್ಟು ಕೂತಿದೆ. ಮೊದಲು ರಿಪೇರಿ ಮಾಡಿಸಪ್ಪ. ಸಮಯ ಅಂದರೆ ಫೋನ್ ಮಾಡೋಕು ಸಾಧ್ಯವಿಲ್ಲವಾಗಿದೆ" ಎಂದು ತಾಯಿ ಭಾಸ್ಕರನಿಗೆ ಹೇಳಿದಾಗ ಆಶ್ಚರ್ಯವಾಯಿತು. ಎಷ್ಟೋ ಸಲ ಏನಾದರೂ ಅವಸರವಿದ್ದರೆ ಅಂಗಡಿಗೆ ಫೋನ್ ಮಾಡಮ್ಮ ಅಂದರೆ ನೀನು ಮಧ್ಯಾಹ್ನ ಬರುವುದರೊಳಗೆ ಏನು ಕೊಳ್ಳೆಹೋಗುತ್ತೆ ಎಂದುಬಿಡುತ್ತಿದ್ದರು. ಈಗ ಇವರಿಗೆ ಫೋನ್ ಮಾಡೋ ಅಂತ ಅರ್ಜೆಂಟ್ ಏನಿತ್ತು?

ಅಡಿಗೆಯವನು ಆಗತಾನೇ ಮಾಡಿಟ್ಟಿದ್ದ ಬಿಸಿಬಿಸಿ ಮೈಸೂರು ಪಾಕನ್ನು ತಾವೇ ಗಂಡ, ಮಗನ ಬಾಯಿಗೆ ತುರುಕಿದರು.

ಪೂರ್ಣಯ್ಯನವರು ಬಿಟ್ಟಬಾಯಿ ಬಿಟ್ಟ ಹಾಗೆ ನಿಂತರು. ಹೆಂಡತಿ ಎಂದೂ ಹುಡುಗರು ದೊಡ್ಡವರಾದ ಮೇಲೆ ಅವರ ಎದುರಿಗೆ ತಮ್ಮ ಬಾಯಿಗೆ ಸಿಹಿಯನ್ನು ಇಟ್ಟ ನೆನಪೇ ಇರಲಿಲ್ಲ. ಇವತ್ತು ಏನೋ ವಿಶೇಷ ಇದೆ. ಆ ಸಂತೋಷದಲ್ಲಿ ಅವಳಿಗೆ ವಯಸ್ಸಿನ ನೆನಪೇ ಮರೆತುಹೋಗಿರಬೇಕು ಎಂದುಕೊಂಡರು.

ಬಾಯಲ್ಲಿದ್ದ ಮೈಸೂರುಪಾಕ್ ತುಂಡನ್ನು ಚಪ್ಪರಿಸಿ ತಿಂದು ನಿಧಾನವಾಗಿ ಸೋಫಾ ಮೇಲೆ ಕುಳಿತು, "ಭಾಸ್ಕರ ಏನಪ್ಪ ವಿಶೇಷ?" ಎಂದರು.

ಅವನಿಗೆ ಗೊತ್ತಿದ್ದರೆ ತಾನೇ ಅವನು ಹೇಳೋದು? ಅವನು ಯೋಚಿಸುತ್ತ ನಿಂತ.

"ಭಾಸ್ಕರ, ಶಶಿನ ಹುಷಾರಾಗಿ ನೋಡ್ಕೋಪ್ಪ. ಅವಳು ಈಗ ಸಾಮಾನ್ಯ ಸ್ಥಿತಿಯಲ್ಲಿಲ್ಲ."

ಮುಂದೆ ತಾಯಿ ಏನು ಹೇಳಿದರೋ ಅವನಿಗೊಂದು ಕೇಳಿಸಲಿಲ್ಲ. ಮಡದಿಯ ಬಳಿಗೆ ಧಾವಿಸಿದ.

ಶಶಿ ಕಣ್ಣು ಮುಚ್ಚಿ ಮಲಗಿದ್ದಳು. ಅಸೂಯೆಯನ್ನೇ ಕಾಣದ ನಿಷ್ಕಲ್ಮಷ ಭಾವ ಅವಳ ಮುಖದ ಮೇಲೆ ನೆಲೆಸಿತ್ತು. ಆದರೆ ಆಯಾಸಗೊಂಡ ಚಿಹ್ನೆ ಅವಳ ಮುಖದಲ್ಲಿ ಇಣುಕುತ್ತಿತ್ತು.

ಭಾಸ್ಕರನ ಮೈ ಒಂದು ಕಡೆ ಸಂತೋಷದಿಂದ ಕಂಪಿಸುತ್ತಿದ್ದರೆ, ಮತ್ತೊಂದು ಕಡೆ ಭಯದಿಂದ ನಡುಗುತ್ತಿತ್ತು. ತನ್ನ ವಂಶದ ಬಳ್ಳಿ ಚಿಗುರುವುದು ಅವನಿಗೆ ಸಂತೋಷದ ವಿಷಯ. ಆದರೆ ಆ ಬಳ್ಳಿ ಅಂಕುಡೊಂಕಾಗಿ ಕೆಲಸಕ್ಕೆ ಬಾರದಾಗಿ ಹುಟ್ಟಿದರೆ! ಛೆ! ಮಕ್ಕಳಿಲ್ಲದಿದ್ದರೂ ಸರಿ ಅಂತಹ ಮಕ್ಕಳು ಬೇಡ. ತನ್ನ ಹಿಂದಿನ ಮಕ್ಕಳು ಅವನಿಗೆ ನೆನಪಿಗೆ ಬಂದ ಕೂಡಲೇ ಹೇಗಾದರೂ ಸರಿ ಶಶಿಯನ್ನು ಅವನು ಬಲಿಕೊಡಲು ಸಿದ್ಧನಿರಲಿಲ್ಲ. ಅವನ ಮುಖ ಕಪ್ಪಿಟ್ಟಿತು. ಹಣೆಯ ಮೇಲೆ ಬೆವರ ಹನಿಗಳು ಮುತ್ತುಗಳಂತೆ ಸಾಲುಗಟ್ಟಿ ನಿಂತವು. ಉದ್ವೇಗದಿಂದ ಅವನ ನರನಾಡಿಗಳು ತಮ್ಮ ಶಕ್ತಿಯನ್ನೇ ಕೆಲವು ಕಾಲ ಸ್ಥಗಿತಗೊಳಿಸಿದ್ದವು. ಆಯಾಸಗೊಂಡವನಂತೆ ಕುಳಿತುಬಿಟ್ಟ.

ತಮ್ಮ ಕುಡಿಯ ಉದಯದ ಸಂತೋಷ ಸಾಮ್ರಾಜ್ಯದಲ್ಲಿ ತೇಲುತ್ತಿರುವ ಮಗ, ಸೊಸೆಯನ್ನು ಎಚ್ಚರಿಸಲು ಇಷ್ಟಪಡದವರಂತೆ ಸುಮ್ಮನೇ ಮಾತನಾಡುತ್ತ ಕುಳಿತರು ಗಿರಿಜಮ್ಮ, ಪೂರ್ಣಯ್ಯ.

ಎಚ್ಚರಗೊಂಡ ಶಶಿ ಪಕ್ಕಕ್ಕೆ ತಿರುಗಿದಳು. ಧೃತಿಗೆಟ್ಟವನಂತೆ ಕುಳಿತ ಗಂಡನನ್ನು ನೋಡಿ ಆತಂಕಗೊಂಡಳು. ಥಟ್ಟನೆ ಎದ್ದು ಟವಲಿನಿಂದ ಮೃದುವಾಗಿ ಅವನ ಮುಖದ ಬೆವರ ಹನಿಗಳನ್ನು ಒರೆಸಿದಳು.

ಮಡದಿಯ ಸ್ಪರ್ಶದಿಂದ ಎಚ್ಚರಗೊಂಡ ಭಾಸ್ಕರ ತನ್ನ ದೌರ್ಬಲ್ಯವನ್ನು ಹತ್ತಿಕ್ಕಿ ನಕ್ಕ. ಅದು ಬಲವಂತದ ನಗುವೆಂದು ಯಾರು ಬೇಕಾದರೂ ಗುರ್ತಿಸಬಹುದಾಗಿತ್ತು.

"ಯಾಕೆ ಹೀಗಿದ್ದೀರಿ?" ಎಂದ ಶಶಿಯ ಮೃದುವಾದ ಕೈಗಳು ಅವನ ದೇಹದ ಮೇಲೆಲ್ಲ ಓಡಾಡಿದವು.

ಮೈ ಕೈ ಮುರಿದು ಮೇಲಕ್ಕೆ ಏಳುವವನಂತೆ ನಟಿಸುತ್ತ "ಇವತ್ತು ಯಾಕೋ ಬಹಳ ಆಯಾಸವಾಗಿಹೋಗಿತ್ತು. ತುಂಬಾ ಬಿಸಿಲು ನೋಡು, ಅದಕ್ಕೆ ಈ ದಣಿವು" ಎಂದ ಭಾಸ್ಕರ.

ಡಿಸೆಂಬರಿನ ವಿಪರೀತ ಕೊರೆತ. ಆಗಾಗ ಮೋಡಗಳು ಮುಸುಕಿ ಸೂರ್ಯನೊಡನೇ ಚೆಲ್ಲಾಟವಾಡುವ ಕಾಲದಲ್ಲಿ ಬಿಸಿಲು ಎಲ್ಲಿಯದು? ಇವರು ಯಾಕೋ ಇಂದು ಸರಿಯಾಗಿಲ್ಲ. ಆರೋಗ್ಯದಲ್ಲಿ ಏನಾದರೂ ಏರುಪೇರಾಗಿರಬಹುದು. ಇಲ್ಲ ಮನಸ್ಸಿಗೆ ಏನೋ ಹಚ್ಚಿಕೊಂಡಿದ್ದಾರೆ ಎಂದುಕೊಂಡಳು.

ಗಿರಿಜಮ್ಮನವರು ಬಂದು ಮಗನನ್ನು ಊಟಕ್ಕೆ ಕರೆದೊಯ್ದರು. ಆದರೆ ಶಶಿ ಊಟಕ್ಕೆ ಹೋಗಲೇ ಇಲ್ಲ. ಬಡಿಸುತ್ತಿದ್ದ ಸಾರು, ಹುಳಿಗಳ ವಾಸನೆಯೇ ಅವಳ

ಹೊಟ್ಟೆಯಲ್ಲಿ ದೊಂಬರಾಟ ನಡೆಸಿತ್ತು. ಇನ್ನು ಊಟ ಹೇಗೆ ತಾನೇ ಮಾಡಿಯಾಳು?

ಅತ್ತೆ ಸೊಸೆಗೆ ಏನು ಬೇಕೋ, ಎಷ್ಟು ಸೇರುತ್ತೋ ಅದನ್ನು ನೋಡಿಕೊಂಡು ಹತ್ತಿರವೇ ಕೂತು ಉಪಚರಿಸಿದರು.

ಮಧ್ಯಾಹ್ನ ಪೂರ್ಣಯ್ಯನವರೇ ಅಂಗಡಿಗೆ ಹೊರಟರು. ಭಾಸ್ಕರ ಮಡದಿಯನ್ನು ಪ್ರಶಾಂತಿ ನರ್ಸಿಂಗ್ ಹೋಂಗೆ ಕರೆದೊಯ್ದ. ಹಿಂದೆ ವಿಮಲಳಿಗೂ ಅಲ್ಲೇ ಚಿಕಿತ್ಸೆ ನೀಡಿದ್ದು. ಡಾ॥ ಅಪರ್ಣ, ಭಾಸ್ಕರನಿಗೆ ಬಹಳ ಪರಿಚಿತರು ಮತ್ತು ಡಾಕ್ಟರಿಗೆ ಬೇಕಾದ ಶಿಸ್ತು, ಸಹನೆ, ಪ್ರಾಮಾಣಿಕತೆ ಅವರಲ್ಲಿ ಮೈಗೂಡಿತ್ತು.

ಇನ್ನಿಬ್ಬರು ಸಹಾಯಕರಿದ್ದುದರಿಂದ ಶಶಿಯನ್ನು ಬಹಳ ಹೊತ್ತು ಕಾಯಿಸದೇ ತಾವೇ ಆಸ್ಥೆಯಿಂದ ಪರೀಕ್ಷಿಸಿದರು ಡಾ॥ ಅಪರ್ಣ. ಅವಳ ಮುಖದಲ್ಲಿ ತೃಪ್ತಿಯ ನಗೆ ಇಣುಕಿತು. ಶಶಿಯ ಬೆನ್ನನ್ನು ಮೃದುವಾಗಿ ತಟ್ಟಿದ್ದರು.

ಶಶಿ ಎಲ್ಲ ವಿಷಯದಲ್ಲೂ ಆರೋಗ್ಯವಾಗಿದ್ದಾಳೆ. ಯಾವ ಆತಂಕಕ್ಕೂ ಕಾರಣವಿಲ್ಲ ಎಂದರೂ ಭಾಸ್ಕರ ಡಾ॥ ಅಪರ್ಣರನ್ನು ಪ್ರತ್ಯೇಕವಾಗಿ ಕಾಣಲು ಇಷ್ಟಪಟ್ಟ.

ಭಾಸ್ಕರನ ಜೊತೆ ತಮ್ಮ ಖಾಸಗಿ ಕೋಣೆಗೆ ಹೋದರು ಡಾ॥ ಅಪರ್ಣ.

"ಈಗ ಹೇಳಿ ಮಿ. ಭಾಸ್ಕರ್....?" ಎನ್ನುತ್ತ ಕುರ್ಚಿಗೆ ಒರಗಿ ಕುಳಿತರು. ಅವರು ರಾತ್ರಿಯಿಂದ ಎರಡು ಸಿಸೇರಿಯನ್ ಕೇಸುಗಳನ್ನು ಮಾಡಿ ದಣಿದಿದ್ದರು.

"ಡಾಕ್ಟರ್, ನಿಮಗೆ ಹಿಂದಿನ ವಿಷಯವೆಲ್ಲ ತಿಳಿದಿದೆ. ಆ ಪರಿಸ್ಥಿತೀನ ಎದುರಿಸಿ ವಿಮಲಳ ಹಾಗೆ ಶಶೀನ ಕಳ್ಕೊಳೋಕು ನನಗೆ ಇಷ್ಟ ಇಲ್ಲ. ಅಂತಹ ಮಕ್ಕಳು ನನಗೆ ಬೇಡ" ಎಂದ ಸತ್ತ ತನ್ನ ಮೊದಲ ಹೆಂಡತಿ, ಮಕ್ಕಳನ್ನು ನೆನೆಸಿಕೊಂಡು.

ಡಾ. ಅಪರ್ಣ ನಗು ಬಂದರೂ ತಡೆದುಕೊಂಡು ಕುಳಿತರು. ಅವರು ದಿನ ಎಂಥೆಂಥ ದೌರ್ಬಲ್ಯವಾದ ಕೇಸುಗಳನ್ನೋ ನೋಡಬೇಕಾಗಿತ್ತು. ಅಂತಹ ಸಂದರ್ಭದಲ್ಲಿ ಪೇಷಂಟ್‌ಗಳ ಕಡೆಯವರು ಪಡೋ ವ್ಯಥೆ ಭಯಗಳನ್ನು ಅವರು ಕಂಡವರು. ಅಂಥದ್ದರಲ್ಲಿ ಭಾಸ್ಕರನ ಭಯ ಅವರಿಗೆ ದೊಡ್ಡದೆನಿಸಲಿಲ್ಲ. ಆದರೆ... ವಿದ್ಯಾವಂತನಾದ ಭಾಸ್ಕರ ಸಹ ಇಂಥ ಭಯಕ್ಕೆ ಒಳಗಾಗಿದ್ದು ಅವರಿಗೆ ಸರಿಯೆನ್ನಿಸಲಿಲ್ಲ.

"ಈಗ ನೀವು ನಿಮ್ಮ ಮಡದಿಗೆ ಗರ್ಭಪಾತ ಮಾಡಿಸಬೇಕು ಅಂತ ಸಂಕಲ್ಪ ತೊಟ್ಟ ಹಾಗೆ ಇದೆ. ಖಂಡಿತ ಬೇಡ; ನಿಮ್ಮ ಮೊದಲ ಮಡದಿ ಇದರಿಂದ ಮೃತ ಹೊಂದಿದ್ದು ನಿಜವಾದರೂ, ಅದು ಆಕೆಯ ಆರೋಗ್ಯ ಮತ್ತು ಆಯಸ್ಸನ್ನು ಅವಲಂಬಿಸಿರುತ್ತದೆ. ಹೆಣ್ಣಿಗೆ ತಾಯಿಯಾಗುವುದು ಪ್ರಕೃತಿದತ್ತ ಸಹಜವಾದ ಕ್ರಿಯೆ. ಇದರಲ್ಲಿ ಭಯಪಡೋ ಅಂಥದ್ದೇನೂ ಇಲ್ಲ. ಯಾವುದೋ ಒಂದು ಕಾರು ಆಕ್ಸಿಲೇಟರ್ ಕಟ್ಟಾಗಿ ಆಕ್ಸಿಡೆಂಟ್ ಆಯಿತು ಅಂತ ನೀವು ಕಾರು ಹತ್ತೋದೆ ನಿಲ್ಲಿಸಿಬಿಡ್ತೀರಾ? ಈ ಸಲ ನೀವೇನೂ ಹೆದರಬೇಕಾಗಿಲ್ಲ. ಒಳ್ಳೆ ಮುದ್ದಾದ, ಆರೋಗ್ಯವಾದ ಮಗುವಿಗೆ ತಂದೆ ಆಗ್ತೀರ."

ಭಾಸ್ಕರ ಏನೋ ಹೇಳಲು ಬಾಯಿ ತೆರೆದ.

"ನೀವು ಇನ್ನು ಮೊದಲಿನ ವಿಷಯಕ್ಕೆ ಬರಬೇಡಿ. ಯಾವುದೋ ದೌರ್ಬಲ್ಯಕ್ಕೆ ಒಳಗಾಗಿ ಈ ಸಮಯದಲ್ಲಿ ಮಾನಸಿಕವಾಗಿ ಅನುಭವಿಸಬೇಕಾದ ಸುಖಕ್ಕೆ ಎರವಾಗಬೇಡಿ. ನಿಮ್ಮ ಮನಸ್ಸಿನ ದೌರ್ಬಲ್ಯ ನಿಮ್ಮ ನಡತೆಯ ಮೇಲೆ ಪ್ರಭಾವ ಬೀರುತ್ತೆ. ಅದರ ಶಾಖ ನಿಮ್ಮ ಮಡದಿಗೆ ತಟ್ಟುತ್ತೆ. ಅಂಥದ್ದಕ್ಕೆ ಅವಕಾಶ ಕೊಡಬೇಡಿ. ನೀವೂ ಸಂತೋಷವಾಗಿದ್ದು ಅವರನ್ನೂ ಸಂತೋಷವಾಗಿರಿಸಿ, ಮುದ್ದು ಮಗುವಿನ ತಾಯಿ ತಂದೆಯರಾಗುವ ಅರ್ಹತೆಯನ್ನು ಸಂಪಾದಿಸಿಕೊಳ್ಳಿ" ಎಂದು ಡಾ॥ ಅಪರ್ಣ ಹೇಳಿ ಶಶಿಗಾಗಿ ಕೆಲವು ಮಾತ್ರೆ, ಟಾನಿಕ್ಕುಗಳನ್ನು ಬರೆದುಕೊಟ್ಟು ನಗುನಗುತ್ತ ಹೊರಟರು.

ಭಾರವಾದ ಹೃದಯ ಹೊತ್ತು ಬಿಗಿದ ಮುಖದಿಂದ ಮಡದಿಯೊಂದಿಗೆ ಹೋದ ಭಾಸ್ಕರ ನಗುಮುಖ ಹೊತ್ತು ಹಗುರವಾದ ಮನಸ್ಸಿನಿಂದ ಹಿಂದಿರುಗಿದ.

* * *

ಗಿರಿಧರನಂತೂ ಈ ಸಂತೋಷದ ಸುದ್ದಿಯನ್ನು ತಿಳಿದು ಕುಣಿದಾಡಿಬಿಟ್ಟ. ಆದರೆ ತನ್ನ ನಿಸ್ಸಹಾಯಕ ಸ್ಥಿತಿಗೆ ಬಹಳ ನೊಂದ. ಈ ಸಮಯದಲ್ಲಿ ತಂಗಿ ಆರೈಕೆ ಮಾಡಬೇಕಾದ್ದು ನನ್ನ ಕರ್ತವ್ಯ. ಯಾವ ಅನುಕೂಲಗಳೂ ಇಲ್ಲದ ಅಗ್ರಹಾರಕ್ಕೆ ಖಂಡಿತ ಶಶಿಯನ್ನು ಅವರು ಕಳುಹಿಸಿಕೊಡಲಾರರು. ಪರೀಕ್ಷೆ ಹತ್ತಿರವಾಗುತ್ತಿದ್ದರಿಂದ ಎಲ್ಲ ಯೋಚನೆಗಳನ್ನು ಪಕ್ಕಕ್ಕೆ ತಳ್ಳಿ ಓದಿನ ಕಡೆ ಗಮನ ಕೊಡಬೇಕಾಗಿತ್ತು.

ತುಂಗಮ್ಮ ಎರಡು ಮೂರು ಸಲ ಬಂದು ಮಗನ ಜೊತೆ ಮಗಳನ್ನು ನೋಡಿಕೊಂಡು ಹೋದರು. ಗಿರಿಜಮ್ಮ ಅವರನ್ನು ಅಲ್ಲೇ ನಿಲ್ಲಿಸಿಕೊಳ್ಳಲು ಪ್ರಯತ್ನಪಟ್ಟರೂ ಅವರು ಒಡಂಬಡಲಿಲ್ಲ.

"ಹೆತ್ತ ತಾಯಿಗಿಂತ ಹೆಚ್ಚಾಗಿ ನೀವು ಶಶಿಯನ್ನು ನೋಡಿಕೊಳ್ತಾ ಇದ್ದೀರಿ. ಅಂಥದ್ದರಲ್ಲಿ ನಾನಿದ್ದು ಏನು ಮಾಡಬೇಕಾಗಿದೆ" ಎಂದುಬಿಟ್ಟರು ತುಂಗಮ್ಮ.

ಶ್ರೀನಿವಾಸನಂತೂ ಅತ್ತಿಗೆಯನ್ನು ತಲೆಯ ಮೇಲೆ ಹೊತ್ತೇ ತಿರುಗಾಡಿದನೆಂದರೆ ಉತ್ಪ್ರೇಕ್ಷೆಯಲ್ಲ. ಶಿವಮೊಗ್ಗ ಅಂಗಡಿಯನ್ನು ಸಂಪೂರ್ಣವಾಗಿ ತಂದೆಗೆ ಒಪ್ಪಿಸಿ ತಾನು ಇಲ್ಲೇ ಮಡದಿಯೊಂದಿಗೆ ನಿಂತ. ಆದಷ್ಟೂ ಅಂಗಡಿಯ ಜವಾಬ್ದಾರಿಯನ್ನು ತಾನು ಹೊತ್ತು ಭಾಸ್ಕರ ಹೆಂಡತಿಯೊಂದಿಗೆ ಕಳೆಯಲು ಬಿಡುವು ಮಾಡಿಕೊಟ್ಟ ಶ್ರೀನಿವಾಸ.

ತಮ್ಮ ಇಲ್ಲೇ ಇದ್ದುದರಿಂದ ಭಾಸ್ಕರ ನಿತ್ಯ ಮಡದಿಯನ್ನು ಬಳಲಿಸದೇ ಸುತ್ತಾಡಿಸಿಕೊಂಡು ಬರುತ್ತಿದ್ದ. ಡಾಕ್ಟರ್ ಎಷ್ಟೋ ಧೈರ್ಯ ಹೇಳಿದರೂ ಅವನ ಮನಸ್ಸಿನ ಆತಂಕ ಪೂರ್ಣವಾಗಿ ಕಳೆಯಲಿಲ್ಲ. ಸಂತೋಷ ಆತಂಕಗಳ ಮಧ್ಯೆ ಅವನ ಮನಸ್ಸು ತೂಗುಯ್ಯಾಲೆ ಆಡುತ್ತಿತ್ತು.

ದಿನಗಳು ಹೇಗೋ ಕಳೆದುಹೋಗುತ್ತಿದ್ದವು. ಗಿರಿಧರ ಪರೀಕ್ಷೆ ಮುಗಿದಿದ್ದರಿಂದ ಅಗ್ರಹಾರಕ್ಕೆ ಹೋಗುತ್ತಿದ್ದರೂ ಮೂರು ದಿನಕ್ಕೊಮ್ಮೆಯಾದರೂ ತಂಗಿಯನ್ನು ನೋಡಿಕೊಂಡು ಹೋಗಲು ಬರುತ್ತಿದ್ದ. ನಿಸ್ಸಹಾಯಕತೆಯ ವೇದನೆ ಅವನನ್ನು ಹಿಂಡಿ ಹಿಪ್ಪೆ ಮಾಡುತ್ತಿತ್ತು.

ಶಶಿಗೆ ಆರನೇ ತಿಂಗಳು ತುಂಬಿ ಏಳಕ್ಕೆ ಬಿದ್ದಾಗ ಗಿರಿಜಮ್ಮ ಅದ್ದೂರಿಯ ಸೀಮಂತದ ಏರ್ಪಾಟು ಮಾಡಿದರು. ಯಾಕೋ ಅದೆಲ್ಲ ಭಾಸ್ಕರನಿಗೆ ಬೇಡವೆನ್ನಿಸಿತು. ಹಿಂದೆ ಇಂಥ ದಿನವೇ ಒಂದು ಆಘಾತ ಅನುಭವಿಸಿದ್ದ. ಅದು ಮತ್ತೆಲ್ಲಿ ಮರುಕಳಿಸುವುದೋ ಎಂದು ಭಯದಿಂದ ತಲ್ಲಣಿಸುತ್ತಿದ್ದ.

ಈ ಸಲವು ಅತ್ತಿಗೆಗಾಗಿ ಹಸಿರು ರೇಷಿಮೆಯ ಕಲಾಬತ್ತು ಸೀರೆಯನ್ನು ಶ್ರೀನಿವಾಸನೇ ತಂದ. ಆ ಕ್ಷಣ ಅವನ ಹೃದಯವು ಭಯದಿಂದ ಚಡಪಡಿಸದೇ ಹೋಗಲಿಲ್ಲ.

ತುಂಗಮ್ಮನವರಿಗೆ ಅಷ್ಟೊಂದು ಅದ್ದೂರಿಯಾಗಿ ಮಾಡುವ ಸೀಮಂತಕ್ಕೆ ಹೋಗಲು ಸಂಕೋಚ. ಆದರೂ ಮಗಳ ಮನಸ್ಸನ್ನು ಈ ಪರಿಸ್ಥಿತಿಯಲ್ಲಿ ನೋಯಿಸಲು ಅವರು ಇಷ್ಟಪಡಲಿಲ್ಲ.

ಭಾಸ್ಕರ, ಗಿರಿಧರನಿಗಾಗಿ ಉತ್ತಮ ದರ್ಜೆಯ ಬಟ್ಟೆಗಳನ್ನು ಹೊಲಿಸಿಕೊಟ್ಟಿದ್ದ. ಮೊದಲ ಸಲ ಗಿರಿಧರ ಬೇಡವೆಂದಾಗ ಭಾಸ್ಕರ ರೇಗಿಬಿಟ್ಟಿದ್ದ. ಆಗಿನಿಂದ ಗಿರಿಧರ ಮರುಮಾತಾಡದೇ ಸ್ವೀಕರಿಸುತ್ತಿದ್ದ.

ಗಿರಿಜಮ್ಮನವರೇ ಸೀಮಂತದ ದಿನ ಸೊಸೆ ಮುತ್ತೈದೆಯರ ಮಧ್ಯೆ ಎಣ್ಣೆ ಒತ್ತಿ ನೀರು ಹಾಕಿ ಬಳೆ ತೊಡಿಸುವ ಶಾಸ್ತ್ರ ಮಾಡಿದರು.

ಶ್ರೀಮಂತರ ಮನೆಯ ಸೀಮಂತ, ಹತ್ತಿರದ ಸಂಬಂಧಿಗಳು ದೂರದ ಸಂಬಂಧಿಗಳೆನ್ನಿಸಿಕೊಂಡವರು, ಪರಿಚಿತರು ಬೇಕಾದಷ್ಟು ಜನ ನೆರೆದಿದ್ದರು.

ಶಶಿ ಕೋಣೆಗೆ ಬಂದಾಗ ಭಾಸ್ಕರ ಸೂರನ್ನು ನೋಡುತ್ತ ಮಲಗಿದ್ದ. ಅವನ ಮುಖ ಚಿಂತೆಯಿಂದ ಮುದುಡಿತ್ತು. ಶಶಿಗೆ ಗಂಡನ ಮನಸ್ಸು ಅರ್ಥವಾಯಿತು. ಅವರು ಅಕ್ಕನ ಬಗ್ಗೆ ಯೋಚಿಸುತ್ತಿರಬಹುದು. ಅಂದಿನ ಸಾವು ಇಂದು ನೆನಪಾಗಿ ಕಾಡುತ್ತಿರಬಹುದು.

ಶಶಿ ಹೋಗಿ ಗಂಡನ ಪಕ್ಕ ಕುಳಿತಳು. ಭಾಸ್ಕರ ತಟಕ್ಕನೇ ಎದ್ದು ಕುಳಿತು ಮಡದಿಯ ಕಡೆ ನೋಡಿದ. ಮೊದಲೇ ಮುಗ್ಧ ಸೌಂದರ್ಯದ ಚೆಲುವು ಶಶಿ ಮೈತುಂಬ ಒಡವೆ ತೊಟ್ಟು, ರೇಶಿಮೆ ಸೀರೆಯುಟ್ಟು ಕಂಗೊಳಿಸುತ್ತಿದ್ದಳು. ಮಾತೃತ್ವದ ಕಳೆ ಅವಳಲ್ಲಿ ಅವಿರ್ಭವಿಸಿ ಅವಳನ್ನು ಮತ್ತಷ್ಟು ಚೆಲುವೆಯನ್ನಾಗಿಸಿತ್ತು.

"ಕೆಳಗಡೆ ನಿಮ್ಮ ಸ್ನೇಹಿತರೆಲ್ಲ ಬಂದಿದ್ದಾರೆ. ನೀವು ಇಲ್ಲಿ ಬಂದು ಒಂಟಿಯಾಗಿ ಮಲಗಿಬಿಟ್ಟಿದ್ದೀರಿ" ಎಂದು ಮೃದುವಾಗಿ ನಕ್ಕಳು ಶಶಿ.

ಭಾಸ್ಕರ ತನ್ನ ಕೈಯನ್ನು ಹಾರವನ್ನಾಗಿ ಮಾಡಿ ಮಡದಿಯ ಕೊರಳಿಗೆ ಹಾಕಿ ಅವಳ ಕಣ್ಣಲ್ಲಿ ಕಣ್ಣಿಟ್ಟು ನೋಡಿದ. ಅವನಿಗೆ ಮಡದಿಯ ಬಗ್ಗೆ ಹೆಮ್ಮೆಯೆನ್ನಿಸಿತು. ವಿಮಲಳಲ್ಲಿ ಮಂಕಾಗಿದ್ದ ಹೆಣ್ಣುತನ ಶಶಿಯಲ್ಲಿ ಪೂರ್ಣ ವಿಕಾಸಗೊಂಡಿತ್ತು. ವಿಮಲಳ ತುಂಬಿದ ಹೊಟ್ಟೆಯನ್ನು ನೋಡಿ ಅವಳನ್ನು ಗರ್ಭಿಣಿಯೆಂದು ಊಹಿಸಬಹುದಾಗಿತ್ತೇ ವಿನಹ ಮಾತೃತ್ವದ ಒಂದು ಸುಪ್ತಕಳೆ ಅವಳನ್ನು ಆವರಿಸಿರಲಿಲ್ಲ.

ಮಡದಿಯ ಮುಖವನ್ನು ಅತಿ ಸಮೀಪಕ್ಕೆ ತಂದುಕೊಂಡು "ಶಶಿ, ನೀನು ಹೇಗೆ ಕಾಣ್ತೀಯ ಗೊತ್ತಾ?" ಎಂದು ಅವಳ ಕಣ್ಣಲ್ಲಿ ಕಣ್ಣಿಟ್ಟು ನೋಡಿದ.

ಅವಳ ಕಣ್ಣುಗಳು ನೂರು ಮಾತಾಡಿದುವೇ ವಿನಹ ಬಾಯಿ ಒಂದು ಶಬ್ದವನ್ನೂ ಉಚ್ಚರಿಸಲಿಲ್ಲ.

ಶ್ರೀನಿವಾಸನ ಕೂಗು ಕೇಳಿ ಭಾಸ್ಕರ ಮೇಲಕ್ಕೆದ್ದು "ಶಶಿ, ಸ್ವಲ್ಪ ಮಲಕ್ಕೊಂಡು ವಿಶ್ರಾಂತಿ ತಗೋ. ವಿಚಾರಿಸಿಕೊಂಡು ಬೇಗ ಬಂದುಬಿಡ್ತೀನಿ" ಎಂದು ಹೊರಗೆ ನಡೆದ.

ತುಂಗಮ್ಮ ಸೇರಿಸಿಟ್ಟಿದ್ದ ಪುಡಿಗಾಸುಗಳ ಜೊತೆ ಗಿರಿಧರ ರಾಮೇಗೌಡನ ಬಳಿ ಸ್ವಲ್ಪ ದುಡ್ಡು ಪಡೆದು ಅವನು ಸುಮಾರಾದ ಒಂದು ರೇಷಿಮೆ ಸೀರೆ ತಂದಿದ್ದ. ಶ್ರೀನಿವಾಸ, ಭಾಸ್ಕರ ತಂದಿದ್ದ ಸೀರೆಗಳ ಮುಂದೆ ಇದು ಸಾಮಾನ್ಯವೆನ್ನಿಸಿತ್ತು. ಆದರೆ ವಿಧಿ ಇರಲಿಲ್ಲ.

ಗಿರಿಧರ ಕೇಸರಿ ಹಾಕಿದ ಹಾಲು ಹಿಡಿದುಕೊಂಡು ತಂಗಿಯನ್ನು ಅರಸಿ ಬಂದ.

ಮಲಗಿದ್ದ ಶಶಿ ಆಯಾಸದಿಂದ ಅಣ್ಣನನ್ನು ನೋಡಿ ಮೇಲಕ್ಕೆದ್ದಳು.

"ತುಂಬ ಆಯಾಸ ಮಾಡ್ಕೋಬೇಡ. ಹಾಲು ಕುಡಿದು ಮಲಗಿಬಿಡು." ಎನ್ನುತ್ತ ತಂಗಿಯ ಕೈಗೆ ಲೋಟವನ್ನಿತ್ತು ಅಲ್ಲೆ ಕುಳಿತ.

"ನನಗೆ ಹಾಲು ಬೇಡ. ಈಗಲೇ ಸಿಕ್ಕಾಪಟ್ಟೆ ಊದಿಬಿಟ್ಟಿದ್ದೀನಿ" ಎಂದಳು ಶಶಿ ಮಗುವಿನಂತೆ.

"ನಿಮ್ಮತ್ತೆ ಕಳಿಸಿದ್ದು ನೀನು ಕುಡಿಯದಿದ್ದರೆ ಅವರು ಮಾಡ್ತಾ ಇದ್ದ ಕೆಲಸ ಅಲ್ಲೇ ಬಿಟ್ಟು ಓಡಿಬಂದಾರು. ಮೊದಲು ಕುಡಿ."

ಶಶಿ ನಿಧಾನವಾಗಿ ಹಾಲು ಕುಡಿದು ಲೋಟ ಟೀಪಾಯಿ ಮೇಲಿಟ್ಟು,

"ಅಮ್ಮ ಎಲ್ಲಿ?" ಎಂದು ಪ್ರಶ್ನಿಸಿದಳು.

"ಅಮ್ಮ ಅಗ್ರಹಾರ ಬಿಟ್ಟು ಎಲ್ಲಿಗೂ ಬಂದವಳೇ ಅಲ್ಲ. ಈ ಜನರ ನಡುವೆ ಬರೋದೇ ಇಲ್ಲ ಅಂದಳು. ನಾನೇ ಬಲವಂತ ಮಾಡಿ ಕರ್ಕೊಂಡು ಬಂದೆ. ಆಮೇಲೆ ಹೇಗೋ? ಏನೋ? ಎಂದು ಯೋಚಿಸುವಂತಾಗಿತ್ತು. ಆದರೆ ಗಿರಿಜಮ್ಮನಂಥವರು ಸಾವಿರಕೊಬ್ಬರು ಸಿಕ್ಕೋಲ್ಲ. ಪ್ರತಿಯೊಂದು ವಿಷಯಕ್ಕೂ ಅಮ್ಮನ

ಸಲಹೆ ಕೇಳುತ್ತ ಅವರನ್ನು ಜೊತೆಯಲ್ಲೇ ಇಟ್ಟುಕೊಂಡು ಕೆಲಸ ಮಾಡ್ತಾರೆ. ಒಟ್ಟಿನಲ್ಲಿ ನೀನು ತುಂಬ ಅದೃಷ್ಟವಂತೆ ಶಶಿ" ಎಂದು ಮನದುಂಬಿ ಹೇಳಿದ ಗಿರಿಧರ.

ಪೂರ್ಣಯ್ಯನವರು ಇಬ್ಬರು ಸೊಸೆಯಂದಿರಿಗೂ ಮುತ್ತಿನ ಹಾರದ ಸೆಟ್ಟನ್ನು ಮಾಡಿಸಿ ತಂದಿದ್ದರು. ಅವರು ಒಂದನ್ನು ಶಾಂತಿಗೆ ಕೊಟ್ಟು ಮತ್ತೊಂದನ್ನು ಶಶಿಗೆ ಕೊಡಲು ತಾವೇ ಸೊಸೆಯ ಕೋಣೆಗೆ ಹೋದರು.

ಶಶಿ ಥಟ್ಟನೇ ಎದ್ದು ನಿಂತಳು.

"ಪರವಾಗಿಲ್ಲ ಕೂತ್ಕೋಮ್ಮ" ಎಂದವರೇ ತಾವು ತಂದ ಒಡವೆಯ ಪೆಟ್ಟಿಗೆಯನ್ನು ಸೊಸೆಯ ಕೈಯಲ್ಲಿಟ್ಟರು. ಅವರ ನೋಟದಲ್ಲಿ ಅಪಾರ ಮೆಚ್ಚಿಕೆ ಇತ್ತು.

ಶಶಿ ಪೆಟ್ಟಿಗೆಯನ್ನು ಪಕ್ಕದಲ್ಲಿ ಇಟ್ಟು ಬಗ್ಗಿ ಅವರ ಕಾಲಿಗೆ ನಮಸ್ಕರಿಸಲು ಮುಂದಾದಳು.

"ಬೇಡ ಮಗು, ನೀನು ಬಗ್ಗಿ ಆಯಾಸ ಮಾಡ್ಕೋಬೇಡ" ಎಂದು ಸೊಸೆಯ ತಲೆಯನ್ನು ಪ್ರೀತಿಯಿಂದ ಸವರಿ ಆಶೀರ್ವಾದ ಮಾಡಿದರು.

ಶಶಿಯ ಬಳಿ ಏನೋ ಹೇಳಲು ಕೋಣೆಗೆ ಬಂದ ಭಾಸ್ಕರ ಶ್ರೀನಿವಾಸ ತಟ್ಟನೆ ನಿಂತರು. ಎಂದೂ ತಮ್ಮ ಪ್ರೀತಿಯನ್ನು ವ್ಯಕ್ತಪಡಿಸಲು ಪೂರ್ಣಯ್ಯನವರು ಇಷ್ಟಪಡುತ್ತಿರಲಿಲ್ಲ. ಅವರದು ಒಂದು ತರಹದ ಸ್ವಭಾವ. ಯಾರ ಬಳಿಯೂ ಹೆಚ್ಚು ಮಾತನಾಡದಿದ್ದರೂ ತಮ್ಮಿಬ್ಬರು ಮಕ್ಕಳನ್ನು ಎರಡು ಕಣ್ಣುಗಳಾಗಿ ಭಾವಿಸಿದ್ದರು.

ಪೂರ್ಣಯ್ಯನವರು ಮಕ್ಕಳ ಮುಂದೆ ಮೌನವಾಗಿ ಸರಿದುಹೋದರು.

"ಅತ್ತಿಗೆ, ನೀವು ತುಂಬ ಲಕ್ಕೀ" ಎಂದ ಶ್ರೀನಿವಾಸ ಸಂತೋಷದಿಂದ. ಅಷ್ಟರಲ್ಲಿ ಮುತ್ತಿನ ಒಡವೆಗಳನ್ನು ತೊಟ್ಟ ಶಾಂತಿ ಮಗುವಿನ ಹಾಗೆ ಓಡಿಬಂದು,

"ನೋಡಿ, ನಾನು ಈಗ ಹೇಗೆ ಕಾಣ್ತೀನಿ" ಎನ್ನುತ್ತ ಗಂಡನ ಮುಂದೆ ನಿಂತಳು.

"ಅದನ್ನ ಒಂದು ಬಾಯಿಂದ ವರ್ಣಿಸೋಕೆ ಆಗೋಲ್ಲ. ಕಡೇ ಪಕ್ಷ ಹತ್ತು ಬಾಯಿಗಳಾದರೂ ಬೇಕು" ಎಂದ ಶ್ರೀನಿವಾಸ.

"ಥೂ! ನೀವು ಯಾವಾಗಲೂ ಒಂದೇ" ಎನ್ನುತ್ತ ಭಾಸ್ಕರನ ಕಡೆ ತಿರುಗಿ "ನೀವು ಹೇಳೀ ಭಾವ" ಎಂದಳು.

ಅವಳ ಮುಗ್ಧತನಕ್ಕೆ ಭಾಸ್ಕರ ಮನದಲ್ಲೇ ನಗುತ್ತ "ವಂಡರ್‌ಫುಲ್" ಎಂದ.

ಶಶಿಯ ಬಳಿ ಹೋಗಿ ಮಾತಿಗೆ ಕುಳಿತುಬಿಟ್ಟಳು ಶಾಂತಿ. ಅವರಿಬ್ಬರಲ್ಲಿ ಬಹಳ ಆತ್ಮೀಯತೆ.

"ಶಶಿ, ನೀನು ಸರಾನ ಹಾಕ್ಕೊಂಡುಬಿಡು" ಎಂದು ಪೆಟ್ಟಿಗೆಯನ್ನು ತೆರೆದಳು ಶಾಂತಿ. ಶಶಿ ನಿಧಾನವಾಗಿ ತಲೆ ಎತ್ತಿ ಗಂಡನ ಕಡೇ ನೋಡಿದಳು. ಭಾಸ್ಕರ ಮಡದಿಯ ಇಂಗಿತವನ್ನು ಅರಿತ. ಆದರೆ ಶಾಂತಿಯ ಮುಂದೆ ಸುಮ್ಮನಾದ.

ಗಿರಿಜಮ್ಮನವರು ಬಂದು ರೇಗಿ ಶಾಂತಿಯನ್ನು ಕರೆದೊಯ್ದರು.

ಭಾಸ್ಕರ ತಾನೇ ಮಡದಿಯ ಕೊರಳಿಗೆ ಒಡವೆಯನ್ನು ತೊಡಿಸಿ ಸಂತೋಷಗೊಂಡ.

ಸಂಜೆಯ ಆರತಿಗೆ ಬಹಳಷ್ಟು ಜನ ಬಂದಿದ್ದರು. ಬಂದವರೆಲ್ಲ ಮೆಚ್ಚಿಗೆಯಿಂದ ಕಣ್ಣರಳಿಸಿ ಶಶಿಯನ್ನು ನೋಡಿದರು. ತಾನು ಮದುವೆಯಾಗೋಲ್ಲ ಎನ್ನುತ್ತಿದ್ದ ಭಾಸ್ಕರ ಮದುವೆಯಾದದ್ದೇ ದೊಡ್ಡ ಆಶ್ಚರ್ಯ ಕೆಲವರಿಗೆ. ಕೆಲವು ಕುಹಕಿಯರು ಅವನ ಹಿಂದಿನ ಮಕ್ಕಳನ್ನು ನೆನೆಸಿಕೊಂಡು ನಕ್ಕಿದ್ದೂ, ಅಲ್ಲದೇ ಶಶಿಯ ಮುಂದೆ ಗಿರಿಜಮ್ಮನ ಹತ್ತಿರ ಅಂದೇಬಿಟ್ಟರು.

"ಏನೋ ಇಷ್ಟು ಚೆನ್ನಾಗಿ ಸೀಮಂತ ಮಾಡ್ತಾ ಇದ್ದೀರಿ, ಸದ್ಯ ಕಣ್ಣು, ಮೂಗು ಲಕ್ಷಣವಾಗಿರೋ ಮಕ್ಕಳು...." ಇನ್ನೇನು ಅಂದರೋ ಶಶಿಗೆ ಕೇಳಿಸಲೇ ಇಲ್ಲ. ಇಷ್ಟು ದಿನ ಆವರಿಸಿದ ಒಂದು ವಿಚಿತ್ರ ಭಯ ಅವಳಲ್ಲಿ ಎಡತಾಕತೊಡಗಿತು. ಉಲ್ಲಾಸವಾಗಿದ್ದ ಮುಖ ಮಂಕಾಯಿತು. ಗಂಡ ಮಂಕಾಗಿರುವುದಕ್ಕೆ ಸ್ಪಷ್ಟ ಕಾರಣ ಆಗ ಅವಳಿಗೆ ಹೊಳೆದ ಹಾಗೆ ಆಯಿತು.

ರಾತ್ರಿ ಊಟ ಬೇಡವೆಂದ ಶಶಿ ಸುಮ್ಮನೇ ಮಲಗಿಬಿಟ್ಟಳು. ಗಿರಿಜಮ್ಮನವರು ತಾವೇ ದೃಷ್ಟಿ ನಿವಾಳಿಸಿ ಸೊಸೆಗೆ ಹಾಲು ತಂದುಕೊಟ್ಟು ಹೋದರು.

ಈ ದಿನ ಇದ್ದ ಸಂಭ್ರಮ ತನ್ನ ಹೆರಿಗೆಯಾದ ಮೇಲೆ ಇರಲು ಸಾಧ್ಯವೇ? 'ಅಪ್ಪ ದುರಾದೃಷ್ಟದ ಮಕ್ಕಳು ಬೇಡ. ದೇವರೇ, ನಾನು ಸತ್ತರೂ ಪರವಾಗಿಲ್ಲ. ಅಂತಹ ಮಕ್ಕಳ ತಾಯಿಯಾಗೋ ಹಿಂಸೆ ಬೇಡ" ಎಂದು ದೇವರಲ್ಲಿ ಮೊರೆಯಿಟ್ಟಳು.

ಮಡದಿಯ ಅನ್ಯಮನಸ್ಕತೆಯನ್ನು ಭಾಸ್ಕರ ಬಳಲಿಕೆಯೆಂದು ತಿಳಿದ.

"ಅಯ್ಯೋ, ನನಗೆ ಮಕ್ಕಳು ಬೇಡ; ನಾನು ಸಾಯ್ತೀನಿ" ಎಂದು ಶಶಿ ಚೀರಿದಾಗ ಭಾಸ್ಕರ ತಟ್ಟನೇ ಎದ್ದು ಕುಳಿತ. ಹೆದರಿದವನ ಮೇಲೆ ಕಪ್ಪೆ ಎಸೆದಂತಾಯಿತು. ಶಶಿ ಗಡಗಡನೇ ನಡುಗಿದಳು. ಗಂಡನ ಎದೆಯಲ್ಲಿ ಮುಖ ಮರೆಸಿ ಬಿಕ್ಕಿಬಿಕ್ಕಿ ಅತ್ತಳು. ಅವನಿಗೆ ಹೇಗೆ ಸಮಾಧಾನ ಮಾಡಬೇಕೋ ತೋಚದಾಯಿತು.

"ಶಶಿ, ಶಶಿ, ಎಚ್ಚರವಾಗಿದ್ದೀಯ ತಾನೇ" ಎಂದು ಅವಳ ತಲೆಯನ್ನು ಮೃದುವಾಗಿ ಸವರುತ್ತ ನಡುಗುವ ಸ್ವರದಲ್ಲಿ ಕೇಳಿದ.

ಅತ್ತು ತಾನೇ ಸಮಾಧಾನಗೊಂಡ ಶಶಿ ದೀನಳಾಗಿ ಗಂಡನ ಮುಖ ನೋಡಿದಳು. ಅವಳ ಬಗ್ಗೆ ಅವಳಿಗೇ ನಾಚಿಕೆ ಎನ್ನಿಸಿತು. ತಾನೇ ಯೋಚಿಸಿದಳು. ಅವಳು ಎಸ್.ಎಸ್.ಎಲ್.ಸಿ ಮುಗಿಸಿದ ಮೇಲೆ ಹಳೇ ಜಾಕಾಯಿ ಪೆಟ್ಟಿಗೆಯಲ್ಲಿ ಅರ್ಧಂಬರ್ಧ ಜಿರಲೆಗಳಿಗೆ ಆಹಾರವಾಗಿದ್ದ ಪುಸ್ತಕಗಳನ್ನು ತೆಗೆದು ಓದಿದ್ದಳು. ಅದರಲ್ಲಿ ಭಗವದ್ಗೀತೆ ಅವಳಿಗೆ ಸರಿಯಾಗಿ ಅರ್ಥವಾಗದಿದ್ದರೂ ಏನೋ ಒಂದು ಬಗೆಯ ತೃಪ್ತಿ ನೀಡಿತ್ತು. ಇಂದು ತನ್ನ ಭಯಮಿಶ್ರಿತ ಹೃದಯಕ್ಕೆ ಅದೇ ಸಾಂತ್ವನ ನೀಡುತ್ತೇನೋ ಎಂದುಕೊಂಡಳು ಆ ಸಂದರ್ಭದಲ್ಲೂ.

ಇನ್ನೇನಾಗುವುದೋ ಎಂದು ಹೆದರಿದ್ದ ಭಾಸ್ಕರ ಗೆಲುವಾದ ಮಡದಿಯನ್ನು ಕಂಡು ಆಶ್ಚರ್ಯಗೊಂಡ ಮತ್ತು ಅವಳ ದೃಢತೆಗೆ ಮೆಚ್ಚಿಕೊಂಡ.

ದಿನಗಳು ಹೇಗೋ ಉರುಳಿ ಹೋಗುತ್ತಿದ್ದವು. ಇದ್ದಿದ್ದರಲ್ಲಿ ಶಶಿ ಆರೋಗ್ಯವಾಗೇ ಇದ್ದಳು. ಗಿರಿಧರ ಇಲ್ಲೇ ಬಂದು ಉಳಿದಿದ್ದ. ಅವನು ತಾಯಿಯನ್ನು ಕರೆತರಲು ಪ್ರಯತ್ನಿಸಿದ್ದ.

"ಅಮ್ಮ, ಶಶಿ ಹೆರಿಗೆ ಆಗೋವರೆಗಾದರೂ ನೀನು ಅಲ್ಲೇ ಇರಮ್ಮ. ನೀನು ಬರದಿದ್ದರೆ ಭಾವನವರು ಬೇಸರಗೊಂಡಾರು" ಎಂದಿದ್ದ.

"ಏನು ಮಾಡಲಿ ಬಾಳಾ! ನನಗೂ ಬರಬೇಕೆಂದೇ ಇದೆ. ಆದರೆ ನಿಮ್ಮ ಅಣ್ಣ ಬಂದರೆ..."

ತಾಯಿ ಆಡಿದ ಇನ್ನು ಮುಂದಿನ ಮಾತುಗಳು ಗಿರಿಧರನಿಗೆ ಕೇಳಲೇ ಇಲ್ಲ. ತಾಯಿಗೆ ಇನ್ನೂ ತಂದೆ ಹಿಂದಿರುಗುವರೆಂಬ ಆಸೆ ಇದೆ. ಅವರು ಒಂದೊಂದು ಕ್ಷಣವೂ ಅಣ್ಣನಿಗಾಗಿ ಕಾಯುತ್ತಿದ್ದಾರೇನೋ! ಎಂಥಾ ಉದಾತ್ತ ಪತಿ ಭಕ್ತಿ. ಹುಚ್ಚು ಗಂಡ ಆಕೆಗೆ ನೀಡಿದ್ದು ಎರಡು ಮಕ್ಕಳನ್ನು ಮಾತ್ರ. ಹಾಗಿದ್ದರೂ ತಾಯಿಗೆ ತಂದೆಯ ಮೇಲೆ ಪ್ರೀತಿ ಕಡಿಮೆಯಾಗಿಲ್ಲವೆನ್ನಿಸಿತು.

ಗಿರಿಧರನಿಗಂತೂ ತಂದೆ ಹಿಂದಿರುಗಿ ಬರುವರೆಂಬ ನಂಬಿಕೆ ಇರಲಿಲ್ಲ. ಬದುಕಿದ್ದರೆ ಇದುವರೆಗೆ ಯಾವಾಗಲೋ ಹಿಂದಿರುಗಿ ಬರಬೇಕಾಗಿತ್ತು. ಅವರು ಬದುಕಿಲ್ಲ; ಬದುಕಿದ್ದರೂ ಇಷ್ಟು ವರ್ಷಗಳಾದ ಮೇಲೆ ಇಲ್ಲಿನ ನೆನಪಿನಿಂದ ಬಂದಾರೆಂಬ ನಂಬಿಕೆ ಅವನಿಗೆ ಇರಲಿಲ್ಲ. ಹಾಗೆಂದು ಹೇಳಿ ತಾಯಿಯ ಮನಸ್ಸಿಗೆ ನೋವುಂಟು ಮಾಡಲು ಅವನಿಗೆ ಇಷ್ಟವಿರಲಿಲ್ಲ. ಆದ್ದರಿಂದ ಹೆಚ್ಚಿಗೆ ಬಲವಂತ ಮಾಡದೇ ತಾನೊಬ್ಬನೇ ಬೆಂಗಳೂರಿಗೆ ಬಂದಿದ್ದ.

ತುಂಗಮ್ಮನವರೇನೋ ಯಾವುದೋ ಆಸೆಯಿಂದ ಉಳಿದುಕೊಂಡರು. ಆದರೆ ಶಶಿಯ ಹೆರಿಗೆಯ ದಿನಗಳು ಹತ್ತಿರವಾದಂತೆ ಅವರ ಜೀವ ತಲ್ಲಣಿಸಿಹೋಯಿತು. ಹಗಲಿರುಳುಗಳು ಬಹಳ ದೀರ್ಘವಾಗಿ ಕಳೆಯುವುದೇ ಅವರಿಗೆ ಪ್ರಯಾಸವೆನ್ನಿಸಿತು. ಜೋಯಿಸರ ಎದುರಿಗೆ ತಮ್ಮ ಬೇಗುದಿಯನ್ನು ತೋಡಿಕೊಂಡು ಅತ್ತರು.

ಜೋಯಿಸರು ನಕ್ಕು ಅಂದೇ ತುಂಗಮ್ಮನವರನ್ನು ಬೆಂಗಳೂರಿಗೆ ಕರೆದುಕೊಂಡು ಬಂದುಬಿಟ್ಟು ಹೋದರು.

ಅಂದು ಪರೀಕ್ಷಿಸಿದ ಡಾ॥ ಅಪರ್ಣ ಇನ್ನು ಮೂರು ದಿನದಲ್ಲಿ ಹೆರಿಗೆಯಾಗಬಹುದೆಂದು ಹೇಳಿ ನರ್ಸಿಂಗ್ ಹೋಂನಲ್ಲೇ ಇರಿಸಲು ಹೇಳಿದರು. ಆದರೆ ಶಶಿ ಒಪ್ಪಲಿಲ್ಲ. ಮೂರು ದಿನ ಬಹಳ ದೀರ್ಘವಾಗಿ ಕಂಡಿತು ಅವಳಿಗೆ. ಆದ್ದರಿಂದ ಆ ಮೂರು ದಿನಗಳು ಮನೆಯಲ್ಲೇ ಆತ್ಮೀಯರ ನಡುವೆ ಕಳೆಯಲು ನಿಶ್ಚಯಿಸಿದಳು.

ತಾಯಿ ಬಂದ ಮೇಲೆ ಶಶಿಗೆ ನೆಮ್ಮದಿಯೆನ್ನಿಸಿತು. ಎಷ್ಟಾದರೂ ಹೆಣ್ಣಿನ ಜೀವ ಇಂಥ ಸಂದರ್ಭದಲ್ಲಿ ತಾಯಿಯ ಸಾನ್ನಿಧ್ಯ ಬಯಸುತ್ತೆ.

ತುಂಬಿದ ಗರ್ಭಿಣಿ ದೃಷ್ಟಿಯಾಗುವಂತಿದ್ದಳು. ಪ್ರತಿಯೊಬ್ಬರಿಗೂ ಅವಳ ಮುಖದ ಭಾವನೆಗಳನ್ನು ಹೆಕ್ಕಿ ನೋಡುವುದೇ ಆಗಿತ್ತು. ಪೂರ್ಣಯ್ಯನವರು ಪ್ರತಿದಿನ ಶಿವಮೊಗ್ಗದಿಂದ ಟ್ರಂಕ್‌ಕಾಲ್ ಮಾಡಿ ಸೊಸೆಯ ಆರೋಗ್ಯವನ್ನು ವಿಚಾರಿಸುತ್ತಿದ್ದರು.

ಇನ್ನು ಹೆರಿಗೆಯಾಗಲು ಮೂರು ದಿನಗಳಾಗುತ್ತೆ ಎಂದು ಡಾಕ್ಟರ್ ಹೇಳಿದ್ದರಿಂದ ಅಂದು ಯಾರಿಗೂ ಆತಂಕವಿರಲಿಲ್ಲ.

ರಾತ್ರಿ ಶಶಿ ಹೊಟ್ಟೆ ಹಸಿವಿಲ್ಲವೆಂದು ಊಟ ಬೇಡವೆಂದಳು. ಆದರೆ ಭಾಸ್ಕರ ಒಪ್ಪದೇ ತಟ್ಟೆಯಲ್ಲಿ ಕಲಸಿಕೊಂಡು ಬಂದು ತಾನೇ ಮಡದಿಗೆ ತಿನ್ನಿಸಿದ.

ಮಲಗಿದ್ದ ಶಶಿ ನಿದ್ದೆ ಮಾಡಲಿಲ್ಲ. ಯಾವುದೋ ಯಾತನೆಗೆ ಒಳಗಾದವಳಂತೆ ಸಣ್ಣಗೆ ನರಳಿದಳು. ಭಾಸ್ಕರ ಧಡಾರನೆ ಎದ್ದು ಹೋಗಿ ತಾಯಿಯನ್ನು ಎಬ್ಬಿಸಿಕೊಂಡು ಬಂದ.

ಗಿರಿಜಮ್ಮನವರ ಜೊತೆಗೇ ಬಂದ ತುಂಗಮ್ಮನವರು ನರ್ಸಿಂಗ್ ಹೋಂಗೆ ಕರೆದೊಯ್ಯುವುದೇ ಒಳ್ಳೆಯದೆಂಬ ನಿರ್ಧಾರಕ್ಕೆ ಬಂದರು.

ನಿದ್ದೆಗಣ್ಣಿನಲ್ಲಿಯೇ ಶ್ರೀನಿವಾಸ ಬಂದು ಕಾರಿನ ಸ್ಟೀರಿಂಗ್ ಹಿಡಿದು ಕುಳಿತ, ಭಾಸ್ಕರ ತಮ್ಮನ ಪಕ್ಕ ಬಂದು ಕುಳಿತ.

ಶಶಿಯ ಜೊತೆ ತುಂಗಮ್ಮನವರು, ಗಿರಿಜಮ್ಮ ಹೊರಟರು. ಇವರನ್ನು ಹೊತ್ತ ಕಾರು ಹತ್ತು ನಿಮಿಷದೊಳಗಾಗಿ ನರ್ಸಿಂಗ್ ಹೋಂ ಮುಂದೆ ನಿಂತಿತು.

ನರ್ಸ್‌ಗಳು ಬಂದು ಶಶಿಯನ್ನು ಲೇಬರ್ ವಾರ್ಡಿಗೆ ಕರೆದೊಯ್ದರು. ಡಾ॥ ಅಪರ್ಣಾಗೆ ಫೋನಿನ ಕರೆ ಹೋಯಿತು. ಹತ್ತು ನಿಮಿಷಗಳೊಳಗಾಗಿ ಡಾ॥ ಅಪರ್ಣಾ ಬಂದವರೇ ಅವಸರದಿಂದ ಲೇಬರ್ ವಾರ್ಡಿಗೆ ನಡೆದರು. ಶಶಿಯ ದೇಹಸ್ಥಿತಿ ಸರಿಯಾಗಿತ್ತು. ಅರ್ಧ ಗಂಟೆಯೊಳಗಾಗಿ ಹೆರಿಗೆಯಾಯಿತು. ಮಗುವಿನ ಅಳುವಿನ ಸದ್ದು ಕೇಳಿ ಹೊರಗಿದ್ದ ಆತ್ಮೀಯ ಜೀವಗಳೆಲ್ಲ ರೋಮಾಂಚನಗೊಂಡವು.

ನರ್ಸ್ ಬೆಡ್‌ಷೀಟಿನಲ್ಲಿ ಮಗುವನ್ನು ಸುತ್ತಿಕೊಂಡು ಬಂದಾಗ ಎಲ್ಲರ ಕಣ್ಣೋಟಗಳು ಒಟ್ಟಿಗೆ ಅದರ ಕಡೆ ಹರಿಯಿತು. ಎಲ್ಲರ ಕಣ್ಣುಗಳಲ್ಲೂ ಹರ್ಷ ಮಿಂಚಿತು. ಕೆಂಪಗೆ ತಿದ್ದಿದ್ದ ಕಣ್ಣು, ಮೂಗು ತಲೆಯ ತುಂಬ ಕಪ್ಪು ಕೂದಲಿನ ಕೆಂಪಗೆ ದುಂಡಾಗಿ ಮುದ್ದಾಗಿತ್ತು ಮಗು.

"ಹೆಣ್ಣು ಮಗು" ನರ್ಸಿನ ಬಾಯಿಂದ ಹೊರ ಬಂದ ಮಾತು.

"ಥ್ಯಾಂಕ್ಸ್ ಸಿಸ್ಟರ್, ಮಗೂನ ಎತ್ಕೋಬಹುದೇ?" ಎಂದು ಮಗುವಿನ ಕೆನ್ನೆಯ ಮೇಲೆ ಕೈಯಾಡಿಸಿದ ಶ್ರೀನಿವಾಸ.

ನರ್ಸ್ ನಕ್ಕು ಒಳ ಸರಿದಳು.

ಭಾಸ್ಕರನ ಹೃದಯ ಆನಂದದ ಹೊನಲಾಗಿತ್ತು. ಅವನ ಹೃದಯ ಆನಂದ ವರ್ಣಿಸಲಸಾಧ್ಯವಾಗಿತ್ತು. ಶ್ರೀನಿವಾಸ ಬಂದು ಕೈಕುಲಕಿದಾಗಲೇ ಅವನಿಗೆ ಎಚ್ಚರ.

ಲೇಬರ್ ವಾರ್ಡಿನಿಂದ ಹೊರಬಂದ ಡಾ॥ ಅಪರ್ಣ ನಸುನಗುತ್ತ ಭಾಸ್ಕರನ ಕಡೇ ನೋಡಿ "ನೋಡಿದ್ರಾ ಮಗಳ್ನಾ! ನಿಮ್ಮ ಮನಸ್ಸು ತಿಳಿದೇ ಬೇಗ ಮಗುವನ್ನು ನಿಮಗೆ ತೋರಿಸಲು ತಿಳಿಸಿದ್ದು."

ಭಾಸ್ಕರನಲ್ಲಿ ಕೃತಜ್ಞತೆ ತಿಳಿಸಲು ಪದಗಳೇ ಸಿಕ್ಕದಾಯಿತು. ಕಣ್ಣುಗಳಲ್ಲೇ ಕೃತಜ್ಞತೆ ಸೂಚಿಸಿ ನಕ್ಕ.

ಗಿರಿಧರನ ಹೃದಯವಂತೂ ಆದಷ್ಟು ಬೇಗ ತಂಗಿಯನ್ನು ನೋಡಲು ಹಂಬಲಿಸಿತು.

"ಡಾಕ್ಟರ್, ಶಶಿ ಹುಷಾರಾಗಿದ್ದಾಳಾ, ಒಂದು ಸಲ ನೋಡಬಹುದಾ?" ಎಂದ ಅನುಮಾನಿಸುತ್ತ.

"ಅವರು ಆರೋಗ್ಯವಾಗಿದ್ದಾರೆ. ಬಳಲಿಕೆಗೆ ಸ್ವಲ್ಪ ಮಂಪರು ಬಂದಿದೆ. ಮಾತನಾಡಿಸಬೇಡಿ; ಸುಮ್ಮನೇ ನೋಡಿ ಬನ್ನಿ" ಎಂದವರೇ ಹೊರಟುಬಿಟ್ಟರು.

ಗಿರಿಧರನ ಹಸ್ತ ತಂಗಿಯ ಹಣೆಯನ್ನು ತಡವಿತು. ಕಣ್ಣು ತೆರೆದ ಶಶಿ ಅಣ್ಣನ ಕೈಯನ್ನು ಹಿಡಿದುಕೊಂಡು ಕ್ಷೀಣವಾಗಿ ನಕ್ಕು ಆಯಾಸದಿಂದ ಕಣ್ಣು ಮುಚ್ಚಿದಳು.

ಭಾಸ್ಕರ ಮಡದಿಯನ್ನು ನೋಡಿದವನೇ ಹೊರಗೆ ಬಂದುಬಿಟ್ಟ. ಅವನ ಕಣ್ಣುಗಳು ಮಂಜಾದವು.

ಶ್ರೀನಿವಾಸನ ಟ್ರಂಕ್‌ಕಾಲ್ ಸೇರಿದ ಕೂಡಲೇ ಪೂರ್ಣಯ್ಯನವರು ಮೊಮ್ಮಗಳನ್ನು ನೋಡಲು ಧಾವಿಸಿ ಬಂದರು.

* * *

ಶಶಿಗೆ ಎಲ್ಲರಿಂದಲೂ ಆದರ, ಭಾಸ್ಕರನಂತೂ ತನ್ನ ವಂಶದ ಶಾಪ ತೊಳೆಯಲು ಬಂದ ದೇವತೆಯೆಂದೇ ತಿಳಿದಿದ್ದ. ಶ್ರೀನಿವಾಸನಂತೂ ಅತ್ತಿಗೆಗೆ ಪ್ರತ್ಯೇಕವಾದ ಗೌರವ ಸ್ಥಾನವನ್ನು ಕೊಟ್ಟಿದ್ದ. ಅತ್ತಿಗೆಯ ಪ್ರೀತಿಯ ಪುತ್ಥಳಿ ಅವನ ಹೃದಯದ ಮರುಳುಗಾಡಿನ ಓಯಸಿಸ್‌ನಂತೆ ಉದ್ಭವಿಸಿದಳು.

ಗಿರಿಜಮ್ಮನವರು ತಮ್ಮ ಅಕ್ಕರೆಯ ಬಹುಭಾಗವನ್ನು ಸೊಸೆ ಮೊಮ್ಮಗಳಿಗಾಗಿ ಮೀಸಲಾಗಿಟ್ಟರು. ತಾವು ಆಡುತ್ತಿದ್ದ ಕೆಲವೇ ಮಾತುಗಳನ್ನು ಪೂರ್ಣಯ್ಯನವರು ಸೊಸೆಯ ಆರೋಗ್ಯ ವಿಚಾರಿಸಲು, ಮೊಮ್ಮಗಳನ್ನು ಮುದ್ದುಮಾಡಲು ಮೀಸಲಿಟ್ಟರು.

ಮಗುವಿನ ನಾಮಕರಣದ ದಿನ ಗಲಾಟೆಯೋ ಗಲಾಟೆ. ಶ್ರೀನಿವಾಸ ದೊಡ್ಡ ಹೆಸರಿನ ಪಟ್ಟಿಯನ್ನೇ ತಯಾರಿಸಿದ್ದ. ಶಾಂತಿ ಸಿನಿಮಾ ನಟಿಯರ ಹೆಸರುಗಳನ್ನೆಲ್ಲ ಲಿಸ್ಟ್ ಮಾಡಿ ಇಟ್ಟಿದ್ದಳು. ಒಬ್ಬರು ಒಪ್ಪಿದ ಹೆಸರನ್ನು ಒಬ್ಬರು ಒಪ್ಪುತ್ತಿರಲಿಲ್ಲ. ಹಿರಿಯರು

ಹೇಳೋ ಹಳೇ ಕಾಲದ ಹೆಸರುಗಳನ್ನು ಕಿರಿಯರು ಒಪ್ಪುತ್ತಿರಲಿಲ್ಲ. ಇವರು ಹೇಳೋ ಹೆಸರನ್ನು ನೋಡಿ ಹಿರಿಯರು ಮೂಗು ಮುರಿಯುತ್ತಿದ್ದರು. ನಕ್ಷತ್ರಕ್ಕೆ ಬಂದ ಹೆಸರು ಚೆನ್ನಿಲ್ಲವೆಂದು ಎಲ್ಲರೂ ಕೈಬಿಟ್ಟರು.

ಕಡೆಗೆ ಶ್ರೀನಿವಾಸ ಅತ್ತಿಗೆಯ ಬಳಿ ಬಂದ.

"ಅತ್ತಿಗೆ, ನೀವೇ ಒಂದು ಹೆಸರು ಸೂಚಿಸಿಬಿಡಿ" ಎಂದ.

ಶಶಿ ಮಲಗಿದ್ದ ಮಗುವಿನ ಕಡೇ ನೋಡುತ್ತ "ನನ್ನ ಭಯಗೊಂಡ ಹೃದಯಕ್ಕೆ ಸಾಂತ್ವನ ನೀಡಿದ್ದು ಆ ವೇಳೆಯಲ್ಲಿ ಭಗವದ್ಗೀತೆ..."

ಅತ್ತಿಗೆ ಮಾತು ಪೂರ್ತಿ ಮಾಡುವ ಮುನ್ನವೇ ಶ್ರೀನಿವಾಸ ಊಹಿಸಿದ.

"ಗೀತಾ, ಗೀತಾ" ಎಂದು ಕೂಗಿಯೇಬಿಟ್ಟ.

ಇದಕ್ಕೆ ಹಿರಿಯರ ಆಕ್ಷೇಪಣೆ ಇಲ್ಲ. ಕಿರಿಯರ ಅಡ್ಡಿಯಂತೂ ಮೊದಲೇ ಇಲ್ಲ. ಗೀತಾ ಎರಡೇ ಅಕ್ಷರದ ಸುಂದರ ಹೆಸರು. ಭಾರತೀಯರ ಪೂಜ್ಯಗ್ರಂಥ ಮಹಾಭಾರತದ ಕೃಷ್ಣ, ಅರ್ಜುನರ ಸಂವಾದದ ಮಧುರ ಭವ್ಯ ಭಗವದ್ಗೀತೆಯ ಬೋಧನೆಯನ್ನು ನೆನಪು ಮಾಡುತ್ತಿತ್ತು.

ಮುದ್ದು ಗೀತಾ ಮನೆಯವರೆಲ್ಲ ಪಠಿಸುವ ಭಗವದ್ಗೀತೆಯೇ ಆದಳು.

ಗಿರಿಧರ ರಾಜ್ಯಕ್ಕೆ ಮೊದಲನೆಯವನಾಗಿ ಪರೀಕ್ಷೆಯಲ್ಲಿ ಉತ್ತೀರ್ಣನಾದ. ರಾಮೇಗೌಡ, ಮಲ್ಲಿಕಾರ್ಜುನ ಮಿಕ್ಕವರೆಲ್ಲ ಅವನನ್ನು ಅಪ್ಪಿ ಅಭಿನಂದನೆ ಸೂಚಿಸಿದರು.

"ರಾಮೇಗೌಡ, ನಿಮ್ಮ ನೆರವು, ಸಹಕಾರ ಇಲ್ಲದಿದ್ದರೆ ನಾನು ಓದು ಮುಂದುವರಿಸೋಕೇ ಆಗ್ತಾ ಇರಲಿಲ್ಲ" ಎಂದ ಗಿರಿಧರನ ಕಣ್ಣಂಚಿನಲ್ಲಿ ಕೃತಜ್ಞತೆಯ ಕಣ್ಣೀರು ಸಾಲುಗಟ್ಟಿ ನಿಂತಿತ್ತು.

"ಛೆ! ಅದು ಬಹಳ ದೊಡ್ಡ ಮಾತು ಆಯಿತು. ದೇವರು ನಿನಗೆ ವಿದ್ಯೆನ ಗುತ್ತಿಗೆಯಾಗಿ ಕೊಟ್ಟಿದ್ದ. ನೀನು ಕಷ್ಟಪಟ್ಟು ಓದಿ ಪಾಸು ಮಾಡಿದೆ. ನಾವು ನೀಡಿದ ಅಲ್ಪ ನೆರವೇ ದೊಡ್ಡದಾದರೆ, ಅದು ನಾವು ಸಾರ್ಥಕ ಅಂದುಕೊಳ್ಳುತ್ತೇವೆ" ಎಂದ ರಾಮೇಗೌಡ ಗಿರಿಧರನ ಭುಜದ ಮೇಲೆ ಕೈಹಾಕಿ.

ಮನೆಗೆ ಬಂದ ಮಗನಿಗೆ ಹೇಳಿದರು ತುಂಗಮ್ಮ "ಗಿರಿ, ನೀನು ಹೋಗಿ ಶಶಿಗೆ ನಿಮ್ಮ ಭಾವನಿಗೆ ಸುದ್ದಿ ಮುಟ್ಟಿಸಿ ಬಾಪ್ಪ, ನಿನ್ನ ಶ್ರೇಯಸ್ಸನ್ನು ಕಂಡು ಹಿಗ್ಗುವವರು ಅವರು ತಾನೇ?"

ಗಿರಿಧರ ಕೂಡಲೇ ಹೊರಟು ನಿಂತ. ಬಸ್ಸಿನವರೆಗೂ ಜೊತೆಗೆ ಬಂದ ರಾಮೇಗೌಡ, ಗಿರಿಧರನ ಜೋಬಲ್ಲಿ ಇಪ್ಪತ್ತು ರೂಪಾಯಿ ನೋಟನ್ನು ತುರುಕಿ "ಬರೀಕೈಯಲ್ಲಿ ಹೋಗಬೇಡ; ಪೇಡೆ ಕೊಂಡು ಹೋಗು" ಎಂದ.

ಗಿರಿಧರ ಕೃತಜ್ಞತೆಯಿಂದ ಅವನ ಕಡೆ ನೋಡಿ ಕೈ ಬೀಸಿದ.

ರಾಮೇಗೌಡನ ಸ್ನೇಹ, ಸಹಾಯ, ಸಹಕಾರಗಳು ಒಂದೊಂದಾಗಿ ಜ್ಞಾಪಕ ಬಂದಾಗ ಗಿರಿಧರನ ಹೃದಯ ತುಂಬಿ ಬಂದಿತು. ರಾಮೇಗೌಡ ತನಗೆ ಯಾವ ಜನ್ಮದ ಅಣ್ಣನೋ ಅಂದುಕೊಂಡ.

ಗಿರಿಧರ ಬಸ್ಸು ಇಳಿದವನು ನೇರವಾಗಿ ಅಂಗಡಿಗೆ ಹೋದ. ಭಾಸ್ಕರ ಆ ಹೊತ್ತಿನಲ್ಲಿ ಅಂಗಡಿಯಲ್ಲಿರುವ ಸಮಾಚಾರ ಅವನಿಗೆ ಗೊತ್ತಿತ್ತು. ಅವನಿಗೆ ಭಾಸ್ಕರನಲ್ಲಿ ತಂಗಿಯ ಗಂಡನೆಂಬ ಗೌರವಕ್ಕಿಂತ ಸ್ವಂತ ಅಣ್ಣನಷ್ಟು ವಿಶ್ವಾಸ.

ಭಾಸ್ಕರನೂ ಅಷ್ಟೇ, ಗಿರಿಯನ್ನು ಭಾವಮೈದುನನೆಂಬ ದೃಷ್ಟಿಯಿಂದ ನೋಡದೇ ಶ್ರೀನಿವಾಸನಂತೆ ಅವನೂ ತನ್ನ ಸ್ವಂತ ಸೋದರನೆಂದೇ ತಿಳಿದು ಅದೇ ಸಲಿಗೆ, ವಿಶ್ವಾಸದಿಂದ ನೋಡುತ್ತಿದ್ದ. ಕೆಲವೊಮ್ಮೆ ಅವನು ಸಂಕೋಚಗೊಂಡಾಗ ರೇಗಿ ಬುದ್ಧಿ ಹೇಳುತ್ತಿದ್ದ.

ಬೆಳಿಗ್ಗೆ ವಿಷಯ ತಿಳಿದವನೇ ಭಾಸ್ಕರ ಗಿರಿಧರನಿಗೆ ಶುಭಾಷಯದ ತಂತಿ ಕಳಿಸಿ ತನ್ನ ಸಂತೋಷ ಸೂಚಿಸಿದ್ದ.

ಶಶಿಯ ಆನಂದಕ್ಕಂತೂ ಪಾರವೇ ಇಲ್ಲ. ತನ್ನ ಒಬ್ಬನೇ ಅಣ್ಣ ಹಿಡಿದ ಗುರಿ ಸಾಧಿಸಿ ಒಂದು ನೆಲೆಗೆ ಬಂದ. ಮುಂದಾದರೂ ಅವನ ಬಾಳಿನಲ್ಲಿ ಸುಖದ ದಿನಗಳನ್ನು ಕಾಣಬಹುದು ಎಂಬ ಹೆಮ್ಮೆ ಅವಳಿಗೆ.

ಗಿರಿಧರನ್ನ ನೋಡಿದ ಕೂಡಲೇ ಭಾಸ್ಕರ ಸಂತೋಷ ಹತ್ತಿಕ್ಕಲಾರದೇ ಅಂಗಡಿಯೆಂಬುದನ್ನೂ ಮರೆತು ಅಪ್ಪಿಕೊಂಡು ಸಂತೋಷದಿಂದ ಅವನ ಭುಜ ತಟ್ಟಿದ.

ಇಬ್ಬರ ಬಾಯಲ್ಲು ಮಾತನಾಡಲು ಮಾತುಗಳೇ ಹೊರಡಲಿಲ್ಲ. ಭಾಸ್ಕರ ಗುಮಾಸ್ತನಿಗೆ ಹೇಳಿ ಅಂಗಡಿಯಿಂದ ಹೊರಬಂದು ಕಾರು ಹತ್ತಿದ್ದ. ಗಿರಿಧರ ಅವನನ್ನು ಅನುಸರಿಸಿದ.

"ಗಿರಿ, ಏನು ಹೇಳಬೇಕೋ ನನಗೆ ಒಂದೂ ತೋಚ್ತಾ ಇಲ್ಲ. ಅತಿಯಾದ ಸಂತೋಷ ನನ್ನ ಬಾಯಿ ಕಟ್ಟಿಬಿಟ್ಟಿದೆ. ಶಶಿ ನನ್ನ ಮನೆ, ಮನವನ್ನು ಬೆಳಗಿದರೇ ನೀನು ನನಗೆ ಹೆಮ್ಮೆ ತಂದೆ" ಎಂದು ಏನೇನೋ ಹೇಳುತ್ತಲೇ ಇದ್ದ ಭಾಸ್ಕರ ಮನೆ ತಲುಪುವವರೆಗೆ.

ಕಾರಿನಿಂದ ಇಳಿದು ಮೊದಲು ಮನೆಯೊಳಕ್ಕೆ ಹೋದ ಭಾಸ್ಕರ "ಶಶಿ, ಯಾರು ಬಂದಿದ್ದಾರೆ ನೋಡು ಬಾ" ಎಂದು ಕೂಗಿಕೊಂಡ.

ಶಶಿ ಆತುರದಿಂದ ಬಂದು ಬಾಗಿಲಿನಲ್ಲಿ ಇಣುಕಿದಳು. ಸಂತೋಷದ ಉದ್ವೇಗ ತಡೆಯಲಾರದೇ ತಾನು ಬಾಣಂತಿ ಎಂಬುದನ್ನೂ ಮರೆತುಹೋಗಿ ಅಣ್ಣನನ್ನು ಅಪ್ಪಿಬಿಟ್ಟಳು. ಇಬ್ಬರ ಕಣ್ಣಿನಿಂದಲೂ ಆನಂದಬಾಷ್ಪಗಳು, ಧಾರೆಧಾರೆಯಾಗಿ ಇಳಿಯುತ್ತಿದ್ದವು.

"ಶಶಿ" ಎಂದ ಭಾಸ್ಕರ ಮೃದುವಾಗಿ.

ಅಣ್ಣನಿಂದ ದೂರ ಸರಿದ ಶಶಿ ನಾಚಿ ಗಂಡನ ಕಡೆ ನೋಡಿದಳು.

ಮಗುವಿಗೆ ಸಾಂಬ್ರಾಣಿ ಹೊಗೆ ಹಾಕುತ್ತಿದ್ದ ಗಿರಿಜಮ್ಮ ಹೊರಗೆ ಬಂದರು.

"ಬಂದೆಯಾ ಗಿರಿ; ಬೆಳಗಿನಿಂದ ಮನೆಯಲ್ಲಿ ನಿನ್ನದೇ ಮಾತು. ಶೀನಿ ಇದ್ದಿದ್ದರೆ ಅಗ್ರಹಾರಕ್ಕೆ ಓಡಿ ಬಂದುಬಿಡ್ತಾ ಇದ್ದ" ಎಂದವರೇ ಸೊಸೆಯ ಕಡೆ ನೋಡಿ "ಶಶಿ, ತುಂಬ ಥಂಡೀನಮ್ಮ ಮೈಮೇಲೆ ಹೊದ್ದುಕೊಂಡೂ ಇಲ್ಲ" ಎಂದು ಕಕ್ಕುಲತೆಯಿಂದ ಹೇಳಿದರು.

ಅತ್ತೆಯ ಪ್ರೀತಿಯ ಆಳ ಅರಿತ್ತಿದ್ದ ಶಶಿ ತನ್ನ ಕೋಣೆಗೆ ನಡೆದಳು. ಭಾಸ್ಕರ, ಗಿರಿ ಗಿರಿಜಮ್ಮನ ಬಳಿ ಸ್ವಲ್ಪ ಹೊತ್ತು ಮಾತಾಡಿ ಶಶಿಯ ಕೋಣೆಗೆ ಬಂದರು.

ಶಶಿ ಮಲಗಿದ್ದವಳು ಎದ್ದು ಕೂರಲು ಹೋದಳು. "ಬೇಡ ಶಶಿ, ಅಮ್ಮ ನೋಡಿದರೆ ರೇಗಾಡುತ್ತಾರೆ" ಎನ್ನುತ್ತ ಭಾಸ್ಕರ ಸ್ಟೂಲಿನ ಮೇಲೆ ಕುಳಿತ. ಗಿರಿಧರ ಅಲ್ಲಿದ್ದ ಒಂದೇ ಛೇರಿನ ಮೇಲೆ ಕುಳಿತ.

"ಗಿರಿ, ಮುಂದೆ ಏನು ಮಾಡಬೇಕು ಅಂತ ಇದ್ದೀಯಾ?" ಎಂದ ಭಾಸ್ಕರ.

"ಎಲ್ಲಾದರೂ ಕೆಲಸಕ್ಕೆ ಪ್ರಯತ್ನಿಸೋದು."

ಭಾಸ್ಕರ ತೀಕ್ಷ್ಣವಾಗಿ ಅವನ ಕಡೆ ನೋಡಿದ. ಅವನ ಮುಖದ ಮೇಲೆ ಹೆಮ್ಮೆ ಇತ್ತು.

"ಇನ್ನು ಬೇರೆ..."

"ಬೇಡಿ ಭಾವ; ನನಗೆ ತೃಪ್ತಿ ಕೊಡೋ ಅಂಥ ಕೆಲಸ ಅಂದೊಂದೆ. ಶಿವಮೊಗ್ಗದಿಂದ ಏಳು ಮೈಲಿ ಆಚೆ ಒಂದು ಕಾಲೇಜು ಕಟ್ಟಿಸುತ್ತಿದ್ದಾರಂತೆ" ಎಂದವನು "ಅದು ಮುಗಿದುಹೋಯಿತು. ಈ ತಿಂಗಳು ಅದರ ಪ್ರಾರಂಭೋತ್ಸವ ಅಲ್ಲಿ ಕೆಲಸಕ್ಕಾಗಿ ಅರ್ಜಿ ಕರೆದಿದ್ದರು. ಹಿಂದೇನೇ ನಮ್ಮ ಪ್ರಿನ್ಸಿಪಾಲರು ಅಲ್ಲಿ ಕೆಲಸ ಕೊಡಿಸ್ತೀನಿ ಎಂದಿದ್ದರು. ಈಗ ಅವರನ್ನು ಹೋಗಿ ಕಂಡು ಅಪ್ಲಿಕೇಷನ್ ಹಾಕಬೇಕು."

ಗಿರಿಧರನಿಗೆ ಆ ವೃತ್ತಿಯಲ್ಲಿದ್ದ ಒಲವನ್ನು ಕಂಡು ಭಾಸ್ಕರ ಮತ್ತೇನನ್ನೂ ಹೇಳಲು ಇಚ್ಛಿಸಲಿಲ್ಲ.

ಗಿರಿಜಮ್ಮ ಹಿಂದೇನೇ ಬಂದರು ಗಿರಿಧರನನ್ನು ಊಟಕ್ಕೆ ಎಬ್ಬಿಸಲು. ಭಾಸ್ಕರನ ಊಟ ಮುಗಿದಿದ್ದರಿಂದ ಗಿರಿಧರನೊಬ್ಬನೇ ಊಟಕ್ಕೆ ಹೋದ.

ಭಾಸ್ಕರ ಮಗಳ ಕಡೆ ದೃಷ್ಟಿ ಹೊರಳಿಸಿದ. ಅವಳು ತಾಯಿಯನ್ನು ಸ್ವಲ್ಪ ಕೂಡ ಹೋಲುತ್ತಿರಲಿಲ್ಲ. ಅವಳ ತಂದೆಯ ತದ್ರೂಪು. ಭಾಸ್ಕರನ ಹಾಗೆ ದೊಡ್ಡ ಹಣೆ, ನೀಳವಾದ ಮೂಗು, ಪುಟ್ಟಬಾಯಿ, ಹಾಲಿನಂಥ ಶುಭ್ರ ಮೈಕಾಂತಿ.

"ಶೀನಿ ಸುಮಾರು ಮೂರು ಪುಟದಷ್ಟು ಕಾಗದ ಬರೆದಿದ್ದಾನೆ. ಅದರಲ್ಲೆಲ್ಲ

ಗೀತಾ ವಿಷಯವೇ. ಅವಳನ್ನು ನೋಡದೆ ಇರೋದು ಸಾಧ್ಯವಿಲ್ಲವಾಗಿದೆ, ಹಾಗೆ ಹೀಗೆ ಅಂತ ಬರೆದಿದ್ದಾನೆ" ಎಂದ ಭಾಸ್ಕರ ಮಡದಿಗೆ.

"ಅತ್ತೆ ಕೂಡ ಇನ್ನು ಅಲ್ಲಿಗೆ ಹೋಗೋಲ್ಲ ಅಂತಾರೆ. ಮಾವನವರನ್ನು ಬಿಟ್ಟಿರೋಕೆ ಒಪ್ಪೋಲ್ಲ, ಎಲ್ಲ ಇಲ್ಲೇ ಬಂದುಬಿಟ್ಟರೆ ಚೆನ್ನಾಗಿರುತ್ತೆ." ಆ ಮಾತನ್ನು ಸುಮ್ಮನೇ ಆಡಿರಲಿಲ್ಲ ಶಶಿ. ಎಲ್ಲರೂ ಒಟ್ಟಿಗಿರುವುದನ್ನೇ ಅವಳು ಬಯಸುತ್ತಿದ್ದಳು.

"ನನಗೂ ಅದೇ ಇಷ್ಟ. ಶ್ರೀನಿವಾಸನಂತೆ ಶಾಂತಿಗೂ ಜವಾಬ್ದಾರಿ ಇಲ್ಲ ಸದಾ ಸಿನಿಮಾ, ಷಾಪಿಂಗ್ ಅಂತ ಗಂಡನನ್ನು ಕಟ್ಟಿಕೊಂಡು ಓಡಾಡುತ್ತಾಳೆ. ಅಣ್ಣನಿಗೆ ಅದೆಲ್ಲ ಇಷ್ಟವಿಲ್ಲ. ಇಲ್ಲಿದ್ದರೆ ನಾನು ಇರ್ತೀನಿ, ಅವನ ಮೇಲೆ ಜವಾಬ್ದಾರಿ ಬೀಳೋಲ್ಲ. ಅಲ್ಲಾದರೆ ಸ್ವಂತ ಜವಾಬ್ದಾರಿಯಿಂದಲೂ ಸರಿಹೋಗ್ತಾನೆ. ಅಂತ. ಏನು ಸರಿಹೋಗ್ತಾನೋ! ಒಂದು ಮಗುವಾದರೂ ಆಗಿದ್ದರೆ ತಾಯಿ ತಂದೆ ಪಟ್ಟವಾದರೂ ಅವರನ್ನು ದೊಡ್ಡವರನ್ನಾಗಿ ಮಾಡುತ್ತಿತ್ತೇನೋ. ಅವನ ಹಣೆಯಲ್ಲಿ ಆ ಭಾಗ್ಯಾನೂ ಬರೆಯಲಿಲ್ಲ" ಎಂದು ನೋವಿನಿಂದ ಮುಖ ಹಿಂಡಿದ ಭಾಸ್ಕರ.

ಅರಿಯದ ಶಶಿ ಕುತೂಹಲದಿಂದ ಗಂಡನ ಕಡೆ ನೋಡಿದಳು. ಭಾಸ್ಕರ ತಮ್ಮನಿಗೆ ಮಕ್ಕಳಾಗದ ವಿಷಯ, ಅದರಿಂದ ಗಂಡ ಹೆಂಡತಿಯರ ಮಧ್ಯೆ ಎದ್ದ ಬಿರುಗಾಳಿ. ಶ್ರೀನಿವಾಸನ ವಾದಸರಣಿ, ಶಾಂತಿಯ ತ್ಯಾಗ ಇವೆಲ್ಲವನ್ನೂ ಮಡದಿಗೆ ಕೆಲವೇ ಮಾತುಗಳಲ್ಲಿ ವಿವರಿಸಿದ.

ವಿಷಯ ತಿಳಿದ ಶಶಿಗೆ ಕೆಡುಕೆನಿಸಿತು. ಮಕ್ಕಳೆಂದರೆ ಪ್ರಾಣಬಿಡುವ ಶ್ರೀನಿವಾಸನ ಯಾವ ತಪ್ಪಿಗೆ ವಿಧಿ ಈ ಶಿಕ್ಷೆ ನೀಡಿತು!

"ಶಶಿ, ಈಗ ನಿನಗೆ ಹೇಳಬಾರದಿತ್ತು. ಏನೋ ಹೇಳಿಬಿಟ್ಟೆ. ಇದರಿಂದ ನನ್ನ ಹೃದಯದ ಭಾರ ಎಷ್ಟೋ ಹಗುರವಾಗಿದೆ. ಆದರೆ ನೀನು ಅದನ್ನು ತಲೆಗೆ ಹಚ್ಚಿಕೋಕೂಡದು" ಎಂದು ಮಡದಿಯ ಬಳಿ ಸಾಗಿ ಆ ಕಡೆ ಈ ಕಡೆ ನೋಡಿ ಮಡದಿಯ ಹಣೆಗೆ ಮೃದುವಾಗಿ ಚುಂಬಿಸಿ ನಕ್ಕು, ಭಯಪಟ್ಟವನಂತೆ ಹೊರನಡೆದ.

ಗಿರಿಜಮ್ಮನವರು ಪೂರ್ಣ ಹಳೆಯ ಸಂಪ್ರದಾಯಕ್ಕೆ ಮಾರು ಹೋದವರಲ್ಲದೇ ಹೋದರೂ, ಶಶಿಯ ಆರೋಗ್ಯದ ವಿಷಯದಲ್ಲಿ ಬಹಳ ಜಾಗರೂಕರಾಗಿದ್ದರು.

ಗಿರಿಧರ ಅಂದೇ ಅಗ್ರಹಾರಕ್ಕೆ ಹಿಂದಿರುಗಿದ. ಮರುದಿನವೇ ಅವರ ಪ್ರಿನ್ಸಿಪಾಲರನ್ನು ನೋಡಲು ಮೈಸೂರಿಗೆ ಹೋಗುವುದಾಗಿ ತಿಳಿಸಿದ.

ಕಾರು ಬಸ್‌ಸ್ಟಾಂಡ್ ತಲುಪಿದಾಗ ಗಿರಿಧರ ಇಳಿಯಲು ಮುಂದಾದ. ಭಾಸ್ಕರ ತಡೆದು ಅವನ ಕೈಯಲ್ಲಿ ನೋಟಿನ ಕಂತೆ ಇಟ್ಟ.

"ಬೇಡಿ ಭಾವ, ನನಗೆ ಇದೆಲ್ಲ ಬೇಡ. ನಿಮ್ಮ ವಿಶ್ವಾಸ ಹೀಗೇ ಇದ್ದರೆ ಸಾಕು" ಎನ್ನುತ್ತ ಹಿಂದಿರುಗಿಸಲು ಪ್ರಯತ್ನಪಟ್ಟ.

"ಗಿರಿ, ಸುಮ್ಮನೇ ಇಟ್ಕೊ. ನನಗೆ ಬೇಸರ ಮಾಡಬೇಡ" ಎಂದ.

ಗಿರಿಧರ ಸುಮ್ಮನಾದ.

"ಗಿರಿ, ದುಡ್ಡು ಬೇಕಾಗಿದ್ರೆ ಸಂಕೋಚಪಟ್ಕೋಬೇಡ. ಬರೀ ಡಿಗ್ರಿ, ರ್‍ಯಾಂಕ್ ಕೆಲವು ವೇಳೆ ಯಾವ ಪ್ರಯೋಜನಕ್ಕೂ ಬರೋಲ್ಲ. ಅಷ್ಟೋದು ನೆನಪಿಡು. ನಿನಗೆ ಏನು ಸಹಾಯ ಬೇಕಾದರೂ ನನ್ನಿಂದ ಪಡೆಯಲು ಸಂಕೋಚ ಪಟ್ಕೋಬೇಡ."

ಬಸ್ಸು ಹೊರಟರೂ ಗಿರಿಧರ ಭಾವನ ಮಾತನ್ನೇ ಮೆಲುಕು ಹಾಕುತ್ತಿದ್ದ. ಜೀವನ ಅವನಿಗೆ ಬಹು ಸುಂದರವೆನಿಸಿತು ಆ ಗಳಿಗೆಯಲ್ಲಿ.

ಗಿರಿಧರನಿಗೆ ಕೆಲಸ ಸಿಕ್ಕಲು ತಡವಾಗಲಿಲ್ಲ. ಹೊಸದಾಗಿ ಪ್ರಾರಂಭವಾದ ಕಾಲೇಜು, ಅದರ ಮುನ್ನಡೆಗಾಗಿ ಕಾಲೇಜಿನ ಟ್ರಸ್ಟಿಗಳು ಏನು ಬೇಕಾದರೂ ಮಾಡಲು ಸಿದ್ಧರಾಗಿದ್ದರು. ಅಲ್ಲಿಗೆ ಬರುವ ಲೆಕ್ಚರರ್, ಪ್ರೊಫೆಸರ್, ಪ್ರಿನ್ಸಿಪಾಲರಿಗಾಗಿ ಮನೆಗಳನ್ನು ಕಟ್ಟಿಸಿ ಬಾಡಿಗೆ ಇಲ್ಲದೇ ಕೊಡಲು ನಿಶ್ಚಯಿಸಿದರು. ನಲ್ಲಿಗಳಿರದ ಪ್ರಯುಕ್ತ ಬಾವಿಗಳನ್ನು ತೋಡಿಸಿ ನೀರಿನ ಸೌಕರ್ಯ ಮಾಡಿಕೊಟ್ಟಿದ್ದರು.

ಸುತ್ತಮುತ್ತಲಿನ ಹತ್ತಾರು ಹಳ್ಳಿ, ಎಸ್ಟೇಟುಗಳಲ್ಲಿನ ಹುಡುಗರ ವಿದ್ಯಾಭ್ಯಾಸಕ್ಕೆ ಈ ಕಾಲೇಜು ಬಹಳಮಟ್ಟಿಗೆ ಅನುಕೂಲವಾಯಿತು. ಕಾಲೇಜಿನಿಂದ ಒಂದು ಫರ್ಲಾಂಗ್ ದೂರದಲ್ಲಿ ಒಂದು ಗ್ರಾಮವಿತ್ತೇ ವಿನಹ ಕಾಲೇಜಿನ ಬಳಿ ಯಾವ ಜನವಸತಿಯೂ ಇರಲಿಲ್ಲ. ಪ್ರಕೃತಿದೇವಿಯ ಸೊಬಗನ್ನು ಏಕಾಂತದಲ್ಲಿ ಅನುಭವಿಸುತ್ತ ಜೀವನವನ್ನು ಸುಂದರವಾಗಿ ಕಳೆಯುವ ರಸಿಕರಿಗೆ ಸುಂದರ ತಾಣವಾಗಿತ್ತು ಅದು.

ತಾಯಿಯನ್ನು ಅಲ್ಲಿಗೆ ಹೊರಡಿಸಬೇಕಾದರೆ ಗಿರಿಧರನಿಗೆ ಸಾಕುಸಾಕಾಯಿತು. ಎಂದಾದರೂ ತುಂಗಮ್ಮನ ಗಂಡ ಹಿಂದಿರುಗಿ ಬಂದಲ್ಲಿ ತಾವು ಕೂಡಲೇ ತಿಳಿಸುವುದಾಗಿ ಜೋಯಿಸರು ಆಶ್ವಾಸನೆ ಕೊಟ್ಟ ಮೇಲೆ ಒಲ್ಲದ ಮನಸ್ಸಿನಿಂದಲೇ ಅಗ್ರಹಾರ ಬಿಟ್ಟು ಹೊರಟರು ತುಂಗಮ್ಮ.

ರಾಮೇಗೌಡನಂತೂ ಗಿರಿಧರನನ್ನು ಕಳುಹಿಸಿಕೊಡುವಾಗ ಅವನನ್ನು ಅಪ್ಪಿಕೊಂಡು ಮಗುವಿನಂತೆ ಅತ್ತುಬಿಟ್ಟ. ಗೆಳೆಯರ ಮನಸ್ಥಿತಿಯನ್ನು ಹೇಳತೀರದು.

ಕಡೆಗೆ ರಾಮೇಗೌಡ ಗಿರಿಧರನ ಹೆಗಲ ಮೇಲೆ ಕೈಹಾಕಿ ಹೇಳಿದ.

"ಗಿರಿ, ಅಲ್ಲಿ ಕೆಲಸ ಸಿಕ್ತು ಅಂತ ಅಗ್ರಹಾರನ ಮರೆತುಬಿಡಬೇಡ; ಆಗಾಗ ಬಂದುಹೋಗ್ತಾ ಇರು."

"ಛೆ! ಎಂಥ ಮಾತು ಆಡ್ತಾ ಇದ್ದೀಯ!! ನಾನು ಹುಟ್ಟಿ ಬೆಳೆದ ಅಗ್ರಹಾರದ ಸಮಾಜದಲ್ಲಿ ನನ್ನ ಒಬ್ಬ ಮನುಷ್ಯನನ್ನಾಗಿ ಮಾಡಿದ ನಿಮ್ಮನ್ನು ಮರೆಯಲು ಈ ಜೀವಮಾನದಲ್ಲೇ ಸಾಧ್ಯವಿಲ್ಲ" ಎಂದು ಬಿಕ್ಕಳಿಸಿದ.

ಒಬ್ಬರಿಗೊಬ್ಬರು ಸಮಾಧಾನ ಮಾಡುವುದರಲ್ಲೇ ಮೂರು ನಾಲ್ಕು ಗಂಟೆಗಳನ್ನು

ಕಳೆದರು.

ಈಗ ಗಿರಿಧರನ ಜೊತೆ ರಾಮೇಗೌಡ, ಮಲ್ಲಿಕಾರ್ಜುನ ಹೋಗುವುದೆಂದು ನಿಶ್ಚಯಿಸಿದರು.

ತಂಗಿಯ ಮನೆಯಲ್ಲಿ ಎರಡು ದಿನ ಉಳಿದ ಗಿರಿಧರ ತಾಯಿ ಮತ್ತು ಗೆಳೆಯರೊಂದಿಗೆ ನೂತನ ವಸಂತನಗರಕ್ಕೆ ಹೊರಟ. ಆ ಹೆಸರು ಆ ಪರಿಸರಕ್ಕೆ ಅನ್ವರ್ಥನಾಮವಾಗಿತ್ತು.

ನಿವೃತ್ತ ಪ್ರಿನ್ಸಿಪಾಲರಾಗಿದ್ದ ನಾಗೇಶರಾಯರು ಆ ನೂತನ ಕಾಲೇಜಿನ ಜವಾಬ್ದಾರಿ ಹೊತ್ತವರು. ಅವರೊಬ್ಬರೇ ಹಿರಿಯರು. ಇನ್ನೆಲ್ಲ ಬಿಸಿ ರಕ್ತದ ಯುವಕರು.

ಸ್ಟ್ರೆನ್ತ್ ಸಾಲದಿದ್ದರೂ ಯಾವ ವಿಧವಾದ ಆರ್ಥಿಕ ಮುಗ್ಗಟ್ಟಿಗೂ ಒಳಗಾಗದಂತೆ ನಡೆಸಬಲ್ಲಂಥ ಟ್ರಸ್ಟಿಗಳಿದ್ದರು. ಕಾಲೇಜಿನ ಪುರೋಭಿವೃದ್ಧಿಗಾಗಿ ಅವರು ಸಕಲ ಪ್ರಯತ್ನಗಳನ್ನು ಮಾಡಲು ಸಿದ್ಧರಾಗಿದ್ದರು.

ಆಧುನಿಕ ಕ್ವಾರ್ಟರ್ಸನ್ನು ನೋಡಿ ತುಂಗಮ್ಮನವರು ಆಶ್ಚರ್ಯಗೊಂಡರು. ಅವರು ಅಗ್ರಹಾರದಲ್ಲಿದ್ದುದು ನಾಡ ಹೆಂಚಿನ ಜೋಪಡಿ ಎನ್ನುಬಹುದು. ಅಳಿಯನ ಮನೆ ನೋಡಿ ಸಂಭ್ರಮಪಟ್ಟ ಆಕೆಯ ಹೃದಯ ಇಂದು ಆಶ್ಚರ್ಯಗೊಂಡಿದ್ದು ಹೆಚ್ಚೇನಲ್ಲ.

ಗಿರಿಧರ ಹೊಸ ಪರಿಸರಕ್ಕೆ ಬಹಳ ಬೇಗ ಹೊಂದಿಕೊಂಡ. ಅವನಿಗೆ ದಿನಗಳು ಉರುಳುವ ಪರಿವೆಯೇ ಇರಲಿಲ್ಲ. ಕಾಲೇಜು ಬಿಟ್ಟ ಮೇಲೆ ಸಹೋದ್ಯೋಗಿಗಳೊಂದಿಗೆ ಸುತ್ತಾಡಿ ಬಂದು ನಾಳೆಯ ಪಾಠಗಳ ಬಗ್ಗೆ ಅಧ್ಯಯನ ನಡೆಸುವುದು, ನೋಟ್ಸ್ ಬರೆದಿಡುವುದರಲ್ಲಿ ಅವನ ಉಳಿದ ವೇಳೆ ವ್ಯಯವಾಗಿ ಹೋಗುತ್ತಿತ್ತು.

ರಾಮೇಗೌಡ, ಮಲ್ಲಿಕಾರ್ಜುನ ಅಗ್ರಹಾರಕ್ಕೆ ಹಿಂದಿರುಗಿದ ಮೇಲೆ ತುಂಗಮ್ಮ ಮಂಕಾದರು. ಅಗ್ರಹಾರದಲ್ಲಾದರೆ ಹಪ್ಪಳದ ಕೆಲಸ ಮಾಡಿ ಹೊತ್ತು ಕಳೆಯುತ್ತಿದ್ದರು. ಇಲ್ಲ ಅವರಿವರ ಮನೆಗೆ ಹೋಗಿ ಅವರಿಗೆ ಬೇಕಾದ ಸಹಾಯ ಮಾಡಿ ಹೊತ್ತು ಕಳೆಯುತ್ತಿದ್ದರು. ಅವರ ಕೆಲಸವೆಲ್ಲ ಮುಗಿದುಹೋಗುತ್ತಿತ್ತು. ಉಳಿದ ವೇಳೆಯನ್ನು ಕಳೆಯುವುದು ಅವರಿಗೆ ಪ್ರಯಾಸವೆನಿಸಿತು.

ಒಂದು ದಿನ ಶ್ರೀನಿವಾಸ ಇದ್ದಕ್ಕಿದ್ದಂತೆ ಬಂದಿಳಿದ. ಅವನ ಜೊತೆ ಸುಮಾರು ಸಾಮಾನುಗಳನ್ನು ಲಾರಿಗೆ ತುಂಬಿಸಿಕೊಂಡು ಬಂದಿದ್ದ. ಮರದ ಒಂದು ಮಂಚ, ಟೀಪಾಯಿ ಅದರ ಜೊತೆ ಸೋಫಾ ಸೆಟ್ಟು, ಒಂದೆರಡು ಕುರ್ಚಿಗಳೂ, ಹಾಸಿಗೆ ಒಂದಷ್ಟು ಸ್ಟೀಲ್ ಪಾತ್ರೆ ಸಾಮಾನುಗಳು.

ಗಿರಿಧರ ಇದನ್ನು ಕಂಡು ದಂಗಾಗಿ ನಿಂತ.

ಶ್ರೀನಿವಾಸ ಮಾತ್ರ ಯಾವ ಬಿಗುಮಾನ, ಸಂಕೋಚವನ್ನಾಗಲಿ ಇಟ್ಟುಕೊಳ್ಳದೇ ಅವನ್ನೆಲ್ಲ ತಾನೇ ನಿಂತು. ಸರಿಯಾದ ಸ್ಥಾನಗಳಿಗೆ ಸೇರಿಸಿ, ಒಂದು ಸಲ ತೃಪ್ತಿಯಿಂದ

ನೋಡಿ ಗಿರಿಧರನ ಬಳಿ ಬಂದ.

"ಶ್ರೀನಿವಾಸ್, ನೀವು ಮಾಡ್ತಾ ಇರೋದು....?" ಎಂದ ಗಿರಿಧರ ಸಂಕೋಚದಿಂದ.

"ಬಹಳಷ್ಟು ಸರಿ ಅಂತ ವಾಕ್ಯ ಪೂರ್ತಿ ಮಾಡು. ಲೋ ಮರಿ, ನೀನೀಗ ಕಾಲೇಜು ವಿದ್ಯಾರ್ಥಿಯಲ್ಲ. ಕಾಲೇಜಿನಲ್ಲಿ ಹುಡುಗರಿಗೆ ಪಾಠ ಹೇಳೋ ಲೆಕ್ಚರರ್, ನಿನ್ನ ಹುದ್ದೆಗೆ ಸರಿಯಾಗಿ ಕೆಲವೊಂದು ಸಾಮಾನುಗಳ ಅವಶ್ಯಕತೆ ಇದೆ. ಅವೆಲ್ಲ ಇರಲೇಬೇಕು. ಇನ್ನು ನೀನು ಏನೂ ಹೇಳೋಕೆ ಹೋಗಬೇಡ" ಎಂದವನೇ ಶ್ರೀನಿವಾಸ ತಾನೇ ಹೋಗಿ ಒಂದು ಹಿಂದಿ ಸಿನಿಮಾ ಹಾಡು ಗುನುಗುನಿಸುತ್ತ ಸ್ನಾನ ಮಾಡಿ ಒಂದು ತಟ್ಟೆ ಹಾಕಿಕೊಂಡು ತುಂಗಮ್ಮನವರು ಬಡಿಸಿದ್ದನ್ನು ಬಾಯಿ ತುಂಬ ಹೊಗಳುತ್ತ ಊಟ ಮಾಡಿ ಎದ್ದ.

ಟವಲಿನಿಂದ ಕೈ ಒರೆಸಿಕೊಳ್ಳುತ್ತ ಥರ್ರನೇ ತೇಗುತ್ತ ಬಂದ ಶ್ರೀನಿವಾಸ "ಗಿರಿ, ಊಟ ಮಾಡ್ಹೋಗು. ನಾನು ಈ ಬಸ್ಸಿಗೆ ಹೊರಟುಬಿಡಬೇಕು. ಹಾಗಂತ ಶಾಂತಿಗೆ ಹೇಳಿ ಬಂದುಬಿಟ್ಟಿದ್ದೀನಿ. ಹೋಗದಿದ್ದರೆ ಅವಳು ಅಶಾಂತಿಯ ಕುಂಡ ಆಗಿಬಿಡ್ತಾಳೆ" ಎಂದವನೇ ಬಿಚ್ಚಿಟ್ಟಿದ್ದ ಉಡುಪನ್ನು ತೊಟ್ಟು ಹೊರಟುನಿಂತ.

ಗಿರಿಧರ ಅವನನ್ನು ಬೀಳ್ಕೊಡಲು ಬಸ್ಸಿನವರೆಗೂ ಹೊರಟ. ದಾರಿಯ ಉದ್ದಕ್ಕೂ ಶ್ರೀನಿವಾಸನೊಬ್ಬನೇ ಮಾತನಾಡಿದ. ಗಿರಿ ಬರೀ ಹೂಗುಟ್ಟುತ್ತಿದ್ದ. ಅಣ್ಣತಮ್ಮಂದಿರ ಆತ್ಮೀಯತೆ ಅವನನ್ನು ಮೂಕನನ್ನಾಗಿ ಮಾಡಿತ್ತು.

ಬಸ್ಸು ಐದು ನಿಮಿಷ ಮೊದಲೇ ಬಂದು ಕಾಯುವ ಕೆಲಸವನ್ನು ತಪ್ಪಿಸಿತು.

ಗಿರಿ ಅವನನ್ನು ಬಸ್ಸು ಹತ್ತಿಸಿ ಮನೆಯ ಕಡೆ ಹೆಜ್ಜೆ ಹಾಕಿದ. ಭೂಲೋಕ ಅವನಿಗೆ ಕಾಣದ ಸ್ವರ್ಗಲೋಕದ ನೆನಪನ್ನು ನೀಡಿತು. ಅವನು ಉಪಕೃತನಾದ ರಾಮೇಗೌಡ, ಮಲ್ಲಿಕಾರ್ಜುನ, ಚಿದಂಬರಮೂರ್ತಿ, ಮಿಕ್ಕ ಗೆಳೆಯರು, ಭಾವ ಭಾಸ್ಕರ, ಶ್ರೀನಿವಾಸ ಅವರೆಲ್ಲ ದೇವತೆಗಳ ರೂಪವಾಗಿ ಗೋಚರಿಸಿದರು. ಇಷ್ಟು ಒಳ್ಳೆಯತನವಿರುವ ಭೂಲೋಕದ ಮಾನವರ ಮೇಲೆ ಅವನಿಗೆ ಅತಿಯಾದ ವ್ಯಾಮೋಹ ಉಂಟಾಯಿತು.

ಸ್ವಾಭಿಮಾನಿ ತುಂಗಮ್ಮ ಅಳಿಯ ಮತ್ತು ಶ್ರೀನಿವಾಸನ ಆತ್ಮೀಯತೆಗೆ ಮುಗ್ಧರಾದರೂ, ಇದೆಲ್ಲ ತಮ್ಮ ಮಗಳು ಕಾಡಿ ಬೇಡಿ ಗಂಡನಿಂದ ಅಣ್ಣನಿಗೆ ಸಹಾಯ ಮಾಡಿಸಿದ್ದೇನೋ ಎನ್ನುವ ಅನುಮಾನ ಉಂಟಾಗದಿರಲಿಲ್ಲ. ಅದನ್ನು ಮಗನ ಮುಂದೆ ತೋಡಿಕೊಂಡರೂ ಗಿರಿಧರ ನಿರಾಕರಿಸಿ ಭಾವನ ಮೇರು ವ್ಯಕ್ತಿತ್ವವನ್ನು ತಾಯಿಯೆದುರು ವರ್ಣಿಸಿದ.

"ಗಿರಿ, ನಾವಂತೂ ಶಶಿನ ಕರ್ಕೊಂಡು ಬಂದು ಬಾಣಂತನ ಮಾಡಲಿಲ್ಲ. ಈಗಲಾದರೂ ಕರ್ಕೊಂಡು ಬಂದು ಎರಡು ತಿಂಗಳು ಇಟ್ಟುಕೊಂಡು ಕಳಿಸೋಣ. ತೊಟ್ಟಲು ಬದಲಾಯಿಸಿದ ಶಾಸ್ತ್ರವೂ ಆಗುತ್ತೆ" ಎಂದು ತುಂಗಮ್ಮ ತಮ್ಮ ಆಸೆಯನ್ನು

ಮಗನ ಮುಂದಿಟ್ಟರು.

ತಾಯಿಯ ಮಾತಿಗೆ ತಲೆದೂಗಿದ ಗಿರಿಧರ ಮಾರನೇ ದಿನಕ್ಕೆ ಸಿ.ಎಲ್. ಲೆಟರ್ ಬರೆದಿಟ್ಟು ಅಂದೇ ಹೊರಡಲು ನಿರ್ಧರಿಸಿದ. ಸಾವಕಾಶ ಮಾಡದೇ ಕಾರ್ಯರೂಪಕ್ಕೂ ತಂದ. ಶಿವಮೊಗ್ಗಕ್ಕೆ ಬಂದು ರಾತ್ರಿಯ ಬಸ್ಸು ಹಿಡಿದು ಬೆಳಗಿನ ಜಾವ ಬೆಂಗಳೂರನ್ನು ತಲುಪಿದ.

ಭಾಸ್ಕರ ಗಿರಿಧರನ ಆಗಮನದಿಂದ ಸಂತೋಷಗೊಂಡ. ಗಿರಿಜಮ್ಮ ಆತ್ಮೀಯತೆಯಿಂದ ಮಾತನಾಡಿಸಿ ಅಲ್ಲಿನ ವಿಷಯ, ತುಂಗಮ್ಮನ ಆರೋಗ್ಯದ ಬಗ್ಗೆ ವಿಚಾರಿಸಿದರು.

ಗಿರಿಧರ ತಂಗಿಯ ಮುಂದೆ ಕುಳಿತು ತನ್ನ ಕಾಲೇಜಿನ ವಿಷಯ. ಅಲ್ಲಿನ ಪರಿಸರ ಮುಂತಾದುವನ್ನು ಬಹು ಶ್ರದ್ಧೆಯಿಂದ ಹೇಳಿದ.

ಶಶಿಗಂತೂ ಬಹಳ ಸಂತೋಷವಾಯಿತು.

ತಿಂಡಿ ಎಲ್ಲ ಮುಗಿದ ಮೇಲೆ ಭಾಸ್ಕರ ಅಂಗಡಿಗೆ ಹೊರಟು ನಿಂತಾಗ ಗಿರಿಧರ ತಾನು ಬಂದ ವಿಷಯವನ್ನು ಭಾವನ ಮುಂದಿಟ್ಟ.

ಭಾಸ್ಕರನಿಗೆ ಯೋಚಿಸುವಂತಾಯಿತು. ತನ್ನ ಜೀವಕ್ಕೆ ಬೆಳದಿಂಗಳನ್ನು ನೀಡುತ್ತಿದ್ದ ಶಶಿಯನ್ನು ಒಂದು ದಿನ ಅಗಲಿರುವುದೂ ಅವನಿಗೆ ದುಸ್ಸಾಧ್ಯವಾಗಿತ್ತು. ಎಲ್ಲಕ್ಕಿಂತ ಹೆಚ್ಚಾಗಿ ತಮ್ಮಿಬ್ಬರ ಬಾಳ ಬಳ್ಳಿ ಗೀತಾಳನ್ನು ಅವನು ನೋಡದೇ ಇರಲಾರ. ಎಷ್ಟೋ ಸಲ ನೆನಪು ಬಂದಾಗ ಯಾವುದೋ ನೆಪ ಮಾಡಿಕೊಂಡು ಮನೆಗೆ ಬಂದು ಮಡದಿ ಮಗಳನ್ನು ನೋಡಿಕೊಂಡು ಹೋಗುತ್ತಿದ್ದ.

"ಭಾವ, ನೀವು ಈಗ ಒಪ್ಪಲೇಬೇಕು. ಎರಡು ತಿಂಗಳು ಮಾತ್ರ ಇಟ್ಕೊಂಡು ಕಳಿಸಿಬಿಡ್ತೀನಿ" ಅವನ ಧ್ವನಿಯಲ್ಲಿ ಬೇಡಿಕೆ ಇತ್ತು.

ಭಾಸ್ಕರ ಥಟ್ಟನೇ ಕುಳಿತು "ಎರಡು ತಿಂಗಳು... ಎಷ್ಟು ಸಲೀಸಾಗಿ ಹೇಳಿಬಿಟ್ಟೆ..." ಎಂದು ಇನ್ನು ಮಾತನ್ನು ಮುಂದುವರಿಸಲು ಹೋದ ಭಾಸ್ಕರ ತಟ್ಟನೇ ನಿಲ್ಲಿಸಿದ. ಗಿರಿಧರನಂಥ ಅನನುಭವಿಯ ಮುಂದೆ ಹೇಳಿ ಪ್ರಯೋಜನವಿಲ್ಲವೆಂದು.

"ನನಗೆ ರಜಾ ಇಲ್ಲ. ಇಂದೇ ಹೊರಟುಬಿಡಬೇಕು" ಎಂದ ಪುನಃ ಗಿರಿಧರ.

ಏನೂ ಹೇಳಲಾರದ ಭಾಸ್ಕರ ತಾಯಿಯನ್ನು ಕೂಗಿ ವಿಷಯ ತಿಳಿಸಿದ. ಗಿರಿಜಮ್ಮನವರಿಗಂತೂ ಸೊಸೆ ಮೊಮ್ಮಗಳನ್ನು ಕಳುಹಿಸಿಕೊಡಲು ಸುತರಾಂ ಇಷ್ಟವಿಲ್ಲ, ಹಾಗಂತ ಶಶಿಯ ತೌರಿನ ಸ್ಥಾನದಲ್ಲಿ ನಿಂತ ಗಿರಿಧರನನ್ನು ನೋಯಿಸಲಾರದಾದರು.

"ಗಿರಿ, ಇನ್ನೊಂದೆರಡು ತಿಂಗಳು ಬಿಟ್ಟುಕೊಂಡು ಹೋಗಿದ್ದರೆ ಆಗಿತ್ತು" ಎಂದರು ಮೆಲ್ಲನೆ ಗಿರಿಜಮ್ಮ.

"ಬೇಡ ಅತ್ತೆ, ನೀವು ಹೇಗೂ ಮೂರು ತಿಂಗಳು ಬಾಣಂತನ ಮಾಡಿದ್ದೀರಾ!

ಇನ್ನೆರಡು ತಿಂಗಳು ಮಗಳಿಗೆ ಅಮ್ಮ ಆರೈಕೆ ಮಾಡಲು ಬಯಸುತ್ತಾಳೆ."

ಗಿರಿಧರನ ಮಾತಿಗೆ ಗಿರಿಜಮ್ಮ ಪ್ರತಿ ಹೇಳದಾದರು.

ಭಾಸ್ಕರನಂತೂ ತನ್ನ ಪ್ರೀತಿಯ ಸ್ವಾರ್ಥಕ್ಕಾಗಿ ಮುಗ್ಧ ಮನಸ್ಸಿನ ಗಿರಿಧರನನ್ನು ನೋಯಿಸಲು ಇಷ್ಟಪಡಲಿಲ್ಲ. ಒಲ್ಲದ ಮನಸ್ಸಿನಿಂದಲೇ ತಂಗಿಯನ್ನು ಗಿರಿಧರ ಕರೆದೊಯ್ಯಲು ಒಪ್ಪಿದ.

"ಭಾಸ್ಕರ, ಬಸ್ಸಿನಲ್ಲಿ ಬೇಡಪ್ಪ, ಹೇಗೂ ನೀನು ವಸಂತನಗರ ನೋಡಿಲ್ಲ. ಕಾರಿನಲ್ಲಿ ಮಗು ಬಾಣಂತಿನ ಕರ್ಕೊಂಡು ಹೋಗಿಬಿಟ್ಟು ಬಂದುಬಿಡು. ಒಂದು ದಿನ ಅಂಗಡೀನ ಹೇಗೋ ಸಂಭಾಳಿಸಿಕೊಳ್ಳುತ್ತಾರೆ" ಎಂದು ಗಿರಿಜಮ್ಮ ಮಗನಿಗೆ ಹೇಳಿದರು.

ಗಿರಿಜಮ್ಮನ ಹೃದಯವೈಶಾಲ್ಯವನ್ನು ಗಿರಿಧರ ಬಹುವಾಗಿ ಮೆಚ್ಚಿಕೊಂಡ. ಜಗತ್ತೆಲ್ಲ ಒಳ್ಳೆಯವರಿಂದಲೇ ತುಂಬಿರಬೇಕು ಎಂದುಕೊಂಡ. ಅದು ಅವನ ಅನುಭವ ಮಾತ್ರವಾಗಿತ್ತು.

ಶಶಿಗಂತೂ ಸ್ವರ್ಗ ಮೂರು ಗೇಣು ಉಳಿಯಿತು. ಗಂಡನ ಮನೆಯ ಸಿರಿವಂತಿಕೆ ತೂಗುಯ್ಯಾಲೆಯಲ್ಲಿ ಹೆಣ್ಣು ತೂಗುತ್ತಿದ್ದರು. ನಲ್ಮೆಯ ತೌರು ಅವಳ ಪಾಲಿಗೆ ಸ್ವರ್ಗ.

ಗಿರಿಜಮ್ಮನವರು ತಾವೇ ನಿಂತು ಸೊಸೆ ಮಗುವಿನ ಬಟ್ಟೆಬರೆಗಳನ್ನು ಜೋಡಿಸಿ ಸೂಟ್‌ಕೇಸಿಗೆ ತುಂಬಿದ್ದರು. ಮಗುವಿಗೆ ಹಾಕಬೇಕಾದ ಟಾನಿಕ್, ಗ್ರೇಪ್‌ವಾಟರನ್ನು ಅದರಲ್ಲಿ ಇಡಲು ಮರೆಯಲಿಲ್ಲ. ಅಡಿಗೆಯವನಿಗೆ ಹೇಳಿ ಚಕ್ಕುಲಿ, ಕೋಡುಬಳೆ, ಉಂಡೆ ಮಾಡಿಸಿದರು.

ಮರುದಿನ ಹೊರಡುವುದೆಂದು ನಿಶ್ಚಯವಾಯಿತು.

ಅಂದೆಲ್ಲ ಭಾಸ್ಕರ ಮಡದಿಗೆ ಏಕಾಂತವಾಗಿ ಭೇಟಿಯಾಗಿರಲಿಲ್ಲ. ರಾತ್ರಿ ಭಾಸ್ಕರ ಮನೆಗೆ ಬಂದಾಗ ಹೊತ್ತು ಮೀರಿಹೋಗಿತ್ತು. ಊಟ ಮುಗಿಸಿದವನೇ ಮಡದಿಯ ಕೋಣೆಗೆ ಬಂದ.

ಅವನಿಗಾಗಿ ಕಾದಿದ್ದ ಶಶಿ ನಸುನಗು ಬೀರಿ ಗಂಡನನ್ನು ಸ್ವಾಗತಿಸಿದಳು.

ತೊಟ್ಟಿಲಿನಲ್ಲಿ ಮಲಗಿದ್ದ ಮಗುವನ್ನು ಪ್ರೀತಿಯಿಂದ ದಿಟ್ಟಿಸಿ ಮೃದುವಾಗಿ ಅದರ ಕೆನ್ನೆ ಸವರಿ ಮಂಚದ ಬಳಿಯಿಂದ ಸ್ಟೂಲಿನ ಮೇಲೆ ಕುಳಿತ. ಅವಳ ಬಾಣಂತನವಾಗುವವರೆಗೂ ಮಂಚದ ಮೇಲೆ ಕೂಡಬಾರದೆಂಬುದನ್ನು ಗಿರಿಜಮ್ಮ ಮಗನಿಗೆ ಪರೋಕ್ಷವಾಗಿ ಹೇಳಿದ್ದರು.

"ಶಶಿ, ನಿನ್ನ ಮುಖಕ್ಕೆ ವಿಶೇಷವಾದ ಕಳೆ ಏರಿಬಿಟ್ಟಿದೆ" ಎಂದ ಮಡದಿಯ ಕಡೆ ಮೆಚ್ಚಿಕೆಯಿಂದ ನೋಡುತ್ತ,

ಶಶಿ ನಸುನಕ್ಕಳು.

"ನೀನೇನೋ ಆರಾಮವಾಗಿ ಅಣ್ಣನ ಜೊತೆ ಹೊರಡೋ ಸಂತೋಷದಲ್ಲಿ

ಇದ್ದೀಯ. ಆದರೆ ಈ ಬಡಪಾಯಿ ಗತಿ...." ಎಂದು ನಿಟ್ಟುಸಿರುಬಿಟ್ಟ.

ನಿಜವಾಗಿ ಶಶಿಗೆ ಕೆಡುಕೆನ್ನಿಸಿತು. ಮದುವೆಯಾಗಿ ಬಂದ ಮೇಲೆ ಮೊದಲ ಸಲ ಬಹಳ ದಿನ ತವರುಮನೆಯಲ್ಲಿ ಇರಲು ಹೋಗುತ್ತಿರುವುದು. ಈಗ ತನ್ನಣ್ಣ ನೆಮ್ಮದಿಯ ಸಂಪಾದನೆ ಮಾಡುತ್ತಿದ್ದಾನೆ. ತಾಯಿ ಕಡುಕಷ್ಟಪಡಬೇಕಾದ ಪ್ರಯಾಸವಿಲ್ಲ. ಅಣ್ಣನ ಆತ್ಮೀಯತೆಯಲ್ಲಿ, ತಾಯಿಯ ಪ್ರೀತಿಯ ಆರೈಕೆಯಲ್ಲಿ ದಿನಗಳನ್ನು ಕಳೆಯಬಹುದೆಂಬ ಸುಂದರ ಕನಸಿನಲ್ಲಿದ್ದವಳಿಗೆ ಹಠಾತ್ತನೆ ಎಚ್ಚರಿಕೆಯಾಯಿತು. ಮನಸ್ಸು ಮುದುರಿತು.

ಗಂಡನನ್ನು ಬಿಟ್ಟು ಅಷ್ಟು ದಿನ ಇರುವುದು ಅವಳಿಗೂ ಪ್ರಯಾಸವಾಗಿ ಕಾಣಿಸಿತು. ಇಬ್ಬಗೆಯಲ್ಲಿ ಮನಸ್ಸು ತೊಯ್ದಾಡತೊಡಗಿತು.

"ನಾನೇ ಹೇಳ್ತೀನಿ; ಬರೋಲ್ಲ ಅಂತ."

ಭಾಸ್ಕರ ಮಡದಿಯ ಮಾತಿಗೆ ನಕ್ಕು ಹೇಳಿದ.

"ಬೇಡವೇ ಮಹರಾಯಿತಿ! ಅವನು ತಪ್ಪು ತಿಳಿದಾನು. ನಾನು ಅವನ ಮನಸ್ಸಿನ ಸಮಾಧಾನಕ್ಕಾಗಿ ನಿನ್ನ ಕಳಿಸುತ್ತ ಇರೋದು. ಹಾಗೇ ನಿನ್ನ ಹೆತ್ತ ತಾಯಿ ಕೂಡ ನೋಯಬಾರದಲ್ಲ."

"ಬಾಯಲ್ಲಿ ಹೇಳದಿದ್ದರೂ ನೀವು ಎರಡೂ ಹೇಳ್ತಿರಲ್ಲ. ನಾನೀಗ ಏನು ಮಾಡಲಿ?" ಎನ್ನುವಂತೆ ಗಂಡನ ಕಡೆ ನೋಡಿದಳು.

ಭಾಸ್ಕರ ಎದ್ದವನೇ ಯಾವ ಉದ್ವೇಗಕ್ಕೂ ಒಳಗಾಗದೆ ಬಾಗಿ ಮಡದಿಯ ಹಣೆಯನ್ನು ಚುಂಬಿಸಿ, ಕೆನ್ನೆಯನ್ನು ಮೃದುವಾಗಿ ತಟ್ಟಿ,

"ಯಾವ ಯೋಚನೇನೂ ಇಟ್ಟುಕೊಳ್ಳದೆ ಹೋಗಿ ಬಂದುಬಿಡು" ಎಂದ ಮಡದಿಯನ್ನು ಕಣ್ಣುಗಳಲ್ಲಿ ಹೀರಿಕೊಳ್ಳುವಂತೆ.

ಪುಟ್ಟ ಗೀತಾ ಕೈಕಾಲು ಬಡೆಯುತ್ತ ರಾಗಾಲಾಪನೆ ಶುರುಮಾಡಿದಳು.

* * *

ಶಶಿ ಬಂದು ವಸಂತನಗರಕ್ಕೆ ಎಂಟು ದಿನವಾಗುವ ಹೊತ್ತಿಗೆ ಶಿವಮೊಗ್ಗದಿಂದ ಶ್ರೀನಿವಾಸ, ಶಾಂತಿ, ಪೂರ್ಣಯ್ಯನವರು ಬಂದು ಗೀತಾಳನ್ನು ನೋಡಿಕೊಂಡು ಹೋದರು.

ಮೊಮ್ಮಗಳ ಲಾಲನೆ ಪಾಲನೆಯ ಹೊಣೆಯನ್ನೆಲ್ಲ ತುಂಗಮ್ಮನವರು ಹೊತ್ತರು. ಆ ಹೊಸ ಜೀವ ಅವರ ಮುಪ್ಪಿನ ಶರೀರಕ್ಕೆ ತಾರುಣ್ಯದ ಚೇತನವನ್ನು ನೀಡಿತು.

ಗಿರಿಧರನಂತೂ ಕಾಲೇಜಿನಲ್ಲಿ ಹೇಗೆ ವೇಳೆ ಕಳೆಯುತ್ತಿದ್ದನೋ ಏನೋ? ಗಂಟೆಯಾದ ಕೂಡಲೇ ಮನೆಗೆ ಧಾವಿಸುತ್ತಿದ್ದ. ಗೀತಾಳ ಒಂದೊಂದು ನಗು, ಒಂದೊಂದು ಕೇಕೆ ಅವನಿಗೆ ಪವಾಡಸದೃಶವಾಗಿತ್ತು.

ಶಶಿ ತಲೆ ಬಾಚುತ್ತ ವರಾಂಡದಲ್ಲಿ ಕುಳಿತಿದ್ದಳು. ಅಂದು ಗಿರಿಧರ ಒಂಟಿಯಾಗಿ ಬರಲಿಲ್ಲ. ಅವನ ಸಹೋದ್ಯೋಗಿ ಪಾರ್ಥಸಾರಥಿಯನ್ನು ಜೊತೆಗೆ ಕರೆತಂದಿದ್ದ.

ಕೋಣೆಗೆ ಹೊರಟಿದ್ದ ತಂಗಿಯನ್ನು ಕರೆದು ಅವನಿಗೆ ಪರಿಚಯ ಮಾಡಿಕೊಟ್ಟ. ಶಶಿ ಮೌನದಿಂದ ಕೈಮುಗಿದು ಒಳಗೆ ನಡೆದಳು.

ಗಿರಿಧರ ಬಟ್ಟೆ ಬದಲಾಯಿಸಿ ಚಾಪೆಯ ಮೇಲೆ ಮಲಗಿ ತನ್ನದೇ ಲೋಕದಲ್ಲಿ ಆಡುತ್ತಿದ್ದ ಗೀತಾಳನ್ನು ಎತ್ತಿಕೊಂಡು ಬಂದು ಗೆಳೆಯನ ಎದುರಿಗೆ ಕುಳಿತ.

"ಸ್ವೀಟ್ ಬೇಬಿ" ಎಂದು ಉದ್ಗರಿಸಿದ ಪಾರ್ಥಸಾರಥಿ ಅವನ ಕೈಯ್ಯಲ್ಲಿದ್ದ ಮಗುವನ್ನು ಕಿತ್ತುಕೊಂಡುಬಿಟ್ಟ.

"ಅದು ಎಳೆಯ ಮಗು..." ಎಂದ ಹೆದರಿಕೆಯಿಂದ ಗಿರಿಧರ.

"ನನಗೆ ಗೊತ್ತು, ಪರವಾಗಿಲ್ಲ, ಸುಮ್ಮನಿರೋಮ್ಮ. ನಮ್ಮಮ್ಮನಿಗೆ ನಾಲ್ಕು ಬಾಣಂತನ ನಾನು ಮಾಡಿದ್ದೀನಿ."

ಗೆಳೆಯನ ಮಾತಿಗೆ ಗಿರಿಧರ ಜೋರಾಗಿ ನಕ್ಕ.

"ಲೇ ನಗಬೇಡವೋಮ್ಮ! ಖಂಡಿತ ಸುಳ್ಳಲ್ಲ, ನಮ್ಮಮ್ಮನಿಗೆ ಹದಿಮೂರು ಮಕ್ಕಳು. ನಮ್ಮಜ್ಜಿ ನಮ್ಮಮ್ಮನ ಬಾಣಂತನ ಮಾಡಲಾರದೇ ಸತ್ತುಹೋದ್ರು, ಇನ್ನೇನು ಮಾಡ್ತಿ, ಮನೆಗೆ ದೊಡ್ಡ ಮಗ ನಾನೇ ನೋಡು. ಮಗುವಿಗೆ ನೀರು ಹಾಕೋದ್ರಿಂದ ಹಿಡಿದು ಬಜಬೆಣ್ಣೆ ತಿನ್ನಿಸೋವರೆಗೂ ನಾನೇ" ಎನ್ನುತ್ತ ಗೀತಳನ್ನು ನಗಿಸುತ್ತ ನಾನೂ ನಕ್ಕ.

ಪಾರ್ಥಸಾರಥಿ ಬಹಳ ಸರಳ ವ್ಯಕ್ತಿತ್ವದ ಮನುಷ್ಯ. ಸದಾ ಎಲ್ಲ ಜನರೊಡನೆಯೂ ಬೆರೆಯುವಂಥವನು. ಎಂಥ ಮಾತಾಗಲಿ ಹಿಂದೆಗೆಯದೇ ಹೇಳುವಂಥ ಪ್ರಚಂಡ, ಕಾಲೇಜಿನ ಹುಡುಗರಿಂದ ಹಿಡಿದು ಪ್ರಿನ್ಸಿಪಾಲರವರೆಗೂ ಎಲ್ಲರಿಗೂ ಬೇಕಾದ ವ್ಯಕ್ತಿ. ಪಾಠ ಮಾಡಲು ನಿಂತನೆಂದರೆ ಎಂಥ ದಡ್ಡ ಹುಡುಗನಾದರೂ ಆಸಕ್ತಿಯಿಂದ ಕೇಳುತ್ತಿದ್ದ. ಅಷ್ಟೇ ಅಲ್ಲದೇ ಕಾಲೇಜಿನ ಹುಡುಗಿಯರ ಆರಾಧ್ಯ ವ್ಯಕ್ತಿ. ಅವನ ಕೆಂಪಗಿನ ಬಣ್ಣ. ದೊಡ್ಡ ದೊಡ್ಡ ಕಣ್ಣುಗಳು ಅವನನ್ನು ರೂಪವಂತರ ಸಾಲಿನಲ್ಲಿ ನಿಲ್ಲಿಸುತ್ತಿದ್ದವು.

ಇದ್ದಿದ್ದರಲ್ಲಿ ಪಾರ್ಥಸಾರಥಿ ಗಿರಿಧರನಿಗೆ ಬಹಳ ಆತ್ಮೀಯನಾಗಿದ್ದನೆಂದೇ ಹೇಳಬಹುದು. ಕಾರಣ ಜೀವನದಲ್ಲಿ ಬಹಳ ಕಷ್ಟಕಾರ್ಪಣ್ಯಗಳನ್ನು ಎದುರಿಸಿದವರು. ಆದ್ದರಿಂದ ಅವರಿಬ್ಬರ ಮನಸ್ಥಿತಿ, ನಡವಳಿಕೆ ಬೇಗ ಹೊಂದಿಕೊಂಡಿತು.

ಪಾರ್ಥಸಾರಥಿ ಮಗುವನ್ನು ತನ್ನ ಕ್ವಾರ್ಟರ್ಸ್‌ಗೆ ಎತ್ತಿಕೊಂಡು ಹೋಗಲು ಎದ್ದ. ಗಿರಿಧರ ಬೇಡವೆಂದರೂ ಕೇಳಲಿಲ್ಲ. ಶಶಿಗಂತೂ ಆತಂಕವಾಯಿತು. ಆ ಪುಟ್ಟ ಮಗು ಭಾಸ್ಕರನ, ಮಮತೆಯ ಅತ್ತೆ ಮಾವಂದಿರ ಕಣ್ಮಣಿಯಲ್ಲದೇ ಶ್ರೀನಿವಾಸ, ಶಾಂತಿಯರ ಅಕ್ಕರೆಯರ ಗೊಂಬೆ. ಪ್ರತಿಯೊಬ್ಬರೂ ಮಗುವಿನ ಜೋಪಾನದ ಬಗ್ಗೆ ಒತ್ತಿ ಒತ್ತಿ ಹೇಳುತ್ತಿದ್ದರು.

"ನೀವೇನು ಹೆದರಿಕೊಳ್ಳಬೇಡಿ; ಮಕ್ಕಳು ಒಂದೇ ಕಡೇ ಇದ್ದರೆ ಮೊದ್ದು ಆಗಿಬಿಡ್ತಾರೆ" ಎಂದು ಗೀತಳನ್ನು ಕಿಲಕಿಲನೇ ನಗಿಸಿದ ಪಾರ್ಥಸಾರಥಿ.

ವಿಧಿ ಇಲ್ಲದೇ ಬೇಸರದಿಂದ ಮಗುವಿನ ಟೋಪಿ, ಸ್ವೆಟರ್, ಕಾಲು ಚೀಲ ತಂದಿತ್ತಳು.

ಗಿರಿಧರ ಕೂಡ ಗೆಳೆಯನೊಂದಿಗೆ ಹೊರಟ. ಪಾರ್ಥಸಾರಥಿ ಬಗ್ಗೆ ಅವನಿಗೆ ಬೇಸರವೇ ಆಗಿತ್ತು.

ಕ್ವಾರ್ಟರ್ಸ್ ಬಾಗಿಲು ತೆಗೆದು ನಡೆದ ಪಾರ್ಥಸಾರಥಿ ಮಗುವನ್ನು ಗಿರಿಧರನ ಕೈಗಿತ್ತು ಕಸಗೂಡಿಸಿ ಚಾಪೆ ಹಾಸಿದ. ಅವನ ಮನೆಯಲ್ಲಿ ಏಕೈಕ ಕೂಡುವ ಆಸನ ಒಂದು ಸ್ಟೂಲು. ಅದು ಉಪಯೋಗಕ್ಕೆ ಬರದ ಹಾಗೆ ಮೇಲೆ ಪುಸ್ತಕಗಳನ್ನು ಜೋಡಿಸಿಬಿಟ್ಟಿದ್ದ. ಬಂದವರೆಲ್ಲ ಚಾಪೆಯ ಮೇಲೆ ಕುಳಿತುಕೊಳ್ಳಬೇಕು.

ಮುಖ ಕೈಕಾಲು ತೊಳೆದುಕೊಂಡು ಕಾಫೀ ಮಾಡಿಕೊಂಡು ಬಂದ ಪಾರ್ಥಸಾರಥಿ ಗಿರಿಧರನ ಬಳಿಯೇ ಕುಳಿತ. ಕಾಲಿನ ಬೆರಳನ್ನು ಬಾಯಿಗಿಟ್ಟುಕೊಂಡು ಮಲಗಿದ್ದ ಗೀತ ಕೇಕೆ ಹಾಕುತ್ತಿದ್ದಳು.

ಥಟ್ಟನೇ ಪಾರ್ಥಸಾರಥಿಯ ಕಡೇ ನೋಡಿದ ಗಿರಿಧರ ಪ್ರಶ್ನಿಸಿದ "ಏನೋ ಇದು ಶೂದ್ರರಂತೆ ಬರೀ ಮೈ ಬಿಟ್ಟುಕೊಂಡಿದ್ದಿ. ಜನಿವಾರ ಎಲ್ಲಿ ಹೋಯಿತು?" ಪಾರ್ಥಸಾರಥಿ ಗಿರಿಧರನ ಕಡೇ ನೋಡಿದ. ಅವನ ನೋಟದಲ್ಲಿ ಒಂದು ವಿಧವಾದ ಆಕ್ಷೇಪಣೆ ಇತ್ತು.

"ಅದರ ಅಗತ್ಯವಿಲ್ಲ ಅಂತ ತೋರಿತು. ಅದಕ್ಕೆ ಕಿತ್ತು ಎಸೆದೆ."

ಗಿರಿಧರ ಏನು ಹೇಳಿಯಾನು? ಹಿಂದಿನದನ್ನು ನಂಬುವುದಕ್ಕೆ ಅವನ ಮನ ಒಪ್ಪದಿದ್ದರೂ ಅದನ್ನು ಧೈರ್ಯವಾಗಿ ಹೇಳುವುದಕ್ಕಾಗಲಿ ಇಲ್ಲ ಆಚರಿಸುವಷ್ಟಾದರೂ ಧೈರ್ಯ ಅವನಲ್ಲಿಲ್ಲ.

"ದೆಹಲಿಯಲ್ಲಿ ಸ್ವಲ್ಪ ದಿನ ಇದ್ದೆ. ನಮ್ಮ ಸೋದರಮಾವನ ಮನೆಯಲ್ಲಿ ಅವರಿಗಾಗಲಿ, ಅವರ ಮನೆ ಅಡಿಗೆಯವರಿಗಾಗಲಿ, ಅವರ ಗಂಡು ಮಕ್ಕಳಿಗಾಗಲಿ ಜನಿವಾರ ಇಲ್ಲ. ಅವರ ಮಗ ನನ್ನ ಜನಿವಾರವನ್ನು ಕೀಳಲು ಹೇಳಿದ್ದರು. ಅಂದೇ ತೆಗೆದುಬಿಟ್ಟೆ."

ಪಾರ್ಥಸಾರಥಿ ತನ್ನ ಹೆಸರಿಗೆ ಅಂಟಿಕೊಂಡಿದ್ದ ಬ್ರಾಹ್ಮಣೀಯ ಉಪನಾಮವನ್ನು ಯಾವಾಗ ಕೊಡವಿಕೊಂಡನೆಂದು ತಿಳಿಯದು. ಹೈಸ್ಕೂಲು ವಿದ್ಯಾಭ್ಯಾಸ ಮುಗಿಸುವವರೆಗೂ ಅವನು ಪಾರ್ಥಸಾರಥಿ ಅಯ್ಯಂಗಾರ್ ಆಗಿದ್ದ. ಆಮೇಲೆ ಅವನು ಸೋದರಮಾವನ ಮನೆಯಲ್ಲಿದ್ದ, ತತ್ವಶಾಸ್ತ್ರದಲ್ಲಿ ಸ್ನಾತಕೋತ್ತರ ಮುಗಿಸಿ ಮರಳಿ ಊರಿಗೆ ಬಂದಾಗ ಅವನನ್ನು ಗುರುತು ಹಿಡಿಯುವುದೇ ಕಷ್ಟವಾಗಿತ್ತು. ಜುಟ್ಟು, ಜನಿವಾರ, ಅಯ್ಯಂಗಾರ್ ನಾಮವನ್ನು ಎಂದೋ ಕಳೆದುಕೊಂಡಿದ್ದ. ಹಿಂದೆ

ಇವನ ದೊಡ್ಡ ನಾಮ, ಜುಟ್ಟನ್ನು ಅಯ್ಯಂಗಾರ್ ಎಂದು ಸಂಬೋಧಿಸುತ್ತಿದ್ದವರೇ ತಮ್ಮ ದೃಷ್ಟಿಕೋನವನ್ನು ಬದಲಾಯಿಸಿಕೊಂಡು ಪಾರ್ಥಸಾರಥಿ ಎಂದು ಕರೆದರು.

ಸೋದರಮಾವ ಅವನನ್ನು ದೆಹಲಿಗೆ ಕರೆದೊಯ್ದಾಗ ನಾಲ್ಕಡಿ ಎತ್ತರದ ಗುಡಾನದ ಹುಡುಗನಾಗಿದ್ದ. ಈಗ ಸುಮಾರು ಆರು ಅಡಿ ಎತ್ತರದ ಇಪ್ಪತ್ತಾರರ ಯುವಕನಾಗಿದ್ದ. ಹಿಂದಿನ ಅವನ ಮಾತೃಭಾಷೆಯನ್ನು ಸ್ವಲ್ಪ ವಿಚಿತ್ರವಾಗಿ ಆಡುತ್ತಿದ್ದ. ಆಂಗ್ಲ ಭಾಷೆಯ ಪ್ರಭಾವ ಅವನ ಮೇಲೆ ಸಾಕಷ್ಟು ಬೀರಿತ್ತು. ಅವನ ಈಗಿನ ರೂಪ ನೋಡಿ ತಾಯಿ ಮೆಚ್ಚಿಕೊಂಡರೂ ತಂದೆ ಅಸಾಧ್ಯ ಕೋಪ ಪ್ರದರ್ಶಿಸಿದ್ದರು.

"ಲೋ, ಮೊದಲು ಜನಿವಾರ ಹಾಕ್ಕೋ ಇಲ್ಲದಿದ್ದರೆ ಈ ಮನೆಯಲ್ಲಿ ಒಂದು ಲೋಟ ನೀರೂ ಸಿಗೋಲ್ಲ" ಎಂದು ಎಗರಾಡಿ ಹೊರಗೆ ಹೋದರು.

"ಮೊದಲು ಜನಿವಾರ ಹಾಕ್ಕೋಪ್ಪ" ಎಂದು ಮಗನನ್ನು ಪುಸಲಾಯಿಸಿ ಅವನ ತಾಯಿ ಜನಿವಾರ ತೊಡಿಸಿದ್ದಳು. ಊರಿಗೆ ಹೋದಾಗ, ಊರಲ್ಲಿ ಇದ್ದಾಗ ಜನಿವಾರ ತೊಡುತ್ತಿದ್ದನೇ ವಿನಃ ಮಿಕ್ಕ ವೇಳೆಯಲ್ಲಿ ಅದು ಅವನ ಸೂಟ್‌ಕೇಸಿನ ಮೂಲೆ ಸೇರುತ್ತಿತ್ತು.

ಯಾರಾದರೂ ಊರಲ್ಲಿ ಅಪ್ಪಿತಪ್ಪಿ ಅಯ್ಯಂಗಾರರೇ ಎಂದಾಗ 'ಆ ಉಪನಾಮವನ್ನು ದೆಹಲಿಯಲ್ಲಿ ಕಳೆದುಕೊಂಡುಬಿಟ್ಟೆ. ಈಗ ನಾನು ಬರೀ ಪಾರ್ಥಸಾರಥಿ' ಎಂದು ಹೆಮ್ಮೆಯಿಂದ ಹೇಳಿಕೊಳ್ಳುತ್ತಿದ್ದ. ಅವರೇನಾದರೂ ಅವನ ಬ್ರಾಹ್ಮಣಿಕೆಯ ಬಗ್ಗೆ ಪ್ರಶ್ನಿಸಿದರೆ ನಕ್ಕು ಸುಮ್ಮನಾಗುತ್ತಿದ್ದ.

ರಾಗಾಲಾಪನೆಯನ್ನು ಶುರು ಮಾಡಿದ ಗೀತಳನ್ನು ತೊಡೆಯ ಮೇಲೆ ಬೋರಲು ಮಲಗಿಸಿಕೊಂಡು ತಟ್ಟತೊಡಗಿದ ಪಾರ್ಥಸಾರಥಿ. ಅವಳು ಕಮಕ್ ಕಿಮಕ್ ಎನ್ನದೆ ನಿದ್ದೆಹೋದಳು.

"ಮನೆಗೆ ಹೋಗ್ತೀನೋ" ಎಂದು ಗಿರಿಧರ ಮೇಲಕ್ಕೆ ಎದ್ದ ಸಾವಕಾಶವಾಗಿ.

"ನಿನ್ನ ಹತ್ತಿರ ಸ್ವಲ್ಪ ಮಾತಾಡಬೇಕಾಗಿತ್ತು" ಎಂದವನೇ "ಮಾತಾಡೋದು ಏನು! ಏನೋ ಹೇಳಬೇಕಾಗಿತ್ತು ಅಷ್ಟು, ನಾಳೆ ಹೇಳ್ತೀನಿ ಬಿಡು" ಎಂದು ಮಗುವನ್ನು ಎತ್ತಿ ಗಿರಿಧರನ ಕೈಗೆ ಕೊಟ್ಟ ಪಾರ್ಥಸಾರಥಿ ಅವನನ್ನು ಬಾಗಿಲವರೆಗೂ ಬಂದು ಬೀಳ್ಕೊಟ್ಟ.

ಮನೆಗೆ ಬಂದವನೇ ಗಿರಿಧರ ಮಗುವನ್ನು ತೊಟ್ಟಿಲಿನಲ್ಲಿ ಮಲಗಿಸಿ ಬಂದ. ಶಶಿ ಆ ತಿಂಗಳ ಕಸ್ತೂರಿ ಮಾಸಪತ್ರಿಕೆ ಓದುವುದರಲ್ಲಿ ನಿರತಳಾಗಿದ್ದಳು.

* * *

ಪಾರ್ಥಸಾರಥಿ ತಂದೆ ಕೃಷ್ಣಯ್ಯಂಗಾರ್ ಮರಡಿಯ ಕೇಶವಸ್ವಾಮಿ ದೇವಸ್ಥಾನದ ಅರ್ಚಕರಾಗಿದ್ದರು. ಅವರು ದೇವಾಲಯವನ್ನು ತಮ್ಮ ಸ್ವಂತದ್ದು ಎನ್ನುವಷ್ಟು ಮುತುವರ್ಜಿಯಿಂದ ನೋಡಿಕೊಳ್ಳುತ್ತಿದ್ದರು. ದೇವಸ್ಥಾನಕ್ಕೆ ಒಂದಷ್ಟು ಆಸ್ತಿ ಇತ್ತು.

ಅಲ್ಲದೇ ಅಪಾರ ಭಕ್ತ ವೃಂದ ಇತ್ತು. ಅವರಿಂದ ಹೇರಳವಾಗಿ ಬರುವ ಧನ, ಧಾನ್ಯ ಮತ್ತು ಹರಕೆಯ ಸಾಮಾನುಗಳನ್ನು ತಮ್ಮ ಸ್ವಂತದ್ದು ಎನ್ನುವಷ್ಟರ ಮಟ್ಟಿಗೆ ಮನೆಗೆ ಒಯ್ಯುತ್ತಿದ್ದರು. ಜನರನ್ನು ತಮ್ಮ ವೇದಾಂತದ ಮಾತುಗಳಿಂದ ದಂಗಾಗಿಸುವಷ್ಟು ಚಾತುರ್ಯ ಇವರಲ್ಲಿ ಇತ್ತು.

ಕೃಷ್ಣಯ್ಯಂಗಾರ್ ಹೆಂಡತಿ ಕೋಮಲಮ್ಮ ಯಾವಾಗಲೂ ಬಾಣಂತಿ, ಇಲ್ಲ ಗರ್ಭಿಣಿ. ಹದಿಮೂರು ಮಕ್ಕಳನ್ನು ಹೆತ್ತ ಸಂತಾನಲಕ್ಷ್ಮಿ. ಅಯ್ಯಂಗಾರ್ ಎಂದೂ ತಮ್ಮ ಅತೀಸಂತಾನದ ಬಗ್ಗೆಯಾಗಲಿ, ಮಡದಿಯ ಆರೋಗ್ಯದ ಬಗ್ಗೆಯಾಗಲಿ ಯೋಚಿಸಿದವರೇ ಅಲ್ಲ. ಅದೊಂದು ಕರ್ತವ್ಯ ಎನ್ನುವಷ್ಟು ಮಟ್ಟಿಗೆ ನೀರ್ಲಿಪ್ತರಾಗಿದ್ದರು.

ತಮ್ಮ ಬ್ರಾಹ್ಮಣಿಕೆಯಲ್ಲಿ ಅಪಾರ ನಂಬಿಕೆಯನ್ನು ಇರಿಸಿಕೊಂಡಿದ್ದ ಅಯ್ಯಂಗಾರರು ತಮ್ಮ ಗಂಡು ಮಕ್ಕಳಿಗೆಲ್ಲ ಜುಟ್ಟು ಬಿಡಿಸಿ, ಸದಾ ಅವರ ಹಣೆಯ ಮೇಲೆ ದೊಡ್ಡ ಮೂರು ನಾಮಗಳು ವಿರಾಜಮಾನವಾಗಿರುವಂತೆ ನೋಡಿಕೊಳ್ಳುತ್ತಿದ್ದರು.

ಕಡ್ಡಿ ಮೈನ ಸಾದಾ ಕಪ್ಪು ಬಣ್ಣದ ನಾಮಧಾರಿ ಹುಡುಗರನ್ನು ಕಂಡಕೂಡಲೇ ತಕ್ಷಣ ಕೃಷ್ಣಯ್ಯಂಗಾರ್ ಮಕ್ಕಳು ಎಂದು ಗುರ್ತಿಸುತ್ತಿದ್ದರು. ಜನರು ಸಹ ಅವರನ್ನು ವಯಸ್ಸಿಗೆ ಅನುಗುಣವಾಗಿ ದೊಡ್ಡ ಅಯ್ಯಂಗಾರ್, ಚಿಕ್ಕ ಅಯ್ಯಂಗಾರ್, ಮರಿ ಅಯ್ಯಂಗಾರ್, ಪುಟ್ಟ ಅಯ್ಯಂಗಾರ್, ಕಡೇ ಅಯ್ಯಂಗಾರ್ ಎಂದೇ ಸಂಬೋಧಿಸುತ್ತಿದ್ದರು.

ಕೋಮಲಮ್ಮ ಅಣ್ಣ ಜಾನಕಿರಾಂ ಪಾರ್ಥಸಾರಥಿಯನ್ನು ಕರೆದೊಯ್ದು ವಿದ್ಯಾಭ್ಯಾಸ ಮಾಡಿಸದಿದ್ದರೆ ಅವನು ಸಹ ಒಬ್ಬ ಅಯ್ಯಂಗಾರ್ ಆಗೇ ಉಳಿಯುತ್ತಿದ್ದ.

ಮಕ್ಕಳ ವಿದ್ಯಾಭ್ಯಾಸದ ಬಗ್ಗೆ ಗಂಡಹೆಂಡತಿಯರಿಬ್ಬರಿಗೂ ಗಮನವಿರಲಿಲ್ಲ ವಾದ್ದರಿಂದ ಹುಡುಗರು ಸಹ ವಿದ್ಯಾಭ್ಯಾಸದ ಬಗ್ಗೆ ಆಸಕ್ತಿ ವಹಿಸಲಿಲ್ಲ. ದೇವಸ್ಥಾನದಲ್ಲಿ ವಿಶೇಷ ಪೂಜೆ ಇದ್ದಾಗಲೆಲ್ಲ ಹುಡುಗರು ಸ್ಕೂಲಿಗೆ ಚಕ್ಕರ್ ಹಾಕಿ ದೇವಸ್ಥಾನ ಸೇರಿಬಿಡುತ್ತಿದ್ದರು. ಆ ದಿನದಲ್ಲಿ ತಂದೆ ಮಾಡೋ ಪುಳಿಯೋಗರೆ, ಪೊಂಗಲಿಗೋಸ್ಕರ ಕಾದು ಕುಳಿತುಬಿಡುತ್ತಿದ್ದರು. ವಾರಕ್ಕೆ ಎರಡು, ಮೂರು ಬಾರಿಯಾದರು ಪುಳಿಯೋಗರೆ, ಪೊಂಗಲು ನೈವೇಧ್ಯ ನಡೆಯುತ್ತಲೇ ಇತ್ತು. ಯಥೇಚ್ಛವಾಗಿ ಮಿಗುತ್ತಲೂ ಇತ್ತು. ಆದರೂ ಈ ಹುಡುಗರು ಅದಕ್ಕಾಗಿ ಜೊಲ್ಲು ಸುರಿಸುವುದು ತಪ್ಪಿರಲಿಲ್ಲ.

ಇನ್ನು ಹೆಣ್ಣು ಮಕ್ಕಳು ತಾಯಿಗೆ ನೀರು ತಂದುಕೊಡೋದು, ಸಣ್ಣ, ಪುಟ್ಟ ಕೆಲಸ ಮಾಡೋದು, ಕೈಗೂಸನ್ನು ಎತ್ತಿಕೊಂಡು ತಿರುಗೋದು, ಇಲ್ಲವೇ ಎಳೆ ಮಗುವನ್ನು ತೊಟ್ಟಿಲಿನಲ್ಲಿ ಮಲಗಿಸಿ ತೂಗೋದು ಇದರಲ್ಲೇ ತಮ್ಮ ವೇಳೆಯನ್ನು ಕಳೆದುಬಿಡುತ್ತಿದ್ದರು.

ದೆಹಲಿಯಿಂದ ಬಂದ ಪಾರ್ಥಸಾರಥಿ ತಮ್ಮ ಮನೆಯ ಸ್ಥಿತಿಯನ್ನು ನೋಡಿ ತಲೆಯ ಮೇಲೆ ಕೈಹೊತ್ತು ಕುಳಿತ.

"ಅಮ್ಮ, ಅಪ್ಪನಿಗಂತು ತಿಳುವಳಿಕೆ ಇಲ್ಲದಿದ್ದರೆ ನಿನಗಾದರೂ ಬೇಡವೇ? ಹುಡುಗರನ್ನೆಲ್ಲ ಸ್ಕೂಲಿಗೆ ಕಳುಹಿಸದೇ ಮನೆಯಲ್ಲಿಟ್ಟುಕೊಂಡಿದ್ದೀಯ" ಎಂದ ತಾಯಿಯ ಬಳಿ ಸ್ವಲ್ಪ ಗಡುಸಾಗಿಯೇ.

"ನಾನೊಬ್ಬಳು ಏನು ಮಾಡಲಿ? ಗಂಡು ಹುಡುಗರು ಸ್ಕೂಲಿಗೆ ಹೋದರೆ ಅವರಿಗೆ ಸಹಾಯ ಮಾಡೋರು ಯಾರು? ಅದು ಹೇಗಾದರೂ ಆಗಲಿ ಅಂತ ಕಷ್ಟಪಟ್ಟುಕೊಂಡು ಸ್ಕೂಲಿಗೆ ಕಳಿಸಿದ್ದರೆ ಅವು ನೆಟ್ಟಗೆ ಹೋಗೋಲ್ಲ. ದೇವಸ್ಥಾನದಲ್ಲಿ ಸಿಗೋ ಪುಡಿಕಾಸಿಗೆ ಕಾಯ್ಕೊಂಡು ಬಿದ್ದಿರುತ್ತವೆ. ಇನ್ನು ವೆಂಕಟಲಕ್ಷ್ಮಿ, ಶ್ರೀಲಕ್ಷ್ಮಿ ಇವುಗಳ ಹಣೆಯಲ್ಲಿ ವಿದ್ಯೆನೇ ಬರೆದಿಲ್ಲ...." ಇನ್ನು ಏನೇನೋ ಕೋಮಲಮ್ಮನವರು ಹೇಳುತ್ತಲೇ ಇದ್ದರು. ಆದರೆ ತಾಯಿಯ ಮುಂದೆ ಕೂತು ಅದನ್ನು ಕೇಳುವ ತಾಳ್ಮೆ ಪಾರ್ಥಸಾರಥಿಗಿರಲಿಲ್ಲ.

ದೊಡ್ಡ ತಮ್ಮ ನರಸಿಂಹ ಅಯ್ಯಂಗಾರ್ ಪುಂಡ ಹುಡುಗರ ಜೊತೆ ಇಸ್ಪೀಟು ಆಡೋದನ್ನು ಕಣ್ಣಾರೆ ಕಂಡ ಮೇಲೆ ಪಾರ್ಥಸಾರಥಿಗೆ ಕೋಪ ತಡೆಯದಾಯಿತು. ಅವನಿಗೆ ನಾಲ್ಕು ಬಿಗಿದ. ಆದರೆ ಅದು ತನಗೇ ತಿರುಗು ಬಾಣವಾಗುತ್ತದೆಂದು ಆತ ತಿಳಿದಿರಲಿಲ್ಲ. ಸುಮ್ಮನೆ ಮನೆಗೆ ಬಂದಿದ್ದ. ತಂದೆಗೆ ವಿಷಯ ತಿಳಿಸಿದಾಗಲೂ ಅವರು ಯಾವ ವಿಧವಾದ ಉದ್ವೇಗಕ್ಕೂ ಒಳಗಾಗದಿದ್ದಾಗ ಮೊದಲೇ ಈ ವಿಷಯ ಅವರಿಗೆ ಗೊತ್ತಿದೆ. ಈಗ ನನ್ನ ಕೋಪ, ಬೇಸರ, ಮಾತಿನಿಂದ ಏನೂ ಪ್ರಯೋಜನವಿರಲಿಲ್ಲವೆಂದು ಹೇಳದೇ ಕೇಳದೇ ಊರುಬಿಟ್ಟು ನಡೆದಿದ್ದ.

ಅವನು ಕೆಲಸಕ್ಕಾಗಿ ಅಲೆದು ಸೋತು ಕಡೆಗೆ ಹೋಟಲಿನಲ್ಲಿ ಮಾಣಿಯಾಗಿ ನಿಂತ. ಆದರೆ ಇವನ ದೈವ ಒಳ್ಳೆಯದಿತ್ತು. ಹೇಗೋ ಒಂದು ಕೆಲಸ ಸಂಪಾದಿಸಿಕೊಂಡ. ತನ್ನ ಕರ್ತವ್ಯ ಎನ್ನುವಂತೆ ತಿಂಗಳಿಗಿಷ್ಟು ದುಡ್ಡು ಕಳುಹಿಸುತ್ತಿದ್ದ. ಆಗಾಗ ಹೋಗಿ ನೋಡಿ ಬರುತ್ತಿದ್ದ.

ಮರುದಿನ ಎರಡು ಪೀರಿಯಡ್ ವಿರಾಮವಿದ್ದುದ್ದರಿಂದ ಗಿರಿಧರನನ್ನು ತನ್ನ ಕ್ವಾರ್ಟರ್ಸ್‌ಗೆ ಕರೆತಂದ. ಇಬ್ಬರೂ ಬೂಡ್ಸು ಕಳಚಿ ಬಾಗಿಲ ಸಂದಿಗೆ ತಳ್ಳಿ ಚಾಪೆಯ ಮೇಲೆ ಕುಳಿತರು.

"ನಾನು ಮುತ್ತು ತಂಗಿ ಕುಸುಮಳನ್ನು ಮದುವೆಯಾಗಬೇಕು ಅಂತ ತೀರ್ಮಾನಿಸಿದ್ದೀನಿ" ಎಂದ ಪಾರ್ಥಸಾರಥಿ.

"ಏನು!" ಎಂದು ಗಿರಿಧರ ಹೌಹಾರಿ ಕುಳಿತ.

"ಹೌದು" ಎಂದ ಸಹಜ ನಗೆಯೊಂದಿಗೆ ಪಾರ್ಥಸಾರಥಿ.

"ಇದರಲ್ಲಿ ಏನೂ ಮೋಸ ಇಲ್ಲ ತಾನೆ? ಮುತ್ತು ನಿನಗೆ ವಿಷಯನ ತಿಳಿಸಿದ್ದಾನೋ ಇಲ್ಲವೋ" ಎಂದವನು ಎಲ್ಲರಿಗೂ ತಿಳಿದ ವಿಷಯ ಇವನಿಗೆ ತಿಳಿಯದೇ ಹೋಗಿದೆಯೇ ಎಂದುಕೊಂಡ.

"ಅವರು ಗಿರಿಜನರು" ಎಂದ ಪುನಃ ಗಿರಿಧರ.

"ಗೊತ್ತು, ಬೇರೇನಾದರೂ ಇದೆಯೇ?"

"ಅಂದರೆ... ನಿನ್ನ ಮಾತು ಅರ್ಥವಾಗಲಿಲ್ಲ?"

"ಕುಸುಮ ಎಂಥಾ ಹುಡುಗಿ? ಅವಳ ಬಗ್ಗೆ ಏನಾದರೂ ಗೊತ್ತಿದೆಯೇ?"

"ಇಲ್ಲ, ಸ್ವಭಾವತಃ ಅವಳು ಒಳ್ಳೆಯ ಹುಡುಗಿಯೇ ಇರಬೇಕು. ಅದಕ್ಕಿಂತ ಹೆಚ್ಚಿಗೆ ನನಗೇನೂ ತಿಳಿಯದು" ಎಂದವನೇ ಅರಿವಿಲ್ಲದವನಂತೆ ಪಾರ್ಥಸಾರಥಿಯ ಎರಡು ಹಸ್ತಗಳನ್ನು ಹಿಡಿದುಕೊಂಡು "ಕಂಗ್ರಾಜುಲೇಷನ್ಸ್" ಎಂದುಬಿಟ್ಟ.

"ತುಂಬ ಥ್ಯಾಂಕ್ಸ್ ಗಿರಿಧರ್."

"ಪಾರ್ಥ, ಖಂಡಿತ ತಪ್ಪು ತಿಳಕೋಬೇಡ. ನನಗಂತು ಸಮಾಜನ ಇಂಥ ವಿಷಯದಲ್ಲಿ ಎದುರಿಸೋ ಧೈರ್ಯವಿಲ್ಲ. ನಿನ್ನ ನಿರ್ಧಾರದಿಂದ ನನಗೆ ಖಂಡಿತ ಸಂತೋಷವಾಗಿದೆಯಂತಲೇ ಹೇಳಬೇಕು. ಆದರೆ ಸಮಾಜ ತಂದೊಡ್ಡುವ ಸಮಸ್ಯೆಗಳನ್ನು ಧೈರ್ಯದಿಂದ ಎದುರಿಸೋ ಶಕ್ತಿ ನಿನಗೆ ಬರಲಿ ಅಂತ ಹಾರೈಸುತ್ತೀನಿ."

ಸ್ವಲ್ಪ ಹೊತ್ತು ಮಾತಾಡುತ್ತ ಕೂತಿದ್ದ ಗಿರಿಧರ ಕಾಲೇಜಿಗೆ ಹಿಂದಿರುಗಿದ. ಅಂದೆಲ್ಲ ಅವನ ತಲೆಯಲ್ಲಿ ದೊಡ್ಡ ಕೋಲಾಹಲ ಎದ್ದಿತ್ತು. ಈಗ ನಿಖರವಾಗಿ ಪಾರ್ಥಸಾರಥಿ ಮಾಡುತ್ತ ಇರೋದು ಅಂಥ ತಪ್ಪು ಕೆಲಸವೇನೂ ಅಲ್ಲ ಎನ್ನಿಸಿತು ಅವನಿಗೆ, ಬಹಳ ಯೋಚಿಸಿದ ಮೇಲೆ.

ತಾಯಿಯ ಬಳಿ ಪಾರ್ಥಸಾರಥಿಯ ವಿಷಯ ತಿಳಿಸದಿದ್ದರೂ ತಂಗಿಗಾದರೂ ತಿಳಿಸಿ ಅವಳ ಸಲಹೆ ಕೇಳಬೇಕೆಂದುಕೊಂಡ.

ಮಗು ಬಟ್ಟೆ ಮಡಚಿಡುತ್ತಿದ್ದ ತಂಗಿಯ ಬಳಿ ಬಂದ. ಗೀತ ಅಜ್ಜಿಯ ಮಡಿಲಿನಲ್ಲಿದ್ದುದ್ದರಿಂದ ಶಶಿ ಯಾವುದೋ ಹಾಡು ಗುನುಗುತ್ತ ಬಟ್ಟೆ ಮಡಚಿಡುವುದರಲ್ಲಿ ಮಗ್ನಳಾಗಿದ್ದಳು.

ಗಿರಿಧರ ಬಂದು ತಂಗಿಯ ಮಂಚದ ಮೇಲೆಯೇ ಕುಳಿತ. ಅವನ ಮುಖವನ್ನು ನೋಡಿಯೇ ಏನೋ ಹೇಳಲು ಬಂದಿರುವನೆಂದುಕೊಂಡಳು.

"ಶಶಿ, ಪಾರ್ಥಸಾರಥಿನ ನೋಡಿ ನಿನಗೆ ಏನನ್ನಿಸಿತು?"

ಅಣ್ಣನ ಪ್ರಶ್ನೆ ಕೇಳಿ ಶಶಿ ನಕ್ಕುಬಿಟ್ಟಳು.

"ನೀನು ಒಳ್ಳೆ ಪ್ರಶ್ನೆ ಕೇಳ್ತಿಯಲ್ಲಣ್ಣ?"

ಗಿರಿಧರನ ಮುಖ ಪೆಚ್ಚಾಯಿತು. ತಾನು ಕೇಳಿದ ರೀತಿ ಸರಿಯಾಗಿಲ್ಲವೆಂದುಕೊಂಡ.

"ಅವನು ಮದುವೆಯಾಗಬೇಕೆಂದುಕೊಂಡಿದ್ದಾನೆ."

"ಅದೊಂದು ದೊಡ್ಡ ವಿಷಯವೇ! ಅಮ್ಮನು ಮೊನ್ನೆ ನನಗೆ ಅದೇ ಹೇಳಿದರು.

ಹೇಗೂ ಕೆಲಸ ಸಿಕ್ಕಿದೆ; ಗಿರಿಗೆ ಆದಷ್ಟು ಬೇಗ ಮದುವೆ ಮಾಡಿಬಿಡೋಣ."

ಗಿರಿಗೆ ಪ್ರಥಮವಾಗಿ ತಾನು ಬುದ್ಧಿವಂತನಲ್ಲವೆನ್ನಿಸಿತು. ಬರೀ ಓದಿ ರ್‍ಯಾಂಕ್ ಪಡೆದಿದ್ದೇನೆಯೇ ವಿನಹ ಲೋಕವ್ಯವಹಾರದಲ್ಲಾಗಲಿ ಮಾತಿನಲ್ಲಾಗಲಿ ಬುದ್ಧಿವಂತನಲ್ಲವೇನೋ ಎನ್ನಿಸಿತು.

"ಅವನು ಗಿರಿಜನರ ಹುಡುಗಿ ಕುಸುಮನ ಮದುವೆಯಾಗಬೇಕು ಅಂತ ಇದ್ದಾನೆ" ಎಂದು ನೇರವಾಗಿ ವಿಷಯವನ್ನು ಹೇಳಿದ.

ಶಶಿ ಕ್ಷಣಕಾಲ ಚಕಿತಳಾದರೂ ಕಡೆಗೆ ನಿರಾಳವಾಗಿ "ಅದೆಲ್ಲ ಅವರವರ ಇಷ್ಟ" ಎಂದುಬಿಟ್ಟಳು.

ಅಗ್ರಹಾರದಂಥ ಗ್ರಾಮದಲ್ಲಿ ಬೆಳೆದ ಶಶಿ ಸಹ ಇಂಥ ವಿಷಯವನ್ನು ಎಷ್ಟು ಹಗುರವಾಗಿ ತೆಗೆದುಕೊಂಡಳು ಎಂದುಕೊಂಡ ಗಿರಿಧರ ಇನ್ನು ಹೆಚ್ಚು ಅವಳನ್ನು ಪ್ರಶ್ನಿಸಲು ಇಷ್ಟಪಡಲಿಲ್ಲ.

ಮುತ್ತು ಮೊದಲು ಪಾರ್ಥಸಾರಥಿಯ ಮಾತನ್ನು ತಮಾಷೆಯಾಗಿ ಭಾವಿಸಿದ್ದ, ಕಡೆಗೆ ಅವನ ನಿರ್ಧಾರ ತಿಳಿದು ಚಕಿತಗೊಂಡರೂ ಸಂತೋಷದಿಂದ ತನ್ನ ಒಪ್ಪಿಗೆ ಸೂಚಿಸಿದ್ದ.

ಅಣ್ಣನ ಜೊತೆ ಬಂದ ಪಾರ್ಥಸಾರಥಿಯನ್ನು ಕುಸುಮ ಒಂದೆರಡು ಬಾರಿ ನೋಡಿದ್ದಳು. ಅವನು ಆಡೋ ಮಾತನ್ನು ಕೂತು ಆಲಿಸಿ ಮೆಚ್ಚಿಕೊಂಡಿದ್ದಳು. ಆದರೆ ಅವನು ತನ್ನನ್ನು ಮದುವೆಯಾಗುವ ನಿರ್ಧಾರ ಮಾಡುವನೆಂಬ ಕಲ್ಪನೆಯೂ ಇರಲಿಲ್ಲ ಅವಳಿಗೆ. ಅಣ್ಣ ಹಠಾತ್ತಾಗಿ ವಿಷಯ ತಿಳಿಸಿದಾಗ ಅವಳಿಗೆ ದಿಗ್ಭ್ರಮೆಯಾಯಿತು.

"ಅವನು ಸಂಜೆ ನಿನ್ನ ಹತ್ತಿರ ಮಾತಾಡಬೇಕು ಅಂದ. ನಾನು ಸರಿ ಅಂದೆ" ಎಂದವನೇ ಮುತ್ತು ತಂಗಿಯ ಕಡೇ ನೋಡಿದ. ಅವಳು ಭಯಗೊಂಡವಳಂತೆ ಕಂಡಳು.

"ಏನೂ ಭಯಬೇಡ... ಪಾರ್ಥ ಒಳ್ಳೆ ಹುಡುಗ, ಬುದ್ಧಿಜೀವಿ" ಎಂದು ತಂಗಿಯ ಬೆನ್ನು ತಟ್ಟಿದ.

ಕುಸುಮ ಹೇಳಿಕೊಳ್ಳುವಂಥ ಚೆಲುವೆಯಲ್ಲ, ಸಾದಾ ಕಪ್ಪು ಬಣ್ಣದ, ತುಂಡು ಜಡೆಯ ಸಾಮಾನ್ಯ ಹುಡುಗಿ. ಅವಳ ವಿದ್ಯಾಭ್ಯಾಸ ಲೋಯರ್ ಸೆಕೆಂಡರಿವರೆಗೆ ಮಾತ್ರ. ಅಣ್ಣನೊಬ್ಬನನ್ನು ಬಿಟ್ಟರೇ ಅಂಥ ಹೇಳಕೊಳ್ಳುವಂಥ ಹತ್ತಿರದ ಬಂಧುಬಳಗವಿಲ್ಲ, ಆಸ್ತಿಪಾಸ್ತಿ ಮೊದಲೇ ಇಲ್ಲ.

ತನ್ನಂಥ ಸಾಮಾನ್ಯ ಹುಡುಗಿಯನ್ನು ಪಾರ್ಥಸಾರಥಿ ಮೆಚ್ಚಿ ಮದುವೆಯಾಗಲು ಹೊರಟಿರುವುದು ಆಶ್ಚರ್ಯಕರವಾದ ಸುದ್ದಿಯೇ ಕುಸುಮಳಿಗೆ.

ಸಂಜೆ ಕಾಲೇಜು ಮುಗಿದ ಕೂಡಲೇ ಅಣ್ಣನಿಗೆ ಬದಲಾಗಿ ಪಾರ್ಥಸಾರಥಿ

ಬಂದಾಗ ಅವಳಿಗೇನು ಅನಿರೀಕ್ಷಿತವೆನಿಸಲಿಲ್ಲ, ಮೊದಲೇ ಸಮಾಚಾರ ತಿಳಿದಿದ್ದರಿಂದ.

"ಬನ್ನಿ" ಎಂದು ಹಾರ್ದಿಕವಾಗಿ ಸ್ವಾಗತಿಸಿದಳು.

ಪಾರ್ಥಸಾರಥಿ ಬಂದವನೇ ಯಾವ ಉಪಚಾರವೂ ಹೇಳಿಸಿಕೊಳ್ಳದೇ ಅಲ್ಲಿದ್ದ ಏಕೈಕ ಕುರ್ಚಿಯಲ್ಲಿ ಕುಳಿತ.

ಕುಸುಮ ಪೂರ್ಣದಿಟ್ಟ ಹುಡುಗಿಯಲ್ಲದಿದ್ದರೂ ಅಂತಹ ಅಳ್ಳೆದೆಯ ಹುಡುಗಿಯೇನು ಅಲ್ಲ; ಸ್ವಲ್ಪವೂ ವಿಚಲಿತಳಾಗದೇ ಅಲ್ಲೇ ನಿಂತಳು.

ಪಾರ್ಥಸಾರಥಿ ತಲೆ ಎತ್ತಿ ಕುಸುಮಳ ಕಡೆ ನೋಡಿದ. ಅವಳು ತಲೆ ತಗ್ಗಿಸಿ ಯೋಚನಾಮಗ್ನಳಾಗಿದ್ದಳು. ಅವಳಣ್ಣನಿಗೆ ವಿಷಯ ತಿಳಿಸಿ ಒಪ್ಪಿಗೆ ಪಡೆದಿದ್ದರೂ ಅದನ್ನು ಪ್ರಸ್ತಾಪಿಸಲು ಇಷ್ಟಪಡಲಿಲ್ಲ. ನೇರವಾಗಿ ಅವಳ ಅಭಿಪ್ರಾಯ ತಿಳಿಯಬೇಕೆಂದುಕೊಂಡ.

ಪಾರ್ಥಸಾರಥಿ ಒಂದು ಸಲ ಅವಳ ಮುಖವನ್ನು ದಿಟ್ಟಿಸಿ ತನ್ನ ನಿರ್ಧಾರ ದೃಢವಾದುದೆಂದು ಖಚಿತಪಡಿಸಿಕೊಂಡು ಒಂದು ಕ್ಷಣ ತಡೆದು ಹೇಳಿದ.

"ಕುಸುಮ, ನೀವೊಪ್ಪುವುದಾದರೆ ನಾನು ನಿಮ್ಮನ್ನು ಮದುವೆ ಆಗ್ತೀನಿ."

ಅವಳಿಗೆ ಮೊದಲೇ ವಿಷಯ ತಿಳಿದಿದ್ದರೂ ಅವನ ಬಾಯಿಂದಲೇ ಆ ಮಾತು ಹೊರಬಿದ್ದಾಗ ದಿಗ್ಭ್ರಾಂತಳಾದಳು. ಒಂದು ಕ್ಷಣ ಅವಳ ಎದೆಬಡಿತ ನಿಂತು ಹೋದಂತೆನಿಸಿತು. ಆದರೆ ಅವನ ಮಾತು ಸ್ಪಷ್ಟವಾಗಿದ್ದುದಲ್ಲದೇ ದೃಢವಾಗಿರುವಂತೆ ಗೋಚರಿಸಿತು.

ಅವಳು ಹಿಂದೆಂದೂ ತನ್ನ ಮುಂದೆ ಇಂಥ ಪರಿಸ್ಥಿತಿ ಬರಬಹುದೆಂದು ಯೋಚಿಸಿರಲಿಲ್ಲ. ಅಂಥ ಒಂದು ಸಂದೇಹ ಸಹ ಅವಳಿಗೆ ಬಂದಿರಲಿಲ್ಲ.

"ನೀವು ಮೇಲುಜಾತಿಯವರು, ನಾವು ಕೀಳುಜಾತಿಯವರು, ಮದುವೆ ನಡೆದುಹೋದ ಮೇಲೆ ನೀವು ಪಶ್ಚಾತ್ತಾಪಪಡಬೇಕಾಗುತ್ತೆ" ಎಂದು ಮೃದುವಾಗಿ ಹೇಳಿದಳು.

"ಕುಸುಮ, ನಿನ್ನ ಮಾತೇ ನನಗೆ ಅರ್ಥವಾಗುವುದಿಲ್ಲ."

"ಅರ್ಥವಾಗದ್ದು ಏನಿದೆ ಇದರಲ್ಲಿ? ನಾಳೆ ಸಮಾಜ ನಮ್ಮ ಮೇಲೆ ಉರಿದುಬೀಳಬಹುದು. ನಿಮ್ಮ ತಾಯಿತಂದೆ, ಬಂಧುವರ್ಗದವರೆಲ್ಲ ನಿಮ್ಮನ್ನು ಹೀನಾಯವಾಗಿ ಕಾಣಬಹುದು."

"ಈ ಜಾತಿಯ ವೇದಾಂತದಲ್ಲಿ ನನಗೆ ಖಂಡಿತ ನಂಬಿಕೆ ಇಲ್ಲ. ಒಬ್ಬ ಮನುಷ್ಯ ಕೆಲವು ವಿಷಯಗಳಲ್ಲಿ ಸ್ವತಂತ್ರ. ತಾಯಿತಂದೆಯರಾಗಲಿ, ಸಮಾಜವಾಗಲಿ ಅದನ್ನು ಕಿತ್ತುಕೊಳ್ಳಲು ಸಾಧ್ಯವಿಲ್ಲ."

ಪಾರ್ಥಸಾರಥಿಯ ದೃಢವಾದ ಮಾತು, ಆತನ ವ್ಯಕ್ತಿತ್ವವನ್ನು ಕುಸುಮ ಅತಿಯಾಗಿ

ಮೆಚ್ಚಿಕೊಂಡಳು.

"ಪ್ರತಿಯೊಬ್ಬರಿಗೂ ಅವರವರ ಯೋಗ್ಯತೆಯನ್ನು ಇಷ್ಟು ಎಂದು ನಿರ್ಧರಿಸುವುದು ಕಷ್ಟ. ನಿಮ್ಮ ಯೋಗ್ಯತೆಯನ್ನು ನಿರ್ಧರಿಸುವ ಕೆಲಸವನ್ನು ಬೇರೆಯವರಿಗೆ ಬಿಡಿ" ಎಂದ ನಸುನಗುತ್ತ.

"ಏನು ಉತ್ತರ ಕೊಡಬೇಕೋ ನನಗೆ ತೋಚುತ್ತಿಲ್ಲ. ನೀವು ತುಂಬ ಕಲಿತವರು, ನಿಮಗೆ ನಾನು ಸರಿಯಾದ ಜೋಡಿಯಲ್ಲ ಅನ್ನಿಸುತ್ತೆ."

ಪಾರ್ಥಸಾರಥಿ ಅವಳ ಮಾತಿಗೆ ನಕ್ಕುಬಿಟ್ಟ.

"ಲೋಕದಲ್ಲಿರುವ ಗಂಡಹೆಂಡಿರೆಲ್ಲ ಒಂದೇ ತರಗತಿಯಲ್ಲಿ ಪಾಸುಮಾಡಿದವರಲ್ಲ. ವಿದ್ಯೆಯೊಂದೇ ಅವರನ್ನು ಕೂಡಿಸುವುದಿಲ್ಲ. ಅದೆಲ್ಲ ಬರೀ ಕಲ್ಪನೆ ಎಂದು ನನ್ನ ಅನಿಸಿಕೆ."

ಅವಳು ಸಣ್ಣಗೆ ನಕ್ಕಳೇ ವಿನಹ ಮಾತನಾಡಲಿಲ್ಲ.

"ಏನು ಯೋಚಿಸುತ್ತಿದ್ದೀರಿ. ಇದರಲ್ಲಿ ನನ್ನ ಒತ್ತಾಯವೇನು ಇಲ್ಲ. ನಿಮ್ಮ ಅಭಿಪ್ರಾಯ ತಿಳಿಸಲು ನೀವು ಪೂರ್ಣ ಸ್ವತಂತ್ರರಿದ್ದೀರಿ" ಎಂದು ಹೇಳಿದ ಪಾರ್ಥಸಾರಥಿ.

ಕುಸುಮ ಸಂಕೋಚವನ್ನು ಹತ್ತಿಕ್ಕಿ ಕೇಳಿದಳು "ಪೂರ್ಣವಾಗಿ ಯೋಚಿಸಿ ನಿರ್ಧಾರಕ್ಕೆ ಬಂದಿದ್ದೀರಾ? ಇದು ನಿಮ್ಮ ಕಡೆಯ ನಿರ್ಧಾರವೇ?"

"ಹೌದು?" ಎಂದ ದೃಢವಾಗಿ ಪಾರ್ಥಸಾರಥಿ.

ಕುಸುಮ ತಲೆ ಎತ್ತಿ ಅವನ ಕಡೆ ನೋಡಿದಳು. ಅವನ ಕಣ್ಣಿನ ದೃಷ್ಟಿಯನ್ನು ಎದುರಿಸಲಾರದೇ ತಲೆ ತಗ್ಗಿಸಿದಳು.

"ನನಗೆ ಏನು ಹೇಳಬೇಕೋ ತಿಳಿಯುತ್ತಿಲ್ಲ" ಎಂದಳು ನಿಧಾನವಾಗಿ.

"ಅದನ್ನು ನಾನೇ ಹೇಳಿಕೊಡ್ತೀನಿ, 'ಸರಿ' ಅಥವಾ 'ಇಲ್ಲ' ಅನ್ನಿ" ಎಂದ ಮುಗುಳುನಗುತ್ತ.

ನೆನ್ನೆ ಸಂಜೆಯಿಂದಲೇ ಮುತ್ತು ತಂಗಿಯ ಅದೃಷ್ಟವನ್ನು ಹೊಗಳಿ ಪಾರ್ಥಸಾರಥಿಯ ಗುಣವನ್ನು ಕೊಂಡಾಡಿ ತಂಗಿಯನ್ನು ಈ ಲಗ್ನಕ್ಕೆ ಸಮ್ಮತಿಸಲು ಹೇಳಿದ್ದ. ಈಗ ಯಾವ ಕಾರಣಕ್ಕಾಗಿ ಪಾರ್ಥಸಾರಥಿಯಂಥ ದೃಢ ನಿರ್ಧಾರದ ಗಂಡನ್ನು ಬೇಡವೆಂದಾಳು?

"ನಿಮ್ಮ..... ಮಾತಿಗೆ..... ನನ್ನ ಒಪ್ಪಿಗೆ ಇದೆ" ಎಂದು ವಿರಳವಿರಳವಾಗಿ ಹೇಳಿದ ಕುಸುಮ ಅಲ್ಲಿದ್ದ ಕೋಣೆಯೊಳಕ್ಕೆ ಹೊರಟುಹೋದಳು.

ಪಾರ್ಥಸಾರತಿ ಮನದಲ್ಲೇ ನಗುತ್ತ ಕ್ವಾರ್ಟರ್ಸ್‌ನಿಂದ ಹೊರಗೆ ಬಂದ. ಅವನ ದೃಷ್ಟಿ ಬಸ್ಸಿನ ಓಡಾಟದ ದಾರಿಯ ಕಡೆಗೆ ಹರಿಯಿತು. ಮುತ್ತು, ಗಿರಿಧರ್ ಮಾತನಾಡುತ್ತ ಹೋಗುತ್ತಿದ್ದರು. ವೇಗವಾಗಿ ಹೆಜ್ಜೆ ಹಾಕಿ ಅವರನ್ನು ತಲುಪಲು ಅವನಿಗೆ

ವಿಳಂಬವಾಗಲಿಲ್ಲ.

ಅವನ ಮುಖವನ್ನು ನೋಡೇ ಗಿರಿಧರ ಊಹಿಸಿಕೊಂಡು "ಕಂಗ್ರಾಜುಲೇಷನ್ಸ್...." ಎಂದು ಕೈ ಕುಲುಕಿದ. ಆಮೇಲೆ ಮುತ್ತು ಕೈಕುಲುಕಲು ಮರೆಯಲಿಲ್ಲ.

ಮೂವರೂ ಆತ್ಮೀಯವಾಗಿ ಹರಟಿದರು.

ಪಾರ್ಥಸಾರಥಿ ಊರಿಗೆ ಏನಂತ ಕಾಗದ ಬರೆದಿದ್ದನೋ ಅವನ ತಂದೆ ಮಾರನೆಯ ದಿನವೇ ಬಂದಿಳಿದರು ಮಡದಿಯೊಂದಿಗೆ.

ವಿಷಯ ತಿಳಿದ ಪಾರ್ಥಸಾರಥಿ ಒಬ್ಬ ಹುಡುಗನ ಕೈಯಲ್ಲಿ ಬೀಗದ ಕೈ ಕೊಟ್ಟು ಕಳುಹಿಸಿ ತನ್ನ ತರಗತಿಯನ್ನು ಮುಗಿಸಿಕೊಂಡೇ ಕ್ವಾರ್ಟರ್ಸ್‌ಗೆ ಬಂದ. ತಂದೆ ಅತ್ತಿಂದಿತ್ತ ತಿರುಗಿ ರೇಗಾಡುತ್ತಿದ್ದರೆ ತಾಯಿ ಗೋಡೆಗೊರಗಿ ತಲೆಯ ಮೇಲೆ ಕೈಹೊತ್ತು ಮುಸಿಮುಸಿ ಅಳುತ್ತಿದ್ದಳು.

"ನಾನೇ ಭಾನುವಾರ ಬರ್ತೀನಿ ಅಂತ ಬರೆದಿದ್ದೇನಲ್ಲ" ಎಂದ ಪಾರ್ಥಸಾರಥಿ ತಂದೆಯ ಕಡೇ ನೋಡುತ್ತ.

"ಹೌದಪ್ಪ, ಬರೆದಿದ್ದೆ. ಅದುವರೆಗೂ ನಮಗೆ ತಾಳ್ಮೆ ಇರಬೇಕಲ್ಲ. ಬೆಂಗಳೂರಿನ ವೈಕುಂಠಯ್ಯಂಗಾರ್ರು ನಮ್ಮ ಮನೆ ಸಂಬಂಧ ಬೆಳೆಸಬೇಕು ಅಂತಿದ್ದ ಸಂಗತಿ ತಿಳಿದಾಗ ಇನ್ನೆರಡು ವರ್ಷ ಮದುವೆ ಆಗೋಲ್ಲ ಅಂತ ಬೊಬ್ಬೆ ಹಾಕಿದೆ. ಈಗ ಇದ್ದಕ್ಕಿದ್ದ ಹಾಗೆ ಹುಡುಗೀನ ನಿಶ್ಚಯಿಸಿಕೊಂಡು ಮದುವೆ ಆಗ್ತೀನಿ ಅಂತ ಪತ್ರ ಬರೆದಿದ್ದೀಯಲ್ಲ!" ಒರಟಾಗಿ ಹೊರಬಂತು ತಂದೆಯಿಂದ ಮಾತುಗಳು.

"ಯಾಕೋ ಇನ್ನೆರಡು ವರ್ಷ ಮದುವೇನ ಮುಂದೂಡುವುದರಲ್ಲಿ ಅರ್ಥ ಕಾಣಿಸಲಿಲ್ಲ. ಅದಕ್ಕೆ ಮದುವೆಯಾಗಿಬಿಡಲು ತೀರ್ಮಾನಿಸಿದೆ."

ಮಗನ ಮಾತು ಕೇಳಿ ಕೃಷ್ಣಯ್ಯಂಗಾರ್ ಉರಿದೆದ್ದರು. "ನಾವು ಅಪ್ಪ ಅಮ್ಮ ಅನ್ನಿಸಿಕೊಂಡವರು ಇನ್ನು ಬದುಕಿದ್ದೀವಿ. ನೀನು ಯಾರನ್ನು ಮದುವೆಯಾಗೋಕೆ ಹೊರಟಿದ್ದೀಯಾ?"

ತಂದೆಯ ಮಾತಿಗೆ ಪಾರ್ಥಸಾರಥಿ ನಕ್ಕುಬಿಟ್ಟ.

"ಮದುವೆ ಆಗೋನು ನಾನು, ಈಗ ಮದುವೆಯಾಗೋಕೆ ಸಕಾಲವೆನಿಸಿತು. ಅದಕ್ಕೆ ತೀರ್ಮಾನ ಕೈಗೊಂಡೆ."

"ಏನೋ ಅಂದೆ ಮಗನೇ?" ಎಂದು ಮಗನ ಮೇಲೆ ಏರಿ ಹೋದರು.

ಪಾರ್ಥಸಾರಥಿ ಸ್ವಲ್ಪ ಕೂಡ ವಿಚಲಿತನಾಗಲಿಲ್ಲ. ಅವನ ಮುಖದಿಂದ ವಿಲಕ್ಷಣ ನಗೆಯೊಂದು ಹೊರಬಿತ್ತು. ದೈನ್ಯವಾಗಿ ತಾಯಿಯ ಕಡೆಗೆ ನೋಡಿದ. ಸ್ವತಂತ್ರ ವ್ಯಕ್ತಿತ್ವವನ್ನೇ ಅರಿಯದೇ ಮಕ್ಕಳನ್ನು ಹಡೆಯುವ ಯಂತ್ರವಾಗಿದ್ದ ಆಕೆಯನ್ನು ನೋಡಿ ಮರುಕಗೊಂಡ.

ಕೃಷ್ಣಯ್ಯಂಗಾರ್ ಮಗನನ್ನು ಹೊಡೆಯಲು ಹಿಂದೆಗೆದರೂ ಅವರ ಬಾಯಿ ಮಾತ್ರ ಸುಮ್ಮನಾಗಲಿಲ್ಲ. ಹೆಗಲ ಮೇಲೆ ಶಲ್ಯ ಹಾಕ್ಕೊಂಡು ಕಾಲೇಜಿನ ಕಡೆಗೆ ಹೊರಟರು. ಇವರ ವಿಚಿತ್ರ ವೇಷವನ್ನು ನೋಡಿ ಹುಡುಗರು ಪಕ್ಕನೇ ನಕ್ಕರು.

ಯಾರಿಂದಲೋ ತಿಳಿದು ನೇರವಾಗಿ ಪ್ರಿನ್ಸಿಪಾಲರ ಕೋಣೆಗೆ ಹೋದರು. ಪ್ರಿನ್ಸಿಪಾಲರಿಗೆ ಹೆಚ್ಚಿಗೆ ಕೆಲಸವಿದ್ದರೂ ಸೌಜನ್ಯದಿಂದ ಬರಮಾಡಿಕೊಂಡರು. ಅವರು ಪಾರ್ಥಸಾರಥಿ ತಂದೆ ಎಂದು ತಿಳಿದ ಮೇಲೆ ಅವರು ಯಾತಕ್ಕಾಗಿ ಬಂದಿದ್ದರೆಂದು ಊಹಿಸಿಕೊಂಡರು. ಪಾರ್ಥಸಾರಥಿ ಮದುವೆಯಾಗುವ ಸುದ್ದಿ ಅವರಿಗೂ ತಿಳಿದಿತ್ತು. ತಿಳಿದ ದಿವನೇ ಪಾರ್ಥಸಾರಥಿಯನ್ನು ಕರೆದು ಬುದ್ಧಿ ಹೇಳಿ ಅವನ ನಿಶ್ಚಯ ದೃಢವೆಂದು ತಿಳಿದ ಮೇಲೆ ಸುಮ್ಮನಾಗಿದ್ದರು.

"ಪ್ರಿನ್ಸಿಪಾಲರೇ! ನಿಮ್ಮಂಥ ಹಿರಿಯರು ಇದ್ದು..." ಮತ್ತೇನನ್ನು ಒದರಿದರೋ ಅವರಿಗೂ ಅರ್ಥವಾಗಲಿಲ್ಲ. ಪ್ರಿನ್ಸಿಪಾಲರಿಗೂ ಅರ್ಥವಾಗಲಿಲ್ಲ. ಅವರ ಮಾತಿನಿಂದಲೇ ಅರ್ಥ ಮಾಡಿಕೊಂಡರು. ಅವರಿಗಿನ್ನು ಪೂರ್ಣ ವಿಷಯ ತಿಳಿದಿಲ್ಲ, ಮಗ ತಾನೇ ಹುಡುಗೀನ ಗೊತ್ತು ಮಾಡ್ಕೊಂಡು ಮದುವೆಯಾಗಲು ಹೊರಟಿದ್ದಾನೆ ಎಂದೇ ಇಷ್ಟು ಹಾರಾಡುತ್ತಿದ್ದಾರಲ್ಲ, ಅವನು ಮದುವೆಯಾಗ್ತಾ ಇರೋದು ಗಿರಿಜನರ ಹುಡುಗಿ ಅಂತ ತಿಳಿದರೆ ಇನ್ನೆಷ್ಟು ಬೊಬ್ಬೆ ಹಾಕ್ತಾರೋ ಆದ್ದರಿಂದ ಆದಷ್ಟು ಬೇಗ ಇವರನ್ನು ಸಾಗಹಾಕೋದೆ ಒಳ್ಳೆಯದು ಎಂದು ನಿರ್ಧರಿಸಿ ಗಿರಿಧರನಿಗೆ ಹೇಳಿಕಳಿಸಿದರು. ಪಾಠ ಮಾಡುತ್ತಿದ್ದ ಗಿರಿಧರ ಮಧ್ಯದಲ್ಲೇ ನಿಲ್ಲಿಸಿ ಓಡಿಬಂದ.

"ಮಿಸ್ಟರ್ ಗಿರಿಧರ್, ಇವರೊಂದಿಗೆ ಮಾತಾಡಿ ವಿಷಯ ಏನು ಅಂತ ತಿಳಿಯಿರಿ. ನನಗೆ ಈಗಲೇ ಆಗಬೇಕಾದ ಅರ್ಜೆಂಟು ಕೆಲಸಗಳಿವೆ" ಎಂದರು.

ಏನೋ ಹೇಳಲು ಹೊರಟ ಗಿರಿಧರನನ್ನು ಮಧ್ಯದಲ್ಲೇ ತಡೆದು "ನಿಮ್ಮ ತರಗತಿಗೆ ನಾನು ಬೇರೆ ಏರ್ಪಾಟು ಮಾಡ್ತೀನಿ" ಎಂದರು ಅವರು, ಏನು ಹೇಳದಿದ್ದರೂ ಆದಷ್ಟು ಬೇಗ ಇವರನ್ನು ಕರೆದೊಯ್ಯಿರಿ ಎಂದು ಹೇಳುವಂತಿತ್ತು.

ಗಿರಿಧರ ಅಳುಕುತ್ತಲೆ "ಬನ್ನಿ ಹೋಗೋಣ" ಎಂದ.

ಕೃಷ್ಣಯ್ಯಂಗಾರ್ ಪ್ರಿನ್ಸಿಪಾಲರ ರೀತಿಗೆ ಸಿಡಿಮಿಡಿಗೊಂಡರೂ ತೋರಿಸಿಕೊಳ್ಳದೆ ಸುಮ್ಮನೆ ಹೊರಟರು.

ಗಿರಿಧರ ಅವರೊಂದಿಗೆ ಕ್ವಾರ್ಟರ್ಸ್ ಕಡೆ ಹೆಜ್ಜೆ ಹಾಕಿದ.

"ಅವನು ಈಗ ಮದುವೆಯಾಗಬೇಕು ಅಂತ ಇರೋದು ಇಲ್ಲಿನ ಹುಡುಗಿನೇನಾ?" ಎಂಗರು ಅಸಮಾಧಾನದಿಂದ.

ಅವರು ಅಸಮಾಧಾನದ ತುತ್ತತುದಿಯಲ್ಲಿದ್ದಾರೆ ಎಂದುಕೊಂಡ ಗಿರಿಧರ. ಆದರೂ ಅವನು ಅವರ ಪ್ರಶ್ನೆಗೆ ಉತ್ತರಿಸಲೇಬೇಕು. ವಿಷಯ ತಿಳಿದೂ ಸಹ ಗೊತ್ತಿಲ್ಲ ಎಂದು ಹೇಳುವುದು ಅವನ ಸ್ವಭಾವಕ್ಕೂ ವಿರೋಧ ಗೆಳೆತನಕ್ಕೂ ದ್ರೋಹ,

ಹೇಗೂ ಇಲ್ಲಿಗೆ ಬಂದಿದ್ದಾರೆ. ಅವರು ಕೇಳೋ ಪ್ರಶ್ನೆಗಳಿಗೆ ಉತ್ತರಿಸಿ ವಿಷಯ ತಿಳಿಸಿಬಿಡೋದು ಒಳ್ಳೆಯದೆಂದುಕೊಂಡ.

"ಇಲ್ಲೇ ಇದ್ದಾರೆ..." ಎಂದ ಚುಟುಕಾಗಿ.

"ಅವರು ತುಂಬ ಅನುಕೂಲ ಸ್ಥಿತಿಯಲ್ಲಿದ್ದಾರಾ?"

ಆ ಪ್ರಶ್ನೆಗೆ ಉತ್ತರಿಸುವುದು ಅವನಿಗೆ ಕಷ್ಟವಾಯಿತು. ಹೇಗೆ ಉತ್ತರಿಸಿಯಾನು? ಮುತ್ತು, ಅವರ ತಾಯಿ ತಂದೆಯರ ವಿಷಯವಾಗಲಿ, ಮಿಕ್ಕ ವಿಷಯವಾಗಲಿ ಅವನಿಗೆ ತಿಳಿದಿಲ್ಲ. ತಲೆ ಕೆರೆದುಕೊಂಡ. ಅಷ್ಟರಲ್ಲಿ ಎದುರಾದರು ಹಿಸ್ಟರಿ ಪ್ರೊಫೆಸರ್ ಗರುಡಾಚಾರ್ಯರು.

"Are you free?" ಎಂದರು ಗಿರಿಧರನನ್ನು ಉದ್ದೇಶಿಸಿ.

"No" ಎಂದು ತಲೆಯಾಡಿಸಿದ ಗಿರಿಧರ ಕೃಷ್ಣಯ್ಯಂಗಾರ್ ಪರಿಚಯ ಮಾಡಿಕೊಟ್ಟ.

ಮೊದಲೇ ವಾಚಾಳಿಗಳಾದ ಗರುಡಾಚಾರ್ಯರು ಕೃಷ್ಣಯ್ಯಂಗಾರ್ ಕೇಳುವುದಕ್ಕೆ ಮುನ್ನವೇ ಪಾರ್ಥಸಾರಥಿ ಮದುವೆಯಾಗಲಿರುವ ಸುದ್ದಿ, ಕುಸುಮಳ ಜಾತಿ ಇತ್ಯಾದಿಯನ್ನು ತಾವೇ ಒದರಿಬಿಟ್ಟರು.

ಕೃಷ್ಣಯ್ಯಂಗಾರ್‌ಗೆ ಆಕಾಶವೇ ತಲೆಯ ಮೇಲೆ ಕಳಚಿ ಬಿದ್ದಂತೆ ಆಯಿತು. ಅವರ ಬಾಯಲ್ಲಿ ಆವಾಚ್ಯ ಶಬ್ದಗಳ ಭಂಡಾರವೇ ಹೊರ ಬೀಳತೊಡಗಿತು. ಗರುಡಾಚಾರ್ಯರು ಬೇಸರದಿಂದ ಹೊರಟುಬಿಟ್ಟರು. ಗಿರಿಧರ ಅವರನ್ನು ಬಿಟ್ಟು ಹೋಗದಿದ್ದರೂ ಅವರೇ ಹೊರಟುಬಿಟ್ಟರು. ಮಗನ ಕ್ವಾರ್ಟರ್ಸ್ ಬಳಿ. ಗಿರಿಧರನಿಗೆ ಏನು ಮಾಡಬೇಕೋ ತಿಳಿಯದಾಯಿತು. ಇದ್ದಿದ್ದರಲ್ಲಿ ಜೋಸೆಫ್‌ಗೆ ವಿಷಯ ತಿಳಿಸುವುದು ಒಳ್ಳೆಯದೆಂದುಕೊಂಡು ಸರಸರನೆ ಕಾಲೇಜಿನ ಕಡೆಗೆ ಹೆಜ್ಜೆ ಹಾಕಿದ. ಜೋಸೆಫ್ ಸಿಗರೇಟ್ ಸೇದುತ್ತ ಹುಡುಗರ ಜೊತೆ ಹರಟೆ ಹೊಡೆಯುತ್ತಿದ್ದ. ಗಿರಿಧರ್ ಅವನನ್ನು ದೂರಕ್ಕೆ ಕರೆದೊಯ್ದು ವಿಷಯ ತಿಳಿಸಿದ. ಜೋಸೆಪ್‌ಗೆ ವಿಷಯ ತಿಳಿಸಲು ಮತ್ತೊಂದು ಕಾರಣ ಉಂಟು, ಪಾರ್ಥಸಾರಥಿ, ಮುತ್ತು ತಂಗಿಯನ್ನು ಮದುವೆಯಾಗುತ್ತೇನೆಂದಾಗ ನಿಜವಾಗಿ ಸಂತೋಷಿಸಿದವನು ಅವನೊಬ್ಬನೇ ಮಿಕ್ಕ ಪ್ರೊಫೆಸರ್ಸ್, ಲೆಕ್ಚರರ್ಸ್ ಅಸಮಾಧಾನ ವ್ಯಕ್ತಪಡಿಸದಿದ್ದರೂ ಈ ವಿಷಯದಲ್ಲಿ ಯಾವ ವಿಧವಾದ ಸಂತೋಷವನ್ನು ವ್ಯಕ್ತಪಡಿಸಿರಲಿಲ್ಲ.

"ಈಗ ಏನು ಮಾಡೋದು ಗಿರಿ? ಅಪ್ಪ, ಮಗ ಏನಾದರೂ ಕಿತ್ತಾಡಲಿ. ಪಾಪ ಮುತ್ತು ಕೂಡ ಮನೆಯಲ್ಲಿಲ್ಲ. ಈ ಹಾರುವಯ್ಯ ಆ ಹುಡುಗಿಯ ಹತ್ತಿರ ಹೋಗಿ ಕೂಗಾಡಿದರೆ ಏನು ಗತಿ!" ಎಂದವನೇ "ಒಂದು ನಿಮಿಷ ಬಂದೆ ಇರು" ಎಂದು ಮುತ್ತು ಕ್ವಾರ್ಟರ್ಸ್ ಕಡೆ ಓಡಿದ. ಪಾರ್ಥಸಾರಥಿ ಮನೆಯಲ್ಲಿ ನಡೆಯುತ್ತಿದ್ದ ಹಗರಣ ಇಡೀ ಕ್ವಾರ್ಟರ್ಸ್‌ಗಳಿಗೆಲ್ಲ ಹೆಚ್ಚು ಕಡಿಮೆ ಕೇಳಿಸುತ್ತಿತ್ತು. ಪಾರ್ಥಸಾರಥಿ ಮನೆಯ ಹಿಂದಿನ ಸಾಲಿನ ಎರಡನೇ ಮನೆಯಾದ ಮುತ್ತುವಿನ ಮನೆಗೆ ಆಕಾಶವಾಣಿ

ಪ್ರಸಾರದಂತೆ ಕೇಳಿಸುತ್ತಿತ್ತು.

ಜೋಸೆಫ್ ಕುಸುಮಳಿಗೆ ಏನೋ ಹೇಳಿ ತಮ್ಮ ಮನೆಗೆ ಕಳುಹಿಸಿ ಕ್ವಾರ್ಟರ್ಸ್‌ಗೆ ಬೀಗ ಹಾಕಿ ಬೀಗದ ಕೈಯನ್ನು ಜೇಬಿಗೆ ಇಳಿಬಿಟ್ಟು ಏನೂ ಅರಿಯದವನಂತೆ ಕಾಲೇಜಿನ ಕಡೆ ಹೆಜ್ಜೆ ಹಾಕಿದ.

ಹುಡುಗರೆಲ್ಲ ತಮ್ಮತಮ್ಮಲ್ಲೇ ಗುಂಪು ಕಟ್ಟಿಕೊಂಡು ಪಿಸಿಪಿಸಿ ಎನ್ನುತ್ತಿದ್ದರು. ವಿರಾಮದ ಸಮಯವಾದ್ದರಿಂದ ವಿದ್ಯಾರ್ಥಿಗಳೆಲ್ಲ ಹೊರಗೆ ಇದ್ದರು. ಹುಡುಗಿಯರು ಇನ್ನೊಂದು ಕಡೆ ಗಹನವಾದ ಚರ್ಚೆಯಲ್ಲಿ ತೊಡಗಿದ್ದರು. ಎಲ್ಲರ ಬಾಯಲ್ಲೂ ಪಾರ್ಥಸಾರಥಿಯ ಸುದ್ದಿಯೇ!

ಗಿರಿಧರ ನೆಟ್ಟಗೆ ಕಾಲೇಜು ಸ್ಟಾಫ್ ರೂಮಿಗೆ ಹೋದ. ಲೆಕ್ಚರರ್ಸ್ ಪ್ರೊಫೆಸರ್ಸ್‌ಗಳ್ಯಾರೂ ಅಲ್ಲಿರಲಿಲ್ಲ. ಎಲ್ಲರೂ ಊಟಕ್ಕೆ ಹೋಗಿದ್ದರು. ಮುತ್ತುಗಾಗಿ ಬಂದಿದ್ದ, ಅವನು ಸಿಗಲಿಲ್ಲ. ಅವನ ನಿರ್ಮಲವಾದ ತಲೆಯಲ್ಲಿ ದೊಡ್ಡ ಗೊಂದಲ. ನೇರವಾಗಿ ಮನೆಗೆ ಬಂದು ಪುಟ್ಟ ಗೀತಳನ್ನು ಆಡಿಸುವುದರಲ್ಲಿ ಮರೆಯಲು ಪ್ರಯತ್ನಪಟ್ಟ. ಅವನಿಗೆ ಪಾರ್ಥಸಾರಥಿ ಮನೆಯಲ್ಲಿ ಏನು ಜಗಳ ನಡೆದಿದೆಯೋ, ಇದರಲ್ಲಿ ಮುತ್ತು ಏನಾದರೂ ಪಾತ್ರವಹಿಸಿದ್ದಾನಾ? ತಾಯಿ ತಂದೆಯರ ಮಾತಿಗೆ ಮೆತ್ತಗಾಗಿ ಏನಾದರೂ ಪಾರ್ಥಸಾರಥಿ ತನ್ನ ನಿರ್ಧಾರ ಬದಲಾಯಿಸಿದ್ದಾನಾ? ಅವನಿಗೆ ಯಾವುದೂ ತಿಳಿಯಲಿಲ್ಲ.

ಕಾಲೇಜಿಗೆ ಬಂದಾಗ ಪಾರ್ಥಸಾರಥಿ ತಾಯಿ ತಂದೆಯರು ಜಗಳ ಮಾಡಿಕೊಂಡು ಹೊರಟುಹೋದ ಸಂಗತಿ ತಿಳಿಯಿತು. ಸದ್ಯ ಸಮಾಧಾನದ ಉಸಿರುಬಿಟ್ಟ.

ಮಧ್ಯಾಹ್ನ ಪಾರ್ಥಸಾರಥಿ ಏನು ನಡೆಯಲೇ ಇಲ್ಲವೇನೋ ಅನ್ನುವಷ್ಟು ಸಹಜವಾಗಿ ಕಾಲೇಜಿಗೆ ಬಂದ. ಆದರೆ ಸಹೋದ್ಯೋಗಿಗಳು ಗಿರಿಧರ್, ಜೋಸೆಫನ್ನು ಬಿಟ್ಟು, ವಿದ್ಯಾರ್ಥಿಗಳು ಮ್ಯೂಜಿಯಂನಿಂದ ತಂದ ಯಾವುದೋ ವಿಚಿತ್ರ ವಸ್ತುವನ್ನು ನೋಡುವಂತೆ ನೋಡಿದರು. ವಿಶಿಷ್ಟ ವಸ್ತುವನ್ನು ಬೆರಗಾಗಿ ನೋಡುವವರಂತೆ ದೂರ ದೂರದಿಂದಲೇ ನೋಡಿದರು. ಹೆಚ್ಚಿನ ಸಹೋದ್ಯೋಗಿಗಳು ಅವನೊಡನೆ ಮಾತನಾಡುವ ಸಂದರ್ಭಗಳನ್ನು ತಪ್ಪಿಸಿಕೊಳ್ಳುವಂತೆ ತೋರಿತು.

ಪಾರ್ಥಸಾರಥಿ ಕೂತು ಯೋಚಿಸಿದ. ಮದುವೆ ಎನ್ನುವುದು ಒಂದು ಸಾಮಾನ್ಯ ಸಂಗತಿ–ಒಂದು ಹೆಣ್ಣು, ಒಂದು ಗಂಡು ಒಂದುಗೂಡುವುದೂ ಸಾಮಾನ್ಯ ಸಂಗತಿ. ಅಂಥದ್ದರಲ್ಲಿ ಅದಕ್ಕೆ ಇವುರಗಳೆಲ್ಲ ಏಕಿಷ್ಟು ಮಹತ್ವ ಕೊಡುತ್ತಿದ್ದಾರೆ?

ತಾನೇ ಮನದಲ್ಲಿ ನಕ್ಕು ಸುಮ್ಮನಾದ.

ತರಗತಿಯಲ್ಲಿ ಕಾಲಿಟ್ಟಾಗ ಎಂದಿನ ನಗೆಯಿಂದ ವಿದ್ಯಾರ್ಥಿಗಳು ಅವನನ್ನು ಸ್ವಾಗತಿಸಲಿಲ್ಲ. ಒಬ್ಬರಿಗೊಬ್ಬರು ಕಣ್ಣು ಸನ್ನೆ, ಕೈ ಸನ್ನೆಯಿಂದಲೇ ಮಾತಾಡುತ್ತಿದ್ದರು. ಇಷ್ಟೆ ಅಲ್ಪಸ್ವಲ್ಪ ಸುದ್ದಿ ತಿಳಿದಿತ್ತು. ಅಂತ ಕಾಣುತ್ತೆ. ಈಗ ಪೂರ್ತಿ ವಿಷಯ ಹೊರಗೆ

ಬಿದ್ದಿದೆ. ಅದಕ್ಕಾಗಿ ಈ ಪರಿಸ್ಥಿತಿ ಎಂದುಕೊಂಡ.

ಎಂದಿನಂತೆ ಪಾಠ ಮಾಡಿ ಕೋಣೆಯಿಂದ ಹೊರಬಂದ. ಎದುರಿಗೆ ಬಂದ ಗಿರಿಧರ ಅವನನ್ನು ನೋಡಿ ನಸುನಕ್ಕ. ಅವನಿಗೆ ತರಗತಿ ಇದ್ದುದರಿಂದ ನಗುವಿನಲ್ಲೇ ಮುಗಿಸಿ ಮುಂದಕ್ಕೆ ಹೋದ. ಪ್ರಿನ್ಸಿಪಾಲರೂ ಸಹ ಹಿಂದಿನಂತಿಲ್ಲದೇ ಬಿಗುಮಾನದಿಂದಲೇ ವರ್ತಿಸಿದರು. ಅದನ್ನು ಅಷ್ಟಾಗಿ ಹಚ್ಚಿಕೊಳ್ಳಲಿಲ್ಲ ಪಾರ್ಥಸಾರಥಿ.

ಈ ಘಟನೆಯಿಂದ ಗಿರಿಧರನಿಗೆ ಕಾಲೇಜಿನ ಮತ್ತೊಂದು ಮುಖದ ದರ್ಶನವೇ ಆಗಿತ್ತು. ಈಗಿನ ಪರಿಸರದಲ್ಲೂ ಇಂಥ ವಿಷಯಕ್ಕೆ ಇಷ್ಟು ಮಹತ್ವ ಕೊಡುತ್ತಾರೆ ಎಂದುಕೊಂಡ.

ಮಾರನೆಯ ದಿನ ಕಾಲೇಜಿಗೆ ಹೋದಾಗ ದೊಡ್ಡ ಆಶ್ಚರ್ಯವೇ ಕಂಡಂತೇ ದಿಗ್ಭ್ರಾಂತನಾದ. ಕಾಲೇಜಿನ ಗೋಡೆಗಳ ಮೇಲೆಲ್ಲ ಹೆಣ್ಣು, ಗಂಡಿನ ಚಿತ್ರಗಳು ರಾರಾಜಿಸುತ್ತಿದ್ದವು. ಅವುಗಳ ಪಕ್ಕದಲ್ಲಿ ಕುಸುಮ, ಪಾರ್ಥಸಾರಥಿ ಎಂದು ವಕ್ರವಕ್ರವಾಗಿ ಬರೆದಿದ್ದರು. ಅವನೇ ನಾಚಿ ತಲೆ ತಗ್ಗಿಸಿ ಒಳಗೆ ಹೋಗಿಬಿಟ್ಟ. ಸಹೋದ್ಯೋಗಿಗಳೆಲ್ಲ ಪ್ರಿನ್ಸಿಪಾಲರ ಕೋಣೆಯಲ್ಲಿ ಸೇರಿ ಸಮಾಲೋಚಿಸುತ್ತಿದ್ದರು. ಇಲ್ಲಿ ಓದುತ್ತಿದ್ದ ಹೆಚ್ಚಿನ ಹುಡುಗರು ಶ್ರೀಮಂತರ ಮಕ್ಕಳು ಒಂದಿಬ್ಬರು ಟ್ರಸ್ಟಿಗಳ ಮಕ್ಕಳು ಸಹ ಇಲ್ಲಿದ್ದರು. ಅವರುಗಳಿಗೆ ಹುಡುಗರನ್ನು ಬಯ್ದು ರೊಚ್ಚಿಗೇಳಿಸಲು ಇಷ್ಟವಿಲ್ಲ. ಪಾರ್ಥಸಾರಥಿಯನ್ನು ಕರೆದು ಏನೆಂದು ತಾನೇ ಬುದ್ಧಿ ಹೇಳಿಯಾರು?

ಪಾರ್ಥಸಾರಥಿ ಧೈರ್ಯವಾಗೇ ಇದ್ದ. ಮುತ್ತು ಮಾತ್ರ ಭೂಮಿಗಿಳಿದುಹೋದ. ರಜ ಹಾಕಿ ಕಾಲೇಜಿನಿಂದ ಮನೆಗೆ ಹೋಗಿ ತಲೆಯ ಮೇಲೆ ಕೈ ಹೊತ್ತು ಕುಳಿತುಬಿಟ್ಟ. ಜೋಸೆಫ್ ಮಾತ್ರ ತಾನು ಹೋದ ತರಗತಿಗಳಲ್ಲೆಲ್ಲ ಹುಡುಗರು ಮಾಡಿದ ತಪ್ಪಿನ ಬಗ್ಗೆ ಛೀಮಾರಿ ಹಾಕಿದ.

ಇದ್ದಕ್ಕಿದ್ದಂತೆ ಮಾರನೆಯ ದಿನವೇ ಪಾರ್ಥಸಾರಥಿ ಅಲ್ಲಿಗೆ ನಾಲ್ಕಾರು ಮೈಲಿ ದೂರವಿದ್ದ ವೇಣುಗೋಪಾಲ ಸ್ವಾಮಿಯ ಗುಡಿಯಲ್ಲಿ ಕುಸುಮಳನ್ನು ಸರಳವಾಗಿ ವಿವಾಹವಾಗಿಬಿಟ್ಟ.

ಪಾರ್ಥಸಾರಥಿಯ ಮದುವೆಯ ಬಗ್ಗೆ ಕೆಲವು ಸಹೋದ್ಯೋಗಿಗಳು ಜೋಸೆಫ್‌ನ ಹತ್ತಿರ ಅಸಂತುಷ್ಟಿಯನ್ನು ವ್ಯಕ್ತಪಡಿಸಿದರು. ಅವನಿಗೇನು ಬೇರೆ ಹುಡುಗಿ ಸಿಗುತ್ತಿರಲಿಲ್ಲವೇ? ಅವನೇಕೆ ಗಿರಿಜನರ ಹಾಗೂ ಸಾಮಾನ್ಯ ಹುಡುಗಿ ಕುಸುಮಳನ್ನು ಮದುವೆಯಾದದ್ದು? ಇದರಲ್ಲಿ ಏನೋ ಮೋಸವಿದೆ, ಎಂದು ತರ್ಕಿಸಿದ್ದರು. ಆಗ ಜೋಸೆಫ್ ಪಾರ್ಥಸಾರಥಿ ಇಷ್ಟವಿದ್ದು ಮದುವೆಯಾದದ್ದು. ಯಾವ ಹುಡುಗಿಯನ್ನು ಮದುವೆಯಾಗಬೇಕೆಂಬುದು ಅವನ ಸ್ವಂತಕ್ಕೆ ಸೇರಿದ ವಿಷಯ. ಅದನ್ನು ಕೇಳೋ ಹಕ್ಕು ಯಾರಿಗೂ ಇಲ್ಲ. ಅವನನ್ನು ಯಾರೂ ಮದುವೆಯ ವಿಷಯದಲ್ಲಿ ಒತ್ತಾಯಪಡಿಸಲು ಇಲ್ಲ, ಮೋಸಪಡಿಸಲೂ ಇಲ್ಲ ಎಂದಿದ್ದ. ಗಿರಿಜನರ

ಹುಡುಗಿಯಾದರೇನಂತೆ! ಅವಳೂ ಸಹ ಎಲ್ಲರಂತೆ ಮನುಷ್ಯಳೇ ಎಂದು ವಾದಿಸಿದ್ದ. ಇವನ ವಿಚಾರ ಅವರಿಗೆಲ್ಲ ಹಿಡಿಸಿತೋ ಇಲ್ಲವೋ, ತಿಳಿಯಲಿಲ್ಲ.

ಗಿರಿಧರನಿಗೆ ಈ ಜೋಡಿಯನ್ನು ಒಮ್ಮೆ ಮನೆಗೆ ಕರೆದು ಔತಣ ಮಾಡಬೇಕೆಂದು ಆಸೆ ಇದ್ದರೂ ಸುಮ್ಮನಿದ್ದ. ಕಾರಣ ಇಷ್ಟೇ ಸಹೋದ್ಯೋಗಿಗಳ ಟೀಕೆಗೆ ಗುರಿಯಾಗಲು ಅವನು ಇಷ್ಟಪಡುತ್ತಿರಲಿಲ್ಲ.

ಪಾರ್ಥಸಾರಥಿಯ ಮದುವೆಯಿಂದ ಆ ಕ್ವಾರ್ಟರ್ಸ್‌ಗಳಲ್ಲಿ ಒಂದೇ ಒಂದು ಬದಲಾವಣೆಯಾಯಿತು. ಅಣ್ಣನ ಜೊತೆ ವಾಸಿಸುತ್ತಿದ್ದ ಕುಸುಮ ಪಾರ್ಥಸಾರಥಿ ಮನೆಯ ಗೃಹಿಣಿಯಾದಳು.

ಕೃಷ್ಣಯ್ಯಂಗಾರ್‌ಗೆ ಯಾರು ಮಗನ ವಿಷಯ ತಿಳಿಸಿದರೋ ತಿಳಿಯದು. ಅವರು ರೌದ್ರಾವೇಶದಿಂದ ಬಂದರು. ಮಗನ ಮನೆಗೆ. ಆಗತಾನೇ ಕಾಲೇಜಿನಿಂದ ಬಂದಿದ್ದ ಪಾರ್ಥಸಾರಥಿ ಆರಾಮ ಕುರ್ಚಿಯ ಮೇಲೆ ಒರಗಿದ್ದ. ಜೋಸೆಫ್ ಕೊಟ್ಟ ಉಡುಗೊರೆಯದು.

"ಬನ್ನಿ ಬನ್ನಿ" ಎಂದು ಮೇಲಕ್ಕೆದ್ದ.

ಹೊರಗೆ ಬಂದ ಕುಸುಮ ಕೃಷ್ಣಯ್ಯಂಗಾರ್‌ರನ್ನು ನೋಡಿ ಕೋಣೆಯೊಳಕ್ಕೆ ಸರಿದುಬಿಟ್ಟಳು. ಅವರನ್ನು ಪ್ರತ್ಯಕ್ಷವಾಗಿ ನೋಡದಿದ್ದರೂ ಪಾರ್ಥಸಾರಥಿಯ ತಂದೆ ಇರಬಹುದೆಂದು ಮೊದಲ ನೋಟದಲ್ಲೇ ಊಹಿಸಿಕೊಂಡಿದ್ದಳು.

ಹಿಂದೆ ಕೃಷ್ಣಯ್ಯಂಗಾರ್ ಬಂದು ಹೋಗುವಾಗ ಮಗ ತನ್ನ ಆವೇಶಕ್ಕೆ ತಣ್ಣಗಾಗಿ ತನ್ನ ನಿರ್ಧಾರ ಬದಲಾಯಿಸಿಕೊಳ್ಳುತ್ತಾನೆ ಎಂದು ತಿಳಿದುಕೊಂಡಿದ್ದರು. ಆದರೆ ಅವರ ಊಹೆ ಸುಳ್ಳಾಗಿತ್ತು.

"ಲೋ ನೀಚ! ಭ್ರಷ್ಟ! ಇವತ್ತಿನಿಂದ ನಾನು ನಿನ್ನ ತಂದೆ ಅಲ್ಲ ಅಂತ ಹೇಳಿ ಹೋಗೋಕೆ ಬಂದೆ. ನಿನಗೆ ಎಲ್ಲೂ ಹೆಣ್ಣು ಸಿಕ್ಕಲಿಲ್ಲವೇನೋ ಸ್ವಜಾತಿಯಲ್ಲಿ? ಈ ಹೀನ ಹೆಣ್ಣೆ ಬೇಕಾಯ್ತೇನೋ ಥೂ! ನಿನ್ನ ಜನ್ಮಕ್ಕಿಷ್ಟು ಬೆಂಕಿಹಾಕ! ನಿನಗೆ ಜನ್ಮ ಕೊಟ್ಟ ಅಪ್ಪ, ಅಮ್ಮ ಬೇಡ; ಒಡ ಹುಟ್ಟಿದ ತಂಗಿ, ತಮ್ಮಂದಿರು ಬೇಡ. ಆ ಚೆನ್ನಕೇಶವ ನಿನಗೆ ಎಂಥ ಶಾಸ್ತಿ ಮಾಡ್ತಾನೆ ನೋಡು! ನಿನಗೆ ದೇವರು ಬೇಡ, ದೇವಸ್ಥಾನ ಬೇಡ; ನೀತಿಗೆಟ್ಟವನೇ, ನೀನು ಹಾಳಾಗ."

ಪಾರ್ಥಸಾರಥಿ ಸ್ಕೂಲಿನಲ್ಲಿ ಪಾಠ ಕೇಳೋ ವಿಧೇಯ ವಿದ್ಯಾರ್ಥಿಯಂತೆ ಗಂಭೀರವಾಗಿ ಕುಳಿತ.

"ಲೋ ಚಂಡಾಲ, ನಾನು ಹೇಳೋದು ಇಷ್ಟೆ. ಇನ್ನೆಂದಿಗೂ ಊರು ಕಡೇ ತಲೆ ಹಾಕಬೇಡ. ನಾನು ಇಂಥವರ ಮಗ ಅಂತ ಯಾರಿಗೂ ಹೇಳ್ಕೋಬೇಡ" ಎಂದವರೇ ಬಾಗಿಲಿನವರೆಗೂ ಹೋದ ಕೃಷ್ಣಯ್ಯಂಗಾರ್ ಮರಳಿ ಬಂದು "ನಾನು ಸತ್ತ ವಾರ್ತೆ ತಿಳಿದರೂ ನನ್ನ ಹೆಣ ನೋಡೋಕೂ ಬರಕೂಡದು. ಇವತ್ತಿನಿಂದ ನನಗೂ ನಿನಗೂ

ಇದ್ದ ಸಂಬಂಧ ಕಡಿದುಹೋಯಿತು" ಎಂದವರೇ ದಢದಢನೇ ಹೊರಟುಹೋದರು.

ಪಾರ್ಥಸಾರಥಿ ಸುಮ್ಮನೆ ಕುಳಿತೇ ಇದ್ದ. ತಂದೆಯ ಇಂತಹ ಆವೇಶ, ಆವಾಚ್ಯ ಶಬ್ದಗಳು ಅವನಿಗೆ ಹೊಸದೇನೂ ಅಲ್ಲ. ಅವನ ಮನಸ್ಸು ನೊಂದಿದ್ದು ಒಂದೇ ಒಂದು ವಿಷಯಕ್ಕೆ. ತಾಯಿ ತನ್ನಿಂದ ಇನ್ನು ಎಷ್ಟು ವಿಧವಾದ ಬೈಗಳನ್ನು ಕೇಳಬೇಕೋ ಎಂದು. ಎಲ್ಲಕ್ಕಿಂತ ಹೆಚ್ಚಾಗಿ ಅವನು ಈಗ ಕುಸುಮಳನ್ನು ಸಮಾಧಾನ ಮಾಡಬೇಕಾಗಿತ್ತು.

ಪಾರ್ಥಸಾರಥಿ ಏನು ನಡೆಯಲೇ ಇಲ್ಲವೇನೋ ಎನ್ನುವಷ್ಟು ಸಹಜವಾಗಿ ಕೋಣೆಯೊಳಕ್ಕೆ ನಡೆದ. ಕುಸುಮ ದಿಂಬಿಗೆ ಮುಖವಾನಿಸಿ ಬಿಕ್ಕುತ್ತಿದ್ದಳು. ಅವಳ ಬಿಕ್ಕುವಿಕೆಯಿಂದ ಅವಳ ಮೈಯಲ್ಲಿ ಒಂದು ವಿಧವಾದ ಕಂಪನವುಂಟಾಗಿತ್ತು.

ಪಾರ್ಥಸಾರಥಿ ದಿಂಬಿನಲ್ಲಿ ಹುದುಗಿದ್ದ ಅವಳ ಮುಖವನ್ನು ಬೇರ್ಪಡಿಸಿ, ಗಲ್ಲವನ್ನು ಹಿಡಿದೆತ್ತಿ, ಬೆರಳಿನಿಂದ ಅವಳ ಕಣ್ಣೀರು ತೊಡೆದು,

"ಎಂಥ ಮೊದ್ದು ಹುಡುಗಿ! ಸಾಮಾನ್ಯ ಮನುಷ್ಯನ ಬಾಯಿಂದ ಇನ್ನೆಂಥ ಮಾತುಗಳು ಹೊರಡಲು ಸಾಧ್ಯ? ಅವರು ಆಡಿಹೋದ ಮಾತ್ರಕ್ಕೆ ಏನೂ ಆಗದು. ಈಗ ನಡೆದುದನ್ನು ದಯವಿಟ್ಟು ಮರೆತುಬಿಡು ಕುಸುಮ" ಎಂದ ಮರುಕದಿಂದ.

"ನೀವು ಏನೇ ಅನ್ನಿ, ನಮ್ಮ ಮದುವೆಯಿಂದ ಯಾರಿಗೂ ಸುಖವಿಲ್ಲ. ತಾಯಿ ತಂದೆಯಿಂದ ನಿಮ್ಮನ್ನು ಬೇರ್ಪಡಿಸಿದಂತಾಯಿತು."

"ಕುಸುಮ, ಒಳ್ಳೆ ಎಳೇ ಮಗುವಿನ ಹಾಗೆ ಆಡಬೇಡ. ಏನೇನನ್ನೋ ಮನಸ್ಸಿಗೆ ಹಚ್ಚಿಕೊಂಡು ನಮ್ಮ ಸುಖ, ಶಾಂತಿಯನ್ನು ಕೆಡಿಸಿಕೊಳ್ಳೋದು ಬೇಡ. ನಿನ್ನನ್ನೇ ಕೀಳು ಜಾತಿಯವಳೆಂಬ ಕರುಣೆಯಿಂದ ನಾನು ಮದುವೆಯಾಗಲಿಲ್ಲ. ನಿನ್ನಲ್ಲಿನ ಯಾವುದೋ ಒಂದು ಆಕರ್ಷಣೆ ನನ್ನನ್ನು ನಿನ್ನವನನ್ನಾಗಿ ಮಾಡಿದೆ. ನಾನೀಗ ಪರಮಸುಖಿಯಾಗಿದ್ದೇನೆ, ಅದನ್ನು ತಿಳ್ಕೋ. ಅರ್ಥವಿಲ್ಲದ ಮಾತುಗಳಿಗೆ ಬೆಲೆ ಕೊಡಬೇಡ" ಎಂದು ಅವಳ ಮುಂಗುರುಳಿನಲ್ಲಿ ಮೃದುವಾಗಿ ಕೈಯಾಡಿಸಿದ.

ಕುಸುಮ ಅವನ ಎದೆಯಲ್ಲಿ ತನ್ನ ಮುಖ ಹುದುಗಿಸಿ ಕಣ್ಣು ಮುಚ್ಚಿದಳು.

"ಅರ್ಥವಿಲ್ಲದ ಪ್ರಪಂಚ, ನಿರಾಶಾಮಯವಾದ ಸಮಾಜ ಎರಡನ್ನೂ ಮೆಟ್ಟಿ ನಿಂತು ನಿರ್ಲಿಪ್ತವಾಗಿ ಜೀವನವನ್ನು ತನಗಿಷ್ಟ ಬಂದಂತೆ ಸಾಗಿಸುವುದನ್ನು ಕಂಡುಕೊಂಡು ತೃಪ್ತಿಯಿಂದ ಜೀವಿಸಬೇಕು" ಎಂದ ಅವನ ಕೈ ಮಡದಿಯ ನುಣುಪಾದ ಗಲ್ಲವನ್ನು ಸವರುತ್ತಿತ್ತು.

* * *

ಸಂಜೆ ಜೋಸೆಫ್ ಗಿರಿಧರನನ್ನು ಅರಸಿಕೊಂಡು ಬಂದ. ಈಗಾಗಲೇ ಶಶಿ ಬಂದು ಒಂದೂವರೆ ತಿಂಗಳಾಗಿಹೋಗಿತ್ತು. ಭಾಸ್ಕರ ಮಡದಿಯನ್ನು ಕರೆದೊಯ್ಯಲು ಬರುವುದಾಗಿ ತಿಳಿಸಿ ಬರೆದಿದ್ದ. ಗಿರಿಧರನಂತೂ ಇನ್ನಿರುವ ವಾರದಲ್ಲಿ ಕಾಲೇಜಿನ

ಮಿಕ್ಕ ವೇಳೆಯನ್ನೆಲ್ಲ ತಂಗಿ ಮತ್ತು ಗೀತಳೊಂದಿಗೆ ಕಳೆಯಲು ನಿರ್ಧರಿಸಿದ್ದ.

ಗಿರಿಧರ ಗೀತಳನ್ನು ಎತ್ತಿಕೊಂಡೇ ಜೋಸೆಫ್‌ನನ್ನು ಸ್ವಾಗತಿಸಿದ.

ಬಾಗಿಲಿನಲ್ಲಿ ನಿಂತ ಜೋಸೆಫ್ "ಸ್ವಲ್ಪ ಬನ್ನಿ ಮಿಸ್ಟರ್ ಗಿರಿಧರ್" ಎಂದ.

ಗಿರಿಧರ ತಂಗಿಯ ಕೈಗೆ ಮಗುವನ್ನಿತ್ತು, ಜೋಸೆಫನೊಂದಿಗೆ ಹೊರಟ. ದಾರಿಯಲ್ಲಿ ಕುಸುಮ, ಪಾರ್ಥಸಾರಥಿಗೆ ಪಾರ್ಟಿ ಕೊಡುವ ವಿಷಯವನ್ನು ತಿಳಿಸಿದ.

ಇವರಿಬ್ಬರೂ ಪಾರ್ಥಸಾರಥಿಯ ಕ್ವಾರ್ಟರ್ಸ್‌ಗೆ ಬಂದಾಗ ಗಂಡಹೆಂಡತಿಯರಿಬ್ಬರು ಹರಟೆಯಲ್ಲಿ ಮಗ್ನರಾಗಿದ್ದರು.

"ಬನ್ನಿ ಬನ್ನಿ" ಎಂದು ಪಾರ್ಥಸಾರಥಿಯೇ ಎದ್ದು ಸ್ವಾಗತಿಸಿದ. ಅವನ ದೆಹಲಿಯ ಸೋದರಮಾವ ಮದುವೆಯ ಉಡುಗೊರೆಯಾಗಿ ಎರಡು ಸಾವಿರ ರೂಪಾಯಿ ಚೆಕ್ಕನ್ನು ಕಳುಹಿಸಿಕೊಟ್ಟಾಗ ಪಾರ್ಥಸಾರಥಿ ಮಡದಿಯ ಆಸೆಯಂತೆ ಕೆಲವೊಂದು ಪೀಠೋಪಕರಣಗಳನ್ನು ಕೊಂಡುತಂದಿದ್ದ.

"ಜೋಸೆಫ್, ನಿಮಗೆ ಮದುವೆಯ ಪಾರ್ಟಿ ಇಟ್ಕೋತಾರಂತೆ" ಎಂದ ಗಿರಿಧರ.

"ಆ ಪಾರ್ಟಿಯಲ್ಲಿ ಮಿಸ್ಟರ್ ಗಿರಿಧರ್ ಸಹ ಪಾಲ್ಗೊಳ್ಳುತ್ತಾರೆ" ಎಂದ ಜೋಸೆಫ್.

ಗಿರಿಧರನ ಮುಖ ಕಕ್ಕಾಬಿಕ್ಕಿಯಾಯಿತು.

ಜೋಸೆಫ್ ಆತ್ಮೀಯತೆಯಿಂದ ಗಿರಿಧರನ ಹೆಗಲ ಮೇಲೆ ಕೈಹಾಕಿ "ಮಿಸ್ಟರ್ ಗಿರಿಧರ್, ಪಾರ್ಟಿ ಎಂದರೆ ಹೆದರಬೇಕಾದ ಕಾರಣವಿಲ್ಲ. ಬರೀ ಸಸ್ಯಾಹಾರ ಭೋಜನ, ಪೂರ್ಣವಾಗಿ ಭಾರತೀಯ ಮಾದರಿ, ನೋ ಡ್ರಿಂಕ್ಸ್, ನೋ ಡ್ಯಾನ್ಸ್, ನೋ ಮ್ಯೂಸಿಕ್" ಎಂದ ನಗುತ್ತ.

ಗಿರಿಧರನ ಆತಂಕ ಬಹುಮಟ್ಟಿಗೆ ಕಡಿಮೆಯಾಯಿತು.

ದಿನಗಳು ಸರಿದಂತೆ ಎಲ್ಲರು ಮರೆತು ಪಾರ್ಥಸಾರಥಿಯೊಂದಿಗೆ ಆತ್ಮೀಯವಾಗಿ ವರ್ತಿಸತೊಡಗಿದರು. ಅವರುಗಳು ಬುದ್ಧಿಜೀವಿಗಳು. ಯಾವುದೋ ಸಣ್ಣತನದಿಂದ ಮುಲುಗುಟ್ಟಿದರೂ ಕ್ರಮೇಣ ಅದನ್ನು ಮರೆತರು. ಆದರೆ ಗಂಡನ ಲೇಬಲ್ಲುಗಳನ್ನು ಹಣೆಯ ಮೇಲೆ ಹಚ್ಚಿಕೊಂಡು ಇಲ್ಲದ ಬುದ್ಧಿವಂತಿಕೆಯನ್ನು ಪ್ರದರ್ಶಿಸುವ ಹೆಂಗಸರು ಮರೆಯಲಿಲ್ಲ. ಯಾವುದಾದರೂ ಹಬ್ಬವೋ ಮತ್ತೇನಾದರೂ ನಡೆದರೆ ಕುಸುಮಳೊಬ್ಬಳನ್ನು ಬಿಟ್ಟು ಮತ್ತೆಲ್ಲರೂ ಒಬ್ಬರ ಮನೆಗೊಬ್ಬರು ಹೋಗಿ ಬರುತ್ತಿದ್ದರು. ಕುಸುಮಳನ್ನು ಎಂದು ತಮ್ಮ ಮನೆಗೆ ಆಹ್ವಾನಿಸುತ್ತಿರಲಿಲ್ಲ. ಪ್ರೊಫೆಸರ್ ರಂಗನಾಥ್ ಮಡದಿ ಇದಕ್ಕೆ ತದ್ವಿರುದ್ಧವಾಗಿ ನಿಂತಳು. ಎಲ್ಲರಂತೆ ಕುಸುಮಳನ್ನು ಹಬ್ಬದ ದಿನಗಳಲ್ಲಿ ಆಹ್ವಾನಿಸತೊಡಗಿದಳು.

ಕುಸುಮ ಮೊದಲು ಹೋಗಲು ಭಯಗೊಂಡರೂ, ಶೀಲಳ ಬಲವಂತ, ಗಂಡನ ಧೈರ್ಯದ ನುಡಿಗಳಿಂದ ಹೋಗಿ ಬರಲು ಪ್ರಾರಂಭಿಸಿದಳು. ರಂಗನಾಥ್

ಭಾರಿ ಬುದ್ಧಿವಂತ ಮತ್ತು ಟ್ರಸ್ಟಿ ಶಂಕರನಾರಾಯಣರ ಅಳಿಯ. ಆದ್ದರಿಂದ ಶೀಲಳನ್ನು ಎದುರಿಗೆ ಖಂಡಿಸಲೂ ಯಾರೂ ಧೈರ್ಯ ಮಾಡಲಿಲ್ಲ. ಹಿಂದೆ ಅಂದುಕೊಂಡು ಸುಮ್ಮನಾದರು. ಕ್ರಮೇಣ ದೊಡ್ಡವರಿಲ್ಲದೇ ಬರೀ ಗಂಡಹೆಂಡತಿಯರು ಮಾತ್ರ ಇದ್ದ ಹೆಣ್ಣುಗಳು ಕ್ರಮೇಣ ಕುಸುಮಳಲ್ಲಿ ಅಲ್ಪಸ್ವಲ್ಪ ಬೆರೆಯಲು ಪ್ರಾರಂಭಿಸಿದರು.

* * *

ಭಾಸ್ಕರ ಬಂದು ಮಡದಿ ಮಗಳನ್ನು ಬೆಂಗಳೂರಿಗೆ ಕರೆದೊಯ್ದ. ತುಂಬಿದ ಮನೆಯಂತಿದ್ದ ಮನೆ ಬರಿದಾಯಿತು. ಕಾಲೇಜಿನಿಂದ ಗಿರಿಧರ ಮನೆಗೆ ಬಂದರೆ ತಲೆ ತಿನ್ನುವಷ್ಟು ಬೇಸರ, ತಾಯಿ ಹತ್ತು ಸಲ ಮಾತನಾಡಿಸಿದರೆ ಒಮ್ಮೆ ಮಾತನಾಡುತ್ತಿದ್ದರು. ಗಿರಿಧರನೊಬ್ಬನನ್ನು ಬಿಟ್ಟರೇ ಅಲ್ಲಿ ಹೆಚ್ಚು ಕಮ್ಮಿ ಎಲ್ಲಾ ಮದುವೆಯಾದವರೇ. ಇವರ ಬೇಸರ ಮುಖ ಕಂಡಾಗಲೆಲ್ಲ ಸಹೋದ್ಯೋಗಿಗಳು ಬೇಗ ಮದುವೆಯಾಗುವಂತೆ ಸಲಹೆ ಕೊಡುತ್ತಿದ್ದರು. ಭಾಸ್ಕರ ಬಂದಾಗಲೂ ಅವನ ಮದುವೆ ಪ್ರಸ್ತಾಪಿಸಿ ಹೋಗಿದ್ದ. ಇನ್ನು ಒಂದು ವರ್ಷವಾದರೂ ಮದುವೆ ಬೇಡವೆನ್ನುವುದು ಅವನ ನಿರ್ಧಾರ.

ಕಾಲೇಜಿನಿಂದ ಬಂದ ಗಿರಿಧರ ಮನೆಯ ಮೌನವನ್ನು ಕಂಡು ಬೇಸರಗೊಂಡ. ಒಂದೊಂದು ಸಲ ತಾಯಿಯ ಮೌನ ಎಂದಿನ ಗಂಭೀರ ಮುಖ ಕಂಡು ಬೇಸರಗೊಳ್ಳುತ್ತಿದ್ದ. ಅದನ್ನು ತೊಡೆಯಲು ಬಹಳಷ್ಟು ಪ್ರಯತ್ನಪಟ್ಟ. ತನ್ನ ಕಾಲೇಜಿನಲ್ಲಿ ನಡೆದ ಸಣ್ಣಪುಟ್ಟ ವಿಷಯಗಳಿಗೆ ಉಪ್ಪುಕಾರ ಹಚ್ಚಿ ತಾಯಿಯ ಗಂಭೀರತೆಯನ್ನು ಸಡಿಲಗೊಳಿಸಲು ಪ್ರಯತ್ನಪಡುತ್ತಿದ್ದ. ಅದೆಲ್ಲ ನಿಷ್ಪ್ರಯೋಜಕ ಎಂದು ತಿಳಿಯಲು ಅವನಿಗೆ ಬಹಳ ದಿನ ಹಿಡಿಸಲಿಲ್ಲ. ಕಾಲೇಜಿನ ಗಡಿಬಿಡಿ ವಾತಾವರಣದಿಂದ ಮನೆಗೆ ಬಂದರೆ ಕುತ್ತಿಗೆ ಹಿಡಿದು ದಬ್ಬುವಂತೆ ಆಗುತ್ತಿತ್ತು. ಆಗೆಲ್ಲ ಜೋಸೆಫ್ ಮನೆಗೋ, ಇಲ್ಲವೇ ಪಾರ್ಥಸಾರಥಿ ಮನೆಗೋ ಹೋಗಿಬರುತ್ತಿದ್ದ. ಅವರಿಬ್ಬರು ಗೃಹಸ್ಥರು. ತಾನೇ ಹೋಗಿ ಅವರ ನಡುವೇ ಕುಳಿತುಕೊಳ್ಳುವುದು ಚೆನ್ನಲ್ಲವೆನ್ನಿಸಿತು. ಒಬ್ಬನೇ ಸಂಜೆ ಸುತ್ತಾಡಲು ಹೋಗುತ್ತಿದ್ದ. ಕೆಲವೊಮ್ಮೆ ವಿದ್ಯಾರ್ಥಿಗಳು ಅವನ ಜೊತೆಯಾಗುತ್ತಿದ್ದರು. ಇಲ್ಲ ಯಾರಾದರೂ ಸಹೋದ್ಯೋಗಿಗಳೋ, ಇಲ್ಲ ಪಾರ್ಥಸಾರಥಿ ದಂಪತಿಗಳೋ ಜೊತೆಗೂಡುತ್ತಿದ್ದರು.

ಒಂದು ಸಂಜೆ ಮೋಡ ಮುಸುಕಿದ್ದರೂ ವಾತಾವರಣ ಆಹ್ಲಾದಕರವಾಗಿತ್ತು. ಕ್ವಾರ್ಟರ್ಸ್‌ಗಳೆಲ್ಲ ಯಾಕೋ ಒಂದೇ ರೀತಿಯ ಗಂಭೀರ. ಕಾರಣ, ಆಟವಾಡುವ ಹುಡುಗರನ್ನೆಲ್ಲ ಮೋಡದ ನೆನಪವನ್ನೊಡ್ಡಿ ಮನೆಯಲ್ಲಿ ಕೂಡಿರಬೇಕು.

ಗಿರಿಧರ ತನ್ನ ಭಾವ ತೆಗೆಸಿಕೊಟ್ಟಿದ್ದ ಸ್ವೆಟರನ್ನು ಬೆಚ್ಚಗೆ ತೊಟ್ಟು ಮನೆಯಿಂದ ಹೊರಬಿದ್ದ. ಇನ್ನು ಸ್ವಲ್ಪ ಹೊತ್ತಿನಲ್ಲಿ ಮಳೆ ಬರಬಹುದಾದ ವಾತಾವರಣವಿದ್ದರೂ ಛತ್ರಿ ತೆಗೆದುಕೊಳ್ಳಲಿಲ್ಲ. ಇವನು ಕ್ವಾರ್ಟರ್ಸ್ ದಾಟಿ ಬಸ್ಸಿನ ಹೆದ್ದಾರಿಗೆ ಬರುವ ವೇಳೆಗೆ ತುಂತುರು ಮಳೆ ಪ್ರಾರಂಭವಾಯಿತು. ಆದರೂ ಅವನ ಮನಸ್ಸು ಹಿಂದಿರುಗಲು

ಒಪ್ಪಲಿಲ್ಲ. ಈ ತಂಪಾದ ಸುಂದರ ಸಂಜೆಯನ್ನು ವ್ಯರ್ಥಗೊಳಿಸಬಾರದು ಎಂದು ಹೊರಟ ಹಾಗೆ ಇತ್ತು.

ಆ ತುಂತುರು ಹನಿಗಳು ಅವನ ಮುಖದ ಮೇಲೆ ಬಿದ್ದು ಕಚಗುಳಿ ಇಡುವಂತೆ ಭಾಸವಾಯಿತು. ಕ್ರಮೇಣ ತುಂತುರು ಹನಿಗಳು ಸ್ವಲ್ಪಮಟ್ಟಿಗೆ ನಿಂತವು. ಗಿರಿಧರ್ ನಿಧಾನ ಹೆಜ್ಜೆಯೊಂದಿಗೆ ಸಾಗುತ್ತಲೇ ಇದ್ದ. ಗಿಡ ಮರಗಳು ಹೊಸ ಚೈತನ್ಯದಿಂದ ಕಂಗೊಳಿಸುವುದನ್ನು ಹೊಸದೆಂಬುವಂತೆ ನೋಡಿ ಆನಂದಿಸಿದ. ಯಾವುದೋ ಗುಂಗಿನಲ್ಲಿ ಒಂದು ಮೈಲಿಯ ದಾರಿಯನ್ನು ಕ್ರಮಿಸಿಬಿಟ್ಟ. ಕತ್ತಲು ಸ್ವಲ್ಪಸ್ವಲ್ಪವಾಗಿ ಮುಸುಕುತ್ತ ಕಡೆಗೇ ದಟ್ಟವಾಗಿ ಆವರಿಸಿತು. ವೇಗವನ್ನು ಹೆಚ್ಚಿಸಿತು. ಗಿರಿಧರ ಹಿಂದಕ್ಕೆ ತಿರುಗಿ ಹೆಜ್ಜೆ ಹಾಕತೊಡಗಿದ. ಅವನು ಎಷ್ಟೇ ಬಿರುಸಿನಿಂದ ಹೆಜ್ಜೆ ಹಾಕಿದರೂ ಮಳೆಯಿಂದ ತಪ್ಪಿಸಿಕೊಳ್ಳಲಾರನು. ಕಾರಿನ ಶಬ್ದ ಕೇಳಿ ಥಟ್ಟನೇ ನಿಂತ. ಆ ಕಾರಿನ ಡ್ರೈವರ್ ಸೀಟಿನಲ್ಲಿ ಒಬ್ಬ ಯುವತಿ ಕುಳಿತಿದ್ದಳು.

ಕಾರನ್ನು ನಿಲ್ಲಿಸಿ ಒಳಗೆ ಬನ್ನಿ ಎಂದು ಮುಂದಿನ ಬಾಗಿಲೇ ತೆಗೆದಳು. ಮಳೆ ಧಾರಾಕಾರವಾಗಿ ಸುರಿಯುತ್ತಿದ್ದರಿಂದ ಯೋಚನೆಗಾಗಲಿ, ಸಂಕೋಚಕ್ಕಾಗಲೀ ಅವಕಾಶವಿಲ್ಲದಿದ್ದರಿಂದ ಗಿರಿಧರ ಹತ್ತಿ ಕುಳಿತ. ಅವನ ಬಟ್ಟೆಗಳೆಲ್ಲ ಅರ್ಧಂಬರ್ಧ ನೆನೆದುಹೋಗಿದ್ದುದರಿಂದ ಶುಭ್ರವಾದ ಕಾರು ಗಲೀಜಾಯಿತಲ್ಲ ಎಂದು ಸಂಕೋಚಗೊಂಡ.

"ಸಾರಿ ಮೇಡಮ್" ಎಂದ ಮೃದುವಾಗಿ, ಅವಳು ನಕ್ಕಳೇ ವಿನಹ ಮಾತಾಡಲಿಲ್ಲ. ಅವಳು ಬಹಳ ಅಹಂಕಾರ ಪ್ರವೃತ್ತಿಯವಳಂತೆ ಕಂಡಳು.

"ಮಿಸ್ಟರ್ ಗಿರಿಧರ್, ನಿಮ್ಮ ಕ್ವಾರ್ಟರ್ಸ್ ಎಲ್ಲಿ?" ಎಂದು ಕ್ವಾರ್ಟರ್ಸ್‌ಗಳು ಹತ್ತಿರವಾದಾಗ ತಾನೇ ತಾನಾಗೇ ಕೇಳಿದಳು.

ಅವನ ಕ್ವಾರ್ಟರ್ಸ್ ಬಗ್ಗೆ ಹೇಳುವ ಮುನ್ನವೇ ಕಾರು ಹೋಗಿ ಅವನ ಕ್ವಾರ್ಟರ್ಸ್ ಮುಂದೆ ನಿಂತಿತು. ಗಿರಿಧರ ಕೆಳಗೆ ಇಳಿದು 'ಥ್ಯಾಂಕ್ಸ್' ಎಂದ. ಕಾರು ಭರ್ರನೇ ಹೊರಟಿತು.

ಅವನು ಬಟ್ಟೆ ಬದಲಾಯಿಸಿ ತಾಯಿ ಕೈಯಲ್ಲಿ ಕಾಫೀ ಮಾಡಿಸಿಕೊಂಡು ಕುಡಿದು ಒಂದು ಕಡೇ ಕೂತು ಯೋಚಿಸಿದ.

ಈ ಯುವತಿಗೆ ನನ್ನ ಹೆಸರು, ವಿಳಾಸ ಹೇಗೆ ಗೊತ್ತು? ಈಕೆ ಯಾರ ಮನೆಯವಳಾಗಿರಬೇಕು? ಎಂದೂ ಅವಳನ್ನು ನೋಡಿದ ನೆನಪೇ ಅವನಿಗೆ ಇರಲಿಲ್ಲ. ಯೋಚಿಸಿ ಯೋಚಿಸಿ ಸುಮ್ಮನಾದ.

ಮರುದಿನ ಅನಿರೀಕ್ಷಿತವಾಗಿ ಸುಮನ್ ಬಂದು ಭೇಟಿ ಮಾಡಿದಳು. ಸುಮನ್ ಸಾಧಾರಣ ಸೌಂದರ್ಯವತಿಯರ ಗುಂಪಿಗೆ ಸೇರಿದ್ದರೂ ಕಣ್ಣುಗಳು ಮಾತ್ರ ಐರಿಷ್ ತರುಣಿಯರಂತೆ ಆಕರ್ಷಕವಾಗಿದ್ದವು.

ಧಾರ್ಷ್ಟಿಕ ಯುವತಿ ಸುಮನ್ ಗಿರಿಧರನ ಸಂಕೋಚವನ್ನು ಬಹಳಷ್ಟು ಬದಿಗೆ ಸರಿಸಿದಳು. ಅವನನ್ನು ತನ್ನ ಎಸ್ಟೇಟಿಗೆ ಕರೆದೊಯ್ದು ತಾಯಿ ತಂದೆಯರ ಪರಿಚಯ ಮಾಡಿಸಿದಳು. ಪೂರ್ಣ ಪಾಶ್ಚಾತ್ಯ ಸಂಸ್ಕೃತಿಗೆ ಮಾರುಹೋದ ಕುಟುಂಬ ಅವರದು. ಅವರು ಗಿರಿಧರನ ಬಗ್ಗೆ ಹೆಚ್ಚಿನ ಆಸಕ್ತಿ ತೋರದಿದ್ದರೂ ನಿರ್ಲಕ್ಷಿಸಿರಲಿಲ್ಲ.

ತುಂಗಮ್ಮನವರಿಗೆ ಮಗನ ನಡವಳಿಕೆಯ ಬಗ್ಗೆ ಬೇಸರವಾಯಿತು. ಸಂಜೆ ಸುಮನ್ ಜೊತೆ ಹೋಗುತ್ತಿದ್ದ ಮಗ ಮನೆಗೆ ಸೇರುತ್ತಿದ್ದದ್ದು ರಾತ್ರಿ ಹತ್ತರ ಮೇಲೆ. ಅದುವರೆಗೂ ತುಂಗಮ್ಮನವರು ಅಡಿಗೆಯನ್ನು ಮಾಡಿರಿಸಿ ಕಾದಿರುತ್ತಿದ್ದರು. ಇವರು ಇವರ ತಿರುಗಾಟ ಕಂಡು ಹೆದರಿದರು. ಆ ಹುಡುಗಿ ದೊಡ್ಡ ಸಾಹುಕಾರರ ಮನೆ ಹುಡುಗಿ ತಾವಾದರೋ ಬಡವರು! ಗಿರಿಧರನಿಗೆ ಏಕೆ ಬುದ್ಧಿ ಇಲ್ಲ ಎಂದು ಮನದಲ್ಲೇ ಕುದಿದುಹೋದರು.

ಗಿರಿಧರ ತನ್ನ ನಡತೆಯ ಬಗ್ಗೆ ತಾನೇ ಬೇಸರಗೊಂಡ. ಕಾಲೇಜಿನಲ್ಲಿ ಓದುತ್ತಿದ್ದಾಗ ಗಿರಿಧರ ಹುಡುಗಿಯರ ಕಡೇ ದೃಷ್ಟಿ ಹೊರಳಿಸಿದ್ದೇ ಅಪರೂಪ. ಆಗ ಅವನಿಗೆ ಸದಾ ತನ್ನ ಮುಂದಿನ ಭವಿಷ್ಯ, ಮತ್ತು ತಂಗಿಯ ಕ್ಷೇಮ ಚಿಂತನೆಯನ್ನು ಯೋಚಿಸುತ್ತಿದ್ದ. ಈಗಾದರೆ ತಂಗಿ ಪೂರ್ಣಸುಖಿ. ಅವಳ ಬಗ್ಗೆ ಯೋಚಿಸುವಂಥದ್ದು ಏನೂ ಇಲ್ಲ. ಜೀವನ ನಿರ್ವಹಣೆಗೆ ಒಂದು ಉದ್ಯೋಗವಿದೆ. ಅದು ಬಯಸಿ ಪಡೆದದ್ದು. ಅದರಲ್ಲಿ ಅವನಿಗೆ ಸಂಪೂರ್ಣ ತೃಪ್ತಿ ಇತ್ತು. ಎಲ್ಲಕ್ಕಿಂತ ಹೆಚ್ಚಾಗಿ ಸುಮನ್‌ಳ ಒಡನಾಟದಲ್ಲಿ ಒಂದು ರೀತಿಯ ತೃಪ್ತಿ ಸಿಗುತ್ತಿತ್ತು. ಅದು ವಯೋಧರ್ಮದ ಪ್ರಭಾವವೋ? ಇಲ್ಲ ಸುಮನ್‌ಳ ಆಕರ್ಷಣೆಯೋ. ಹೇಗೋ ಏನೋ, ಸುಮನ್‌ಳ ಒಡನಾಟದಲ್ಲಿ ಅವನಿಗೆ ಒಂದು ವಿಧವಾದ ತೃಪ್ತಿ ಸಿಗುತ್ತಿತ್ತು.

ಜೋಸೆಫ್ ಅಂತೂ ಸದಾ ಗಿರಿಧರನನ್ನು ಹಾಸ್ಯ ಮಾಡಿ ಕಾಡತೊಡಗಿದ. ಪಾರ್ಥಸಾರಥಿಯು ಹಿಂದೆ ಬೀಳಲಿಲ್ಲ. ಇನ್ನು ಕೆಲವು ಸಹೋದ್ಯೋಗಿಗಳು ವ್ಯಂಗ್ಯ ನುಡಿಗಳನ್ನು ಆಡಿದ್ದರು. ವಿದ್ಯಾರ್ಥಿಗಳ ವ್ಯಂಗ್ಯ ನಗು, ಗುಸುಗುಸ ಗಿರಿಧರನಿಗೆ ಅರ್ಥವಾಗದೇ ಹೋಗಲಿಲ್ಲ.

ಇಂದು ಗಿರಿಧರನಿಗೆ ಬಹಳ ಬೇಸರವಾಗಿಹೋಗಿತ್ತು. ಅವರ ಪರಿಯಡ್ಡಿನಲ್ಲಿ ವಿದ್ಯಾರ್ಥಿಗಳು ಒಂದಲ್ಲ ಒಂದು ಪ್ರಶ್ನೆ ಹಾಕಿ ಅವನನ್ನು ಕಾಡಿದ್ದರು. ಮನೆಗೆ ಬಂದವನೇ ಬಟ್ಟೆ ಬದಲಾಯಿಸಿ ಸುಮ್ಮನೇ ಕುಳಿತ.

ತುಂಗಮ್ಮನವರು ಒಂದು ಬಾರಿ ಒಂದು ಕೋಣೆಯಲ್ಲಿ ಇಣುಕಿ ನೋಡಿ ಅಡಿಗೆ ಮನೆಗೆ ಹೋದರು. ಅವರು ಕಾಫಿ ಮಾಡಿಕೊಂಡು ಬಂದಾಗಲೂ ಮಗ ಅಲ್ಲೇ ಕುಳಿತಿರುವುದನ್ನು ನೋಡಿ ಆಶ್ಚರ್ಯಗೊಳ್ಳಲಿಲ್ಲ.

ಕಾಫೀ ತಂದು ಸ್ಟೂಲಿನ ಮೇಲೆ ಇರಿಸಿ ನೆಲದ ಮೇಲೆ ಕುಳಿತರು. ಗಿರಿಧರ ಥಟ್ಟನೇ ಎಚ್ಚೆತ್ತ. ತಾಯಿ ಇಂದು ತನ್ನ ಬಳಿ ಸುಮನ್‌ನ ವಿಷಯ ಪ್ರಸ್ತಾಪಿಸಬಹುದು.

ಏನೆಂದು ಉತ್ತರಿಸುವುದು ಎಂದು ಯೋಚಿಸುತ್ತ ಕುಳಿತ.

"ಗಿರಿ, ಆದಷ್ಟು ಬೇಗ ಮದುವೆಯಾಗಿಬಿಡೋದು ಒಳ್ಳೆಯದು. ಜನರ ಬಾಯಿಗೆ ಬಿದ್ದು ನಗೆಗೇಡಾಗೋದು ಒಳ್ಳೆಯದಲ್ಲ. ಹುಡುಗರಿಗೆ ಬುದ್ಧಿ ಹೇಳೋ ಮೇಷ್ಟರು ಎಷ್ಟು ಜಾಗರೂಕರಾಗಿದ್ದರೂ ಸಾಲದು...."

ತಾಯಿಯ ವಿವೇಕಯುತ ಮಾತನ್ನು ಕೇಳಿ ಗಿರಿಧರ ಬೆಚ್ಚಿಬಿದ್ದ.

"ಇಲ್ಲಿಗೆ ಬರ್ತಾಳಲ್ಲ ಆ ಹುಡುಗಿ ತುಂಬ ಶ್ರೀಮಂತರ ಮನೆಯವಳು. ಆ ಹುಡುಗಿಯ ರೀತಿನೀತಿ ನೋಡಿದರೆ, ಅವಳು ಬೆಳೆದ ರೀತಿಯನ್ನು ಊಹಿಸೋದು ಏನು ಕಷ್ಟವಲ್ಲ. ಇಂಥದ್ದರಲ್ಲಿ ಆ ಹುಡುಗಿ ನಿನ್ನ ಮದುವೆಯಾಗಿ ಸುಖಪಟ್ಟಾಳ! ನೀನು ತಾನೇ ಏನು ಸುಖಪಡಬಲ್ಲೆ? ಯೋಚಿಸಿ ಒಂದು ನಿರ್ಧಾರಕ್ಕೆ ಬಾ. ಹೆಚ್ಚು ದಿನ ಈ ತಿರುಗಾಟ ಒಳ್ಳೆಯದಲ್ಲ. ಹುಡುಗರ ಮುಂದೆ ನಗೆಗೇಡಾಗಬೇಡ" ಎಂದವರೆ ತುಂಗಮ್ಮ ಒಳ ನಡೆದುಬಿಟ್ಟರು. ಅವರು ಅಷ್ಟು ಮಾತಾಡಿದ್ದೇ ಅವರಿಗೆ ಹೆಚ್ಚೆನ್ನಿಸಿತ್ತು. ಗಿರಿಧರ ಹೀಗೆ ಆಗಬಹುದು ಎಂದು ಕನಸಿನಲ್ಲೂ ಊಹಿಸಿರಲಿಲ್ಲ. ಮುಗ್ಧ ಮಗನ ಬಗ್ಗೆ ಅವರಿಗೆ ಅಪಾರ ನಂಬಿಕೆ.

ಕಾರಿನ ಹಾರನ್ ಕೇಳಿ ಗಿರಿಧರ ಅದೇ ಉಡುಪಿನಲ್ಲಿ ಎದ್ದುಹೋದ. ಸುಮನ್ ಕಣ್ಣುಗಳಲ್ಲೇ ಅವನನ್ನು ಆಹ್ವಾನಿಸಿದಳು. ಗಿರಿಧರ ಮೌನವಾಗಿ ಹೋಗಿ ಕಾರು ಹತ್ತಿ ಕುಳಿತ. ಕ್ವಾರ್ಟರ್ಸ್‌ನವರಿಗೆ ಇದು ಹಳೆಯ ವಿಷಯವಾದರೂ ಕಿಟಕಿಯಲ್ಲಿ ಇಣಕಿ ನೋಡುವುದನ್ನು ಮರೆಯಲಿಲ್ಲ.

ಸುಮನ್ ಗಿರಿಧರನ ಭುಜದ ಮೇಲೆ ಕೈಹಾಕಿ ಮೃದುವಾಗಿ ಅದುಮಿದಳು. ಗಿರಿಧರನ ಪಾಲಿಗೆ ಇವೆಲ್ಲ ಹಳೆಯದಾಗಿ ಹೋಗಿತ್ತು. ಎಂದಿಗಿಂತ ಇಂದು ಗಂಭೀರವಾಗೇ ಇದ್ದ.

"ಗಿರಿಧರ್, ಯಾಕೆ ಹೀಗೆ ಇದ್ದೀರಿ?" ಎಂದಳು ತುಸು ಮೆಲುವಾಗಿ.

"ಏನಿಲ್ಲ" ಚುಟುಕಾಗಿತ್ತು ಗಿರಿಧರನ ಉತ್ತರ.

"ಈ ಬಿಗುಮಾನ ಬೇಡ; ಏನು ವಿಷಯ ಹೇಳಿ?"

"ಸುಮನ್, ನಮ್ಮ ಈ ಓಡಾಟದಿಂದ ಜನರ ಬಾಯಿಗೆ ಆಹಾರವಾಗಿದ್ದೀವಿ. ಈ ಓಡಾಟವಾದರೂ ನಿಲ್ಲಿಸಬೇಕು ಇಲ್ಲ ಮದುವೆಯಾದರೂ ಆಗಿಬಿಡಬೇಕು" ಅವನ ಮಾತಿನಲ್ಲಿ ದೃಢ ನಿರ್ಧಾರವಿತ್ತು.

ಸುಮನ್ ಕಿಲಕಿಲನೇ ನಕ್ಕಳು. ಅದೊಂದು ಮಂಜುಳ ನಾದದಂತೆ ಇತ್ತು.

ಗಿರಿಧರ ಅವಳ ಕಡೆ ನೋಡಿದ. ಅವಳ ಬಾಬ್ ಮಾಡಿದ ಕೂದಲು ಗಾಳಿಗೆ ಹಾರಾಡುತ್ತಿತ್ತು. ವಿದೇಶೀ ಪರಿಮಳ ಇಡೀ ಕಾರನ್ನೇ ಏಕೆ ಅಕ್ಕಪಕ್ಕವೆಲ್ಲ ವ್ಯಾಪಿಸಿಬಿಟ್ಟಿತ್ತು. ಅವನ ವಿವೇಕ ಎಚ್ಚೆತ್ತು ನುಡಿಯಿತು–ನಿನ್ನ ಸಂಬಳ ಇವಳ ಸೆಂಟಿಗೂ ಸಹ

ಸಾಕಾಗುವುದಿಲ್ಲ ಎಂದು.

"ಸುಮನ್, ನಮ್ಮ ಒಡನಾಟ, ಮದುವೆ ಒಂದು ಅರ್ಥವಿಲ್ಲದ ಹಾಗೆ ಕಾಣುತ್ತೆ. ನನ್ನ ಸಂಬಳದಲ್ಲಿ ನಿನ್ನ ಖಂಡಿತ ಸುಖವಾಗಿಡಲಾರೆ ಅನ್ನಿಸುತ್ತೆ" ಎಂದು ಏನೇನೋ ವ್ಯಾಖ್ಯಾನ ಮಾಡುತ್ತಲೇ ಇದ್ದ. ಅವಳು ತುಟಿ ಎರಡು ಮಾಡದೇ ಕೇಳುತ್ತಲೇ ಇದ್ದಳು. ಆದರೆ ಲಿಪ್‌ಸ್ಟಿಕ್‌ನಿಂದ ಆವೃತವಾದ ಅವಳ ತುಟಿಗಳು ಕಂಡೂ ಕಾಣದಂತೆ ತುಂಟ ನಗುವನ್ನು ಇಣುಕಿಸುತ್ತಿದ್ದವು.

ಕಾರು ಒಂದು ಮರದ ಕೆಳಗೆ ಹೋಗಿ ನಿಂತಿತು. ಸುಮನ್ ತಾನು ಇಳಿದು ಗಿರಿಧರನನ್ನು ಕೈಹಿಡಿದು ಇಳಿಸಿಕೊಂಡಳು. ಇಬ್ಬರೂ ಒಂದು ಕಡೆ ಹೋಗಿ ಕುಳಿತರು.

ಗಿರಿಧರನ ಕೈಯನ್ನು ತನ್ನ ಕೆನ್ನೆಗೆ ಒತ್ತಿಕೊಳ್ಳುತ್ತ ಸುಮನ್ ಹೇಳಿದಳು.

"ನಿಮ್ಮನ್ನು ನೋಡದೇ ಒಂದೊಂದು ಘಳಿಗೆ ಕಳೆಯಬೇಕಾದರೂ ಎಷ್ಟು ಕಷ್ಟ ಗೊತ್ತೆ? ಮಮ್ಮಿ ನನ್ನ ಪಾಡು ನೋಡಲಾರದೇ ಮದುವೆಯಾಗಿಬಿಡು ಅಂದಳು." ಮುದ್ದುಮುದ್ದಾಗಿ ಬಂದವು ಮಾತುಗಳು ಸುಮನ್‌ಳ ಬಾಯಿಂದ.

"ಸುಮ, ಸರಿಯಾಗಿ ಯೋಚನೆ ಮಾಡು. ನಾನೊಬ್ಬ ಕಾಲೇಜಿನ ಬಡ ಮೇಷ್ಟ್ರು. ನಿನ್ನನ್ನು ಖಂಡಿತ ಸಿರಿವಂತಿಗೆಯ ಸುಪ್ಪತ್ತಿಗೆಯಲ್ಲಿ ತೇಲಿಸಲಾರೆ. ನಾನು ಇದುವರೆಗೂ ಎಲ್ಲರ ಸಹಾಯ, ಸಹಕಾರ, ದಯೆಯಿಂದ ಬೆಳೆದು ಮುಂದೆ ಬಂದವನು. ಇನ್ನು ಮುಂದಾದರೂ ಯಾರ ಸಹಾಯಕ್ಕೂ ಕೈ ಚಾಚದೇ ಇದ್ದುದರಲ್ಲಿ ಜೀವನ ನಿರ್ವಹಣೆ ಮಾಡಬೇಕೆಂಬುದೇ ನನ್ನ ಧ್ಯೇಯ."

ಸುಮನ್ ತನ್ನ ಕೈಯಿಂದ ಅವನ ಬಾಯನ್ನು ಮುಚ್ಚಿ ಅವನ ಎದೆಯ ಮೇಲೆ ತಲೆ ಇಟ್ಟು ಕಣ್ಣು ಮುಚ್ಚಿ ಹೇಳಿದಳು.

"ಈ ಬಾಹುಗಳಲ್ಲಿ ಸೇರಿಹೋಗೋದು ಬಿಟ್ಟು ನನಗೇನೂ ಬೇಡ."

ಗಿರಿಧರ ಆ ಮಾತಿನಿಂದ ಉಬ್ಬಿಹೋದ. ಯಾವ ಆಕರ್ಷಣೆಯ ಬಲವೋ ಅವಳ ಬಾಯಿಂದ ಆ ಮಾತನ್ನು ಆಡಿಸಿದೆ. ಎಂದು ಊಹಿಸಿಕೊಳ್ಳುವುದಕ್ಕೂ ಹೋಗಲಿಲ್ಲ.

ತೂಗುಯ್ಯಾಲೆಯಾಡುತ್ತಿದ್ದ ಗಿರಿಧರನ ಮನಸ್ಸು ದೃಢವಾಗಿ ನಿಂತಿತು. ಸುಮನ್ ಒಬ್ಬ ದೇವತೆಯೆನ್ನಿಸಿದಳು. ಮರುದಿನವೇ ಬೆಂಗಳೂರಿಗೆ ಹೊರಟ. ಶಶಿ ಆದರದಿಂದಲೇ ಅಣ್ಣನನ್ನು ಸ್ವಾಗತಿಸಿದಳು. ತಂಗಿಗೆ ಎಲ್ಲ ವಿಷಯವನ್ನು ತಿಳಿಸಿ ಸುಮನಳನ್ನು ಬಾಯಿ ತುಂಬಾ ಹೊಗಳಿದ. ನಿರ್ಮಲ ಮನಸ್ಸಿನ ಶಶಿ ಅಣ್ಣನ ಅದೃಷ್ಟವನ್ನು ಮನದಲ್ಲೇ ಕೊಂಡಾಡಿದಳು.

ಅಂದು ಭಾಸ್ಕರ ಊಟಕ್ಕೆ ಬಂದಾಗ ಮೂರು ಗಂಟೆ ಆಗಿತ್ತು. ಗೀತಾ ಮಲಗಿ ನಿದ್ರಿಸುತ್ತಿದ್ದಳು. ಅಣ್ಣ, ತಂಗಿ ಅದು ಇದು ಮಾತನಾಡುತ್ತ ಕುಳಿತಿದ್ದರು.

"ಏನು ಗಿರಿ, ಯಾವಾಗ ಬಂದೆ? ಏನು ಸಮಾಚಾರ? ಸುದ್ದಿ ಸಮಾಚಾರ

ಇಲ್ಲದೇ ಇಳಿದುಬಿಟ್ಟಿದ್ದೀಯಲ್ಲ" ಎಂದ ಭಾಸ್ಕರ ಗಿರಿಧರನನ್ನು ನೋಡಿ.

"ಸುಮ್ಮನೇ ನೋಡಿ ಹೋಗೋಣಾಂತ ಬಂದೆ" ಎಂದ. ಸಂಕೋಚ ಎಷ್ಟು ಸರಿಸಬೇಕೆಂದರೂ ಅವನಿಂದ ದೂರವಾಗಲಿಲ್ಲ.

ಭಾಸ್ಕರ ಬಟ್ಟೆ ಬದಲಾಯಿಸಿ ಊಟಕ್ಕೆ ಬಂದ. ಊಟ ಮಾಡುತ್ತಲೇ ಅಲ್ಲಿನ ವಿಷಯವನ್ನೆಲ್ಲ ಚುಟುಕಾಗಿ ವಿಚಾರಿಸಿದ. ಕಡೆಗೆ ಅಣ್ಣ ಬಂದ ಕಾರಣವನ್ನು ಗಂಡನಿಗೆ ಶಶಿ ತಿಳಿಸಿದಳು.

ಭಾಸ್ಕರನ ಕೈಯಲ್ಲಿದ್ದ ತುತ್ತು ತಟ್ಟೆಗೆ ಬಿತ್ತು. ಅವನಿಗೆ ಈ ಮಾತು ನಂಬಲೂ ಸಹ ಕಷ್ಟವಾಗಿತ್ತು. ಗಿರಿಧರನಂಥ ಸೌಜನ್ಯಪರ ಹುಡುಗಿಯ ಗಾಳಕ್ಕೆ ಬಿದ್ದ ಬಗ್ಗೆ ಅವನಿಗೆ ಆಶ್ಚರ್ಯವೇ ಉಂಟಾಗಿತ್ತು.

ಭಾಸ್ಕರ ಸಹಜವಾಗಿ ದೊಡ್ಡ ನಗುನಗುತ್ತ "ಅಂತು ಆಸಾಮಿ ಘಾಟಿ! ಶಶಿ ಗಲಾಟೆ ತಡೆಯಲಾರದೇ ನಾಲ್ಕಾರು ಕಡೆಯಿಂದ ಜಾತಕವನ್ನೂ ತರಿಸಿಟ್ಟಿದ್ದೆ. ಯಾರಿಗೂ ತೊಂದರೆ ಬೇಡ ಅಂತ ನೀನೇ ಹುಡುಕಿಕೊಂಡುಬಿಟ್ಟೆಯಲ್ಲ. ಅದು ಹೇಗಾದರೂ ಆಗಲಿ, ಆದಷ್ಟು ಬೇಗ ಅಕ್ಷತೆ ಕಾಳು ಹಾಕಿಸಿಬಿಡೋಣ" ಎನ್ನುತ್ತ ಕೈತೊಳೆದು ಎದ್ದ.

ಈಗ ಗಿರಿಧರನಿಗೂ ಆಶ್ಚರ್ಯವಾಯಿತು. ತಾನು ಹೇಗೆ ಇಷ್ಟು ದೂರ ಹೋದೆ? ತಾಯಿ ತಂಗಿಯನ್ನು ಬಿಟ್ಟು ಬೇರೆಯ ಹೆಂಗಸರೊಂದಿಗೆ ಹೆಚ್ಚಿಗೆ ಮಾತನಾಡಿದವನೇ ಅಲ್ಲ. ಆಗಾಗ ಅಗ್ರಹಾರದ ಮಹಿಳೆಯರು ಮಾತನಾಡಿಸಿದಾಗ ಅವರ ಮುಂದೆ ಸೌಜನ್ಯದ ಕೂಸಿನಂತೆ ವರ್ತಿಸುತ್ತಿದ್ದ.

"ನೀವು, ಶಶಿ ಬರಬೇಕು" ಎಂದ ಮೃದುವಾಗಿ.

"ಆಯಿತು ಬರೋಣ, ನಮಗಿಂತ ಹಿರಿರಾದ ಅಮ್ಮ, ಅಪ್ಪನನ್ನು ಕಳಿಸಿದ್ದರೆ ಚೆನ್ನಾಗಿತ್ತು. ಹೇಗೋ ಅಪ್ಪನನ್ನು ವಿಚಾರಿಸೋಣ ಅಂದರೆ ಅವರು, ಅಮ್ಮ ಕಾಶಿಗೆ ಹೊರಟು ನಿಂತಿದ್ದಾರೆ. ಯಾವುದು ಹೇಗಾದರೂ ಆಗಲಿ. ಆದಷ್ಟು ಬೇಗ ನಿಮ್ಮಿಬ್ಬರ ವಿರಹವೇದನೆಯನ್ನು ತಪ್ಪಿಸುತ್ತೇನೆ" ಎನ್ನುತ್ತಲೇ ಎದ್ದ ಭಾಸ್ಕರ ನಗುತ್ತ.

ಗಿರಿಧರ ಅಂದು ರಾತ್ರಿಯೇ ಪ್ರಯಾಣ ಮಾಡಬೇಕಾಗಿದ್ದರಿಂದ ಗೆಳೆಯರನ್ನು ನೋಡಲು ಹೋದ.

ಭಾಸ್ಕರನಿಗೆ ಅಂಗಡಿಗೆ ವೇಳೆಯಾದರೂ ಮಡದಿಯ ಜೊತೆ ಏಕಾಂತವಾಗಿ ಹಲವಾರು ಕ್ಷಣಗಳನ್ನು ಕಳೆಯದಿದ್ದರೆ ಅವನ ಮೈ ಮನಸ್ಸಿಗೆ ಉಲ್ಲಾಸವಿಲ್ಲ.

"ಶಶಿ, ಇಲ್ಲಿ ಬಾ" ಎಂದು ಕುಳಿತ ಕಡೆಯಿಂದಲೇ ಕೂಗಿದ. ಹತ್ತಿರಕ್ಕೆ ಬಂದ ಮಡದಿಯನ್ನು ನೆಟ್ಟ ದೃಷ್ಟಿಯಿಂದ ನೋಡಿದ.

"ಅಬ್ಬ! ಅದು ಯಾಕೆ ಹಾಗೆ ನೋಡ್ತೀರಿ?" ಎಂದಳು ಶಶಿ ತುಂಟತನದಿಂದ.

ಭಾಸ್ಕರ ಮಡದಿಯನ್ನು ಎಳೆದು ತನ್ನ ಬಲವಾದ ಬಾಹುಗಳಲ್ಲಿ ಸೇರಿಸಿಕೊಂಡ.

ಶಶಿ ಗಂಡನ ಎದೆಯಲ್ಲಿ ಮುಖ ಹುದುಗಿಸಿ ಮೈಮರೆತಳು.

ತಿಂಗಳ ಹಿಂದೆ ನಡೆದದ್ದು ಥಟ್ಟನೆ ಭಾಸ್ಕರನಿಗೆ ಜ್ಞಾಪಕ ಬಂತು. ಎಂಥಾ ಆಚಾತುರ್ಯವಾಗಿ ಹೋಗುತ್ತಿತ್ತು. ಎಂದು ಅವನ ಮೈ ಒಂದು ಕ್ಷಣ ಅಂಥ ಸನ್ನಿವೇಶದಲ್ಲೂ ನಡುಗಿತು.

ಎಷ್ಟೋ ಜನ ಅಂಗಡಿಗೆ ಬಂದು ಹೋಗುವರು. ಅಂಥವರಲ್ಲಿ ಎಲ್ಲರೂ ಪರಿಚಿತರಾಗದಿದ್ದರೂ ಕೆಲವರ ಪರಿಚಯ ಇತ್ತು. ಮಾಲಿನಿ ಸದಾ ಬಟ್ಟೆಗಳಿಗಾಗಿ ಇವನ ಅಂಗಡಿಗೆ ಬರುತ್ತಿದ್ದಳು. ಅವಳು ಹಣ ಕೊಡಲು ಕೌಂಟರಿನ ಬಳಿಗೆ ಬಂದಾಗಲೆಲ್ಲ ಒಂದು ರೀತಿಯ ಆಕರ್ಷಕ ನಗೆ ಬೀರಿ ಅವನನ್ನು ಗಲಿಬಿಲಿಯಲ್ಲಿ ಬೀಳುವಂತೆ ಮಾಡಿ ಹೋಗುವುದಲ್ಲದೇ ಏನಾದರೂ ನೆಪವೊಡ್ಡಿ ಎರಡು ನಿಮಿಷ ಅವನ ಬಳಿ ಮಾತನಾಡದೇ ಹಿಂದಿರುಗುತ್ತಿರಲಿಲ್ಲ. ಭಾಸ್ಕರ ಇದನ್ನು ಹೆಚ್ಚಿಗೆ ಮನಸ್ಸಿಗೆ ತಂದುಕೊಳ್ಳಲಿಲ್ಲ. ಲೋಕದ ಜನ ನಾನಾ ರೀತಿಯ ಸ್ವಭಾವವುಳ್ಳವರಾಗಿರುತ್ತಾರೆ. ಅದಕ್ಕೆ ನಾನೇಕೆ ತಲೆಕೆಡಿಸಿಕೊಳ್ಳಲಿ ಎಂದು ಸುಮ್ಮನಾಗಿದ್ದ.

ಅಂದು ಅಂಗಡಿಯಲ್ಲಿ ಹೆಚ್ಚಿನ ಗಿರಾಕಿಗಳಿರಲಿಲ್ಲ. ಮಾಲಿನಿ ಬಂದವಳೇ ಒಂದೆರಡು ಬ್ಲೌಸ್ ಪೀಸ್ ಖರೀದಿಮಾಡಿ ಕೌಂಟರಿನ ಬಳಿ ಬಂದಳು. ಯಾರ ಬಳಿಯೋ ಫೋನಿನಲ್ಲಿ ಮಾತನಾಡುತ್ತಿದ್ದ ಭಾಸ್ಕರ ಇವಳನ್ನು ಗಮನಿಸಬೇಕಾದರೆ ಒಂದೆರಡು ನಿಮಿಷವೇ ಬೇಕಾಯಿತು.

ಹಣ ತೆತ್ತವಳು ಹೊರಡದೇ ಅಲ್ಲೇ ನಿಂತು "ಸ್ವಲ್ಪ ಕುಡಿಯೋ ನೀರು ಬೇಕಾಗಿತ್ತು" ಎಂದಳು.

ಭಾಸ್ಕರ ಆಳನ್ನು ಕೂಗಿ ನೀರು ಕೊಡಲು ಹೇಳಿ ತನ್ನ ಕೆಲಸದಲ್ಲಿ ಮಗ್ನನಾದ. ಅವಳು ಅಲ್ಲಿಂದ ಹೋಗುವವರೆಗೂ ಅವನು ತಲೆಯನ್ನು ಮೇಲಕ್ಕೆ ಎತ್ತಲಿಲ್ಲ. ಅವಳ ನೋಟದಲ್ಲಿ ಹಸಿದ ಚಿರತೆಯ ಬಯಕೆಯಿತ್ತು.

ಸಂಜೆ ರೆಡ್ಡಿ ಬಂದವನೇ ಇವನನ್ನು ಬಲವಂತದಿಂದ ಎಳೆದೊಯ್ದ. ಅವನ, ಭಾಸ್ಕರನ ಗೆಳೆತನ ಓದುತ್ತಿದ್ದ ದಿನಗಳದು. ಅವನೂ ಸಹ ವ್ಯಾಪಾರಿಯಾಗಿದ್ದುದರಿಂದ, ಆಗಾಗ ಭೇಟಿಯಾಗುವ ಸಂದರ್ಭಗಳು ಬರುತ್ತಿದ್ದವು. ರೆಡ್ಡಿಯಲ್ಲಿ ಇಲ್ಲದ ದುರ್ಗುಣಗಳೇ ಇಲ್ಲವೆಂದು ಹೇಳಬಹುದು. ತನ್ನ ದುರ್ಗುಣಗಳನ್ನು ಯಾರಾದರೂ ಆಡಿಕೊಂಡಾಗ ಹೆಮ್ಮೆಯಿಂದ ಬೀಗುತ್ತಿದ್ದನೇ ಹೊರತು ನಾಚುತ್ತಿರಲಿಲ್ಲ. ಸಂಪಾದಿಸುತ್ತಿದ್ದ ಹಣದ ಪೂರ್ಣ ಸುಖವನ್ನು ತಾನು ಪಡೆಯುತ್ತಿದ್ದೇನೆ ಎಂದು ಹೆಮ್ಮೆಯಿಂದ ಹೇಳಿಕೊಳ್ಳುತ್ತಿದ್ದ.

ಭಾಸ್ಕರನಿಗೆ ಅವನ ಜೊತೆ ಹೋಗಲು ಇಷ್ಟವೇ ಇರಲಿಲ್ಲ. ಆದರೆ ಬೇರೆ ದಾರಿ ಕಾಣದೇ ಹೊರಟಿದ್ದ. ಇವರು ಕುಳಿತಿದ್ದ ಕಾರು ಒಂದು ಮನೆಯ ಮುಂದೆ ನಿಂತಿತು. ಅದು ರೆಡ್ಡಿಯ ಮನೆಯಲ್ಲ. ಭಾಸ್ಕರನಿಗೆ ಆ ಮನೆಯ ಪರಿಚಯ ಹತ್ತಲಿಲ್ಲ.

"ರೆಡ್ಡಿ, ಯಾರ ಮನೆ ಇದು?" ಎಂದು ಕಾರಿನಲ್ಲಿ ಕುಳಿತೇ ಕೇಳಿದ ಭಾಸ್ಕರ. ರೆಡ್ಡಿ ಅವನ ಮಾತಿಗೆ ಉತ್ತರವನ್ನೇ ಕೊಡದೇ ಮನೆಯೊಳಕ್ಕೆ ಎಳೆದುಕೊಂಡು ಹೋದನೆಂದರೆ ತಪ್ಪಲ್ಲ.

"ಮಾಲು, ಇಲ್ಲಿ ಬಾ..." ಎಂದ ರೆಡ್ಡಿ ಮನೆಯೊಳಕ್ಕೆ ಹೋಗಿ ಕೂಗಿದ.

ಕೋಣೆಯಲ್ಲಿದ್ದ ಮಾಲತಿ ಥಟ್ಟನೇ ಹೊರಗೆ ಬಂದಳು. ಭಾಸ್ಕರನೇನು ಅಳ್ಳೆದೆಯವನಲ್ಲ. ಆದರೆ ಕೆಲವೊಂದು ವಿಷಯಗಳಿಗೆ ಅಂಜಿ, ಅಳುಕಿ ದೂರವಿರುತ್ತಿದ್ದ.

"ಕೂತುಕೊಳ್ಳಿ...." ಎಂದ ಮಾಲತಿ ವೈಯ್ಯಾರದಿಂದ ಕೋಣೆಯೊಳಕ್ಕೆ ಹೋದಳು. ರೆಡ್ಡಿ ಅವಳ ಹಿಂದೆನೇ ಕೋಣೆಯೊಳಕ್ಕೆ ಹೋದ. ಭಾಸ್ಕರನಿಗೆ ಅವರ ನಗು, ಮಾತು ಕೇಳಿಸಿತು. ಮಡದಿ ಸತ್ತ ಮೇಲೆ ಹಸಿವಿಗಾಗಿ ದೇಹ ಭುಗಿಲೆದ್ದು ಕುಣಿದರೂ ಬೇರೆ ಹೆಣ್ಣುಗಳ ಕಡೇ ನೋಡದ ಸಂಯಮಿ. ಈಗಂತೂ ಶಶಿಯಂಥ ಮುದ್ದಿನ ಮಡದಿ ಅವನ ಮೈಮನ ತುಂಬಿ ಪೂರ್ಣಸುಖಿಯನ್ನಾಗಿ ಮಾಡಿದ್ದಳು. ಅಂಥದ್ದರಲ್ಲಿ ಬೇರೆ ಹೆಣ್ಣನ್ನು ಕಣ್ಣೆತ್ತಿ ತಾನೇ ಏಕೆ ನೋಡಬೇಕು?

ಭಾಸ್ಕರ ಕೂತ ಕಡೆಯೇ ಚಡಪಡಿಸಿದ.

ಕೋಣೆಯ ಹೊರಗೆ ಬಂದ ರೆಡ್ಡಿ ಭಾಸ್ಕರನ ಅಸಮ್ಮತಿಯನ್ನು ಲೆಕ್ಕಿಸದೇ ಒಳಗೆ ಕರೆದೊಯ್ದ. ಮಾಲತಿಯ ಜೊತೆ ಇನ್ನೊಂದು ಹೆಣ್ಣಿತ್ತು. ಅವಳು ಅವಳ ಗೆಳತಿ ಇರಬಹುದು. ಮಾಲತಿ ಹಾಸ್ಪಿಟಲ್‌ನಲ್ಲಿ ನರ್ಸ್ ಎಂಬ ಸಂಗತಿ ಅಂದೇ ತಿಳಿದದ್ದು.

ಮಾಲತಿಯ ಉಡುಪು ತೀರಾ ಅತೀರೇಕಕ್ಕೆ ಹೋಗಿತ್ತು. ರೆಡ್ಡಿ ಬಲವಂತದಿಂದ ವಿಸ್ಕಿಯನ್ನು ಗ್ಲಾಸ್‌ಗೆ ಬಗ್ಗಿಸಿ ಸೋಡಾ ಸೇರಿಸಿ ಕುಡಿಸಿದ. ಭಾಸ್ಕರನಿಗೆ ತಟ್ಟಾಡುವಂತೆ ಆಯಿತು. ಮಾಲತಿ ಪೂರ್ಣ ಸ್ವತಂತ್ರವಹಿಸಿ ಭಾಸ್ಕರನ ಕೊರಳಿಗೆ ತನ್ನ ಕೈಗಳಿಂದ ಮಾಲೆ ಹಾಕಿ ಅವನ ಮುಖದ ಬಳಿ ತನ್ನ ಮುಖ ತಂದಳು. ಭಾಸ್ಕರನ ತೋಳುಗಳಲ್ಲಿ ಎಲ್ಲಿಲ್ಲದ ಆವೇಶ ತುಂಬಿ ಬಂತು. ಥಟ್ಟನೆ ಮಾಲತಿಯ ಕೈ ಕಿತ್ತೆಸೆದು ಎದ್ದು ನಿಂತು ರೆಡ್ಡಿಯ ಕಡೇ ಕೆಕ್ಕರಿಸಿ ನೋಡಿ ಅಲ್ಲಿಂದ ಹೊರಬಿದ್ದ. ಹೇಗೆ ಮನೆ ತಲುಪಿದನೋ ಅವನಿಗೇ ಗೊತ್ತಿಲ್ಲ. ಮಡದಿಯ ಮಡಿಲಲ್ಲಿ ತಲೆ ಇಟ್ಟು ನಡೆದ ವಿಷಯ ತಿಳಿಸಿ ಸಮಾಧಾನಗೊಂಡಿದ್ದ.

ಗೀತಾಳ ರಾಗ ಕೇಳಿ ಇಬ್ಬರೂ ಎಚ್ಚೆತ್ತರು. ಶಶಿ ಓಡಿ ಹೋಗಿ ಮಗಳನ್ನು ಎತ್ತಿಕೊಂಡು ಬಂದಳು. ಭಾಸ್ಕರ ಮಗಳನ್ನು ಎತ್ತಿಕೊಂಡು ಮುದ್ದಾಡಿದ.

* * *

ಗಿರಿಧರ್‌ಗೆ ಮಗಳನ್ನು ಕೊಡಲು ಮೊದಲೇ ಇಷ್ಟವಿರಲಿಲ್ಲ. ಸುಮನ್‌ಳ ತಾಯಿ ತಂದೆಗೆ. ಆದರೆ ಮುದ್ದು ಮಗಳ ಮಾತನ್ನು ತಳ್ಳಿಹಾಕದೇ ಒಪ್ಪಿಕೊಂಡರು. ಅವರಲ್ಲಿ ಒಂದು ದುರುದ್ದೇಶ ಇಲ್ಲದೇ ಹೋಗಲಿಲ್ಲ. ಗಿರಿಧರ ಬಡತನದಲ್ಲಿ ಬೆಳೆದವನು. ಅವನು ಎಂದೂ ತಮ್ಮ ಮಾತಿಗೆ ಎದುರು ಹೇಳಲಾರನು. ಸುಮನ್‌ಳನ್ನು

ನೋಯಿಸುವಷ್ಟು ಧೈರ್ಯವೂ ಅವನಿಗಿಲ್ಲ ಅಂತ.

ಭಾಸ್ಕರ್, ಶಶಿ ಜೊತೆ ಶ್ರೀನಿವಾಸನೂ ಹೊರಟ ಎಸ್ಟೇಟಿಗೆ. ಆದರೆ ತುಂಗಮ್ಮ ಮಾತ್ರ ಹೊರಡಲು ಒಪ್ಪಲೇ ಇಲ್ಲ.

"ಆ ಹುಡುಗಿ ದಿನ ಬರ್ತಿರುತ್ತೆ ಏನು ನೋಡೋದು ಅಲ್ಲಿ ಹೋಗಿ" ಎಂದುಬಿಟ್ಟರು.

ಗಿರಿಧರ ಸಹ ಭಾವನ ಕಾರಿನಲ್ಲೇ ಹೊರಟ. ಇವರನ್ನು ಉದಾಸೀನ ಮಾಡದಿದ್ದರೂ ಹೆಚ್ಚಿಗೆ ಏನು ಉಪಚಾರ ಸಿಗಲಿಲ್ಲ. ಸುಮನ್ ತಂದೆ ದೇಶಪಾಂಡೆ ಭಾಸ್ಕರನ ಜೊತೆ ಏನೋ ವ್ಯವಹಾರದ ವಿಷಯ ಮಾತನಾಡಿದರೇ ವಿನಃ ಮದುವೆ ಸುದ್ದಿ ಎತ್ತಲಿಲ್ಲ. ಆ ಸನ್ನಿವೇಶದಲ್ಲಿ ಶ್ರೀನಿವಾಸ ಸಹ ಪೆಚ್ಚುಪೆಚ್ಚಾದ.

ಇವರುಗಳು ಹೋಗಿ ತಲುಪಿದಾಗ ಸುಮನ್ ಬಂದು ಗಿರಿಧರನನ್ನು ಮಹಡಿ ಮೇಲಕ್ಕೆ ಕರೆದೊಯ್ದಳು. ಇವರು ಹೊರಟಾಗಲೇ ಅವನು ಹೊರಗೆ ಬಂದಿದ್ದ. ನಾಚಿಕೆ, ಸಂಕೋಚದಿಂದ ಅವನ ಮನಸ್ಸು ಮುದುರಿಹೋಗಿದ್ದರೂ ತೋರಿಸಿಕೊಳ್ಳಲು ಇಷ್ಟಪಡದೇ ಗೆಲುವಿನ ಮುಖವಾಡ ಹಾಕಿದ್ದ ಗಿರಿಧರ.

ಭಾಸ್ಕರನ ಗಂಭೀರವಾದ ಮುಖ ಮತ್ತಷ್ಟು ಗಂಭೀರವಾಗಿತ್ತು. ಅಪ್ಪ, ಅಮ್ಮ ಬಂದು ಈ ಅವಮಾನಪಡದೇ ಇದ್ದುದ್ದಕ್ಕಾಗಿ ದೇವರಿಗೆ ಮನದಲ್ಲೇ ನೂರು ನಮಸ್ಕಾರ ಹಾಕಿದ.

ಇವರು ಹೊರಟು ನಿಂತಾಗ ದೇಶಪಾಂಡೆ ಬಂದು ಲಗ್ನಪತ್ರಿಕೆಯ ಕಟ್ಟನ್ನು ತರಿಸಿ ಭಾಸ್ಕರನ ಮುಂದೆ ಹಿಡಿದ. ಭಾಸ್ಕರನ ಗಂಭೀರ ಮುಖ ಕೋಪದಿಂದ ಕೆಂಪಾಯಿತೇ ವಿನಃ ಕೈ ನೀಡಿ ಲಗ್ನಪತ್ರಿಕೆ ಸ್ವೀಕರಿಸಲಿಲ್ಲ. ಕೊನೆಗೆ ಗಿರಿಧರನೇ ಲಗ್ನಪತ್ರಿಕೆಯ ಕಟ್ಟನ್ನು ತೆಗೆದುಕೊಂಡ.

ಕಾರು ಹೊರಟಾಗ ಸುಮನ್ ಬಂದು ಗಿರಿಧರನ ಕಿವಿಯಲ್ಲಿ ಪಿಸುಗುಟ್ಟಿದಳೇ ವಿನಃ ಶಶಿಯ ಬಳಿಯಾಗಲಿ ಬೇರೆ ಯಾರ ಬಳಿಯಾಗಲಿ ಮಾತನಾಡಲಿಲ್ಲ.

ಕಾರು ಮೂರು ಮೈಲಿ ದಾಟಿದರೂ ಯಾರೂ ಮಾತನಾಡಲಿಲ್ಲ. ಎಲ್ಲರಿಗೂ ಅಸಮಾಧಾನವಾಗಿದೆಯೆಂದು ತಿಳಿದಿದ್ದು ಮಾತನಾಡಲು ಹಿಂಜರಿದ. ಪ್ರಥಮವಾಗಿ ಅವರಿಗೆಲ್ಲರಿಗಿಂತ ಬಹಳ ದೂರ ಸಾಗಿದ ಅನುಭವವಾಯಿತು. ಗೀತಾ ಕ್ವಾರ್ಟರ್ಸ್‌ನಲ್ಲಿ ಅಜ್ಜಿಯ ಬಳಿಯೇ ಉಳಿದಿದ್ದರಿಂದ ಗಲಾಟೆಗೆ ಅವಕಾಶವಿರಲಿಲ್ಲ. ವಾಚಾಳಿ ಶ್ರೀನಿವಾಸ ಕೂಡ ಮೌನಿಯಾಗಿಬಿಟ್ಟಿದ್ದ.

ಕಡೆಗೆ ಗಿರಿಧರನೆ ಬಾಯಿಬಿಟ್ಟು ಹೇಳಿದ.

"ಭಾವ, ನಿಮಗೆ ತುಂಬ ಬೇಸರವಾಗಿರಬಹುದು. ಸುಮನ್‌ಗೆ ಏನೂ ಗೊತ್ತಾಗೋಲ್ಲ. ಮಗುವಿನಂಥವಳು. ಇನ್ನು ಅವಳ ತಾಯಿತಂದೆ ಸುತ್ತಮುತ್ತಲಿನವರಿಗಿಂತ ಶ್ರೀಮಂತಿಕೆ..."

ಅವನು ಮಾತು ಪೂರ್ತಿ ಮಾಡುವ ಮುನ್ನವೇ ಮೌನ ಮುರಿದು ಭಾಸ್ಕರ ನಕ್ಕುಬಿಟ್ಟ.

"ಅದು ಹೇಗಾದರೂ ಇರಲಿ. ಈಗ ನಾವು ಇಲ್ಲಿಗೆ ಬರಬೇಕಾದ ಪ್ರಮೇಯವೇನಿತ್ತು? ಹೇಗೂ ನೀನು ಹುಡುಗೀನ ನೋಡಿದ್ದೀಯಾ ಒಪ್ಕೊಂಡಿದ್ದೀಯಾ, ಅವರು ಆಗಲೇ ಲಗ್ನಪತ್ರಿಕೆ ಪ್ರಿಂಟ್ ಮಾಡಿಸಿಬಿಟ್ಟಿದ್ದಾರೆ" ಎಂದ ಭಾಸ್ಕರ ಸ್ವಲ್ಪ ಕಟುವಾಗಿಯೇ.

ಗಿರಿಧರ ಏನೋ ಹೇಳಲು ಹೊರಟ. ಭಾಸ್ಕರ ಮಧ್ಯದಲ್ಲೇ ತಡೆದು ಹೇಳಿದ.

"ನೋಡಪ್ಪ, ಮದುವೆಯಾಗುವವನು ನೀನು; ನಾಳೆ ಸಂಸಾರ ಮಾಡಬೇಕಾದವನು ನೀನು. ಇಂಥದ್ದರಲ್ಲಿ ನಮ್ಮ ಅವಶ್ಯಕತೆ ಏನೂ ಇಲ್ಲ. ಈಗ ನಾವೇನಾದರೂ ಹೇಳಿದರೆ ನೀನು ಒಪ್ಪೋ ಸ್ಥಿತಿಯಲ್ಲಿಲ್ಲ. ಆದ್ದರಿಂದ ಬಾಯಿ ಮುಚ್ಚಿಕೊಂಡು ಮರ್ಯಾದೆ ಉಳಿಸಿಕೊಳ್ಳಬೇಕು ನಾವು. ಕಡೆಯದಾಗಿ ಒಂದು ಮಾತು ಹೇಳ್ತಾ ಇದ್ದೀನಿ. ನಿನ್ನ ಮದುವೆಯಿಂದ..." ಎಂದವನು ಥಟ್ಟನೆ ನಿಲ್ಲಿಸಿ, "ಅದೆಲ್ಲ ಬೇಡಬಿಡು. ಈಗ ನಿನ್ನ ಮಾತಿನಂತೆ ಬಂದಾಯಿತು, ಮುಂದೇನು ಮಾಡಬೇಕು ಅಂತ ತಿಳಿಸಿಬಿಡು" ಎಂದ.

ಮೊದಲೇ ಹೆಂಗರುಳಿನ ಗಿರಿಧರನ ಕಣ್ಣಲ್ಲಿ ನೀರಾಡಿತು. ಮದುವೆಯಾಗುವುದಕ್ಕೆ ಮೊದಲೇ ಇವರೆಲ್ಲ ನನ್ನಿಂದ ಬಹಳ ದೂರ ಸರಿಯುವಂತೆ ಆಯಿತಲ್ಲ. ನಾನೇಕೆ ಸುಮನ್‌ಳ ಗೆಳೆತನ ಬೆಳೆಸಿ ಪೋಷಿಸಿದೆ? ಅವಳು ಹೇಳಿದ್ದಕ್ಕೆಲ್ಲ ಯಾಕೆ ಹೂಗುಟ್ಟಿದೆ? ನನಗೊಂದು ಸ್ವಂತ ವ್ಯಕ್ತಿತ್ವ ಇದೆ ಎನ್ನುವುದನ್ನೇ ಮರೆತೆನೇ?

"ಈಗಲೂ ಯೋಚನೆ ಮಾಡು ಗಿರಿ. ಸುಮನ್‌ಳಿಗೂ ನಿನಗೂ ಭೂಮಿ, ಆಕಾಶಕ್ಕೆ ಇರುವಷ್ಟು ದೂರವಿದೆ" ಎಂದ ಭಾಸ್ಕರ ಕಡೆಯದಾಗಿ.

ಶಶಿ ಮಾತನಾಡದೇ ಮೂಕಿಯಂತೆ ಕುಳಿತಿದ್ದಳು. ಗಿರಿಧರ ಖಂಡಿತ ತನ್ನ ನಿರ್ಧಾರ ಬದಲಾಯಿಸಲಾರ, ಎಂಬುದು ಶ್ರೀನಿವಾಸನ ಊಹೆ. ಅವನ ಊಹೆ ನಿಜವೂ ಕೂಡ.

ಗಿರಿಧರ ಮಾತನಾಡದೇ ಮೌನವಾಗಿ ಕುಳಿತ.

ಕ್ವಾರ್ಟರ್ಸ್ ಮುಂದೆ ಕಾರು ನಿಂತಾಗ ಭಾಸ್ಕರ ಮಡದಿಯನ್ನು ಉದ್ದೇಶಿಸಿ ಹೇಳಿದ.

"ಶಶಿ, ಹೋಗಿ ಗೀತಾನ ಎತ್ತಿಕೊಂಡು ಬಾ" ಅವನ ಧ್ವನಿಯಲ್ಲಿ ಅಧಿಕಾರವಿತ್ತು.

ಶಶಿ ಇಳಿದುಹೋಗಿ ಮಂಚದ ಮೇಲೆ ಮಲಗಿ ನಿದ್ರಿಸುತ್ತಿದ್ದ ಮಗುವನ್ನು ಎತ್ತಿಕೊಂಡು ತಾಯಿಗೆ ಹೇಳಿ ಬಂದಳು. ಹಾಗಿಂದಹಾಗೇ ಹಿಂದಿರುಗುವುದೆಂದು ಮೊದಲೇ ತಿಳಿದಿದ್ದರಿಂದ ತುಂಗಮ್ಮನವರೇನೂ ಹೆಚ್ಚು ಭಾವಿಸಲಿಲ್ಲ. ಆದರೂ ಅವರ ಮನದ ಮೂಲೆಯಲ್ಲಿ ನೋವು ಏಳದೇ ಹೋಗಲಿಲ್ಲ. ಇದೊಂದು ದಿನವಾದರೂ ಉಳಿದು ಹೋಗಬಹುದಾಗಿತ್ತು ಎಂದವರ ಅಭಿಲಾಷೆಯಾಗಿತ್ತು.

ಗಿರಿಧರ ಕಾರಿನಿಂದ ಇಳಿದು ಭಾಸ್ಕರನ ಕಡೆ ನೋಡಿದ. ಅವನು ಮಾತನಾಡದಿದ್ದರೂ ಶ್ರೀನಿವಾಸ ಮುಗುಳುನಕ್ಕ.

ಭಾಸ್ಕರನ ಒಳ್ಳೆಯ ಮನಸ್ಸು, ಗಿರಿಧರನ ದೈನ್ಯ ಮುಖ ನೋಡಿ ಕರಗಿಹೋಯಿತು. ಕಾರಿನಿಂದ ಇಳಿದು ಗಿರಿಧರನ ಕೈಹಿಡಿದು "ಗಿರಿ, ಯಾವ ಸಂಕೋಚವೂ ಪಟ್ಟುಕೊಳ್ಳದೇ ನಿನ್ನ ಮದುವೆಗೆ ಬೇಕಾದ ಸಹಾಯ ಸಹಕಾರನಾ ಶ್ರೀನಿವಾಸನಿಂದ ಪಡೆ. ಹೆಚ್ಚಿಗೆ ನಾನು ಏನೂ ಹೇಳಲಾರೆ. ನೀನು ಮದುವೆಯಾಗುತ್ತ ಇರೋದು ಶ್ರೀಮಂತರ ಮನೆ ಹುಡುಗಿ ಅಷ್ಟೇ ಅಲ್ಲದೇ..." ಎಂದವನು ಸುಮ್ಮನಾಗಿ ಕಾರು ಏರಿ ಕುಳಿತ. ಕಾರು ಮುಂದಕ್ಕೆ ನಡೆಯಿತು.

ವ್ಯಾಕುಲಚಿತ್ತನಾಗಿದ್ದ ಮಗನ ಮುಖ ನೋಡೇ ತುಂಗಮ್ಮನವರು ಊಹಿಸಿಕೊಂಡರು, ಏನೋ ನಡೆದಿದೆಯೆಂದು. ಅದು ಏನು ಎಂದು ಕೇಳುವುದು ಅವರ ಸ್ವಭಾವಕ್ಕೆ ವಿರುದ್ಧ.

ಶಿವಮೊಗ್ಗ ತಲುಪುವವರೆಗೂ ಭಾಸ್ಕರ ಮಾತನಾಡಿದ್ದು ಬಹಳ ಕಮ್ಮಿ. ಶ್ರೀನಿವಾಸ ಏನೇನೋ ಹೇಳುತ್ತಿದ್ದ. ಕೆಲವು ಸಲ ಮಾತನಾಡಬೇಕಾದ ಸಂದರ್ಭ ಬಂದಾಗ ಚುಟುಕಾಗಿ ಮಾತಾಡಿದ್ದ. ಶಶಿಯಂತೂ ತುಟಿ ಎರಡು ಮಾಡಲಿಲ್ಲ. ಇವರೆಲ್ಲರಿಗಿಂತ ಹೆಚ್ಚು ನಿರಾಶೆಯಾಗಿತ್ತು ಅವಳಿಗೆ. ಅಣ್ಣನ, ಪ್ರೀತಿಯ ಅತ್ತಿಗೆಯ ಬಗ್ಗೆ ನೂರಾರು ಕನಸುಗಳನ್ನು ಕಂಡಿದ್ದಳು. ತಮ್ಮಿಬ್ಬರ ಪ್ರೀತಿಯ ಸಂಬಂಧದ ಬಗ್ಗೆ ದೊಡ್ಡ ಸರಪಣಿಯನ್ನೇ ಎಳೆದಿದ್ದಳು. ಅದೆಲ್ಲ ನುಚ್ಚುನೂರಾಗಿತ್ತು. ಸುಮನ್‌ಳಿಂದ ಅವಳು ಏನೂ ಬಯಸುವ ಹಾಗಿರಲಿಲ್ಲ. ಅದಕ್ಕಿಂತ ಹೆಚ್ಚಿಗೆ ನೋವಾದದ್ದು ಅವಳಿಗೆ ತಾಯಿಯ ವಿಷಯದಲ್ಲಿ ಜೀವನದಲ್ಲಿ ಬರೀ ಕಹಿಯನ್ನೇ ಉಂಡ ಆಕೆ ಬಂದ ಸೊಸೆಯಿಂದಲೂ ಆಕೆ ಕಹಿಯನ್ನೇ ಉಣ್ಣಬೇಕಾಗುತ್ತೆ. ಸುಮನ್ ಎಂದೂ ಅತ್ತೆಯನ್ನು ಆದರಿಸಲಾರಳು, ಗೌರವಿಸಲಾರಳು ಎಂದು ಅವಳ ಹೃದಯ ಒತ್ತಿ ಒತ್ತಿ ಹೇಳುತ್ತಿತ್ತು.

ಶ್ರೀನಿವಾಸ ಅತ್ತಿಗೆಯ ತೊಡೆಯ ಮೇಲಿದ್ದ ಗೀತಾಳನ್ನು ಎತ್ತಿಕೊಂಡು ಒಳಗೆ ನಡೆದ. ಭಾಸ್ಕರನ ತಾಯಿ ತಂದೆ ಕಾಶಿಗೆ ಹೋಗಿದ್ದರು. ಶಾಂತಿ ತೌರುಮನೆಗೆ ಹೋಗಿದ್ದರಿಂದ ಬರೀ ಅಡಿಗೆಯವನು ಮಾತ್ರ ಇದ್ದ ಮನೆಯಲ್ಲಿ.

ಅಂಗಡಿ, ಮನೆಯ ಕಡೆ ಭಯವಿದ್ದರೂ ಭಾಸ್ಕರ ಆಗಲೇ ಹೊರಡಲು ಇಷ್ಟಪಡಲಿಲ್ಲ. ಬಟ್ಟೆ ಬದಲಾಯಿಸಿ ಹಾಯಾಗಿ ಸೋಫಾ ಮೇಲೆ ಒರಗಿದ.

ಮಧ್ಯಾಹ್ನ ಊಟ ಯಾರು ಸರಿಯಾಗಿ ಮಾಡದಿದ್ದಕ್ಕೆ ಎಲ್ಲರ ಹೊಟ್ಟೆಗಳೂ ಚುರುಗುಟ್ಟುತ್ತಿದ್ದವು. ಅಡಿಗೆಯವನು ಬಿಸಿಬಿಸಿ ತಿಂಡಿ ಸಪ್ಲೈ ಮಾಡಿದ. ಅಣ್ಣತಮ್ಮಂದಿರಿಬ್ಬರೂ ಸಂಕೋಪಡದೇ ಹೊಟ್ಟೆ ತುಂಬಾ ಹೊಡೆದರು. ಆದರೆ ಶಶಿಗೆ ಸೇರಲಿಲ್ಲ. ಅರ್ಥವಾಗದ ವೇದನೆ ಅವಳನ್ನು ಹಣ್ಣು ಮಾಡುತ್ತಿತ್ತು. ಶ್ರೀನಿವಾಸ ಮುಖ ನೋಡಿ ಸನ್ನೆ ಮಾಡಿ ಎದ್ದು ಹೋದ.

ಅವಳನ್ನು ಹಡೆದ ತಾಯಿ ತಂದೆಯರಿಗಿಂತ ಹೆಚ್ಚಾಗಿ ಅವಳನ್ನು ಪ್ರೀತಿಸುತ್ತಿದ್ದ. ಶ್ರೀನಿವಾಸ ಅವಳಿಗೆ ಮುಖ ಒರೆಸಿ ಬಟ್ಟೆ ಹಾಕಿ ಅಲಂಕಾರ ಮಾಡಿ ಎತ್ತಿಕೊಂಡು ಹೊರಗೆ ಹೊರಟ.

"ಈಗ ತಾನೆ ಬಂದ ಆಯಾಸವೇ ಪರಿಹಾರವಾಗಿಲ್ಲ, ಎಲ್ಲಿಗೆ ಹೊರಡುತ್ತ ಇದ್ದೀಯೋ!" ಎಂದ ಭಾಸ್ಕರ ಸೋಫಾ ಬಿಟ್ಟು ಏಳುತ್ತ.

"ಇವಳಿಗೆ ಸ್ವಲ್ಪ ಶಿವಮೊಗ್ಗಾನ ತೋರಿಸಿಕೊಂಡು ಬಂದುಬಿಡ್ತೀನಿ" ಎಂದವನೇ ಪುಟ್ಟ ಗೀತಾ ಕೈಯಲ್ಲಿ ಟಾಟಾ ಮಾಡಿಸಿ ಹೊರಟೇಬಿಟ್ಟ.

ಮಗುವಿನ ಟಾಟಾ ತಾಯಿತಂದೆಯರ ಮೈ ಮರೆಸಿತು.

ಒಳಗೆ ಹೊರಟ ಮಡದಿಯನ್ನು ಭಾಸ್ಕರ ಕರೆದು "ಇಲ್ಲೇ ಕೂತ್ಕೊಳ್ಳೋಣ. ಒಳಗೆ ಹೋಗಿ ಏನು ಮಾಡ್ತೀ!" ಎಂದ.

ಶಶಿ ಅಲ್ಲೇ ಬೆತ್ತದ ಕುರ್ಚಿಯ ಮೇಲೆ ಕುಳಿತಳು. ಬೆಳಿಗ್ಗೆ ಉತ್ಸಾಹದ ಚಿಗುರೆಯಾಗಿ ಎಸ್ಟೇಟಿಗೆ ಹೊರಟಿದ್ದಳು. ಈಗ ಬೇಸರದ ಮುಖ ಹೊತ್ತು ಕುಳಿತಿದ್ದಳು.

"ಶಶಿ, ನನ್ನ ಮೇಲೆ ನಿನಗೆ ಕೋಪ ಬಂದಿರಬೇಕಲ್ಲ? ಗಿರಿಧರನ ವಿಷಯದಲ್ಲಿ ಬಹಳ ಕಟುವಾಗಿ ನಡೆದುಕೊಂಡೆ ಎಂದು. ನನಗೆ ಶೀನಿ ಮೇಲೆ ಎಷ್ಟು ಪ್ರೀತಿ, ಅಭಿಮಾನವಿದೆಯೋ ಅವನ ಮೇಲೂ ಅಷ್ಟೆ. ನನಗೆ ಗಿರಿ, ಶೀನಿ ಇಬ್ಬರೂ ಒಂದೇ. ಅವನು ಹುಡುಗನಾದಾಗಿನಿಂದ ಪಟ್ಟ ಪಾಡನ್ನು ಜೋಯಿಸರ ಬಾಯಿಂದ ಕೇಳಿದ್ದೆ. ಅವನು ಇನ್ನಾದರೂ ಸುಖವಾಗಿರಲಿ ಎಂದು ಬಯಸುತ್ತಿದ್ದೆ. ಆದರೆ ಅದು ದೇವರ ಮನಸ್ಸಿಗೆ ಬರಲಿಲ್ಲ. ಅಂತ ತೋರುತ್ತೆ. ಜೀವನದಲ್ಲಿ ವಿದ್ಯೆ, ಐಶ್ವರ್ಯವನ್ನು ಕಷ್ಟಪಟ್ಟು ಸಂಪಾದಿಸಬಹುದು. ಆದರೆ ಒಳ್ಳೆ ಸಂಗಾತಿಯನ್ನು ದೇವರೇ ಕೊಡಬೇಕು. ಬಡವನಿರಲಿ, ಶ್ರೀಮಂತನಿರಲಿ ಜೀವನದಲ್ಲಿ ಸುಖ ಕಾಣಬೇಕಾದರೆ ಒಳ್ಳೆ ಗೃಹಿಣಿಯ ಅವಶ್ಯಕತೆ ಇದೆ. ನಿಜವಾಗಲೂ ಸುಮನ್ ಒಳ್ಳೆ ಗೃಹಿಣಿಯಾಗಬಲ್ಲಳು ಎಂದು ಹೇಳಲಾರೆ. ಅದಕ್ಕೆ ಕಾರಣ ಅವಳಲ್ಲ, ಅವಳು ಬೆಳೆದ ವಾತಾವರಣ. ತುಂಬು ಶ್ರೀಮಂತಿಕೆಯಲ್ಲಿ, ಸ್ವಚ್ಛಂದ ಪ್ರವೃತ್ತಿಯಲ್ಲಿ ಬೆಳೆದವನೇ ಅವಳ ಸಂಗಾತಿ ಆಗಲು ಲಾಯಕ್ಕು. ಗಿರಿಧರನಂಥ ಸೌಜನ್ಯಶೀಲ, ಭಯಗ್ರಸ್ತ ಹೇಗೆ ಅವಳನ್ನು ಸಂಗಾತಿಯಾಗಿ ಪಡೆದು ಜೀವನ ನಿರ್ವಹಿಸಬಲ್ಲ?" ಎಂದು ನಿಟ್ಟುಸಿರುಬಿಟ್ಟು ಮಡದಿಯ ಕಡೆ ನೋಡಿದ. ಅವಳ ಕಣ್ಣುಗಳಲ್ಲಿದ್ದ ನೋವನ್ನು ಭಾಸ್ಕರ ಗುರ್ತಿಸಿದ.

"ಶಶಿ, ಹಾಗಂತ ನಾವು ವೇದನೆಪಡಬೇಕಾಗಿಲ್ಲ. ಗಿರಿಧರ ಬುದ್ಧಿವಂತನಾದರೆ ತನ್ನ ದಾರಿಗೆ ಮಡದಿ ಬರದಿದ್ದಾಗ ಅವಳ ಗುಣಗಳಿಗನುಸಾರವಾಗಿ ತನ್ನ ನಡತೆಯನ್ನು ತಿದ್ದಿಕೊಂಡು ಬಾಳಬಹುದು. ಅತ್ತೆಯವರು ಬಂದು ನಮ್ಮಲ್ಲೇ ಇರಲಿ" ಎಂದು ಎದ್ದುಬಿಟ್ಟ.

ಭಾಸ್ಕರ ಎಷ್ಟೇ ಚೆನ್ನಾಗಿ ಮಾತನಾಡಿದರೂ ಗಂಡನಲ್ಲಿದ್ದ ಅಸಮಾಧಾನ ಗುರ್ತಿಸದೇ

ಹೋಗಲಿಲ್ಲ ಶಶಿ.

ಮದುವೆಗೆ ಎಂಟು ದಿನ ಉಳಿದಾಗ ಭಾಸ್ಕರನೇ ಮಡದಿಯನ್ನು ವಸಂತನಗರಕ್ಕೆ ಕಳುಹಿಸಿಕೊಟ್ಟ. ಶ್ರೀನಿವಾಸನಿಗೆ ಅಲ್ಲಿನ ವಿದ್ಯಮಾನಗಳನ್ನು ಗುರ್ತಿಸಿ ಗಿರಿಧರನ ವ್ಯಕ್ತಿತ್ವಕ್ಕೆ ಯಾವ ಕುಂದೂ ಬರದಂತೆ ಏರ್ಪಾಟು ಮಾಡಬೇಕೆಂದು ಶ್ರೀನಿವಾಸನಿಗೆ ಹೇಳಿಕಳಿಸಿದ್ದ.

ಗಿರಿಧರನ ಮದುವೆ ವೈಭವದಿಂದಲೇ ನಡೆಯಿತು. ಬಂದವರೆಲ್ಲ ದೊಡ್ಡ ಕಾಫೀ ಪ್ಲಾಂಟರ್ಸ್ ಉನ್ನತ ವಿದ್ಯಾಭ್ಯಾಸ ಪಡೆದು ಉನ್ನತ ದರ್ಜೆಯಲ್ಲಿ ಇರುವಂಥವರು, ದೊಡ್ಡ ಕೈಗಾರಿಕೋದ್ಯಮಿಗಳು.

ಭಾಸ್ಕರನಿಗೆ ಆಶ್ಚರ್ಯವಾಯಿತು. ಇಷ್ಟು ದೊಡ್ಡ ಶ್ರೀಮಂತಿಕೆಯಲ್ಲಿ ಮೆರೆಯುವವರು ಕೇವಲ ಒಬ್ಬ ಸಾಮಾನ್ಯ ಲೆಕ್ಚರರ್‌ಗೆ ಮಗಳನ್ನು ಕೊಟ್ಟು ಮದುವೆ ಮಾಡಲು ಹೇಗೆ ಒಪ್ಪಿಕೊಂಡರು? ಇದರಲ್ಲಿ ಅವರ ದುರುದ್ದೇಶವೇನಾದರೂ ಇದೆಯೇ? ಹೇಗಾದರೂ ಸರಿ, ಗಿರಿಧರ ನೆಮ್ಮದಿಯಾಗಿದ್ದರೆ ಸಾಕು ಎಂದುಕೊಂಡ.

ಮದುವೆಯ ಮನೆಯಲ್ಲಿ ಬೀಗರನ್ನ ಮಾತನಾಡಿಸುವವರೇ ಇರಲಿಲ್ಲ. ತುಂಗಮ್ಮ ದೂರದಿಂದಲೇ ಮಗ, ಸೊಸೆಯನ್ನು ನೋಡಿ ಅಕ್ಷತೆಕಾಳು ಹಾಕಿ ತಮ್ಮ ಕರ್ತವ್ಯ ಮುಗಿಸಿದರು. ಆಗ ಅವರ ಕಣ್ಣಿಂದ ಹರಿದ ಕಂಬನಿ ಆನಂದಭಾಷ್ಪಗಳೋ? ದುಃಖ ಬಿಂದುಗಳೋ?

ಭಾಸ್ಕರ, ಶಶಿ, ಮದುವೆ ಮುಗಿದ ಕೂಡಲೇ ಹೊರಟು ನಿಂತರು. ತುಂಗಮ್ಮ ಸಹ ಅವರ ಜೊತೆ ಹೊರಟರು. ಗಿರಿಧರನ ಸಹೋದ್ಯೋಗಿಗಳ ಪೈಕಿ ಜೋಸೆಫ್ ಅವನ ಮಡದಿ, ಪಾರ್ಥಸಾರಥಿ, ಇನ್ನು ಕೆಲವರು ಒಂದು ದಿನ ಮುಂಚೆಯೇ ಇವರುಗಳ ಜೊತೆ ಬಂದಿದ್ದರು. ಕಾಲೇಜಿನ ಎಲ್ಲ ಸಹೋದ್ಯೋಗಿಗಳು ಮತ್ತು ಕೆಲವು ವಿದ್ಯಾರ್ಥಿಗಳು ಬಸ್ಸು ಮಾಡಿಕೊಂಡು ಬಂದಿದ್ದರು. ಅವರುಗಳೆಲ್ಲ ಮದುವೆ ಮುಗಿದ ಕೂಡಲೇ ಊಟ ಮುಗಿಸಿಕೊಂಡು ಹೊರಟುಬಿಟ್ಟರು.

ಭಾಸ್ಕರ ತಮ್ಮ ಸೂಟ್‌ಕೇಸುಗಳನ್ನು ಕಾರಿನ ಡಿಕ್ಕಿಯಲ್ಲಿರಿಸಿ ತಮ್ಮನ ಕಡೆ ತಿರುಗಿ "ಶೀನಿ, ತಾವು ಹೊರಡುತ್ತ ಇರೋ ಸಮಾಚಾರನ ಗಿರಿಗೆ ತಿಳಿಸಿ ಬಂದುಬಿಡು" ಎಂದ.

ಶ್ರೀನಿವಾಸ ಒಳಗೆ ಹೋದವನು ಹತ್ತು ನಿಮಿಷದಲ್ಲಿ ಹಿಂದಿರುಗಿದ. ಅವನ ಜೊತೆ ಗಿರಿಧರ ಬಂದಿದ್ದ. ಗಿರಿಧರನ ಮುಖದ ಮೇಲೆ ಶ್ರೀಮಂತಿಕೆಯ ಕಳೆ ಏರಿಬಿಟ್ಟಿತ್ತು. ಬೆರಳಿಗೆ ವಜ್ರದ ಉಂಗುರ, ಕೈಗೆ ಫಾರಿನ್ ವಾಚು, ಬೆಲೆಬಾಳುವ ಬಟ್ಟೆಗಳು.

ಗಿರಿಧರ ಬಂದವನೇ ಭಾಸ್ಕರನ ಕೈಹಿಡಿದುಕೊಂಡು ದೈನ್ಯದಿಂದ ಕೇಳಿದ.

"ಭಾವ, ನೀವು ಈಗಲೇ ಹೊರಟುಬಿಟ್ಟರೆ ಹೇಗೆ?"

"ಒಳ್ಳೆ ಹುಡುಗ. ಅಲ್ಲಿನ ಸಮಾಚಾರ ನಿನಗೆ ತಿಳಿದೇ ಇದೆ. ಅಮ್ಮ, ಅಣ್ಣ ಆದರು ಇದ್ದಿದ್ದರೆ ಒಂದು ನಾಲ್ಕು ದಿನ ಇರಬಹುದಾಗಿತ್ತು. ಈಗ ಅವರೂ ಇಲ್ಲ. ಇನ್ನೇನು ಮದುವೆ ಆಯಿತಲ್ಲ. ಜೊತೆಯಾಗಿ ಇಬ್ಬರೂ ಬನ್ನಿ, ನಾನು ಬೆಂಗಳೂರಿನಲ್ಲಾದರೂ ಆರತಕ್ಷತೆ ಏರ್ಪಾಟು ಮಾಡೋಣವೆಂದುಕೊಂಡಿದ್ದೆ. ಅದಕ್ಕೆ ಅವರೇ ಬೇಡ, ಅವರು ಹೀಗಿಂದೀಗೇ ಹನಿಮೂನ್‌ಗೆ ಹೋಗ್ತಾರೆ ಅಂದರು. ಹೋಗಲಿ ಹನಿಮೂನ್ ಮುಗಿಸಿಕೊಂಡು ಬನ್ನಿ" ಎಂದ.

ಯಾಕೋ ಭಾಸ್ಕರನ ಗಂಟಲು ಗದ್ಗದಿತವಾಯಿತು. ಮಾತುಗಳು ಹೊರಳಿ ಹೊರಗೆ ಬಂದವು.

ಗಿರಿಧರ ನಿಸ್ಸಹಾಯಕನಾಗಿ ನಿಂತ.

ಶಶಿ, ಶಾಂತಿ ಇಬ್ಬರು ಹೋಗಿ ಸುಮನ್‌ಗೆ ಹೇಳಿ ಬಂದರು. ಸುಮನ್ ಸರಿ ಎನ್ನುವಂತೆ ತಲೆಯಾಡಿಸಿದಳೇ ವಿನಃ ಮಾತನಾಡಲಿಲ್ಲ. ಅಲ್ಲೇ ಇದ್ದ ಅವಳ ತಾಯಿ ಇದು ತಮಗೆ ಸಂಬಂಧಪಟ್ಟುದಲ್ಲವೆನ್ನುವಂತೆ ವರ್ತಿಸಿದರು.

ಅವರುಗಳನ್ನು ಬೀಳ್ಕೊಡಲು ಒಬ್ಬರೂ ಬರಲಿಲ್ಲ. ಅವರ ಬೀಳ್ಗೊಡುಗೆ ಅತಿಥಿ ಸತ್ಕಾರ ಎಲ್ಲ ಉನ್ನತ ವ್ಯಕ್ತಿಗಳಿಗೆ ಮಾತ್ರ ಮೀಸಲು. ಗಿರಿಧರ ಮಾತ್ರ ಜೋಲುಮುಖ ಹಾಕಿಕೊಂಡು ನಿಂತ ಕಾರು ದೂರ ಸಾಗುವವರೆಗೆ.

ಕಾರು ಹೊರಡುವವರೆಗೆ ತಡೆದಿಟ್ಟಿದ್ದ ದುಃಖವೆಲ್ಲ ಒಮ್ಮೆಲೇ ಹೊರಹೊಮ್ಮಿತು. ತಾಯಿಯ ಭುಜಕ್ಕೆ ಮುಖ ಆನಿಸಿ ಬಿಕ್ಕಿಬಿಕ್ಕಿ ಅಳತೊಡಗಿದಳು ಶಶಿ.

ಕಾರು ನಡೆಸುತ್ತಿದ್ದ ಭಾಸ್ಕರ ಹಿಂದಕ್ಕೆ ತಿರುಗಿ "ಶಶಿ, ಯಾಕೆ ಅಳ್ತಿ? ನಿನ್ನ ಅಳು ಗಿರಿಧರನಿಗೆ ಶ್ರೇಯಸ್ಸಲ್ಲ" ಅಂದ.

ಶಶಿಯ ಅಳುವಿನ ಆವೇಗ ಕ್ರಮೇಣ ಕಡಿಮೆಯಾಯಿತು. ಅವಳಿಗೆ ಅಣ್ಣನ ಮೇಲೆ ಅಧಿಕವಾದ ಪ್ರೀತಿ. ಅವನಿಗಾಗಿ ಅವಳು ಏನು ಬೇಕಾದರೂ ಮಾಡಲು ಸಿದ್ಧ.

ತುಂಗಮ್ಮ ಮಗಳು, ಅಳಿಯನ ಜೊತೆ ಬೆಂಗಳೂರಿಗೆ ಹೋಗಲು ಒಪ್ಪದೇ ತಮ್ಮ ಕ್ವಾರ್ಟರ್ಸ್ ಬಳಿ ಇಳಿದುಬಿಟ್ಟರು. ಶಶಿ, ಭಾಸ್ಕರ, ಶ್ರೀನಿವಾಸ ಅವರನ್ನು ಹೊರಡಿಸಲಿಕ್ಕೆ ಪ್ರಯತ್ನಪಟ್ಟು ಸೋತರು.

ಅಣ್ಣನ ಮದುವೆಯಿಂದ ಬಂದ ಶಶಿ ತೀರಾ ಮಂಕಾಗಿಬಿಟ್ಟಳು. ಸದಾ ಅವಳಿಗೆ ಅಣ್ಣನ ಗೀಳೇ. ಹಿಂದೆಯಾದರು ತಾನು ನೋಡಬೇಕೆಂದು ಬರೆದಾಗ ಓಡಿಬರುತ್ತಿದ್ದ. ಈಗ ಹೇಗೆ ಬಂದಾನು! ಎಂದು ಹಗಲಿರುಳೂ ಕೊರಗತೊಡಗಿದಳು.

ಭಾಸ್ಕರನಿಗೆ ಮಡದಿಯ ಅನ್ಯಮನಸ್ಕತೆ ಅರ್ಥವಾಗದೇ ಹೋಗಲಿಲ್ಲ. ಇದೊಂದು ವಿಷಯದಲ್ಲಿ ಅವನು ನಿಸ್ಸಹಾಯಕ. ಗಿರಿಧರನ ಇಂದಿನ ಪರಿಸ್ಥಿತಿಯ ಪೂರ್ಣ ಅರಿವು ಅವನಿಗಿದ್ದುದರಿಂದ ಯಾವ ರೀತಿಯಿಂದಲೇ ಆಗಲಿ ಅವನನ್ನು ನೋಯಿಸಲು

ಇಷ್ಟಪಡಲಿಲ್ಲ.

ಮದುವೆಯಾಗಿ ತಿಂಗಳು ಕಳೆದಿತ್ತು. ಒಂದು ದಿನ ಇದ್ದಕ್ಕಿದ್ದಂತೆ ಬಂದಿಳಿದ ಗಿರಿಧರ. ಶಶಿಯ ಆಶ್ಚರ್ಯ, ಆನಂದಕ್ಕಂತೂ ಪಾರವಿಲ್ಲವಾಯಿತು. ಆದರೆ ಒಂದು ನೋವು ಅವಳನ್ನು ಬಾಧಿಸದೇ ಹೋಗಲಿಲ್ಲ; ಅತ್ತಿಗೆಯನ್ನು ಕರೆತರಲಿಲ್ಲವಲ್ಲ ಎಂದು.

ಮನಸ್ಸಿನಲ್ಲಿದ್ದ ನೋವನ್ನು ಆಕ್ಷೇಪಣೆ ರೂಪದಲ್ಲಿ ಅಣ್ಣನ ಮುಂದಿಟ್ಟಳು.

"ಯಾಕೆ ಒಬ್ಬನೇ ಬಂದೆ? ಅತ್ತಿಗೆಯನ್ನು ಯಾಕೆ ಕರೆತರಲಿಲ್ಲ?"

ಗಿರಿಧರನ ಮುಖ ಒಂದು ಕ್ಷಣ ಮಂಕಾಯಿತು. ಮತ್ತೆ ಗೆಲುವಾಯಿತು. ಅದನ್ನು ಕಷ್ಟಪಟ್ಟು ಅವನು ತಂದುಕೊಂಡಿದ್ದು.

"ಅವಳ ಅಕ್ಕ, ಭಾವ ಎಲ್ಲ ಎಸ್ಟೇಟಿನಲ್ಲೇ ಇದ್ದಾರೆ. ಆದ್ದರಿಂದ ಅವಳು ಬರಲಿಲ್ಲ. ಇನ್ನೊಂದು ಸಲ ಬಂದಾಗ ಖಂಡಿತ ಕರ್ಕೊಂಡು ಬರ್ತೀನಿ ಶಶಿ" ಎಂದು ತಂಗಿಯ ಕೆನ್ನೆಯನ್ನು ಮೃದುವಾಗಿ ತಡವಿದ.

ಮನೆಯೊಳಕ್ಕೆ ಬಂದ ಭಾಸ್ಕರ ಕಣ್ಣರಳಿಸಿ ಗಿರಿಧರನನ್ನು ನೋಡುತ್ತ "ಅಂತೂ ಮಹರಾಯ ಬಂದೆಯಲ್ಲ! ಇಲ್ಲದಿದ್ದರೆ ನಾನೇ ಶಶಿನ ಕರ್ಕೊಂಡು ಬರಬೇಕಾಗಿತ್ತು" ಎಂದ.

ಗಿರಿಧರ ಪ್ರಶ್ನಾರ್ಥಕವಾಗಿ ಭಾವನ ಕಡೆ ನೋಡಿದ.

ಭಾಸ್ಕರ ಮಡದಿಯ ಪಕ್ಕ ಹೋಗಿ ನಿಂತು "ಇಲ್ಲಿ ನೋಡು ಶಶಿನ" ಎಂದ.

ಗಿರಿಧರನ ದೃಷ್ಟಿ ಶಶಿಯ ಮೇಲೆ ಹೊರಳಾಡಿತು. ಶಶಿಯ ಬಾಡಿದ ಮುಖ, ಬಡವಾದ ಅಂಗಾಂಗಗಳನ್ನು ನೋಡಿ ಅವನ ಕಣ್ಣಲ್ಲಿ ನೀರಾಡಿತ್ತು. ಮದುವೆಯಾದಾಗಿನಿಂದ ಮಡದಿಯ ಸಾನ್ನಿಧ್ಯ ಅವನಿಗೆ ಸ್ವರ್ಗಸಾನ್ನಿಧ್ಯವಾಗಿತ್ತು. ಅದರಲ್ಲಿ ಬೇರಾರೂ ಪ್ರವೇಶಿಸದಂತೆ ಕಾವಲಾಗಿತ್ತು ಸುಮನ್‌ಳ ಆಕರ್ಷಣೆ.

"ಅದೆಲ್ಲ ಸರಿ! ಅಮ್ಮ ಹೇಗಿದ್ದಾರೆ? ನಿಮ್ಮ ಹನಿಮೂನ್ ಹೇಗಾಯಿತು? ಸುಮನ್‌ಳನ್ನು ಯಾಕೆ ಕರ್ಕೊಂಡು ಬರಲಿಲ್ಲ?" ಎಂದು ಪ್ರಶ್ನಿಸಿದ ಭಾಸ್ಕರ.

ತಾಯಿಯ ವಿಷಯವನ್ನು ಅವನು ಏನೆಂದು ಹೇಳಿಯಾನು? ಅವನು ಹನಿಮೂನ್‌ನಿಂದ ಹಿಂದಿರುಗಿ ಬಂದಾಗ ತುಂಗಮ್ಮ ತೀರಾ ಬಲಹೀನರಾಗಿದ್ದರು. ಮಗನ ಮದುವೆ ಅವರ ಪಾಲಿಗೆ ಒಂದು ಆಘಾತ. ಅದನ್ನು ಬಾಯಿಬಿಟ್ಟು ಆಡಲಾರಳು. ಹೇಗೋ ಅವನಾದರೂ ಸುಖವಾಗಿರಲಿ ಎಂದು ದಿನ ದೂಡುತ್ತಿದ್ದರು.

ಇನ್ನು 'ಹನಿಮೂನ್' ಅಂದರೆ ಹೊಸದಾಗಿ ಮದುವೆಯಾದವರು ಜೋಡಿ ಹಕ್ಕಿಗಳ ಹಾಗೆ ಜೀವನವನ್ನೇ ಮರೆತು, ಸಂತೋಷ, ಸಲಿಗೆಯಿಂದ ಭಾವಪರವಶರಾಗಿ ವಿವರಿಸೋದನ್ನು ಹನಿಮೂನ್ ಟೂರ್ ಎನ್ನುತ್ತಾರೆ. ಅದಕ್ಕೇನೂ ಹೊರತಾಗಿರಲಿಲ್ಲ ತಮ್ಮ ಜೋಡಿ. ಅದನ್ನು ಬಿಚ್ಚು ಮನಸ್ಸಿನಿಂದ ಹೇಳದಾದ.

ಇನ್ನು ಸುಮನ್ ಬಾರದ ವಿಷಯ. ಇವನು ಕರೆದಾಗ ಬರೋಲ್ಲ ಎಂದು ಮುಲಾಜಿಲ್ಲದೇ ಹೇಳಿಬಿಟ್ಟಿದ್ದಳು. ಇದನ್ನು ಹೇಗೆ ಹೇಳಿಯಾನು!

ಗಿರಿಧರನ ಮುಖವನ್ನು ನೋಡೇ ಭಾಸ್ಕರ ಊಹಿಸಿಕೊಂಡ, ತನ್ನ ಪ್ರಶ್ನೆಗಳಿಗೆ ಉತ್ತರಿಸಲಾರದೇ ತೊಳಲಾಡುತ್ತಿದ್ದಾನೆಂದು.

ಮಾತು ಮರೆಸಲು ಬಟ್ಟೆ ಬದಲಾಯಿಸುವ ನೆಪವೊಡ್ಡಿ ಭಾಸ್ಕರ ಎದ್ದುಬಿಟ್ಟ. ಮುದ್ದು ಗೀತಾ ಪುಟ್ಟಪುಟ್ಟ ಹೆಜ್ಜೆಗಳನ್ನು ಇಟ್ಟುಕೊಂಡು ಮನೆಯೆಲ್ಲ ಓಡಾಡುವಷ್ಟು ಸಮರ್ಥಳಾಗಿದ್ದಳು. ಪ್ರತಿಯೊಂದು ಸಾಮಾನನ್ನು ಕುಕ್ಕಿ ಒಡೆಯುವುದರಲ್ಲಿ ಪ್ರವೀಣಳಾಗಿದ್ದಳು. ಮಗಳ ಚೇಷ್ಟೆಗೆ ಶಶಿ ಬೇಸರಿಸಿದರೂ ಭಾಸ್ಕರ ಬೇಸರಗೊಳ್ಳಲಾರ. ಮಗಳ ಒಂದೊಂದು ಚೇಷ್ಟೆ, ಒಂದೊಂದು ತೊದಲು ಮಾತಿನಲ್ಲೂ ಸ್ವರ್ಗವನ್ನು ಕಾಣುತ್ತಿದ್ದ ಅವನು.

ಗಿರಿಧರ ಅಂದಿನ ರಾತ್ರಿ ಬಸ್ಸಿನಲ್ಲೇ ಹಿಂದಿರುಗಿದ. ಅವನನ್ನು ಹೆಚ್ಚು ಬಲವಂತ ಮಾಡಿ ಯಾರೂ ನಿಲ್ಲಿಸಿಕೊಳ್ಳಲು ಪ್ರಯತ್ನಿಸಲಿಲ್ಲ.

ಬೆಳಿಗ್ಗೆ ಶಿವಮೊಗ್ಗ ತಲುಪಿದವನೇ ಗಿರಿಧರ ಶ್ರೀನಿವಾಸನ ಮನೆಗೂ ಸಹ ಹೋಗದೇ ಎಸ್ಟೇಟಿಗೆ ನೇರವಾಗಿ ಹಿಂದಿರುಗಿದ. ಅಂದು ಕಾಲೇಜಿಗೆ ರಜವಿದ್ದುದರಿಂದ ಕ್ವಾರ್ಟರ್ಸ್‌ಗೂ ಹೋಗುವ ತಾಪತ್ರಯ ತೆಗೆದುಕೊಳ್ಳಲಿಲ್ಲ.

ಇವನು ಎಸ್ಟೇಟ್ ತಲುಪಿದಾಗ ಹತ್ತು ಗಂಟೆ. ನೇರವಾಗಿ ಮಡದಿಯ ಕೋಣೆಗೆ ಹೋದ. ಸುಮನ್‌ಳಿಗಿನ್ನು ಸುಪ್ರಭಾತವಾಗಿರಲಿಲ್ಲ. ಅವಳು ಬೆಚ್ಚಗೆ ಹೊದ್ದು ಮಲಗೇ ಇದ್ದಳು. ಗಿರಿಧರನಿಗೂ ಮಡದಿಯನ್ನು ಎಬ್ಬಿಸುವ ಧೈರ್ಯ ಬರಲಿಲ್ಲ. ಕಾರಣ ಸುಮನ್ ತಮ್ಮ ಹನಿಮೂನ್ ಸಮಯದಲ್ಲಿ ಕೊಟ್ಟ ಎಚ್ಚರಿಕೆಯನ್ನು ಮರೆತಿರಲಿಲ್ಲ. ಯಾವಾಗಲೂ ತಾನಾಗಿ ಏಳುವವರೆಗೂ ತನ್ನನ್ನು ಎಬ್ಬಿಸಬಾರದು ಎಂಬುದೇ ಅವಳ ವಾರ್ನಿಂಗ್.

ಅಡಿಗೆಯವನು ಗಿರಿಧರ ಬಂದುದನ್ನು ನೋಡಿದ್ದರಿಂದ ಕಾಫಿಯನ್ನು ಕೋಣೆಗೆ ತಂದಿಟ್ಟುಹೋದ. ಇನ್ನೊಂದು ಕೋಣೆಯಲ್ಲಿ ನಡೆಯುತ್ತಿರುವ ಗದ್ದಲವನ್ನು ನೋಡೆ ಅತ್ತೆ, ಮಾವ ತಮ್ಮ ದೊಡ್ಡ ಮಗಳು, ಅಳಿಯನೊಂದಿಗೆ ಬೆಳಗಿನ ತಿಂಡಿಯನ್ನು ಸ್ವೀಕರಿಸುತ್ತಿದ್ದಾರೆಂದು ಗಿರಿಧರನಿಗೆ ಕಸಿವಿಸಿಯಾಯಿತು. ಏನೂ ಮಾಡಲಾರದ ನಿರುಪದ್ರವಿ ಪ್ರಾಣಿ.

ಗಿರಿಧರ ಕೋಣೆಗೆ ಹೊಂದಿಕೊಂಡಂತಿದ್ದ ಬಾತ್‌ರೂಂಗೆ ಹೋಗಿ ಸ್ನಾನ ಮಾಡಿ ಬಂದು ಬೇರೆ ಉಡುಪು ಧರಿಸಿ ಸುಮ್ಮನೆ ಕುಳಿತು ಮಡದಿಯ ಕಡೇ ನೋಡಿದ. ಬಿಳಿಯ ನೈಟ್ ಗೌನ್‌ನಲ್ಲಿ ಬಹಳ ಆಕರ್ಷಕವಾಗಿ ಕಾಣುತ್ತಿದ್ದಳು. ಆದರೂ ಏನೋ ಒಂದು ಕೊರತೆ ಅವಳಲ್ಲಿ ಎದ್ದು ಕಾಣುತ್ತಿತ್ತು. ಸ್ತ್ರೀ ಸಹಜವಾದ ಲಜ್ಜೆ, ಮಂದಹಾಸ ಅವಳ ಬಳಿ ಸುಳಿಯಲಾರದೇ ದೂರವಿದ್ದವು.

ಗಿರಿಧರನಿಗೆ ಅದೃಷ್ಟ ಚೆನ್ನಾಗಿತ್ತು ಅಂತ ಕಾಣುತ್ತೆ. ಇವನು ಸ್ನಾನ ಮಾಡಿ ಬಂದ ಹತ್ತು ನಿಮಿಷದಲ್ಲಿ ಸುಮನ್ ಎಚ್ಚರಗೊಂಡಳು. ಎಚ್ಚರಗೊಂಡವಳೇ ಟೀಪಾಯಿ ಮೇಲಿದ್ದ ಕಾಲಿಂಗ್ ಬೆಲ್ಲನ್ನು ಒಂದೇ ಸಮನೇ ಒತ್ತಲಾರಂಭಿಸಿದಳು. ಅದರ ಶಬ್ದವನ್ನು ಕೇಳಲಾರದೇ ಗಿರಿಧರ ಎರಡು ಕಿವಿಗಳನ್ನು ಮುಚ್ಚಿಕೊಂಡ.

ಅಡಿಗೆಯವನು ಓಡುತ್ತ ಬಂದು ಕಾಫೀ ಕೆಟಲನ್ನು ಇಟ್ಟು ಹೋದ. ಅವಳ ದೃಷ್ಟಿ ಆಗ ಗಂಡನ ಕಡೆಗೆ ಹೊರಳಿತು.

"ಓ ಮೈ ಸ್ವೀಟ್..." ಎನ್ನುತ್ತಲೇ ಬಂದು ಗಿರಿಧರನ ಕತ್ತನ್ನು ತನ್ನೆರಡು ಕೈಗಳಿಂದ ಬಳಸಿ ಅವನ ಮುಖವನ್ನು ಹುಚ್ಚುಚ್ಚಾಗಿ ಚುಂಬಿಸಿದಳು.

ಗಿರಿಧರ ಅವಳ ಪಾಲಿಗೆ ಅವಳನ್ನು ಬಿಟ್ಟು ಸುಮ್ಮನೆ ಕುಳಿತ. ಅಷ್ಟಕ್ಕಿಂತ ಅವನು ಏನೂ ಮಾಡಲಾರದವನಾಗಿದ್ದ.

ಸುಮನ್‌ನ ಮನಃಸ್ಥಿತಿ ಸಮಾಧಾನಕ್ಕೆ ಬಂದ ಮೇಲೆ ಗಂಡನ ಪಕ್ಕ ಕುಳಿತು ಕೆಟಲ್‌ನಲ್ಲಿದ್ದ ಕಾಫಿಯನ್ನು ಎರಡು ಪಿಂಗಾಣಿ ಸಾಸರ್‌ಗೆ ಬಗ್ಗಿಸಿದಳು.

ಒಂದು ಬಟ್ಟಲನ್ನು ತುಟಿಗೆ ತಾಗಿಸುತ್ತ ಇನ್ನೊಂದನ್ನು ತೆಗೆದುಕೊಳ್ಳುವಂತೆ ಗಿರಿಧರನಿಗೆ ಸನ್ನೆ ಮಾಡಿದಳು. ಗಿರಿಧರ ಮರುಮಾತಾಡದೇ ಕಾಫಿಯನ್ನು ಕುಡಿಯತೊಡಗಿದ.

ಕಾಫೀ ಕುಡಿದು ಸ್ನಾನಕ್ಕೆ ಹೋದ ಸುಮನ್ ಒಂದು ಗಂಟೆಯ ಮೇಲೆ ಬಾತ್‌ರೂಮಿನಿಂದ ಹಿಂದಿರುಗಿದಳು. ಸೋಪಿನ ಪರಿಮಳದಿಂದ ಅವಳ ಮೈ ಘಮಘಮಿಸುತ್ತಿತ್ತು. ಬರೀ ಗೌನ್ ತೊಟ್ಟು ಬಂದ ಮಡದಿಯನ್ನು ನೋಡಿ ಒಂದು ರೀತಿಯ ಉದ್ರೇಕ ಉಂಟಾಯಿತು ಗಿರಿಧರನಿಗೆ. ಅದನ್ನು ಕಾರ್ಯರೂಪಕ್ಕೆ ತರಲಾರದಷ್ಟು ಅಸಮರ್ಥನಾಗಿದ್ದ.

ಗೌನ್ ಬಿಚ್ಚಿ ಎಸೆದ ಸುಮನ್ ಬೆಲ್‌ಬಾಟಮ್ ಪ್ಯಾಂಟು ಷರಟು ತೊಟ್ಟು ಒಂದು ಗಂಟೆ ಕಾಲ ಕನ್ನಡಿಯ ಮುಂದೆ ಕುಳಿತು ವಿಧವಿಧವಾದ ಕ್ರೀಮ್, ಪೌಡರ್ ಬಳಸಿ ಅಲಂಕರಿಸಿದಳು. ಗಿರಿಧರ ಪ್ರೇಕ್ಷಕನಂತೆ ಸುಮ್ಮನೆ ಕುಳಿತೇ ಇದ್ದ.

ಸುಮನ್ ಅಲಂಕಾರ ಮುಗಿಸಿಕೊಂಡು ಬಂದು ಗಂಡನ ಮುಂದೆ ನಿಂತಳು. ಗಿರಿಧರ ಮೆಚ್ಚಿಗೆಯಿಂದ ಮಡದಿಯ ಕಡೇ ನೋಡಿದ. ಅವನ ದೃಷ್ಟಿ ಅವಳ ಕತ್ತಿನ ಬಳಿ ಹರಿದಾಡಿತು. ಅವನಿಗೆ ಕಕ್ಕಾಬಿಕ್ಕಿಯಾಯಿತು. ಮಡದಿಯ ಕತ್ತಿನಲ್ಲಿ ಏನೂ ಇರಲಿಲ್ಲ.

"ಸುಮನ್....!" ಎಂದ.

ಸುಮನ್‌ಗೆ ಗಂಡನ ಮಾತು ಅರಿವಾಯಿತು. ಫಕಫಕನೇ ನಕ್ಕುಬಿಟ್ಟಳು.

"ಈ ಡ್ರೆಸ್‌ಗೆ ಆ ಸರ ಹಾಕ್ಕೊಂಡರೇ ಏನು ಚೆನ್ನಾಗಿ ಕಾಣುತ್ತೆ? ಅದಕ್ಕೇ

ತೆಗೆದಿಟ್ಟಿದ್ದೀನಿ. ಸೀರೆ ಉಟ್ಟುಕೊಂಡಾಗ ಹಾಕ್ಕೋತೀನಿ" ಎಂದಳು ಸುಮನ್.

ಗಿರಿಧರ ಸುಸ್ತಾಗಿ ಕುಳಿತ. ತಾನು ಕಟ್ಟಿದ ಮಾಂಗಲ್ಯದ ಸರ ಅವಳ ಪಾಲಿಗೊಂದು ಕೇವಲ ಸರ ಮಾತ್ರ. ಅದನ್ನು ಬೇಕಾದಾಗ ಧರಿಸಿ, ಬೇಡವಾದಾಗ ತೆಗೆದಿಡುವಷ್ಟು ಆಧುನಿಕ ಪ್ರವೃತ್ತಿಯವಳು ಎಂದು ನಿಟ್ಟುಸಿರುಬಿಟ್ಟ.

ಮದುವೆಯಾಗುವುದಕ್ಕೆ ಮುನ್ನ ಸುಮನ್ ಹೇಗೆ ಇದ್ದಳೋ ಈಗಲೂ ಹಾಗೇ ಇದ್ದಳು. ಅವಳಲ್ಲಿ ಯಾವ ವ್ಯತ್ಯಾಸವೂ ಇರಲಿಲ್ಲ. ಅಂದಿನಂತೆ ಬಗೆಬಗೆಯ ಫ್ಯಾಷನ್ನಿನ ಉಡುಪುಗಳನ್ನು ಧರಿಸುತ್ತಾಳೆ. ಒಂದೊಂದು ದಿನ ಸೀರೆ ಉಡುವುದು ಉಂಟು, ಅದು ಬಹಳ ಅಪರೂಪ. ಆಗ ಮಾತ್ರ ಕೂದಲಿಗೆ ದೊಡ್ಡ ಚವರಿ ಸೇರಿಸಿ ಜಡೆ ಹೆಣೆಯುತ್ತಾಳೆ. ಆಗ ಅವಳ ಹಣೆಯಲ್ಲಿ ಕಂಡೂ ಕಾಣದಂಥ ವಿವಿಧ ಕಲರಿನ ಪೆನ್ಸಿಲ್ ಗುರುತು ವಿರಾಜಿಸುತ್ತೆ. ಮಿಕ್ಕ ಸಮಯದಲ್ಲಿ ಹಣೆ, ಕೈ, ಕೊರಳು ಎಲ್ಲ ಬರಿದು. ಒಂದೆರಡು ಸಲ ಗಿರಿಧರ ಮಡದಿಯನ್ನು ಈ ವಿಷಯಗಳಲ್ಲಿ ತಿದ್ದುವುದಕ್ಕೆ ಹೋಗಿ ಅವಹೇಳನಕ್ಕೆ ಗುರಿಯಾಗಿದ್ದ. ಹಿಂದೆ ಇವಳ ರೀತಿ ನೀತಿ ನೋಡಿ ಭಯಗೊಂಡಿದ್ದರೂ ಮದುವೆಯಾಗುವವರೆಗೆ ಇದೆಲ್ಲ, ಆಮೇಲೇ ತಾನೇ ತಾನಾಗಿ ಬದಲಾಗುತ್ತಾಳೆ. ಇಲ್ಲ ಅವಳ ಹಿರಿಯರು ಬುದ್ಧಿ ಹೇಳಿ ಮಾರ್ಪಡಿಸುತ್ತಾರೆ ಎಂದುಕೊಂಡಿದ್ದ. ಈಗ ಅದು ಕೇವಲ ಭ್ರಮೆಯಾಯಿತು. ಅವನಿಗೆ ತಲೆಗಟ್ಟಿಸಿಕೊಳ್ಳುವಷ್ಟು ಬೇಸರವಾಗಿತ್ತು.

ಅಡಿಗೆಯವನು ಬೆಳಗಿನ ತಿಂಡಿ ತಂದಿಟ್ಟು ಹೋದ. ತಿಂಡಿ ಜೊತೆ ಒಂದೆರಡು ಸ್ವೀಟ್ಸ್, ಹಣ್ಣು ಇರುತ್ತಿದ್ದುದು ಅಲ್ಲಿಯ ಪದ್ಧತಿ, ಅದಕ್ಕೆ ಗಿರಿಧರ ಹೊಂದಿಕೊಂಡಿದ್ದ.

ತಿಂಡಿ ತಿನ್ನುತ್ತ ಗಿರಿಧರ ಹೇಳಿದ "ಸುಮನ್, ನಮ್ಮ ಮನೆಗೆ ಹೋಗೋಣ."

ಬಗ್ಗಿದ ತಲೆಯನ್ನು ಮೇಲೆತ್ತುತ್ತ ಸುಮನ್ "ಕ್ವಾರ್ಟರ್ಸ್‌ಗಾ..." ಎಂದಳು.

ಗಿರಿಧರ ಹೌದೆಂದು ತಲೆಯಾಡಿಸಿದ.

ತಿಂಡಿ ತಿಂದವಳೇ ಸುಮನ್ ಎದ್ದುಹೋದಳು. ಇವಳು ತನ್ನ ಮಾತನ್ನು ತಾಯಿತಂದೆಯ ಬಳಿ ತಿಳಿಸಿದಾಗ ಅವರೆಲ್ಲ ಜೋರಾಗಿ ನಕ್ಕರಲ್ಲದೇ ಒಬ್ಬೊಬ್ಬರು ಒಂದೊಂದು ವಿಧವಾಗಿ ಮಾತನಾಡಿದರು. ಅದರಲ್ಲಿ ಅಪಹಾಸ್ಯವಿತ್ತೇ ವಿನಃ ಆತ್ಮೀಯತೆ ಇರಲಿಲ್ಲ. ಕಡೆಗೆ ಸುಮನ್ ಹಿಂದಿರುಗಿದಳು.

"ಮಮ್ಮಿ, ಡ್ಯಾಡಿ ಹೇಳ್ತಾರೆ. ಆ ಬಿಲದಲ್ಲಿ ವಾಸ ಮಾಡೋದು ಕಷ್ಟವಂತೆ..." ಅವಳು ಮಾತು ಪೂರ್ತಿ ಮಾಡುವ ಮುನ್ನವೇ ಗಿರಿಧರನ ಸ್ವಾಭಿಮಾನ ಸಿಡಿದೆದ್ದಿತು. ಅವನಿಗೆ ಸಂಕೋಚ, ನಾಚಿಕೆಯಿಂದ ಸತ್ತು ಹೋಗುವಂತೆ ಆಯಿತು.

"ಸುಮನ್, ನಿನಗೆ ನನ್ನ ಪರಿಸ್ಥಿತಿ ಗೊತ್ತಿತ್ತು. ನಾನು ಎಲ್ಲ ತಿಳಿಸಿದ್ದೇ. ಆಗ ಪ್ರತಿಯೊಂದಕ್ಕೂ ಹ್ಞೂಗುಟ್ಟಿದ್ದೆ" ಎಂದ ಎಂದಿನ ಸೌಮ್ಯದಿಂದಲೇ. ಸ್ವಲ್ಪ ಗಡುಸಾಗಿ ಮಾತನಾಡೋಣ ಎಂದು ಪ್ರಯತ್ನಪಟ್ಟಿದ್ದರೂ ಸೋತು ಕಡೆಗೆ ಸಹಜವಾಗೇ ಆಡಿದ್ದ.

ಗಿರಿಧರನ ಸೊಂಟವನ್ನು ಬಳಸಿ ನಕ್ಕಳು ಒಂದು ವಿಧವಾಗಿ. ಆ ನಗೆಯಲ್ಲಿ ತೂರಿಹೋಯಿತು ಗಿರಿಧರನ ಸಂಕೋಚ, ನಾಚಿಕೆ, ಅಭಿಮಾನ ಎಲ್ಲ.

ಅಂದು ಮೈಮರೆತು ಅವಳೊಂದಿಗೆ ಎಸ್ಟೇಟೆಲ್ಲ ತಿರುಗಾಡಿದ. ಮರುದಿನ ಬೆಳಗಿನವರೆಗೆ ಕ್ವಾರ್ಟರ್ಸ್ ಆಗಲಿ, ಕಾಲೇಜ್ ಆಗಲಿ, ತಾಯಿಯಾಗಲಿ ಅವನ ನೆನಪಿಗೇ ಬರಲಿಲ್ಲ. ಇವನ ನೆನಪಿನ ಶಕ್ತಿಗೆ ಸುಮನ್ ಮೋಹದ ಪರದೆ ಎಳೆದುಬಿಟ್ಟಿದ್ದಳು.

ಬೆಳಗ್ಗೆ ಎದ್ದ ತಕ್ಷಣ ಗಿರಿಧರ್ ಕಾಲೇಜನ್ನು ಜ್ಞಾಪಿಸಿಕೊಂಡು ಬೇಗ ಬೇಗ ಸ್ನಾನ ಮುಗಿಸಿ ಹೊರಗೆ ಬಂದ. ದೇಶಪಾಂಡೆಯವರು ಪೈಪ್ ಸೇದುತ್ತ ವರಾಂಡದಲ್ಲಿ ನಿಂತಿದ್ದರು. ಗಿರಿಧರ ಮುಂದು ಹೋಗಿ ತಾನು ಹೊರಟಿರುವ ಸಂಗತಿ ತಿಳಿಸಿದ.

ಏನೋ ಹೇಳ ಹೊರಟ ದೇಶಪಾಂಡೆಯವರು ಮಧ್ಯದಲ್ಲೇ ನಿಲ್ಲಿಸಿ ಡ್ರೈವರನ್ನು ಕರೆದು ಕಾರಿನಲ್ಲಿ ಕಳುಹಿಸಿಕೊಟ್ಟರು ಅಳಿಯನನ್ನು.

ಗಿರಿಧರ ಹುಟ್ಟಿ ಬೆಳೆದ ಬಡತನವನ್ನು ನೆನೆಸಿಕೊಂಡರೇ ಕಾರಿನಲ್ಲಿ ಕೂಡುವುದಿರಲಿ ಕನಸಿನಲ್ಲೂ ಸಹ ಅದು ಕಾಣುತ್ತಿರಲಿಲ್ಲ.

ಕಾಲೇಜಿಗೆ ವೇಳೆ ಆಗಿಹೋದುದರಿಂದ ಗಿರಿಧರ ಕ್ವಾರ್ಟರ್ಸ್‌ಗೆ ಹೋಗದೆ ನೇರವಾಗಿ ಕಾಲೇಜಿಗೆ ಹೋದ. ಎಲ್ಲರೂ ತನ್ನ ಕಡೆ ವ್ಯಂಗ್ಯ ನೋಟ ಎಸೆಯುತ್ತಿದ್ದಾರೆ ಎಂದುಕೊಂಡ ಗಿರಿಧರ. ಪಾರ್ಥಸಾರಥಿಯಂತೂ ತಮಾಷೆ ಮಾಡಿದ್ದಲ್ಲದೆ ಇವನ ಮನಕ್ಕೆ ನಾಟುವಂತೆ ನಾಲ್ಕು ನುಡಿಗಳನ್ನೂ ಎಸೆದಿದ್ದ. ಜೋಸೆಫ್ ಅಂತೂ ರೇಗೇಬಿಟ್ಟ.

"ಮಿಸ್ಟರ್ ಗಿರಿಧರ್, ನಿಮಗೆ ತಾಯಿ ಇದ್ದ ಸಂಗತಿಯೇ ಮರೆತಹಾಗಿದೆ. ಒಂದು ತಿಂಗಳಾಯಿತಲ್ಲ, ಆ ಮುದುಕಿ ಇದ್ದಾಳ ಸತ್ತಾಳ ಅಂತ ನೋಡೋಕೆ ಕ್ವಾರ್ಟರ್ಸ್‌ಗೆ ಬರಲಿಲ್ಲ. ನಿಮ್ಮ ಭಾವನ ತಮ್ಮ ಐದಾರು ಬಾರಿ ಬಂದು ನೋಡಿಕೊಂಡು ಹೋದರು."

ಗಿರಿಧರ ಅವನ ಮಾತಿಗೆ ತಲೆ ತಗ್ಗಿಸಬೇಕಾಯಿತು. ಅವನ ತಪ್ಪು ಈಗ ಅಗಾಧವಾಗಿ ಕಾಣಿಸಿತು. ಮದುವೆಗೆ ಅಂತ ಒಂದು ತಿಂಗಳು ರಜಾ ಹಾಕಿದ್ದ. ಅದು ಹನಿಮೂನ್ ಟೂರ್‌ನಲ್ಲಿ ಕಳೆದುಹೋಗಿತ್ತು. ಹೇಗೋ ತಂಗಿಯನ್ನು ಜ್ಞಾಪಿಸಿಕೊಂಡು ಹೋಗಿ ಬಂದಿದ್ದ. ತಾಯಿಯ ಮುಂದೆ ಒಬ್ಬನೇ ಹೋಗುವ ನೈತಿಕಬಲ ಅವನಿಗಿರಲಿಲ್ಲ. ಮಡದಿಯನ್ನು ಜೊತೆಯಲ್ಲೇ ಕರೆದುಕೊಂಡು ಹೋಗಿ ತಾಯಿಯ ಮುಂದೆ ನಿಲ್ಲಬೇಕೆಂದುಕೊಂಡಿದ್ದ. ಅದು ಸಾಧ್ಯವಾಗದೇ ಹೋಗಿತ್ತು. ಬೆಂಗಳೂರಿಗೆ ಹೋಗುವ ಮುನ್ನ ತಾಯಿಯನ್ನು ಕಂಡುಹೋಗಿದ್ದ.

ಮಧ್ಯಾಹ್ನ ವಿರಾಮ ವೇಳೆಯಲ್ಲಿ ಕ್ವಾರ್ಟರ್ಸ್ ಕಡೆ ಹೆಜ್ಜೆ ಹಾಕಿದ. ಹುಡುಗಿಯರೆಲ್ಲ ತನ್ನ ಕಡೆ ನೋಡಿ ಮುಸಿಮುಸಿ ನಗುತ್ತಿದ್ದಾರೆನ್ನಿಸಿತು ಗಿರಿಧರನಿಗೆ.

ಹಾಕಿದ್ದ ಬಾಗಿಲನ್ನು ದೂಡಿ ಮೆಲ್ಲನೇ ಒಳಗೆ ಅಡಿ ಇಟ್ಟ. ತುಂಗಮ್ಮ ಯಾವುದೋ ದೇವರ ಹಾಡನ್ನು ಗುನುಗುನಿಸುತ್ತ ಹತ್ತಿ ಬಿಡಿಸುತ್ತಿದ್ದರು. ಕುಸುಮ ಅವರಿಗೆದುರಾಗಿ

ಕುಳಿತು ಕಸೂತಿ ಹಾಕುವುದರಲ್ಲಿ ಮಗ್ನಳಾಗಿದ್ದಳು.

ತುಂಗಮ್ಮ ತಲೆ ಎತ್ತಿ ಮಗನ ಕಡೆ ನೋಡಿದರು. ಆ ಕಣ್ಣಿನಲ್ಲಿ ತಾತ್ಸಾರವಾಗಲಿ, ಅಸಹನೆಯಾಗಲಿ ಇರಲಿಲ್ಲ. ಹಿಂದಿನಂತೆ ಈಗಲೂ ಮಮತೆ, ಪ್ರೀತಿ ತಾಂಡವವಾಡುತ್ತಿದ್ದವು.

ಕುಸುಮ ಗಿರಿಧರನನ್ನು ನೋಡಿ ತನ್ನ ದಾರ, ಬಟ್ಟೆಗಳನ್ನು ಸುತ್ತಿಕೊಂಡು ಮೇಲಕ್ಕೆದ್ದಳು. ಅವಳ ಮುಖದಲ್ಲಿ ಮಂದಹಾಸ ಮಿನುಗುತ್ತಿತ್ತು. ಹಿಂದಿಗಿಂತ ಈಗ ಕಳಕಳೆಯಾಗಿದ್ದಳು.

ಮಗ ಒಬ್ಬನೇ ಬಂದಿದ್ದನ್ನು ನೋಡೇ ಸೊಸೆ ಬಂದಿಲ್ಲವೆಂದು ತಿಳಿದುಕೊಂಡ ತುಂಗಮ್ಮ ಪ್ರಶ್ನಿಸುವುದಕ್ಕೆ ಹೋಗದೆ "ಗಿರಿ, ಬಟ್ಟೆ ಬದಲಾಯಿಸಿ ಕೈಕಾಲು ತೊಳೆದುಕೊಂಡು ಬಾ" ಎಂದರು.

ಗಿರಿಧರ ಯಾಂತ್ರಿಕವಾಗಿ ಬಟ್ಟೆ ಬದಲಾಯಿಸಿ ಕೈಕಾಲು ತೊಳೆದುಕೊಂಡು ಬಂದು ತಟ್ಟೆಯ ಮುಂದೆ ಕುಳಿತ, ತಾಯಿ ಬಡಿಸಿದ ಮೆಂತ್ಯದ ಗೊಜ್ಜು, ಅನ್ನ, ಮೊಸರನ್ನ ತೃಪ್ತಿಯಾಗಿ ಉಂಡ. ಅವನ ಒಡಲು ಭಾರವೆನ್ನಿಸಿತು. ಅವನು ಈ ರೀತಿ ಊಟ ಮಾಡಿ ಬಹಳ ದಿನಗಳೇ ಆಗಿಹೋಗಿದ್ದವು. ಸುಮನ್‌ಳ ಮನೆಯಲ್ಲಿ ಹತ್ತಾರು ಬಗೆ ಬಡಿಸಿದ್ದರೂ ತಿನ್ನಲು ಸಂಕೋಚ. ಹೆಚ್ಚು ತುಪ್ಪ, ಸಕ್ಕರೆ ಬಳಸಿ ತಯಾರಿಸಿದ ಪದಾರ್ಥಗಳೇ ಇದ್ದುದ್ದರಿಂದ ಇವನಿಗೆ ಸೇರುತ್ತಲೇ ಇರಲಿಲ್ಲ. ಎಲ್ಲರಂತೆ ತಾನೂ ಒಂದೆರಡು ಸ್ಪೂನ್ ತಿಂದ ಶಾಸ್ತ್ರ ಮಾಡುತ್ತಿದ್ದ.

ಕೈತೊಳೆದು ಬಂದ ಗಿರಿಧರ ಅಡಿಗೆಯ ಮನೆಯಲ್ಲೇ ತಾಯಿಗೆ ಎದುರಾಗಿ ಮಣೆಯ ಮೇಲೆ ಕುಳಿತ. ತುಂಗಮ್ಮನವರು ಎರಡು ಹಿಡಿಯಷ್ಟು ಅನ್ನ ತಿಂದ ಶಾಸ್ತ್ರ ಮಾಡಿ ಎದ್ದೇಬಿಟ್ಟರು. ಅವರು ತಟ್ಟೆ ಬಟ್ಟಲು ಎತ್ತಿ, ಗೋಮಯ ಮಾಡುವವರಿಗೂ ಅಲ್ಲೇ ಕುಳಿತಿದ್ದು ಅನಂತರ ಎದ್ದು ಹೊರಗೆ ಬಂದ.

"ಗಿರಿ, ಬೆಂಗಳೂರಿಗೆ ಹೋಗಿದ್ದಿಯೇನು? ಶಶಿ, ಅಳಿಯಂದಿರು, ಮಗು ಚೆನ್ನಾಗಿದ್ದಾರ? ಬೀಗರು ಕಾಶೀಯಾತ್ರೆಯಿಂದ ಹಿಂದಿರುಗಿದರಾ?" ಎಂದರು ನಡುಮನೆಯಲ್ಲಿ ಬಂದು ಕುಳಿತ ತುಂಗಮ್ಮನವರು.

"ಹ್ಞೂಮ್ಮ; ಎಲ್ಲಾ ಚೆನ್ನಾಗಿದ್ದಾರೆ. ಇನ್ನೂ ಶಶಿ ಅತ್ತೆ, ಮಾವ ತೀರ್ಥಯಾತ್ರೆಯಿಂದ ಬಂದಿಲ್ಲ" ಎಂದ ಎಲ್ಲೋ ನೋಡುತ್ತ.

ತುಂಗಮ್ಮನವರು ಮಗನ ಮುಖ ನೋಡುತ್ತ ಕೇಳಲೋ ಬೇಡವೋ ಎಂದು ಕೇಳಿದರು.

"ಸೊಸೇನ್ನ ಕರ್ಕೊಂಡು ಬರಲಿಲ್ಲವೇ? ಯಾವಾಗ ಬರ್ತಾಳೆ?"

ತಾಯಿಯ ಮಾತಿಗೆ ಏನೆಂದು ತಾನೇ ಉತ್ತರಿಸಿಯಾನು ಗಿರಿಧರ! ಅವನಿಗೆ ಮಡದಿ ವಿಷಯ ನಿರ್ದಿಷ್ಟವಾಗಿ ತಿಳಿದಿರಲಿಲ್ಲ.

ಮಗನ ನಿರುತ್ತರದಿಂದ ತುಂಗಮ್ಮನ ಮನಸ್ಸು ಮುದುಡಿತು. ತುಂಬ ಮೃದುವಾಗಿ ಈ ಹುಡುಗನಿಗೆ ಅಂಥಾ ಸಂಬಂಧ ಗಂಟುಬೀಳಬೇಕೆ! ದೇವರೇ ಇದೆಂಥ ಕೈವಾಡ ನಿನ್ನದು!

ಪುನಃ ತುಂಗಮ್ಮ ಮಗನನ್ನು ಕೇಳುವುದಕ್ಕಾಗಲಿ, ಮಾತನಾಡಿಸುವುದಕ್ಕಾಗಲಿ ಹೋಗಲಿಲ್ಲ.

ಮಧ್ಯಾಹ್ನ ವಿರಾಮದ ನಂತರದ ಗಂಟೆ ಬಾರಿಸಿದ್ದರಿಂದ ಗಿರಿಧರ ತಯಾರಾಗಿ ಕಾಲೇಜಿಗೆ ಹೊರಟ. ಮದುವೆಯಾದ ಹೊಸದರಲ್ಲೇ ನೂರೆಂಟು ಅರ್ಥವಾಗದ ಸಮಸ್ಯೆಗಳು ಸೇರಿಕೊಂಡು ಹಗುರವಾಗಿದ್ದ ಹೃದಯವನ್ನು ಭಾರವಾಗಿ ಮಾಡಿಬಿಟ್ಟಿದ್ದವು. ಅದನ್ನು ಹೊರಲಾರದಷ್ಟು ನಿಶ್ಶಕ್ತನಾಗಿದ್ದ.

ಇವನು ಎರಡನೇ ಪಿರಿಯಡ್ ಹಿಸ್ಟರಿ ಕ್ಲಾಸಿಗೆ ಹೊರಟಾಗ ಇಂಗ್ಲಿಷ್ ಕ್ಲಾಸಿನಲ್ಲಿ ಒಂದಾಗಿದ್ದ ವಿದ್ಯಾರ್ಥಿಗಳೆಲ್ಲ ಗ್ರೂಪ್ ಸಬ್ಜೆಕ್ಟ್ಸ್ ಬೇರೆಯಾದುದುರಿಂದ ಕೆಲವರು ಗಣಿತದ ಕ್ಲಾಸಿಗೆ, ಕೆಲವರು ಎಕನಾಮಿಕ್ಸ್ ಕ್ಲಾಸಿಗೆ ಹೊರಟು ಮಿಕ್ಕವರು ಹಿಸ್ಟರಿ ಸಬ್ಜೆಕ್ಟ್ಸ್‌ಗೆ ಮಾತ್ರ ಉಳಿದಿದ್ದರು.

ಗಿರಿಧರ ಒಳಗೆ ಹೋಗುತ್ತಲೇ ವಿದ್ಯಾರ್ಥಿಗಳೆಲ್ಲ ಒಮ್ಮೆಲೆ ಕಂಗ್ರಾಜುಲೇಷನ್ ಎಂದು ಕೂಗಿಕೊಂಡಿದ್ದು ಅಲ್ಲದೇ ಒಬ್ಬೊಬ್ಬರೂ ಒಂದೊಂದು ವಿಧವಾಗಿ ಗಿರಿಧರನ ಮದುವೆಯ ಶುಭಾಶಯ ಸೂಚಿಸತೊಡಗಿದರು. ಗಿರಿಧರನಿಗೆ ಹೇಗೆ ಅವರನ್ನು ಸುಮ್ಮನಿರಿಸಬೇಕೋ ತಿಳಿಯದಾಯಿತು.

ಅಷ್ಟರಲ್ಲಿ ಪ್ರಿನ್ಸಿಪಾಲರ ಸವಾರಿ ಚಿತ್ತೈಸಿಬಿಟ್ಟಿತು.

"ಏನಿದು ಗಲಾಟೆ? ಯಾಕೆ? ಹುಡುಗರನ್ನು ಹದ್ದುಬಸ್ತಿನಲ್ಲಿಡಲು ಆಗದೇನು?"

"ಚರಿತ್ರೆಯ ಪಾಠದಲ್ಲಿ ಬಂದ ಪ್ರಸಂಗವೊಂದರಿಂದ ವಿದ್ಯಾರ್ಥಿಗಳು ಖುಷಿಗೊಂಡಿದ್ದಾರೆ. ಅಷ್ಟೇ ಸಾರ್, ಗಲಾಟೆ ಏನಿಲ್ಲ."

"ಹಾಗೋ! ಸರಿ, ಬೇರೆ ತರಗತಿಗಳಿಗೆ ತೊಂದರೆಯಾಗದಂತೆ ನೋಡಿಕೊಳ್ಳಿ. ಐಸೀ" ಎಂದವರೇ ಪ್ರಿನ್ಸಿಪಾಲರು ಹೊರಟುಬಿಟ್ಟರು.

ಗಿರಿಧರ ಕೂಡಲೇ ಚೇತರಿಸಿಕೊಳ್ಳದಿದ್ದರೂ ಕೆಲವಾರು ಕ್ಷಣಗಳಲ್ಲಿ ಚೇತರಿಸಿಕೊಂಡು ವಿದ್ಯಾರ್ಥಿಗಳಿಗೆ ಮೃದುವಾಗಿ ಛೀಮಾರಿ ಹಾಕಿ ಪಾಠ ಪ್ರಾರಂಭಿಸಿದ. ಪಾಠ ಶುರು ಮಾಡಿದ ಕೂಡಲೇ ಅವನು ಬರೀ ಲೆಕ್ಚರರ್ ಆಗಿ ಉಳಿದ. ಸುಮನ್‌ಳ ಜ್ಞಾಪಕವಾಗಲಿ, ತನ್ನ ಸಮಸ್ಯೆಗಳಾಗಲಿ ಅವನನ್ನು ಕಂಗೆಡಿಸಲಿಲ್ಲ.

ಸಂಜೆ ಕಾಲೇಜು ಮುಗಿದ ಮೇಲೆ ಪಾರ್ಥಸಾರಥಿ, ಜೋಸೆಫ್ ಅವನಿಗೆ ಜೊತೆಯಾದರು. ಅವರಿಗೆಲ್ಲ ಗಿರಿಧರನ ಮದುವೆಯ ಪ್ರಯುಕ್ತ ಒಂದು ಪಾರ್ಟಿಕೊಡಬೇಕೆಂಬ ಆಸೆ. ಅದನ್ನು ಮೊದಲು ತಳ್ಳಿಹಾಕಿದವರು ಪ್ರಿನ್ಸಿಪಾಲರೇ. ಗಿರಿಧರನ ಬಗ್ಗೆ ಅವರಿಗೇನು ದ್ವೇಷವಿಲ್ಲದಿದ್ದರು ದೇಶಪಾಂಡೆಯವರಲ್ಲಿ ಅವರಲ್ಲಿ

ಗೌರವವಿರಲಿಲ್ಲ. ಒಂದು ಸಲ ಮೀಟಿಂಗ್‌ನಲ್ಲಿ ಅವರವರಿಗೆ ಕೈ ಮಿಲಾಯಿಸುವಷ್ಟರ ಮಟ್ಟಿಗೆ ಪ್ರಕರಣ ಕಾವೇರಿತ್ತು. ದೇಶಪಾಂಡೆ ತಾವು ಟ್ರಸ್ಟಿಗಳೆಂಬ ಅಹಂಕಾರದಿಂದ ಪ್ರಿನ್ಸಿಪಾಲರನ್ನು ಅವಹೇಳನ ಮಾಡಿದ್ದರು. ಆದರೆ ಅವರ ಊಹೆ ತಲೆಕೆಳಗಾಯಿತು. ಪ್ರಿನ್ಸಿಪಾಲರೂ ತಿರುಗಿಬಿದ್ದುದು ಅಲ್ಲದೆ ತಮ್ಮ ಕಾರ್ಯರಂಗಕ್ಕೂ ಗೌರವ ಇದೆ ಎಂದು ಸಾಬೀತು ಮಾಡಿ ತೋರಿಸಿದ್ದರು.

ದೇಶಪಾಂಡೆಯವರು ತುಂಬ ಆಗ್ರಹದಿಂದ ಪ್ರಿನ್ಸಿಪಾಲರನ್ನು ಡಿಸ್‌ಮಿಸ್ ಮಾಡಬೇಕೆಂದು ತಿಳಿಸಿದರು. ಆದರೆ ಇತರೇ ಟ್ರಸ್ಟಿಗಳು ಕಾಲೇಜಿನ ಸ್ಥಿತಿ ವಿವರಿಸಿ ಅವರನ್ನು ತೆಗೆದುಹಾಕುವುದು ಆರೋಗ್ಯಕರವಲ್ಲ ಎಂದು ಸಮಾಧಾನವಾಗಿ ಹೇಳಿ ಅವರ ನಿರ್ಧಾರ ಬದಲಾಯಿಸಿದರು. ಆದರೂ ಪ್ರಿನ್ಸಿಪಾಲರ ಮೇಲಿದ್ದ ಅವರ ಕೋಪವೇನೂ ಕಮ್ಮಿಯಾಗಲಿಲ್ಲ. ಅದಕ್ಕೆ ಪ್ರಿನ್ಸಿಪಾಲರೇನು ಸೊಪ್ಪು ಹಾಕಲಿಲ್ಲ.

"ಮಿಸ್ಟರ್ ಗಿರಿಧರ್, ಯಾವತ್ತು ಕರ್ಕೊಂಡು ಬರ್ತೀರಿ ನಿಮ್ಮ ಮಿಸೆಸ್‌ನ" ಎಂದ ಜೋಸೆಫ್.

"ಅಮೆರಿಕಾದಿಂದ ಬಂದಿರುವ ಅವಳ ಅಕ್ಕಭಾವ ಇಲ್ಲೇ ಇರ್ತಾರೆ" ಎಂದ ಗಿರಿಧರ.

"ಹಾಗಾದರೆ.... ತಾವು.." ಎಂದ ಜೋಸೆಫ್ ಕಣ್ಣು ಹೊಡೆದು ನಕ್ಕ.

ಗಿರಿಧರ ಬರೀ ನಕ್ಕನಷ್ಟೇ.

ಮನೆಗೆ ಬಂದ ಗಿರಿಧರನಿಗೆ ಯೋಚನೆಯಾಯಿತು. ಈಗ ಏನು ಮಾಡೋದು? ಸುಮನ್ ಎಂದಿದ್ದರೂ ಖಂಡಿತ ಬರಲೇಬೇಕೆಂದು ಹೇಳುತ್ತಿದ್ದಳೇನೋ? ಈಗ ಹೋಗದಿದ್ದರೆ ಸುಮನ್ ಬೇಸರಗೊಳ್ಳಬಹುದು. ತಾನೇ ತಾನಾಗಿ ಹೋಗಬೇಕೆಂದರೆ ಸ್ವಾಭಿಮಾನ ಅಡ್ಡ ಬರುತ್ತದೆಯಲ್ಲ. ಅಮ್ಮ ಮನೆಯಲ್ಲಿ ಒಬ್ಬಳೇ. ಅವಳೇನು ತಿಳಿದಾಳು? ತಾನು ಹಪ್ಪಳ ಒತ್ತಿ ಸಾಕಿದಕ್ಕೆ ಇದು ಪ್ರತಿಫಲವೆನ್ನುವಂತೆ ಕೊರಗಿದರೇ... ಅವನಿಗೆ ಒಂದೂ ಅರ್ಥವಾಗಲಿಲ್ಲ. ಸುಮನ್‌ಳಲ್ಲಿದ್ದ ಆಕರ್ಷಣೆ ಅತಿಯಾಗಿದ್ದಕ್ಕೆ ಅವನು ಬಲಿಪಶುವಾಗಿದ್ದ. ಬೇರೆ ಉಡುಪುಧರಿಸಿ ತಾಯಿಗೆ ಹೇಳಿ ಎಸ್ಟೇಟ್ ಕಡೇ ಹೊರಡುವ ಬಸ್ಸು ಹತ್ತಿ ಹೊರಟೇಬಿಟ್ಟ.

ಇವನು ಎಸ್ಟೇಟ್ ತಲುಪಿದಾಗ ಕತ್ತಲಾಗಿತ್ತು. ಕಾಲೆಳೆಯುತ್ತ ನಡೆದ ಫರ್ಲಾಂಗ್ ದೂರ. ದೂರದಲ್ಲಿ ಕಂಡ ಆಳು ಬಗ್ಗಿ ನಮಸ್ಕರಿಸಿದಾಗ ಮೈಯನ್ನು ಹಿಡಿಯಾಗಿ ಮಾಡಿಕೊಂಡು ಹೊರಟ. ಅವನಿಗೆ ಈ ತರಹ ಜೀವನ ಹೊಸದು. ಬಂಗ್ಲೆಯೊಂದಕ್ಕೆ ಹೋದಾಗ ಆಳುಗಳು ಸ್ವಾಗತಿಸಿದರೇ ವಿನಹ ಮನೆಯವರೆನ್ನಿಸಿಕೊಂಡವರು ಯಾರೂ ಇರಲಿಲ್ಲ. ಅವರೆಲ್ಲ ಯಾವುದೋ ಇಂಗ್ಲಿಷ್ ಪಿಕ್ಚರ್ ನೋಡುವ ಸಲುವಾಗಿ ಕಾರಿನಲ್ಲಿ ಶಿವಮೊಗ್ಗಕ್ಕೆ ಹೋದ ಸುದ್ದಿ ತಿಳಿಸಿದರು.

ಗಿರಿಧರ ಸಂಕೋಚದಿಂದ ಕುಗ್ಗಿಹೋದ. ಅವನ ತಾಯಿ ಹುಚ್ಚ ಗಂಡನಾದರೂ

ಅವನಿಗಾಗಿ ಪಡುತ್ತಿದ್ದ ವೇದನೆ, ಅನುಭವಿಸುತ್ತಿದ್ದ ಯಾತನೆ ಅವನ ಕಣ್ಣ ಮುಂದೆ ಸುಳಿಯಿತು. ಸುಮನ್‌ಳಿಗೂ ತನ್ನ ತಾಯಿಗೂ ಆಕಾಶಕ್ಕೂ ಭೂಮಿಗೂ ಇರುವಷ್ಟು ಅಂತರ. ಅದು ಹಳೇ, ಹೊಸ ಮೌಲ್ಯದ ತಾಕಲಾಟವಿರಬಹುದು. ತನ್ನ ಪ್ರೀತಿಯ ತಂಗಿ ಶಶಿ, ಅವಳಿಗೂ ಗಂಡನಲ್ಲಿರುವ ಪ್ರೀತಿ, ಆತ್ಮೀಯತೆ, ಗೌರವದ ಒಂದು ಕಣವಾದರೂ ನನ್ನಲ್ಲಿ ಸುಮನ್‌ಳಿಗೆ ಇಲ್ಲವೇನೋ?

ಮೌನದಿಂದ ಒಂದು ಕಡೆ ಕುಳಿತ ಗಿರಿಧರ. ತಾನು ಸುಮನ್‌ಳಲ್ಲಿ ಏನು ನೋಡಿ ಮಾರುಹೋದೆ? ಅವಳ ಯೌವನ, ಸೌಂದರ್ಯಕ್ಕೆ ಮಾರುಹೋದೆನೇ! ಇಲ್ಲ ಶ್ರೀಮಂತ, ಎಸ್ಟೇಟ್ ಮಾಲೀಕ, ಕಾಲೇಜಿನ ಮುಖ್ಯ ಟ್ರಸ್ಟಿ, ದೇಶಪಾಂಡೆಯವರ ಅಳಿಯನೆಂದು ಬೀಗುವುದಕ್ಕಾಗಿ ಮದುವೆಯಾದೆನೇ? ಇದೆಲ್ಲ ಅಲ್ಲವೆನ್ನಿಸಿತು. ಈ ವಯಸ್ಸು ಏನೋ ಬಯಸುತ್ತ ಇತ್ತು. ಅದಕ್ಕಾಗಿ ಹಂಬಲಿಸುತ್ತ ಇತ್ತು. ಆ ಕ್ಷಣಕ್ಕೆ ಎದುರಾದಳು ಸುಮನ್. ಹಿಂದುಮುಂದು ಯೋಚನೆ ಇಲ್ಲದೇ ಮಿಕ ಬಲೆಗೆ ಧುಮುಕಿತು ಎಂದುಕೊಂಡ.

ಅಡಿಗೆಯವನು ಬಂದು ಬಲವಂತ ಮಾಡಿದಾಗ ಬಟ್ಟೆ ಬದಲಾಯಿಸಿ ಊಟ ಮುಗಿಸಿ ತನ್ನದೆನ್ನಿಸಿದ್ದ. ಅಂದರೆ ದೇಶಪಾಂಡೆಯವರು ಅಳಿಯ ಮಗಳಿಗಾಗಿ ಬಿಟ್ಟುಕೊಟ್ಟಿದ್ದ ಕೋಣೆಗೆ ಹೋಗಿ ಮಂಚದ ಮೇಲೆ ಉರುಳಿದ. ಡನ್‌ಲಪ್ ಹಾಸಿಗೆ ಒಂದು ಕ್ಷಣ ಹಿತವೆನ್ನಿಸಿದರೂ ಮೈಗೆ ಮುಳ್ಳಿನಂತೆ ಮರುಕ್ಷಣ ಒತ್ತಿತ್ತು.

ದೊಡ್ಡ ಗಡಿಯಾರ ಹನ್ನೊಂದು ಬಾರಿಸಿದಾಗ ನಿಶ್ಶಬ್ದ ವಾತಾವರಣದಲ್ಲಿ ಕಾರು ಬಂದ ಶಬ್ದ ಕೇಳಿಸಿತು. ಅವನ ಮೈಮನದಲ್ಲಿ ಒಂದು ವಿಧವಾದ ಕಂಪನವುಂಟಾಯಿತು. ಅಯ್ಯೋ ಗಂಡೇ ಎಂದು ತನಗೆ ತಾನೇ ಛೀಮಾರಿ ಹಾಕಿಕೊಂಡ.

ಸುಮನ್‌ಳ ಪ್ಯಾರಿಸ್ ಸೆಂಟೇ ಸಾರಿತು ಅವಳ ಬರುವನ್ನು. ಗಂಡನ ಕತ್ತನ್ನು ಎರಡು ಕೈಯಲ್ಲು ತಬ್ಬಿಕೊಂಡು ಅವನ ಮುಖವನ್ನೆಲ್ಲ ಚುಂಬಿಸಿದಳು. ಅದರಲ್ಲಿ ಪ್ರೇಮ ಸಿಂಚನವಿರಲಿಲ್ಲ. ಯಾವುದೋ ಹೆಣ್ಣು ಗಂಡುಗಳನ್ನು ಉದ್ವೇಗಗೊಳಿಸುವಂಥ ಚಿತ್ರ ನೋಡಿ ಬಂದಿರಬಹುದು. ಅದರ ಪರಿಣಾಮ ಇದಾಗಿರಬಹುದು ಎಂದುಕೊಂಡ ಮನದಲ್ಲಿ ಗಿರಿಧರ.

ಬೆಳಿಗ್ಗೆ ಹೇಳದೇ ಹೋಗಿದ್ದಕ್ಕೆ ಅವಳು ಅವನನ್ನು ಇಂಗ್ಲಿಷಿನಲ್ಲಿ ಮುದ್ದು ಮುದ್ದಾಗಿ ಆಕ್ಷೇಪಿಸುತ್ತಿದ್ದಳು. ಅವನು ಸುಮ್ಮನೇ ಕೇಳುತ್ತಲೇ ಮಲಗಿದ. ಕಡೆಗೇ ಅವನು ಸುಮ್ಮನೇ ಊಟವಾದದ್ದನ್ನು ತಿಳಿದು ಹೋಗಿ ಊಟ ಮಾಡಿ ಮಲಗಿದ್ದಳು. ಆ ಸಿನಿಮಾ ಅವಳ ಮೇಲೆ ಮಹತ್ತರ ಪರಿಣಾಮ ಬೀರಿರಬೇಕು. ಆ ಪ್ರಯೋಗಕ್ಕೆ ಸಾಧನವಾಗಿದ್ದ ಗಿರಿಧರ.

ಬೆಳಿಗ್ಗೆ ಎದ್ದಾಗ ಸುಮನ್ ಏಳುವ ಸೂಚನೆಯೇ ಇರಲಿಲ್ಲ. ಆದರೆ ಬಲವಂತವಾಗಿಯಾದರೂ ಎಬ್ಬಿಸಬೇಕೆಂದು ನಿಶ್ಚಯಿಸಿಕೊಂಡು ಮೃದುವಾಗಿ ಅವಳ

ಕೆನ್ನೆಗೆ ಚುಂಬಿಸಿ "ಸುಮನ್, ಸುಮನ್" ಎಂದು ಅಲುಗಾಡಿಸಿದ.

ಸುಮನ್ ಮುಲುಗುಟ್ಟಿದ್ದಳೇ ವಿನಹ ಎಚ್ಚರಗೊಳ್ಳಲಿಲ್ಲ. ಬೇಸರಗೊಂಡ ಗಿರಿಧರ ಮೇಲಕ್ಕೆ ಎದ್ದು ಹೊರಗೆ ಬಂದ. ಅತ್ತೆ ಪೇಪರು ಹಿಡಿದು ಕುಳಿತಿದ್ದಳು. ಆಕೆ ಉಟ್ಟಿದ್ದು ಸಾಗರಗರ್ಶಕಗಂಥ ಸೀರೆ, ತೋಳಿಲ್ಲದ ಕುಪ್ಪಸ, ತುಟಿಗೆ ಎದ್ದು ಕಾಣುವಂಥ ರಂಗು, ಇಲ್ಲದ ಹುಬ್ಬುಗಳನ್ನು ಪೆನ್ಸಿಲ್ಲಿನಿಂದ ತೀಡಿ ಕಾಣಿಸುವಂತೆ ಮಾಡಿದ್ದರು. ಆಕೆಯನ್ನು ನೋಡಿದರೆ ಪ್ರಖ್ಯಾತ ನಟಿ ವಯಸ್ಸಾದ ಮೇಲೆ ತನ್ನ ವಯಸ್ಸನ್ನು ಮುಚ್ಚಿಕೊಂಡು ಸ್ಟೇಜ್ ಮೇಲೆ ಬಂದಂತೆ ಇತ್ತು. ಆಕೆಯ ಬಗ್ಗೆ ಗೌರವ ಮೂಡಲು ಸಾಧ್ಯವೇ ಇರಲಿಲ್ಲ. ಅತ್ತೆಯಂತೆ ಸ್ವೀಕರಿಸಲು ಅವನ ಮನಸ್ಸೇ ಒಪ್ಪಲಿಲ್ಲ. ಶಶಿ ಅತ್ತೆ ಜ್ಞಾಪಕಕ್ಕೆ ಬಂದರು. ಹಣೆಯಲ್ಲಿ ಅಗಲವಾದ ಕುಂಕುಮ, ಕೆನ್ನೆಗೆ ಕಂಡೂ ಕಾಣದಂತೆ ಅರಿಶಿನದ ಲೇಪನ, ಕೈಯಲ್ಲಿ ಬಂಗಾರದ ಬಳೆಗಳ ಮಧ್ಯೆ ತಾನೇ ಶ್ರೇಷ್ಠವೆಂದು ಮೆರೆಯುವ ನಾಲ್ಕಾರು ಗಾಜಿನ ಬಳೆ. ವಯಸ್ಸಿಗೆ ತಕ್ಕಂತೆ ಉಡುವ ಧರ್ಮಾವರಂ, ಕಾಂಜೀವರಂ ಸೀರೆಗಳು ನೋಡುವವರಿಗೆ ಗೌರವ ತರಿಸುವಂಥ ತಾಯ್ತನದ ತುಂಬು ವ್ಯಕ್ತಿತ್ವ–ಗಿರಿಧರನ ಕಣ್ಣಲ್ಲಿ ನೀರನ್ನು ತರಿಸಿತು. ಎಂದೂ ಇಲ್ಲದ ಆಂದೋಳನ ಪ್ರಾರಂಭವಾಯಿತು.

ಪುನಃ ಕೋಣೆಯೊಳಕ್ಕೆ ಹೋಗಿ ಮಡದಿಯನ್ನು ಅಲ್ಲಾಡಿಸಿ, ರಮಿಸಿ ಬಹಳ ಪ್ರಯಾಸದಿಂದ ಎಚ್ಚರಿಸಿದ.

ಗಿರಿಧರನ ಕೊರಳಿಗೆ ತೆಕ್ಕೆಬಿದ್ದ ಸುಮನ್ ಎಬ್ಬಿಸಿದ್ದಕ್ಕಾಗಿ ಮೃದುವಾಗಿ ಲೊಟಗುಟ್ಟಿದಳು.

ಗಿರಿಧರ ಮೃದುವಾಗಿ ಅವಳ ಕೆನ್ನೆ ತಟ್ಟುತ್ತ "ನಾನು ಕ್ವಾರ್ಟರ್ಸ್‌ಗೆ ಹೋಗ್ತಾ ಇದೀನಿ. ನೀನು ಬೇಗ ರೆಡಿಯಾದರೆ ಹೋಗೋಣ" ಎಂದ.

"ನೋ, ನೋ" ಎಂದು ತನ್ನ ಭಂಗಿಯನ್ನು ಬದಲಾಯಿಸದೇ ಉಲಿದಳು.

ಗಿರಿಧರ ಮೆತ್ತಗೆ ಪಿಸುಗುಟ್ಟಿದ ಅವಳ ಕಿವಿಯಲ್ಲಿ. ಅವಳು ನಿದ್ದೆಯ ಮಂಪರಿನಿಂದ ಪೂರ್ಣ ಎಚ್ಚರಗೊಳ್ಳಲಿಲ್ಲ. ಅವಳನ್ನು ಮಲಗಲು ಬಿಟ್ಟು ಹೊರಗೆ ಬಂದ. ದೇಶಪಾಂಡೆಯವರು ಆಗತಾನೇ ಬೆಳಗಿನ ವಾಕ್‌ಅನ್ನು ಮುಗಿಸಿಕೊಂಡು ಬಂದು ಮಡದಿಯೊಂದಿಗೆ ಮಾತಾಡುತ್ತಿದ್ದರು. ಅವರ ಮುಂದೆ ಹೋಗಲು ಇಷ್ಟಪಡದೆ ಪಕ್ಕದ ವರಾಂಡದ ಆ ಕಡೇ ಬಾಗಿಲಿನಿಂದ ಹೊರಕ್ಕೆ ಬಂದು ನಡೆಯತೊಡಗಿದ. ವಿಸ್ತಾರವಾದ ಎಸ್ಟೇಟನ್ನು ದಾಟಿ ಅವನು ಹೊರಗೆ ಹೋಗಬೇಕಾದರೆ ಅರ್ಧ ಗಂಟೆಯಾದರೂ ಕ್ರಮಿಸಬೇಕು. ಬಿರಬಿರನೇ ಹೆಜ್ಜೆ ಹಾಕತೊಡಗಿದ. ಅವನಿಗೆ ಬಸ್ಸು ಸಿಗುವ ಬಗ್ಗೆ ಖಾತರಿ ಇತ್ತು. ಶಿವಮೊಗ್ಗಕ್ಕೆ ಹೋಗುವ ಪ್ರತಿಯೊಂದು ಬಸ್ಸು ಅದೇ ರಸ್ತೆಯಲ್ಲಿ ಹಾದು ಹೋಗಬೇಕಾಗಿತ್ತು.

ಫರ್ಲಾಂಗ್‌ನಲ್ಲಿ ಬರುತ್ತಿದ್ದ ಬಸ್ಸನ್ನು ನೋಡಿ ಒಂದೇ ಓಟದಲ್ಲಿ ಓಡಿ ರಸ್ತೆಯನ್ನು

ತಲುಪಿ ಸಮಾಧಾನದ ಉಸಿರನ್ನು ಬಿಟ್ಟ. ಇವನು ಬಂದ ಎರಡು ನಿಮಿಷಕ್ಕೆ ಬಸ್ಸು ಬಂದಿತ್ತು. ಹತ್ತಿ ನಿಡಿದಾದ ಉಸಿರನ್ನು ಬಿಟ್ಟ.

ಸ್ನಾನ, ತಿಂಡಿ ಏನೂ ಇಲ್ಲದಿದ್ದರಿಂದ ನೇರವಾಗಿ ಮನೆಗೆ ಬಂದ. ಕಾಲೇಜಿಗೆ ಇನ್ನು ಸ್ವಲ್ಪ ವೇಳೆ ಇದ್ದುದ್ದರಿಂದ ಆತಂಕಪಡದೇ ಬೇಗ ಸ್ನಾನ ಮುಗಿಸಿ ತಾಯಿ ಕೊಟ್ಟ ಒಗ್ಗರಣೆ ಅವಲಕ್ಕಿ ಮುಕ್ಕಿ ಕಾಲೇಜಿನ ಕಡೆ ಧಾವಿಸಿದ.

ಸಂಜೆಯಾಗುತ್ತಿದ್ದಂತೆ ಅವನಲ್ಲಿ ಆತಂಕ ಪ್ರಾರಂಭವಾಯಿತು. ತಾನು ಅಲ್ಲಿಗೆ ಸ್ವಾಭಿಮಾನ ಬಿಟ್ಟು ಹೋಗಲು ಸಿದ್ಧನಿಲ್ಲ. ಅವಳಾದರೂ ಬರುವಳೆಂಬ ನಂಬಿಕೆ ಅವನಿಗಿಲ್ಲ.

ತಾಯಿ ಕೊಟ್ಟ ಕಾಫಿ ಕುಡಿದು ಬರೀ ಧೋತಿ ಉಟ್ಟು ಹೊರಗೆ ನಡೆದ. ಅವನು ನೇರವಾಗಿ ಪಾರ್ಥಸಾರಥಿ ಕ್ವಾರ್ಟರ್ಸ್‌ಗೆ ಹೋದ. ಕ್ವಾರ್ಟರ್ಸ್ ಕಾಂಪೌಂಡಿನಲ್ಲಿ ಹಾಕಿಕೊಂಡಿದ್ದ ಹೂಗಿಡಗಳಿಗೆ ನೀರು ಹನಿಸುತ್ತಿದ್ದ ಪಾರ್ಥಸಾರಥಿ ಗಿರಿಧರನನ್ನು ಸ್ವಾಗತಿಸಿದ.

"ಬರಬೇಕು ಮಿಸ್ಟರ್ ಗಿರಿಧರ್ ಬಹಳ ದಿನಗಳ ಮೇಲೆ ತಮ್ಮ ಸವಾರಿ ನಮ್ಮಲ್ಲಿ ಚಿತ್ತೈಸಿದೆ" ಎಂದು ನಕ್ಕ.

ಸುಮಾರು ಏಳು ಗಂಟೆಯವರೆಗೂ ಹರಟುತ್ತಲೇ ಕುಳಿತಿದ್ದರು. ಮಧ್ಯೆ ಬಂದು ಜೋಸೆಫ್ ಸೇರಿಕೊಂಡ. ಕುಸುಮ ಎರಡು ಬಾರಿ ಕಾಫಿ ತಂದಿತ್ತಳು. ಅದನ್ನು ಕುಡಿದೇ ಮಾತಾಡಿದರು.

ಒಮ್ಮೆ ಕುಸುಮಳ ಕೈಯಲ್ಲಿ ಕಾಫೀ ಕುಡಿಯುವಾಗ ಅಳುಕಿತ್ತು. ಈಗ ಯಾವ ಅಳುಕೂ ಇರಲಿಲ್ಲ ಗಿರಿಧರನಿಗೆ. ಸಲೀಸಾಗಿ ಕುಡಿದುಬಿಡುತ್ತಿದ್ದ.

ಮೂರು ಜನ ಒಂದಷ್ಟು ದೂರ ತಿರುಗಾಡಿ ಬಂದರು. ಎರಡು ಸಲ ಜೋಸೆಫ್ ಎಸ್ಟೇಟಿನ ಸುದ್ದಿ ಎತ್ತಿದಾಗಲೂ ಗಿರಿಧರ್ ಮಾತನಾಡದೇ ಇದ್ದುದ್ದನ್ನು ಗಮನಿಸಿ ಇದು ಅವನಿಗೆ ಇಷ್ಟವಿಲ್ಲದ ಸಂಗತಿಯೆಂದು ಅವರ ಬಗ್ಗೆ ಮಾತನಾಡುವುದನ್ನೇ ಬಿಟ್ಟ ಕಾಲೇಜಿನ ಧೋರಣೆ. ವಿದ್ಯಾರ್ಥಿಗಳ ಮನಸ್ಥಿತಿ, ತಮ್ಮಗಳ ಕರ್ತವ್ಯ, ತಮಗೆ ಎದುರಾಗೋ ಸಮಸ್ಯೆಗಳು ಮುಂತಾದುವನ್ನು ಮುಕ್ತವಾಗಿ ಚರ್ಚಿಸಿದರು. ಮೂವರೂ ಬುದ್ಧಿಜೀವಿಗಳಾದುದರಿಂದ ತಮ್ಮ ಶ್ರಮ ಉತ್ತಮ ರೀತಿಯಲ್ಲಿ ಸಾರ್ಥಕಗೊಳಿಸಲು ಪ್ರಯತ್ನಿಸಲು ಪಣತೊಟ್ಟರು.

ಗಿರಿಧರ ಮನೆಗೆ ಬಂದಾಗ ಒಂಬತ್ತು ಗಂಟೆಯಾಗಿತ್ತು. ಬಂದವನೇ ತಾಯಿಯ ಬಳಿ ಒಂದೆರಡು ಮಾತುಗಳನ್ನು ಆಡಿ ಮುಂದಿನ ದಿನದ ಪಾಠಗಳ ಸಿದ್ಧತೆಯನ್ನು ನಡೆಸಿದ ನಂತರ ಊಟ ಮಾಡಿ ಮಲಗಿದ. ಮಡದಿಯ ನೆನಪು ಅವನನ್ನು ಹಿಂಸಿಸುತ್ತಿದ್ದರೂ ಬಲವಂತದಿಂದ ನಿದ್ದೆ ಮಾಡಲು ಪ್ರಯತ್ನಪಟ್ಟು ಕೊನೆಗೆ ನಿದ್ರಿಸಿದ.

ಇವನು ಸ್ನಾನ ಮಾಡಿ ಎಲ್ಲ ಮುಗಿಸಿಕೊಂಡು ಕಾಲೇಜಿಗೆ ಹೊರಟಾಗ

ದೇಶಪಾಂಡೆಯವರ ಕಾರು ಇವರ ಕ್ವಾರ್ಟರ್ಸ್‌ನ ಮುಂದೆ ಬಂದು ನಿಂತಿತು. ಮಡದಿ ಬಂದಿರಬಹುದೆಂದು ಉಲ್ಲಾಸವಾಗಿದ್ದ ಮನಸ್ಸು ಡ್ರೈವರ್ ಇಳಿದ ಕೂಡಲೇ ನಿರಾಶೆಗೊಂಡ.

"ಅಮ್ಮಾವರು ಕರ್ಕೊಂಡು ಬಾ ಅಂದರು" ಎಂದ.

"ಈಗ ನಾನು ಕಾಲೇಜಿಗೆ ಹೊರಟಿದ್ದೀನಿ" ಎಂದ ಗಿರಿಧರ.

"ಸರಿ ಸಾರ್...." ಎಂದು ಕಾರಲ್ಲಿ ಕೂತು ಸ್ಟಾರ್ಟ್ ಮಾಡಿಕೊಂಡು ಹೊರಟೇಬಿಟ್ಟ ಡ್ರೈವರ್.

ಗಿರಿಧರನಿಗೆ ಹಾಗೆ ಹೇಳಿಕಳುಹಿಸಿದ್ದು ತಪ್ಪೆನ್ನಿಸಿತು. ಸುಮನ್ ಎಷ್ಟು ನೊಂದುಕೊಳ್ಳುತ್ತಾಳೋ ಎಂದು ಚಡಪಡಿಸಿದ. ಆದರೆ ಅವನು ನಿಸ್ಸಹಾಯಕನಾಗಿದ್ದ. ಪ್ರಿನ್ಸಿಪಾಲರು, ಅಧ್ಯಾಪಕರುಗಳನ್ನೆಲ್ಲಾ ಕರೆಸಿ ಯಾವ ಕಾರಣಕ್ಕೂ ಸದ್ಯದಲ್ಲೇ ರಜೆ ತೆಗೆದುಕೊಳ್ಳಬಾರದೆಂದು ಹೇಳಿದ್ದರು. ಅವರ ಹೇಳಿಕೆಯಲ್ಲಿ ಅಧಿಕಾರದ ದರ್ಪವಿರಲಿಲ್ಲ. ವಿದ್ಯಾರ್ಥಿಗಳ ಹಿತದೃಷ್ಟಿಯಿಂದ ಮಾತನಾಡಿದ್ದರು. ಅವರ ಹೇಳಿಕೆಗೆ ಮನಃಪೂರ್ವಕವಾಗಿ ಒಪ್ಪಿ ಆಶ್ವಾಸನೆಯನ್ನು ನೀಡಿದ್ದ ಗಿರಿಧರ.

ಸುಮ್ಮನೇ ಕಾಲೇಜಿನ ಕಡೆಗೆ ಹೆಜ್ಜೆ ಹಾಕಿದ. ಸರಸ್ವತಿಯ ದೇಗುಲ ಮನಸ್ಸಿನ ಜಡವನ್ನು ನೀಗಿ ಚೈತನ್ಯವನ್ನು ನೀಡುವಷ್ಟು ಸಮರ್ಥವಾಗಿತ್ತು.

ತನಗೆ ಫ್ರೀ ಇದ್ದ ಕಾಲವನ್ನು ಸಹ ವ್ಯರ್ಥಗೊಳಿಸದೇ ಪಾಠ ಮಾಡಿದ.

ಜಗತ್ತಿನಲ್ಲಿ ಪ್ರತಿಯೊಬ್ಬರೂ ಅನ್ನಕ್ಕಾಗಿ ಒಂದೊಂದು ಕೆಲಸವನ್ನು ಆಶ್ರಯಿಸಲೇಬೇಕು. ಆದರೆ ಆ ಕೆಲಸ ಅವನ ಮನಸ್ಸಿಗೆ ತೃಪ್ತಿಯನ್ನು ಕೊಡುವಂತೆ ಇರಬೇಕು. ಆ ಕರ್ಮಕ್ಕೆ ಅವನು ಶರಣಾಗಿ ಪ್ರಾಮಾಣಿಕತೆಯಿಂದ ದುಡಿಯಬೇಕು. ಅಂತಹ ಕರ್ಮ (ಕೆಲಸ, ಕಾರ್ಯ) ನಿಜವಾದ ಕರ್ಮ.

ಗಿರಿಧರ ತಾನು ಬಯಸಿದಂಥ ಕರ್ಮವನ್ನು ಕೈಗೊಂಡಿದ್ದ, ಅದರಲ್ಲಿ ಅವನು ಸಂಪೂರ್ಣ ತೃಪ್ತನಾಗಿದ್ದ.

ಮಧ್ಯಾಹ್ನ ಇವನು ಮನೆಗೆ ಬಂದಾಗ ಸುಮನ್ ಧುಮುಗುಟ್ಟುತ್ತ ಕುಳಿತಿದ್ದಳು. ಡ್ರೈವರ್ ಬಂದು ಇವನು ಪಾಠ ಮಾಡುತ್ತಿದ್ದ ತರಗತಿಗೆ ಸುಮನ್ ವರ್ತಮಾನ ಮುಟ್ಟಿಸಿ ಬರುವಂತೆ ಹೇಳಿದ್ದ. ಆದರೆ ಪಾಠವನ್ನು ಅರ್ಧದಲ್ಲಿ ನಿಲ್ಲಿಸಿ ಹೋಗುವುದು ಅವನಿಗೆ ಇಷ್ಟ ಇರಲಿಲ್ಲ. ಅಂತಹ ಜರೂರಾದ ಪ್ರಮೇಯವು ಇಲ್ಲದಿದ್ದರಿಂದ ಡ್ರೈವರನ್ನು ಹಿಂದಕ್ಕೆ ಕಳಿಸಿಬಿಟ್ಟಿದ್ದ.

ಗಿರಿಧರ ಬಟ್ಟೆ ಬಿಚ್ಚಿ ಹ್ಯಾಂಗರಿಗೆ ಹಾಕಿ ಮಡದಿಯ ಬಳಿ ಹೋಗಿ ಕುಳಿತು ಮೃದುವಾಗಿ ಅವಳ ಮುಖವನ್ನು ತನ್ನ ಕಡೆಗೆ ತಿರುಗಿಸಿಕೊಳ್ಳಲು ಪ್ರಯತ್ನಪಟ್ಟು ಸುಮನ್ ಗಿರಿಧರನ ಕೈಕೊಡವಿ ಎದ್ದು ನಿಂತಳು.

"ಸುಮನ್, ಯಾಕೀ ಕೋಪ?"

"ನಾನು ಇಲ್ಲಿ ಬಂದು ತಪಸ್ಸು ಮಾಡಬೇಕಾಗಿತ್ತು. ನಿಮ್ಮ ಮೇಷ್ಟ್ರ ಗಿರಿ ದೊಡ್ಡದಾಯಿತು. ನಾನು ಬೇಕಾಗಿರಲಿಲ್ಲ."

ಮಡದಿಯ ತಾತ್ಸಾರದ ನುಡಿ ಅವನ ಮೃದು ಹೃದಯವನ್ನು ಪರಚಿ ಗಾಯಪಡಿಸದೇ ಇರಲಿಲ್ಲ.

ಅಯ್ಯೋ ಸುಮನ್ ಎಲ್ಲೋ ಮೋಸಹೋಗಿರಬೇಕು. ತನ್ನಲ್ಲಿ ಏನನ್ನು ಮೆಚ್ಚಿಕೊಂಡಿರಬಹುದು? ಅವರ ಭಾವ, ಚಿಕ್ಕಪ್ಪಂದಿರಷ್ಟೇನೂ ನಾನು ಉನ್ನತ ವಿದ್ಯಾಭ್ಯಾಸ ಪಡೆದವನಲ್ಲ. ಅಂಥ ರೂಪವಂತನೂ ಅಲ್ಲ. ಇಷ್ಟು ದಿನ ತಾನು ತಿಳಿದುಕೊಂಡಿದ್ದು ತಪ್ಪೇನೋ. ಇವಳಿಗೆ ತನ್ನ ಹುದ್ದೆಯ ಬಗ್ಗೆ ಅಭಿಮಾನವಿದೆಯೆಂದು. ಅವನ ಮೂಢತನ, ಅವಿವೇಕ, ಅಜ್ಞಾನವನ್ನು ಕಂಡು ಹತ್ತಾರು ಮಂದಿ ನಕ್ಕಂತಾಯಿತು.

ಮೌನವಾಗಿ ಕುಳಿತಿದ್ದ ಗಂಡನನ್ನು ನೋಡಿ ಸುಮನ್‌ಳಿಗೆ ರೇಗೇ ಹೋಯಿತು.

"ಬಾ ಸುಮ, ಊಟ ಮಾಡೋಣ" ಎಂದು ಎದ್ದು ನಿಂತ. ಅವನ ಆ ಭಂಗಿಗೇ ಕರಗಿಹೋದಳು ಸುಮನ್.

ತುಂಗಮ್ಮನವರು ಸೊಸೆ ಬಂದ ಮೇಲೆ ಹೆಚ್ಚಿನ ಅಡಿಗೆಯನ್ನೇ ಮಾಡಿದ್ದರು. ಅನ್ನ, ಹುಳಿ ಜೊತೆಗೆ ತೊವ್ವೆ, ಪಾಯಸ ಮಾಡಿ ಹಪ್ಪಳ ಸಂಡಿಗೆ ಕರಿದಿದ್ದರು.

ಗಿರಿಧರನಂತೂ ತಾಯಿಯ ಅಡಿಗೆಯನ್ನು ಹೊಗಳುತ್ತ ಹೊಟ್ಟೆ ತುಂಬ ಊಟ ಮಾಡಿದ. ಸುಮನ್ ಎರಡು ತುತ್ತು ಅನ್ನ ತಿಂದು ಒಂದು ಲೋಟ ಪಾಯಸ ಕುಡಿದು ತನ್ನ ಊಟವನ್ನು ಮುಗಿಸಿದಳು.

ಸೊಸೆ ಸರಿಯಾಗಿ ಊಟ ಮಾಡದಿದ್ದುದು ತುಂಗಮ್ಮನ ಮನಸ್ಸಿಗೆ ನೋವುಂಟು ಮಾಡಿತು. ದೊಡ್ಡವರ ಮನೆ ಹುಡುಗಿ; ತನ್ನ ಅಡಿಗೆ ಎಲ್ಲೋ ರುಚಿಸದಿರಬಹುದು ಎಂದುಕೊಂಡರು.

ಮಡದಿಯನ್ನು ಪುಸಲಾಯಿಸಿ ಇಲ್ಲೇ ಇರುವುದಕ್ಕೆ ಸದ್ಯಕ್ಕೆ ಒಪ್ಪಿಸಿ ಕಾರನ್ನು ವಾಪಸ್ಸು ಕಳಿಸಿ ಗಿರಿಧರ ಸಮಾಧಾನದ ಉಸಿರುಬಿಟ್ಟ.

ಸರಿಯಾಗಿ ಮಂಚದ ಮೇಲೆ ಹಾಸಿಗೆ ಹಾಸಿ ಅವಳನ್ನು ಮಲಗುವಂತೆ ಹೇಳಿ ಒಪ್ಪಿಸಿ ಕಾಲೇಜಿಗೆ ಹೊರಡುವ ವೇಳೆಗೆ ಅವನಿಗೆ ಸಾಕುಸಾಕಾಯಿತು.

ಸುಮನ್ ಮಲಗಿ ನೋಡಿದಳು; ನಿದ್ದೆ ಬರಲಿಲ್ಲ; ಎದ್ದು ಕುಳಿತಳು; ಮೈ ಮುರಿದು ಆಕಳಿಸಿ ಹೊರಗೆ ಬಂದಳು. ತುಂಗಮ್ಮ ತಮ್ಮ ಮುಂದೆ ಬುಟ್ಟಿ ಇಟ್ಟುಕೊಂಡು ಹತ್ತಿಯನ್ನು ಬಿಡಿಸುವುದರಲ್ಲಿ ಮಗ್ನರಾಗಿದ್ದವರು ಸೊಸೆಯ ಬರವನ್ನು ಅರಿತು ತಲೆ ಎತ್ತಿದ್ದರು.

ಕೈಯಲ್ಲಿ ಬಳೆ ಇರಲಿಲ್ಲ. ಹಣೆಯಲ್ಲಿ ಕುಂಕುಮವಿರಲಿಲ್ಲ. ಅವಲಕ್ಷಣವಾಗಿ

ಕಾಣಿಸುತ್ತಿದ್ದಳು. ಅವಳ ನೀಲಿ ಕಣ್ಣುಗಳಂತು ಅವರಿಗೆ ಹಿಡಿಸಲೇ ಇಲ್ಲ. ಸದ್ಯ ಸೀರೆ ಉಟ್ಟಿದಾಳಲ್ಲ ಎಂದು ಸಮಾಧಾನಗೊಂಡರು.

ಹಿಂದೆಲ್ಲ ಅವಳು ಬರುವಾಗ ದಿನ ಒಂದೊಂದು ವೇಷದಲ್ಲಿ ಬರುತ್ತಿದ್ದಳು. ಅದನ್ನು ನೋಡೇ ಅವರು ಜುಗುಪ್ಸೆಗೊಂಡಿದ್ದರು. ಮದುವೆಯಾದ ಮೇಲೆ ಸರಿಹೋಗಬಹುದು ಎಂದುಕೊಂಡಿದ್ದರು.

ತುಂಗಮ್ಮ "ಕಾಫೀ ಮಾಡಿಕೊಡಲೇನಮ್ಮ" ಎಂದರು. ಅದರಲ್ಲಿ ಸೊಸೆಯೆಂಬ ಮಮತೆಯ ಜೊತೆಗೆ ದೊಡ್ಡವರ ಮಗಳೆಂಬ ವಿನಯವಿಧೇಯತೆಗಳೂ ಇದ್ದವು.

ಸುಮನ್ ಬೇಡ ಎನ್ನುವಂತೆ ತಲೆಯಾಡಿಸಿ ಅಲ್ಲೇ ಕುರ್ಚಿಯ ಮೇಲೆ ಕುಳಿತು ಪೇಪರ್ ತಿರುವಿಹಾಕತೊಡಗಿದಳು. ಅದೂ ಬೇಸರವೆನ್ನಿಸಿತು. ಪೇಪರನ್ನು ಎತ್ತಿ ಟೇಬಲ್ಲಿನ ಮೇಲೆ ಒಗೆದು ಕಾಂಪೌಂಡಿನ ಬಳಿ ಹೋಗಿ ನಿಂತಳು.

ತಂದೆತಾಯಿಯ ಮಾತುಗಳು ಅವಳ ನೆನಪಿನಲ್ಲಿ ಸುಳಿದವು. ಗಿರಿಧರನ್ನಂತೂ ತಮ್ಮ ಅಳಿಯನನ್ನಾಗಿ ಸ್ವೀಕರಿಸಲು ಅವರು ಸುತರಾಂ ಒಪ್ಪುವ ಸ್ಥಿತಿಯಲ್ಲಿರಲಿಲ್ಲ. ಕೇವಲ ಒಬ್ಬ ಕಾಲೇಜು ಲೆಕ್ಚರರ್ ತಮ್ಮ ಅಳಿಯನಾಗುವುದು ಅವರಿಗೆ ಅಪಮಾನದ ಸಂಗತಿಯಾಗಿತ್ತು. ಆದರೆ ಸುಮನ್ ಹಟ ಮಾಡಿ ತಾಯಿತಂದೆಯವರನ್ನು ಈ ಮದುವೆಗೆ ಒಪ್ಪಿಸಿದ್ದಳು.

ಕಡೆಯ ಎರಡು ಪಿರಿಯಡ್ಡು ವಿರಾಮವಿದ್ದುದರಿಂದ ಗಿರಿಧರ ಓಡಿ ಬಂದ. ಮಡದಿಯ ಬೇಸರದ ಮುಖ ನೋಡಿ ಅರ್ಧ ಇಳಿದುಹೋದ. ಹೇಗಾದರೂ ಸರಿಪಡಿಸಿಕೊಳ್ಳಲೇಬೇಕೆಂದು ಹಸನ್ಮುಖನಾಗಿ ಒಳಗೆ ಬಂದ.

ತುಂಗಮ್ಮನವರು ಸೊಂಟ ಬಗ್ಗಿಸಿಕೊಂಡು ನೆಲವನ್ನು ಸ್ವಚ್ಛ ಮಾಡುತ್ತಿದ್ದರು. ತಾಯಿಯ ಬಗ್ಗೆ ಅವನಿಗೆ ಮರುಕವೆನ್ನಿಸಿತು. ಆದರೆ ಅವನೇನೂ ಮಾಡುವಂತಿರಲಿಲ್ಲ. ಯೌವನದ ಮೋಹದ ಮಬ್ಬಿನಲ್ಲಿ ಯೋಚಿಸುವ ಸಾಮರ್ಥ್ಯವನ್ನೇ ಅವನು ಕಳೆದುಕೊಂಡಿದ್ದನೇನೋ!

ತಾನು ಬಟ್ಟೆ ಬದಲಾಯಿಸಿಕೊಂಡು ಟವಲನ್ನು ತೆಗೆದುಕೊಂಡು "ಸುಮ ಏಳು, ಮುಖ ತೊಳೆದುಕೋ" ಎಂದ ಅವಳನ್ನು ಕುರಿತು.

ಅವಳು ಯಾಂತ್ರಿಕವಾಗಿ ಎದ್ದು ಅವನನ್ನು ಹಿಂಬಾಲಿಸಿದಳು, ಸೋಪಿನ ಬಾಕ್ಸನ್ನು ತೆರೆದಿಟ್ಟು ಅವಳು ಮುಖ ತೊಳೆದು ಬರುವವರೆಗೂ ಬಾಗಿಲಿನಲ್ಲಿ ಟವಲು ಹಿಡಿದು ನಿಂತ.

ಸುಮನ್ ಕಸಿವಿಸಿಯಿಂದಲೇ ಮುಖ ತೊಳೆದು ಹೊರಬಂದಳು. ಗಂಡನ ಕೈಯಲ್ಲಿದ್ದ ಟವಲ್ಲನ್ನು ತೆಗೆದುಕೊಂಡು ಮುಖವನ್ನು ಮೃದುವಾಗಿ ಒರೆಸಿಕೊಂಡು ಛೇರಿನ ಮೇಲೆ ಕುಳಿತಳು.

ಶಶಿ ಜೊತೆಯಲ್ಲಿ ತಂದಿದ್ದ ಸೌಂದರ್ಯ ಸಾಧನಗಳೆಲ್ಲ ಇಲ್ಲೇ ಇದ್ದವು.

ಗಿರಿಧರ ಅವುಗಳ ಬಾಕ್ಸ್ ಜೊತೆ ಕನ್ನಡಿಯನ್ನು ತಂದು ಮಡದಿಯ ಮುಂದೆ ಇರಿಸಿದ.

ಸುಮನ್ ಬಳಸುವಂಥ ವಿವಿಧ ಬಗೆಯ ಕ್ರೀಮ್‌ಗಳಾಗಲಿ, ಪೌಡರ್‌ಗಳಾಗಲಿ ಇರಲಿಲ್ಲ. ಬೇಸರದಿಂದಲೇ ಸ್ನೋ ಹಚ್ಚಿ ಪೌಡರ್ ಬಳೆದುಕೊಂಡಳು. ಅವಳಿಗೆ ಕುಂಕುಮವನ್ನು ಇಡಬೇಕೆನ್ನಿಸಲಿಲ್ಲ. ಅವಳು ಎಂದಾದರೂ ಸೀರೆಯ ಮ್ಯಾಚಿಗೋ, ಇಲ್ಲ ಒಡವೆಯ ಮ್ಯಾಚಿಗೋ ಇಡುತ್ತಿದ್ದಳೇ ವಿನಃ ಪ್ರತಿದಿನ ಇಡುತ್ತಿರಲಿಲ್ಲ.

ಗಿರಿಧರನಿಗೆ ಮಡದಿಯ ಹಣೆ ನೋಡಿ ಕಸಿವಿಸಿಯಾಯಿತು. ಆದರೆ ಹೇಗೆ ಹೇಳಿಯಾನು?

"ಸುಮ, ನಿನ್ನ ಅಗಲವಾದ ಹಣೆಗೆ ಕೆಂಪು ಕುಂಕುಮವನ್ನು ದುಂಡಗೆ ಇಟ್ಟರೇ ಬಹಳ ಚೆನ್ನಾಗಿರುತ್ತೆ" ಎಂದ.

ಸುಮನ್‌ಳಿಗೆ ಗಂಡನ ಮಾತಿನಿಂದ ಹೆಮ್ಮೆಯಾಯಿತು. ಕುಂಕುಮವನ್ನು ಹತ್ತಾರು ಸಲ ಇಟ್ಟು ಅಳಿಸಿ ಕಡೆಗೇ ಇಟ್ಟಳು. ಗಿರಿಧರ ಸಮಾಧಾನದ ಉಸಿರುಬಿಟ್ಟ.

ತುಂಗಮ್ಮನವರು ಕಾಫೀ ಮಾಡಿ ಮಗನನ್ನು ಕೂಗಿದರು. ಸೊಸೆಯನ್ನು ಕೂಗುವಷ್ಟು ಅದೃಷ್ಟ ಅವರು ಪಡೆದಿರಲಿಲ್ಲ.

ಗಿರಿಧರ ತಾಯಿಯ ಮುಂದೆ ನಾಚಿ, ಸಂಕೋಚಗೊಂಡು ನಿಂತ. ತುಂಗಮ್ಮನವರು ಏನೂ ಹೇಳದೆ ಕಾಫಿಯ ಬಟ್ಟಲನ್ನು ಮಗನ ಮುಂದೆ ಸರಿಸಿ ತಮ್ಮ ಕೆಲಸದಲ್ಲಿ ನಿರತರಾದರು.

ತುಂಗಮ್ಮನವರು ತಮ್ಮ ಕೆಲಸದಲ್ಲಿ ಮಗ್ನರಾಗಿದ್ದರು. ಮಗ, ಸೊಸೆಯ ಮಾತುಗಳು ಅವರ ಕಿವಿಯ ಮೇಲೆ ಬೀಳದೇ ಹೋಗಲಿಲ್ಲ. ಸೊಸೆಯ ಆಕ್ಷೇಪಾರ್ಹ ನುಡಿಗಳು, ಮಗನ ಸಮಾಧಾನದ ಮಾತುಗಳು. 'ದೇವರೇ' ನೀನೇ ಕಾಪಾಡಬೇಕು, ಎಂದು ಕಾಣದ ದೇವರಲ್ಲಿ ಮೊರೆ ಇಟ್ಟರು.

ಗಿರಿಧರ ವಾಕ್ ನೆಪವೊಡ್ಡಿ ಮಡದಿಯನ್ನು ಹೊರಗೆ ಕರೆದೊಯ್ದ. ಪಾರ್ಥಸಾರಥಿ ಕಂಡು ಮುಗುಳುನಕ್ಕನೇ ವಿನಃ ಈ ದಂಪತಿಗಳನ್ನು ಆಹ್ವಾನಿಸಲಿಲ್ಲ.

ಸುಮನ್ ಗಂಡನ ಸವಿನುಡಿಗಳಲ್ಲಿ ಫರ್ಲಾಂಗ್ ದೂರ ಕ್ರಮಿಸಿದವಳೇ "ಡಿಯರ್, ನಾನು ಖಂಡಿತ ನಡೆಯಲಾರೆ" ಎಂದುಬಿಟ್ಟಳು.

ಹೆಚ್ಚು ಮಾತನಾಡದ ಗಿರಿಧರ ಮಡದಿಗಾಗಿ ಸವಿಮಾತಿನ ಮಂಟಪವನ್ನೆ ಕಟ್ಟುತ್ತ ಕರೆದುಕೊಂಡು ಮನೆಗೆ ಬಂದ.

ಏನೋ ಸೇರಿದಷ್ಟು ಊಟ ಮಾಡಿದ ಸುಮನ್ ಬಹಳ ಕಷ್ಟಪಟ್ಟವಳಂತೆ ಮಂಚದ ಮೇಲೆ ಉರುಳಿದಳು. ಮೈಯುಡುಪು ಅವಳಿಗೆ ಕಸಿವಿಸಿಯನ್ನು ಉಂಟುಮಾಡಿದವು. ಅವಳು ಎಂದೂ ಸೀರೆಯುಟ್ಟು ಮಲಗಿದವಳೇ ಅಲ್ಲ. ರಾತ್ರಿಯ

ಗೌನ್ ಎಸ್ಟೇಟಿನಲ್ಲೇ ಉಳಿದಿತ್ತು. ಸೀರೆ ಬಿಚ್ಚಿ ಸುತ್ತಿ ಒಂದು ಕಡೇ ಎಸೆದು ಬರೀ ಲಂಗ ಬ್ಲೌಸಿನಲ್ಲೇ ಮಲಗಿದಳು. ಹಾಸಿಗೆ ಕಲ್ಲಿನಂತೆ ಇತ್ತು. ಹುಟ್ಟಿದಾಗಿನಿಂದ ಡನ್‌ಲಪ್ ಹಾಸಿಗೆಯ ಮೇಲೆ ಮಲಗಿ ಬೆಳೆದವಳು, ಸಾಧಾರಣ ಹತ್ತಿಯ ಹಾಸಿಗೆಯಲ್ಲಿ ಹೇಗೆ ಮಲಗಿಯಾಳು? ಅವಳಿಗೆ ಮೈ ಕೈ ಪರಚಿಕೊಳ್ಳುವಂತೆ ಆಯಿತು.

ಗಿರಿಧರ ಹಾಲು ಬಿಸಿ ಮಾಡಿಕೊಂಡು ತಾಯಿಗೆ ಸ್ವಲ್ಪ ಸಹಾಯ ಮಾಡಿ ಕೋಣೆಗೆ ಬಂದ. ಮಡದಿಯ ಅವಸ್ಥೆಯನ್ನು ನೋಡಿ ಅವನಿಗೆ ಏನು ಮಾಡಬೇಕೋ ತಿಳಿಯದಾಯಿತು. ಮುಕ್ತವಾಗಿ ಹರಿಯಬಿಟ್ಟ ಯೌವನದ ಅಂಗಾಂಗಗಳು ಮಾದಕದಿಂದ ಅವನನ್ನು ಒಂದು ಕಡೆ ಸೆಳೆಯುತ್ತಿದ್ದರೇ, ಮತ್ತೊಂದು ಕಡೆ ಮಡದಿಯ ಮುಖವನ್ನು ನೋಡಿ ಬೇಸರವಾಗಿತ್ತು.

"ಅಯ್ಯೋಪ್ಪ! ನಾನು ಹೇಗೆ ಮಲಗಲಿ!" ಎಂದು ಮೊಣಕಾಲಿನ ಮೇಲೆ ಮುಖವಿಟ್ಟು ಒಂದು ಬಗೆಯಾಗಿ ಅತ್ತಳೆಂದೇ ಹೇಳಬೇಕು.

ಗಿರಿಧರ ಅವಳನ್ನು ರಮಿಸಿ ಸಮಾಧಾನ ಮಾಡಿ ಇದ್ದ ಎರಡು ಹಾಸಿಗೆಗಳನ್ನು ಒಂದರ ಮೇಲೊಂದರಂತೆ ಮಂಚದ ಮೇಲೆ ಹಾಸಿ ಸ್ವಚ್ಛವಾದ ಮಗ್ಗಲು ಹಾಸಿಗೆಯನ್ನು ಹಾಸಿ ಮಲಗಿಸಿದ. ಅವಳು ಗಳಿಗೆಗೊಮ್ಮೆ ಎದ್ದು ಕೂತು ಗೊಣಗಾಡತೊಡಗಿದಳು. ಗಿರಿಧರನಿಗಂತೂ ಏನು ಮಾಡಬೇಕೋ ತೋಚದಾಯಿತು. ಹೊರಗೆ ಮಲಗಿದ್ದ ತಾಯಿ ಏನು ತಿಳಿದಾರೋ ಎನ್ನುವ ಭಯ ಒಂದು ಕಡೆಯಾದರೆ ಈ ರಾತ್ರಿ ಇವಳನ್ನು ಹೇಗೆ ನಿದ್ದೆ ಮಾಡಿಸುವುದು ಎಂಬ ಚಿಂತೆ ಮತ್ತೊಂದು ಕಡೆ.

"ಸೊಳ್ಳೆ, ಮಲಗಲು ಸಾಧ್ಯವೇ ಇಲ್ಲ" ಎಂದು ಎದ್ದು ಕುಳಿತುಬಿಟ್ಟಳು ಸುಮನ್. ಗಿರಿಧರ ದಿಕ್ಕು ತೋಚದವನಂತೆ ಕುಳಿತುಬಿಟ್ಟ.

ಹೊರಗೆ ಮಲಗಿದ್ದ ತುಂಗಮ್ಮನವರು ಶಶಿಗಾಗಿ ತಂದಿದ್ದ ಸೊಳ್ಳೆ ಪರದೆಯನ್ನು ಭಾಸ್ಕರ ಕೊಂಡೊಯ್ಯಲಿಲ್ಲ. ಗಿರಿಧರನಿಗಾಗಿ ಉಳಿಸಿ ಹೋಗಿದ್ದ. ಅದು ಈಗ ಸುಮನ್‌ಳ ಉಪಯೋಗಕ್ಕೆ ಬಂತು ಎನ್ನುವ ಹಾಗೆ ಮಗನನ್ನು ಕರೆದುಕೊಟ್ಟರು.

ಗಿರಿಧರ ಸೊಳ್ಳೆ ಪರದೆ ಕಟ್ಟಿ ಸಮಾಧಾನಗೊಂಡ. ಸುಮನ್‌ಳನ್ನು ತೊಡೆಯ ಮೇಲೆ ಮಲಗಿಸಿಕೊಂಡು ಮಗುವಿನಂತೆ ತಟ್ಟಿ ಮಲಗಿಸಿ ತಾನು ಕೆಳಗೆ ಚಾಪೆ ಹಾಸಿಕೊಂಡು ಮಲಗಿದ್ದ. ಮಧ್ಯಾಹ್ನದಿಂದ ಪತ್ನಿ ಸೇವೆ ಮಾಡಿ ದಣಿದಿದ್ದನೇನೋ, ಮಲಗಿದ ತಕ್ಷಣ ನಿದ್ದೆ ಮಾಡಿಬಿಟ್ಟ.

ಬೆಳಿಗ್ಗೆ ಗಿರಿಧರ ಎದ್ದಾಗ ತುಂಬಾ ಹೊತ್ತಾಗಿತ್ತು. ಎದ್ದವನೇ ಸ್ನಾನ ಮಾಡಿ ತಿಂಡಿ ತಿಂದು ತನ್ನೆಲ್ಲ ಕಾರ್ಯಕ್ರಮಗಳನ್ನು ಮುಗಿಸಿಕೊಂಡು ಕಾಲೇಜಿಗೆ ಹೊರಟಾಗಲು ಸುಮನ್ ಏಳುವ ಲಕ್ಷಣ ಕಾಣಲಿಲ್ಲ. ಅವಳನ್ನು ಎಬ್ಬಿಸದೇ ಹೋಗುವ ಮನಸ್ಸಾಗಲಿಲ್ಲ. ಎಬ್ಬಿಸಿ ಮುಂದಿನ ಕಷ್ಟ ಪರಂಪರೆಗಳನ್ನು ಅನುಭವಿಸಲು ಅವನು ಸಿದ್ಧನಾಗಿರಲಿಲ್ಲ.

ಕಾಫೀ ತುಂಬಿದ ಫ್ಲಾಸ್ಕನ್ನು ತಂದು ಮಡದಿಯ ತಲೆಯ ಬಳಿ ಇರಿಸಿ ಕಾಲೇಜಿಗೆ

ಹೊರಟ. ಹೋಗುವ ಮುನ್ನ ತಾಯಿಗೆ ಏನಾದರೂ ಹೇಳಬೇಕೆಂದುಕೊಡರೂ ಹೇಳಲಾರದೇ ಹೋದ. ಹೇಗೆ ಹೇಳಿಯಾನು? ನನ್ನ ಮಡದಿ ಎದ್ದ ತಕ್ಷಣ ಅವಳ ಉಪಚಾರ ಮಾಡು ಎಂದು ಯಾವ ಮಗ ತಾನೇ ತಾಯಿಗೆ ಹೇಳಿಯಾನು!

ಘಳಿಗೆಗೊಮ್ಮೆ ತುಂಗಮ್ಮ ಕೋಣೆಯ ಬಾಗಿಲು ತೆಗೆದು ಇಣುಕಿ ನೋಡುವುದು. ಅವರಿಗೆ ಈ ಪರಿಯೆಲ್ಲ ಹೊಸತು. ತೌರುಮನೆಯಲ್ಲೂ ಅಂತಹ ಶ್ರೀಮಂತಿಕೆಯ ಸುಪ್ಪತ್ತಿಗೆಯಲ್ಲಿ ಬೆಳೆಯಲಿಲ್ಲ. ಆಕೆ ಇನ್ನು ಗಂಡನ ಮನೆಗೆ ಬಂದ ಮೇಲೆ ಕಡುಕಷ್ಟ, ಬಡತನವನ್ನೇ ಉಂಡಿದ್ದರು. ಅಗ್ರಹಾರದಂಥ ಗ್ರಾಮದಲ್ಲಿ ಕೆಲವು ಶ್ರೀಮಂತರಿದ್ದರು. ಅವರಿಗೂ ಹೆಣ್ಣು ಮಕ್ಕಳಿದ್ದರು. ಅವರುಗಳೆಲ್ಲ ಮಾಮೂಲಿನಂತೆ ಇದ್ದರು. ಇನ್ನು ಕಂಡಿದ್ದು ಮಗಳ ಮದುವೆಯಾದ ಮೇಲೆ ಅಳಿಯನ ಮನೆ ಶ್ರೀಮಂತಿಕೆಯನ್ನ. ಅಲ್ಲಿ ಹೆಚ್ಚಿನ ಶ್ರೀಮಂತಿಕೆ ಇದ್ದರೂ ಯಾರಿಗೂ ಅದರ ಅಮಲೇರಿದಂತೆ ಕಾಣಿಸಲಿಲ್ಲ. ಗಿರಿಜಮ್ಮನವರು ಸಹ ಎಲ್ಲ ಹೆಣ್ಣುಗಳಂತೆ ಅಡಿಗೆಯವರಿಲ್ಲದ ವೇಳೆ ಅಡಿಗೆ ಮನೆ ಕೆಲಸ ಮಾಡುತ್ತಿದ್ದರು. ಸೊಸೆ ಹೆತ್ತಾಗ ಸ್ವತಃ ತಾವೇ ಅವಳಿಗೂ, ಮಗುವಿಗೂ ನೀರು ನಿಡಿ ಹಾಕಿ ಬಾಣಂತನ ಮಾಡಿದ್ದರು. ತಮ್ಮ ಬಗ್ಗೆಯೂ ಅಷ್ಟೆ, ಎಂದೂ ಉದಾಸೀನ ತೋರಿದವರಲ್ಲ. ಶಶಿಯ ಸೀಮಂತದ ಸಮಯದಲ್ಲಿ ತಮ್ಮನ್ನು ಪ್ರತಿ ವಿಷಯದಲ್ಲೂ ಸಲಹೆ ಕೇಳುತ್ತ ಆತ್ಮೀಯತೆ ತೋರಿಸಿದ್ದರು. ಇನ್ನು ಅಳಿಯ ಭಾರಿ ದೊಡ್ಡ ಮನುಷ್ಯನೇ, ಅಗ್ರಹಾರದಲ್ಲಿದ್ದ ತಮ್ಮ ಜೋಪಡಿಗೆ ಬಂದಾಗಲೂ ಸ್ವಲ್ಪವೂ ಜಂಬ ತೋರದೇ ಚಾಪೆಯ ಮೇಲೆ ಮಲಗಿದ್ದು ಉಂಟು. ಇನ್ನು ಶ್ರೀನಿವಾಸ, ಶಾಂತಿಯ ವಿಷಯ ಹೇಳಬೇಕಾದ್ದೇ ಇಲ್ಲ. ಅವರೇ ಅಡಿಗೆ ಮನೆಗೆ ನುಗ್ಗಿ ಎಲ್ಲ ಕೆಲಸಗಳನ್ನು ನಗುನಗುತ್ತ ಮಾಡುತ್ತಿದ್ದರು. ಅಹಂಕಾರ, ಉದಾಸೀನ, ದರ್ಪ ಆ ಕುಟುಂಬದ ಬಳಿ ಸುಳಿಯಲಾರದಷ್ಟು ದೂರದಲ್ಲಿತ್ತು.

ಮಧ್ಯಾಹ್ನ ಗಿರಿಧರ ಬರುವ ವೇಳೆಗೆ ಸುಮನ್ ಆಗತಾನೇ ಎದ್ದು ಕಾಫೀ ಕುಡಿಯುತ್ತಿದ್ದಳು. ಮನೆಯ ಮುಂದೆ ತನ್ನ ಮಾವನವರ ಅರ್ಥಾತ್ ದೇಶಪಾಂಡೆಯವರ ಕಾರು ವಿರಾಜಮಾನವಾಗಿತ್ತು.

ಅವಳು ಹೊರಟಾಗ ಅವನು ಬೇಡವೆನ್ನದೇ ಅದೇ ಕಾರಿನಲ್ಲಿ ಕಳಿಸಿಕೊಟ್ಟು ಸಮಾಧಾನದ ಉಸಿರುಬಿಟ್ಟ, ಇನ್ನು ಅವಳ ಸ್ನಾನ, ಊಟ ಎಂದರೆ ಅವನ ಎದೆ ಧಸಕ್ಕೆಂದಿತು.

ಈಗೇನೋ ನೆಮ್ಮದಿಯಾಗಿ ಊಟ ಮಾಡಿ ಕಾಲೇಜಿಗೆ ಹೊರಟ. ಆದರೆ ಮುಂದಿನ ಜೀವನದ ಗತಿ! ಅದನ್ನು ಮೊದಲೇ ಯೋಚಿಸಬೇಕಾಗಿತ್ತು. ಈಗ ಯೋಚಿಸಿದಷ್ಟು ಜಟಿಲವಾಗಿತ್ತೇ ವಿನಃ ಪರಿಹಾರ ಕಾಣುತ್ತಿರಲಿಲ್ಲ.

ಸಂಜೆ ಕಾಲೇಜು ಮುಗಿಸಿಕೊಂಡು ಬರುವ ವೇಳೆಗೆ ಅವನ ಮೈ, ಮನ ಪೂರ್ತಿ ದಣಿದುಹೋಗಿತ್ತು. ಬಂದವನೇ ಮಲಗಿಬಿಟ್ಟ. ತಾಯಿ ಎಬ್ಬಿಸಿದಾಗಲೇ ಅವನಿಗೆ ಎಚ್ಚರ. ಎದ್ದು ಟೈಮ್ ನೋಡಿದ. ಗಡಿಯಾರ ಆಗಲೇ ಒಂಬತ್ತುವರೆ

ತೋರಿಸುತ್ತಿತ್ತು. ಹೆಣ್ಣು ಕೊಟ್ಟ ಮಾವ ಕೊಟ್ಟ ಅಧಿಕ ಬೆಲೆಯ ಫಾರಿನ್ ವಾಚ್. ಊಟ ಮುಗಿಸಿ ಮಂಚದ ಮೇಲೆ ಉರುಳಿದ. ಮರುದಿನ ಭಾನುವಾರವಾದ್ದರಿಂದ ಬೆಳಿಗ್ಗೆಯೇ ಎಸ್ಟೇಟಿಗೆ ಹೋಗಬೇಕೆಂದು ನಿರ್ಧರಿಸಿ ಮಲಗಿಬಿಟ್ಟ.

* * *

ದೇಶಪಾಂಡೆಯವರು ಹುಟ್ಟಿದ್ದು ಬಡವರ ಮನೆಯಾದರೂ ಸೇರಿದ್ದು ಶ್ರೀಮಂತರ ದತ್ತಕ ಪುತ್ರನಾಗಿ. ಅವರು ಅಮಿತವಾದ ಪ್ರೀತಿಯಿಂದ ಬೆಳೆಸಿದರು.

ಪ್ರತಿಯೊಂದು ತರಗತಿಯಲ್ಲೂ ಮೊದಲ ದರ್ಜೆಯಲ್ಲಿ ತೇರ್ಗಡೆಯಾಗುತ್ತಿದ್ದ ದೇಶಪಾಂಡೆ ವಿದೇಶ ವ್ಯಾಸಂಗದ ಕನಸು ಕಾಣತೊಡಗಿದ. ಬಿ.ಇ. ಮುಗಿದ ಕೂಡಲೇ ವಿದೇಶಕ್ಕೆ ಹೋಗಿ ಬರುವ ಆಸೆಯನ್ನು ವ್ಯಕ್ತಪಡಿಸಿದ. ದತ್ತಕ ತಾಯಿ ತಂದೆಗಳು ಮೊದಲು ವಿರೋಧಿಸಿದರು. ಆಮೇಲೆ ಸಮಾಧಾನದಿಂದ ಹೇಳಿ ನೋಡಿದರು, ಕಡೆಗೆ ಅತ್ತು ಕರೆದು ತಮ್ಮ ಹೊಟ್ಟೆ ಸಂಕಟ ತೋಡಿಕೊಂಡರು. ಯಾವುದಕ್ಕೂ ಜಗ್ಗಲಿಲ್ಲ ಭೂಪತಿ ದೇಶಪಾಂಡೆ.

ಕಡೆಗೆ ಮದುವೆ ಮಾಡಿಯಾದರೂ ಕಳಿಸಿದರೆ ಅವಳ ಒತ್ತಾಯದಿಂದಲಾದರೂ ತಿರುಗಿ ಬಂದಾನೆಂಬ ನಂಬಿಕೆಯಿಂದ ಹತ್ತಿರದ ಸಂಬಂಧಿಕರ ಮನೆಯ ಹೆಣ್ಣನ್ನು ಗೊತ್ತು ಮಾಡಿ ಮದುವೆ ಮಾಡೇ ಕಳಿಸಿದರು ದೇಶಪಾಂಡೆಯನ್ನು ಅಮೇರಿಕಾಕ್ಕೆ.

ಆ ಹೆಣ್ಣು ಗೌರಿ ವಿದೇಶಕ್ಕೆ ಹೋದ ಮೇಲೆ ಲೇಖಾ ಆದಳು. ಅಲ್ಲಿನ ಜನಜೀವನಕ್ಕೆ ಹೇಗೆ ಒಗ್ಗಿ ಹೋದಳೆಂದರೆ ಅಲ್ಲಿನ ಜನರಾದರೂ ಅಲ್ಲಿನ ರೀತಿ, ನೀತಿಗಳನ್ನು ಮೀರಿಯಾರು, ಲೇಖಾ ಮೀರಲಿಲ್ಲ. ಅಲ್ಪ ವಿದ್ಯಾಭ್ಯಾಸದ ತರುಣಿ ಅಲ್ಲಿನ ಆಧುನಿಕ ಜೀವನಕ್ಕೆ ಮಾರುಹೋಗಿ ಸ್ವದೇಶದ ಹೆಸರೆತ್ತಿದರೇನೇ ಸಿಡಿಮಿಡಿಗೊಳ್ಳತೊಡಗಿದಳು. ಬಹಿರಂಗವಾಗೇ ಭಾರತೀಯರ ಮೌಢ್ಯವನ್ನು ಟೀಕಿಸತೊಡಗಿದಳು.

ಲೇಖಾ ತಾಯಿಯಾದರೂ ಬೇರೆಯವರ ಎದುರಿಗೆ ತೋರಿಸಿಕೊಳ್ಳಲು ಸಂಕೋಚಿಸಿದಳು. ಮೊದಲ ಮಗ ರಾಜೀವ್ ತಾಯಿಯನ್ನು ಅಮ್ಮ ಎಂದು ಪ್ರೀತಿಯಿಂದ ಕರೆಯುವ ಭಾಗ್ಯ ಪಡೆಯಲೇ ಇಲ್ಲ. ಅವನು ಅವನಿಗಾಗಿ ನೇಮಕ ಮಾಡಿದ್ದ ಸಿಸ್ಟರ್ ಮಡಿಲಿನಲ್ಲಿಯೇ ಬೆಳೆದ.

ರಾಜೀವ್‌ಗೆ ಬುದ್ಧಿ ಬಂದ ಮೇಲೆಯೇ ಲೇಖಾ ತನ್ನನ್ನು ಹೆತ್ತ ಸ್ವಂತ ತಾಯಿ ಎಂದು ಗೊತ್ತಾದದ್ದು. ಆದರೂ ಎಲ್ಲರೆದುರಿಗೆ ತಾಯಿಯನ್ನು ಮಮ್ಮಿ ಎಂದು ಕರೆಯದಾದ. ಇದು ಸ್ವಂತ ತಾಯಿಯ ಆಜ್ಞೆ, ರಾಜೀವನ ಹಿಂದೆ ಲೇಖಾ ಇನ್ನೆರಡು ಮಕ್ಕಳನ್ನು ಹೆತ್ತರೂ ಆದಷ್ಟು ತನ್ನ ಮೈಮಾಟ ಕೆಡದಂತೆ ಜಾಗ್ರತೆವಹಿಸಿದಳು.

ಲೇಖಾ ಬೇರೆಡೆ ರಾಜೀವನನ್ನು ಕರೆದೊಯ್ದಾಗ 'ಮಿಸ್ಟರ್ ರಾಜೀವ್' ಎಂದು ಪರಿಚಯಿಸುತ್ತಿದ್ದಳೇ ವಿನಃ ಮಗನೆಂದು ಹೇಳಿಕೊಳ್ಳುತ್ತಿರಲಿಲ್ಲ. ಹದಿನಾರು ವಯಸ್ಸಿಗೆ ತಂದೆಯ ದೇಹದಾರ್ಢ್ಯ ಪಡೆದ ರಾಜೀವ ಇಪ್ಪತ್ತರ ಯುವಕನಂತೆ ಕಾಣುತ್ತಿದ್ದ.

ಅಂಥವನನ್ನು ಮಗನೆಂದು ಹೇಳಿಕೊಳ್ಳುವುದು ಲೇಖಾಗೆ ಬಹಳ ಕಷ್ಟದ ವಿಷಯವಾಗಿತ್ತು.

ದೇಶಪಾಂಡೆ ಮಡದಿಗೆ ಸಂಪೂರ್ಣ ಸ್ವತಂತ್ರವನ್ನು ಕೊಟ್ಟಿದ್ದ ಮತ್ತು ಅವಳನ್ನು ಬಹಳ ಹೆಮ್ಮೆ, ಅಭಿಮಾನದಿಂದ ನೋಡಿಕೊಳ್ಳುತ್ತಿದ್ದ. ಕಾರಣ ಅಷ್ಟೊಂದು ವಿದ್ಯಾವತಿಯಲ್ಲದ ಗೌರಿಯನ್ನು ಮದುವೆಯಾಗುವುದೇ ಅವನಿಗೆ ಇಷ್ಟವಿಲ್ಲದ ಸಂಗತಿ. ಅಂಥದ್ದರಲ್ಲಿ ವಿದೇಶ ವ್ಯಾಸಂಗದ ಸಲುವಾಗಿ ಮದುವೆಯಾಗಿ ಕರೆದುಕೊಂಡು ಬಂದಿದ್ದರೂ, ಅತ್ಯಲ್ಪ ಕಾಲದಲ್ಲೇ ನವಸಂಸ್ಕೃತಿಯನ್ನು ಮೈಗೂಡಿಸಿಕೊಂಡು ಹುಟ್ಟಿದಾಗಿನಿಂದ ಅಮೇರಿಕದಲ್ಲೇ ಇರುವ ಹಾಗೆ ವರ್ತಿಸತೊಡಗಿದಾಗ ಸಮಾಧಾನದ ಉಸಿರನ್ನು ಬಿಟ್ಟಿದ್ದರು.

ಆದರೆ ಅದೃಷ್ಟವಶಾತ್ ದೇಶಪಾಂಡೆ ನೌಕರಿ ಕಳೆದುಕೊಂಡಾಗ ಪುನಃ ಎಲ್ಲೂ ನೌಕರಿ ಸಿಗದಾದಾಗ ಸ್ವದೇಶವನ್ನು ಜ್ಞಾಪಿಸಿಕೊಂಡು ಮರಳಿ ಬಂದಿದ್ದರು. ಅಮೇರಿಕಾಕ್ಕೆ ಇಬ್ಬರು ಹೋಗಿ ಮೂವರು ಹಿಂದಿರುಗಿದರು. ರಾಜೀವ್ ಬುದ್ಧಿವಂತನಾದ ಹುಡುಗನಾದ್ದರಿಂದ ಅಲ್ಲೇ ಸ್ಕಾಲರ್‌ಶಿಪ್ ದೊರೆತು ಅಲ್ಲೇ ನಿಂತ. ಇನ್ನು ಎರಡನೇ ಮಗಳು ರಾಖಿ ಅಲ್ಲೇ ಮದುವೆಯಾಗಿ ಅಲ್ಲೇ ಉಳಿದಳು. ಇನ್ನು ಸುಮನ್ ಸಹ ಒಂದೆರಡು ವರ್ಷ ಹಿರಿಯಳಾಗಿದ್ದರೆ ಅಲ್ಲೇ ಉಳಿದು ಮಮ್ಮಿ, ಡ್ಯಾಡಿಯನ್ನು ಮಾತ್ರ ಸ್ವದೇಶಕ್ಕೆ ಕಳುಹಿಸುತ್ತಿದ್ದಳೇನೋ! ಹಾಗಾಗಲಿಲ್ಲ ಗಿರಿಧರನ ದುರಾದೃಷ್ಟದಿಂದ.

ಮಲಗಿದ್ದ ಗಿರಿಧರ ಬೆಳಗಿನ ಜಾವವೇ ಎದ್ದು ಕುಳಿತ. ತಂಗಿಯ ವಾತ್ಸಲ್ಯ ಬಡಿದೆಬ್ಬಿಸಿತೇನೋ! ಬೆಳಿಗ್ಗೆ ಬೆಂಗಳೂರಿಗೆ ಹೋಗಿ ಶಶಿನ ನೋಡಿಕೊಂಡು ಸಂಜೆ ಹಿಂದಿರುಗಿ ಬಿಡಬೇಕೆಂದು ನಿಶ್ಚಯಿಸಿಕೊಂಡ. ಆತುರದ ನಿಶ್ಚಯ ಮರುಗಳಿಗೆಯೇ ತಣ್ಣಗಾಯಿತು. ಮೊನ್ನೆ ತಾನೇ ಹೋಗಿ ಬಂದದ್ದು ಆಯಿತು. ಪುನಃ ಈಗೇಕೆ ಎಂದುಕೊಂಡು ಸುಮ್ಮನಾದ.

ಬೆಳಿಗ್ಗೆ ಇವನು ಏಳುವ ವೇಳೆಗೆ ಪಾರ್ಥಸಾರಥಿ ಹಾಜರಾಗಿದ್ದ.

ಬೇಗನೇ ಎಸ್ಟೇಟಿಗೆ ಹೋಗುವ ಆತುರದಲ್ಲಿದ್ದ ಗಿರಿಧರನಿಗೆ ಅವನ ಆಗಮನದಿಂದ ಬೇಸರವೇ ಆಯಿತು. ಅದನ್ನು ಬಾಯಿಬಿಟ್ಟು ಆಡಲಾರದೇ ಸುಮ್ಮನೆ ಅವನ ಮುಂದೆ ಕುಳಿತ.

ರಾತ್ರಿ ಒಂಭತ್ತರವರೆಗೆ ಮಾತನಾಡಿದ್ದು ಸಾಲದೇ ಪಾರ್ಥಸಾರಥಿ ಇನ್ನೂ ಮಾತಿಗೆ ತೊಡಗಿದ. ಅವನ ಮಾತಿಗೆ ಮಿತಿಯೇ ಇರಲಿಲ್ಲ. ಕಾಲೇಜಿನಿಂದ ಹಿಡಿದು ರಾಜಕಾರಣದವರೆಗೂ ಮಾತನಾಡಿದ. ಗಿರಿಧರ ಬರೀ ಕೇಳುತ್ತಿದ್ದ. ಆಗೊಂದು ಈಗೊಂದು ಅನಿವಾರ್ಯ ಸಂದರ್ಭಗಳು ಬಂದಾಗ ಮಾತ್ರ ಮಾತನಾಡುತ್ತಿದ್ದ.

ಹೇಳಿಕೊಳ್ಳದೇ ಇದ್ದಕ್ಕಿದ್ದಂತೆ ಶ್ರೀನಿವಾಸ, ಶಾಂತಿ ಬಂದುದು ಆಶ್ಚರ್ಯವನ್ನುಂಟು ಮಾಡಿದ್ದೂ ಅಲ್ಲದೆ ಗಿರಿಧರನ ಎಸ್ಟೇಟಿನ ಪ್ರೋಗ್ರಾಂವನ್ನು ಪೂರ್ಣವಾಗಿ ಕ್ಯಾನ್ಸಲ್ ಮಾಡಿದ.

"ಗಿರಿ, ಅಮ್ಮ ಅಪ್ಪ ಇಲ್ಲದೇ ಹೋದರೆ ಬೇಸರ ಕಿತ್ತು ತಿಂದುಬಿಡುತ್ತೆ" ಎನ್ನುತ್ತಲೇ ಒಳಗೆ ಬಂದ.

ಶಾಂತಿ ಬಂದವಳೇ ತುಂಗಮ್ಮನ ಜೊತೆ ಅಡಿಗೆ ಮನೆ ಸೇರಿಬಿಟ್ಟಳು.

ಸ್ನಾನ, ತಿಂಡಿ ಶಿವಮೊಗ್ಗದಲ್ಲೇ ಮುಗಿಸಿಕೊಂಡು ಬಂದಿದ್ದರಿಂದ ಶ್ರೀನಿವಾಸ ಮಧ್ಯಾಹ್ನದವರೆಗೂ ಮಾತನಾಡುತ್ತಲೇ ಕುಳಿತಿದ್ದ.

ಶ್ರೀನಿವಾಸ ಬಂದ ಕಾರಣವೇ ಬೇರೆ ಇತ್ತು. ಮದುವೆಯ ದಿನವೇ ತಾವುಗಳೆಲ್ಲ ಹೊರಟಿದ್ದರಿಂದ ಅವನಿಗೆ ಬೇಸರವಾಗಿರಬಹುದು. ಅದನ್ನು ನೀಗಿಸುವುದು, ಮತ್ತು ಗಿರಿಧರ, ಸುಮನ್‌ಳನ್ನು ತಮ್ಮ ಮನೆಯ ಆತಿಥ್ಯ ಸ್ವೀಕರಿಸಲು ಆಹ್ವಾನಿಸುವುದು.

ಇವನಿಗೆ ಮೊದಲೇ ಗಿರಿಧರ ಕ್ಷಮಾಪಣೆ ಕೇಳಿದ್ದರಿಂದ ಮೊದಲ ಕಾರಣ ಮುರಿದುಬಿತ್ತು. ಸುಮನ್ ಇಲ್ಲದಿದ್ದರಿಂದ ಬರೀ ಗಿರಿಧರನಿಗೆ ಆಹ್ವಾನ ಕೊಡಲು ಇಷ್ಟಪಡದೇ ಇಬ್ಬರೂ ಕೂಡಿ ಒಮ್ಮೆ ಬರುವಂತೆ ಹೇಳಿ ತನ್ನ ಕೆಲಸ ಪೂರೈಸಿದ.

ಮಧ್ಯಾಹ್ನ ಹೊರಟುನಿಂತ ಶ್ರೀನಿವಾಸ, ಶಾಂತಿಯನ್ನು ತಡೆದು ಸಂಜೆ ಕಳಿಸಿಕೊಟ್ಟ, ಅವರ ಸ್ನೇಹಪರ ಮಾತುಕತೆಯಲ್ಲಿ ಅವನಲ್ಲಿ ನೂತನ ಚೇತನ ಸಂಚಾರವಾಗಿತ್ತು. ಯಾವುದೋ ಮೊಂಡುತನ ಅವನನ್ನು ಎಸ್ಟೇಟಿಗೆ ಹೋಗಗೊಡಲಿಲ್ಲ. ಮರುದಿನ ಕಾಲೇಜಿದ್ದುದರಿಂದ ಹೋಗಲು ಸಾಧ್ಯವೇ ಇರಲಿಲ್ಲ.

ಸುಮನ್ ಮರುದಿನ ತಾನೇ ಬಂದಳು.

ಗಿರಿಧರ ಹಸನ್ಮುಖದಿಂದ ಮಡದಿಯನ್ನು ಸ್ವಾಗತಿಸಿದ. ಅವನು ಮಡದಿಯನ್ನು ಕಾಣದೇ ಒಂದೂವರೆ ದಿನ ಪಟ್ಟ ವೇದನೆ ಅಸದಳ. ಮಡದಿಯ ಮುಖ ನೋಡಿದ ತಕ್ಷಣ ಅವನಲ್ಲಿ ಎಲ್ಲಿಲ್ಲದ ಉತ್ಸಾಹ ತುಂಬಿ ಬಂತು.

ದೇಶಪಾಂಡೆಯವರು ತಾವೇ ಮಗಳನ್ನು ಕರೆತಂದು ಕ್ವಾರ್ಟರ್ಸ್‌ನ ಮುಂದೆ ಇಳಿಸಿದರೇ ವಿನಃ ತಾವು ಇಳಿಯಲಿಲ್ಲ. ಕಾರು ಶಿವಮೊಗ್ಗದ ಕಡೆಗೆ ಹೊರಟಿತು.

ರಾತ್ರಿ ಹನ್ನೊಂದರ ವೇಳೆಗೆ ಇಬ್ಬರ ಪ್ರೇಮದ ಕಾವು ಸ್ವಲ್ಪಮಟ್ಟಿಗೆ ಇಳಿಯಿತು. ಇಬ್ಬರೂ ವಾಸ್ತವ ಪ್ರಪಂಚಕ್ಕೆ ಬಂದರು. ಗಿರಿಧರನಿಗೆ ಮಡದಿಯನ್ನು ನಿದ್ದೆ ಮಾಡಿಸುವ ಬಗ್ಗೆ ದಿಗಿಲಾದರೆ, ಈ ವಾತಾವರಣದಲ್ಲಿ ಹೇಗೆ ನಿದ್ದೆ ಮಾಡಲಿ ಎಂಬುದೇ ಅವಳ ಚಿಂತೆ.

ಹಾಸಿಗೆಯ ಮೇಲೆ ಎದ್ದು ಕುಳಿತ ಸುಮನ್ ತುಂಬು ಸಮಾಧಾನದಿಂದ ಹೇಳಿದಳು.

"ನೀವು ಕೆಲಸಕ್ಕೆ ರಾಜೀನಾಮೆ ಕೊಟ್ಟುಬಿಡಿ."

ಮಡದಿಯ ನುಡಿಗಳನ್ನು ಕೇಳಿ ಗಿರಿಧರ ಬೆಚ್ಚಿಬಿದ್ದ. ಅವಳ ಸ್ವಭಾವದ ಬಗ್ಗೆ ತಿಳಿದಿದ್ದರೂ ಇಂಥ ಮಾತನ್ನು ಆಡಿಯಾಳೆಂಬ ಕಲ್ಪನೆಯೂ ಇರಲಿಲ್ಲ. ಅದನ್ನು

ತೋರಗೊಡದೇ ನಕ್ಕ.

"ಕೆಲಸಕ್ಕೆ ರಾಜೀನಾಮೆ ಕೊಟ್ಟು ಏನು ಮಾಡಲಿ ಸುಮನ್?"

"ಎಸ್ಟೇಟಿಗೆ ಹೊರಟುಹೋಗೋಣ."

ಗಿರಿಧರ ಬೆಚ್ಚಿಬಿದ್ದ. ಅವನು ಹುಟ್ಟಿದಾಗಿನಿಂದಲೂ ಎಲ್ಲರ ಕರುಣೆಯ ಕೂಸಾಗಿಯೇ ಬೆಳೆದಿದ್ದ. ಆತ್ಮೀಯರ ಸಹಕಾರ ಸಹಾಯದಿಂದಲೇ ಇಂದು ಇಷ್ಟರಮಟ್ಟಿಗೆ ಇದ್ದ. ಇನ್ನು ಮುಂದಾದರೂ ಯಾರ ಸಹಾಯವೂ ಪಡೆಯದೇ ಸ್ವಾಭಿಮಾನಿಯಾಗಿ ಬದುಕಬೇಕೆಂಬ ಕನಸು ಕಟ್ಟಿಕೊಂಡಿದ್ದ. ಅದು ಈಗ ಮುರಿದುಹೋಗುವುದೇನೋ ಎಂದು ಹೆದರಿದ.

"ಎಸ್ಟೇಟಿಗೆ ಹೋಗಿ ಏನು ಮಾಡೋದು? ಬೇರೆಯವರ ಹಂಗಿಗೆ ಒಳಗಾಗಬಾರದು."

ಅವನ ಮಾತಿನಿಂದ ಸುಮನ್ ಕೆರಳಿದಳು.

"ನಮ್ಮ ಮಮ್ಮಿ, ಡ್ಯಾಡಿ ಏನು ಬೇರೆಯವರ! ಎಸ್ಟೇಟಿನಲ್ಲಿ ಇಲ್ಲದ ಕೆಲಸ ಇಲ್ಲೇನಿದೆ? ನಿಮ್ಮ ಸಂಬಳ ನಮ್ಮ ಆಳಿಗೆ ಕೊಡುತ್ತೀವಿ."

ಅವಳ ಮಾತಿಗೆ ಗಿರಿಧರ ಸುಸ್ತಾಗಿ ಕುಳಿತ. ಈಗ ಏನು ಮಾಡೋದೋ ಅವನಿಗೊಂದೂ ತೋಚಲಿಲ್ಲ. ಉಪಾಯದಿಂದ ಹೇಗಾದರೂ ತಪ್ಪಿಸಿಕೊಳ್ಳಬೇಕೆಂದು ಕೊಂಡ. ಅಂಥ ಇಬ್ಬದಿಯ ವಿಷಯಗಳಿಗೆ ಪರಿಹಾರ ನೀಡುವಂತಹ ತಲೆಯಲ್ಲ.

"ಈಗ ಮಲಗು ಸುಮನ್, ಬೆಳಿಗ್ಗೆ ಮಿಕ್ಕ ವಿಷಯ ಯೋಚಿಸೋಣ" ಎಂದು ಮೊಂಡು ಮಡದಿಯನ್ನು ಸಮಾಧಾನಪಡಿಸುವ ವೇಳೆಗೆ ಅವನಿಗೆ ಸಾಕುಸಾಕಾಯಿತು.

ಬೆಳಿಗ್ಗೆ ಎದ್ದ ತಕ್ಷಣ ಗಿರಿಧರ ಜೋಸೆಫ್ ಮನೆ ಕಡೆ ಹೆಜ್ಜೆ ಹಾಕಿದ. ಕಡೆಗೆ ಪಾರ್ಥಸಾರಥಿಯ ತಲೆಯೆ ಚುರುಕು. ಇಂಥ ವಿಷಯಗಳಲ್ಲಿ ಎಂಥ ದಿಟ್ಟತನದಿಂದ ಕುಸುಮಳನ್ನು ಮದುವೆಯಾಗಿಬಿಟ್ಟ ಎಂದುಕೊಂಡು ಅವನ ಕ್ವಾರ್ಟರ್ಸ್ ಕಡೆ ಹೆಜ್ಜೆ ಹಾಕಿದ.

ಪಾರ್ಥಸಾರಥಿ ಲುಂಗಿ ಬನೀನಿನಲ್ಲೇ ಎದುರುಗೊಂಡ. ಕುಸುಮ ಅಡಿಗೆಯ ಮನೆಯಲ್ಲಿ ಕೆಲಸದಲ್ಲಿ ನಿರತಳಾಗಿದ್ದಳು. ಗಿರಿಧರ ತಾಯಿಯನ್ನು ನೆನೆದು ನಿಟ್ಟುಸಿರುಬಿಟ್ಟ.

"ನಾನು ಖಂಡಿತ ಕೆಲಸ ಬಿಟ್ಟು ಹೋಗೋಕೆ ಇಷ್ಟಪಡೋಲ್ಲ. ಅದೂ ಅಲ್ಲದೇ ಆ ದೇಶಪಾಂಡೆಯವರ ಹಂಗಿನಲ್ಲಿ ಆ ಎಸ್ಟೇಟಿನಲ್ಲಿ ಇರೋಕೆ ಮೊದಲೇ ಇಷ್ಟಪಡೋಲ್ಲ"

ಪುನಃ ಅವನೇ ಹೇಳಿದ.

"ಬರೀ ಸಂಬಳದಲ್ಲಿ ನಮ್ಮ ಜೀವನ ಸಾಗಬೇಕು. ಅವಳ ಶ್ರೀಮಂತಿಕೆಗೆ ಸರಿಯಾಗಿ ನಿರ್ವಹಣೆ ಹೇಗೆ ಸಾಧ್ಯ!"

ಪಾರ್ಥಸಾರಥಿಗೆ ಯೋಚಿಸುವಂತಾಯಿತು. ಇದೆಲ್ಲ ಅವನು. ಊಹಿಸಿಕೊಂಡಿದ್ದ

ಸಮಸ್ಯೆಗಳೇ! ಸುಮನ್‌ಳಿಗೂ, ಗಿರಿಧರನಿಗೂ ಭೂಮಿ, ಆಕಾಶದಷ್ಟು ಅಂತರ. ಕಡುಬಡತನದಿಂದ ಬೆಳೆದ ಗಿರಿಧರನಿಗೂ, ಶ್ರೀಮಂತಿಕೆಯ ಸುಪ್ಪತ್ತಿಕೆಯಲ್ಲಿ ಬೆಳೆದ ಸುಮನ್ ಪರಿಸರ, ಪರಿಸ್ಥಿತಿಗೆ ಅನುಗುಣವಾಗಿ ವಿರುದ್ಧ ದಿಕ್ಕಿನಲ್ಲಿ ಬೆಳೆದವರು. ಈಗ ಹೇಗೆ ಹೊಂದಿಕೊಂಡಾರು! ಪ್ರಯತ್ನಪಟ್ಟರೆ ಅದೇನು ಕಷ್ಟಸಾಧ್ಯವಿಲ್ಲ. ಗಿರಿಧರನಾದರೂ ತನ್ನ ವ್ಯಕ್ತಿತ್ವವನ್ನೇ ಮರೆತು ದೇಶಪಾಂಡೆಯ ಬಂಗ್ಲೆ ನಾಯಿಯಾಗಬೇಕು. ಇಲ್ಲ ಕೈಹಿಡಿದ ಗಂಡನಿಗಿಂತ ಸಂಪತ್ತು ಹೆಚ್ಚಿನದಲ್ಲವೆಂದು ಗಿರಿಧರನ ನೆಚ್ಚಿನ ಮಡದಿಯಾಗಿ ತೃಪ್ತಿಯ ಜೀವನ ಸಾಗಿಸಬೇಕು ಸುಮನ್. ಇವೆರಡರಲ್ಲಿ ಯಾವುದು ಚೆನ್ನ? ಗಿರಿಧರ ದೇಶಪಾಂಡೆಯವರ ಮನೆ ನಾಯಿಯಾಗುವ ಬದಲು ಸುಮನ್ ಆದರ್ಶ ಗೃಹಿಣಿಯಾದರೆ! ಭೇಷ್ ಭೇಷ್ ಅದು ಬಹಳ ಚೆನ್ನ! ಆದರೆ ಅದು ಅಷ್ಟು ಸುಲಭವೇ!

"ಮಿಸ್ಟರ್ ಪಾರ್ಥಸಾರಥಿ, ಯಾಕೆ ಸುಮ್ಮನೇ ಕೂತುಬಿಟ್ಟಿರಿ? ಏನಾದರೂ ಹೇಳಿ, ನೀವು ಹೇಳೋಕೆ ಮುನ್ನ ನಮ್ಮ ತಾಯಿಯನ್ನು ನೆನಪಿನಲ್ಲಿ ಇಟ್ಟುಕೊಳ್ಳಿ" ಎಂದ ಬೇಸತ್ತ ಗಿರಿಧರ.

ಪಾರ್ಥಸಾರಥಿಯ ತಲೆ ಇನ್ನು ಬಿಸಿಯಾಯಿತು. ತುಂಗಮ್ಮನವರ ದೀನವದನ ನೆನಪಿಗೆ ಬಂದ ಕೂಡಲೇ ದ್ರವಿಸಿಹೋದ. ಆ ತಾಯಿ ಎಷ್ಟೊಂದು ಆಸೆ ಇಟ್ಟುಕೊಂಡು ಮಗನನ್ನು ಬೆಳೆಸಿರಬೇಕು. ಈಗ ಬಂದ ಸೊಸೆಯ ಅನುಕೂಲಕ್ಕಾಗಿ ಮಗನನ್ನು ಹೇಗೆ ಕಳೆದುಕೊಂಡು ಬದುಕಿಯಾಳು!

"ಗಿರಿ, ನೀನು ಖಂಡಿತ ಕೆಲಸಕ್ಕೆ ರಾಜೀನಾಮೆ ಕೊಡೋದಕ್ಕೆ ಒಪ್ಪಿಕೊಳ್ಳಬೇಡ. ನಮ್ಮ ಪ್ರಿನ್ಸಿಪಾಲ್ ಇರೋವರೆಗೂ ದೇಶಪಾಂಡೆಯವರ ಆಟ ಕಾಲೇಜಿನಲ್ಲಿ ನಡೆಸಲಾರದು. ಉಪಾಯವಾಗಿ ಒಂದು ವರ್ಷ ತಳ್ಳು. ಆಮೇಲೆ ನೋಡಿಕೊಳ್ಳೋಣ. 'ಬೀಸೋ ದೊಣ್ಣೆ ತಪ್ಪಿದರೆ ಸಾವಿರ ವರ್ಷ ಆಯಸ್ಸು' ಅಷ್ಟರಲ್ಲಿ ಮಿಸೆಸ್ ಗಿರಿಧರ್ ತಮ್ಮ ನಿರ್ಧಾರವೇ ಬದಲಾಯಿಸಿಕೊಳ್ಳಬಹುದು. ಇನ್ನು ಆರ್ಥಿಕ ಸ್ಥಿತಿ ನಿನ್ನ ಸಂಬಳದಲ್ಲಿ ಖರ್ಚು ವೆಚ್ಚ ನಿರ್ವಹಿಸಲು ಕಷ್ಟವಾಗಬಹುದು. ಅಪ್ಪ ಮಗಳ ದುಂದು ವೆಚ್ಚವನ್ನೆಲ್ಲ ಪೂರೈಸುತ್ತಾನೆ. ಹತ್ತಾರು ವಿಧದಲ್ಲಿ ಗಿರಿಧರನಿಗೆ ಧೈರ್ಯ ಹೇಳಿ ಕಳಿಸಿದ.

ಪಾರ್ಥಸಾರಥಿ ಮಾತಿನಿಂದ ಹಗುರವಾಗಿದ್ದ ಗಿರಿಧರನ ಮನಸ್ಸು ಮನೆಗೆ ಬಂದಕೂಡಲೇ ಭಾರವಾಯಿತು.

ತುಂಗಮ್ಮನವರು ತಿಂಡಿ ಮಾಡಿಟ್ಟು ಮಗನ ದಾರಿ ಕಾಯುತ್ತಿದ್ದರು. ಮಗನ ಮದುವೆಯಿಂದ ಅವರೇನು ಸುಖದ ಕನಸು ಕಂಡಿರಲಿಲ್ಲ; ಇನ್ನು ಸುಖ ಕಲ್ಪನೆಯಲ್ಲೂ ಮೂಡದ ವಿಷಯ.

ಗಿರಿಧರ ಸ್ನಾನ ಮಾಡಿ ತಿಂಡಿ ತಿಂದು ಕಾಲೇಜಿಗೆ ಹೊರಟುನಿಂತಾಗ ಸುಮನ್ ಮಲಗಿದ್ದಲ್ಲೇ 'ಕಾಫೀ ಕಾಫೀ' ಎಂದು ಬಡಬಡಿಸಿದಳು.

ತುಂಗಮ್ಮನವರು ಕಾಫೀ ಬಟ್ಟಲನ್ನು ತಂದು ಮಗನ ಕೈಗೆ ಕೊಟ್ಟರು

ನಿರ್ವಿಕಾರವಾಗಿ.

ಕಾಫೀ ತಗೊಂಡು ಕೋಣೆಯೊಳಕ್ಕೆ ಹೋದ ಗಿರಿಧರ ಗೆಲುವಾಗಿ ಹೊರಗೆ ಬಂದ. ಮಡದಿಯನ್ನು ಇನ್ನೊಂದು ವರ್ಷ ತಾನು ಕೆಲಸದಲ್ಲಿರಲು ಒಪ್ಪಿಸಿ ಬಂದಿದ್ದ. ಹಾಗೂ ಹೀಗೂ ಸುಮನ್ ಇಲ್ಲೇ ಇರಲು ಗಂಡನ ಬಾಹುಗಳಲ್ಲಿದ್ದಾಗ ಮೈಮರೆತು ಒಪ್ಪಿಕೊಂಡುಬಿಟ್ಟಳು.

ಮಗಳ ಮಾತು ಕೇಳಿ ದೇಶಪಾಂಡೆಯವರಿಗಿಂತ ಲೇಖಾ ರೇಗೇಬಿಟ್ಟರು. ಗಿರಿಧರನ ಅತಿಯಾದ ಸೌಜನ್ಯದ ಬಗ್ಗೆ ಅವರಿಗೆ ಅಪಾರ ಬೇಸರ. ಆದರೂ ಅವರು ಏನು ಮಾಡುವ ಹಾಗಿರಲಿಲ್ಲ. ಮಗಳ ಮೇಲೆ ಯಾವ ವಿಧವಾದ ಹಿಡಿತವೂ ಇಲ್ಲದಿದ್ದರಿಂದ ಯಾವ ಒತ್ತಡವನ್ನೂ ಹೇರಲಾರದಾಗಿದ್ದರು.

ಅಂದಿನ ಸಂಜೆಯೇ ಒಂದು ಲಾರಿ ಸಾಮಾನು ಗಿರಿಧರನ ಕ್ವಾರ್ಟರ್ಸ್ ಬಳಿ ಬಂದು ಇಳಿಯಿತು. ಇದೇನು ಅಲ್ಲಿನವರಿಗೆ ಆಶ್ಚರ್ಯಕರವಾದ ಸಂಗತಿಯಲ್ಲ. ದೇಶಪಾಂಡೆ ಮನಸ್ಸು ಮಾಡಿದರೆ ಅಲ್ಲೇ ಒಂದು ಬಂಗ್ಲೆ ಕಟ್ಟಿಸುವಷ್ಟು ಆರ್ಥಿಕ ಸ್ಥಿತಿಯಲ್ಲಿದ್ದರು. ತಾವೊಂದು ಬಂಗ್ಲೆ ಕಟ್ಟಿಸಿಕೊಟ್ಟರೂ ಅಳಿಯನ ಹುದ್ದೆಯೇನೂ ಏರುವ ಸ್ಥಿತಿಯಲ್ಲಿರಲಿಲ್ಲ. ಆದ್ದರಿಂದಲೇ ಅದನ್ನು ಕೈಬಿಟ್ಟಿದ್ದರು.

ಕೋಣೆಯಲ್ಲಿದ್ದ ಭಾಸ್ಕರ ಕಳಿಸಿಕೊಟ್ಟಿದ್ದ ಸೋಫಾ, ಕುರ್ಚಿಗಳು ವರಾಂಡಕ್ಕೆ ಬಂದವು. ಅಲ್ಲಿ ದೇಶಪಾಂಡೆಯವರ ಅಧಿಕ ಬೆಲೆ ಮಂಚ, ಸೋಫಾಗಳು ವಿರಾಜಮಾನವಾದವು. ಅವುಗಳ ಮೇಲೆ ಡನ್‌ಲಪ್ ಹಾಸಿಗೆ ಹೊದಿಕೆಗಳು ಸಿದ್ಧವಾದವು.

ತುಂಗಮ್ಮನೇನು ಕಣ್ಣರಳಿಸಿ ನೋಡಲಿಲ್ಲ; ಬಾಯಿಬಿಟ್ಟು ಏನೂ ಹೇಳಲಿಲ್ಲ. ಆದರೂ ಅವರ ಮನಸ್ಸಿಗೆ ತುಂಬ ಅಸಮಾಧಾನವಾದದ್ದನ್ನು ಕಣ್ಣುಗಳು ಹೊರ ಹಾಕುತ್ತಿದ್ದವು.

ಪರೀಕ್ಷೆಗಳು ಮುಗಿದು ಕಾಲೇಜಿಗೆ ರಜಾ ಬಂದ ಕೂಡಲೇ ಸುಮನ್ ನ್ಯೂಯಾರ್ಕಿನಲ್ಲಿರುವ ಅಕ್ಕನ ಮನೆಗೆ ಹೊರಡುವ ಪ್ರಯತ್ನ ಮಾಡಿದಳು. ಅವಳ ಪ್ರಯತ್ನದಿಂದ ಗಿರಿಧರನಿಗೆ ನಿರಾಶೆಯೇ ಆಯಿತು. ಈ ರಜಾ ಪೂರ್ತಿ ಶಶಿಯ ಮನೆಯಲ್ಲಿ ಕಳೆಯಬೇಕೆಂಬುದೇ ಅವನ ನಿರೀಕ್ಷೆಯಾಗಿತ್ತು. ಮದುವೆಯಾದಾಗಿನಿಂದ ಒಂದಲ್ಲ ಒಂದು ರೀತಿ ಅವನ ನೆಮ್ಮದಿ ಕೆದಕುತ್ತಿದ್ದ ಸುಮನ್ ಇಂದು ತನ್ನ ಹಟವನ್ನೇ ಸಾಧಿಸಿದಳು.

ಹೊರಡುವ ದಿನ ನಿಶ್ಚಯವಾಯಿತು. ಭಾಸ್ಕರ್, ಶಶಿ ತಮ್ಮ ಬೇಸರವನ್ನು ಮರೆತು ಬೀಳ್ಕೊಡಲು ಬಂದರು ವಿಮಾನ ನಿಲ್ದಾಣಕ್ಕೆ.

ಗಿರಿಧರನಿಗೆ ವಿಮಾನ ಪ್ರಯಾಣ ಮೊದಲನೆಯದು. ತಾವು ಹತ್ತಬೇಕಾಗಿದ್ದ ವಿಮಾನ ಬೋಯಿಂಗ್–748 ನೋಡುತ್ತಲೇ ಅವನ ಹೃದಯ ಒಂದು ವಿಧವಾದ ಕಂಪನವನ್ನು ಅನುಭವಿಸಿತು.

ದೇಶಪಾಂಡೆ, ಲೇಖಾ ಬಾಂಬೆಗೆ ಹೋಗಿದ್ದರಿಂದ ಅವರನ್ನು ಬೀಳ್ಕೊಡಲು ಬರಲಿಲ್ಲ. ಅದೇನು ಇವರಿಗೆ ಅತಿಶಯ ವಿಷಯವಲ್ಲದ್ದರಿಂದ ಹೆಚ್ಚಿನ ಆಸಕ್ತಿ ವಹಿಸಿರಲಿಲ್ಲ.

ಶಶಿಯ ಮುಖವಂತೂ ಭಯದಿಂದ ಬಿಳಿಚಿಕೊಂಡು ಹೋಗಿತ್ತು. ಅವಳೆಂದೂ ವಿಮಾನ ಪ್ರಯಾಣವನ್ನು ನೋಡಿ ಅರಿಯದವಳು. ಪ್ರೀತಿಯ ಅಣ್ಣ ವಿಮಾನ ಹತ್ತುತ್ತಿದ್ದರೆ ಅವಳ ಹೃದಯ ನೋವಿನಿಂದ ವಿಲಿವಿಲಿ ಒದ್ದಾಡಿತು.

ಭಾಸ್ಕರ ಮಡದಿಯನ್ನು ಒಂದು ಕೈಯಲ್ಲಿ ಬಳಸಿ ಧೈರ್ಯ ಹೇಳಿದ. ಈ ವಿಜ್ಞಾನಯುಗದಲ್ಲಿ ವಿಮಾನ ಪ್ರಯಾಣವನ್ನು ಕಂಡು ಹೆದರುವ ಮಡದಿಯನ್ನು ನೋಡಿ ಅವನಿಗೆ ನಗು ಬಂದರೂ 'ಪಾಪ ಅವಳು ಬೆಳೆದ ಪರಿಸರಕ್ಕೆ ಅನುಗುಣವಾಗಿದ್ದಾಳೆ' ಎಂದುಕೊಂಡ.

ಮೈಕ್ ಅನೌನ್ಸ್‌ಮೆಂಟ್ ಕೇಳಿದ ಕೂಡಲೇ ಸುಮನ್, ಗಿರಿಧರ ವಿಮಾನವನ್ನು ಹತ್ತಿ ಬೀಳ್ಕೊಡಲು ಬಂದವರಿಗೆ ಕೈಬೀಸಿ ಗಗನಸಖಿ ತೋರಿಸಿದ ಸೀಟುಗಳಲ್ಲಿ ಕುಳಿತರು. ಗಿರಿಧರ ಕಿಟಕಿಯಿಂದ ನೋಡಲು ಪ್ರಯತ್ನಪಟ್ಟ. ತಾಯಿಯ ನೆನಪಿನಿಂದ ಅವನ ಕಣ್ಣುಗಳಲ್ಲಿ ನೀರು ತುಂಬಿದ್ದರಿಂದ ಏನೂ ಕಾಣಲಿಲ್ಲ. ಮಡದಿಯ ಮುಂದೆ ಅವಹೇಳನಕ್ಕೆ ಗುರಿಯಾಗಲು ಇಷ್ಟಪಡದೇ ಮುಖ ಒರೆಸಿಕೊಳ್ಳುವ ನೆವದಲ್ಲಿ ಕಣ್ಣುಗಳನ್ನು ಒರೆಸಿಕೊಂಡು ಸರಿಯಾಗಿ ಕುಳಿತ.

ಗಿರಿಧರ ಮೊದಲ ಸಲ ವಿಮಾನ ಹತ್ತಿದ್ದರಿಂದ ಕುತೂಹಲದಿಂದ ಕಣ್ಣಾಡಿಸಿದ.

ವಿಮಾನ ಬಹಳ ದೊಡ್ಡದಾಗಿ ಕಾಣಿಸಿತು. ಎಲ್ಲ ಕಡೆಯಲ್ಲೂ ಕೆಂಪು ಬಣ್ಣದ ಕಾರ್ಪೆಟ್ ಹಾಸಿದ್ದರು. ಮೂರು ಮೂರು ಜನ ಕುಳಿತುಕೊಳ್ಳುವಂತೆ ಸೋಫಾಗಳನ್ನು ಜೋಡಿಸಿದ್ದರು. ಕಿಟಕಿ ಪಕ್ಕದಲ್ಲಿ ಸುಮನ್‌ಳ ಸೀಟು, ಅದರ ಪಕ್ಕದ್ದೇ ತನ್ನದು. ತನ್ನ ಪಕ್ಕದಲ್ಲಿ ಇಪ್ಪತ್ತೆರಡರ ಆಂಗ್ಲ ಯುವಕ ಯಾವುದೋ ಇಂಗ್ಲೀಷ್ ಮಾಸಪತ್ರಿಕೆ ಓದುತ್ತ ಕುಳಿತಿದ್ದಾನೆ. ಅವನ ಮುಖ ಸಹಜವಾಗಿದೆ. ಅವನಲ್ಲಿ ಯಾವ ಭಯ, ವೇದನೆ ಅಳುಕು ಇದ್ದ ಹಾಗೆ ಕಾಣಿಸಲಿಲ್ಲ.

ಗಿರಿಧರನಿಗೆ ನಗು ಬಂತು. ತನಗಂತೂ ವಿಮಾನ ಪ್ರಯಾಣ ಹೊಸದಿರಬಹುದು. ಅವರಿಗೆ ಅದು ಬಸ್ಸಿನಲ್ಲಿ ಓಡಾಡಿದಷ್ಟು ಸಹಜವಾದುದ್ದಾಗಿರಬೇಕು. ಈಗ ಸುಮನ್ ಸಹ ಯಾವ ಭಯ, ಅಳುಕು ಇಲ್ಲದೇ ಕುಳಿತಿಲ್ಲವಾ! ಅವಳು ಹತ್ತಾರು ಬಾರಿ ವಿಮಾನ ಪ್ರಯಾಣ ಮಾಡಿದವಳು. ಅವಳ ಧೈರ್ಯ ತನಗೆ ಹೇಗೆ ಬರಬೇಕು?

ಅಷ್ಟರಲ್ಲಿ ಇವನ ಯೋಚನೆಗೆ ಕಡಿವಾಣ ಹಾಕುವಂತೆ ವಿಮಾನದಲ್ಲಿ ಮೈಕ್‌ನಲ್ಲಿ ಹೇಳಿದ ಮಾತುಗಳು ಕೇಳಿಸಿದವು. ಎಲ್ಲರು ಬಹಳ ನಿಶ್ಶಬ್ದದಿಂದ ಆ ಮಾತುಗಳನ್ನು ಕೇಳಿಸಿಕೊಂಡರು. ಎಲ್ಲರೂ ಸೀಟ್ ಬೆಲ್ಟ್‌ಗಳನ್ನು ಕಟ್ಟಿಕೊಂಡರು. ಸುಮನ್‌ಳನ್ನು ಗಿರಿಧರ ಜಾಣತನದಿಂದ ಗಮನಿಸಿ ತಾನೇ ಸೀಟ್ ಬೆಲ್ಟನ್ನು ಕಟ್ಟಿಕೊಂಡ "ನೋ ಸ್ಮೋಕಿಂಗ್" ಅನ್ನೋ ಅಕ್ಷರಗಳು ಕಾಣಿಸಿಕೊಂಡವು. ಗಗನಸಖಿ ಬಂದು ವಿಪತ್ತು

ಸಮಯದಲ್ಲಿ ಹೇಗೆ ನಡೆದುಕೊಳ್ಳಬೇಕು ಎನ್ನುವುದನ್ನು ತಿಳಿಸಿದಳು.

ವಿಮಾನ ಸ್ವಲ್ಪ ಹೊತ್ತು ರನ್‌ವೇ ಮೇಲೆ ಸಾಗಿ ಮರುಕ್ಷಣವೇ ವೇಗದಿಂದ ಮೇಲಕ್ಕೆದ್ದು ಕ್ರಮೇಣವಾಗಿ ಮೇಲುಮೇಲಕ್ಕೆ ಹೋಯಿತು.

ಸುಮನ್ ಏನೋ ಹೇಳುತ್ತಿದ್ದಳು. ಆ ಸಮಯದಲ್ಲಿ ಗಿರಿಧರನಿಗೇನೂ ಕೇಳಿಸಲಿಲ್ಲ. ಗಿರಿಧರನಿಗೆ ಪ್ರಯಾಣ ಸಂತೋಷವಾಗಿ ಅದ್ಭುತವಾಗಿ, ಭಯವಾಗಿ ಕಾಣಿಸಿತು.

ಒಬ್ಬ ಗಗನಸಖಿ ಒಂದು ಟ್ರೈನಲ್ಲಿ ಚಾಕಲೇಟ್ಸ್, ಅಡಿಕೆ ಪೊಟ್ಟಣಗಳನ್ನು ತೆಗೆದುಕೊಂಡು ಬಂದಳು. ಗಿರಿಧರ ಈಗಲೂ ಮಡದಿಯನ್ನು ಅನುಸರಿಸಿ ಚಾಕಲೇಟ್ ತೆಗೆದುಕೊಂಡು ಅದರ ಮೇಲಿನ ಪೇಪರ್ ತೆಗೆದು ಬಾಯಿಗೆ ಹಾಕಿಕೊಂಡ.

ಕ್ರಮವಾಗಿ ವಿಮಾನದ 'ಬಂಪ್ಸ್' ಕಡಿಮೆಯಾಗಿ ನೇರವಾಗಿ ಹೊರಟಿತು. ಸುಮನ್ ಮ್ಯಾಗಜೈನ್ ನೋಡುವುದರಲ್ಲಿ ಮಗ್ನಳಾಗಿದ್ದಳು. ಗಿರಿಧರ ಕಿಟಕಿಯ ಮೂಲಕ ಹೊರಗೆ ನೋಡಿದ. ಬಿಳಿಯ ಹತ್ತಿ ರಾಶಿ ರಾಶಿ ಗುಡ್ಡೆಯಾಗಿ ಕಾಣಿಸಿತು. ಅದು ಮಬ್ಬುಮಬ್ಬಾಗಿತ್ತು. ಈ ದೃಶ್ಯ ಅವನ ಕಣ್ಣಿಗೆ ಬಹಳ ಅಪ್ಯಾಯಮಾನವಾಗಿತ್ತು. ಅವರಿವರ ಸಹಾಯ ಪಡೆದು ಓದಿದ ಗಿರಿಧರನೇನಾ ಇಲ್ಲಿರುವುದು? ಇದು ಕನಸಾ, ಇಲ್ಲ ನಿಜವಾ? ತಾನೆಂದೂ ವಿಮಾನ ಹತ್ತುವ ಕನಸನ್ನೂ ಸಹ ಕಂಡಿರಲಿಲ್ಲ. ಇದಕ್ಕೆಲ್ಲ ಮೂಲ ಕಾರಣಳಾದ ಮಡದಿಯನ್ನು ಮೆಚ್ಚಿಗೆಯಿಂದ ನೋಡಿದ. ಇದುವರೆಗೂ ಅನುಭವಿಸಿದ ವೇದನೆಯಲ್ಲ ಮರೆತುಬಿಟ್ಟ.

ಇದ್ದಕ್ಕಿದ್ದ ಹಾಗೆ ಗಿರಿಧರನ ಸಂತೋಷ ಜರ್ರನೆ ಇಳಿದುಹೋಯಿತು. ಅವನ ಮನಸ್ಸು ತಾಯಿನಾಡಿಗಾಗಿ ಹಂಬಲಿಸಿತು. ಅಬ್ಬ, ತಾನೇಕೆ ಒಪ್ಪಿ ಹೊರಟೆ? ವಿಮಾನ ಮುಂದು ಮುಂದು ಸಾಗುತ್ತಿದ್ದರೆ ಅವನ ಮನಸ್ಸು ಭಾರತದ ಕಡೆ ಹಾರುತ್ತಿತ್ತು.

"ನೀವೇನು ತಗೋತೀರಿ? ಕಾಫೀನಾ–ಟೀನಾ?" ಗಗನಸಖಿ ಮೃದುವಾದ ಸ್ವರದಲ್ಲಿ ಬಂದು ಕೇಳಿದಳು.

ಗಿರಿಧರನಿಗೆ ಥಟ್ಟನೆ ಏನೂ ಹೇಳಲಾಗಲಿಲ್ಲ. ಸುಮನ್ ಗಂಡನ ಕಡೆ ತಿರುಗಿ "ಹೌ ಎಬೌಟ್ ಕಾಫೀ?" ಎಂದು ಕೇಳಿದಳು.

ಗಿರಿಧರ ಸರಿ ಎನ್ನುವಂತೆ ತಲೆಯಾಡಿಸಿದ.

ಗಗನಸಖಿ ತಂದುಕೊಟ್ಟ ಕಾಫಿಯನ್ನು ಇಬ್ಬರೂ ಕುಡಿದರು. ಅವರ ಪಕ್ಕ ಕುಳಿತ ಆಂಗ್ಲ ಯುವಕ ಟೀ ತರಿಸಿಕೊಂಡು ಕುಡಿದ.

ಪಕ್ಕದಲ್ಲಿ ಕುಳಿತಿದ್ದ ಯುವಕ ಗಿರಿಧರನ ಕಡೆ ನೋಡಿದ. ಅಮೇರಿಕನ್ನರು ಸಹಜವಾಗಿ ವಾಚಾಳಿಗಳು. ಇಷ್ಟೊತ್ತು ಮಾತನಾಡದೇ ಕುಳಿತ ಅವನಿಗೆ ಬೇಸರವಾಗಿಹೋಗಿತ್ತು. ಗಿರಿಧರನ ಮುಖದಲ್ಲಿದ್ದ ಮುಗ್ಧತೆ ಅವನನ್ನು ಆಕರ್ಷಿಸಿತು. ಆದರೆ ಸುಮನ್‌ಳನ್ನು ನೋಡಿ ಅವನಿಗೇನೂ ಅನ್ನಿಸಲಿಲ್ಲ. ಪಾಶ್ಚಾತ್ಯ ಸಂಸ್ಕೃತಿಗೆ ಮರುಳಾಗಿ ತನ್ನತನವನ್ನೇ ಕಳೆದುಕೊಂಡ ಎಷ್ಟೋ ಜನ ಭಾರತೀಯ ತರುಣಿಯರಲ್ಲಿ

ಅವಳೂ ಒಬ್ಬಳಾಗಿದ್ದಳು.

ಅಮೇರಿಕನ್ ಯುವಕ ಗಿರಿಧರನ ಚಡಪಡಿಕೆಯನ್ನು ಗುರ್ತಿಸಿ ಇದೇ ಮೊದಲ ಸಲ ತನ್ನ ದೇಶಬಿಟ್ಟು ವಿದೇಶಕ್ಕೆ ಬರುತ್ತಿರುವುದು ಎಂಬ ಅಂಶವನ್ನು ಊಹಿಸಿಕೊಂಡ.

"ಇದೇ ಮೊದಲ ಸಾರಿ ಇರಬೇಕು. ನೀವು ವಿದೇಶಕ್ಕೆ ಬರ್‍ತಾ ಇರೋದು ಅಂತ ನನ್ನ ಊಹೆ" ಎಂದ ಗಿರಿಧರನ ಮುಖ ನೋಡುತ್ತ ಆ ಅಮೇರಿಕನ್ ಯುವಕ.

ಆ ಯುವಕನ ಇಂಗ್ಲೀಷ್ ಉಚ್ಚಾರಣೆಗೂ ಭಾರತೀಯರ ಇಂಗ್ಲೀಷ್ ಉಚ್ಚಾರಣೆಗೂ ಸ್ವಲ್ಪ ವ್ಯತ್ಯಾಸವಿದ್ದ ಹಾಗೆ ಕಾಣಿಸಿತು ಗಿರಿಧರನಿಗೆ.

"ಹೌದು" ಎಂದ ಗಿರಿಧರ.

"ಎಲ್ಲಿಗೆ ನಿಮ್ಮ ಪ್ರಯಾಣ?"

"ನ್ಯೂಯಾರ್ಕ್....." ಎಂದ ಸ್ವಲ್ಪ ಮೈ ಚಳಿ ಬಿಟ್ಟವನಂತೆ. ಅಲ್ಲಿರುವ ರಾಖಿ, ಅವಳ ಗಂಡನ ವಿಷಯ ಚುಟುಕಾಗಿ ಹೇಳಿದ.

"ವೆರಿಗುಡ್, ನಂದೂ ನ್ಯೂಯಾರ್ಕ್, ಆದ್ದರಿಂದ ನಾವು ಕೆಲವು ಗಂಟೆಗಳು ಜೊತೆ ಪ್ರಯಾಣಿಕರು, ನಮ್ಮ ನಮ್ಮ ಪರಿಚಯ ಮಾಡಿಕೊಳ್ಳುವುದು ಒಳ್ಳೆಯದು ಅಂತ ಕಾಣಿಸುತ್ತೆ. ನಾನೊಬ್ಬ ಕಲಾಕಾರ, ಭಾರತದ ಶಿಲ್ಪ ಸೌಂದರ್ಯವನ್ನು ಸಂದರ್ಶಿಸಲು ಹೋಗಿದ್ದೆ" ಎಂದವನು ಅಲ್ಲಿನ ಶಿಲ್ಪಕಲಾ ವೈಭವವನ್ನು ಮನಸಾರೆ ಹೊಗಳಿದ.

ಸುಮನ್ ಸಹ ಇವರುಗಳ ಮಾತಿನಲ್ಲಿ ಬೆರೆತಳು. ಯುವಕ ಜಾನ್ಸನ್ ಭಾರತದ ಸಂಸ್ಕೃತಿ, ಅಲ್ಲಿನವರ ನಂಬಿಕೆಯನ್ನು ಬಾಯಿ ತುಂಬ ಹೊಗಳಿದರೆ ಸುಮನ್ ಮುಖ ತಿರುಗಿಸಿದಳು. ಅವನ ಮಾತುಗಳು ತೀರಾ ಅತಿಶಯೋಕ್ತಿಯಾಗಿ ಕಾಣಿಸಿದವು ಅವಳಿಗೆ. ಆದರೆ ಗಿರಿಧರ್ ಅಭಿಮಾನಗೊಂಡ. ತನ್ನ ದೇಶವನ್ನು ಮುಚ್ಚುಮರೆ ಇಲ್ಲದೆ ಹೊಗಳುವ ಅಮೆರಿಕನ್ ತರುಣನನ್ನು ತುಂಬ ಮೆಚ್ಚಿಕೊಂಡ ಗಿರಿಧರ್.

ಆ ಯುವಕ ಜಾನ್ಸನ್ ಸುಮನಳನ್ನು ಉದ್ದೇಶಿಸಿ ಹೇಳಿದ.

"ನಿಮ್ಮ ದೇಶದ ಬಗ್ಗೆ ನೀವೇ ಬೇಸರಪಡೋ ಹಾಗೆ ಕಾಣಿಸುತ್ತೆ."

ಸುಮನ್ ಉದಾಸೀನವಾಗಿ ತಲೆಯಾಡಿಸಿದಳು. ಮಡದಿಯ ಪ್ರವೃತ್ತಿ ಗಿರಿಧರನಿಗೆ ಬೇಸರ ತರಿಸಿತು.

"ಎಷ್ಟು ಫ್ರಾಂಕ್ ಆಗಿ ತಲೆಯಾಡಿಸಿಬಿಟ್ಟಿರಿ!" ಎಂದ ಮುಗುಳುನಗು ಚೆಲ್ಲುತ್ತ ಜಾನ್ಸನ್.

ಅಷ್ಟರಲ್ಲಿ ಗಗನಸಖಿ ಊಟದ ತಟ್ಟೆಗಳೊಂದಿಗೆ ಬಂದಳು. ಜಾನ್ಸನ್ ತನ್ನ ಮುಂದಿನ ಸೀಟಿನ ಹಿಂಭಾಗದಲ್ಲಿದ್ದ 'ಫ್ಲಾಂಕ'ನ್ನು ಹೊರಗೆ ಎಳೆದ, ಗಿರಿಧರನ ಮುಂದಿನ ಸೀಟಿನಲ್ಲಿದ್ದ ಫ್ಲಾಂಕನ್ನು ಸಹ ತಾನೇ ಹೊರಗೆ ಎಳೆದು ಸುಮನ್ ಒಂದು

ರೀತಿಯಲ್ಲಿ ಗಂಡನನ್ನು ನೋಡಿದಳು. ಅದರಲ್ಲಿ ಅವಹೇಳನವಿದ್ದುದ್ದನ್ನು ಗಿರಿಧರ ಗಮನಿಸದೇ ಹೋಗಲಿಲ್ಲ. ಅವನ ರೀತಿ ನೀತಿ ಮಾತುಕತೆಗಳೊಂದೂ ಸುಮನ್‌ಳಿಗೆ ಮೆಚ್ಚಿಕೆಯಾಗಿರಲಿಲ್ಲ.

ಜಾನ್ಸನ್ ಆತ್ಮೀಯ ಗೆಳೆಯನಂತೆ ಗಿರಿಧರನ ಜೊತೆ ಹರಟುತ್ತ ಊಟ ಮಾಡಿದ. ಯಾಕೋ ಗಿರಿಧರನಿಗೆ ಸರಿಯಾಗಿ ಊಟ ಸೇರಲಿಲ್ಲ. ಮದುವೆಯಾದಾಗಿನಿಂದ ಅವನು ಒಂದಲ್ಲ ಒಂದು ರೀತಿ ಮಡದಿಯ ಮುಂದೆ ಅವಹೇಳನಕ್ಕೆ ಗುರಿಯಾಗಬೇಕಾಗಿತ್ತು. ಗಂಡನ ಎಲ್ಲ ನಡತೆಯ ಬಗೆಗೂ ಕೈತೋರಿಸಿ ಹಾಸ್ಯ ಮಾಡುತ್ತಿದ್ದಳು ಸುಮನ್. ಅದನ್ನೆಲ್ಲ ಬಹಳ ಸಹನೆಯಿಂದ ಸಹಿಸುತ್ತಿದ್ದ ಗಿರಿಧರ್.

ವಿಮಾನ ನ್ಯೂಯಾರ್ಕ್ ತಲುಪುವ ವೇಳೆಗೆ ಗಿರಿಧರ ತುಂಬ ಸುಸ್ತಾದವನಂತೆ ಕಾಣಿಸಿದ. ಅಲ್ಲಿ ಊಟನೂ ಸೇರಿರಲಿಲ್ಲ. ನಿದ್ದೇನೂ ಬರಲಿಲ್ಲ. ಒಂದು ರೀತಿಯ ಜಡತ್ವ ಅವನನ್ನು ಆವರಿಸಿಬಿಟ್ಟಿತ್ತು. ಘಳಿಗೆಗೊಮ್ಮೆ ಮಡದಿ ಬೀರುವ ಮೊನಚು ನೋಟ ಅವನನ್ನು ಬಹಳಮಟ್ಟಿಗೆ ಗಾಸಿಗೊಳಿಸಿತ್ತು. ಜಾನ್ಸನ್ ಜೊತೆಗಿನ ಮಾತುಕತೆಗಳು ಇಲ್ಲದಿದ್ದರೇ ಅವನು ತೀರಾ ಮಂಕಾಗಿಬಿಡುತ್ತಿದ್ದನೇನೋ.

ಜಾನ್ಸನ್ ಇವರಿಬ್ಬರನ್ನು ಹಾರ್ದಿಕವಾಗಿ ಬೀಳ್ಕೊಂಡು ಮೊದಲು ತನ್ನ ವಿಸಿಟಿಂಗ್ ಕಾರ್ಡ್ ಕೊಟ್ಟು "ಭಾರತೀಯ ಸ್ನೇಹಿತರೇ, ನೀವು ಸ್ವದೇಶಕ್ಕೆ ಮರಳುವ ಮೊದಲು ಬಂದು ನಮ್ಮ ಅತಿಥಿ ಸತ್ಕಾರ ಸ್ವೀಕರಿಸಿ" ಎಂದ ವಿನಯದಿಂದ.

ಯಾವುದೋ ಮೋಡಿಗೆ ಒಳಗಾದವನಂತೆ ಗಿರಿಧರ ಎರಡು ಕೈ ಜೋಡಿಸಿ 'ನಮಸ್ತೆ' ಹೇಳಿದ.

"ಇದು ಟಿಪಿಕಲ್ ಇಂಡಿಯನ್ ಪದ್ಧತಿಯಲ್ಲವೇ? ನಾನು ತುಂಬ ಇಷ್ಟಪಡ್ತೀನಿ ನಿಮ್ಮ ಪದ್ಧತಿಗಳನ್ನು" ಎಂದು ಮತ್ತೊಮ್ಮೆ ಕೈ ಕುಲುಕಿ ಬೀಳ್ಕೊಟ್ಟ.

ಜಾನ್ಸನ್ ಮರೆಯಾಗುತ್ತಲೇ ಸುಮನ್ ಗಂಡನನ್ನು ಆಕ್ಷೇಪಿಸಿದಳು.

"ನಿಮ್ಮ ಸಿಲ್ಲಿ ಮಾತು, ನಡತೆ ನೋಡಿದರೆ ಯಾರಾದರೂ ಹೆಡ್ಡ ಭಾರತೀಯನೆಂದು ಗುರ್ತಿಸಿಯಾರು! ಇದು ಅಮೇರಿಕಾ ಅನ್ನೋದನ್ನು ಅರಿತು ನಿಮ್ಮ ನಡವಳಿಕೆಗಳನ್ನು ಬದಲಾಯಿಸಿಕೊಳ್ಳಿ."

ಇಳಿಯುತ್ತಿದ್ದ ಪ್ರಯಾಣಿಕರಿಗೆ ಗಗನಸಖಿ "ಥ್ಯಾಂಕ್‌ಯು ಅಂಡ್ ಗುಡ್ ಬೈ" ಹೇಳುತ್ತಿದ್ದಳು.

ಸುಮನ್ ಅಕ್ಕ ರಾಖಿ ಮತ್ತು ಅವಳ ಗಂಡ ನವೀನ್‌ಚಂದ್ ಗಾಂಗ್‌ವೇ ಹತ್ತಿರ ನಿಂತಿದ್ದರು.

ಇವರಿಬ್ಬರನ್ನು ಬಂದು ಎದುರುಗೊಂಡು "ಪ್ರಯಾಣ ಸುಖವಾಗಿತ್ತ" ಎಂದು ಪ್ರಶ್ನಿಸಿದರು.

"ನಡೀರಿ, ಮೊದಲು ಲಗೇಜ್ ಪಿಕಪ್ ಮಾಡಿಕೊಳ್ಳೋಣ" ಎಂದರು ನವೀನ್‌ಚಂದ್.

ಹಿಂದೆ ರಾಖಿನ ಮದುವೆಯಲ್ಲಿ ನೋಡಿದ್ದರೂ ಸರಿಯಾಗಿ ನೋಡಿರಲಿಲ್ಲ ಗಿರಿಧರ್. ಅವಳು ಅಷ್ಟೇನು ರೂಪವತಿಯಲ್ಲ. ಸಾಮಾನ್ಯ ಮುಖದ, ಸಾಮಾನ್ಯ ಮೈಕಟ್ಟಿನ ಯುವತಿ. ಆದರೆ ಮೇಕಪ್‌ನಿಂದ ರೂಪವತಿಯ ಹಾಗೆ ಕಾಣಿಸುತ್ತಿದ್ದಳು.

ಸುಮನ್, ರಾಖಿ, ನವೀನ್‌ಚಂದ್ ನಗುನಗುತ್ತ ಏನೇನೋ ಮಾತನಾಡುತ್ತಿದ್ದರು. ಗಿರಿಧರನಿಗೇನೂ ಮಾತನಾಡಬೇಕೆನ್ನಿಸಲಿಲ್ಲ. ಆ ಪರಿಸ್ಥಿತಿಯಲ್ಲಿ ಮಾತನಾಡ ಬೇಕೆಂದಿದ್ದರೂ ಅವನ ಬಾಯಿಂದ ಮಾತುಗಳು ಹೊರಬೀಳುತ್ತಿರಲಿಲ್ಲವೇನೋ!

ನವೀನ್‌ಚಂದ್ ಗಿರಿಧರನ ಕಡೆ ತಿರುಗಿದ. ಅವನಿಗೆ ತನ್ನ ತಪ್ಪಿನ ಅರಿವಾಯಿತೇನೋ, ಗಿರಿಧರನ ಎರಡು ಕೈಗಳನ್ನು ಹಿಡಿದು ಕ್ಷಮಾಪಣೆ ಕೇಳಿ ಆತ್ಮೀಯವಾಗಿ ಮಾತನಾಡಿಸಿದ.

ಸಾಮಾನುಗಳನ್ನು ತೆಗೆದುಕೊಂಡು ಕಾರು ಪಾರ್ಕ್ ಮಾಡಿದ್ದ ಸ್ಥಳಕ್ಕೆ ನಡೆದರು ಎಲ್ಲ. ಡ್ರೈವರಿನ ಸೀಟಿನಲ್ಲಿ ರಾಖೀ, ನವೀನ್‌ಚಂದ್ ಕುಳಿತರು. ಹಿಂದಿನ ಸೀಟಿನಲ್ಲಿ ಗಿರಿಧರ, ಸುಮನ್ ಕುಳಿತರು.

ಕಾರು ಮುಂದೆ ಸಾಗಿತು. ರಸ್ತೆಗಳಲ್ಲಿ ಜನಕ್ಕಿಂತ ಹೆಚ್ಚಾಗಿ ಕಾರುಗಳು ಕಾಣಿಸಿದವು ಗಿರಿಧರನಿಗೆ. ಗಿರಿಧರ ಕಣ್ಣರಳಿಸಿ ನೋಡಿದರೆ ಸುಮನ್ ಸಹಜ ನೋಟ ಬೀರುತ್ತ ಕುಳಿತಿದ್ದಳು.

ಕಾರು ಆರಂತಸ್ತಿನ ದೊಡ್ಡ ಬಂಗಲೆಯ ಮುಂದೆ ನಿಂತಿತು. ನವೀನ್‌ಚಂದ್ ಮೊದಲು ಇಳಿದು ಕಾರಿನ ಡೋರ್ ತೆಗೆದು ಹಿಡಿದುಕೊಂಡು ನಿಂತ. ಎಲ್ಲರೂ ಇಳಿದರು ಮೊದಲು ರಾಖಿ ಒಳಗೆ ನಡೆದಳು. ಅವಳ ಹಿಂದೆ ಸುಮನ್ ಗಿರಿಧರ್ ನಡೆದರು. ಅದು ಆ ಕಟ್ಟಡದ ಲಾಬಿ, ಅದು ಸೋಫಾ ಸೆಟ್, ಕಾರ್ಪೆಟ್, ಟೆಲಿವಿಷನ್‌ನಿಂದ ಸುಸಜ್ಜಿತವಾಗಿತ್ತು. ಆ ಕಟ್ಟಡದಲ್ಲಿರುವವರಿಗೆಲ್ಲ ಅದು ಮನರಂಜನೆಯ ಸ್ಥಳ. ಅದರ ಪಕ್ಕದಲ್ಲಿದ್ದ ವರಾಂಡದೊಳಕ್ಕೆ ಹೊರಟ ರಾಖಿ ಗೋಡೆಯಲ್ಲಿದ್ದ ಸ್ವಿಚ್ ಒತ್ತಿದಳು. ಆಟೋಮ್ಯಾಟಿಕ್ ಲಿಫ್ಟ್ ಬಂದುನಿಂತು ಬಾಗಿಲು ತೆರೆಯಿತು.

ಲಿಫ್ಟ್ ಹೋಗಿ ನಾಲ್ಕನೇ ಅಂತಸ್ತಿನಲ್ಲಿ ನಿಂತಾಗ ಎಲ್ಲರೂ ಇಳಿದರು. ರಾಖಿ ಮುಂದೆ ವರಾಂಡದಲ್ಲಿ ಹಾದುಹೋಗಿ ಬೀಗ ಹಾಕಿದ್ದ ಬಾಗಿಲನ್ನು ತೆಗೆದಳು. ಎಲ್ಲರೂ ಒಳಗೆ ಹೋದ ಮೇಲೆ ಕಡೆಯಲ್ಲಿ ಬಂದ ನವೀನ್‌ಚಂದ್ ಬಾಗಿಲು ಮುಚ್ಚಿದರು.

ನವೀನ್‌ಚಂದ್ ಸೋಫಾ ತೋರಿಸಿ ಕುಳಿತುಕೊಳ್ಳುವಂತೆ ಗಿರಿಧರನಿಗೆ ಹೇಳಿದ. ಸುಮನ್‌ಗೆ ಹೇಳಬೇಕಾದ ಅವಶ್ಯಕತೆ ಇರಲಿಲ್ಲ ಅವಳು ಆಗಲೇ ಕುಳಿತು ಸೋಫಾಕ್ಕೆ ತಲೆಯಾನಿಸಿ ಕಣ್ಣುಮುಚ್ಚಿದ್ದಳು.

ಅಡಿಗೆಯ ಕೊಠಡಿಗೆ ಹೋಗಿದ್ದ ರಾಖಿ ಒಂದು ಬಾಟಲು, ನಾಲ್ಕು ಗಾಜಿನ ಗ್ಲಾಸ್‌ಗಳ ಸಮೇತ ಬಂದಳು ಸೋಫಾದಲ್ಲಿ ಕುಳಿತು ಎಲ್ಲ ಗ್ಲಾಸ್‌ಗಳಿಗೂ ಬಗ್ಗಿಸಿದಳು.

ತಕ್ಷಣ ಸುಮನ್ ಗ್ಲಾಸ್ ತೆಗೆದುಕೊಂಡಳು. ಸಾವಕಾಶವಾಗಿ ನವೀನ್‌ಚಂದ್ ತೆಗೆದುಕೊಂಡ. ರಾಖಿನೂ ತೆಗೆದುಕೊಂಡಳು. ಕಡೆಗೇ ಉಳಿದಿದ್ದು ಒಂದು ಗ್ಲಾಸ್, ಗಿರಿಧರ ಕೈಹಾಕಲೇ ಇಲ್ಲ.

"ಮಿಸ್ಟರ್ ಗಿರಿಧರ್, ತಗೊಳ್ಳಿ, ಸ್ವಲ್ಪ ಹೊತ್ತಿಗೆಲ್ಲ ನಿಮ್ಮ ಪ್ರಯಾಣದ ಆಯಾಸವೆಲ್ಲ ಕರಗಿಹೋಗಿ ಉತ್ಸಾಹ ತುಂಬುತ್ತೆ" ಎಂದ ನವೀನ್‌ಚಂದ್.

ಗಿರಿಧರ ಇಲ್ಲದ ರಾದ್ಧಾಂತವೇಕೆ ಕುಡಿದುಬಿಡೋಣ ಎಂದುಕೊಂಡ. ಆದರೆ ಸಾಧ್ಯವಾಗಲೇ ಇಲ್ಲ. ಅವನ ಒಲ್ಲದ ಮನಸ್ಸು ಅವನ ಕೈಮೇಲೆ ಪ್ರಭುತ್ವ ಸ್ಥಾಪಿಸಿತ್ತು.

ಗಿರಿಧರ ಬೇಡವೆನ್ನುವಂತೆ ತಲೆಯಾಡಿಸಿದ.

"ಇದು ಭಾರತದಲ್ಲಿರೋ ನಿಮ್ಮ ಅಗ್ರಹಾರವಲ್ಲ; ಇಲ್ಲಿಗೆ ಬಂದ ಮೇಲೆ ಇಲ್ಲಿನ ರೀತಿ ನೀತಿಗಳನ್ನು ಅನುಸರಿಸೋದು ಬಿಟ್ಟು ಪೆದ್ದುಪೆದ್ದಾಗಿ ಆಡಬೇಡಿ" ಎಂದಳು ಗ್ಲಾಸ್ ಖಾಲಿ ಮಾಡಿ ಇಟ್ಟ ಸುಮನ್.

ಗಿರಿಧರ ಸಂಕೋಚದಿಂದ ಕುಗ್ಗಿಹೋದ. ಹಿಂದೆಂದೂ ಇಲ್ಲದ ಹಟ ಇಂದು ಅವನಲ್ಲಿ ಮನೆ ಮಾಡಿತ್ತು.

ನವೀನ್‌ಚಂದ್ ಕಡೆ ನೋಡುತ್ತ ಗಿರಿಧರ್ "ಸಾರಿ! ನನ್ನ ಬಲವಂತ ಮಾಡಬೇಡಿ, ಸ್ನಾನ ಮಾಡಿದರೆ ಸಾಕು, ಪ್ರಯಾಣದ ಆಯಾಸವೆಲ್ಲ ಪರಿಹಾರವಾಗಿಬಿಡುತ್ತೆ" ಎಂದ.

ನವೀನ್‌ಚಂದ್‌ಗೆ ಒಂದು ರೀತಿಯ ಅಭಿಮಾನವುಂಟಾಯಿತು. ಗಿರಿಧರನ ಮೇಲೆ "ಸರಿ, ನಿಮ್ಮಿಷ್ಟ" ಎಂದ ನಗುತ್ತ.

ರಾಖಿ ಒಂದು ವಿಧವಾಗಿ ಗಿರಿಧರನ ಕಡೇ ನೋಡಿ ಎದ್ದು ಹೋದಳು.

ನವೀನ್‌ಚಂದ್, ಗಿರಿಧರನನ್ನು ಕರೆದೊಯ್ದು ಬಾತ್‌ರೂಂ ತೋರಿಸಿ ಟಬ್‌ನಲ್ಲಿ ಪಂಪು ತಿರುವಿ "ನೀರಿನ ಟೆಂಪರೇಚರ್ ಅಡ್ಜಸ್ಟ್ ಮಾಡ್ಕೋಬಹುದು" ಎಂದ.

"ದಯವಿಟ್ಟು ನಿಮ್ಮಿಂದ ಒಂದು ಉಪಕಾರ ಆಗಬೇಕಲ್ಲ. ನಾವು ಕ್ಷೇಮವಾಗಿ ತಲುಪಿದ್ದೇವೆ ಎಂದು ಬೆಂಗಳೂರಿನಲ್ಲಿರೋ ನಮ್ಮ ಭಾವನಿಗೆ ಟೆಲಿಗ್ರಾಮ್ ಮಾಡಬೇಕು, ಅವರು ನಮ್ಮ ತಾಯಿಗೆ ತಿಳಿಸ್ತಾರೆ" ಎಂದ ಸಂಕೋಚಿಸುತ್ತ ಗಿರಿಧರ.

ನವೀನಚಂದ್ ಆತ್ಮೀಯತೆಯಿಂದ ಗಿರಿಧರನ ಭುಜದ ಮೇಲೆ ತಟ್ಟಿ "ಈಗಲೇ ಮಾಡ್ತೀನಿ" ಎಂದು ಅಡ್ರಸ್ ತೆಗೆದುಕೊಂಡ.

ಜೀವನದಲ್ಲಿ ಮೊದಲ ಬಾರಿ ತೊಟ್ಟಿಯ ಸ್ನಾನ ಮಾಡುವ ಸಂದರ್ಭ ಒದಗಿ ಬಂದಿತ್ತು ಗಿರಿಧರನ ಪಾಲಿಗೆ. ಹತ್ತು ನಿಮಿಷದಲ್ಲಿ ಸ್ನಾನ ಮುಗಿಸಬೇಕೆಂದು ಗಿರಿಧರ

ಬಂದ. ಅರ್ಧಗಂಟೆಯ ನಂತರ ಬಾತ್‌ರೂಮಿನಿಂದ ಹೊರಗೆ ಬಂದ ಅವನ ಮೈ, ಮನ ಉಲ್ಲಾಸಮಯವಾಗಿತ್ತು.

ಸುಮನ್ ಸ್ನಾನ ಮಾಡಿ ಬಂದ ಮೇಲೆ ಎಲ್ಲರೂ ಊಟಕ್ಕೆ ಕುಳಿತರು.

ಗಿರಿಧರ್ ಯೋಚಿಸುತ್ತಲೇ ಇದ್ದ. ನಿಜವಾಗಲೂ ತನಗೆ ಹೇಗೆ ಧೈರ್ಯ ಬಂತು ಸುಮನ್‌ಳ ಮಾತನ್ನು ತಳ್ಳಿಹಾಕುವಷ್ಟು.

ರಾಖಿ, ಸುಮನ್ ತಮ್ಮ ಮಾತು ಮತ್ತು ನಗುವಿನಲ್ಲಿ ಗಿರಿಧರನನ್ನು ಗಮನಿಸಲಿಲ್ಲ. ಆದರೆ ನವೀನ್‌ಚಂದ್ ಗಮನಿಸುತ್ತಲೇ ಇದ್ದ. ಗಿರಿಧರನ ಮುಖಭಾವದಿಂದಲೇ ಗುರ್ತಿಸಿದ. ಇಲ್ಲಿನ ಅಡಿಗೆ ಅವನಿಗೆ ರುಚಿಸಲಿಲ್ಲವೆಂದು.

ಗಿರಿಧರ್ ನವೀನ್‌ಚಂದ್ ತೋರಿಸಿದ ಕೋಣೆಗೆ ಹೋದ. ಆ ಬೆಡ್‌ರೂಮ್‌ನಲ್ಲಿ ಡಬ್ಬಲ್ ಕಾಟ್ ಮೇಲೆ ಡನ್‌ಲಪ್ ಹಾಸಿಗೆ ಹಾಸಿತ್ತು. ಹೋದವನೇ ಮಲಗಿಬಿಟ್ಟ. ಸುಮನ್‌ಳ ಮಾತು, ನಗು ಅವನ ಕೋಣೆಗೆ ಕೇಳಿಸುತ್ತಿತ್ತು. ಸುಮನ್‌ಳ ಮುಖ ಅವನ ಕಣ್ಮುಂದೆ ತೇಲಿತು. ಪಾಶ್ಚಾತ್ಯ ಪದ್ಧತಿಗಳ ಬಗ್ಗೆ ಸುಮನ್‌ಳಿಗೆ ಎಷ್ಟು ವ್ಯಾಮೋಹವಿದೆಯೋ ಅಷ್ಟೇ ಭಾರತೀಯ ಸಂಸ್ಕೃತಿಯನ್ನು ಹೀನವಾಗಿ ಕಾಣುತ್ತಾಳೆ. ತಾನೊಂದು ದೊಡ್ಡ ತಪ್ಪು ಮಾಡಿಬಿಟ್ಟೆ. ಇದು ಎಂದಿಗೂ ಸರಿಹೋಗದೇನೋ! ಎಂದೋ ಒಂದು ದಿನ ತಾನೇ ಇದಕ್ಕೆ ಬಲಿ ಎಂದುಕೊಂಡ.

ಸುಮನ್ ಕೋಣೆಯೊಳಕ್ಕೆ ಬಂದಾಗ ಗಿರಿಧರ ನಿದ್ದೆ ಬಂದವನಂತೆ ನಟಿಸಿದ. ತೀರಾ ಮಿನಿ ಉಡುಪಿನಲ್ಲಿ ಬಂದ ಸುಮನ್ ಗಿರಿಧರನನ್ನು ಬಳಸಿದಳು.

ರಾಖಿಯ ದೊಡ್ಡ ನಗುವಿನಲ್ಲಿ ಎಲ್ಲ ಮುಳುಗಿಹೋಯಿತು.

ಅಮೆರಿಕನ್ನರಿಗೆ ತಮ್ಮ ಬ್ರೌನ್ ಮೈ ಬಣ್ಣದ ಮೇಲೆ ಅಪಾರವಾದ ಅಭಿಮಾನ ಅದು ಕೆಡದಂತೆ ಬಹಳ ಮುಂಜಾಗರೂಕತೆ ವಹಿಸುತ್ತಾರೆ. ತುಂಬ ಬಿಸಿಲಿದ್ದ ಸಮಯದಲ್ಲಿ 'ಟ್ಯಾನಿಂಗ್ ಲೋಷನ್ಸ್' ಬೇರೆ ಬೇರೆ ಕ್ರೀಮ್‌ಗಳನ್ನು ಮೈಮುಖಕ್ಕೆಲ್ಲ ಬಳೆದುಕೊಂಡು ಸೂರ್ಯರಶ್ಮಿ ನೇರವಾಗಿ ಬೀಳುವಂತೆ ಲಾನ್‌ನಲ್ಲಿ ಮಲಗಿಕೊಳ್ಳುತ್ತಾರೆ.

ಹಾಗೆ ಬರೀ ಬಿಕಿನಿ ಧರಿಸಿ ಲಾನ್‌ನಲ್ಲಿ ಮಲಗಿದ್ದ ಸ್ತ್ರೀಯರನ್ನು ಅಪಾರ್ಟ್‌ಮೆಂಟ್ ಕಿಟಕಿಯಲ್ಲಿ ನೋಡಿ ಗಂಡಸಾದ ಗಿರಿಧರನೇ ನಾಚಿಕೊಂಡ. ಆದರೆ ಮಡದಿಯ ನೆನಪಿನಿಂದ ಸಂಕೋಚವನ್ನು ಬದಿಗೊತ್ತಿದ್ದ. ಎಷ್ಟೋ ದಿನ ಸುಮನ್‌ಳೇ ಬರೀ ಬಿಕಿನಿ ಮಾತ್ರ ಧರಿಸಿ ಎಸ್ಟೇಟೆಲ್ಲ ಅಡ್ಡಾಡಿದ್ದು ಉಂಟು. ಆ ದೇಶದಲ್ಲಿನ ಆ ನಡವಳಿಕೆಯನ್ನು ಯಾವ ಸಂಕೋಚವೂ ಇಲ್ಲದೇ ಅನುಸರಿಸುತ್ತಿರುವಾಗ ತಮ್ಮ ದೇಶದ ರೀತಿನೀತಿಗಳನ್ನು ಅನುಸರಿಸಿದರೇ ಅದು ದೊಡ್ಡ ತಪ್ಪೇ?

ಆಲೋಚನೆಯಲ್ಲಿದ್ದಾಗಲೇ ಕರೆಗಂಟೆ ಬಾರಿಸಿತು. ಎಲ್ಲೋ ಹೋಗಿದ್ದ ರಾಖಿ, ಸುಮನ್ ಇಬ್ಬರೂ ಒಟ್ಟಿಗೆ ಬಂದರು. ಅವರು ಬರೀ ಅಮೆರಿಕನ್ ಗೌನ್ ಧರಿಸಿದ್ದರು. ಅವರ ಎತ್ತರದ ಹಿಮ್ಮಡಿ ಪಾದರಕ್ಷೆಗಳು ಟಿಕಟಿಕ ಸದ್ದು ಮಾಡುತ್ತಿದ್ದವು. ನಡೆಯುವಾಗ

ಇಬ್ಬರ ಬಾಬ್ ಕೂದಲುಗಳು ಯಾವ ಬಂಧನಕ್ಕೂ ಒಳಗಾಗದೇ ತಮ್ಮದೇ ಆದ ಶೈಲಿಯಲ್ಲಿ ಹಾರಾಡುತ್ತಿದ್ದವು.

"ಮಿಸ್ಟರ್ ಗಿರಿ, ಯಾವುದಾದರೂ ಕಾಲ್ ಬಂದಿತ್ತಾ?" ಎಂದಳು ರಾಖಿ ಫೋನನ್ನು ಕೈಗೆ ತೆಗೆದುಕೊಳ್ಳುತ್ತ. ಆ ಮಾತಿನಲ್ಲಿ ಒಂದು ರೀತಿಯ ಅಮೆರಿಕನ್ ಮಾದರಿ ಮೋಡಿ ಇತ್ತು.

ಫೋನ್ ಮಾಡಿ ರಿಸೀವರನ್ನು ಯಥಾ ಸ್ಥಾನದಲ್ಲಿಟ್ಟ ರಾಖಿ ಗಿರಿಧರನ ಮುಖವನ್ನು ದಿಟ್ಟಿಸುತ್ತ ತಿಂದುಬಿಡುವಂತೆ ನೋಡಿದಳು. ಗಿರಿಧರನ ದೃಢವಾದ, ಬಲಿಷ್ಠವಾದ ಮೈಕಟ್ಟು ಅವಳನ್ನು ಬಹಳವಾಗಿ ಆಕರ್ಷಿಸಿತ್ತು.

"ಮಿಸ್ಟರ್ ಗಿರಿ, ನನ್ನ ಫ್ರೆಂಡ್ ಚಾರ್ಲೆನ್ಸ್ ನಿಮಗಾಗಿ ಒಂದು ಪಾರ್ಟಿ ಏರ್ಪಾಟು ಮಾಡಿದ್ದಾರೆ ಸಂಜೆ" ಎಂದಳು.

ಎರಡು ಕೈಗಳನ್ನು ಒಂದಕ್ಕೊಂದು ಜೋಡಿಸಿ ಬಿಗಿದು ನಿಂತಿದ್ದ. ಅದೊಂದು ಅಪೂರ್ವ ಭಂಗಿ ಎನ್ನಿಸಿತು ರಾಖಿಗೆ.

ಬುದ್ಧಿಜೀವಿ ನವೀನ್‌ಚಂದ್‌ರದು ಅಪರೂಪ ವ್ಯಕ್ತಿತ್ವ. ಒಂದು ವಿಚಿತ್ರ ರೀತಿಯಲ್ಲಿ ರಾಖಿಯೊಡ್ಡಿದ ಬಲೆಗೆ ಬಿದ್ದು ಅವಳನ್ನು ವಿವಾಹವಾಗಿ ಅಮೆರಿಕದಲ್ಲಿ ನೆಲೆಸಿದ್ದ. ಅವನ ತಾಯಿತಂದೆಯರು ಕಲ್ಕತ್ತದಲ್ಲಿದ್ದರು. ಮಗ ಅಮೆರಿಕದಲ್ಲಿ ಉಳಿಯಲಿ ಅನ್ನೋ ದೃಷ್ಟಿಯಿಂದ ವಿದೇಶಕ್ಕೆ ಕಳಿಸಿರಲಿಲ್ಲ, ನವೀನ್‌ಚಂದ್ ತಾಯಿತಂದೆಯರು. ಆದರೆ ಮಗ ಶಾಶ್ವತವಾಗಿ ಅಮೆರಿಕದಲ್ಲಿ ನಿಂತಾಗ ಅವರ ಗೋಳು ಹೇಳತೀರದು. ಎಲ್ಲವನ್ನು ಮೆಟ್ಟಿ ನವೀನ್‌ಚಂದ್‌ನನ್ನು ಅಮೆರಿಕಾದಲ್ಲಿ ಉಳಿಸಿಕೊಂಡಿದ್ದಳು ರಾಖಿ.

ನವೀನ್‌ಚಂದ್ ತಾಯಿತಂದೆಯರು ಮಗನ ಮದುವೆಯ ಬಗ್ಗೆ ಚಕಾರವೆತ್ತದೇ ಇಬ್ಬರೂ ಬಂದು ಇಲ್ಲೇ ನೆಲೆಸುವಂತೆ ಎಷ್ಟೋ ಪತ್ರಗಳನ್ನು ಬರೆದಿದ್ದರು. ಅಷ್ಟೇ ಅಲ್ಲದೇ ಇವನನ್ನು ಹೇಗಾದರೂ ಕರೆತರಲು ತಮ್ಮ ಅಳಿಯನನ್ನು ಕಳಿಸಿದರು. ಅದು ಯಾವುದೂ ಪ್ರಯೋಜನವಾಗಲಿಲ್ಲ. ಅಂದರೆ ನವೀನ್‌ಚಂದ್‌ಗೇನು ಅಷ್ಟೊಂದು ಅಮೆರಿಕಾದ ವ್ಯಾಮೋಹವಿರಲಿಲ್ಲ. ಆದರೆ ರಾಖಿ ಇಷ್ಟೊಂದು ಒಳ್ಳೆಯ ಕೆಲಸ, ಇಷ್ಟು ದೊಡ್ಡ ಸಂಬಳ, ಸುಖ ಸಂತೋಷಗಳನ್ನು ಬಿಟ್ಟು ಕಲ್ಕತ್ತೆಗೆ ಹೊರಡುವುದು ಮೂಢತನವೆಂದು ಆಗಾಗ ಗಂಡನ ಹೃದಯದಲ್ಲಿ ಏಳುತ್ತಿದ್ದ ಸ್ವದೇಶ ದಾಹವನ್ನು ಚಿವುಟಿಹಾಕುತ್ತಿದ್ದಳು.

ಸಂಜೆ ಎಲ್ಲರೂ ಚಾರ್ಲೆನ್ಸ್ ಮನೆ ಪಾರ್ಟಿಗೆ ಹೊರಟರು. ಅಲ್ಲಿ ಗಿರಿಧರನಿಗೊಂದು ಆಶ್ಚರ್ಯ ಕಾದಿತ್ತು. ಅಮೆರಿಕಾದಲ್ಲಿ ನೆಲೆಸಿರುವ ಭಾರತೀಯರೆಲ್ಲ ತಮ್ಮ ಸಂಸ್ಕೃತಿ ಮರೆತಿಲ್ಲ ಎನ್ನುವುದು ಮಾಧುರಿ ಅಶೋಕರನ್ನು ನೋಡಿದ ಮೇಲೆ ಗೊತ್ತಾಯಿತು.

ಮಾಧುರಿ ಲಂಗ ತೊಟ್ಟು ಅಷ್ಟು ಹೆಂಗಳೆಯರ ಮಧ್ಯೆ ಉಟ್ಟಿದ್ದು ಹಸಿರು ಧರ್ಮಾವರಂ ಸೀರೆ, ಅದಕ್ಕೊಪ್ಪುವ ಅದೇ ಬಣ್ಣದ ಬ್ಲೌಸ್, ನೀಳವಾದ ಜಡೆ,

ಅದರಲ್ಲಿ ಒಂದು ದೊಡ್ಡ ಗುಲಾಬಿ ಹೂ, ಮುಖದಲ್ಲಿ ಎದ್ದು ಕಾಣುವಂಥ ದುಂಡನೆಯ ಕುಂಕುಮ, ಕೊರಳಲ್ಲಿ ಎರಡೆಳೆ ಚಿನ್ನದ ಕರಿಮಣಿ ಸರ, ಕೈಗಳಲ್ಲಿ ನಾಲ್ಕು ನಾಲ್ಕು ಬಂಗಾರದ ಬಳೆ. ಅವಳು ಅಷ್ಟು ಜನರ ಮಧ್ಯೆ ಎದ್ದು ಕಾಣುತ್ತಿದ್ದಳು.

ಚಾರ್ಲ್ಸ್ ಕರೆದೊಯ್ದು ಎಲ್ಲರಿಗೂ ಗಿರಿಧರ, ಸುಮನ್‌ರನ್ನು ಪರಿಚಯ ಮಾಡಿಕೊಟ್ಟ. ಇನ್ನು ರಾಖಿ ನವೀನ್‌ಚಂದ್ ಎಲ್ಲರಿಗೂ ಪರಿಚಯದವರೇ. ಅವರನ್ನು ಯಾರಿಗೂ ಪರಿಚಯ ಮಾಡಿಕೊಡಬೇಕಾದ ಅಗತ್ಯವಿಲ್ಲ.

ಸುಮನ್ ಮನೆಯಿಂದ ಬರುವಾಗಲೇ ಗಿರಿಧರನಿಗೆ ಪಾರ್ಟಿ ರೀತಿ, ನೀತಿಗಳನ್ನು ವಿವರಿಸಿ ಹೇಗೆ ನಡೆದುಕೊಳ್ಳಬೇಕೆಂದು ತಿಳಿಸಿ ಹೇಳಿದ್ದಳು. ಅಲ್ಲಿ ಹ್ಞೂಗುಟ್ಟಿದ್ದರೂ ಗಿರಿಧರನ ಕೈಯಲ್ಲಿ ಹಾಗೆ ನಡೆದುಕೊಳ್ಳುವುದು ಸಾಧ್ಯವಿರಲಿಲ್ಲ.

ಚಾರ್ಲ್ಸ್ ಪ್ರಖ್ಯಾತ ಡಾಕ್ಟರ್ ಅವರ ಮನೆಯ ಮುಂದೆ ದೊಡ್ಡ ಹೂವಿನ ತೋಟ, ಅದರಲ್ಲಿ ಹೆಚ್ಚಿನ ಪಾಲು ಗುಲಾಬಿಗೆ ವಿಶಾಲವಾದ ಲಾನ್ಸ್ ಇತ್ತು. ಇವರು ಹೋಗುವ ವೇಳೆಗೆ ಎಲ್ಲರು ಸಿಗರೇಟ್ ಸೇದುತ್ತ ಡ್ರಿಂಕ್ಸನ್ನು ಸಿಪ್, ಸಿಪ್ಪಾಗಿ ಸೇವಿಸುತ್ತಿದ್ದ ರೀತಿಯನ್ನು ಗಿರಿಧರ್ ಕಂಡಿದ್ದ ಮಾಧುರಿ, ಅಶೋಕರನ್ನು ಬಿಟ್ಟು.

ಚಾರ್ಲ್ಸ್ ಗಿರಿಧರನ ಹೆಸರನ್ನು ಬಹಳವಾಗಿ ಮೆಚ್ಚಿಕೊಂಡರು "ಗಿರಿಧರ್.... ವೆರಿ ನೈಸ್ ನೇಮ್" ಎಂದು ತಮ್ಮಲ್ಲಿ ತಾವೇ ಹೇಳಿಕೊಂಡರು. ಅವರಿಗೆ ಭಾರತೀಯರ ಶ್ರೇಷ್ಠ ಗ್ರಂಥ ಭಗವದ್ಗೀತೆ ಉಪದೇಶಿಸಿದ ಗಿರಿಧರನ ಜ್ಞಾಪಕ ಬಂತು. ಅವರ ಮುಖದಲ್ಲಿ ನಗೆ ತೇಲಿ ಬಂತು.

ಮಾಧುರಿ, ಅಶೋಕರನ್ನು ಕರೆತಂದು ಚಾರ್ಲ್ಸ್ ಪರಿಚಯಿಸಿದಾಗ ಮೂವರು ಗೌರವಭಾವದಿಂದ ಕೈಜೋಡಿಸಿ ನಮಸ್ತೆ ಎಂದಾಗ ಚಾರ್ಲ್ಸ್ ಮುಖ ಅಗಲವಾಯಿತು.

"ಇದು ನಿಮ್ಮ ಇಂಡಿಯನ್ ಗ್ರೀಟಿಂಗ್ ಅಲ್ಲವಾ? ಎಷ್ಟು ಅರ್ಥಪೂರ್ಣವಾಗಿದೆ" ಎಂದು ನಕ್ಕರು.

"ಹೌದು ಚಾರ್ಲ್ಸ್, ನೀವು ಹೇಳಿದ ಪ್ರಕಾರ ಇದರಲ್ಲೊಂದು ಅರ್ಥಪೂರ್ಣವಾದ ಸತ್ಯಾಂಶವಿದೆ. ಎರಡು ಕೈ ಜೋಡಿಸಿದರೆ ನಿನ್ನ ಹೃದಯದಲ್ಲಿರೋ ಪರಮಾತ್ಮ ನನ್ನ ಹೃದಯದಲ್ಲಿರೋ ಪರಮಾತ್ಮ ಇಬ್ಬರೂ ಒಬ್ಬರೇ ಆದ್ದರಿಂದ ನನ್ನಲ್ಲಿ ನಿನ್ನಲ್ಲಿ ಭೇದಭಾವವಿಲ್ಲ. ನಾನು ನೀನು ಇಬ್ಬರೂ ಒಂದೇ" ಎಂದು ಅಶೋಕ ಅಭಿಮಾನದಿಂದ ಎರಡು ಕೈಜೋಡಿಸುವ ಅರ್ಥ ತಿಳಿಸಿದ.

ಚಾರ್ಲ್ಸ್ ಗೌರವದಿಂದ ತಲೆದೂಗಿದರು.

ದೊಡ್ಡ ಟೇಬಲ್ ಮುಂದೆ ಕುಳಿತ ಜನ ಅಲ್ಲಿದ್ದ ಬೀರ್, ಜಿನ್, ವಿಸ್ಕಿ ಮೊದಲಾದ ಬಾಟಲುಗಳ ನಡುವೆ ಸೋಡ, ಐಸ್ ಕ್ಯೂಬ್‌ಗಳಲ್ಲಿ ತಮಗೆ ಬೇಕೆನ್ನಿಸಿದ್ದನ್ನು ತೆಗೆದುಕೊಳ್ಳುತ್ತಿದ್ದರು.

ರಾಖಿ ನವೀನ್‌ಚಂದ್, ಸುಮನ್ ಅಲ್ಲಿ ಹೋಗಿ ಕುಳಿತರು. ಗಿರಿಧರ್

ಮಡದಿಯನ್ನು ಹಿಂಬಾಲಿಸದೇ ಮಾಧುರಿ, ಅಶೋಕರ ಬಳಿ ಉಳಿದ.

ಚಾರ್ಲ್ಸ್, ಅಶೋಕ ಮಾಧುರಿಯ ವಿಷಯ ಬಲ್ಲವನಾದುದ್ದರಿಂದ ಅವರಿಗೆ ಪ್ರತ್ಯೇಕವಾಗಿ ಹಣ್ಣಿನ ರಸ ತರಿಸಿದ. ಗಿರಿಧರ ಕೂಡ ಅದರಲ್ಲೇ ಪಾಲ್ಗೊಂಡ.

ಬಂದ ಅತಿಥಿಗಳಲ್ಲಿ ಹೆಚ್ಚು ಮಂದಿ ಅಶೋಕ, ಗಿರಿಧರ ಮಾಧುರಿ ಕುಳಿತಿದ್ದ ಕಡೇ ಬಂದು ಸೇರಿದರು. ಅವರಿಗೆ ಭಾರತೀಯ ರೀತಿನೀತಿಗಳನ್ನು ತಿಳಿಯಲು ಬಹಳ ಇಷ್ಟ. ಆದ್ದರಿಂದ ಭಾರತೀಯರನ್ನು ಕಂಡಾಗಲೆಲ್ಲ ಅವರ ಬಳಿ ಧಾವಿಸಿ ಬರುತ್ತಿದ್ದರು.

ಮಾಧುರಿ ಆಂಗ್ಲ ಭಾಷೆ ಅಷ್ಟೇನೂ ಚೆನ್ನಾಗಿರಲಿಲ್ಲ. ಕೆಲವಾರು ತಪ್ಪುಗಳನ್ನು ಅವಳ ಮಾತುಗಳಲ್ಲಿ ಕಾಣಬಹುದಾಗಿತ್ತು. ಅದನ್ನು ದಿಟ್ಟೆಯಾದ ಸುಮನ್ ಹೇಳೇಬಿಟ್ಟಳು ಅಳುಕಿಲ್ಲದೆ.

ಮುದುರಬೇಕಾಗಿದ್ದ ಮಾಧುರಿ ಮುಖ ಮುದುರಲಿಲ್ಲ. ಅದಕ್ಕೆ ಬದಲಾಗಿ ಅರಳಿತು.

"ಇಂಗ್ಲೀಷ್ ಏನೂ ನನ್ನ ಮಾತೃಭಾಷೆಯಲ್ಲ ಆದ್ದರಿಂದ ಆ ಭಾಷೆಯ ಮೇಲೆ ಪ್ರಭುತ್ವ ಸಾಧಿಸಿಲ್ಲವಲ್ಲ ಎಂದು ನಾಚಿಕೊಳ್ಳಬೇಕಾಗಿಲ್ಲ. ನನ್ನ ಮಾತು ಬೇರೆಯವರಿಗೆ ಅರ್ಥವಾಗಿ, ಅವರಾಡೋ ಮಾತು ನನಗೆ ಅರ್ಥವಾದರೆ ಸಾಕು. ನನ್ನ ತಾಯಿ ಭಾಷೆಯನ್ನು ತಪ್ಪು ತಪ್ಪಾಗಿ ಆಡಿದಾಗ ಮಾತ್ರ ನಾವು ನಾಚ್ಕೋಬೇಕು."

ಮಾಧುರಿ ಮಾತಿನಲ್ಲಿದ್ದ ಕಠೋರ ಸತ್ಯವನ್ನು ಅರ್ಥಮಾಡಿಕೊಳ್ಳುವ ಸ್ಥಿತಿಯವಳಲ್ಲ ಸುಮನ್.

ದಿನಗಳು ಹೇಗೋ ಒಂದು ವಿಧವಾಗಿ ಕಳೆದುಹೋಗುತ್ತಿತ್ತು. ಮಾಧುರಿ, ಅಶೋಕರನ್ನು ನೋಡಿದ ಮೇಲೆ ಗಿರಿಧರನ ಭಯಗ್ರಸ್ಥ, ಸಂಕೋಚ ಹೃದಯ ಸ್ವಲ್ಪಮಟ್ಟಿಗೆ ದೃಢವಾಯಿತು.

ಇಲ್ಲಿನ ವಿಶೇಷಗಳನ್ನು ಆಚಾರ ವಿಚಾರಗಳನ್ನು ಶಶಿಗೆ ಪುಟಗಟ್ಟಲೇ ಕಾಗದ ಬರೆದ ಗಿರಿಧರ್. ಅಣ್ಣನ ಆರೋಗ್ಯದ ಬಗ್ಗೆ ವಿಶೇಷ ಕಾಳಜಿ ವಹಿಸಿ ಬರೆದ ತಂಗಿಯ ಪತ್ರ ಓದುವುದೆಂದರೆ ಗಿರಿಧರನಿಗೆ ಅತಿಯಾದ ಉತ್ಸಾಹ.

ಮಾಧುರಿ, ಅಶೋಕರ ಆಹ್ವಾನದ ಮೇಲೆ ಒಂದು ದಿನ ಅವರ ಮನೆಗೆ ಊಟಕ್ಕೆ ಹೋಗಿದ್ದೂ ಆಗಿತ್ತು. ಯಾಕೋ ಗಿರಿಧರನ ಮನಸ್ಸು ಅಶೋಕ, ಮಾಧುರಿಯ ಸಾಮೀಪ್ಯ ಬಯಸುತ್ತಿತ್ತು.

ನವೀನ್‌ಚಂದ್‌ಗೆ ಅಂದು ರಜಾ ಇದ್ದುದರಿಂದ ಬೆಳಿಗ್ಗೆ ಎದ್ದು ಉಪಹಾರ ಮುಗಿಸಿಕೊಂಡು ಅವರು, ಗಿರಿಧರ ಅಶೋಕ್ ಮನೆಗೆ ಹೊರಟರು. ಅವರು ಮನೆಗೆ ಹೋದ ತಕ್ಷಣ ಅವರನ್ನು ಎದುರುಗೊಂಡಿದ್ದು "ಕೌಸಲ್ಯಾ ಸುಪ್ರಜಾರಾಮ ಪೂರ್ವಾ ಸಂಧ್ಯಾ ಪ್ರವರ್ತತೇ" ಮಕ್ಕಳ ಕಂಠದಿಂದ ಮಧುರವಾಗಿ ಹೊರಡುತ್ತಿದ್ದ ಸುಪ್ರಭಾತ.

ಅಶೋಕ ಬಹಳ ಆತ್ಮೀಯತೆಯಿಂದ ಅವರನ್ನು ಬರಮಾಡಿಕೊಂಡರು. ಅಷ್ಟರಲ್ಲಿ ಹಿಪ್ಪಿಯಂತೆ ಕೂದಲು ಬೆಳೆಸಿ ಕೊರಳಲ್ಲಿ ಸಣ್ಣ ರುದ್ರಾಕ್ಷಿ ಮಾಲೆ ಧರಿಸಿಕೊಂಡ ಒಬ್ಬ ಯುವಕ ಬಂದ. ತಮ್ಮ ಬಿಡುವಿನ ವೇಳೆಯಲ್ಲಿ ಆಧ್ಯಾತ್ಮಿಕ ವಿಷಯಗಳ ಬಗ್ಗೆ ಉಂಟಾಗುವ ಸಂದೇಹವನ್ನು ಬಗೆಹರಿಸುತ್ತಿದ್ದನು ಅಶೋಕ. ಅಂದು ಆ ಯುವಕ ಒಂದು ಸಮಸ್ಯೆಯ ಪರಿಹಾರಕ್ಕಾಗಿ ಅಲ್ಲಿ ಬಂದಿದ್ದ.

ಮಿಸೆಸ್ ಮಾಧುರಿಯವರು ತಂದ ಉಪಹಾರ ಮುಗಿಸಿ ಮಾತಾಡುತ್ತ ಕುಳಿತರು.

"ಇಲ್ಲೂ ಹರೇಕೃಷ್ಣ ಮೂವ್‌ಮೆಂಟ್ ಬಹಳ ವ್ಯಾಪಿಸಿದೆ. ಕೃಷ್ಣಜಪವೇ ಮೋಕ್ಷಸಾಧನೆಗೆ ಸುಲಭವಾದ ಉಪಾಯವೆಂದು ಅದರ ಮತ. ಎಷ್ಟೋ ಜನ ಯುವಕರು ಅದರ ಸದಸ್ಯರಾಗಿದ್ದಾರೆ. ಅವರಲ್ಲಿ ನಮ್ಮ ಜಾನೀನೂ ಒಬ್ಬರು" ಎಂದು ಹಿಪ್ಪಿ ಕೂದಲಿನ ಯುವಕನ ಭುಜ ತಟ್ಟಿದರು ಅಶೋಕ್.

ಜಾನಿಯ ಸಣ್ಣ ಸಂದೇಹವನ್ನು ಪರಿಹರಿಸುವುದಕ್ಕಾಗಿ ಯೋಗದ ಬಗ್ಗೆ ಒಂದೆರಡು ಮಾತುಗಳನ್ನು ಹೇಳಿದರು ಅಶೋಕ್.

"ಯೋಗ ಅಂದರೆ ಬರೀ ಆಸನಾ ವ್ಯಾಯಾಮವಲ್ಲ. ನಮ್ಮ ಭಾರತ ದೇಶದಲ್ಲಿ ಮಾನಸಿಕವಾಗಿ ನಿಗ್ರಹ ಸಾಧಿಸಲು ಯೋಗಾಭ್ಯಾಸ ಮಾಡ್ತಾರೆ. ಈ ಮಾನಸಿಕ ನಿಗ್ರಹದ ಮೊದಲ ಮೆಟ್ಟಲೇ ವ್ಯಾಯಾಮ."

ಮಾತು ವೇದಗಳ ಕಡೇ ಹರಿಯಿತು.

ವೇದಗಳನ್ನು ಪೂರ್ಣ ಅಧ್ಯಯನ ಮಾಡುವುದು ಸುಲಭಸಾಧ್ಯವಲ್ಲ. ಭಾರದ್ವಾಜ ಮಹಾಮುನಿ ಮೂರು ವರ್ಷಗಳ ವೇದಾಧ್ಯಯನ ಮಾಡಿದ. ಆತನಿಗೆ ವೃದ್ಧಾಪ್ಯ ಬಂದುಬಿಟ್ಟಿತು. ಆ ಋಷಿಯ ವೇದಾಧ್ಯಯನ ನಿಷ್ಠೆಯನ್ನು ಕಂಡು ಇಂದ್ರ ಪ್ರತ್ಯಕ್ಷನಾದ.

ಇಂದ್ರ ಹಸನ್ಮುಖನಾಗಿ ಕೇಳಿದ.

"ಮಹರ್ಷಿ, ನಿನಗೆ ಇನ್ನೂ ನೂರು ವರ್ಷ ಆಯಸ್ಸು ಕೊಟ್ಟರೆ ಏನು ಮಾಡುವೆ?"

"ಇನ್ನು ಉಳಿದಿರುವ ವೇದ ಭಾಗಗಳನ್ನು ಅಧ್ಯಯನ ಮಾಡುತ್ತೇನೆ" ಎಂದು ಋಷಿ ಉತ್ತರಿಸಿದ.

ಆಗ ಇಂದ್ರನು ಋಷಿಗೆ ನಾಲ್ಕು ಪರ್ವತಗಳನ್ನು ತೋರಿಸಿ ಪರ್ವತದಿಂದ ಒಂದೊಂದು ಹಿಡಿ ಮಣ್ಣನ್ನು ತಂದು ಹೇಳಿದ.

"ನೀನು ಇದುವರೆಗೆ ಅಧ್ಯಯನ ಮಾಡಿರುವುದು ಇಷ್ಟು ಮಾತ್ರ. ಆದ್ದರಿಂದ ವೇದಗಳನ್ನು ಪೂರ್ಣವಾಗಿ ಅಭ್ಯಾಸ ಮಾಡುವುದು ಸಾಧ್ಯವಿಲ್ಲ. ಇಷ್ಟರಿಂದಲೇ ತೃಪ್ತಿಹೊಂದು."

ಆದ್ದರಿಂದಲೇ ವೇದಸಾಹಿತ್ಯ ಅನಾದಿ, ಅನಂತ ಮತ್ತು ಅಪೌರುಷೇಯ ಎಂದು ಪ್ರಸಿದ್ಧವಾಗಿದೆ. ಧರ್ಮಶಾಸ್ತ್ರಕಾರನಾದ ಮನವು ವೇದೋಖಿಲೋ ಧರ್ಮಮೂಲ....

ಎಂದು ಹೇಳಿದ್ದಾನೆ."

ಅಷ್ಟರಲ್ಲಿ ಆಧ್ಯಾತ್ಮಿಕದಲ್ಲಿ ಆಸಕ್ತಿ ಇದ್ದ ನಾಲ್ಕಾರು ಅಮೆರಿಕನ್ ಹೆಣ್ಣು ಗಂಡುಗಳು ಅಶೋಕನ ಮನೆಯಲ್ಲಿ ಬಂದು ಸೇರಿದರು.

ಭಾರತೀಯ ಸ್ತ್ರೀಯರ ವಿಷಯ ಬಂದಾಗ ಅಶೋಕನ ದೃಷ್ಟಾಂತವನ್ನು ಅವರ ಮುಂದಿಟ್ಟ.

"ಉಪನಿಷತ್‌ಗೆ ಆದಿಶಂಕರಾಚಾರ್ಯರು ಅದ್ಭುತವಾದ ಭಾಷ್ಯ ಬರೆದಿದ್ದಾರೆ. ಅದರಲ್ಲಿನ ಒಂದು ಪ್ರಸಂಗ ಯಾಜ್ಞವಲ್ಕ್ಯ ಮಹಾಮಂತ್ರ ದ್ರಷ್ಟಾರ. ಆತ ದೊಡ್ಡ ಮಹಾನುಭಾವ. ತಾನೊಂದು ವೇದವನ್ನೇ ರೂಪಿಸಿದ ಅದೇ ಶುಕ್ಲ ಯಜುರ್ವೇದ." ಅದು ಪೂರ್ಣ ಯಂತ್ರಗಳಿಂದಲೇ ಕೂಡಿದೆ. ಯಾಜ್ಞವಲ್ಕ್ಯ ಪೂರ್ಣ ಜೀವನ ಅನುಭವಿಸಿ ಕಡೆಗೆ ಸನ್ಯಾಸಿಯಾಗಬೇಕೆಂದು ನಿಶ್ಚಯಿಸಿಕೊಂಡ. ಯಾಜ್ಞವಲ್ಕ್ಯನಿಗೆ ಕ್ಯಾತ್ಯಾಯಿನಿ ಮೈತ್ರೇಯಿ ಎಂಬ ಇಬ್ಬರು ಪತ್ನಿಯರು. ಅವರಿಬ್ಬರನ್ನು ಕರೆದು ತಮಗಿರುವ ಪೂರ್ಣ ಆಸ್ತಿಯನ್ನು ಹಂಚಿಹೋಗುವುದಾಗಿ ತಿಳಿಸಿದರು. ಮುಗ್ಧ ಸ್ವಭಾವದ ಕಾತ್ಯಾಯಿನಿ ಏನೂ ಹೇಳದೇ ನಿಂತಿದ್ದಳು.

"ಸ್ವಾಮಿ, ಪ್ರಪಂಚದಲ್ಲಿರುವ ಈ ಐಶ್ವರ್ಯವೆಲ್ಲ ನನಗೆ ಸಿಕ್ಕಿದರೆ ಅದರಿಂದ ಅಮೃತತ್ವ ಲಭಿಸಲು ಸಾಧ್ಯವೇ?"

"ಇಲ್ಲ, ಪ್ರಪಂಚದಲ್ಲಿರೋ ಐಶ್ವರ್ಯವಂತರಲ್ಲಿ ನೀನೂ ಒಬ್ಬಳಾಗುವೆ ಅಷ್ಟೆ. ಅಮೃತತ್ವ ಸಿಗಲು ಸಾಧ್ಯವಿಲ್ಲ."

"ನನಗೆ ಈ ಪೃಥ್ವಿಯನ್ನೆಲ್ಲ ತುಂಬುವಷ್ಟು ಧನ ಸಿಕ್ಕರೂ ಅದರಿಂದ ಅಮೃತತ್ವ ಸಿಗಲು ಸಾಧ್ಯವಿಲ್ಲ. ಅದು ಸಿಕ್ಕದೇ ಹೋದ ಮೇಲೆ ಧನದಿಂದ ಏನು ತಾನೇ ಪ್ರಯೋಜನ? ಆದ್ದರಿಂದ ನನಗೆ ಮುಕ್ತಿಮಾರ್ಗಕ್ಕೆ ದಾರಿ ತೋರಿಸಿಕೊಡಿ" ಎನ್ನುತ್ತಾಳೆ.

ಯಾಜ್ಞವಲ್ಕ್ಯರು ಪತ್ನಿಯ ಮಾತಿಗೆ ಸಂತೋಷಿಸಿ ಬ್ರಹ್ಮಜ್ಞಾನವನ್ನು ಉಪದೇಶಿಸುತ್ತಾರೆ ಎಂದ ಅಶೋಕ್. ಅಂದು ಸಹ ನಮ್ಮ ಭಾರತೀಯ ಮಹಿಳೆಯರು ವಿವೇಚನಾ ಶೀಲರಲ್ಲದೇ, ಉನ್ನತ ಜ್ಞಾನಕ್ಕಾಗಿ ಎಷ್ಟರಮಟ್ಟಿಗೆ ಆಶಿಸುತ್ತಿದ್ದರು ಎಂಬುದನ್ನು ಮನಮುಟ್ಟುವಂತೆ ಹೇಳಿದ.

ಅಲ್ಲಿದ್ದ ಇನ್ನೊಬ್ಬ ಅಮೆರಿಕನ್ ಎಮರ್ಸನ್ ವಿಷಯವನ್ನು ಅಭಿಮಾನದಿಂದ ಹೇಳಿದರು.

ಎಮರ್ಸನ್ ಬಾಲ್ಯದಲ್ಲೇ ತಂದೆಯನ್ನು ಕಳೆದುಕೊಂಡ. ಅವನ ತಾಯಿ ಊಟದ ಹೋಟೆಲನ್ನು ನಡೆಸುತ್ತ ಜೀವನವನ್ನು ಸಾಗಿಸುತ್ತಿದ್ದಳು. ಬಡತನದಲ್ಲಿ ಬೆಳೆಯುತ್ತಿದ್ದ ಎಮರ್ಸನ್‌ಗೆ ಊಟಕ್ಕಾಗಿ ಹೋಟಲಿಗೆ ಬರುವ ದೊಡ್ಡ ಮನುಷ್ಯರ ಪರಿಚಯ ದೊರಕಿತು. ಪುಸ್ತಕಗಳ ವ್ಯಾಸಂಗದಲ್ಲಿ ಬಹಳ ಶ್ರದ್ಧೆ, ಭಕ್ತಿ ಇತ್ತು. ಎಮರ್ಸನ್‌ಗೆ ಇಂತಹ ಪರಿಸ್ಥಿತಿಯಲ್ಲಿ ಎಮರ್ಸನ್ ಕ್ಷಯರೋಗ ಪೀಡಿತನಾದ. ಅವನ ತಂದೆ

ಮತ್ತು ಸೋದರರು ಇದೇ ರೋಗದಿಂದ ಮರಣಿಸಿದ್ದರು.

ಆದರೂ ಎಮರ್ಸನ್ ಧೃತಿಗೆಡದೆ ತನ್ನ ವಿದ್ಯಾಭ್ಯಾಸವನ್ನು ಮುಂದುವರಿಸಿದ. ಮತ್ತು ನೈತಿಕ ಪರಿವರ್ತನೆಗಾಗಿ ಬಹಳ ಶ್ರಮಿಸಿದ.

"ಭಗವಂತನ ಕರುಣೆ, ಪ್ರೇಮ ನೀವು ತಿನ್ನುವ ಮಾಂಸಾಹಾರದಲ್ಲಿಲ್ಲ. ನೀವು ಕುಡಿಯೋ ಪಾನೀಯದಲ್ಲಿಲ್ಲ. ಪ್ರಶಾಂತ ಜೀವನದಲ್ಲಿದೆ" ಎಂದು ಬೋಧಿಸಿದ.

ಆತನ ಬೋಧನೆಗಳನ್ನು ಮನನ ಮಾಡಿದರೆ ನಿಜವಾದ ಅರ್ಥಸ್ವರೂಪ ಹೊಳೆಯುತ್ತದೆ. ಪ್ರಶಾಂತ ಜೀವನಕ್ಕೆ ಬಡತನ ಅಡ್ಡ ಬರಲಿಲ್ಲ. ಆತನ ಜೀವನದಲ್ಲಿ. ಅನಾರೋಗ್ಯ ಸಹ ಆತನ ಪ್ರಶಾಂತಿಯನ್ನು ಛಿದ್ರಗೊಳಿಸಲಿಲ್ಲ. ಕಡೆಗೆ ಪ್ರೇಮಿಸಿ ಮದುವೆಯಾಗಿ ಕೇವಲ ಹದಿನೆಂಟು ವರ್ಷ ಜೊತೆಗಾತಿಯಾಗಿದ್ದ ಮಡದಿ ಸತ್ತಾಗಲೂ ಎಮರ್ಸನ್‌ನ ಪ್ರಶಾಂತಿ ನಷ್ಟಗೊಳ್ಳಲಿಲ್ಲ.

"ನಿಮ್ಮಲ್ಲಿರುವ ಚೇತನವನ್ನು ಗುರ್ತಿಸಿಕೊಳ್ಳಿ, ಅದರಲ್ಲೇ ನಿಮಗೆ ಅನಂತವಾದ ಶಕ್ತಿ, ಆನಂದ ಲಭಿಸುತ್ತೆ. ಬಾಹ್ಯ ಪರಿಸ್ಥಿತಿಗಳಿಗೆ ಶರಣಾಗಿ ನಿಮ್ಮತನವನ್ನು ಹಾಳುಮಾಡಿಕೊಳ್ಳಬೇಡಿ."

ಎಮರ್ಸನ್ ಈ ರೀತಿಯ ಬೋಧನೆ ಸ್ವಲ್ಪಮಟ್ಟಿಗೆ ನೀಗ್ರೋ ಜಾತಿಯ ವಿಮುಕ್ತಿಗೆ ಕಾರಣವಾಯಿತು.

"ನಿದ್ದೆ ಮಾಡುತ್ತಿರುವ ದೇವತೆಗಳೇ...." ಎಂದು ತನ್ನ ಭಾಷಣವನ್ನು ಎಮರ್ಸನ್ ಪ್ರಾರಂಭಿಸುತ್ತಿದ್ದ. ಆತನ ಮಧುರವಾದ ಧ್ವನಿ ಅಮೆರಿಕನ್ನರನ್ನು ಎಚ್ಚರಿಸಿತು.

ಸ್ನೇಹ ತತ್ವದಲ್ಲಿ ಪರಮಾತ್ಮನ ತತ್ವವನ್ನು ಮನಗಂಡಿದ್ದ ಮಹಾತ್ಮ ಎಮರ್ಸನ್!

ಆತ ಮಾಡಿದ್ದ ಇನ್ನೊಂದು ದೊಡ್ಡ ಕಾರ್ಯವೇನೆಂದರೇ! ಅಮೆರಿಕಾದಲ್ಲಿ ಅಂತರ್ಯುದ್ಧ ಶುರುವಾಯಿತು. ಆಗ ಎಮರ್ಸನ್ ನಿರ್ಭಯವಾಗಿ, ಬಹಿರಂಗವಾಗಿ ನೀಗ್ರೋಗಳ ಸ್ವಾತಂತ್ರ್ಯಕ್ಕಾಗಿ ದೊಡ್ಡ ದೊಡ್ಡ ಉಪನ್ಯಾಸಗಳನ್ನೇ ಮಾಡಿದ. ಚಿಕ್ಕಂದಿನಿಂದ ಕಾಯಿಲೆ, ಬಡತನವನ್ನೇ ಧೈರ್ಯದಿಂದ ಎದುರಿಸಿದ ಎಮರ್ಸನ್ ತುಪಾಕಿ, ಗುಂಡುಗಳಿಗೆ ಹೆದರಲಿಲ್ಲ.

ಅಮೆರಿಕದ ಅಧ್ಯಕ್ಷರಾಗಿದ್ದ ಅಬ್ರಹಾಂ ಲಿಂಕನ್ ಬಗ್ಗೆ ಎಮರ್ಸನ್‌ಗೆ ಅಪಾರ ಗೌರವ. ಲಿಂಕನ್ ಎಮರ್ಸನ್‌ನನ್ನು ಮಹಾತ್ಮನೆಂದು ಕೊಂಡಾಡುತ್ತಿದ್ದ.

ವೃದ್ಧಾಪ್ಯದಲ್ಲಿ ಎಮರ್ಸನ್ ಬಹಳ ಮರೆಗುಳಿಯಾದ. ಆತನ ಮಗಳು ಆತನು ಬರೆದ ಪ್ರಸಕ್ತಿಗಳನ್ನು ಓದಿದಾಗ ಆತನೇ "ಯಾರಮ್ಮ ಇದನ್ನು ಬರೆದವರು? ಆತನು ದೊಡ್ಡ ವ್ಯಕ್ತಿಯೇ ಇರಬೇಕು" ಎಂದಿದ್ದರು.

ಎಮರ್ಸನ್ ಬೋಧನೆಗಳು ಭಾರತೀಯ ಧಾರ್ಮಿಕತೆಗೆ ಬಹಳ ಹತ್ತಿರ. ಭಾರತೀಯರ ತತ್ವಶಾಸ್ತ್ರ ಆತನ ಮೇಲೆ ಪ್ರಬಲವಾದ ಪ್ರಭಾವ ಬೀರಿತ್ತು.

ಎಮರ್ಸನ್ ವಿಚಾರ ಎಲ್ಲರ ಹೃದಯಗಳ ಮೇಲೂ ವಿಚಿತ್ರ ಪರಿಣಾಮ ಬೀರದೇ ಹೋಗಲಿಲ್ಲ.

ಎಂದೋ ಓದಿದ ಎಮರ್ಸನ್ ವಿಚಾರಧಾರೆ ಗಿರಿಧರನ ತಲೆಯಲ್ಲಿ ಸುಳಿಯಿತು.

'..... All men are in some degree impressed by the face of the world; Some men even to delight The world exists to the soul to satisfy the desire of beauty this element of call an ultimate end. no reason can be casked or given. Why the soul seeks expression for the universe God is all fair...'

"ಜಗದಚ್ಚು ಮೆಚ್ಚು ಮೂಡಿಸುವ ಮಾನವನಿಲ್ಲ. ಕೆಲವರಂತು ಮಿತಿಮೀರಿ ಹಿಗ್ಗುವರು. ಆ ಸೌಂದರ್ಯದ ಬಯಕೆಯನ್ನು ತಣಿಸುವುದಕ್ಕಾಗಿಯೇ ಜಗವಿದೆ. ಸೌಂದರ್ಯ ಸಾಕ್ಷಾತ್ಕಾರವು ಒಂದು ಸಾಧ್ಯ. ಈ ಹಾತೊರಿಕೆಯ ಕಾರಣವನ್ನು ಯಾರು ಕೇಳಲೂಬಾರದು; ಹೇಳಲೂಬಾರದು. ಸೌಂದರ್ಯವು ವಿಶ್ವದ ಪರ್ಯಾಯನಾಮವು; ಮತ್ತು ದೇವನೆಂದರೆ ಸಮಗ್ರ ಸುಂದರನು."

ಈ ವೈಚಾರಿಕತೆಯ ವಿಶ್ಲೇಷಣೆ ಬಗ್ಗೆ ಗಿರಿಧರನ ವಿಚಾರಪ್ರಜ್ಞೆ ತನ್ನ ಇರವನ್ನು ಸ್ವಲ್ಪಮಟ್ಟಿಗೆ ಕಂಡುಕೊಂಡಿತೇನೋ!

ನವೀನ್‌ಚಂದ್ ನಿರ್ವಿಕಾರಚಿತ್ತನಾಗಿ ಎಲ್ಲರ ಮಾತುಗಳನ್ನು ಆಲಿಸುತ್ತಿದ್ದನೇ ಹೊರತು ತನ್ನ ಸ್ವಂತ ವಿಚಾರಧಾರೆಯನ್ನು ತಿಳಿಸಲು ಪ್ರಯತ್ನಿಸಲಿಲ್ಲ. ತಾಯಿತಂದೆಯರ ಮಾತಿನಂತೆ ದೇವರಿಗೆ ನಮಸ್ಕಾರ ಮಾಡುತ್ತಿದ್ದನೇ ವಿನಃ ಎಂದೂ ಮನಃಪೂರ್ವಕವಾಗಿ ನಮಸ್ಕರಿಸಿದವನ್ನ. ನವೀನ್‌ನ ವಿಚಾರ ಪ್ರಜ್ಞೆಗಳು ಪ್ರತಿಯೊಂದನ್ನೂ ವಿಜ್ಞಾನದ ಮೂಸೆಯಲ್ಲಿ ಹಾಕಿ ಸಂದೇಹದ ಕೊಳ್ಳಿ ಹಚ್ಚಿ ಕಾಯಿಸಿ ಸತ್ಯವನ್ನು ಕೆದಕಲು ಪ್ರಯತ್ನಪಡುತ್ತಿತ್ತು.

ಇವರು ಮನೆಗೆ ಹೊರಟಾಗ ಒಂದು ಗಂಟೆಯಾಗಿತ್ತು. ಗಿರಿಧರನ ಮುಗ್ಧತ್ವದ ಬಗ್ಗೆ ಕರುಣೆಯುಳ್ಳವನಾದ ನವೀನ್‌ಚಂದ್ ಅವನ ಬಳಿ ಏಕಾಂತವಾಗಿ ಮಾತನಾಡಲು ನಿರ್ಧರಿಸಿದ. ಇಬ್ಬರೂ ಹೋಟಲಿನಲ್ಲಿ ಊಟ ಮುಗಿಸಿ ನೇರವಾಗಿ ನವೀನ್‌ಚಂದನ ಗೆಳೆಯನ ಕೋಣೆಗೆ ಬಂದರು. ಕೋಣೆಗೆ ಬೀಗ ಹಾಕಿದ್ದರು. ಕೀಲಿಕೈ ನವೀನ್‌ಚಂದನ ಕೈಯಲ್ಲಿತ್ತು. ಅವನ ಆಫೀಸಿಗೆ ಆ ಕೋಣೆ ತೀರಾ ಹತ್ತಿರವಾದ್ದರಿಂದ ಕೆಲವೊಮ್ಮೆ ನವೀನ್‌ಚಂದ್ ಅಲ್ಲೇ ಉಳಿದುಕೊಳ್ಳುತ್ತಿದ್ದ. ಅದೆಲ್ಲ ಸಾಮಾನ್ಯ ವಿಷಯವಾದ್ದರಿಂದ ರಾಖಿಯಿಂದೇನು ಆಕ್ಷೇಪಣೆ ಇರಲಿಲ್ಲ.

ಕೋಣೆಯ ಕೀಲಿ ತೆಗೆದು ಒಳಗೆ ಪ್ರವೇಶಿಸಿದ ನವೀನ್‌ಚಂದ್ "ಬಾ ಗಿರಿಧರ್ ಒಳಗೆ. ಇನ್ನೇನು ನೀನು ಭಾರತಕ್ಕೆ ಹೊರಟುಬಿಡುತ್ತೀಯಾ, ಅಷ್ಟರಲ್ಲಿ ನಿನಗೆ ಕೆಲವೊಂದು ಮಾತುಗಳನ್ನು ಹೇಳಬೇಕು ಅನ್ನಿಸ್ತು. ಅದಕ್ಕೆ ಇಲ್ಲಿಗೆ ಕರ್ಕೊಂಡು ಬಂದೆ" ಎಂದ

ಆತ್ಮೀಯತೆಯ ನೋಟ ಬೀರಿದ ಗಿರಿಧರನ ಕಡೆ.

ಗಿರಿಧರ ಒಳ ಬಂದು ಕುಳಿತ. ಅವನಿನ್ನೂ ಅಶೋಕನ ಮನೆಯಲ್ಲಿ ನಡೆದ ಆಧ್ಯಾತ್ಮಿಕ ವಿಚಾರಧಾರೆಯ ಗುಂಗಿನಲ್ಲೇ ಇದ್ದ.

"ಗಿರಿಧರ್, ನಿನ್ನ ನೋಡಿದಗೆ ಅಮಾಯಕತ್ವವನ್ನು ಮೀರಿದ ಮಗುವಿನಂತೆ ಕಾಣಿಸುತ್ತೀಯಾ! ನಿನ್ನ, ಸುಮನ್‌ಳ ಸ್ವಭಾವ, ನಡವಳಿಕೆಗಳಿಗೆ ಅಜಗಜಾಂತರ ವ್ಯತ್ಯಾಸವಿದೆ. ನಿಮ್ಮಿಬ್ಬರದು ಪ್ರೇಮವಿವಾಹ ಅಂದರೆ ಮತ್ತೂ ಆಶ್ಚರ್ಯವಾಗುತ್ತೆ. ನಾವು ದೇವರ ಬಗ್ಗೆ ನಂಬಿಕೆ ಇಡದಿದ್ದರೂ ಕಾಣದ ಶಕ್ತಿಯೊಂದು ನಮ್ಮ ಹಿಂದೆ ನಿಂತು ನಮ್ಮನ್ನು ಬೊಂಬೆಗಳನ್ನು ಕುಣಿಸಿದಂತೆ ಕುಣಿಸುತ್ತಿದೆಯೇನೋ ಎಂಬ ಅನುಮಾನ ಬಾರದಿರದು. ಹೇಗೋ, ಏನೋ....? ಸಂದೇಹಗಳನ್ನು ಬೆಳೆಸಿಕೊಂಡಷ್ಟೂ ಸಮಸ್ಯೆಗಳು ಹೆಚ್ಚಾಗುತ್ತದೆಯೇ ವಿನಹ ಪರಿಹಾರ ಸಿಗೋಲ್ಲ. ಪ್ರಶಾಂತವಾಗಿ ಜೀವಿಸೋಕೆ ಆಗೋಲ್ಲ!" ಎಂದು ತಲೆಯನ್ನು ಎರಡು ಕೈಗಳಿಂದಲೂ ಒತ್ತಿಕೊಂಡು, ನವೀನ್‌ಚಂದ್ ಎರಡು ನಿಮಿಷ ಕಣ್ಣುಮುಚ್ಚಿ ಕುಳಿತವನು ಪುನಃ ಎದ್ದು ಬೀರು ಬಾಗಿಲು ತೆಗೆದು ಬಾಟಲು, ಗಾಜಿನ ಗ್ಲಾಸಿನೊಂದಿಗೆ ಬಂದ. ಸೋಡಾದೊಂದಿಗೆ, ವಿಸ್ಕಿ ಬೆರೆಸಿ ಗ್ಲಾಸಿಗೆ ಬಗ್ಗಿಸಿಕೊಂಡು ಗಟಗಟನೆ ಕುಡಿದ. ಆದರೆ ಗಿರಿಧರನಿಗೆ ಕುಡಿಯುವಂತೆ ಬಲವಂತ ಮಾಡುವುದಿರಲಿ, ಬಾಯಿಮಾತಿಗೂ ಸಹ ಕುಡಿಯುವಂತೆ ಹೇಳಲಿಲ್ಲ.

"ಗಿರಿ, ನಾನು ಮದ್ಯ, ಮಾಂಸ, ಹೆಣ್ಣುಗಳಿಗೆ ದಾಸನಾಗಿಬಿಟ್ಟಿದ್ದೀನಿ. ಇಲ್ಲಿನ ತಾತ್ಕಾಲಿಕ ಮತ್ತೇರಿಸುವಂಥ ಸುಖವನ್ನು ಬಿಟ್ಟು ಖಂಡಿತ ಭಾರತಕ್ಕೆ ಹಿಂದಿರುಗಲಾರೆ. ಹಿಂದಿರುಗಿದರೂ ಸುಖಿಯಾಗಲಾರೆ. ನನಗಾಗಿ ಹಂಬಲಿಸೋ ನನ್ನ ತಾಯಿ, ತಂದೆ ಪೂರ್ಣ ದುಃಖಿಗಳಾಗುತ್ತಾರೆ. ಆದ್ದರಿಂದ ಆದಷ್ಟು ದಿನ ಇಲ್ಲೇ ಇದ್ದು ಸತ್ತು ಹೆಣವಾಗಿ ಭಾರತ ಸೇರುವ ಹಂಬಲ.... ರಾಖಿ ನನ್ನ ಜೀವನದಲ್ಲಿ ಪ್ರವೇಶಿಸದಿದ್ದರೆ ಇದುವರೆಗೂ ನಾನು ಅಮೇರಿಕಾದಲ್ಲಿ ಉಳಿಯುತ್ತಿರಲಿಲ್ಲವೇನೋ! ಏನೋ ಎಂತೋ ಉಳಿದಾಗಿದೆ. ಅದರ ಬಗ್ಗೆ ಯೋಚಿಸೋದು ಮಾತ್ರ ಮೂರ್ಖತನ. ನೀನು ಮಾತ್ರ ಎಂದೂ ಇಂಥ ಮೂರ್ಖತನ ಮಾಡಬೇಡ. ರಾಖಿಗಿಂತ ಸುಮನ್ ಏನು ಬೇರೆಯಲ್ಲ. ಅವಳಿಗೂ ಇಲ್ಲಿನ ವ್ಯಾಮೋಹವೇ. ಆದ್ದರಿಂದ ನಾನು ನಿನಗೆ ಈ ಎಚ್ಚರಿಕೆ ಕೊಡ್ತಾ ಇದ್ದೀನಿ. ಎಂದೂ ಪುಣ್ಯಭೂಮಿ ಭಾರತವನ್ನು ಬಿಟ್ಟುಬರುವ ಯೋಚನೆ ಮಾಡಬೇಡ ಇಲ್ಲಿನ ವ್ಯಾಮೋಹ ಎಷ್ಟೇ ಇದ್ದರೂ ಎಂದಾದರೂ ನನ್ನ ತಾಯಿನಾಡಿನ ಜ್ಞಾಪಕ ಬಂದರೆ... ನನ್ನದು ಪರದೇಶಿ, ಅನಾಥ ಬದುಕೆನ್ನಿಸುತ್ತದೆ. ಆಗೆಲ್ಲ ಹೆಚ್ಚಾಗಿ ಕುಡಿಯುತ್ತೇನೆ. ಚೆಲುವೆಯರಾದ ಗೆಳತಿಯರ ಸ್ನೇಹ ಮಾಡುತ್ತೇನೆ..."

ಗಿರಿಧರ ಮಂತ್ರಮುಗ್ಧನಂತೆ ಅವನ ಮಾತುಗಳನ್ನು ಕೇಳುತ್ತಿದ್ದ. ನವೀನ್‌ಚಂದ್ ಮಾತ್ರವಲ್ಲ, ಎಷ್ಟೋ ಜನ ಪಾಶ್ಚಾತ್ಯ ಸಂಸ್ಕೃತಿಗೆ ಮಾರುಹೋಗಿ ಅದರಲ್ಲಿ ಸುಖವಿದೆ ಎಂದು ಭಾವಿಸಿ ಅದರಲ್ಲಿ ಲೋಲುಪ್ತರಾದರೂ ಖಂಡಿತ ಅವರು ಪೂರ್ಣ ಸುಖಿಯಾಗಲಾರರೇನೋ. ಮೇಲುನೊಟಕ್ಕೆ ಅವನು ಪಾಶ್ಚಾತ್ಯ ಸಂಸ್ಕೃತಿಯ

ದಾಸನಾದರೂ ಮಾನಸಿಕವಾಗಿ ಭಾರತೀಯನಾಗೇ ಉಳಿದಾನು!

ನವೀನ್‌ಚಂದ್ ಎಷ್ಟೋ ವಿಷಯಗಳನ್ನು ಹೇಳಿದ. ಅವೆಲ್ಲ ಗಿರಿಧರನಿಗೆ ಅರ್ಥವಾಗಿದೆಯೇ ಎಂದು ಅವನೂ ಯೋಚಿಸಲಿಲ್ಲ. ಅರ್ಥವಾಗದ ಕೆಲವನ್ನು ಗಿರಿಧರ ಅರ್ಥಮಾಡಿಕೊಳ್ಳಲು ಪ್ರಯತ್ನಪಡಲಿಲ್ಲ. ಅಂತೂ ನವೀನ್‌ಚಂದ್, ರಾಖಿಯ ದಾಂಪತ್ಯ ಅನುಕೂಲವಾಗಿಲ್ಲ. ಇಬ್ಬರು ಒಂದೊಂದು ರೀತಿ ಅಸುಖಿಗಳು. ನವೀನ್‌ಚಂದ್‌ನಂತೂ ಪೂರ್ಣ ಅಸುಖಿ ಎಂಬುದಷ್ಟು ಮಾತ್ರ ಗಿರಿಧರನಿಗೆ ಸ್ಪಷ್ಟವಾಗಿ ಅರ್ಥವಾಯಿತು.

ರಜಾ ಮುಗಿದುದ್ದರಿಂದ ಗಿರಿಧರ್ ಹೊರಡುವ ಆತುರ ತೋರಿದ. ಸುಮನ್‌ಗೂ ಅವನಿಗೂ ದೊಡ್ಡ ರಾದ್ಧಾಂತವೇ ಆಯಿತು. ರಾದ್ಧಾಂತದ ನಾಯಕತ್ವವೆಲ್ಲ ಸುಮನ್ ವಹಿಸಿದ್ದರಿಂದ ಇವನೊಬ್ಬ ಪ್ರೇಕ್ಷಕ. ಸುಮನ್ ತಂದೆಗೆ ಪತ್ರ ಬರೆದು ದುಡ್ಡು ತರಿಸಿಕೊಂಡಿದ್ದಳು. ಅವಳು ಇನ್ನೂ ಒಂದು ತಿಂಗಳು ಅಲ್ಲೇ ಇರುವುದಾಗಿ ಪಟ್ಟು ಹಿಡಿದಾಗ ಗಿರಿಧರ ಒಬ್ಬನೇ ಹಿಂದಿರುಗಲು ನಿರ್ಧರಿಸಿದ. ಹಿಂದಿರುಗುವ ವಿಷಯದಲ್ಲಿ ಮಾತ್ರ ಅಚಲನಾಗಿದ್ದ.

ವಿಮಾನದಲ್ಲಿ ಭೇಟಿಯಾದ ಜಾನ್ಸನ್ ಮನೆಗೆ ಒಬ್ಬನೇ ಹೋಗಿ ಅತಿಥಿ ಸತ್ಕಾರ ಸ್ವೀಕರಿಸಿ ಬಂದ. ಅಮೇರಿಕನ್ನರ ಸ್ನೇಹಪರತೆ, ಅವರಿಗೆ ಧರ್ಮದ ನಾಡಾದ ಭಾರತದ ಬಗ್ಗೆ ಇದ್ದ ಅಭಿಮಾನಕ್ಕಾಗಿ ಕೃತಜ್ಞತೆಯನ್ನು ಸೂಚಿಸಿತು ಅವನ ಹೃದಯ.

ಇವನು ಬೆಂಗಳೂರಿಗೆ ಹಿಂದಿರುಗಿದಾಗ ಭಾಸ್ಕರ, ಶಶಿ ಮುದ್ದು ಗೀತಾ ಜೊತೆ ಶಾಂತಿ ಸಹ ಬಂದಿದ್ದಳು ಇವನನ್ನು ಎದುರುಗೊಳ್ಳಲು. ತಾನು ಬರುವ ವಿಷಯ ತಿಳಿಸಿ ಗಿರಿಧರ ಭಾಸ್ಕರನಿಗೆ ಕೇಬಲ್ ಕಳಿಸಿದ್ದ.

ವಿದೇಶದಿಂದ ಹಿಂದಿರುಗಿದ ಗಿರಿಧರನಲ್ಲಿ ಹೆಚ್ಚು ಬದಲಾವಣೆಗಳನ್ನು ಕಾಣದಿದ್ದರೂ ಸ್ವಲ್ಪ ವಿವೇಚನಾಪರನಾಗಿದ್ದನೇನೋ ಎನಿಸುತ್ತಿತ್ತು.

ಕಾಲೇಜಿನ ಪಾಠ, ಸಹೋದ್ಯೋಗಿಗಳ ಮಾತುಕತೆಯಲ್ಲಿ ಗಿರಿಧರನ ಹೆಚ್ಚು ವೇಳೆ ಕಳೆದುಹೋಗುತ್ತಿತ್ತು. ಆದರೆ ಕೈಹಿಡಿದ ಸುಮನ್‌ಳ ಜ್ಞಾಪಕ ಅವನನ್ನು ಹಿಂಸಿಸದೇ ಹೋಗಲಿಲ್ಲ. ಎಸ್ಟೇಟಿಗೆ ಹೋಗಿ ಅತ್ತೆ ಮಾವನನ್ನು ಕಂಡುಬರುವ ಮನಸ್ಸಾದರೂ ಹೋಗುವ ನೈತಿಕ ಮನಸ್ಥಿತಿಯೇ ಅವನಿಗೆ ಉಂಟಾಗಲಿಲ್ಲ.

ಜೋಸೆಫ್, ಪಾರ್ಥಸಾರಥಿ ಅಮೇರಿಕದ ಬಗ್ಗೆ ಕೇಳಬೇಕಾದುದ್ದನ್ನು ಕೇಳಿ ತಿಳಿದರು. ಕಡೆಗೆ ಜೋಸೆಫ್ ಪ್ರಶ್ನಿಸೇಬಿಟ್ಟ.

"ಎಲ್ಲ ಸರಿ! ನಿನ್ನ ಭಾವಮೈದ ರಾಜೀವಾ ಅಲ್ಲಿ ಇಲ್ಲವಾ?"

ಗಿರಿಧರನ ಮುಖ ಗಂಭೀರವಾಯಿತು, ಅಮೇರಿಕಕ್ಕೆ ಹೋಗುವಾಗ ಕಾಣದ ಸುಮನ್‌ಳ ಅಣ್ಣ ರಾಜೀವನನ್ನು ಕಾಣುವ ಆತುರವಿತ್ತು. ಅಲ್ಲಿಗೆ ಹೋದ ಮೇಲೆ ತಿಳಿದ ವಿಷಯವೇ ಬೇರೆ.

"ಅವನು ಅಲ್ಲಿ ಮೊದಲು ಒಂದು ಕಂಪೆನಿಯಲ್ಲಿ ಕೆಲಸ ಮಾಡ್ತಾ ಇದ್ದನಂತೆ. ಈಗೊಂದು ವರ್ಷದ ಹಿಂದೆ ಕಂಪೆನಿಯ ಮೇನೇಜ್‌ಮೆಂಟ್ ಕೆಲಸದಿಂದ ತೆಗೆದುಹಾಕಿತಂತೆ. ಈಗ ಜರ್ಮನಿಯಲ್ಲಿದ್ದಾನೆ" ಎಂದ ಗಿರಿಧರ.

ಜೋಸೆಫ್, ಪಾರ್ಥಸಾರಥಿ ಮುಖಮುಖ ನೋಡಿದರು.

"ಆ ಸೊಸೈಟಿಯಲ್ಲಿ ಇದು ಅಸಾಮಾನ್ಯ ವಿಷಯವೇನು ಅಲ್ಲ. ಅಲ್ಲಿ ಜಾಬ್‌ನಲ್ಲಿ ಮೇಲಕ್ಕೆ ಬರಬೇಕಾದರೆ ಯಾವಾಗಲೂ ಒಳ್ಳೆ ರಿಸಲ್ಟ್ಸ್ ಕೊಡಬೇಕು. ಒಬ್ಬ ವ್ಯಕ್ತಿಯಿಂದ ನಿರೀಕ್ಷಿಸಿದ ರಿಸಲ್ಟ್ ಬರದಿದ್ದರೇ, ಬೇರೆ ವರ್ಕರ್ ಅದನ್ನು ಮಾಡಿ ತೋರಿಸಿದರೆ ಯಾವ ಮುಲಾಜೂ ಇಲ್ಲದೆ ಜಾಬ್‌ನಿಂದ ತೆಗೆದುಹಾಕ್ತಾರೆ. ಪ್ರತಿ ವ್ಯಕ್ತಿ ಜಾಬ್‌ನಲ್ಲಿ ಮೇಲಕ್ಕೆ ಬರಲು ಸತತವಾಗಿ ಪ್ರಯತ್ನಪಡುತ್ತಲೇ ಇರುತ್ತಾರೆ. ಅಲ್ಲಿ ಟೆನ್ಷನ್ ಜಾಸ್ತಿ. ಸೆಕ್ಯೂರಿಟಿ ಕಡಿಮೆ" ಎಂದ ಗಿರಿಧರನ ಮುಖ ಒಂದು ವಿಲಕ್ಷಣ ಗಂಭೀರತೆಯ ಭಾವವನ್ನು ಪ್ರದರ್ಶಿಸಿತು.

ತುಂಗಮ್ಮನವರು ಮಾತ್ರ ಮಗನ ಮದುವೆಯಾದಾಗಿನಿಂದ ಒಂದು ವಿಲಕ್ಷಣ ಗಂಭೀರ ಭಾವವನ್ನು ತಳೆದಿದ್ದರು. ಅವರಿಗೆ ಯಾವುದರಲ್ಲೂ ಹೆಚ್ಚಿನ ಆಸಕ್ತಿ ತೋರುತ್ತಿರಲಿಲ್ಲ.

ತಾಯಿಯ ವಿಲಕ್ಷಣ ನೋವಿನಿಂದ ನೊಂದವನು ಗಿರಿಧರ್ ಮಾತ್ರವಲ್ಲ, ಶಶಿಯೂ ಕೂಡ. ಒಂದೆರಡು ಸಲ ತಾಯಿಯನ್ನು ಒಂದು ದಿನದ ಮಟ್ಟಿಗೆ ನೋಡಿ ಹಿಂದಿರುಗಲು ಬಂದ ಶಶಿ ವೇದನೆಯ ಕೆಂಡವನ್ನೇ ಮೆಟ್ಟಿ ಹಿಂದಿರುಗಿದ್ದಳು.

ಮೂರು ತಿಂಗಳು ಅಮೇರಿಕದಲ್ಲೇ ಉಳಿದ ಸುಮನ್ ಕಡೆಗೂ ಭಾರತಕ್ಕೆ ಮರಳಿದಳು. ಗಿರಿಧರ್ ತನ್ನ ಅಸಮಾಧಾನ, ನೋವನ್ನು ಮುಚ್ಚಿಟ್ಟು ಮಡದಿಯನ್ನು ಎದುರುಗೊಂಡು ಕರೆತಂದ.

ಅಂದು ಸಂಜೆ ಗಿರಿಧರ್ ಮನೆಗೆ ಬಂದಾಗ ಸುಮನ್ ಇರಲೇ ಇಲ್ಲ. ಎಲ್ಲೋ ಹೋಗಿರಬಹುದು, ಬಂದಾಳು ಎಂದು ರಾತ್ರಿ ಎಂಟು ಗಂಟೆಯವರೆಗೂ ಕಾದ, ಬರಲೇ ಇಲ್ಲ.

ತುಂಗಮ್ಮನವರ ಧಾವಂತವಂತೂ ಹೇಳತೀರದು. ಯಾವುದಕ್ಕೂ ಗೊಣಗುಟ್ಟದೇ ಇದ್ದ ತುಂಗಮ್ಮನವರು ಸೊಸೆ ಎಲ್ಲಿ ಹೋದಳೋ ಎಂದು ಗೊಣಗಾಡತೊಡಗಿದರು.

ಸುಮನ್‌ಗೆ ಇಲ್ಲಿ ಅವಳ ಅಂತಸ್ತಿಗೆ ಸರಿಯಾದ ಗೆಳತಿಯರಾಗಲಿ, ನೆರೆಹೊರೆಯಾಗಲಿ ಇಲ್ಲದ್ದರಿಂದ ಯಾರ ಮನೆಗೂ ಹೋಗುವ ಪರಿಪಾಠವಿಟ್ಟು ಕೊಂಡಿರಲಿಲ್ಲ. ಕಾಲೇಜು ವಿದ್ಯಾರ್ಥಿಗಳ ಜೊತೆ ಬ್ಯಾಡ್‌ಮಿಂಟನ್ ಆಡೋ, ಇಲ್ಲ ತಂದೆಯಿಂದ ಪಡೆದ ಸ್ಕೂಟರ್ ಏರಿ ಒಂದು ಸುತ್ತು ಹೊಡೆದು ಬರುತ್ತಿದ್ದಳು.

"ಗಿರಿ, ಹೋಗಿ ನೋಡೋ. ಆ ಹುಡುಗಿ ಇಷ್ಟೊತ್ತಾದರೂ ಮನೆಗೆ ಬರಲಿಲ್ಲ" ಎಂದು ಮಗನ ಬಳಿ ಬಂದು ಪೇಚಾಡಿಕೊಂಡರು ತುಂಗಮ್ಮ.

ಗಿರಿಧರ ತಾಯಿಗೆ ಏನು ತಾನೇ ಹೇಳಿಯಾನು? ಮೌನವಾಗಿ ಹೊರಗೆದ್ದು ಬಂದ. ಪಾರ್ಥಸಾರಥಿ ಇತ್ತೀಚೆಗೆ ಅವನ ಆತ್ಮೀಯ ವ್ಯಕ್ತಿಯಾಗಿದ್ದ. ನೇರವಾಗಿ ಅವನ ಮನೆ ಕಡೆಗೆ ಹೆಜ್ಜೆ ಹಾಕಿದ.

ಇವನು ಪಾರ್ಥಸಾರಥಿ ಕ್ವಾರ್ಟರ್ಸ್ ತಲುಪಿದಾಗ ಅವನ ದೊಡ್ಡ ನಗು ಕ್ವಾರ್ಟರ್ಸ್‌ನಿಂದ ತೂರಿ ಹೊರಬರುತ್ತಿತ್ತು.

ಗಿರಿಧರನ ಕೈಬೆರಳು ಕಾಲಿಂಗ್ ಬೆಲ್ಲನ್ನು ಒತ್ತಿದ್ದವು. ಹೊರಬಂದ ಪಾರ್ಥಸಾರಥಿ ನಗುನಗುತ್ತಲೇ ಸ್ವಾಗತಿಸಿದ. ಈ ರೀತಿ ಗಿರಿಧರ ಬರುತ್ತಿದ್ದುದು ಅಪರೂಪದ ವಿಷಯವಾಗಿರಲಿಲ್ಲ.

ಗಿರಿಧರ್ ಮೌನವಾಗಿ ಒಳಬಂದ. ಸುಮನ್ ಬಗ್ಗೆ ಅವನಿಗೇನೂ ಆತಂಕವಿರಲಿಲ್ಲ. ಅವನು ಇದುವರೆಗೂ ಅಲ್ಪಸ್ವಲ್ಪ ಅರ್ಥ ಮಾಡಿಕೊಂಡಿದ್ದರಿಂದ ಹೆಣ್ಣಿನ ಕೋಮಲತೆಯಾಗಲಿ, ಸಂಕೋಚವಾಗಲಿ, ಭಯವಾಗಲಿ ಅವಳಲ್ಲಿ ಇಲ್ಲದ್ದನ್ನು ಮನಗಂಡಿದ್ದ. ಆದರೂ... ಅರ್ಥವಿಲ್ಲದ ವೇದನೆ ಅವನನ್ನು ಹಿಂಸಿಸುತ್ತಿತ್ತು.

"ಸುಮನ್ ಎಲ್ಲಿ ಹೋದಳೋ, ಇನ್ನೂ ಮನೆಗೆ ಬಂದಿಲ್ಲ..." ಎಂದ.

ಪಾರ್ಥಸಾರಥಿಗೆ ಆ ಕ್ಷಣದಲ್ಲೂ ನಗುಬಾರದೇ ಹೋಗಲಿಲ್ಲ. ಅದನ್ನು ಬಹಳ ಕಷ್ಟಪಟ್ಟು ಅಡಗಿಸಿಕೊಂಡ. ಮನೆಗೆ ಬರದ ಪುಟ್ಟ ಮಗುವನ್ನು ಹುಡುಕಿಕೊಂಡು ಬರುವ ತಾಯಿಯಂತೆ ಕಾಣಿಸಿದ ಅವನ ಕಣ್ಣಿಗೆ ಗಿರಿಧರ.

"ಎಸ್ಟೇಟಿಗೆ ಹೋಗಿರಬಹುದು..." ಎಂದು ಗಿರಿಧರನ ಮುಖವನ್ನು ಸೂಕ್ಷ್ಮವಾಗಿ ಪರೀಕ್ಷಿಸಿದ ಪಾರ್ಥಸಾರಥಿ. ಬಹುಶಃ ದಂಪತಿಗಳಲ್ಲಿ ಜಗಳವಾಗಿ ವಿರಸವುಂಟಾಗಿರ ಬಹುದೆಂದು ಅವನ ಎಣಿಕೆ.

"ಇರಬಹುದು... ಆದರೆ?"... ಎಂದ ಗಿರಿಧರ. ಅವನ ನಿರೀಕ್ಷೆಯೂ ಅದೇ ಆಗಿತ್ತು; ಹಾಗೆಂದು ಅವನು ಸುಮ್ಮನಿರುವ ಹಾಗಿಲ್ಲ. ದೇಶಪಾಂಡೆ ಒಂದು ಸಲ ಯಾರ ಬಳಿಯಲ್ಲೋ ಹೇಳುತ್ತಿದ್ದ ಮಾತನ್ನು ಕಿವಿಯಾರೆ ಕೇಳಿದ್ದ 'ನಮ್ಮ ಪಾದರಸದಂಥ ಚಲಾಕಿನ ಹುಡುಗಿಗೆ ಅವನು ಸರಿಯಾದ ಗಂಡನಲ್ಲ.'

"ಜೋಸೆಫ್ ಮೋಟಾರ್ ಬೈಕ್ ತಗೊಂಡು ಎಸ್ಟೇಟಿನವರೆಗೂ ಹೋಗಿ ಬಂದುಬಿಡೋಣವೇನು!" ಪಾರ್ಥಸಾರಥಿಯೇ ಕೇಳಿದ.

ಗಿರಿಧರ ಏನೂ ಹೇಳದೆ ಸುಮ್ಮನೆ ನಿಂತ.

ಪಾರ್ಥಸಾರಥಿ ಬಟ್ಟೆ ಧರಿಸಿ ಹೊರಹೊರಟವನು ಹತ್ತು ನಿಮಿಷಗಳಲ್ಲೇ ಹಿಂದಿರುಗಿ ಬಂದ ಬೈಕಿನೊಂದಿಗೆ.

ಬೈಕ್ ಎಸ್ಟೇಟಿನ ಕಡೆಗೆ ಸಾಗಿತು. ಇವರಿಬ್ಬರನ್ನೂ ಹೊತ್ತು. ಇವರು ಎಸ್ಟೇಟನ್ನು ತಲುಪಿದಾಗ ಗಂಟೆ ಹತ್ತರ ಸಮೀಪ. ಇವರು ಬಂಗ್ಲೆ ಮುಂಭಾಗಕ್ಕೆ ಹೋಗುವ

ವೇಳೆಗೆ ಸುಮನ್‌ಳ ಕಿಲಕಿಲ ನಗು ಗಾಳಿಯನ್ನು ಸೀಳಿಕೊಂಡು ಹೊರಗೆ ಬಂತು.

ಪಾರ್ಥಸಾರಥಿ ಗಿರಿಧರನ ಮುಖ ನೋಡಿದ. ಅವನು ನಿರ್ಲಿಪ್ತನಾಗಿ ನಡೆಯುತ್ತಿದ್ದ. ಪಾರ್ಥಸಾರಥಿ ಅಲ್ಲೇ ನಿಂತು ಗಿರಿಧರನನ್ನು ಒಳಗೆ ಕಳುಹಿಸಿದ.

ಸುಮನ್ ತಂದೆತಾಯಿಯೊಂದಿಗೆ ರಮ್ಮಿ ಆಟದಲ್ಲಿ ಮಗ್ನಳಾಗಿದ್ದಳು.

ಅಷ್ಟು ಆಟದಲ್ಲಿ ಮೈಮರೆತಿದ್ದ ಮಡದಿಯನ್ನು ಹೇಗೆ ಕೂಗಿ ಎಚ್ಚರಿಸುವುದು? ತಾನು ಬಂದ ಕಾರಣವನ್ನು ಹೇಗೆ ವಿವರಿಸುವುದು? ಅದನ್ನು ತಿಳಿದ ಅವಳು ತನ್ನ ಮೂಢತನಕ್ಕೆ ಅವಹೇಳನ ಮಾಡಬಹುದು. ಅದರಲ್ಲಿ ದೇಶಪಾಂಡೆಯವರು ಭಾಗವಹಿಸಿ ಉದಾಸೀನ ದೃಷ್ಟಿ ತನ್ನ ಕಡೆಗೆ ಬೀರಿದರೆ! ಛೇ, ಅದೆಲ್ಲ ಬೇಡವೇ ಬೇಡ, ತಿಳಿದು ಸಹ ಬಂದಿದ್ದೇ ತನ್ನ ಮೂರ್ಖತನ. ಇನ್ನು ಅವರನ್ನು ಎಚ್ಚರಿಸಿ ಅವರ ಮುಂದೆ ಅವಹೇಳನಕ್ಕೆ ಗುರಿಯಾಗದೇ ಹಿಂದಿರುಗುವುದೇ ಸರಿ ಎಂದುಕೊಂಡ.

ಗಿರಿಧರ ತಟ್ಟನೇ ಹಿಂದಿರುಗಿದ. ವಾಚ್‌ಮನ್ "ಕ್ಯಾಸಾಬ್" ಎಂದು ಕೇಳುತ್ತಿದ್ದರೂ ಉತ್ತರಿಸದೇ ಪಾರ್ಥಸಾರಥಿ ಬೈಕಿನೊಂದಿಗಿದ್ದ ಸ್ಥಳಕ್ಕೆ ನಡೆದ.

ಗಿರಿಧರನ ಮುಖ ನೋಡೇ ಪಾರ್ಥಸಾರಥಿಗೆ ಅಯ್ಯೋ ಎನ್ನಿಸಿತು. ಇನ್ನು ಬಾಯಿಬಿಟ್ಟು ಏನು ತಾನೇ ಕೇಳಿಯಾನು! ಸುಮ್ಮನೇ ಬೈಕ್ ಹತ್ತಿ ಸ್ಟಾರ್ಟ್ ಮಾಡಿದ. ಗಿರಿಧರ ಹಿಂದೆ ಹತ್ತಿ ಕುಳಿತ.

ಗಿರಿಧರ್ ಮನೆಗೆ ಬಂದಾಗ ತುಂಗಮ್ಮನವರು ಮಲಗದೇ ಇನ್ನೂ ಎಚ್ಚರ ಇದ್ದರು.

ಒಳಗೇ ಬಂದವನೇ ಗಿರಿಧರ "ಅಮ್ಮ, ಅವಳು ಎಸ್ಟೇಟಿಗೆ ಹೋಗಿದ್ದಾಳೆ. ಇನ್ನು ನೀನು ಮಲಗಮ್ಮ" ಎಂದವನೇ ತನ್ನ ಕೋಣೆಗೆ ನಡೆದುಬಿಟ್ಟ.

ಎರಡು ದಿನಕ್ಕೊಮ್ಮೆ, ಮನಸ್ಸು ಬಂದರೇ ದಿನವೂ ಸುಮನ್ ಎಸ್ಟೇಟಿಗೆ ಹೋಗಿ ಬರುತ್ತಿದ್ದಳು. ಕೆಲವು ಸಂದರ್ಭದಲ್ಲಿ ಗಿರಿಧರನಿಗೆ ಹೇಳುತ್ತಿದ್ದಳು. ಇನ್ನು ಕೆಲವೊಮ್ಮೆ ಅವನಿಲ್ಲದಾಗ ತುಂಗಮ್ಮನಿಗೆ ತಿಳಿಸಿ ಹೋಗುತ್ತಿದ್ದಳು. ಇನ್ನೂ ಕೆಲವು ಸಂದರ್ಭದಲ್ಲಿ ತಿಳಿಸದೇ ಹೋದರೂ ಅಂದೇ ಹಿಂದಿರುಗಿಬಿಡುತ್ತಿದ್ದಳು. ಇಂದು ಮಾತ್ರ ಇವು ಮೂರಕ್ಕೂ ವ್ಯತಿರಿಕ್ತವಾಗಿತ್ತು.

ಗಿರಿಧರ ಬಂದವನೇ ಮಲಗಿಬಿಟ್ಟ. ಅವನು ಊಟ ಸಹ ಮಾಡಿರಲಿಲ್ಲ. ಹೊಟ್ಟೆ ತನ್ನ ಪಾಡಿಗೆ ತನ್ನ ಹಕ್ಕನ್ನು ಚಲಾಯಿಸುತ್ತಲೇ ಇತ್ತು. ಉಳಿದ ಅಂಗಾಂಗಗಳು ಊಟ ಮಾಡಲು ಸಾಧ್ಯವೇ ಇಲ್ಲವೆಂದು ಮುಷ್ಕರ ಹೂಡಿತ್ತು.

ತುಂಗಮ್ಮನವರು ಒಂದು ಲೋಟ ಹಾಲು ಹಿಡಿದುಕೊಂಡು ಮಗನ ಕೋಣೆಗೆ ಬಂದರು. ಅವನು ಕಣ್ಣುಮುಚ್ಚಿ ಮಲಗಿದ್ದರೂ ಅವನ ಮುಖದಲ್ಲಿ ವೇದನೆಗಳು ಸ್ಪಷ್ಟವಾಗಿ ಕಾಣುತ್ತಿದ್ದವು.

"ಗಿರಿ, ಊಟಾನೂ ಮಾಡಲಿಲ್ಲ. ಈ ಹಾಲಾದರೂ ಕುಡಿದು ಮಲಗಪ್ಪ" ಎಂದವರೇ ಲೋಟವನ್ನು ಸ್ಟೂಲಿನ ಮೇಲಿಟ್ಟು ಹೊರಗೆ ಸರಿದುಬಿಟ್ಟರು.

ಗಿರಿಧರ ಎದ್ದು ಕುಳಿತ. ಅವನಿಗೆ ತಾಯಿಯ ಅಂತಃಕರಣದ ಅರಿವಾಯಿತು. ಅಂಥ ತಾಯಿಗೆ ತಾನು ನೀಡಿದ್ದಾದರೂ ಏನು! ವೇದನೆಯಿಂದ ಅವನ ಮುಖ ಬಿಳಿಚಿಕೊಂಡಿತು.

ಸುಮನ್ ಗೂಟಕ್ಕೆ ತಗುಲಿ ಹಾಕಿದ್ದ ಮಾಂಗಲ್ಯದ ಸರ ಅವನ ದೃಷ್ಟಿಗೆ ಬಿತ್ತು. ಅದೇನೂ ಅವನಿಗೆ ಅತಿಶಯವಾಗಿ ಕಾಣಲಿಲ್ಲ. ಹಾಲು ಕುಡಿದು ಮಲಗಿಕೊಂಡ.

ತಾಯಿ ಮತ್ತು ಸುಮನ್ ಇಬ್ಬರೂ ಹೆಣ್ಣುಗಳೇ. ಆದರೆ ಎಷ್ಟು ಅಂತರ! ಜೀವನದಲ್ಲಿ ಸ್ವಲ್ಪ ನೆಮ್ಮದಿಯನ್ನು ಕೊಡದ ಹುಚ್ಚ ಗಂಡ ಕಟ್ಟಿದ್ದ ತಾಳಿಯನ್ನು ತುಂಗಮ್ಮ ಇಂದು ಕಣ್ಣಿಗೆ ಒತ್ತಿಕೊಳ್ಳುತ್ತಾರೆ. ಅದೇ ಸುಮನ್ ತನ್ನನ್ನು ಪ್ರಾಣಕ್ಕಿಂತ ಹೆಚ್ಚಾಗಿ ಪ್ರೀತಿ, ತನ್ನ ಅತಿರೇಕಗಳ ಬಗ್ಗೆ ಚಕಾರವೆತ್ತದೇ ಇರುವ ಗಂಡನು ಕಟ್ಟಿದ ಮಾಂಗಲ್ಯವನ್ನು ಸುಮನ್ ಗೂಟಕ್ಕೆ ತಗುಲಿ ಹಾಕುತ್ತಾಳೆ. ಇಬ್ಬರಲ್ಲಿ ಯಾರದು ಸರಿ? ಯಾರದು ತಪ್ಪು? ಅವರಿವರಿಗೆ ಅವರವರದು ಸರಿ ಎನ್ನಿಸಬಹುದೇನೋ ಎಂದುಕೊಂಡು ಮಗ್ಗಲು ಬದಲಿಸಿದ.

ನಿದ್ದೆಯ ಒಂದು ಮಹಾನ್‌ಶಕ್ತಿ ಇಲ್ಲದಿದ್ದರೆ ಮಾನವ ಜನಾಂಗ ಏನಾಗುತ್ತಿತ್ತೋ? ಜೀವನದ ಚಿಂತೆ, ದುಃಖ ಮರೆಸುವ ಮಹಾನ್ ಶಕ್ತಿ ನಿದ್ದೆ ಎಂಥ ಚಿಂತಾಕ್ರಾಂತನಿಗೂ ತನ್ನ ಜಾಲವನ್ನು ಬೀಸಿ ಅವನನ್ನು ಮೈಮರೆಸುವಂತೆ ಮಾಡಬಲ್ಲದು.

ಗಿರಿಧರ ಸ್ವಲ್ಪ ಹೊತ್ತು ಹೊರಳಾಡಿದರೂ ಕಡೆಗೆ ನಿದ್ದೆ ಮಾಡಿದ.

ಮರುದಿನ ಗಿರಿಧರ್ ಕಾಲೇಜಿಗೆ ಹೋದ ಮೇಲೆ ಸುಮನ್ ಬಂದಳು ಶ್ರೀಪತಿಯ ಮೋಟಾರ್ ಬೈಕಿನಲ್ಲಿ.

ಶ್ರೀಪತಿಯ ತಂದೆ ಕಮಲಾಪತಿ ದೇಶಪಾಂಡೆಯವರ ಇಡೀ ಎಸ್ಟೇಟಿನ ಮೇಲ್ವಿಚಾರಕ. ಎಸ್ಟೇಟಿನ ಬಹುಮಟ್ಟಿನ ಪ್ರಗತಿಗೆ ಅವರೇ ಕಾರಣರೆಂದು ಹೇಳಬಹುದು. ಆದ್ದರಿಂದ ದೇಶಪಾಂಡೆ ಕುಟುಂಬದಲ್ಲಿ ಅವರಿಗೆ ಒಂದು ಉತ್ತಮ ಸ್ಥಾನ.

ಕೆಂಪನೆಯ ಆರು ಅಡಿ ಎತ್ತರದ ಶ್ರೀಪತಿಗೆ ಸುಮನ್‌ಳಲ್ಲಿ ಮೊದಲಿನಿಂದಲೂ ಸಲಿಗೆಯೇ. ಎಷ್ಟೋ ಸಲ ಅವಳನ್ನು ಶಿವಮೊಗ್ಗಕ್ಕೆ ಸಿನಿಮಾ ನೋಡುವ ಸಲುವಾಗಿ ಕರೆದೊಯ್ದಿದ್ದ. ಇಬ್ಬರೂ ಕೂಡಿ ಎಸ್ಟೇಟೆಲ್ಲ ಅಲೆದಾಡುತ್ತಿದ್ದರು. ಕೆಲವೊಮ್ಮೆ ಬ್ಯಾಡ್‌ಮಿಂಟನ್ ಆಡುತ್ತ ಕಾಲ ಕಳೆಯುತ್ತಿದ್ದರು. ಆದರೆ ಮದುವೆಯಾದ ಮೇಲೆ ಇಂದೇ ಅವನ ಜೊತೆ ಕ್ವಾರ್ಟರ್ಸ್‌ಗೆ ಬಂದದ್ದು ಸುಮನ್.

ಪಿ.ಯು.ಸಿ. ಮುಗಿಸಿ ತಂದೆಯ ಕೆಲಸದಲ್ಲಿ ನೆರವಾಗುತ್ತಿದ್ದ ಶ್ರೀಪತಿ ಇಲ್ಲಿಗೆ ಬಂದ ಮೇಲೆ ಕಾಲೇಜು ಸೇರಿಕೊಂಡು ಅವನು ಹುಡುಗಿಯರನ್ನು ಚುಡಾಯಿಸುವ ಗ್ಯಾಂಗಿಗೆ ಹೀರೋ. ಅವನ ಆಕರ್ಷಕ ಮೈಕಟ್ಟಿನ ಮೋಡಿಗೆ ಒಳಗಾದವರೂ ಇದ್ದಾರೆ.

ಇನ್ನು ಕೆಲವು ಹುಡುಗಿಯರು ತಾವು ಮಲೆನಾಡಿನ ಹೆಣ್ಣುಗಳು ನಿನ್ನ ಪುಂಡತನಕ್ಕೆ ಹೆದರೋಲ್ಲ ಎಂದು ಅವನ ಕೆನ್ನೆ ಬಿಸಿ ಮಾಡಿದವರೂ ಇದ್ದಾರೆ. ಏನೇ ಆಗಲಿ ಕಾಲೇಜಿನಲ್ಲಿ ಅವನಿಗೆ ಒಳ್ಳೆಯ ಹೆಸರಿಲ್ಲ.

ಕಾಲೇಜಿಗೆ ಪ್ರತಿ ದಿನ ಲೇಟಾಗಿ ಬರುವ ಕೆಲವು ಹುಡುಗರು ಶ್ರೀಪತಿ ಸುಮನ್ ಒಟ್ಟಿಗೆ ಒಂದೇ ಬೈಕಿನಲ್ಲಿ ಬಂದದ್ದನ್ನು ನೋಡಿದರು. ಅದು ಸಾಮಾನ್ಯ ವಿಷಯವಾದರೂ ಉಪ್ಪು, ಹುಳಿ ಹಚ್ಚಿ ಒಬ್ಬರಿಂದೊಬ್ಬರಿಗೆ ಹರಡಿದರು. ಅದು ಎಷ್ಟು ಬೇಗ ಇಡೀ ವಿದ್ಯಾರ್ಥಿ ವೃಂದವನ್ನೆಲ್ಲ ಹರಡಿಬಿಟ್ಟಿತ್ತೆಂದರೆ ಬೇರಾವುದೇ ಸಾಂಕ್ರಾಮಿಕ ಜಾಡ್ಯ ಅಷ್ಟು ಬೇಗ ವ್ಯಾಪಿಸಿರಲಾರದು. ಒಬ್ಬರ ಬಾಯಿಂದ ಮತ್ತೊಬ್ಬರ ಕಿವಿಗೆ ಪ್ರಸಾರ ಮಾಡುವಾಗ ತಾವು ಕೇಳಿದ ಮಾತುಗಳಷ್ಟನ್ನೇ ಹೇಳಿದರೆ ರುಚಿ ಸಾಲದೆಂದು ಪ್ರತಿಯೊಬ್ಬರೂ ಸ್ವಂತ ಎರಡೆರಡು ಮಾತುಗಳನ್ನು ಸೇರಿಸಿ ಬರೆಯುವ ಲೇಖನಿಗಾದರೆ ಹತ್ತಾರು ಪುಟಗಳಷ್ಟು ವಿಷಯ ಸಂಗ್ರಹಣೆಯಾಗುತ್ತಿತ್ತು. ಅಷ್ಟುಮಟ್ಟಿಗೆ ಹರಡಿತು. ಅವರಿಬ್ಬರ ವಿಷಯ ತಿಳಿಯದವರೇ ಇರಲಿಲ್ಲ. ಕಡೆಗೇ ಪ್ರಿನ್ಸಿಪಾಲರವರೆಗೂ ಹೋಯಿತು. ಅವರು ಇದಕ್ಕೆ ತಲೆ ಹಾಕಲಿಲ್ಲ.

ಇದು ಗಿರಿಧರನ ಕಿವಿಗೆ ಮುಟ್ಟಲು ತಡವಾಗಲಿಲ್ಲ. ಮಡದಿಯ ಬಗ್ಗೆ ಅವನಿಗೆಂದೂ ಅಂಥ ಕ್ಷುಲ್ಲಕ ಅನುಮಾನ ಬಂದಿರಲಿಲ್ಲ. ಮುಂದೆ ಊಹಿಸಿಕೊಳ್ಳಲು ಅವನಿಂದ ಸಾಧ್ಯವಾಗದ ವಿಷಯ.

ಸಂಜೆ ಗಿರಿಧರ ಒಂದೆರಡು ಬುದ್ಧಿ ಮಾತುಗಳನ್ನು ಹೇಳಬೇಕೆಂದೇ ಮನೆಗೆ ಬಂದ. ಸುಮನ್ ಮನೆಯಲ್ಲಿರಲಿಲ್ಲ. ಬ್ಯಾಡ್‌ಮಿಂಟನ್ ಕೋರ್ಟಿನಲ್ಲಿ ಶ್ರೀಪತಿ ಇನ್ನು ಬೇರೆಯವರ ಜೊತೆ ಬ್ಯಾಡ್‌ಮಿಂಟನ್ ಆಡುತ್ತಿದ್ದಳು.

ಶ್ರೀಮಂತರು ತಪ್ಪುಒಪ್ಪುಗಳನ್ನು ಸಮಾಜ ಅತಿಯಾಗಿ ಆಡಿಕೊಳ್ಳದು. ಅವರ ಪ್ರತಿಯೊಂದು ರೀತಿಗೂ ಒಂದು ರೀತಿ ಗೌರವವಿರುತ್ತೆ. ಆದರೆ ಮಧ್ಯಮ ವರ್ಗದವರು ಸಮಾಜಕ್ಕೆ ಹೆದರಿ ಜೀವನ ಸವೆಸಬೇಕು. ಮಧ್ಯಮ ದರ್ಜೆಯ ಗಿರಿಧರನ ಕೈಹಿಡಿದ ಸುಮನ್ ಇದಕ್ಕೆ ಹೊರತಾದಾಳೇ!?

ಕ್ವಾರ್ಟರ್ಸ್‌ಗಳಲ್ಲಿದ್ದ ಸ್ತ್ರೀಯರೆಲ್ಲ ಒಂದಲ್ಲ ಒಂದು ನೆಪದಲ್ಲಿ ಬ್ಯಾಡ್‌ಮಿಂಟನ್ ಕೋರ್ಟುವರೆಗೂ ಬಂದು ಹೋದರು. ಸುಮನ್ ಆಡುತ್ತಿದ್ದುದ್ದೇನೂ ಹೊಸದಲ್ಲ. ಹಿಂದೆ ಪುಣ್ಯಾತ್ಮರು ಸಣ್ಣ ವಿಷಯಕ್ಕೆ ಇಷ್ಟೊಂದು ರಂಗು ಬಳೆದಿರಲಿಲ್ಲ. ಇಂದು ಯಾರೋ ಈ ಕೆಲಸವನ್ನು ಕೈಗೊಂಡು ಸಫಲತೆಯನ್ನು ಪಡೆದಿದ್ದರು.

ಗಿರಿಧರ್ ಉಡುಪು ಸಹ ಬದಲಾಯಿಸದೇ ಕೂತ ಕಡೇ ಚಡಪಡಿಸಿದ. ಸುಮನ್ ಇಂಥ ವಿಷಯಗಳನ್ನು ಲೆಕ್ಕಕ್ಕೆ ತೆಗೆದುಕೊಳ್ಳದಿದ್ದರೂ ಅವಳಷ್ಟೇ ಉದಾಸೀನ ಮಾಡುವಷ್ಟು ಸಬಲನಾಗಿರಲಿಲ್ಲ.

ಸದ್ದು ಕೇಳಿ ತಲೆ ಎತ್ತಿದ್ದ ಸುಮನ್ ಬ್ಯಾಡ್‌ಮಿಂಟನ್ ಬ್ಯಾಟನ್ನು ತಿರುಗಿಸುತ್ತ

ಒಳಗೆ ಬಂದಳು.

ಅವಳು ಧರಿಸಿದ್ದ ಬೆಲ್ ಬಾಟಮ್ ಪ್ಯಾಂಟು, ಷರಟು, ಹಣೆ, ಕೈ ಎಲ್ಲ ಬೋಡುಬೋಡಾಗಿ ಬಾಬ್ ಕೂದಲು ಅವಳ ಕೆನ್ನೆಯು ಮೇಲೆ ಕಣ್ಣು ಮುಚ್ಚಾಲೆಯಾಡುತ್ತಿದ್ದವು.

ಹಿಂದಿನಿಂದ ಬಂದ ಸುಮನ್ ಎರಡು ಕೈಗಳಿಂದ ಗಂಡನ ಕೊರಳಿಗೆ ಹಾರಹಾಕಿ ಅವನ ನುಣುಪಾದ ಕೂದಲಿನ ಮೇಲೆ ತನ್ನ ಗಲ್ಲ ಊರಿದಳು.

ಬೇರೆ ದಿನಗಳಲ್ಲಿ ಆಗಿದ್ದರೆ ಗಿರಿಧರ ಇಷ್ಟು ಹೊತ್ತಿಗೆ ತಣ್ಣಗಾಗಿಬಿಡುತ್ತಿದ್ದನೇನೋ! ಇಂದು ವಿದ್ಯಾರ್ಥಿಗಳ ಪಿಸುನುಡಿ, ವ್ಯಂಗ್ಯನೋಟ ಅವನನ್ನು ಇರಿಯುತ್ತಿತ್ತು. ಆದರೂ ಏನು ತಾನೇ ಮಾಡಬಲ್ಲ?

ಗಿರಿಧರ ಕೋಪದಿಂದ ಅವಳನ್ನು ರೇಗಲಾರ. ಸುಮ್ಮನಿದ್ದರೆ ಇದು ಎಲ್ಲಿವರೆಗೂ ಮುಂದುವರಿಯುತ್ತೋ! ವಿದ್ಯಾರ್ಥಿಗಳು ಪಿಸುನುಡಿ, ವ್ಯಂಗ್ಯ ನೋಟಗಳಿಂದ ಚುಚ್ಚುತ್ತಿದ್ದಾರೆ. ನಾಳೆ ಎದುರಿಗೆ ತನ್ನನ್ನು ಹಳಿಯಬಹುದು. ಇದನ್ನೆಲ್ಲ ಸಮರ್ಥಿಸಿಕೊಳ್ಳುವಷ್ಟು ಗಟ್ಟಿ ಹೃದಯದ ಗಂಡಲ್ಲವೇನೋ ಈ ಗಿರಿಧರ ಎಂದುಕೊಂಡ.

ಮಡದಿಯ ಕೈ ಹಿಡಿದು ಮೃದುವಾಗಿ ಎಳೆದು ಪಕ್ಕದಲ್ಲಿ ಕೂಡಿಸಿಕೊಂಡು ಅವಳ ಬಾಬ್ ಕೂದಲನ್ನು ಮೃದುವಾಗಿ ಸವರುತ್ತ "ಸುಮನ್, ನೀನು ಆ ಹುಡುಗರ ಜೊತೆ ಬ್ಯಾಡ್‌ಮಿಂಟನ್ ಆಡೋದು ಅಷ್ಟು ಚೆನ್ನಾಗಿ ಕಾಣೋಲ್ಲ. ಅವರು ಬಾಳಿನ ನಿಜಮುಖದ ಪರಿಚಯವಿಲ್ಲದ ವಿದ್ಯಾರ್ಥಿಗಳು...."

ಅವನು ಅಷ್ಟು ಹೇಳುವುದರೊಳಗಾಗಿ ಸುಮನ್ ಅವನ ಕೈಕೊಡವಿಕೊಂಡು ಎದ್ದು ನಿಂತಳು.

"ನಿಮಗೆ ನಾಚಿಕೆ ಆಗಬೇಕು ಈ ಮಾತು ಹೇಳೋಕೆ ನನ್ನ ಎಲ್ಲ ವಿಷಯದಲ್ಲಿ ತಲೆಹಾಕೋ ಹಕ್ಕು ನಿಮಗಿಲ್ಲ."

ಮಡದಿಯ ನುಡಿ ಕೇಳಿ ಗಿರಿಧರ ಬೆಚ್ಚಿದ. ತಾನೇನು ಈಗ ಹೇಳಿದ್ದು? ಇವಳು ಯಾಕೆ ಹಕ್ಕಿನವರೆಗೂ ಹೋಗಿದ್ದು!?

"ಸುಮನ್, ಸ್ವಲ್ಪ ಅರ್ಥಮಾಡ್ಕೋ, ಏನೇನೋ ತಪ್ಪು ಊಹಿಸಿಕೊಂಡು ಕೂಗಾಡಬೇಡ. ಇಲ್ಲಿನ ವಿದ್ಯಾರ್ಥಿಗಳಿಗೆ ಪಾಠ ಹೇಳೋ ಒಬ್ಬ ಲೆಕ್ಚರರ್ ಹೆಂಡತಿ ನೀನು. ಅದನ್ನು ಗಮನದಲ್ಲಿಟ್ಟುಕೋ..."

ಮುಂದೆ ಗಿರಿಧರನಿಗೆ ಮಾತನಾಡಲು ಅವಕಾಶ ಕೊಡದೇ ಕೂಗಾಡಿದಳು ಸುಮನ್.

"ನಿಮ್ಮ ವ್ಯಕ್ತಿತ್ವದ ಲೇಬಲ್ಲನ್ನು ನನ್ನ ಹಣೆಗೆ ಅಂಟಿಸಿಕೊಳ್ಳಬೇಕಾಗಿಲ್ಲ. ನನ್ನ ವ್ಯಕ್ತಿತ್ವಕ್ಕೂ ಬೆಲೆ ಇದೆ. ಸ್ವಾರ್ಥಕ್ಕೂ ಒಂದು ಮಿತಿ ಇರುತ್ತೆ. ನಿಮ್ಮ ಸ್ವಾರ್ಥಪರತೆಗೆ

ಬೆರಗಾಗಿ ಅಡಿಗೆಯ ಮನೆ ಸೇರುವ ಅಗ್ರಹಾರದ ಹೆಣ್ಣಲ್ಲ..."

ಸುಮನ್ ಕೂಗಾಡುತ್ತಿದ್ದರೆ ಗಿರಿಧರ್ ತಲೆಯ ಮೇಲೆ ಕೈಹೊತ್ತು ಕೂತನೇ ವಿನಹ ಮಾತಾಡಲಿಲ್ಲ. ಅವನಿಗೆ ಏನು ಮಾತಾಡಬೇಕೋ? ಹೇಗೆ ಸಮಸ್ಯೆಯನ್ನು ವಿವರಿಸಬೇಕೋ. ಹೇಗೆ ಅವಳಿಗೆ ಸಮಾಧಾನ ಮಾಡಬೇಕೋ ಒಂದೂ ತಿಳಿಯಲಿಲ್ಲ.

ಹೊರ ಬಾಗಿಲಿನಲ್ಲಿ ನಿಂತಿದ್ದ ತುಂಗಮ್ಮ ಮಗನನ್ನು ಹೊರಗೆ ಕರೆದು ಹೇಳಿದರು.

"ಗಿರಿ, ಸಣ್ಣ ವಿಷಯಕ್ಕೆಲ್ಲ ಯಾಕಪ್ಪ ಈ ರಗಳೆ? ಮದುವೆ ಅನ್ನೋದು ಒಂದು ದಿನದ ಮಾತಲ್ಲ. ಜೀವನಪರ್ಯಂತ ನೀವು ಒಟ್ಟಿಗೆ ಬಾಳಬೇಕಾದವರು. ಅವಳು ಓದಿದ ಹುಡುಗಿ. ದೊಡ್ಡ ಮನುಷ್ಯರ ಮಗಳು. ಅವಳಿಗೆ ನೀನು ಬುದ್ಧಿ ಹೇಳೋಕೆ ಹೋಗಬಾರದು."

ತಾಯಿಯ ಅಸಾಧಾರಣ ಬುದ್ಧಿಗೆ ತಲೆದೂಗಿದ. ಅಗ್ರಹಾರದ ಮೊದ್ದು ಹೆಣ್ಣು ತುಂಗಮ್ಮನ ತಲೆಯಲ್ಲೂ ಇಷ್ಟು ಬುದ್ಧಿ ಇದೆ ಎಂದರೆ ಎಂಥವರಾದರೂ ಆಶ್ಚರ್ಯಪಡಬೇಕಾದ್ದೇ.

ಗಿರಿಧರ ಬಟ್ಟೆ ಬದಲಾಯಿಸಿ ಕಾಫೀ ಒಯ್ದು ಮಡದಿಗೆ ಬಲವಂತ ಮಾಡಿ ಕುಡಿಸಿ ಅವಳನ್ನು ಸಮಾಧಾನಗೊಳಿಸುವ ಹೊತ್ತಿಗೆ ಸಾಕುಸಾಕಾದ.

ಸುಮನ್ ಗಿರಿಧರನ ವಿದ್ಯೆಗೆ ಬೆರಗಾಗಿರಲಿಲ್ಲ. ಅವನ ಮೈಕಟ್ಟಿನಲ್ಲಿದ್ದ ಒಂದು ವಿಧವಾದ ಆಕರ್ಷಣೆಗೆ ಅವನನ್ನು ಮದುವೆಯಾಗುವಂತೆ ಪ್ರೇರೇಪಿಸಿತ್ತು. ಬೇರೆ ಯುವಕರಲ್ಲಿ ಕಾಣದ ವರ್ಚಸ್ಸು, ಪೂರ್ಣ ಗಂಭೀರತೆಯನ್ನು ಅವನಲ್ಲಿ ಕಂಡಿದ್ದಳು. ಎಷ್ಟೇ ಕೋಪ, ಬೇಸರ, ಅಸಹನೆ ಇದ್ದರೂ ಅವನ ಮುಖದ ಗಾಂಭೀರ್ಯತೆಯನ್ನು ಕಂಡಕೂಡಲೇ ಅವನ ಹರವಾದ ಎದೆಯಲ್ಲಿ ಮುಖವಿರಿಸಿ, ಅವನ ನೀಳ ತೋಳುಗಳಲ್ಲಿ ಬಂಧಿಯಾಗಲು ಬಯಸುತ್ತಿದ್ದಳು. ಕೆಲವು ವೇಳೆ ಅಹಂಕಾರದ ಅಮಲು ನೆತ್ತಿಗೇರಿ ಅವಳ ಬಯಕೆ ತಿರುಗು ಮುರುಗು ಆಗಿಬಿಡುತ್ತಿತ್ತು.

ಶ್ರೀಪತಿಯ ವಿಷಯದಲ್ಲಿ ಕೆಲವು ವಿದ್ಯಾರ್ಥಿಗಳಿಗೆ ಅಪಾರ ಕೋಪವಿತ್ತು. ತಾವು ಮಾಡಿದ ಕೆಲಸ ನಮ್ಮ ಆತ್ಮೀಯ ಲೆಕ್ಚರರ್‌ಗೆ ಅವಮಾನವಾಗುತ್ತೆ ಎನ್ನುವ ವಿಷಯವನ್ನೇ ಮರೆತು ಕಾಲೇಜು ಗೋಡೆಗಳ ಮೇಲೆಲ್ಲ ಶ್ರೀಪತಿ ಸುಮನ್‌ರ ಚಿತ್ರಗಳನ್ನು ಬರೆದು ಅದರ ಕೆಳಗೆ ಅವರ ಹೆಸರುಗಳನ್ನು ಬರೆದುಬಿಟ್ಟಿದ್ದರು.

ಕಾಲೇಜಿಗೆ ಹೋದ ವಿದ್ಯಾರ್ಥಿಗಳೆಲ್ಲ ಈ ವ್ಯಂಗ್ಯ ಚಿತ್ರಗಳನ್ನು ನೋಡುತ್ತ ಬಗೆ ಬಗೆಯಲ್ಲಿ ಮಾತನಾಡತೊಡಗಿದರು. ಈಗ ಬರೀ ಗಿರಿಧರನ ಮರ್ಯಾದೆಯ ಪ್ರಶ್ನೆ ಇರಲಿ, ಪ್ರಧಾನ ಟ್ರಸ್ಟಿ ದೇಶಪಾಂಡೆಯವರ ಮಗಳನ್ನು ಈ ರೀತಿ ಅವಮರ್ಯಾದೆಗೆ ಗುರಿ ಮಾಡಿದ್ದು ಎಲ್ಲರಿಗೂ ಭಯವನ್ನೇ ಮೂಡಿಸಿತ್ತು.

ಪ್ರಿನ್ಸಿಪಾಲರು ತಾನೇ ಏನು ಮಾಡಿಯಾರು! ಇಷ್ಟು ದೊಡ್ಡ ಕಾಲೇಜಿನಲ್ಲಿ ಯಾವ ಹುಡುಗನ ಕಡೆ ಬೆಟ್ಟು ಮಾಡಿ ತೋರಿಸಿಯಾರು!? ಈಗಿನ ಯುವಕರನ್ನು

ಕೆಣಕುವುದೆಂದರೆ ಕಾಲೇಜಿನ ಸರ್ವನಾಶಕ್ಕೆ ದಾರಿ ಮಾಡಿಕೊಟ್ಟಂತೆ ಆಗುತ್ತೆ. ದೇಶಪಾಂಡೆಯ ಗೌರವದ ಬಗ್ಗೆ ತಾತ್ಸಾರವಿದ್ದರೂ ಗಿರಿಧರನ ಬಗ್ಗೆ ಅನುಕಂಪವಿತ್ತು.

ಜೋಸೆಫ್, ಪಾರ್ಥಸಾರಥಿ ಆದಷ್ಟು ಗಿರಿಧರನ ತಲೆ ಕೆಡದಂತೆ ನೋಡಿಕೊಂಡರು.

ಸುಮನ್ ಕೋಪಗೊಂಡು ಎಗರಾಡಿದರೂ ಇದೊಂದು ಸಾಮಾನ್ಯ ವಿಷಯವೆಂದು ಉದಾಸೀನ ಮಾಡಿ ಸುಮ್ಮನಾದಳು.

ದಿನಗಳು ಕಳೆದ ಹಾಗೆ ವಿದ್ಯಾರ್ಥಿಗಳು ಈ ಪ್ರಸಂಗವನ್ನು ಮರೆತರೂ ಗಿರಿಧರ ಮರೆಯಲಿಲ್ಲ. ತನ್ನ ಪಾಠ ಬಿಟ್ಟು ವಿದ್ಯಾರ್ಥಿಗಳ ಬಳಿ ಯಾವ ವಿಷಯವನ್ನೂ ಮಾತನಾಡುತ್ತಿರಲಿಲ್ಲ. ಅವನ ಸಂಕೋಚದ ಸ್ವಭಾವದ ಜೊತೆ ಮತ್ತೊಂದು ಅಳುಕು ಸೇರಿಕೊಂಡು ಅವನನ್ನು ದುರ್ಬಲನನ್ನಾಗಿ ಮಾಡಿತು. ವಿದ್ಯಾರ್ಥಿಗಳಿಗೆ ಸರಿಯಾಗಿ ಮುಖ ತೋರಿಸಲೂ ಹೆದರುತ್ತಿದ್ದ ಗಿರಿಧರ.

* * * *

ರಾಮೇಗೌಡ ಎರಡು ಮೂರು ಪತ್ರ ಬರೆದು ಜೋಯಿಸರು ಅವನ ಮಡದಿಯನ್ನು ನೋಡಬೇಕೆಂಬ ವಿಷಯವನ್ನು, ಅಗ್ರಹಾರವನ್ನು ಮರೆತಿದ್ದಕ್ಕೆ ಆಕ್ಷೇಪಣೆ ಮಾಡಿ ಬರೆದಿದ್ದ. ಗಿರಿಧರನ ತಲೆ ತೀರಾ ಕೆಟ್ಟಿದ್ದರಿಂದ ಒಂದೆರಡು ದಿನ ಎಲ್ಲಾದರೂ ಹೋಗಿ ಬರುವುದೇ ಒಳ್ಳೆಯದೆಂದುಕೊಂಡ. ತನ್ನ ಜೊತೆ ಸುಮನ್ ಸಹ ಬರುವಳೆಂಬ ನಂಬಿಕೆ ಅವನಿಗಿರಲಿಲ್ಲ.

ಸಂಜೆ ಕಾಲೇಜಿನಿಂದ ಬಂದವನೇ ಬಟ್ಟೆ ಬದಲಾಯಿಸಿ ಕೈಕಾಲು ತೊಳೆದುಕೊಂಡು ಅಡಿಗೆಯ ಮನೆಗೆ ಹೋದ. ಪ್ರತಿದಿನ ಇವನು ಬರುವ ವೇಳೆಗೆ ಸುಮನ್ ಮನೆಯಲ್ಲಿ ಇರುತ್ತಿರಲಿಲ್ಲ. ಇದ್ದರೂ ಶ್ರೀಪತಿ ಅಥವಾ ಬೇರೆಯವರೊಡನೆ ಇಸ್ಪೀಟು ಆಟದಲ್ಲಿ ಮಗ್ನಳಾಗಿರುತ್ತಿದ್ದಳು. ಆದ್ದರಿಂದ ಗಿರಿಧರ ಕೋಣೆಗಿಂತ ಅಡಿಗೆ ಮನೆಗೆ ಹೋಗುವ ಪ್ರವೃತ್ತಿಯನ್ನು ಬೆಳೆಸಿಕೊಂಡಿದ್ದ.

ತಾಯಿ ಕೊಟ್ಟ ಕಾಫೀ ಲೋಟ ಕೈಗೆತ್ತಿಕೊಂಡಾಗ ಶ್ರೀಪತಿ ಪ್ರಥಮ ಬಾರಿ ತಮ್ಮ ಕ್ವಾರ್ಟರ್ಸ್‌ಗೆ ಬಂದು ಇಸ್ಪೀಟು ಆಟ ಆಡುತ್ತ ಕುಳಿತಿದ್ದ ಸಂದರ್ಭ ನೆನಪಾಯಿತು.

ಅಂದು ಇವನು ಮನೆಗೆ ಬಂದಾಗ ಶ್ರೀಪತಿ, ಸುಮನ್ ವರಾಂಡದಲ್ಲಿ ಕುಳಿತು ಇಸ್ಪೀಟ್ ಆಡುತ್ತಿದ್ದರು. ಇವನು ಬಂದಾಗ ಸುಮನ್‌ಳಷ್ಟೇ ಉದಾಸೀನನಾಗಿ ಕುಳಿತಿದ್ದ ಶ್ರೀಪತಿ. ಅಂದು ಅವನು ಅನುಭವಿಸಿದ ವೇದನೆ ವರ್ಣನಾತೀತ!

"ಎರಡು ಕಪ್ ಕಾಫೀ" ಎಂದಾಗ ತುಂಗಮ್ಮನವರು ತಮ್ಮ ಬಾಗಿದ್ದ ಸೊಂಟವನ್ನು ಇನ್ನಷ್ಟು ಬಾಗಿಸಿಕೊಂಡು ಹೋಗಿ ಕೊಟ್ಟು ಬಂದಿದ್ದರು.

ಗಿರಿಧರನ ಮುಖದ ಮೇಲೆ ನಿರಾಶೆಯ ನಗು ತೇಲಿಹೋಯಿತು.

"ಅಮ್ಮ, ನಾಳೆ ಬೆಂಗಳೂರಿಗೆ ಹೋಗಿ ಬರೋಣ" ಎಂದ.

ತುಂಗಮ್ಮನವರು ತಲೆ ಎತ್ತಿ ನೋಡಿದರು. ಹಿಟ್ಟು, ಒಣಕಲು ರೊಟ್ಟಿ ತಿಂದು ಬೆಳೆದಿದ್ದರೂ ಮಗ ಸೊಂಪಾಗಿದ್ದ. ಈಗ ಎಷ್ಟು ಸೊರಗಿ ಹೋಗಿದ್ದಾನೆ. ಈ ಮಹಾತಾಯಿಯ ದೆಸೆಯಿಂದ ಎಂದು ಅವರ ತಾಯಿಕರುಳು ಮರುಗಿತು.

"ರಾಮೇಗೌಡ ಕಾಗದ ಬರೆದಿದ್ದಾನೆ. ಹಾಗೇ ಅಗ್ರಹಾರಕ್ಕೆ ಹೋಗಿ ಜೋಯಿಸರನ್ನು ನೋಡಿಬರೋಣ" ಎಂದ ಪುನಃ ಅವನೇ.

ಮಗಳನ್ನು ನೋಡಬೇಕೆಂದು ಹಂಬಲಿಸುತ್ತಿದ್ದ ತಾಯಿ ಹೃದಯ ಒಡನೆ ಒಪ್ಪಿಕೊಂಡಿತು. ಸರಿ ಎನ್ನುವಂತೆ ತಲೆದೂಗಿದರು. "ನಿನ್ನ ಹೆಂಡ್ತಿ ಬರ್ತಾಳೆ ತಾನೇ!" ಎಂದರು.

ತಾಯಿ ಪ್ರಶ್ನೆಗೆ ಒಡನೇ ಉತ್ತರಿಸಲಾರದೇ ಗಿರಿಧರ ತಡವರಿಸಿದ. ಅವಳು ಬರುವಳೆಂಬ ನಂಬಿಕೆಯೇ ಇರಲಿಲ್ಲ. ಬರುವುದಿಲ್ಲ ಎಂದು ಧೈರ್ಯವಾಗಿ ಹೇಳಲಾರದಾದ. ಮಡದಿ ಜೊತೆಯಲ್ಲಿ ಬರುವುದು ಸಂತೋಷದ ವಿಷಯವಾದರೂ ಎರಡು ದಿನ ನೆಮ್ಮದಿಯಾಗಿ ಕಳೆಯಲು ಸಾಧ್ಯವಿಲ್ಲವಲ್ಲ ಎಂಬ ವ್ಯಥೆ ಇತ್ತು.

"ಗೊತ್ತಿಲ್ಲ" ಎಂದ ಚುಟುಕಾಗಿ.

ಗಿರಿಧರ ಬಂದ ಅರ್ಧ ಗಂಟೆಯ ಮೇಲೆ ಸುಮನ್ ಮನೆಗೆ ಬಂದಳು. ಅಲ್ಲೊಂದು ಸಣ್ಣ ಕ್ಲಬ್ ಆಗಿದ್ದುದರಿಂದ ಸುಮನ್ ಅದರ ಸದಸ್ಯೆಯಾಗಿದ್ದಳು. ಸುತ್ತಮುತ್ತಲೂ ದೊಡ್ಡ ದೊಡ್ಡ ಶ್ರೀಮಂತ ಕಾಫೀ ಪ್ಲಾಂಟರ್‌ಗಳು ವಾಸಿಸುತ್ತಿದ್ದರಿಂದ ಅವರಿಗೆ ವಿರಾಮದಲ್ಲಿ ವೇಳೆ ಕಳೆಯಲು ಇದೊಂದು ಸಾಧನವಾಗಿತ್ತು.

ಮೊದಮೊದಲು ಆಸೆಯಿಂದ ಸೇರಿಕೊಂಡ ಲೆಕ್ಚರರ್ಸ್, ಪ್ರೊಫೆಸರ್ ಎಂಟು ದಿನದ ತರುವಾಯ ಹೋಗುವುದನ್ನೇ ನಿಲ್ಲಿಸಿದರು. ಅದು ಬರೀ ಮೋಜಿನ ಇಸ್ಪೀಟು ಆಟದ ತಾಣವಾಗಿತ್ತು.

ಸುಮನ್ ಎಂದೂ ಗಿರಿಧರನ ಬಳಿ ದುಡ್ಡು ಕೇಳುತ್ತಿರಲಿಲ್ಲ. ಅವಳ ಬೇಕು, ಬೇಡಗಳನ್ನು ಈಡೇರಿಸಲು ಶ್ರೀಮಂತ ತಾಯಿ ತಂದೆಯರಿದ್ದರು. ದೇಶಪಾಂಡೆಯವರು ಮಗಳ ಬ್ಯಾಂಕಿನ ಖಾತೆಗೆ ಆಗಾಗ ಹಣವನ್ನು ಜಮಾ ಮಾಡುತ್ತಿದ್ದರು. ತಮ್ಮ ಮೂವರು ಮಕ್ಕಳ ಪೈಕಿ ಸುಮನ್‌ಳನ್ನು ಅವರು ಹೆಚ್ಚಾಗಿ ಪ್ರೀತಿಸುತ್ತಿದ್ದರೆಂದೇ ಹೇಳಬಹುದು. ವಿದೇಶದಲ್ಲಿದ್ದಾಗ ಅವರಿಗೆ ಮಕ್ಕಳ ಜೊತೆ ಒಡನಾಡಲು ಪುರುಸೊತ್ತೇ ಇರಲಿಲ್ಲ. ಹೆಸರಿಗೆ ಮಕ್ಕಳೆನ್ನುವಂತೆ ಬೆಳೆದಿದ್ದರು ರಾಖಿ, ರಾಜೀವ್. ಸ್ವದೇಶಕ್ಕೆ ಮರಳಿ ದತ್ತು ತಾಯಿ ತಂದೆಯರ ದೊಡ್ಡ ಆಸ್ತಿಯನ್ನು ಮಾರಿ ತನ್ನ ಹಣವನ್ನು ಸೇರಿಸಿ ಎಸ್ಟೇಟ್ ಕೊಂಡಾಗ ಅವರಿಗೆ ಮಗಳಾಗಿ ಉಳಿದವಳು ಸುಮನ್ ಮಾತ್ರ. ಆದ್ದರಿಂದಲೇ ಅವರಿಗೆ ಸುಮನ್‌ಳ ಮೇಲೆ ಪ್ರೀತಿ. ಅವಳು ಪಿ.ಯು.ಸಿ.ಗೆ ಓದು ಮುಗಿಸಿ ಮನೆಯಲ್ಲಿ ನಿಂತಾಗಲೂ ಆಕ್ಷೇಪಿಸಲಿಲ್ಲ. ತಮ್ಮ ಅಂತಸ್ತಿಗೆ ಸರಿಯಲ್ಲದ ಗಿರಿಧರನನ್ನು ಮದುವೆಯಾಗುವೆನೆಂದು ಹಟ ಹಿಡಿದಾಗಲೂ ಯೋಚಿಸದೇ ಮದುವೆ

ಮಾಡಿದ್ದರು.

ಸುಮನ್ ಹುಬ್ಬುಗಳನ್ನು ಸಂಕುಚಿಸಿ ಗಂಡನ ಕಡೆ ನೋಡಿದಳು. ಯಾರನ್ನು ಕೇಳಿ ಈ ನಿರ್ಧಾರ ತೆಗೆದುಕೊಂಡಿರಿ ಎನ್ನುವಂತಿತ್ತು. ಅವಳ ನೋಟ.

"ಶಶಿ ಪತ್ರ ಬರೆದಿದ್ದಾಳೆ...." ಎಂದ ಅವಳ ನೋಟಕ್ಕೆ ಉತ್ತರವೆನ್ನುವಂತೆ.

ಸರಿ ಎನ್ನುವಂತೆ ಉದಾಸೀನ ಮುಖ ಮಾಡಿದ ಸುಮನ್ ಬಟ್ಟೆ ಬದಲಾಯಿಸಿ ಒಂದೆರಡು ಸೇಬುಗಳನ್ನು ಇಟ್ಟುಕೊಂಡು ಹೆಚ್ಚುತ್ತ ಕುಳಿತಳು.

"ನಾನು, ಅಮ್ಮ ನಾಳೆ ಮೊದಲ ಬಸ್ಸಿಗೆ ಹೋಗ್ತಾ ಇದ್ದೀವಿ. ನೀನು ಬರೋ ಹಾಗಿದ್ದರೆ ಬಟ್ಟೆ ಬರೆ ಜೋಡಿಸಿಕೋ, ಇಲ್ಲದಿದ್ದರೆ ನಿನ್ನಿಷ್ಟ. ಇದರಲ್ಲಿ ನನ್ನ ಬಲವಂತವಾಗಲಿ, ಬೇರೆ ಉದ್ದೇಶವಾಗಲಿ ಇಲ್ಲ" ಎಂದವನೇ ಮೇಲಕ್ಕೆದ್ದ.

ಸುಮನ್ ಥಟ್ಟನೆ ಅವನ ಕೈಹಿಡಿದು ಕೂಡಿಸಿ ಅವನ ಭುಜದ ಮೇಲೆ ಕೈಹಾಕಿ "ನಿಮ್ಮನ್ನು ಬಿಟ್ಟು, ಎರಡು, ಮೂರು ದಿನ ಹೇಗಿರಲಿ?" ಎಂದು ಮುದ್ದುಗರೆದಳು.

ಗಿರಿಧರನಿಗೆ ಮಡದಿಯ ಸ್ವಭಾವವೇ ಅರ್ಥವಾಗುತ್ತಿರಲಿಲ್ಲ. ಅಂಥದ್ದರಲ್ಲಿ ಅವಳ ಮಾತಿಗೆ ಏನು ತಾನೇ ಉತ್ತರಿಸಿಯಾನು!?

"ನೀನು ಬರೋದಾದರೆ ತುಂಬ ಸಂತೋಷ. ಶಶಿಯಂತೂ ಕುಣಿದಾಡಿ ಬಿಡುತ್ತಾಳೆ" ಎಂದು ತಂಗಿ, ಭಾವನ ಆತ್ಮೀಯತೆಯನ್ನು, ಪುಟ್ಟ ಗೀತಳ ಮುದ್ದು ಮಾತುಗಳನ್ನು ಮೈಮರೆತು ಹತ್ತುನಿಮಿಷ ಬಾಯಿತುಂಬ ಹೊಗಳಿಬಿಟ್ಟ.

ಇಂಥ ಮಾತುಗಳೇನೂ ಸುಮನ್‌ಳ ಮೇಲೆ ಪರಿಣಾಮ ಬೀರುತ್ತಿರಲಿಲ್ಲ.

"ಈಗ ಬೇಡ. ಬಸ್ಸಿನಲ್ಲಿ ಹೋಗೋದೂ ಅಂದರೆ ಫಜೀತಿ. ಡ್ಯಾಡಿನ ಕೇಳಿ ಕಾರು ತರ್ತೀನಿ."

"ಈಗ ನಾನು ರಜಾ ಹಾಕಿಬಿಟ್ಟಿದ್ದೀನಿ. ಮುಂದೆ ರಜ ಸಿಕ್ಕೋ ಸಾಧ್ಯತೆ ಇಲ್ಲ. ಅಗ್ರಹಾರಕ್ಕೆ ಹೋಗಿ, ನಮ್ಮ ಜೋಯಿಸರನ್ನ ಮತ್ತು ನನ್ನ ಗೆಳೆಯರನ್ನು ನೋಡಿ ಬರಬೇಕು" ಅವನ ಮಾತಿನಲ್ಲಿ ದೃಢನಿರ್ಧಾರವಿದ್ದ ಹಾಗಿತ್ತು.

"ಈಗ ಬೇಡ ಅಂದಮೇಲೆ ಬೇಡ" ಎಂದಳು ಅಷ್ಟೇ ದೃಢವಾಗಿ.

ಗಿರಿಧರನಿಗೆ ಅವಳ ಪ್ರತಿಯೊಂದೂ ಮಾತಿಗೂ ಸೋತು ಸಾಕಾಗಿತು. ಈಗ ಯಾವ ಕಾರಣಕ್ಕೂ ಮಣಿಯಬಾರದೆಂದುಕೊಂಡ.

"ಸುಮನ್, ಈ ವಿಷಯಕ್ಕೆ ಹಟ ಮಾಡಬೇಡ. ಹೋಗಬೇಕು ಅಂತ ನಿರ್ಧಾರ ಮಾಡಿದ್ದಾಗಿದೆ. ನಮ್ಮ ಭಾವನವರಿಗೆ ಮತ್ತು ರಾಮೇಗೌಡನಿಗೂ ಪತ್ರ ಬರೆದುಬಿಟ್ಟಿದ್ದೀನಿ. ಈಗ ಯಾವ ಕಾರಣಕ್ಕೂ ಪ್ರಯಾಣವನ್ನು ಮುಂದೂಡುವುದಕ್ಕೆ ಸಾಧ್ಯವಿಲ್ಲ. ಬೆಂಗಳೂರಿನಿಂದ ಅಗ್ರಹಾರಕ್ಕೆ ಬೇಕಾದರೆ ನಮ್ಮ ಭಾವನವರ ಕಾರಿನಲ್ಲಿ ಹೋಗಿಬರೋಣ. ದಯವಿಟ್ಟು ಹಟ ಮಾಡದೇ ನೀನು ಹೊರಡು."

ಗಿರಿಧರ ಯಾವ ವಿಧವಾದ ರಗಳೆಗೂ ಅವಕಾಶ ಕೊಡದೇ ಸಮಾಧಾನವಾಗೇ ಹೇಳಿದ್ದ.

"ಇಲ್ಲ. ಈಗ ಹೊರಡೋಕೆ ಸಾಧ್ಯವೇ ಇಲ್ಲ...." ಎಂದು ಮುಖ ತಿರುಗಿಸಿದಳು.

ಗಿರಿಧರ ಮನಸ್ಸು ಮಾಡಿದ ನಿರ್ಧಾರದಿಂದ ಚಲಿಸಲಿಲ್ಲ. ಈ ವಿಷಯಕ್ಕಾಗಿ ಸೋತರೂ ಸಮಾಧಾನವಾಗಿ, ಅನ್ಯೋನ್ಯವಾಗಿರಲು ಸಾಧ್ಯವೇ ಇಲ್ಲ. ಅಂಥದ್ದರಲ್ಲಿ ಸೋಲುವುದರಿಂದ ಏನೂ ಪ್ರಯೋಜನವಿಲ್ಲವೆಂದು ತಿಳಿದುಕೊಂಡಿದ್ದ.

ತುಂಗಮ್ಮ ಮಗನ ಸಂಸಾರ ಆ ಅಸಮಾಧಾನದ ದಳ್ಳುರಿಯಿಂದ ಎಂದು ಸಿಡಿದುಹೋಗುತ್ತೋ ಎಂದು ವ್ಯಥೆಯಿಂದಲೇ ಕಾಲ ತಳ್ಳುತ್ತಿದ್ದರು. ಅವರಿಗಂತೂ ಯಾವ ಕಾರಣಕ್ಕೂ ಮಗ, ಸೊಸೆಯ ಮಧ್ಯೆ ವಿರಸ ಬರುವುದು ಬೇಡವಾಗಿತ್ತು.

ಕೋಣೆಯಿಂದ ಮಗ ಹೊರಗೆ ಬರುವುದನ್ನೇ ಕಾಯುತ್ತಿದ್ದ ಅವರು "ಗಿರಿ, ಪ್ರಯಾಣಾನ ನಿಲ್ಲಿಸಿಬಿಡಪ್ಪ" ಎಂದರು.

"ಇಲ್ಲಮ್ಮ, ಪ್ರಯಾಣಾನ ನಿಲ್ಲಿಸುವುದಾಗಲೀ ಮುಂದಕ್ಕೆ ಹಾಕುವುದಾಗಲಿ ಸಾಧ್ಯವಿಲ್ಲ. ಏನಾದರೂ ತಿಂಡಿ ಮಾಡ್ಕೊಳ್ಳೋ ಹಾಗಿದ್ದರೆ ಮಾಡ್ಕೋ. ನಿನ್ನ ಮೊಮ್ಮಗಳಿಗೆ."

"ಸುಮನ್ ಇಲ್ಲಿ ಒಬ್ಬಳೇ ಇದ್ದರೆ ಅಡಿಗೆ ಮಾಡಿ ಹಾಕೋರು ಯಾರಪ್ಪ?"

ತಾಯಿಯ ಪ್ರಶ್ನೆಗೆ ಗಿರಿಧರ ಉತ್ತರಿಸಲಿಲ್ಲ. ಅದನ್ನು ಅವನು ಮೊದಲೇ ಯೋಚಿಸಿದ್ದ. ಎಸ್ಟೇಟಿಗೆ ಹೋಗಬಹುದು. ಇಲ್ಲಿಗೆ ಅಡಿಗೆಯವನ್ನು ಎಸ್ಟೇಟಿನಿಂದ ಕರೆಸಿಕೊಳ್ಳಬಹುದು. ಅವಳು ಅಷ್ಟು ಸಮರ್ಥಳಾಗಿರುವಾಗ ಮೂರ್ಖತನದಿಂದ ಸಾಮಾನ್ಯ ಹೆಣ್ಣುಗಳ ತಕ್ಕಡಿಯಲ್ಲಿಟ್ಟು ಯೋಚಿಸುವುದು ತಪ್ಪು ಎಂದುಕೊಂಡಿದ್ದ.

ಸುಮನ್ ಆಗಲೇ ಎಸ್ಟೇಟಿಗೆ ಹೊರಟುಹೋದಳು. ಹೋಗುವ ಮುನ್ನ ದೊಡ್ಡ ಹಾರಾಟವೇ ನಡೆಸಿದ್ದಳು. ಗಿರಿಧರ ಮನೆಯಲ್ಲಿ ಇಲ್ಲದ್ದರಿಂದ ಆ ಹಾರಾಟದ ಬಿಸಿ ಅವನಿಗೆ ಮುಟ್ಟಲಿಲ್ಲ. ಅಡಿಗೆ ಮನೆಯಲ್ಲಿದ್ದ ತುಂಗಮ್ಮನವರು ಕೇಳೇ ಕೇಳದಂತೆ ತಮ್ಮ ಕೆಲಸದಲ್ಲಿ ಮಗ್ನರಾದರು.

ಮಡದಿ ಎಸ್ಟೇಟಿಗೆ ಹೋದ ವಿಷಯ ತಿಳಿದು ಗಿರಿಧರ ವೇದನೆಯಿಂದ ಮುಖ ಕಿವುಚಿದ. ಅದನ್ನು ಅವನು ಮೊದಲೇ ಊಹಿಸಿಕೊಂಡಿದ್ದ. ಆದರೂ ವೇದನೆಯೇನೂ ತಪ್ಪಲಿಲ್ಲ.

ಮಡದಿಯ ಮುಂದೆ ಭಾಸ್ಕರನಿಗೆ ಮತ್ತು ಅಗ್ರಹಾರಕ್ಕೆ ಪತ್ರ ಬರೆದ ವಿಷಯ ತಿಳಿಸಿದ್ದ. ಅದೆಲ್ಲ ಸುಳ್ಳು. ಮಡದಿಯ ಮಾತನ್ನು ತೆಗೆದುಹಾಕಿ ಹೊರಡುವಷ್ಟು ಆತ್ಮಬಲ ತನಗಿದೆಯೋ ಇಲ್ಲವೋ ಎಂಬುದೇ ಅವನಿಗೆ ಅನುಮಾನ. ಅವನಿಗೆ ಅನ್ನಿಸಿತು, ಈಗ ತನಗೂ ಒಂದು ವ್ಯಕ್ತಿತ್ವವಿದೆಯೆಂದು.

ಆಟೋ ಇಳಿದು ಒಳಗೆ ಬಂದಾಗ ಪೂರ್ಣಯ್ಯನವರು ಮೊಮ್ಮಗಳನ್ನು ಆಡಿಸುತ್ತ ಕುಳಿತಿದ್ದರು. ಅವಳ ಮಾತುಗಳು ಮುದ್ದುಮುದ್ದಾಗಿದ್ದವು.

"ಬಾರಯ್ಯ... ಗಿರಿಧರ, ಬನ್ನಿ ತಾಯಿ" ಎಂದು ಮೇಲಕ್ಕೆದ್ದ ಪೂರ್ಣಯ್ಯನವರು ಕೂಗಿ ಸೊಸೆಗೆ ವಿಷಯ ತಿಳಿಸಿದರು.

ಏನೋ ಕೆಲಸದಲ್ಲಿ ಅಡಿಗೆಯವರಿಗೆ ಸಹಾಯ ಮಾಡುತ್ತಿದ್ದ ಶಶಿ, ಗಿರಿಜಮ್ಮ ಒಟ್ಟಿಗೆ ಹೊರಗೆ ಬಂದರು. ಅವರಿಬ್ಬರ ಕಣ್ಣುಗಳು ಗಿರಿಧರನ ಸುತ್ತಮುತ್ತು ಹಿಂದೂ ಮುಂದೆಲ್ಲ ಅರಸಿದವು; ಇಬ್ಬರೂ ನಿರಾಶೆಗೊಂಡರು. ಅವರಲ್ಲಿ ಹೆಚ್ಚು ನಿರಾಶೆಗೊಂಡಳು ಶಶಿ.

"ಅತ್ತಿಗೆ ಬರಲಿಲ್ಲವಾ...?" ಎಂದಳು ಅಣ್ಣನ ಮುಖ ನೋಡುತ್ತ.

ತಂಗಿಯ ನಿರಾಶೆ ಗಿರಿಧರನಿಗೆ ತಿಳಿಯದೇ ಹೋಗಲಿಲ್ಲ. ಅವನು ನಿಸ್ಸಹಾಯಕ. ಪ್ರೀತಿ, ವಿಶ್ವಾಸ, ಅಭಿಮಾನವನ್ನು ಅರಿಯದ ಹೆಣ್ಣಿನೊಡನೆ ಅವನು ಸಂಸಾರ ಮಾಡುತ್ತಿದ್ದ. ಅಂಥವಳನ್ನು ಹೇಗೆ ಕರೆತಂದಾನು!

"ಇಲ್ಲ...." ಎಂದ.

ಶಶಿ ಹೆಚ್ಚು ಪ್ರಶ್ನಿಸುವುದಕ್ಕೆ ಹೋಗಲಿಲ್ಲ. ಅದರಿಂದೇನೂ ಪ್ರಯೋಜನವಿಲ್ಲ ಎನ್ನುವ ಸಂಗತಿ ಅವಳಿಗೆ ತಿಳಿದೇ ಇತ್ತು.

ಗಿರಿಜಮ್ಮನವರು ಬಾಯಿ ಮಾತಿಗೆ ಸುಮನ್‌ಳ ಯೋಗಕ್ಷೇಮ ವಿಚಾರಿಸಿದರು.

ಗಿರಿಧರ ಎಲ್ಲ ಯೋಚನೆಗಳನ್ನು ಬದಿಗಿರಿಸಿ ಗೀತಳನ್ನು ಎತ್ತಿಕೊಂಡು ಲೊಚಲೊಚನೆ ಮುತ್ತಿಟ್ಟ. ಆ ಮಗುವಿನ ಮೃದುಸ್ಪರ್ಶ ಅವನ ಮನಸ್ಸಿಗೆ ಹಾಯೆನಿಸಿತು.

ತಾಯಿಯನ್ನು ಶಶಿ ಒಳಗೆ ಕರೆದೊಯ್ದಳು. ಅವರ ಬಡಕಲಾದ ಶರೀರ ವೇದನೆ ತುಂಬಿದ ಮುಖವನ್ನು ನೋಡೇ ಅವಳಿಗೆ ಅಳು ಬಂದಿತು. ಒತ್ತಿ ಬಂದ ಕಣ್ಣೀರನ್ನು ಯಾರಿಗೂ ಕಾಣದೆ ಸೆರಗಿನಿಂದ ಒರೆಸಿಕೊಂಡಳು.

ಸ್ನಾನ, ಊಟದ ಉಪಚಾರ ಎಲ್ಲ ಮುಗಿದ ಮೇಲೆ ಶಶಿ ಒಂಟಿಯಾಗಿ ಸಿಕ್ಕಳು ಗಿರಿಧರನಿಗೆ. ಮೈ ಕೈ ತುಂಬಿಕೊಂಡಿದ್ದ ಶಶಿ ಸ್ವಲ್ಪ ಬಿಳುಚಿಕೊಂಡಂತೆ ಕಾಣಿಸಿದಳು.

ಗಿರಿಧರ ತಂಗಿಯನ್ನು ಪಕ್ಕದಲ್ಲಿ ಕೂಡಿಸಿಕೊಂಡು ಪ್ರೀತಿಯಿಂದ ತಲೆ ಸವರಿ "ಶಶಿ ಯಾಕಮ್ಮ ತುಂಬ ಬಡವಾದ ಹಾಗೆ ಕಾಣಿಸ್ತೀಯ?" ಎಂದ. ಅವನ ಮಾತಿನಲ್ಲಿ ಪ್ರೀತಿಯ ಹೊಳೆಯೇ ಹರಿಯುತ್ತಿತ್ತು.

ಶಶಿ ಏನು ಹೇಳಿಯಾಳು? ಅತ್ತೆಯ ಮನೆಯಲ್ಲಿ ಅವಳು ಪರಮಸುಖಿ. ಪ್ರಾಣಕ್ಕಿಂತ ಹೆಚ್ಚಾಗಿ ಪ್ರೀತಿಸೋ ಗಂಡ. ತಾಯಿ ತಂದೆಯರಿಗಿಂತ ಹೆಚ್ಚಾಗಿ ನೋಡಿಕೊಳ್ಳುವ ಅತ್ತೆ ಮಾವ, ಅತ್ತಿಗೆಯನ್ನು ದೇವತೆಯಂತೆ ಕಾಣುವ ಮೈದುನ, ತಂಗಿಗಿಂತ ಹೆಚ್ಚಾದ ಶಾಂತಿ. ಇನ್ನೆಲ್ಲಿ ಅವಳಿಗೆ ಕೊರತೆ...? ಪ್ರೀತಿಯ ಏಕೈಕ ಅಣ್ಣನ

ವಿರಸ ದಾಂಪತ್ಯ ಜೀವನ ಅವಳನ್ನು ಹಣ್ಣು ಹಣ್ಣು ಮಾಡುತ್ತಿತ್ತು.

ಅಣ್ಣನ ಭುಜದ ಮೇಲೆ ತಲೆ ಇಟ್ಟು ಜೋರಾಗಿ ಅತ್ತುಬಿಟ್ಟಳು. ಗಿರಿಧರನ ಕೈ ತಂಗಿಯ ತಲೆಯನ್ನು ಮೃದುವಾಗಿ ಸವರುತ್ತಿತ್ತು.

ಹಠಾತ್ತನೆ ಬಂದ ಭಾಸ್ಕರ ಥಟ್ಟನೇ ನಿಂತ. ಮಡದಿಯ ಅಳುವಿನ ಕಾರಣ ಅವನಿಗೆ ಅರ್ಥವಾಗಲಿಲ್ಲ. ಯಾಕೋ... ಏನೋ... ಒಂದು ಕ್ಷಣ ಅವನ ಹೃದಯ ಕಂಪಿಸಿತು. ಹೆಜ್ಜೆ ಮುಂದಕ್ಕೆ ಸರಿಯಲಿಲ್ಲ; ಅಲ್ಲೇ ನಿಂತ.

"ಯಾಕೆ ಶಶೀ....? ನನ್ನ ಹತ್ತಿರ ಮುಚ್ಚು ಮರೆ ಇಲ್ಲದೇ ಹೇಳು" ಎಂದ ಗಿರಿಧರ. ಯಾಕೋ ಅವನ ಮನಸ್ಸು ಅಳುಕುತ್ತಿತ್ತು. ನನ್ನ ಜೀವನ ಹೇಗಾದರೂ ಹಾಳಾಗಲಿ, ನನ್ನ ಪ್ರೀತಿಯ ತಂಗಿ ಶಶಿ ಸುಖವಾಗಿದ್ದಾಳೆ ಎಂದು ಅರಿತವನಿಗೆ ತಂಗಿಯ ಅಳು ದೊಡ್ಡ ಆಘಾತವಾಗಿತ್ತು.

ಶಶಿ ಮೆಲ್ಲಗೆ ವಿವರಿಸಿದಳು. ತಾನು ತುಂಬ ಅದೃಷ್ಟವಂತೆಯೆಂದು. ಗಂಡ, ಅತ್ತೆಮಾವನವರ ಗುಣವನ್ನು ಮನಃಪೂರ್ವಕವಾಗಿ ಹೊಗಳಿ ತನ್ನ ಚಿಂತೆ ಅಣ್ಣನ ಬಗೆಯೆಂದು ತಿಳಿಸಿದಳು.

ಬಾಗಿಲ ಬಳಿ ನಿಂತಿದ್ದ ಭಾಸ್ಕರ, ಒಳಗಿದ್ದ ಗಿರಿಧರ ಒಟ್ಟಿಗೆ ಸಮಾಧಾನದ ಉಸಿರುಬಿಟ್ಟರು.

"ಹುಚ್ಚು ಹುಡುಗಿ! ಸುಮನ್ ಶ್ರೀಮಂತ ವಾತಾವರಣದಲ್ಲಿ ಬೆಳೆದ ಹುಡುಗಿ. ಆದ್ದರಿಂದ ಸ್ವಲ್ಪ ಗರ್ವ ಇದೆಯೆಂದು ಹೇಳಬಹುದು ಅಷ್ಟೆ. ನಾವಿಬ್ಬರೂ ಮಾತ್ರ ಹಾಲುಜೇನು ಬೆರೆತಂತೆ ಸಂತೋಷವಾಗಿದ್ದೀವಿ. ಅವಳ ಗಡಸುತನವನ್ನು ಕಂಡು ಏನೇನೋ ಊಹಿಸಿಕೊಂಡು ಕೊರುಗುತ್ತೀಯ. ಇನ್ನೆಂದೂ ಕೊರಗುವುದಿಲ್ಲವೆಂದು ನನ್ನ ಮೇಲೆ ಆಣೆ ಇಡು" ಎಂದ ಗಿರಿಧರ.

ಶಶಿಗೆ ಅಣ್ಣನ ಮಾತಿನ ಬಗ್ಗೆ ಪೂರ್ಣ ನಂಬುಗೆಯುಂಟಾಗದಿದ್ದರೂ, ಅಲ್ಪಸ್ವಲ್ಪ ನಂಬಿ ಹರ್ಷಗೊಂಡಳು. ಪ್ರತಿಯೊಂದನ್ನೂ ಸಂದೇಹ ದೃಷ್ಟಿಯಲ್ಲಿ ನೋಡುವುದು ಅವಳಿಂದಾಗದ ಕೆಲಸ.

ಭಾಸ್ಕರನ ಮನಸ್ಸು ಗಿರಿಧರನ ಜೀವನದ ಬಗ್ಗೆ ಸಮಾಧಾನಗೊಳ್ಳದಿದ್ದರೂ ಮಡದಿಯ ಬಗ್ಗೆ ಸಮಾಧಾನಗೊಂಡ. ಗಿರಿಧರನ ಮದುವೆಯಾದ ಮೇಲೆ ಮಡದಿಯ ಮುಖದ ಮೇಲೆ ತುಂಬು ಸಮಾಧಾನದ ನಗುವನ್ನು ಕಾಣುವುದೇ ಅವನಿಗೆ ಅಪರೂಪವಾಗಿತ್ತು. ಒಂದಲ್ಲ ಒಂದು ಬಗೆಯ ಕೊರಗನ್ನು ಹಚ್ಚಿಕೊಂಡು ಕೊರಗುತ್ತಿದ್ದಳು.

"ಏನಯ್ಯ ದೊರೆ!" ಎನ್ನುತ್ತಲೇ ಭಾಸ್ಕರ ಕೋಣೆಯೊಳಕ್ಕೆ ಬಂದ. ಗಿರಿಧರ, ಶಶಿ ಥಟ್ಟನೇ ಎದ್ದು ನಿಂತರು.

ಶಶಿ ನಾಟಕದಲ್ಲಿ ದಿಢೀರ್ ವೇಷ ಬದಲಾಯಿಸುವಂತೆ ಥಟ್ಟನೇ ಅಳುವಿನ ಮುಖವಾಡವನ್ನು ಮುಚ್ಚಿ ನಗುವಿನ ಮುಖವಾಡವನ್ನು ಧರಿಸಿದಳು.

ಭಾಸ್ಕರ ಮಡಿದಯ ಮುಖ ನೋಡಿ ನಕ್ಕುಬಿಟ್ಟ ಎಲ್ಲ ಅರಿತವನಂತೆ.

"ಗಿರಿ, ನಿನ್ನ ತಂಗಿ ನಾಟಕವಾಡೋದರಲ್ಲಿ ಬಹಳ ಚಾಣಾಕ್ಷಳು" ಎಂದ.

ಅವನ ಮಾತಿಗೆ ಗಿರಿಧರ, ಶಶಿ ಇಬ್ಬರೂ ನಕ್ಕರು.

ಪೂರ್ಣಯ್ಯನವರು ಅಂಗಡಿಗೆ ಹೋಗಿ ಇವರುಗಳು ಬಂದ ಸಂಗತಿಯನ್ನು ತಿಳಿಸಿ ಮನೆಗೆ ಕಳುಹಿಸಿಕೊಟ್ಟಿದ್ದರು.

ತಂದೆಯ ಧ್ವನಿ ಕೇಳಿದ ಗೀತಾ ಅಜ್ಜಿಯ ಮಡಿಲಿನಿಂದ ಇಳಿದು ಓಡಿಬಂದಳು. ಅವಳಿಗೆ ತಾಯಿಗಿಂತ ತಂದೆಯೇ ಪ್ರಿಯನಾದ ವ್ಯಕ್ತಿ. ಅಂಗಡಿಗೆ ಹೋಗಬೇಕಾದರೆ ಭಾಸ್ಕರ ಅವಳಿಗೆ ನೂರು ಆಸೆ ತೋರಿಸಿ ಕಣ್ಣು ಮರೆಸಿಹೋಗುತ್ತಿದ್ದ. ಮನೆಗೆ ಬಂದ ಮೇಲೆ ತಂದೆಯ ಮಗ್ಗಲು ಬಿಟ್ಟು ಅಲ್ಲಾಡುತ್ತಿರಲಿಲ್ಲ ಗೀತಾ.

"ನಮ್ಮ ಪುಟಾಣಿ ಬಂದುಬಿಡ್ತು" ಎಂದು ಮಗಳನ್ನು ಎತ್ತಿಕೊಂಡ ಭಾಸ್ಕರ ಅವಳ ಎರಡು ಕೆನ್ನೆಗಳಿಗೂ ಮುತ್ತಿಟ್ಟ. ಗೀತಾನು ತಂದೆಯ ಕೆನ್ನೆಗೆ ಮುತ್ತಿಟ್ಟು ಚಪ್ಪಾಳೆ ತಟ್ಟಿ ನಕ್ಕಳು.

"ನಿಮ್ಮ ಭಾವನವರಿಗೆ ಮಗಳೊಬ್ಬಳಿದ್ದರೆ ಆಗಿಹೋಯಿತು" ಎನ್ನುತ್ತಲೇ ಶಶಿ ಹೊರಗೆ ಹೊರಟಳು. ಭಾಸ್ಕರ ಥಟ್ಟನೇ ಮಡದಿಯ ಕೈಹಿಡಿದು ನಿಲ್ಲಿಸಿದ.

"ಅತ್ತೆ ಏನೋ ಕರೆದರು" ಎಂದಳು. ಗಂಡನ ಕೈಯನ್ನು ಪ್ರೀತಿಯಿಂದ ಕೊಸರಿಕೊಳ್ಳುತ್ತ.

"ಗಿರಿ, ಈಗ ನೀನೇ ಹೇಳು. ನನ್ನ ಮಗಳು ನನ್ನ ಧ್ವನಿ ಕೇಳಿದ ಕೂಡಲೇ ಓಡಿ ಬಂದಳು. ಇವಳನ್ನು ಕೈಹಿಡಿದುಕೊಂಡರೂ ಕೊಸರಿಕೊಂಡು ಹೋಗ್ತಾಳೆ. ಇವಳು ಮೊದಲಿನ ಶಶಿಯಾಗಿ ಉಳಿದಿಲ್ಲ" ಎಂದ ಭಾಸ್ಕರನ ಮುಖದ ಮೇಲೆ ತುಂಟ ನಗು ಮಿನುಗಿತು.

"ಹೌದು, ನೀವು ಹೇಳೋದು ಸರಿ. ಆಗ ಶಶಿ ಈ ಅಣ್ಣನಿಗೆ ತಂಗಿ ಮಾತ್ರ ಆಗಿದ್ದಳು. ಈಗ ನಿಮ್ಮ ಮುದ್ದಿನ ಮಡದಿಯಲ್ಲದೇ ಈ ಮುದ್ದು ಗೀತಾಗೆ ತಾಯಿ ಆಗಿದ್ದಾಳೆ" ಎಂದ ಗಿರಿಧರ ಹೆಮ್ಮೆಯಿಂದ.

"ಅಷ್ಟೇ ಅಲ್ಲ ಗಿರಿ, ಈ ಮನೆಗೆ ಬೆಳಕಾಗಿದ್ದಾಳೆ. ಅವಳು ನನ್ನ ಬಾಳಿನಲ್ಲಿ ಪ್ರವೇಶಿಸದೇ ಇದ್ದರೆ ಬರೀ ಕತ್ತಲೆ ಆಗ್ತಾ ಇತ್ತು ನನ್ನ ಬಾಳು" ಎಂದು ಸಹಜ ಗಂಭೀರತೆಯಿಂದ ಭಾಸ್ಕರ ಮಡದಿಯನ್ನು ಮೆಚ್ಚಿಗೆಯಿಂದ ನೋಡಿದ.

ಶಶಿ ಅಷ್ಟರಲ್ಲಿ ಪರಾರಿಯಾಗಿದ್ದಳು.

ಇಂದು ಗಿರಿಧರನ ಹೃದಯ ಒಡೆದುಹೋಗುವಷ್ಟು ಸಂತೋಷವಾಗಿತ್ತು.

ಪೂರ್ಣಯ್ಯ, ಗಿರಿಜಮ್ಮನವರ ಆತ್ಮೀಯತೆ, ತಂಗಿಯ ಸುಂದರ ದಾಂಪತ್ಯ ಜೀವನ, ಹತ್ತು ಮಕ್ಕಳಲ್ಲಿ ಎದ್ದು ಕಾಣುವ ಗೀತಾ, ಸ್ವರ್ಗಕ್ಕೆ ಬಂದ ಹಾಗಿತ್ತು ಅವನಿಗೆ.

ರಾತ್ರಿ ಹಾಸಿಗೆಯ ಮೇಲೆ ಮಲಗಿ ಎಷ್ಟೊತ್ತು ಹೊರಳಾಡಿದರೂ ಗಿರಿಧರನಿಗೆ ನಿದ್ದೆ ಹತ್ತಲಿಲ್ಲ. ಭಾಸ್ಕರ, ಶಶಿಯನ್ನು ನೋಡಿದ ಮೇಲೆ ತನ್ನ ದಾಂಪತ್ಯ ಜೀವನಕ್ಕೆ ಅರ್ಥವೇ ಇಲ್ಲ ಎನ್ನಿಸಿತು. ಸದಾ ಮಡದಿಯನ್ನು ಅರಸುವ ಭಾಸ್ಕರನ ನೋಟ, ಗಂಡನ ಬರಿಯ ನೋಟಕ್ಕೇನೇ ಕೆಂಪು ಕೆಂಪಾಗುತ್ತಿದ್ದ ಶಶಿ. ಅವರ ಜೀವನ ಸವಿಯೂಟವಾಗಿತ್ತು. ಎಲ್ಲ ಬಲ್ಲ ಸುಮನ್ ಮುಖ ನಾಚಿಕೆಯಿಂದ ಎಂದೂ ಕೆಂಪಾಗುತ್ತಿರಲಿಲ್ಲ. ಪ್ರತಿಯೊಂದು ವಿಷಯವನ್ನು ಮುಕ್ತಳಾಗಿ ಚರ್ಚಿಸುತ್ತಿದ್ದಳು. ಇಂಥ ವಿಷಯಗಳನ್ನು ಮಾತನಾಡುವಾಗ ಸಂಕೋಚವಾಗಲಿ, ನಾಚಿಕೆಯಾಗಲಿ ಅವಳ ಬಳಿ ಇಣುಕುತ್ತಿರಲಿಲ್ಲ. ಎಲ್ಲ ಮಾತಿನಂತೆ ಸಹಜವಾಗಿ ಆಡಿ ಮುಗಿಸುತ್ತಿದ್ದಳು.

ಮುಕ್ತ ಸಮಾಜದಲ್ಲಿ ನಾಚಿಕೆ, ಸಂಕೋಚ ದೂರ ಸರಿಯುತ್ತಿದೆ. ಹೆಣ್ಣು, ಗಂಡುಗಳಲ್ಲಿ ಭೇದ, ಭಾವ ಉಳಿದಿಲ್ಲ. ಆದರೆ ಗಂಡಿನ ಮನಸ್ಸು ಯಾಕೋ ಅಂದಿನ ಹೆಣ್ಣುಗಳ ಲಜ್ಜೆ, ಕೋಮಲತೆಯನ್ನೇ ಬಯಸುತ್ತಿದೆ ಎನ್ನಿಸಿತು. ಇದು ತಪ್ಪೋ? ಸರಿಯೋ? ಅದನ್ನು ವಿವೇಚನೆಗೆ ಸಿಲುಕಿಸಲು ಯಾರೂ ಇಷ್ಟಪಡ ಲಾರರೇನೋ! ತಮ್ಮ ಮನಸ್ಸಿಗೆ ಒಳಗುದಿಯನ್ನು ಹೊರಗೆಡಹಲಾರದಷ್ಟು ಅಧೈರ್ಯವೋ!

ಅವನಿಗೆ ನಿದ್ದೆ ಬಂದಾಗ ಗೋಡೆಯ ಮೇಲಿದ್ದ ದೊಡ್ಡ ಗಡಿಯಾರ ಹನ್ನೆರಡು ಬಾರಿಸಿತು.

ಗಿರಿಧರ ನಿದ್ದೆ ಮುಗಿಸಿ ಎದ್ದು ಬಂದಾಗ ಶಶಿ ಯಾವುದೋ ಕೆಲಸದಲ್ಲಿ ತೊಡಗಿದ್ದಳು. ಶ್ರೀಮಂತಿಕೆ ಅವಳ ಮೇಲೆ ಯಾವ ಪ್ರಭಾವವನ್ನೂ ಬೀರಿರಲಿಲ್ಲ. "ಶಶಿ... ಭಾವ ಎದ್ದಿದ್ದಾರ?" ಎಂದು ಕೇಳಿದ ಟವಲನ್ನು ಹೆಗಲ ಮೇಲೆ ಹಾಕಿಕೊಂಡು ಬಾತ್‌ರೂಂ ಕಡೆಗೆ ಹೋಗುತ್ತ ಗಿರಿಧರ.

"ಇದೇನು ಹೊಸದಾಗಿ ಕೇಳ್ತೀಯಾ! ಅವರು ಯಾವಾಗಲೋ ಎದ್ದರು. ಬೇಗ ಮುಖ ತೊಳೆದು ಬಾ, ಕಾಫೀ ಕೊಡ್ತೀನಿ" ಎಂದು ಅಡಿಗೆಯ ಮನೆ ಕಡೆ ಹೊರಟಳು.

ತುಂಗಮ್ಮ, ಗಿರಿಜಮ್ಮ ಮಾತನಾಡುತ್ತ ಪೂರಿ ಉಂಡೆಗಳನ್ನು ಲಟ್ಟಿಸಿ ಹಾಕುತ್ತಿದ್ದರು. ಇಲ್ಲಿಗೆ ಬಂದರೇ ತುಂಗಮ್ಮನವರ ಮೌನವನ್ನು ಗಿರಿಜಮ್ಮ ಮುರಿದುಬಿಡುತ್ತಿದ್ದರು. ಅವರು ಮೌನವಾಗಿ ಇರುವುದಕ್ಕೆ ಬಿಡುತ್ತಲೇ ಇರಲಿಲ್ಲ. ಏನಾದರೂ ಮಾತನಾಡಿಸುತ್ತಲೇ ಇರುತ್ತಿದ್ದರು.

ಗಿರಿಧರ ಬೇಗ ಮುಖ ತೊಳೆದು ಭಾಸ್ಕರನ ಕೋಣೆಯಲ್ಲಿ ಅಡಿ ಇಟ್ಟ. ಭಾಸ್ಕರನು ಮಡದಿಯನ್ನು ಒತ್ತಿಕೊಂಡು ಬಲವಂತದಿಂದ ಕಾಫೀ ಕುಡಿಸುತ್ತಿದ್ದ. ಇಬ್ಬರ ಮುಖಗಳು ರಂಗೇರಿದ್ದವು. ಒಬ್ಬರ ಸಾಮೀಪ್ಯ ಒಬ್ಬರನ್ನು ಮತ್ತೇರಿಸಿತೇನೋ!

ತನ್ನ ಆಗಮನ ಅನುಚಿತವಾಗಿತ್ತೇನೋ ಎಂದುಕೊಂಡರೂ ಗಂಟಲನ್ನು ಸರಿ

ಮಾಡಿಕೊಳ್ಳುವ ನೆವದಲ್ಲಿ ಅವರಿಬ್ಬರನ್ನು ಎಚ್ಚರಿಸಿದ.

"ಗಿರಿ, ಬಾ, ಬಾ, ನಿನ್ನ ಕಾಫೀನೂ ಇಲ್ಲೇ ಇದೆ" ಎಂದ ಆತ್ಮೀಯವಾಗಿ ಭಾಸ್ಕರ.

ಗಿರಿಧರ ಬಂದು ಅಲ್ಲಿದ್ದ ಸೋಫಾ ಮೇಲೆ ಕುಳಿತ. ಮೂವರೂ ಆತ್ಮೀಯವಾಗಿ ಮಾತನಾಡುತ್ತ ಕಾಫೀ ಕುಡಿದರು. ಸುಮನ್‌ಳ ವಿಚಾರ ಬರದಂತೆ ಮೂವರು ಎಚ್ಚರವಹಿಸಿದ್ದ ಹಾಗಿತ್ತು.

"ಜೋಯಿಸರನ್ನು ನೋಡಿ ಬರಬೇಕಾಗಿತ್ತು...." ಎಂದ ಗಿರಿಧರ.

ನಿನಗೆ ಈಗ ನೆನಪು ಬಂತೆ ಎನ್ನುವಂತೆ ಭಾಸ್ಕರ, ಗಿರಿಧರನ ಮುಖ ನೋಡಿದ.

ಪರಿಸ್ಥಿತಿಯ ಬಗ್ಗೆ ಅರಿವಿದ್ದ ಭಾಸ್ಕರ ತಾನೇ "ಅದಕ್ಕೇನು, ಹೋಗಿಬರೋಣ. ತಿಂಗಳಿಗೊಂದು ಸಲವಾದರೂ ಅಗ್ರಹಾರಕ್ಕೆ ಹೋಗಿ ಬಂದರೇನೇ ಶಶಿಗೆ ಸಮಾಧಾನ" ಎಂದ.

ಭಾಸ್ಕರನಿಗೆ ಜೋಯಿಸರ ಮೇಲೆ ಅತಿಯಾದ ಗೌರವ. ತಾನು ಇಂದು ಸುಖದಿಂದ ಇರುವುದು ಅವರ ದೆಸೆಯಿಂದಲೇ ಎನ್ನುವ ಅಭಿಪ್ರಾಯ ಅವನದು. ಅದಕ್ಕಾಗಿ ತಿಂಗಳಿಗೊಮ್ಮೆ ಅಗ್ರಹಾರಕ್ಕೆ ಹೋಗಿ ಸಂಸಾರ ಸಮೇತ ಜೋಯಿಸರನ್ನು ನೋಡಿಬರುತ್ತಿದ್ದ. ಅಲ್ಲಿಗೆ ಹೋದಾಗ ರಾಮೇಗೌಡ, ಚಿದಾನಂದಮೂರ್ತಿ ಮುಂತಾದ ಗಿರಿಧರನ ಗೆಳೆಯರು ತೋರುವ ಆತ್ಮೀಯತೆ ಅವನನ್ನು ಮುಗ್ಧನನ್ನಾಗಿ ಮಾಡಿತ್ತು. ಜೋಯಿಸರು ವಯೋಗುಣದ ದೆಸೆಯಿಂದ ಬೆಂಗಳೂರಿಗೆ ಬರಲಿಲ್ಲವಾದರೂ ಆಗಾಗ ಕಾರ್ಯನಿಮಿತ್ತ ಬೆಂಗಳೂರಿಗೆ ಬರುವ ರಾಮೇಗೌಡ ಮತ್ತು ಇನ್ನಿತರ ಸ್ನೇಹಿತರು ಮನೆಗೆ ಬಂದು ಶಶಿ, ಮಗುವನ್ನು ನೋಡಿಕೊಂಡೇ ಹೋಗುತ್ತಿದ್ದರು.

"ಎಷ್ಟು ದಿನ ರಜ?" ಎಂದು ಭಾಸ್ಕರ ಗಿರಿಧರನನ್ನು ಪ್ರಶ್ನಿಸಿದ.

"ಭಾನುವಾರ ರಾತ್ರಿ ಬಸ್ಸಿಗೆ ಹೊರಟುಬಿಡಬೇಕು."

ಭಾಸ್ಕರನಿಗೆ ಇನ್ನೆರಡು ದಿನ ಇದ್ದು ಹೋಗುವ ಎನ್ನುವ ಮನಸ್ಸಾದರೂ ಅವನ ರಜಾ ವಿಷಯವಲ್ಲದೇ, ಅವನ ಮಡದಿಯ ಬಗೆಗೂ ಯೋಚಿಸಬೇಕಾಯಿತು.

"ಗಿರಿ, ಶ್ರೀನಿವಾಸ, ಶಾಂತಿ ಇಲ್ಲಿಗೆ ಬಂದುಬಿಡ್ತಾರೆ, ಅಲ್ಲಿನ ಅಂಗಡಿನ ನೀನು ನೋಡಿಕೊಳ್ಳೋಹಾಗಿದ್ದರೆ ಯೋಚಿಸು. ಮೊಮ್ಮಗಳನ್ನು ಬಿಟ್ಟು ಅಮ್ಮ, ಅಪ್ಪ ಅಲ್ಲಿಗೆ ಹೋಗೋಲ್ಲ. ನಮ್ಮ ಶೀನಿ ಯಾವ ಜವಾಬ್ದಾರಿ ಇಲ್ಲದೆ ಬೆಳೆದವನು. ಈಗಂತೂ ಅವನ ಪೇಚಾಟ ನೋಡೋಕೆ ಆಗೋಲ್ಲ. ಅಲ್ಲಿ ಅಂಗಡಿ ಬಹಳ ಚೆನ್ನಾಗಿ ನಡೆಯುತ್ತಿದೆ. ಅದನ್ನು ಏಕಾಏಕಿ ಮುಚ್ಚೋಕ್ಕೂ ಇಷ್ಟವಿಲ್ಲ, ಅವನ ಪೇಚಾಟ ನೋಡೋಕೂ ಆಗೋಲ್ಲ."

ಆರ್ಥಿಕ ಸ್ಥಿತಿಯಲ್ಲಿ ಅವನು ಮುಂದುವರಿಯಬಹುದು, ಅಂಗಡಿಯನ್ನು ವಹಿಸಿಕೊಂಡರೆ. ಆದರೆ ಅವನಿಗೆ ಅದು ಇಷ್ಟವಿಲ್ಲ.

ಅವನ ಮೌನವನ್ನೇ ಅರ್ಥಮಾಡಿಕೊಂಡ ಭಾಸ್ಕರ "ನೀನು ವ್ಯಾಪಾರದ ಮನೋವೃತ್ತಿಯವನಲ್ಲವೆಂದು ನನಗೆ ಎಂದೋ ಗೊತ್ತಿತ್ತು. ಆದರೆ... ನಿನ್ನಲ್ಲಿ ಬದಲಾವಣೆಯಾಗಿದೆಯೇನೋ ಎಂದು ಹೇಳಿದೆ. ಖಂಡಿತ ಬಲವಂತವಿಲ್ಲ."

ಭಾಸ್ಕರ ಹಾಗೇ ಕೇಳೋಕೆ ಒಂದು ಕಾರಣವಿತ್ತು. ದೇಶಪಾಂಡೆಯವರ ಮಗಳನ್ನು ಮದುವೆಯಾದವನು ತನ್ನ ಸಂಬಳ ಮಾತ್ರದಲ್ಲಿ ಅವಳನ್ನು ಸುಖವಾಗಿರಿಸಲಾರನು. ಬರೀ ಅವಳ ಸೌಂದರ್ಯ ಸಾಧನಗಳಿಗೆ ಸಾಲದು ಇವನ ಸಂಬಳ. ಆಗ ಇದ್ದದ್ದೇ ತಾಪತ್ರಯಗಳ ಜೊತೆ ವಿರಸ. ಹೇಗೂ ಶ್ರೀನಿವಾಸ ಅಲ್ಲಿ ಇರೋಕೆ ಇಷ್ಟಪಡೋಲ್ಲ. ಇವನಿಗಾದರೂ ಒಂದು ವ್ಯವಸ್ಥೆ ಆಗುತ್ತೆ ಅಂತ ಯೋಚಿಸಿದ್ದ. ಇವನ ಮನೋಭಾವ ಆ ಕಡೆಗಿಲ್ಲವೆಂದುಕೊಂಡ ಮೇಲೆ ಸುಮ್ಮನಾದ. ಆ ಬಗ್ಗೆ ಪುನಃ ಪ್ರಶ್ನಿಸಲೇ ಇಲ್ಲ.

ಮಾರನೆಯ ದಿನವೇ ಗಿರಿಧರ, ತುಂಗಮ್ಮನ ಜೊತೆ ಭಾಸ್ಕರ, ಶಶಿ ಕಾರಿನಲ್ಲಿ ಅಗ್ರಹಾರಕ್ಕೆ ಹೊರಟರು. ದಾರಿಯುದ್ದಕ್ಕೂ ಭಾಸ್ಕರ ಮಾತನಾಡುತ್ತಿದ್ದರೇ ಗಿರಿಧರ ಮೌನವಾಗಿ ಕುಳಿತಿದ್ದ. ಅವನ ಅನ್ಯಮನಸ್ಕತೆಯನ್ನು ಭಾಸ್ಕರ, ಶಶಿ ಗಮನಿಸದೇ ಇರಲಿಲ್ಲ. ತುಂಗಮ್ಮನವರ ವಿಷಯವಂತೂ ಯಾರೂ ಏನೂ ಊಹಿಸಲಾರರು. ಅವರು ಬಂದಾಗಿನಿಂದ ಸೊಸೆಯ ಬಗ್ಗೆ ಒಂದು ಕೊಂಕು ನುಡಿ ಆಡಿರಲಿಲ್ಲ.

ಜೊಯಿಸರಂತೂ ಇವರನ್ನು ನೋಡಿ ಸಂತೋಷಗೊಂಡರು.

"ನಮ್ಮ ಹುಡುಗ ಕಾಲೇಜಿನ ಮೇಷ್ಟ್ರಾಗಿದ್ದು ಎಷ್ಟೋ ಸಂತೋಷದ ಸಂಗತಿ" ಎಂದು ಹಿಂದೇ ಎಷ್ಟೋ ಬಾರಿ ಹೇಳಿದ್ದರು, ಗಿರಿಧರನ ಮೇಲಿನ ಅಭಿಮಾನದಿಂದ ಜೋಯಿಸರು.

"ಗಿರಿಧರ, ನಿನ್ನ ಮದುವೆಗೆ ಬರೋಕೆ ಆಗಲಿಲ್ಲ. ಕಡೆಗೆ ನೀನು ನಿನ್ನ ಹೆಂಡತೀನ ಕರೆತಂದು ತೋರಿಸಲಿಲ್ಲ. ಯಾವಾಗಲೂ ಬರುವ ಹಾಗೆ ಒಬ್ಬನೇ ಬಂದಿದ್ದೀಯಾ" ಎಂದು ಆಕ್ಷೇಪಿಸದೇ ಇರಲಿಲ್ಲ.

ಗಿರಿಧರ, ಏನು ಹೇಳಿಯಾನು! ತುಂಗಮ್ಮನವರಂತೂ ಮೌನವಹಿಸಿಬಿಟ್ಟಿದ್ದರು. ಸ್ವಭಾವ ಅರಿತವರು ಅವರನ್ನು ಏನೂ ಕೇಳಲಾರರು.

ರಾಮೇಗೌಡ, ಮಲ್ಲಿಕಾರ್ಜುನ ಬಂದು ಗಿರಿಧರನನ್ನು ಮುಲಾಜಿಲ್ಲದೇ ತರಾಟೆಗೆ ತೆಗೆದುಕೊಂಡರು.

"ಬಿಡಪ್ಪ, ನೀನು ದೊಡ್ಡ ಲೆಕ್ಚರರ್! ದೊಡ್ಡ ಮನುಷ್ಯರ ಮನೆಯ ಅಳಿಯ! ನಾವು ವ್ಯವಸಾಯ ಮಾಡೋ ರೈತರು. ನಮ್ಮ ಜ್ಞಾಪಕವಾಗಲಿ, ನಮ್ಮ ಕುಗ್ರಾಮದ ಜ್ಞಾಪಕವಾಗಲಿ ನಿನಗೆ ಬರೋ ಸಾಧ್ಯತೇನೆ ಇಲ್ಲ" ಎಂದ ಮಲ್ಲಿಕಾರ್ಜುನ ಮುಖ ಕೆಂಪಗೆ ಮಾಡಿಕೊಂಡು.

ಗಿರಿಧರನಿಗೆ ಕಸಿವಿಸಿಯ ಜೊತೆ ಅಳುವೇ ಬಂತು. ತನ್ನ ತಪ್ಪಿನ ಅರಿವು ಅವನಿಗಿತ್ತು. ಆದರೆ ಏನು ಮಾಡಬಲ್ಲ!

ಭಾಸ್ಕರನೇ ಯಾವುದೋ ವಿಧದಲ್ಲಿ ಅವರಿಗೆ ಸಮಾಧಾನ ಹೇಳಿ ಹಿಂದಿನ ಗಿರಿಧರನಾಗೇ ಉಳಿದಿದ್ದಾನೆ ಗಿರಿಧರ ಎಂದು ಒಪ್ಪಿಸುವ ವೇಳೆಗೆ ಅವನಿಗೆ ಸಾಕು–ಸಾಕಾಯಿತು. ಅವರಿಗೆ ಗಿರಿಧರನ ವಿಷಯದಲ್ಲಿ ಅಷ್ಟೊಂದು ಪ್ರೀತಿ ಇತ್ತು.

ಎಲ್ಲರೂ ಹೊರಟು ನಿಂತಾಗ ತುಂಗಮ್ಮ ತಾವು ಇಲ್ಲೇ ಇರುವ ಉದ್ದೇಶವನ್ನು ವ್ಯಕ್ತಪಡಿಸಿ ಎಲ್ಲರನ್ನು ವಿಸ್ಮಯಗೊಳಿಸುವ ಜೊತೆಗೆ ವ್ಯಥೆಗೀಡು ಮಾಡಿದರು.

"ಅಮ್ಮ, ನಿಮಗೆ ಗಿರಿಧರನ ಬಳಿ ಇರಲು ಇಷ್ಟವಿರದಿದ್ದರೆ ನಮ್ಮ ಬಳಿ ಇರಿ, ನಾನು ಗಿರಿಧರನ ಹಾಗೆ ನಿಮಗೆ ಮಗನೇ" ಎಂದು ಭಾಸ್ಕರ ತುಂಗಮ್ಮನವರಿಗೆ ಹೇಳಿದ.

"ಅಯ್ಯೋ, ಅದೆಲ್ಲ ಏನೂ ಇಲ್ಲಪ್ಪ. ನೀನು ಎಲ್ಲ ರೀತಿಯಲ್ಲೂ ಸುಖಿ. ಅವನು ಪೂರ್ತಿ ಅನಾಥನಾಗಿಬಿಟ್ಟಿದ್ದಾನೆ. ಅವನನ್ನು ಬಿಟ್ಟು ನಾನು ಹೇಗಿರಲಿ! ಆದರೆ... ಅವರು ಬರುತ್ತಾರೇನೋ" ಅಂತ ಅವರು ಮೊದಲ ಬಾರಿಗೆ ಅಳಿಯನ ಜೊತೆ ನಾಲ್ಕಾರು ಮಾತುಗಳನ್ನು ಹೆಚ್ಚಿಗೆ ಆಡಿದ್ದರು.

ಗಿರಿಧರನಿಗೆ ತಾಯಿಯ ಆಸೆಯ ಬಗ್ಗೆ ವಿಸ್ಮಯವಾದರೂ ಶಶಿಯ ಕಣ್ಣಲ್ಲಿ ನೀರೇ ಬಂತು. ಭಾಸ್ಕರನ ಹೃದಯ ಭಾರವಾಯಿತು.

ಈಗ ಏನು ಮಾಡಬೇಕು ಎಂದು ಎಲ್ಲರೂ ಯೋಚಿಸಿದರು. ಇವರುಗಳ ಸಹಾಯಕ್ಕೆ ಬಂದವರು ಜೋಯಿಸರು.

"ತುಂಗಮ್ಮ, ನೀನು ಯಾಕೆ ತಾಯಿ ಇಲ್ಲಿ ಒಂಟಿಯಾಗಿ! ಅವನು ಏನಾದರೂ ಬಂದರೆ ಅವನನ್ನು ಮನೆಯಲ್ಲಿ ಇಟ್ಟುಕೊಂಡು ನಿಮಗೆ ಸುದ್ದಿ ನಾನು ಮುಟ್ಟಿಸೋ ಏರ್ಪಾಡು ಮಾಡ್ತೀನಿ. ನೀನು ಯಾವ ಯೋಚನೇನೂ ಇಟ್ಟುಕೊಳ್ಳದೇ ಹೋಗು. ಆರಾಮವಾಗಿ ಅಳಿಯನ ಮನೆಯಲ್ಲಾದರೂ ಇರು, ಇಲ್ಲ ಮಗನ ಮನೆಯಲ್ಲಾದರೂ ಇರು."

ಜೋಯಿಸರು ಈ ಮಾತುಗಳನ್ನು ತುಂಗಮ್ಮನ ಸಮಾಧಾನಕ್ಕಾಗಿ ಆಡಿದ್ದರು ಅಷ್ಟೇ ವಿನಹ ಆಕೆಯ ಹುಚ್ಚ ಗಂಡ ಎಷ್ಟೊ ವರ್ಷಗಳ ಹಿಂದೆ ಊರು ಬಿಟ್ಟು ಹೋದವನು ಪುನಃ ಬರುವನೆಂಬ ಭರವಸೆಯೇನೂ ಇರಲಿಲ್ಲ.

ತಮ್ಮ ಹಿಂದಿನ ಮನೆಯ ಮುಂದೆ ನಿಂತ ಗಿರಿಧರನ ಕಣ್ಣಲ್ಲಿ ನೀರಾಡಿತು. ತಮಗೆ ಎಷ್ಟು ದಿನ ಆಸರೆ ನೀಡಿತ್ತು! ನಮ್ಮ ಕಷ್ಟ, ಸುಖಗಳ ಸಂಗಾತಿಯಾಗಿದ್ದ ಆ ಮನೆಯ ಮೇಲೆ ಪ್ರತ್ಯೇಕ ಗೌರವ ಉದ್ಭವಿಸಿತು.

ಭಾಸ್ಕರ ಅವಸರ ಮಾಡಿ ಎಲ್ಲರನ್ನು ಹೊರಡಿಸಿದ. ಎರಡು ದಿನ ಸಂತೋಷದಿಂದ ಕಳೆದ ಗಿರಿಧರ ಭಾನುವಾರ ಸಂಜೆ ಹೊರಟು ನಿಂತ. ಶಶಿ ತಾಯಿಯನ್ನು ಬಲವಂತದಿಂದ ಅಲ್ಲೇ ಇರಿಸಿಕೊಂಡಳು. ತುಂಗಮ್ಮನವರು ಅರೆಮನಸ್ಸಿನಿಂದಲೇ ನಿಂತರು. ಅಡಿಗೆ, ಕೆಲಸ ಮಾಡದ ಸುಮನ್ ಹೇಗೆ ಮನೆಯ ನಿರ್ವಹಣೆಯನ್ನು ಮಾಡಬಲ್ಲಳು

ಎನ್ನುವ ಚಿಂತೆಯೊಂದು ಅವರನ್ನು ಕೊರೆಯುತ್ತಿತ್ತು.

ಗಿರಿಧರನಿಗೆ ತಾಯಿಯನ್ನು ಬಿಟ್ಟು ಹೋಗುವ ಮನಸ್ಸಿರಲಿಲ್ಲ. ಆದರೂ ಒಂದು ನಾಲ್ಕಾರು ದಿನವಾದರೂ ಮಗಳ ಮನೆಯಲ್ಲಿ ಮಗನ ಸಂಸಾರದ ಚಿಂತೆಯನ್ನು ಮರೆತು ಸುಖವಾಗಿದ್ದು ಬರಲಿ ಎಂದು ಹೊರಟಿದ್ದ.

ಕಾಲೇಜಿಗೆ ಹೊತ್ತಾದ್ದರಿಂದ ಗಿರಿಧರ ಬೇಗ ಬೇಗನೇ ಮನೆಗೆ ಬಂದು ಮನೆಯ ಕೀಲಿ ಕೈ ಪಾರ್ಥಸಾರಥಿಯ ಮನೆಯಲ್ಲಿರುವುದನ್ನು ಜ್ಞಾಪಿಸಿಕೊಂಡು ಅವರ ಮನೆ ಕಡೆ ಹೆಜ್ಜೆ ಹಾಕಿದ. ಪಾರ್ಥಸಾರಥಿ ಆಗಲೇ ಕಾಲೇಜಿಗೆ ಹೋದದ್ದರಿಂದ ಕುಸುಮ ಒಬ್ಬಳೇ ಮನೆಯಲ್ಲಿದ್ದಳು. ಬೀಗದ ಕೈಕೊಟ್ಟು ಮಧ್ಯಾಹ್ನ ಊಟಕ್ಕೆ ಇಲ್ಲೇ ಬರಬೇಕೆಂದು ಹೇಳಿದಳು.

ಗಿರಿಧರ ತಲೆಯಾಡಿಸಿ ಮನೆಯ ಕಡೆ ಹೆಜ್ಜೆ ಹಾಕಿದ. ಮನೆ ಎಂದಿನಂತೆ ಸ್ವಚ್ಛವಾಗೇ ಇತ್ತು. ಇದು ಪಾರ್ಥಸಾರಥಿ, ಕುಸುಮಳ ಕೈವಾಡವೆಂದರಿತು ತಣ್ಣೀರು ಸ್ನಾನ ಮಾಡಿ ಬೇಗ ಬೇಗ ಉಡುಪು ಧರಿಸಿ ಕಾಲೇಜಿನ ಕಡೇ ಹೆಜ್ಜೆ ಹಾಕಿದ. ಮೊದಲ ಪೀರಿಯಡ್ ಅವನಿಗೆ ಯಾವ ಕ್ಲಾಸ್ ಇಲ್ಲದಿದ್ದರೂ ಪ್ರಿನ್ಸಿಪಾಲರು ಶಿಸ್ತಿನ ಸಿಪಾಯಿಗಳಾದುದ್ದರಿಂದ ಕಾಲೇಜಿನ ಕಡೆಗೆ ದಾಪುಗಾಲು ಹಾಕಿದ.

ಅವನ ಮನಸ್ಸು ಮಡದಿಯ ಕಡೆ ಹರಿದಿದ್ದರಿಂದ ಸರಿಯಾಗಿ ಪಾಠ ಮಾಡಲಾಗಲಿಲ್ಲ. ಗಿರಿಧರನಿಗೆ ಸದಾ ಲೆಕ್ಚರರ್ಸ್. ಪ್ರೊಫೆಸರ್‌ಗಳನ್ನು ಕಣ್ಣಲ್ಲಿ ಕಣ್ಣಿಟ್ಟು ನೋಡುವ ವಿದ್ಯಾರ್ಥಿಗಳೆಂದರೆ ಗಿರಿಧರನಿಗೆ ಎಲ್ಲಿಲ್ಲದ ಹೆದರಿಕೆ. ಹೇಗೋ ಎಂತೋ ವಿರಾಮದ ವೇಳೆಯವರೆಗೂ ಕಳೆದ. ಮಧ್ಯಾಹ್ನ ಪಾರ್ಥಸಾರಥಿಯ ಮನೆಯಲ್ಲಿ ಊಟ ಮುಗಿಸಿ ಸಂಜೆ ಎಸ್ಟೇಟಿಗೆ ನಡೆದ.

ಇವನು ಬಂದಾಗ ಸುಮನ್ ಮುಂದಿನ ವರಾಂಡದಲ್ಲಿ ಕುಳಿತು ಯಾವುದೋ ಇಂಗ್ಲೀಷ್ ಮ್ಯಾಗಜೈನ್ ತಿರುವಿಹಾಕುತ್ತಿದ್ದಳು. ತನ್ನ ಮಾತನ್ನು ಉಪೇಕ್ಷಿಸಿ ಬೆಂಗಳೂರಿಗೆ ಹೋದ ಗಂಡನ ಬಗ್ಗೆ ಅವಳಿಗೆ ಅಪಾರ ಕೋಪವೇ ಇತ್ತು. ಆದರೆ ಗಿರಿಧರ ಬಂದ ಅರ್ಧ ಗಂಟೆಗೆ ವಿರಸ ಮುಗಿದು ರಾಜಿಯಾಗಿದ್ದರು.

ಅವನ ಮನಸ್ಸಿಗೆ ತುಂಬಾ ಬೇಜಾರಾಯಿತು. ತಂಗಿಯ ಬಗ್ಗೆಯಾಗಲಿ, ತಾಯಿಯ ಬಗ್ಗೆಯಾಗಲಿ ಪ್ರಶ್ನಿಸಲಿಲ್ಲವಲ್ಲ ಎಂದು.

"ಅಮ್ಮ ಬೆಂಗಳೂರಿನಲ್ಲೇ ಇದ್ದಾರೆ..." ಎಂದ.

"ಇರಲಿ ಬಿಡಿ, ಇಲ್ಲಿ ಹೇಗೂ ಇಬ್ಬರು ಮೂವರು ಅಡಿಗೆಯವರಿದ್ದಾರೆ, ಅವರನ್ನು ಕರೆದುಕೊಂಡು ಹೋದರೆ ಆಯಿತು.

ಇದನ್ನು ಮೊದಲೇ ನಿರೀಕ್ಷಿಸಿದ್ದರಿಂದ ಗಿರಿಧರನೇನೂ ಮಡದಿಯ ಮಾತಿಗೆ ಸುಸ್ತಾಗಬೇಕಾಗಿರಲಿಲ್ಲ.

ಮರುದಿನ ಬೆಳಿಗ್ಗೆ ಗಿರಿಧರ್ ಮಾತ್ರ ಕಾಲೇಜಿನ ವೇಳೆಗೆ ಹಿಂದಿರುಗಿದ. ಸುಮನ್ ಯಾವಾಗ ಬರಬಹುದೆಂದು ಅವನಿಗೂ ಗೊತ್ತಿರಲಿಲ್ಲ.

ಇನ್ನೂ ಕಾಲೇಜಿನ ಬೆಲ್ ಆಗಿರಲಿಲ್ಲ. ಹೆಚ್ಚು ಕಡಿಮೆ ಎಲ್ಲ ಲೆಕ್ಚರರ್ಸ್ ಪ್ರೊಫೆಸರ್ಸ್ ಪ್ರಿನ್ಸಿಪಾಲರ ಕೋಣೆಯಲ್ಲಿ ಸೇರಿಬಿಟ್ಟಿದ್ದರು. ಗಿರಿಧರನೂ ಅಲ್ಲೇ ಇದ್ದ ಜೋಸೆಫ್, ಪಾರ್ಥಸಾರಥಿ ಮಾತ್ರ ಇನ್ನೂ ಬಂದಿರಲಿಲ್ಲ.

ಹುಡುಗಿಯರ ದೊಡ್ಡ ದಂಡೇ ಪ್ರಿನ್ಸಿಪಾಲರ ಕೋಣೆಗೆ ಬಂದು ಬಾಗಿಲಲ್ಲಿ ನಿಂತಿತು.

"ಕಮಿನ್" ಎಂದರು ಪ್ರಿನ್ಸಿಪಾಲರು.

ಯಾರೂ ಒಳಗೆ ಅಡಿ ಇಡಲಿಲ್ಲ. ಎಲ್ಲರೂ ಸಂಕೋಚ, ನಾಚಿಕೆಯ ಮುದ್ದೆಯಾಗಿದ್ದರು. ಅವರೇ ಎದ್ದು ಸ್ಪ್ರಿಂಗ್ ಬಾಗಿಲು ತೆಗೆದು ಆಹ್ವಾನಿಸಿದರು.

ಮಂಜುಳಾ, ಪಾರ್ವತಿ ಮತ್ತು ವಿದ್ಯಾರ್ಥಿನಿಯರ ಸಂಘದ ಕಾರ್ಯದರ್ಶಿ ಉತ್ತಮ್ಮ ಒಳಗೆ ಬಂದರು.

ದಿಟ್ಟ ಹುಡುಗಿ ಮಂಜುಳಾ ಬಿಕ್ಕಿ ಬಿಕ್ಕಿ ಅಳುತ್ತಿದ್ದಳು. ಪ್ರಿನ್ಸಿಪಾಲರಿಗೆ ವಿಸ್ಮಯವಾಯಿತು. ಅದಕ್ಕೆ ಕಾರಣವಿರದೇ ಇರಲಿಲ್ಲ. ಮಲೆನಾಡಿನ ಹುಡುಗಿಯರು ಸೌಂದರ್ಯವತಿಯರೆನ್ನುವುದಕ್ಕೆ ಮಂಜುಳ ಹೊರತಾಗಿರಲಿಲ್ಲ. ಅಷ್ಟೇ ಅಲ್ಲದೇ ದಿಟ್ಟ ಹುಡುಗಿ. ಯಾವ ಅಂಜಿಕೆಯೂ ಇಲ್ಲದೇ ಹುಡುಗಿಯರಿಗಿರುವ ಸಮಸ್ಯೆಗಳನ್ನು ಪ್ರತಿಪಾದಿಸಿ ಕಾಲೇಜಿನ ಚರ್ಚಾಸ್ಪರ್ಧೆಯಲ್ಲಿ ಬಹುಮಾನ ಗಳಿಸಿದ್ದಳು. ರೇಗಿಸಲು ಬಂದ ಹುಡುಗರಿಗೆ ಸರಿಯಾಗಿ ಬುದ್ಧಿ ಹೇಳಿದ್ದಳು.

"ನೀವು ಏನೋ ಹೇಳೋಕೆ ಬಂದಿದ್ದೀರಿ. ಅದೇನೋ ಧೈರ್ಯವಾಗಿ ಹೇಳಿ" ಎಂದರು ಪ್ರಿನ್ಸಿಪಾಲರು.

ಮಂಜುಳಾ ತಲೆ ಮೇಲಕ್ಕೆತ್ತದಿದ್ದರೂ ಪಾರ್ವತಿ ಉತ್ತಮ್ಮ ತುಟಿ ಸವರಿಕೊಂಡು ಒಬ್ಬರ ಮುಖ ಒಬ್ಬರು ನೋಡಿಕೊಂಡರೇ ವಿನಹ ಬಾಯಿಬಿಟ್ಟು ಮಾತಾಡಲಿಲ್ಲ.

ಹುಡುಗಿಯರು ಯಾವುದೋ ತಮ್ಮ ತೊಂದರೆಯನ್ನು ತೋಡಿಕೊಳ್ಳಲು ಬಂದಿದ್ದಾರೆ. ಇಲ್ಲಿರೋವರೆಲ್ಲ ಹೆಚ್ಚು ಕಡಿಮೆ ಯುವಕರೇ. ಇವರ ಮುಂದೆ ಹೇಳಲು ನಾಚಿರಬಹುದು ಎಂದುಕೊಂಡು ಪ್ರಿನ್ಸಿಪಾಲರು ಪಕ್ಕದ ಕೋಣೆಗೆ ಕರೆದೊಯ್ದರು.

"ಕೂತುಕೊಂಡು ನಿಮ್ಮ ಸಮಸ್ಯೇನ ಹೇಳಿ" ಎನ್ನುತ್ತ ಕುರ್ಚಿಯಲ್ಲಿ ಕುಳಿತರು.

ಉತ್ತಮ್ಮ, ಪಾರ್ವತಿ ಕುಳಿತು ಮಂಜುಳಳ ಕೈಯನ್ನು ಕಂಡೂ ಕಾಣದ ಹಾಗೆ ಎಳೆದು ಕೂಡಿಸಿದರು. ಕಡೆಗೆ ಉತ್ತಮ್ಮನೇ ಬಾಯಿಬಿಟ್ಟಳು.

"ಮಂಜುಳಾ, ಪಾರ್ವತಿ, ನಾನು ಕಾಲೇಜಿನ ಮೆಟ್ಟಿಲು ಹತ್ತಿ ಒಳಗೆ ಬರುವುದರಲ್ಲಿದ್ದೆವು. ಅಷ್ಟರಲ್ಲಿ ಎದುರಿಗೆ ಬಂದ ಶ್ರೀಪತಿ ಮಂಜುಳಾನ ಬಲವಾಗಿ

ಅಪ್ಪಿಕೊಂಡು ಅವಳ ಕೆನ್ನೆಗೆ ಮುತ್ತುಕೊಟ್ಟುಬಿಟ್ಟ" ಹಾಗೆಂದ ಉತ್ತಮ್ಮ ತಲೆ ತಗ್ಗಿಸಿಬಿಟ್ಟಳು.

ಹುಡುಗಿಯರ ಮುಖ ನೋಡಿ ಪ್ರಿನ್ಸಿಪಾಲರಿಗೆ ಅಯ್ಯೋ ಎನ್ನಿಸಿತು. ಅಷ್ಟೇ ಅಲ್ಲ ಇದಕ್ಕೆ ಕಾರಣನಾದ ಶ್ರೀಪತಿಯ ಮೇಲೆ ಅವರಿಗೆ ಅತಿಯಾದ ಕೋಪ ಬಂತು. ಈ ಕಾಲೇಜು ಪ್ರಾರಂಭವಾದ ಮೇಲೆ ಅವರವರೆಗೂ ಬಂದ ಮೊದಲನೇ ಫಿರ್ಯಾದು ಇದು. ಕೆಲವಾರು ಘಟನೆಗಳು ನಡೆದಿದ್ದರೂ ಅವರವರೆಗೆ ಬರುವಂಥದ್ದು ಆಗಿರಲಿಲ್ಲ. ಪಾರ್ಥಸಾರಥಿ ಮದುವೆಯ ಮುಂದು ಕೆಲವು ಪುಂಡು ಹುಡುಗರು ಅಲ್ಲಿ ಇಲ್ಲಿ ಗೋಡೆಗಳ ಮೇಲೆ ಅವರ, ಕುಸುಮಳ ಚಿತ್ರಗಳನ್ನು ಬರೆದಿದ್ದರು. ತರುವಾಯ ಸುಮನ್, ಶ್ರೀಪತಿಯ ಬಗ್ಗೆ ಇಲ್ಲದ ಚಿತ್ರಗಳನ್ನು ಬರೆದು ತಮ್ಮ ಹುಡುಗುತನವನ್ನು ಪ್ರದರ್ಶಿಸಿದ್ದರು.

"ನೀವು ಮೂರು ಜನ ಜೊತೆಯಲ್ಲೇ ಬರ್ತಾ ಇದ್ದು ಇಂತಹ ಘಟನೆಗೆ ಹೇಗೆ ಅವಕಾಶ ಮಾಡಿಕೊಟ್ಟಿರಿ? ಶ್ರೀಪತಿ, ಮಂಜುಳಾಳನ್ನು ಸಮೀಪಿಸಿದಾಗ ನೀವು ಜೋರಾಗಿ ಕೂಗಿಕೊಳ್ಳಬೇಕಾಗಿತ್ತು. ಇಲ್ಲ, ಇಬ್ಬರೂ ಸೇರಿ ಆತನನ್ನು ಪಕ್ಕಕ್ಕೆ ತಳ್ಳಬೇಕಾಗಿತ್ತು."

ಪ್ರಿನ್ಸಿಪಾಲರ ಮಾತಿಗೆ ತಲೆ ಎತ್ತಿದ ಪಾರ್ವತಿ "ನಾವು ಇದನ್ನು ನಿರೀಕ್ಷಿಸಿರಲೇ ಇಲ್ಲ. ಎಷ್ಟೋ ದಿನ ನಮಗೆ ಶ್ರೀಪತಿ ಎದುರಿಗೆ ಬಂದಿದ್ದುಂಟು. ಅವನು ಮೆಟ್ಟಿಲಿನ ಕಡೆ ಬಂದಾಗ ಕಾಲೇಜಿನಿಂದ ಹೊರಗೆ ಹೋಗುತ್ತಿದ್ದಾನೆ ಎಂದು ತಿಳಿದೆವೇ ವಿನಹ ಹೆಚ್ಚಿಗೆ ಭಾವಿಸುವ ಅವಕಾಶವೇ ಇರಲಿಲ್ಲ. ಒಂದು ಕ್ಷಣದಲ್ಲಿ ಏನೆಲ್ಲ ನಡೆದುಹೋಯಿತು. ನಮಗೆ ಹೀಗೆ ನಡೆಯುತ್ತೆ ಅಂತ ತಿಳಿಯಲೇ ಇಲ್ಲ" ಎಂದು ಪಶ್ಚಾತ್ತಾಪದ ನುಡಿಗಳು ಹೊರಬಿದ್ದವು.

ಪ್ರಿನ್ಸಿಪಾಲರು ಅವರಿಂದ ಫಿರ್ಯಾದು ಬರೆಸಿಕೊಂಡು ಸಮಾಧಾನದ ನುಡಿಗಳನ್ನು ಆಡಿ ಕಳುಹಿಸಿಕೊಟ್ಟರು.

ಈ ವಿಷಯ ಇಡೀ ಕಾಲೇಜಿನಲ್ಲೆಲ್ಲ ವ್ಯಾಪಿಸಲು ಹೆಚ್ಚು ಹೊತ್ತು ಹಿಡಿಯಲಿಲ್ಲ. ಹುಡುಗಿಯರ ಸಂಖ್ಯೆ ಕಡಿಮೆ ಇದ್ದರೂ ಅವರು ಧೈರ್ಯಗೆಡಲಿಲ್ಲ. ತಪ್ಪು ಮಾಡಿದ ಶ್ರೀಪತಿಗೆ ಸರಿಯಾದ ಶಿಕ್ಷೆಯಾಗಬೇಕೆಂಬುದೇ ಅವರೆಲ್ಲರ ಒಮ್ಮತದ ಅಭಿಪ್ರಾಯ.

ಸಂಜೆ ಕಾಲೇಜಿನ ಕೌನ್ಸಿಲ್ ಸಮಾವೇಶನಗೊಂಡಿತು. ಪ್ರಿನ್ಸಿಪಾಲರು ಅಧ್ಯಕ್ಷ ಸ್ಥಾನದಲ್ಲಿ ಕುಳಿತು ಬೆಳಿಗ್ಗೆ ನಡೆದ ಘಟನೆಯನ್ನು ವಿವರಿಸಿ ಎಲ್ಲರ ಅಭಿಪ್ರಾಯವನ್ನು ತಿಳಿಸುವಂತೆ ಹೇಳಿದರು.

ಮೂರು ತಿಂಗಳ ಕೆಳಗೆ ಡಾಕ್ಟರೇಟ್ ಪಡೆದುಕೊಂಡು ಪ್ರೊಫೆಸರ್ ಆಗಿಬಂದು ಕೆಲಸ ವಹಿಸಿಕೊಂಡ ಶ್ರೀಮತಿ ಹೇಳಿದಳು.

"ತಮ್ಮ ಹೇಳಿಕೆ ಪ್ರಕಾರ ಈ ಘಟನೆ ಮೊದಲ ಸಲ ನಮ್ಮ ಕಾಲೇಜಿನಲ್ಲಿ ನಡೆಯುತ್ತಿದೆ. ಇದೇ ಕೊನೆಯಾಗಬೇಕು. ಇನ್ನು ಹಳೇ ಪದ್ಧತಿಗಳಲ್ಲಿ ಇದ್ದ ಎಷ್ಟೋ ಸಂಸಾರಗಳು ಹೆಣ್ಣು ಮಕ್ಕಳ ವಿದ್ಯಾಭ್ಯಾಸಕ್ಕೆ ಪ್ರೋತ್ಸಾಹಿಸುವುದಿಲ್ಲ. ಅಂಥದ್ದರಲ್ಲಿ

ಇಂತಹ ಘಟನೆಗಳು ಅದಕ್ಕೆ ಪೂರಕವಾಗುತ್ತೆ. ಮುಂದೆ ಕಾಲೇಜಿಗೆ ಬರುವ ಹುಡುಗಿಯರ ಸಂಖ್ಯೆಯೇ ಕಡಿಮೆಯಾಗಬಹುದು. ಆದ್ದರಿಂದ ಶ್ರೀಪತಿ ಖಂಡಿತ ಶಿಕ್ಷಾರ್ಹನು. ಯಾವ ಕಾರಣಕ್ಕೂ ಅವನನ್ನು ಕ್ಷಮಿಸುವ ಹಾಗಿಲ್ಲ."

ಪ್ರೊಫೆಸರ್ ನಾನಯ್ಯನವರು ಅದನ್ನು ಒಪ್ಪಿಕೊಳ್ಳಲಿಲ್ಲ. ಇದರಲ್ಲಿ ಶ್ರೀಪತಿ ಮಾತ್ರ ತಪ್ಪಿತಸ್ಥನಲ್ಲವೆಂದರು. ಅದನ್ನು ಸಮರ್ಥಿಸಿ ಹೇಳಿದರು.

"ಯೌವನ ಒಂದು ರೀತಿಯ ಆವೇಶ, ಯಾವುದೋ ಆವೇಶದಲ್ಲಿ ಈ ತಪ್ಪು ಮಾಡಿ ಈ ಪಶ್ಚಾತ್ತಾಪಪಡ್ತಾ ಇರಬಹುದು. ಈಗಿನ ಹುಡುಗಿಯರು ಹುಡುಗರನ್ನು ಕೆರಳಿಸುವ ಸ್ಥಿತಿಯಲ್ಲಿ ಬರ್ತಾರೆ. ಅಂಗಾಂಗಗಳು ಎತ್ತಿ ಕಾಣೋ ಅಂತಹ ಉಡುಪು ಧರಿಸುತ್ತಾರೆ..."

ಅವರ ಮಾತುಗಳನ್ನು ಕೇಳುತ್ತಿದ್ದ ಶ್ರೀಮತಿಯ ಮುಖ ಕೋಪದಿಂದ ಕೆಂಪಾಯಿತು. ಅವರು ಕೂಗಾಡತೊಡಗಿದರು. ಪ್ರೊಫೆಸರ್ ನಾನಯ್ಯನವರೂ ಸೋಲಲಿಲ್ಲ. ಕಡೆಗೇ ಪ್ರಿನ್ಸಿಪಾಲರೇ ಇಬ್ಬರಿಗೂ ಸಮಾಧಾನ ಹೇಳಿದರು.

"ನಾವು ಮುಖ್ಯವಾದ ವಿಷಯ ಬಿಟ್ಟು ಯಾವ ಯಾವುದೋ ಚರ್ಚೆ ಮಾಡೋದು ಬೇಡ" ಎಂದು ಈ ಫಿರ್ಯಾದನ್ನು ಸಮಗ್ರವಾಗಿ ಪರಿಶೀಲಿಸಲು ಒಂದು ಸಮಿತಿಯನ್ನು ರಚಿಸಿ ಅದಕ್ಕೆ ಪ್ರೊಫೆಸರ್ ನಾನಯ್ಯನವರನ್ನೇ ಕನ್ವೀನರ್ ಆಗಿ ನೇಮಿಸಿದರು.

ಶ್ರೀಪತಿ ಈ ಕೆಲಸವನ್ನೇನು ಉದ್ರೇಕದಿಂದ ಮಾಡಿರಲಿಲ್ಲ. ಒಂದು ತಿಂಗಳ ಹಿಂದೆ ಮಂಜುಳಳನ್ನು ಕೆಣಕಿ ಛೀಮಾರಿ ಮಾಡಿಸಿಕೊಂಡಿದ್ದ. ಆಗ ಗೆಳೆಯರ ಅವಹೇಳನಕ್ಕೆ ಗುರಿಯಾಗಿದ್ದ. ಯಾವುದೋ ಆವೇಶದಲ್ಲಿ ಇನ್ನು ಒಂದು ತಿಂಗಳೊಳಗಾಗಿ ಕಾಲೇಜಿನ ಆವರಣದಲ್ಲೇ ಪಬ್ಲಿಕ್ ಆಗಿ ಅವಳಿಗೆ ಕಿಸ್ ಕೊಡ್ತೀನಿ ಎಂದು ಶಪಥ ಮಾಡಿಬಿಟ್ಟಿದ್ದ. ಅದು ನಡೆದು ಒಂದು ತಿಂಗಳಾಗಿತ್ತು ಇಂದಿಗೆ. ತನ್ನ ಮಾತಿನಂತೆ ನಡೆಯದಿದ್ದರೇ ಗೆಳೆಯರ ಅವಹೇಳನಕ್ಕೆ ಗುರಿಯಾಗುತ್ತೀನಲ್ಲ ಎಂದು ಈ ಸಾಹಸಕ್ಕೆ ಕೈಹಾಕಿ ದೊಡ್ಡ ಕೋಲಾಹಲವನ್ನು ಎಬ್ಬಿಸಿದ್ದ. ತನ್ನ ಕೆಲಸಕ್ಕೆ ಪಶ್ಚಾತ್ತಾಪ ಪಡುವ ಬದಲು ಹೆಮ್ಮೆಯಿಂದ ಬೀಗುತ್ತಿದ್ದ.

ವಿದ್ಯಾರ್ಥಿ ಸಂಘದ ಕಾರ್ಯದರ್ಶಿ, ಶ್ರೀಪತಿಗೆ ಛೀಮಾರಿ ಹಾಕಿ "ನೀನು ಹೋಗಿ ಮಂಜುಳಾ ಅವರನ್ನು ಕ್ಷಮಾಪಣೆ ಕೇಳಿ ಅವರನ್ನು ಅವರ ಫಿರ್ಯಾದು ಹಿಂತೆಗೆದುಕೊಳ್ಳುವಂತೆ ಹೇಳು. ನಿನ್ನಿಂದ ಇಡೀ ಕಾಲೇಜಿಗೆ ಅವಮಾನ" ಎಂದು ಬುದ್ಧಿ ಹೇಳಿದ.

ಗೆಳೆಯರ ಶಹಭಾಸ್‌ಗಿರಿಯಿಂದ ಬೀಗುತ್ತಿದ್ದ ಶ್ರೀಪತಿ ಅವನ ಮಾತನ್ನು ನಿರಾಕರಿಸಿಬಿಟ್ಟ. ಇವನ ತಪ್ಪಿನ ಕೆಲಸಕ್ಕಾಗಿ ಹೆಚ್ಚು ಮಂದಿ ವಿದ್ಯಾರ್ಥಿಗಳು ಪಶ್ಚಾತ್ತಾಪಪಟ್ಟರು. ಮತ್ತು ಮಂಜುಳ ಇತರೇ ವಿದ್ಯಾರ್ಥಿನಿಯರ ಬಳಿ ಹೋಗಿ ಕ್ಷಮೆಯಾಚಿಸಿ ಇನ್ನು ಮುಂದು ಎಂದೂ ಇಂತಹ ಘಟನೆ ನಡೆಯಲಾರದೆಂದು

ಭರವಸೆ ಕೊಟ್ಟರು.

ಮಂಜುಳಾ ತಂದೆ ಒಬ್ಬ ಗುಮಾಸ್ತರು. ವಿಷಯ ತಿಳಿದ ಕೂಡಲೇ ನಡುಗಿಹೋದರು. ಇವೊತ್ತು ಇಷ್ಟು ಮಾಡಿದ ಶ್ರೀಪತಿ ನಾಳೆ ಇನ್ನೇನಾದರು ಮಾಡಿಬಿಟ್ಟರೇ ಒಳಗೊಳಗೇ ನಡುಗಿಹೋಟರು.

ಮಂಜುಳಾ ತಂದೆ ಕೇಶವನ್ ಪ್ರಿನ್ಸಿಪಾಲರ ಬಳಿ ಬಂದರು.

"ಸಾರ್! ನನ್ನ ಮಗಳಿಗೆ ಜರುಗಿದ ಅವಮಾನಕ್ಕೆ ನಾನು ಕುಗ್ಗಿ ಹೋಗ್ತಾ ಇದ್ದೀನಿ. ಈ ಅನ್ಯಾಯಕ್ಕೆ ಕಾರಣನಾದ ಶ್ರೀಪತಿ ಮೇಲೆ ನನಗೆ ಅತಿಯಾದ ಕೋಪವಿದೆ. ಆದರೆ 'ಬಡವನ ಕೋಪ ದವಡೆಗೆ' ಮೂಲ ಅಂತ. ಶ್ರೀಪತಿ ದೇಶಪಾಂಡೆಯವರ ಎಸ್ಟೇಟಿನ ಮ್ಯಾನೇಜರ್ ಮಗ. ಆದ್ದರಿಂದ ಯೋಚಿಸಬೇಕಾಗಿದೆ. ಹಾಗೂ ಮಂಜುಳ ಮುಂದೆ ಅವಳು ತುಂಬ ಕಷ್ಟಕ್ಕೆ ಈಡಾಗಬೇಕಾಗುತ್ತೇನೋ ಅಂತ ಭಯವಾಗಿದೆ. ಆದ್ದರಿಂದ ಈ ಫಿರ್ಯಾದನ್ನು ಹಿಂದಕ್ಕೆ ತಗೊಂಡುಬಿಡೋದೆ ಒಳ್ಳೆಯದು ಅಂತ ಕಾಣಿಸುತ್ತೆ."

"ಮಿಸ್ಟರ್ ಕೇಶವನ್! ನೀವು ಹೇಳೋದು ಒಂದು ರೀತಿಯಲ್ಲಿ ಸರಿಯೆನ್ನಿಸುತ್ತೆ. ಆದರೆ ಇಂದು ನಡೆದ ಘಟನೆಗಳೇ ಮುಂದು ನಡೆಯುವುದಕ್ಕೆ ಅವಕಾಶವಾಗುತ್ತೆ. ಅಷ್ಟಲ್ಲದೆ ಅವರ ಶ್ರೀಮಂತಿಕೆಗೆ, ರೌಡಿತನಕ್ಕೆ ನಾವು ಬಗ್ಗಿದ ಹಾಗಾಗುತ್ತೆ. ಹಾಗೆ ಆಗೋದಕ್ಕೆ ಅವಕಾಶ ಕೊಡೋಲ್ಲ. ಈ ಘಟನೆಯ ಸತ್ಯಾಸತ್ಯತೆಯ ವರದಿಗಾಗಿ ಒಂದು ಸಮಿತಿಯನ್ನು ರಚಿಸಿದ್ದೇವೆ. ಅದರ ಹೇಳಿಕೆಯನ್ನು ಪರಿಶೀಲಿಸಿ ಕಾಲೇಜು ಕೌನ್ಸಿಲ್ ತೀರ್ಮಾನ ಕೈಗೊಳ್ಳುತ್ತೆ. ಶ್ರೀಪತಿಯಂಥ ಒಬ್ಬಿಬ್ಬರು ಕೆಟ್ಟ ಹುಡುಗರಿದ್ದರೂ ಒಳ್ಳೆಯ ಹುಡುಗರು ಇಲ್ಲದಿಲ್ಲ. ಆದ್ದರಿಂದ ನಿಮ್ಮ ಹುಡುಗಿಯ ರಕ್ಷಣೆಗಾಗಿ ನೀವು ಹೆದರಬೇಕಾಗಿಲ್ಲ. ಅದಕ್ಕೆ ಬೇಕಾದ ಏರ್ಪಾಟು ನಾನು ಮಾಡ್ತೀನಿ" ಎಂದು ಕೇಶವನ್‌ರನ್ನು ಹಿಂದಕ್ಕೆ ಕಳುಹಿಸಿಕೊಟ್ಟರು.

ನಾವು ಬದುಕುತ್ತಿರುವ ಸಮಾಜದಲ್ಲಿ ಕೆಲವು ಮಂದಿ ದ್ರೋಹಿಗಳು, ಕೆಟ್ಟವರು ಇದ್ದೇ ಇರುತ್ತಾರೆ. ಅಂಥದ್ದರಲ್ಲಿ ಇಷ್ಟು ದೊಡ್ಡ ಕಾಲೇಜಿನಲ್ಲಿ ಒಬ್ಬಿಬ್ಬರು ಶ್ರೀಪತಿಯಂಥ ಹುಡುಗರು ಇರಬಹುದು. ಒಂದು ಸಲ ಭಯಪಟ್ಟರೆ ಅಂಥವರಿಗೆ ಅವರು ಜೀವನವಿಡಿ ಹೆದರಿಸುವುದೇ ತಮ್ಮ ಧ್ಯೇಯವನ್ನಾಗಿ ಮಾಡಿಕೊಳ್ತಾರೆ. ಇಂಥ ಶಕ್ತಿಗಳಿಗೆ ಹೆದರದೆ ನಿರ್ಭಯವಾಗಿ ನಡೆಯುವಂತಾದರೆ ಮಾತ್ರ ಈ ಸರಸ್ವತಿದೇವಿಯ ಮಂದಿರವನ್ನು ಸರ್ವತೋಮುಖವಾಗಿ ಪ್ರಗತಿಯಿಂದ ಕೊಂಡೊಯ್ಯುವುದು ಸಾಧ್ಯವಾಗುತ್ತೇನೋ ಎಂದುಕೊಂಡರು ಪ್ರಿನ್ಸಿಪಾಲರು.

ಈ ವಿಷಯ ದೇಶಪಾಂಡೆಯವರ ಕಿವಿಗೆ ಮುಟ್ಟಲು ತಡವಾಗಲಿಲ್ಲ.

ಶ್ರೀಪತಿಯೇ ಕಾಲೇಜಿನಿಂದ ತನ್ನನ್ನು ಡಿಬಾರ್ ಮಾಡಬಹುದೆಂದು ತಿಳಿಸಿದ. ಕೂಡಲೇ ಹೋಯಿತು ಪ್ರಿನ್ಸಿಪಾಲರಿಗೆ ಬುಲಾವ್.

ಪ್ರಿನ್ಸಿಪಾಲರಿಗೆ ದೇಶಪಾಂಡೆಯವರ ಕರೆಯನ್ನು ತಿರಸ್ಕರಿಸುವ ಮನಸ್ಸಾಯಿತು. ಆದರೂ ಮುಂದಾಲೋಚನೆಯಿಂದ ಎಸ್ಟೇಟಿಗೆ ಹೋದರು.

ದೇಶಪಾಂಡೆಯವರು ಹೆಚ್ಚಿನ ಆತ್ಮೀಯತೆಯನ್ನು ತೋರದಿದ್ದರೂ ಗೌರವವಾಗೇ ಕಂಡರು.

ಶ್ರೀಪತಿಯ ವಿಚಾರವನ್ನೆಲ್ಲ ಕೇಳಿ ತಿಳಿದ ಅವರು ಜೋರಾಗಿ ನಕ್ಕುಬಿಟ್ಟರು. ಅಮೆರಿಕಾದಲ್ಲಿದ್ದಾಗ ಎಷ್ಟೋ ಜೊತೆಗಾತಿಯರಿಗೆ ಕಿಸ್ ಮಾಡಿದ್ದರು. ಅವರಿಗೆ ಅದು ದೊಡ್ಡದೆನ್ನಿಸಲಿಲ್ಲ.

"ಭೇಷ್! ನಮ್ಮ ಶ್ರೀಪತಿ ಬಹಳ ಧೈರ್ಯಸ್ಥ. ಇದೊಂದು ದೊಡ್ಡ ವಿಷಯ ಅಂತ ಅದಕ್ಕೆ ಆ ಸಮಿತಿ ರಚಿಸಿ ಇಲ್ಲದ್ದೆಲ್ಲ ಮಾಡೋಕೆ ಹೊರಟಿದ್ದೀರಲ್ಲ! ಅವನನ್ನು ಕರೆದು ಎರಡು ಬುದ್ಧಿಮಾತು ಹೇಳಿದ್ದರೆ ಆಗುತ್ತಿರಲಿಲ್ಲವೇ?"

ದೇಶಪಾಂಡೆಯವರ ಮಾತು ಕೇಳಿ ಪ್ರಿನ್ಸಿಪಾಲರಿಗೆ ಕೋಪ ಬಂತು. ಆದರೆ ಆ ಸಂದರ್ಭದಲ್ಲಿ ಅವರಿಗೆ ಸಹನೆ ಅಗತ್ಯವಾಗಿತ್ತು. ಅವರು ನಿಧಾನವಾಗಿ ತಮ್ಮ ನಿಲುವನ್ನು ಬದಲಾಯಿಸಲಿಲ್ಲ. ಶ್ರೀಪತಿಯ ಮೇಲೆ ಯಾವುದೇ ಕ್ರಮ ತೆಗೆದುಕೊಳ್ಳಬಾರದೆಂದು ಖಡಾಖಂಡಿತವಾಗಿ ಹೇಳಿದ್ದಲ್ಲದೆ ಪ್ರಿನ್ಸಿಪಾಲರಿಗೆ ಬೆದರಿಕೆ ಹಾಕಿದರು.

ಮಾತಿನಿಂದ ಪ್ರಯೋಜನವಿಲ್ಲವೆಂದು ಪ್ರಿನ್ಸಿಪಾಲರು ಹಿಂದಿರುಗಿದರು.

ಕಾಲೇಜಿನ ಕೌನ್ಸಿಲ್ ಪುನಃ ಸಮಾವೇಶಗೊಂಡಾಗ ಪ್ರಿನ್ಸಿಪಾಲರು ಹೀಗೆ ಹೇಳಿದರು.

"ಶ್ರೀಪತಿಯ ತಪ್ಪು ಸಾಬೀತಾಗಿದೆ. ಅದನ್ನು ಕೂಲಂಕಷವಾಗಿ ಪರಿಶೀಲಿಸಿ ನಿರ್ಣಯಕ್ಕೆ ಬಂದಿದ್ದೇವೆ. ಮಿಸ್ಟರ್ ಜೋಸೆಫ್, ಮಿಸ್ಟರ್ ಪಾರ್ಥಸಾರಥಿ ಈ ಘಟನೆಯನ್ನು ಕಣ್ಣಾರೆ ಕಂಡಿದ್ದಾರೆ. ಆದರೂ ನಾವು ಎಲ್ಲ ಮೂಲಗಳಿಂದಲೂ ಪರಿಶೀಲಿಸಿ ನಿರ್ಧಾರಕ್ಕೆ ಬಂದಿದ್ದೇವೆ. ಅಪರಾಧಿಯಾದ ಶ್ರೀಪತಿ ತನ್ನ ಕಾರ್ಯಕ್ಕೆ ಪಶ್ಚಾತ್ತಾಪವನ್ನು ಪಡಲಿಲ್ಲ. ವಿದ್ಯಾರ್ಥಿ ಸಂಘದವರು ಮಂಜುಳ ಅವರನ್ನು ಕ್ಷಮಾಪಣೆ ಬೇಡಲು ಒತ್ತಾಯಿಸಿದಾಗ ಅವರ ಮಾತನ್ನು ತಳ್ಳಿಹಾಕಿದ್ದಾರೆ. ಆದ್ದರಿಂದ ಕಾಲೇಜು ಕೌನ್ಸಿಲ್ಲಿನ ಏಕಾಭಿಪ್ರಾಯದಿಂದ ಶ್ರೀಪತಿಯನ್ನು ಮೂರು ವರ್ಷ ಕಾಲ ಕಾಲೇಜಿನಿಂದ ಡಿಬಾರ್ ಮಾಡುತ್ತಿದ್ದೇನೆ. ಆತನ ಟಿ.ಸಿ.ಯನ್ನು ಭದ್ರಪಡಿಸುವುದಕ್ಕಾಗಿ ನಾಳೆ ದಿನವೇ ವಿಶ್ವವಿದ್ಯಾನಿಲಯಕ್ಕೆ ಕಳುಹಿಸಿಕೊಡುತ್ತೇವೆ."

ನಂತರ ಕೌನ್ಸಿಲ್ ಸಮಾವೇಶ ಪೂರ್ತಿಯಾಯಿತು.

ದೇಶಪಾಂಡೆಯವರ ಕೋಪ ಭುಗಿಲೆದ್ದಿತು. ಎಲ್ಲ ಟ್ರಸ್ಟಿಗಳ ಸಮಾವೇಶ ಏರ್ಪಡಿಸಿದರು.

ಒಂದು ಕಾಲೇಜಿನ ಪ್ರಿನ್ಸಿಪಾಲರು ಒಬ್ಬ ವಿದ್ಯಾರ್ಥಿಯನ್ನು ಯಾವ ಕಾರಣಕ್ಕೂ ಬಹಿಷ್ಕರಿಸುವ ಅಧಿಕಾರ ಅವರಿಗಿಲ್ಲ. ಆ ಅಧಿಕಾರ ಅವರ ಮೇಲ್ಪಟ್ಟಿನವರದೆಂದು

ವಾದಿಸಿದರು.

ಆದರೆ ಪ್ರಿನ್ಸಿಪಾಲರು ಹೆದರಲಿಲ್ಲ. ಅಷ್ಟೇ ಕಟುವಾಗಿ ತಮ್ಮ ಜವಾಬ್ದಾರಿಯನ್ನು ಸಮರ್ಥಿಸಿಕೊಂಡರು.

"ಕಾಲೇಜಿನ ಕ್ರಮ ಶಿಕ್ಷಣ, ವಿದ್ಯಾರ್ಥಿಗಳಲ್ಲಿ ಶಿಸ್ತು, ಅಧ್ಯಾಪಕ ವರ್ಗದವರ ಪ್ರಾಮಾಣಿಕವಾದ ಕೆಲಸ ಇದೆಲ್ಲ ಸರಿಯಾಗಿ ನಡೆಯುವಂತೆ ನೋಡುವುದು ಪ್ರಿನ್ಸಿಪಾಲನಾದ ನನ್ನ ಜವಾಬ್ದಾರಿ. ಇದರಲ್ಲಿ ತೊಡಕುಂಟಾದರೆ ಅದನ್ನು ಸರಿಪಡಿಸುವುದು ನನ್ನ ಕರ್ತವ್ಯ. ಆ ಜವಾಬ್ದಾರಿಯನ್ನು ನಿರ್ವಹಿಸುತ್ತಿದ್ದಾಗ 'ಹೀಗೆ ಮಾಡಿ, ಹಾಗೆ ಮಾಡಿ' ಎಂದು ಯಾರೂ ಹೇಳುವ ಹಾಗಿಲ್ಲ. ಆ ಕಾಲೇಜಿನ ಏಳಿಗೆಗಾಗಿ ಒಬ್ಬ ವಿದ್ಯಾರ್ಥಿಯನ್ನು ಬಹಿಷ್ಕರಿಸುವ ಅಧಿಕಾರ ಆ ಪ್ರಿನ್ಸಿಪಾಲರಿಗಿದೆ."

ದೇಶಪಾಂಡೆಯವರನ್ನು ಬಿಟ್ಟು ಮಿಕ್ಕ ಟ್ರಸ್ಟಿಗಳು ಪ್ರಿನ್ಸಿಪಾಲರ ಸಮರ್ಥನೆಗೆ ತಲೆದೂಗಿದರು.

ದೇಶಪಾಂಡೆಯವರ ದೊಡ್ಡಸ್ತಿಕೆಗೆ ಇದೊಂದು ಕೊಡಲಿಪೆಟ್ಟಾಯಿತು.

ಮರುದಿನ ಶ್ರೀಪತಿಯ ತಂದೆ ಪ್ರಿನ್ಸಿಪಾಲರನ್ನು ಕಾಣಲು ಬಂದರು. ವಿಷಯ ತಿಳಿಯದ ಪ್ರಿನ್ಸಿಪಾಲರು ಬೇಸರವಾದರೂ ಸಹನೆಯಿಂದ "ನಿಮಗೆ ವಿಷಯ ತಿಳಿದಿದೆ. ನಾನು ಈಗ ಏನೂ ಮಾಡುವ ಹಾಗಿಲ್ಲ."

ಶ್ರೀಪತಿ ತಂದೆ ಕಮಲಾಪತಿ ಮಧ್ಯದಲ್ಲೇ ಅವರ ತಪ್ಪನ್ನು ತಡೆದು "ನೀವು ನನ್ನ ಮಗನಿಗೆ ನೀಡಿದ ಶಿಕ್ಷೆಯನ್ನು ಕೇಳಿ ಅಭಿನಂದಿಸಲು ಬಂದಿದ್ದೇನೆ. ವಿದ್ಯಾದಾಹಿಗಳಾಗಿ ಬಂದ ವಿದ್ಯಾರ್ಥಿಗಳು ಇದರಿಂದ ಬುದ್ಧಿ ಕಲಿಯಲಿ ನೀವೇನೋ ಅವನ ತಪ್ಪಿಗೆ ಶಿಕ್ಷೆ ನೀಡಿದ್ದೀರಿ. ಆದರೆ ಆ ಹೆಣ್ಣು ಮಗಳಿಗಾದ ಅನ್ಯಾಯ, ಅಪಮಾನಗಳಿಗೆ ನ್ಯಾಯ ದೊರಕಿಸಿ ಕೊಡಲಿಲ್ಲ."

ಯತ್ರ ನಾರ್ಯಸ್ತು ಪೂಜ್ಯಂತೆ ರಮಂತೆ ತತ್ರ ದೇವತಾಃ ।
ಯತ್ರ ತಾಸ್ತುನ ಪೂಜ್ಯತೆ ಸರ್ವಾಹಾ ತತ್ರ ಅಫಲಾಃ ಕ್ರಿಯಾಃ ॥

ಅವರ ಮಾತಿಗೆ ಪ್ರಿನ್ಸಿಪಾಲರು ನಿರುತ್ತರಾದರು.

"ಅವನು ಮಾಡಿದ ತಪ್ಪಿಗೆ ಆ ಹುಡುಗಿಯನ್ನೇ ಮದುವೆಯಾಗಲಿ. ಆ ಹುಡುಗಿಯಲ್ಲಿ ಯಾವ ಆಕರ್ಷಣೆಯೂ ಅವನಿಗಿಲ್ಲದಿದ್ದರೆ ಬರೀ ಹಟಕ್ಕಾಗಿ ಈ ಅನ್ಯಾಯ ನಡೆಯುತ್ತಿರಲಿಲ್ಲ. ಅಂತ ನನ್ನ ಅನಿಸಿಕೆ. ಇದು ನಿಜವೇ ಇರಬಹುದು; ಇಲ್ಲ ಸುಳ್ಳಾಗಿರಬಹುದು. ಶ್ರೀಪತಿಯಂತೂ ಆ ಹುಡುಗಿಯ ಕೈ ಹಿಡಿಯಲೇಬೇಕು."

ಪ್ರಿನ್ಸಿಪಾಲರಿಗೆ ಅವರ ಮಾತುಗಳನ್ನು ಕೇಳಿ ಆ ಕ್ಷಣ ಏನು ಹೇಳಬೇಕೋ ಒಂದೂ ತಿಳಿಯಲಿಲ್ಲ. ಆ ಘಟನೆ ನಡೆದ ಮೇಲೆ ಮಂಜುಳ ಕಾಲೇಜಿಗೆ ಬಂದಿರಲಿಲ್ಲ. ಪ್ರಿನ್ಸಿಪಾಲರೇ ಸ್ವತಃ ಕರೆಸಿ ಧೈರ್ಯದಿಂದ ಕಾಲೇಜಿಗೆ ಬಾ ಎಂದಿದ್ದರು. "ಇಲ್ಲ

ಸಾರ್, ನಾನು ಕಾಲೇಜ್ ಮೆಟ್ಟಿಲು ಹತ್ತಿದರೆ ನಾನು ಪ್ರಾಣ ಕಳ್ಕೋತೀನಿ ಅಂತಾರೆ ನಮ್ಮಮ್ಮ" ಎಂದು ಗಳಗಳನೇ ಅತ್ತುಬಿಟ್ಟಳು. ಇಷ್ಟಕ್ಕೆ ಸುಮ್ಮನಾಗದ ಪ್ರೊಫೆಸರ್ ಶ್ರೀಮತಿ ಅವಳ ಮನೆಗೆ ಹೋಗಿ ಅವಳ ತಾಯಿಗೆ ತಿಳಿಹೇಳಿದ್ದರು. ಆಗ "ಈಗ ಆಗಿರೋ ಅವಮರ್ಯಾದೇನೇ ಸಾಕು. ವಿಷಯ ತಿಳಿದ ಯಾರೂ ನಮ್ಮ ಮನೆಯಲ್ಲಿ ಹೆಣ್ಣನ್ನು ಕೇಳಲು ಹೇಗೆ ಬರುತ್ತಾರೆ?" ಎಂದು ಸೆರಗನ್ನು ಕಣ್ಣಿಗೆ ಹಚ್ಚಿದ್ದರು. ಆದರೂ ಪ್ರೊಫೆಸರ್ ಶ್ರೀಮತಿ ಪಟ್ಟುಬಿಡದೇ ಅವಳನ್ನು ಕಾಲೇಜಿಗೆ ಕಳಿಸಲು ಎಷ್ಟೋ ಪ್ರಯತ್ನಗಳನ್ನು ಮಾಡಿದ್ದರು. ಅದೊಂದೂ ಪ್ರಯೋಜನವಾಗಿರಲಿಲ್ಲ. ಆದಷ್ಟು ಬೇಗ ಮಂಜುಳಳ ಮದುವೆ ಮಾಡಲು ಅವಳ ತಾಯಿತಂದೆಯರು ನಿರ್ಧರಿಸಿರುವುದನ್ನು ಕೇಳಿ ಪ್ರಿನ್ಸಿಪಾಲರು ನಿಟ್ಟುಸಿರುಬಿಟ್ಟಿದ್ದರು.

"ನನಗೆ ಏನು ಹೇಳಬೇಕು ಅಂತ ಒಂದೂ ಅರ್ಥವಾಗ್ತಾ ಇಲ್ಲ. ನಿಮ್ಮ ಒಳ್ಳೆಯತನ ನನ್ನನ್ನು ಮೂಕನನ್ನಾಗಿ ಮಾಡಿದೆ" ಎಂದರು ಪ್ರಿನ್ಸಿಪಾಲರು.

ಕಮಲಾಪತಿ ಹೊರಟ ಎಷ್ಟೋ ಹೊತ್ತಿನವರೆಗೂ ಪ್ರಿನ್ಸಿಪಾಲರು ಹಾಗೇ ಕುಳಿತಿದ್ದರು. ಈ ಘಟನೆಯಿಂದ ಯಾರಿಗೂ ಅನ್ಯಾಯವಾಗಲಿಲ್ಲ. ಶ್ರೀಪತಿಗೇನು ವ್ಯಾಸಂಗದಲ್ಲಿ ಆಸಕ್ತಿ ಇಲ್ಲದ್ದರಿಂದ ಅವನಿಗೆ ಏನೂ ಅನ್ನಿಸಲಿಲ್ಲ. ಮಂಜುಳೆಗೆ ಇದರಿಂದ ಒಳ್ಳೆಯದೆ ಆಯಿತು. ಕಮಲಾಪತಿಗಳಂಥ ಉತ್ತಮರ ಮನೆಗೆ ಸೇರುವ ಅದೃಷ್ಟ ಅವಳದಾಯಿತು. ಆದರೆ ಗಿರಿಧರನ ಮನಸ್ಥಿತಿ ಅಲ್ಲೋಲಕಲ್ಲೋಲವಾಯಿತು. ಮಾತಿನ ಸಂದರ್ಭದಲ್ಲಿ ಪ್ರಿನ್ಸಿಪಾಲರನ್ನು ಅವನು ಸಮರ್ಥಿಸಿಕೊಂಡಾಗ ರೇಗಾಡಿದ್ದು, ಕೂಗಾಡಿದ್ದು ಅಲ್ಲದೇ ತಕ್ಷಣ ಕೆಲಸ ಬಿಟ್ಟುಬಿಡುವಂತೆ ಹಟ ಮಾಡಿ ಕುಳಿತಳು ಸುಮನ್. ಇದೊಂದು ವಿಷಯದಲ್ಲಿ ಗಿರಿಧರ ಮೊಂಡಾದ. ಅವನಿಗೆ ಅಲ್ಪಸ್ವಲ್ಪ ನೆಮ್ಮದಿ ಸಿಕ್ಕುತ್ತಿದ್ದುದ್ದು ಕಾಲೇಜಿನಲ್ಲಿ ಅದನ್ನು ಕಳೆದುಕೊಂಡು ಪೂರ್ಣ ಮೂರ್ಖನಾಗಲು ಅವನು ಇಷ್ಟಪಡಲಿಲ್ಲ.

* * *

ಭಾಸ್ಕರ ಮನೆಗೆ ಬಂದಾಗ ಶಶಿಯೊಬ್ಬಳೇ ಮಂಕಾಗಿ ಕುಳಿತಿದ್ದಳು. ಗಿರಿಜಮ್ಮನವರು ಮೊಮ್ಮಗಳನ್ನು ಶಿವಮೊಗ್ಗಕ್ಕೆ ಕರೆದುಕೊಂಡು ಹೋಗಿದ್ದರು. ಶಶಿಗಂತೂ ಹತ್ತಿಕ್ಕಲಾರದ ಬೇಸರ. ಅದನ್ನು ತೋರಿಸಿಕೊಳ್ಳಲಾರಳು, ಸುಮ್ಮನಿರಲಾರಳು. ಇಂತಹ ಇಬ್ಬಗೆಯ ಪರಿಸ್ಥಿತಿಗೆ ಸಿಕ್ಕಿ ನಲುಗುತ್ತಿದ್ದಳು.

"ಶಶಿ" ಎಂದ ಗಂಡನ ಕೂಗಿಗೆ ಎದ್ದಳು. ಮಡದಿಯ ಮುಖದ ಮೇಲಿನ ಬೇಸರ ಗುರ್ತಿಸಲಾರದಷ್ಟು ಹೆಡ್ಡನಲ್ಲ ಭಾಸ್ಕರ.

"ಗೀತಾ ಇಲ್ಲದ್ದು ನಿನಗೆ ತುಂಬ ಬೇಸರವಾಗಿಬಿಟ್ಟಿದೆಯಲ್ಲ" ಎಂದ.

ಶಶಿಯ ಕಣ್ಣಲ್ಲಿ ನೀರು ಉಕ್ಕಿ ಹೊರಗೆ ಹರಿಯಿತು.

"ಛಿ! ಇಷ್ಟಕ್ಕೆಲ್ಲ ಅಳ್ತಾರ. ಈಗಲೇ ಟ್ರಂಕಾಲ್ ಮಾಡಿ ಶೀನಿಗೆ ಮಗೂನ ಕರ್ಕೊಂಡು

ಬಾ ಅಂತೀನಿ" ಎಂದು ಮಡದಿಯ ಕಣ್ಣೀರನ್ನು ತೊಡೆದು ಕೆನ್ನೆ ಸವರಿ ಸಮಾಧಾನ ಮಾಡಿದ.

ಶ್ರೀನಿವಾಸನಿಗಿದ್ದ ಮಕ್ಕಳ ಮೇಲಿನ ಮಮತೆಯನ್ನು ಭಾಸ್ಕರ ಬಲ್ಲ. ಆದರೆ ದೇವರು ತಂದೆಯಾಗಲಾಗದಂಥ ಸ್ಥಿತಿಯಲ್ಲಿಟ್ಟಿದ್ದ ಅವನನ್ನು ವಿಮಲ ಸತ್ತಾಗ ಜೀವಂತ ಶವಗಳಾಗಿದ್ದ ಮಕ್ಕಳನ್ನು ನೋಡಿ ಅಣ್ಣ ಕೊರಗೋದು ಬೇಡ ಎಂದು ಶಿವಮೊಗ್ಗಕ್ಕೆ ಕರೆದೊಯ್ದು ಅಕ್ಕರೆಯಿಂದ ಅವರನ್ನು ಆರೋಗ್ಯವಂತರನ್ನಾಗಿ ಮಾಡಲು ಹಗಲಿರುಳು ಪ್ರಯತ್ನಪಟ್ಟು ಸೋತುಹೋಗಿದ್ದ. ಈಗ ತಮ್ಮ ವಂಶದ ಕುಡಿ ಗೀತಾಳ ಮೇಲೆ ಅವನಿಗೆ ಅತಿಯಾದ ಮಮತೆ. ಆ ಮಗು ಎದುರಿಗಿದ್ದರೇ ಗೆಲುವಾಗಿರ್ತಾನೆ, ಇಲ್ಲದಿದ್ದರೆ ಮಂಕಾಗಿಬಿಡ್ತಾನೆ. ಇನ್ನು ಶಾಂತಿಯ ವಿಷಯ ಹೇಳಲೇಬೇಕಾಗಿಲ್ಲ. ಅವಳ ಚೆಲ್ಲುತನ ಮಾಯವಾಗಿಬಿಟ್ಟಿದೆ. ಅದರ ಜಾಗದಲ್ಲಿ ಗಾಂಭೀರ್ಯ ನೆಲೆಸಿಬಿಟ್ಟಿದೆ. ಪುಟ್ಟ ಗೀತಾಳ ಆಟಪಾಠದಲ್ಲಿ ಅವಳು ಮಗುವಾಗಿಬಿಡ್ತಾಳೆ. ನನ್ನ ಜೀವದ ಜೀವವಾಗಿದ್ದ ಮಗುವನ್ನು ಬಿಟ್ಟು ಕ್ಷಣಕಾಲ ಅಗಲಲಾರೆ. ಆದರೆ ಏನು ಮಾಡಲಿ? ಹೆತ್ತ ತಾಯಿ ಶಶಿ ಮಗುವನ್ನು ಅಗಲಿ ಹೇಗೆ ಇರಬಲ್ಲಳು? ಅಲ್ಲಿ ಅಂಗಡಿ ಮುಚ್ಚೋದು ಅಪ್ಪಾಜಿಗೆ ಇಷ್ಟವಿಲ್ಲ. ಏನು ಮಾಡಲಿ? ಭಾಸ್ಕರನ ತಲೆ ಗೊಂದಲದಲ್ಲಿ ಸಿಲುಕಿತು.

ಮೌನವಾಗಿ ಊಟ ಮಾಡಿದ ಭಾಸ್ಕರ ನೇರವಾಗಿ ಕೋಣೆಗೆ ಹೋಗಿ ಸಿಗರೇಟು ಹಚ್ಚಿದ್ದ ದಿನ ಎರಡು ಸೇದುತ್ತಿದ್ದವನು ಶಶಿ ಬಂದ ಮೇಲೆ ಹೆಚ್ಚು ಕಡಿಮೆ ನಿಲ್ಲಿಸೇಬಿಟ್ಟಿದ್ದ. ಗೆಳೆಯರ ಜೊತೆ ಎಂದಾದರೂ ಕಂಪನಿಗಾಗಿ ಸೇದುತ್ತಿದ್ದ. ಹತ್ತಿಕ್ಕಲಾರದ ಬೇಸರ ಅವನನ್ನು ಸಿಗರೇಟು ಸೇದುವಂತೆ ಮಾಡಿತ್ತು. ಶಶಿಯಂತೂ ಅವನ ಯಾವ ಕೆಲಸಗಳ ಬಗ್ಗೆಯೂ ಚಕಾರವೆತ್ತುತ್ತಿರಲಿಲ್ಲ. ಹಾಗೆಂದು ಅವನೆಂದೂ ಮಡದಿಯನ್ನು ಉದಾಸೀನ ಮಾಡಿದವನೇ ಅಲ್ಲ.

ಶಶಿ ಕೋಣೆಗೆ ಬಂದು ಸುಮ್ಮನೇ ಕುಳಿತಳು. ಗಂಡನ ಮುಖದ ಭಾವನೆಗಳನ್ನು ಅಳೆದು ನೋಡುವಷ್ಟು ಪ್ರಾಜ್ಞಳಲ್ಲದಿದ್ದರೂ ಯಾವ ಯೋಚನೆಯಲ್ಲೋ ಮುಳುಗಿದ್ದಾನೆ ಎಂದುಕೊಂಡಳು.

ಸಿಗರೇಟು ಹೊಸಕಿ ಕಿಟಕಿಯಿಂದ ಹೊರಗೆಸೆದ ಭಾಸ್ಕರ ಮಡದಿಯ ಕಡೆ ತಿರುಗಿ ನೇರವಾಗಿ ದೃಷ್ಟಿಸಿದ. ಮಂಕಾಗದ ಮುಗ್ಧ ಚೆಲುವಿನ ಮಡದಿಯ ಬಗ್ಗೆ ಅವನಿಗೆ ಅಭಿಮಾನವೆನ್ನಿಸಿತು.

ಮಡದಿಯ ಪಕ್ಕದಲ್ಲಿ ಕುಳಿತು ಅವಳನ್ನ ತನ್ನ ತೋಳುಗಳಲ್ಲಿ ಸೆಳೆದುಕೊಂಡು ಮುದ್ದಿಸಿದ. ಅವನ ಜಾಗ್ರತಾಪ್ರಜ್ಞ ಎಚ್ಚರಿಸಿತು. ಶ್ರೀನಿವಾಸನ ಮಮತೆಯ ಬಗ್ಗೆ ಆದಷ್ಟು ಬೇಗ ತಿಳಿಸಿ ಅವಳ ಸಹಾನುಭೂತಿಯನ್ನು ಮೈದುನನ ಮೇಲೆ ಹರಿಯುವಂತೆ ಮಾಡು ಎಂದು. ಯಾಕೋ ಆ ಮಧುರ ಕ್ಷಣ ಅವನ ಬಾಯನ್ನು ತೆರೆಸಲಿಲ್ಲ.

"ಡಾಕ್ಟರ್ ಅಪರ್ಣ ಅವರು ಬಂದಿದ್ದರು. ಅವರ ನರ್ಸಿಂಗ್ ಹೋಮನ್ನು

ಬೇರೆ ಕಡೇ ಬದಲಾಯಿಸುತ್ತಾರಂತೆ" ಎಂದಳು ಗಂಡನ ಎದೆಯ ಮೇಲೆ ತಲೆ ಇಟ್ಟಿದ್ದ ಶಶಿ.

ಮಡದಿಯ ಕೂದಲಲ್ಲಿ ಕೈಯಾಡಿಸುತ್ತಿದ್ದ ಭಾಸ್ಕರ ಥಟ್ಟನೇ ಮೇಲಕ್ಕೆದ್ದು ಕುಳಿತು ಮಡದಿಯ ಮುಖವನ್ನು ಬೊಗಸೆಯಲ್ಲಿ ಹಿಡಿದು "ಈಗ ಅರ್ಥವಾಯಿತು ಅಮ್ಮಾವರ ಬೇಸರಕ್ಕೆ! ಗೀತಾಗಿಂತ ತುಂಟತನ ಮಾಡೋ ಮುದ್ದುಪೋರನ ಹಂಬಲ" ಎಂದ.

ಶಶಿ ನಾಚಿ ಗಂಡನ ಬೊಗಸೆಯಲ್ಲಿ ಮುಖ ಹುದುಗಿಸಿದಳು.

ಭಾಸ್ಕರ ಯಾವುದೋ ಮೂಡ್‌ನಲ್ಲಿ ಹೃದಯದ ಆಸೆ ಹತ್ತಿಕ್ಕಲಾರದೇ ಆಡಿಬಿಟ್ಟಿದ್ದ. ಗೀತಳಿಗೆ ಮೂರು ವರ್ಷವಾದರೂ ಶಶಿಯಲ್ಲಿ ಪುನಃ ತಾಯ್ತನದ ಚಿಹ್ನೆ ಕಾಣದಾದಾಗ ನಿರಾಶನಾಗಿದ್ದ. ಒಂದು ಬಗೆಯಲ್ಲಿ ಕೆಲವು ಸಲ ತನ್ನ ದುರಾಶೆಗೆ ತಾನೇ ಜಿಗುಪ್ಸೆಗೊಳ್ಳುತ್ತಿದ್ದ. ಸದ್ಯ ದೇವರು ಮುಖಮೂತಿ ನೆಟ್ಟಗಿದ್ದು ಆರೋಗ್ಯವಾಗಿರುವ ಒಂದು ಮಗುವನ್ನಾದರೂ ಕೊಟ್ಟಿದ್ದಾನಲ್ಲ, ಅದೇ ಸಾಕು. ಹೆಚ್ಚಿನ ದುರಾಸೆ ಬೇಡ ಎಂದು ತನಗೆ ತಾನೇ ಬುದ್ಧಿ ಹೇಳಿಕೊಳ್ಳುತ್ತಿದ್ದ. ಆದರೆ ಇಷ್ಟು ದೊಡ್ಡ ಮನೆ ಮಕ್ಕಳಿಲ್ಲದೇ ಭಣಗುಟ್ಟುತ್ತಲ್ಲ ಎಂದು ನೊಂದುಕೊಳ್ಳುತ್ತಿದ್ದ.

ಮುಖವೆತ್ತಿದ್ದ ಶಶಿ ಗಂಡನ ಕಿವಿಯಲ್ಲಿ ಪಿಸುಗುಟ್ಟಿದಳು. ಭಾಸ್ಕರನ ಮುಖ ಅರಳಿತು. ಸಂತೋಷದ ಪ್ರವಾಹ ಉಕ್ಕಿ ಬಂತು. ತನ್ನ ಸಂತೋಷವನ್ನು ಯಾವ ರೀತಿ ಪ್ರದರ್ಶಿಸಬೇಕೋ ಅರಿಯದೇ ಅರೆಗಳಿಗೆ ತೊಳಲಾಡಿದರೂ ತನ್ನ ಸಂತೋಷಕ್ಕೆ ಕಾರಣವಾದ ಮಡದಿಯ ಮೇಲೆ ಎಷ್ಟು ಪ್ರಯೋಗಿಸಬೇಕೋ ಅಷ್ಟು ಪ್ರಯೋಗಿಸಿದ.

"ಅಮ್ಮನಿಗೆ ಈಗಲೇ ಟ್ರಂಕಾಲ್ ಮಾಡಿ ಕೂಡಲೇ ಬಂದುಬಿಡು ಅಂತ ಹೇಳ್ತೀನಿ" ಎಂದ.

"ಸದ್ಯ ಈಗಲೇ ಏನು ಬೇಡ. ಶಾಂತಿ ಬಹಳ ಬೇಸರಪಡ್ತಾಳೆ. ಹೆಚ್ಚುಕಡಿಮೆ ಗೀತಾ ಹುಟ್ಟಿದ ಮೇಲೆ ಅತ್ತೆ, ಮಾವ ಶಿವಮೊಗ್ಗಕ್ಕೆ ಹೋಗಿ ಇರುವುದೇ ಅಪರೂಪವಾಗಿ ಹೋಗಿದೆ."

ಮಡದಿ ಮಾತು ಕೇಳಿದ ಭಾಸ್ಕರನಿಗೆ ಇದು ಸರಿಯಾದ ಸಮಯವೆಂದುಕೊಂಡ ಶ್ರೀನಿವಾಸನ ವಿಷಯ ಪುನಃ ತಿಳಿಸುವುದಕ್ಕೆ ವಿಷಯಕ್ಕೆ ಬಂದಮೇಲೆ ಗಂಭೀರವಾದ. ಹೆಚ್ಚುಕಡಿಮೆ ವಿಷಯವನ್ನು ತಿಳಿಸಿ ಪ್ರತಿಕ್ರಿಯೆಗಾಗಿ ಅವಳ ಮುಖ ನೋಡಿದ. ಶಶಿಯ ಕಣ್ಣುಗಳಲ್ಲಿ ಹರಿದ ಮುತ್ತಿನಂಥ ಕಂಬನಿಗಳು ಕೆನ್ನೆಯ ಮೇಲೆ ತಮ್ಮ ಬರುವನ್ನು ಸಾರಿತ್ತು.

ಭಾಸ್ಕರ ಮಡದಿಗೆ ಎದುರಾಗಿ ಕುಳಿತ. ತನ್ನ ಸುಖದಲ್ಲಲ್ಲದೇ ಕಷ್ಟದಲ್ಲೂ ಸಹಭಾಗಿಯಾಗುವವಳೇ ನಿಜವಾದ ಸಂಗಾತಿ. ಇವನ ಹೃದಯ ಮಧುರ ಭಾವನೆಗಳನ್ನು ಸ್ಪಂಧಿಸಿದಾಗ ಅವಳ ಹೃದಯ ಮರವಾಗಿ ಕುಳಿತರೇ ಪ್ರಯೋಜನವೇನು? ಇವನ

ಹೃದಯ ದುಃಖದ ಪರಾಕಾಷ್ಠತೆಯನ್ನು ಮುಟ್ಟಿದಾಗ ಅವಳ ಹೃದಯ ಸಂತೋಷದ ಕಡಲಲ್ಲಿ ತೇಲುತ್ತಿದ್ದರೆ ಅಂತಹ ದಾಂಪತ್ಯಕ್ಕೆ ಅರ್ಥವೇನು? ರಾಗ ತಾನದ ಜೊತೆ ಭಾವ ಹೊಂದಿದರೇ ತಾನೇ ಸಪ್ತಸ್ವರಗಳು ಹೊರಡುವುದು.

"ಶಶಿ....." ಎಂದ

ಶಶಿ ತಲೆ ಎತ್ತಿ ಗಂಡನ ಕಡೆಗೆ ನೋಡಿದಳು. ಅವಳ ಹೃದಯ ಭಾರವಾಗಿತ್ತು. ಮದುವೆಯಾಗಿ ಬಂದಾಗಿನಿಂದ ಶ್ರೀನಿವಾಸ, ಶಾಂತಿ ಅವಳಿಗೆ ಬೇರೆ ಎನ್ನಿಸಲಿಲ್ಲ. ಅವರು ಹಾಗೆ ನಡೆದುಕೊಂಡಿರಲಿಲ್ಲ. ಹೆಣ್ಣಾದ ಅವಳಿಗೆ ಅರ್ಥವಾಗಿತ್ತು ಶಾಂತಿಯ ವೇದನೆ. ಶ್ರೀನಿವಾಸ ಗೀತಳ ಮೇಲಿಟ್ಟಿದ್ದ ಅಂತಃಕರಣದ ಅರ್ಥ ಅವಳಿಗೆ ಎಂದೋ ಹೊಳೆದಿತ್ತು.

"ನನಗೆ ಗೀತಾ ಮೇಲೆ ಎಷ್ಟು ಪ್ರೀತಿ ಇದೆ ಅಂತ ನಿನಗೇ ಗೊತ್ತು. ಆದರೆ ಶ್ರೀನಿವಾಸನನ್ನು ಅದರ ಹತ್ತರಷ್ಟು ಪ್ರೀತಿಸ್ತೀನಿ. ನನಗಾಗಿ ಅವನು ಏನು ಬೇಕಾದರೂ ಮಾಡಬಲ್ಲ. ಅವನಿಗಾಗಿ ನಾನು ಏನು ಮಾಡಲಿ? ಶಾಂತಿ ತನ್ನ ಚೆಲ್ಲುತನವನ್ನು ಬಿಟ್ಟು ವಿರಕ್ತಿಯ ಹಾದಿ ಹಿಡಿದಿದ್ದಾಳೆ. ಗೀತಾ ಅವರಿಬ್ಬರ ಮಗಳಾಗಿಯೇ ಬೆಳೆಯಲಿ. ಅದರಿಂದಲಾದರೂ ಇಬ್ಬರೂ ಬಾಳಿನಲ್ಲಿ ಅಲ್ಪಸ್ವಲ್ಪ ತೃಪ್ತಿಯನ್ನಾದರೂ ಕಂಡಾರು! ಈ ಮಾತನ್ನು ನಾನು ಯಾವ ಅಧಿಕಾರದಿಂದಲೂ ಹೇಳ್ತಾ ಇಲ್ಲ. ನೀನು ಪುನಃ ತಾಯಿಯಾಗುವ ವಿಷಯ ತಿಳಿಸದಿದ್ದರೇ ಖಂಡಿತ ನಾನು ಈ ಮಾತು ಹೇಳ್ತಾ ಇರಲಿಲ್ಲ. ತನ್ನ ತಮ್ಮನ ಮೇಲಿನ ಪ್ರೀತಿಯ ಸ್ವಾರ್ಥಕ್ಕಾಗಿ ನಿನ್ನ ಇಂಥ ತ್ಯಾಗ ಮಾಡುವ ಅಂತ ನಾನು ಕೇಳಿಕೊಳ್ತಾ ಇರಲಿಲ್ಲ. ಈಗಲೂ ನೀನು ಇಷ್ಟಪಡದಿದ್ದರೇ ಖಂಡಿತ ನನ್ನ ಒತ್ತಾಯವಿಲ್ಲ. ನಾನು ಈ ಮಾತನ್ನು ಬಹಳ ಕಷ್ಟದಿಂದ ಹೇಳ್ತಾ ಇದ್ದೀನಿ ಶಶಿ" ಎಂದು ಮುಖವನ್ನು ಪಕ್ಕಕ್ಕೆ ತಿರುಗಿಸಿಕೊಂಡ.

ಶಶಿಗೆ ಮೈದುನನ ಮೇಲಿದ್ದ ಗಂಡನ ಪ್ರೀತಿಯ ಬಗ್ಗೆ ಒಂದು ಕ್ಷಣ ಅಸೂಯೆಯಾಗದೇ ಇರಲಿಲ್ಲ. ಆದರೆ ಗಂಡ ತನ್ನನ್ನು ಪ್ರಾಣಕ್ಕಿಂತ ಹೆಚ್ಚಾಗಿ ಪ್ರೀತಿಸುತ್ತಾನೆ ಎಂಬುದನ್ನು ಬಲ್ಲಳು. ಅಷ್ಟೇ ಅಲ್ಲದೇ ಮಗಳಿಗಾಗಿ ಚಡಪಡಿಸುವ ಅವನ ಮನವನ್ನು ಬಲ್ಲವಳಾಗಿದ್ದಳು.

ಶಶಿಯ ಕಣ್ಣುಗಳು ಒಪ್ಪಿಗೆ ಸೂಚಿಸಿದವೇ ವಿನಃ ಬಾಯಿ ಬಿಟ್ಟು ತನ್ನ ಒಪ್ಪಿಗೆ ಸೂಚಿಸಲಿಲ್ಲ.

ಅಂದು ರಾತ್ರಿಯೇ ನಿರೀಕ್ಷೆ ಇಲ್ಲದೇ ಶ್ರೀನಿವಾಸ ಬಂದಿಳಿದ. ಅವನೊಂದಿಗೆ, ಓಡಿ ಬಂದ ಗೀತಾ ತಾಯಿಯ ಮಡಿಲನ್ನು ಸೇರಿಬಿಟ್ಟಳು.

"ಇದೇನೋ ಶ್ರೀನಿ, ಟ್ರಂಕಾಲ್ ಕೂಡ ಮಾಡದೇ ಬಂದು ಇಳಿದುಬಿಟ್ಟೆ" ಎಂದ ಭಾಸ್ಕರ ಆಶ್ಚರ್ಯದಿಂದ.

"ಅಮ್ಮನದು ಒಂದೇ ಗಲಾಟೆ, ಮೊದಲು ಮಗೂನ ಕರ್ಕೊಂಡು ಹೋಗಿಬಿಟ್ಟು

ಬಾ, ಹೆತ್ತ ಅಪ್ಪ ಅಮ್ಮ ಮಗೂನ ಬಿಟ್ಟು ಹೇಗಿದ್ದಾರು! ಅಂತ"

ಭಾಸ್ಕರ, ಶಶಿ ಮುಖ ಮುಖ ನೋಡಿಕೊಂಡರು.

ಗೀತಾ ಅಂತು ತಂದೆಯನ್ನು ಬಿಟ್ಟು ಅಲ್ಲಾಡಲೇ ಇಲ್ಲ. ಊಟ ಮಾಡೋದರಿಂದ ನಿದ್ದೆ ಮಾಡೋವರೆಗೂ ತಂದೆಯ ಮಡಿಲನ್ನು ಬಿಟ್ಟು ಅಲ್ಲಾಡಲಿಲ್ಲ.

ಶ್ರೀನಿವಾಸನೇ ಅಣ್ಣನ ಮಡಲಿನಲ್ಲಿ ಮಲಗಿದ್ದ ಗೀತಳನ್ನು ಎತ್ತಿಕೊಂಡು ಹೋಗಿ ಮಂಚದ ಮೇಲೆ ಮಲಗಿಸಿ ಬಿಟ್ಟುಬಂದ.

"ಶ್ರೀನಿ, ಗೀತನ ಅಲ್ಲೇ ನರ್ಸರಿ ಶಾಲೆಗೆ ಸೇರಿಸಿಬಿಡು. ಇಲ್ಲಿಗೆ ರೋಡಿಗೆ ಮೂರಿದ್ದರೂ ಏನು ಪ್ರಯೋಜನವಿಲ್ಲ, ಅಂತ ಅನುಕೂಲಾನೂ ಇಲ್ಲ."

"ನೀನು ಒಳ್ಳೆ ಚೆನ್ನಾಗಿ ಹೇಳ್ತೀಯಪ್ಪಾ! ನೀನೇನೋ ಬೆಳಗಿನಿಂದ ಸಾಯಂಕಾಲದವರೆಗೂ ಅಂಗಡಿಯಲ್ಲಿದ್ದುಬಿಡ್ತೀಯಾ, ಅತ್ತಿಗೆ ಮನೆಯಲ್ಲಿ ಹೇಗೆ ಒಬ್ಬರೇ ಕಾಲ ಕಳೆಯಬೇಕು" ಎಂದ ಶ್ರೀನಿವಾಸ. ಅಣ್ಣನ ಇಂಗಿತ ಅವನಿಗೆ ಅರ್ಥವಾಗದೇ ಹೋಗಲಿಲ್ಲ. ಮಕ್ಕಳಿಲ್ಲ ಅನ್ನೋ ಕೊರತೇನ ನಾನು, ಶಾಂತಿ ಮರೆಯಲಿ ಅಂತ ಅವನ ಉದ್ದೇಶವಿರಬೇಕು. ಆದರೆ ಅವರಿಬ್ಬರು ತಂದೆತಾಯಿಗಳಾಗಿಯೂ ಮಗುವಿನಿಂದ ದೂರವಿರುವುದು ಎಂಥಾ ಕಠಿಣ ಶಿಕ್ಷೆ. ಅವನು ಮಾತ್ರ ಯಾವ ಕಾರಣಕ್ಕೂ ಕ್ಷೋಭೆಗೊಳಗಾಗುವುದು ಬೇಡ. ಅತ್ತಿಗೆ ಕಣ್ಣೀರು ಹರಿಸುವುದು ಬೇಡ ಎಂಬುದೇ ಅವನ ಅಭಿಪ್ರಾಯ.

"ಗೀತಾ ತುಂಬ ತುಂಟತನ, ಹಟ ಕಲಿತುಬಿಟ್ಟಿದ್ದಾಳೆ. ನಿಮ್ಮ ಅತ್ತಿಗೆ ಈಗ ಅವಳನ್ನು ಸುಧಾರಿಸೋ ಸ್ಥಿತಿಯಲ್ಲಿಲ್ಲ. ಅವಳಿಗೆ ಆದಷ್ಟು ವಿಶ್ರಾಂತಿ ಬೇಕು" ಎಂದುಬಿಟ್ಟ.

ತಟ್ಟನೇ ಮಂಕಾದ ಮುಖ ಮರುಕ್ಷಣವೇ ಅರಳಿತು. ಅಣ್ಣನ ಎರಡು ಕೈಗಳನ್ನು ಸಂತೋಷದಿಂದ ಕುಲುಕಿ ತಾನು ದೊಡ್ಡವನೆಂಬುದನ್ನೇ ಮರೆತು ಅಣ್ಣನಿಗೆ ತೆಕ್ಕೆಬಿದ್ದ.

ಭಾಸ್ಕರನ ಕಣ್ಣಲ್ಲಿ ನೀರಾಡಿತು. ಪ್ರೀತಿಯಿಂದ ಅವನ ಕೈ ತಮ್ಮನ ಭುಜದಲ್ಲಿ ಸವರುತ್ತಿದ್ದರೂ, ಅವನ ಹೃದಯ ಎರಡು ವಿಧವಾದ ವೇದನೆಯನ್ನು ಅನುಭವಿಸುತ್ತಿತ್ತು. ಇಂಥ ತಮ್ಮನನ್ನು ಪಡೆದುದ್ದಕ್ಕಾಗಿ ಹೃದಯ ಒಂದು ರೀತಿಯ ಆನಂದ ಅನುಭವಿಸುತ್ತಿದ್ದರೇ ಮತ್ತೊಂದು ಕಡೇ ಅಣ್ಣನಿಗೆ ಮಗುವಾಗುತ್ತೆ ಎಂದು ತಿಳಿದು ಇಷ್ಟು ಸಂತೋಷಿಸುವವನು ತನಗೆ ಮಗುವಾಗುತ್ತೆ ಎಂದು ತಿಳಿದಿದ್ದರೆ ಎಷ್ಟು ಸಂತೋಷಿಸುತ್ತಿದ್ದ. ಅಪ್ಪ ದೇವರೇ, ಯಾಕೀಶಿಕ್ಷೆ! ಎಂದು ಮರುಗಿದ.

ಕುಳಿತಿದ್ದ ಶಶಿ ಅಣ್ಣತಮ್ಮಂದಿರನ್ನು ಬಿಟ್ಟು ಸರಿದುಹೋಗಿದ್ದಳು.

ಗೀತಾ ಚಿಕ್ಕಪ್ಪನ ಜೊತೆ ಹೊರಡಲು ಸುತರಾಂ ಒಪ್ಪಲಿಲ್ಲ. ಭಾಸ್ಕರ ತಾನೇ ಕರೆದೊಯ್ದು ಬಿಟ್ಟುಬಂದ. ಗಿರಿಜಮ್ಮ ಸೊಸೆಯ ಆರೈಕೆಗೆಂದು ಮರಳಿ ಬಂದರು. ಮೊಮ್ಮಗಳು ಜೊತೆ ಇದ್ದುದರಿಂದ ಪೂರ್ಣಯ್ಯನವರು ಚಿಕ್ಕ ಮಗನ ಮನೆಯಲ್ಲೇ ಉಳಿದರು. ಶಿವಮೊಗ್ಗದ ಅಂಗಡಿ ಮುಚ್ಚುವ ವಿಷಯ ಒತ್ತಟ್ಟಿಗೆ ಉಳಿದುಬಿಟ್ಟಿತು.

ಶ್ರೀನಿವಾಸ, ಶಾಂತಿ ಮುದ್ದು ಗೀತಾಳ ಆರೈಕೆಯಲ್ಲಿ ಎಲ್ಲ ಮರೆತರು.

* * *

ಭಾಸ್ಕರನ ಪತ್ರದಿಂದ ವಿಷಯ ತಿಳಿದ ಗಿರಿಧರ ತಂಗಿಯ ಮಗಳನ್ನು ನೋಡಲು ಶಿವಮೊಗ್ಗಕ್ಕೆ ಓಡಿ ಬಂದ. ಅದು ಪುನಃ ಪುನಃ ಮರುಕಳಿಸಿತು. ವಾರಕ್ಕೊಮ್ಮೆ ಗೀತಾಳನ್ನು ನೋಡಲು ಓಡಿ ಬರುತ್ತಿದ್ದ. ತಿಂಗಳಿಗೊಮ್ಮೆಯಾದರೂ ಕರೆದೊಯ್ದು ನಾಲ್ಕಾರು ದಿನಗಳನ್ನು ಇರಿಸಿಕೊಳ್ಳುತ್ತಿದ್ದ.

ಸುಮನ್ ಕ್ವಾರ್ಟರ್ಸ್‌ನಲ್ಲಿರುವುದೇ ಅಪರೂಪವಾಯಿತು. ಎರಡು ದಿನ ಇಲ್ಲಿದ್ದರೆ ಮೂರು ದಿನ ಅಲ್ಲಿರುತ್ತಿದ್ದಳು. ಅದನ್ನು ಪ್ರಶ್ನಿಸುವ ಅಧಿಕಾರ ಗಂಡನಿಗೆ ಕೊಟ್ಟಿರಲಿಲ್ಲ. ಅದನ್ನು ಮುಂದು ಕೊಡುವ ಸಾಧ್ಯತೆಯೂ ಇರಲಿಲ್ಲ.

ಇಷ್ಟರ ಮಧ್ಯೆ ಒಂದು ಘಟನೆ ಜರುಗಿಹೋಯಿತು. ಸುಮನ್ ತಾಯ್ತನವನ್ನು ಹೊತ್ತಳು. ಇದು ಅವಳ ಅರಿವಿಗೆ ಬರುವ ವೇಳೆಗೆ ಕಾಲ ಮೀರಿತ್ತು. ಏನೂ ಮಾಡುವ ಸ್ಥಿತಿಯಲ್ಲಿರಲಿಲ್ಲ. ಡಾಕ್ಟರ್‌ಗಳು ಕೈಯಾಡಿಸಿಬಿಟ್ಟರು. ಚಿಟ್ಟೆಯಂತೆ ಎಗರಾಡುತ್ತಿದ್ದವಳಿಗೆ ಇದೊಂದು ಶಾಪವಾಯಿತು.

ವಿಷಯ ತಿಳಿದ ಗಿರಿಧರ ಬಹಳವಾಗಿ ಸಂತೋಷಿಸಿದ. ಮುಂದಾಗುವ ಮಗುವಿನಿಂದಲಾದರೂ ನಮ್ಮಲ್ಲಿ ಸಾಮರಸ್ಯ ಮನೋಭಾವ ಬೆಳೆಯಬಹುದು ಎಂಬುದೇ ಅವನ ನಿರೀಕ್ಷೆ.

ಈಗಾಗಲೇ ಒಂದು ಮಗುವಿನ ತಂದೆಯಾಗಿದ್ದ ಪಾರ್ಥಸಾರಥಿ ಗಿರಿಧರನ ಸಂತೋಷದಲ್ಲಿ ಪಾಲ್ಗೊಂಡ.

ಸುಮನ್‌ಳಲ್ಲಿ ಯಾವ ಬಯಕೆ, ವಾಂತಿಯ ಲಕ್ಷಣಗಳು ಕಾಣದಿದ್ದರೂ ಸದಾ ಸಿಡಿಮಿಡಿಗುಟ್ಟತೊಡಗಿದಳು.

ಹೆಚ್ಚು ಬೆಲೆ ಎಂಬುದನ್ನು ಗಣನೆಗೆ ತಂದುಕೊಳ್ಳದ ಗಿರಿಧರ ಮಡದಿಗಾಗಿ ಪತ್ತಲ ಸೀರೆ ಕೊಂಡು ತಂದ ಶಿವಮೊಗ್ಗದಿಂದ.

ಆ ಸೀರೆ ನೋಡಿದ ತಕ್ಷಣ ಸುಮನ್ ಹಸಿದ ಹುಲಿಯಾದಳು.

"ನನ್ನ ಉಡುಪುಗಳು ನಿಮಗೆ ಸರಿದೋರುತ್ತಿರಲಿಲ್ಲ. ಅದಕ್ಕಾಗಿ ನನ್ನ ಈ ಸ್ಥಿತಿಗೆ ತಂದಿದ್ದೀರಿ!" ಎಂದು ಇಡೀ ಗಂಡು ಜಾತಿಯನ್ನೇ ಶಪಿಸತೊಡಗಿದಳು.

"ಸುಮನ್, ಸಮಾಧಾನ ಮಾಡ್ಕೋ. ಇದರಲ್ಲಿ ಯಾವ ತಪ್ಪು ಎಷ್ಟಿದೆಯೋ ನನಗೆ ಗೊತ್ತಿಲ್ಲ. ನೀನು ತೊಡೋ ಉಡುಪುಗಳ ಮೇಲೆ ನನಗೆ ಬೇಜಾರಿದ್ದರೂ ನಾನೆಂದೂ ದೂರಿದವನಲ್ಲ."

"ನೀವು ದೂರಿದರೂ ನಾನೇನು ಕೇರ್ ಮಾಡ್ತಾ ಇರಲಿಲ್ಲ. ನಮ್ಮ ರಾಖಿ ಈಗಲೂ ಹೇಗಿದ್ದಾಳೆ ನೋಡಿ. ನಾನೀಗ ಮಗುವನ್ನು ಹೆತ್ತು ಆಗಲೇ

ಮುದುಕಿಯಾಗಿಬಿಡಬೇಕು."

ಅವಳ ಮಾತನ್ನು ಕೇಳಿ ಅವನಿಗೆ ಏನು ಹೇಳಬೇಕೋ ಒಂದು ಅರ್ಥವಾಗಲಿಲ್ಲ. ಇದು ವಿವೇಕದ ಪರಮಾವಧಿಯೇ ಅವಿವೇಕದ ತುಟ್ಟತುದಿಯೋ? ಅವನಿಗೊಂದೂ ಅರ್ಥವಾಗಲಿಲ್ಲ.

ಅವಳ ಬಳಿ ಚರ್ಚೆ ಮಾಡುವುದನ್ನೇ ಗಿರಿಧರ ಬಿಟ್ಟ. ಸುಮನ್ ಅಂದಿದ್ದನ್ನೆಲ್ಲ ಕೇಳಿ ಕೊಂಡು ಮೂಕ ಪ್ರಾಣಿಯಂತೆ ಇರುವ ಪ್ರಯತ್ನ ಮಾಡತೊಡಗಿದ.

ಆ ಸಲ ಎಸ್ಟೇಟಿಗೆ ಹೋದ ಸುಮನ್ ಎರಡು ಮೂರು ದಿನಗಳಾದರೂ ಹಿಂದಿರುಗಲಿಲ್ಲ. ಅಲ್ಪಸ್ವಲ್ಪವಿದ್ದ ಅಭಿಮಾನವನ್ನು ಬದಿಗೊತ್ತಿ ಗೀತಳನ್ನು ನೋಡಲು ಹೋಗುವ ಬದಲು ಎಸ್ಟೇಟಿಗೆ ಹೋದ. ಅಲ್ಲಿನ ಊಟ ಇವನಿಗೆ ಸರಿಹೋಗುತ್ತಿರಲಿಲ್ಲವಾದ್ದರಿಂದ ಊಟ ಮುಗಿಸಿ ಸಂಜೆ ಹೊರಟ. ಸುಮನ್ ಬ್ರಿಡ್ಜ್ ಆಟದಲ್ಲಿ ತಲ್ಲೀನಳಾಗಿದ್ದಳು. ಅಲ್ಲಿ ಕುಳಿತಿದ್ದ ಯುವಕ ಗಿರಿಧರನಿಗೆ ಅಪರಿಚಿತನೇ. ಅವನನ್ನೆಂದೂ ನೋಡಿರಲಿಲ್ಲ.

ಸುಮನ್ ಗಂಡನನ್ನು ರಾಜುಗೆ ಪರಿಚಯ ಮಾಡಿಕೊಟ್ಟಳು. ಮೊದಲ ನೋಟದಲ್ಲೇ ರಾಜು ಮೇಲೆ ಒಳ್ಳೆ ಅಭಿಪ್ರಾಯ ಉಂಟಾಗಲಿಲ್ಲ.

"ರಾಜು, ಇನ್ನು ಮೇಲೆ ಇಲ್ಲೇ ಇರ್ತಾನೆ" ಎಂದಳು.

ಗಿರಿಧರ ಅವಳ ಎದುರು ಹೋಗಿ ಕುಳಿತರೂ ಅವಳು ಆಟದಿಂದ ವಿಮುಖಳಾಗಲಿಲ್ಲ. ರಾಜುವಿನೊಂದಿಗೆ ಅತಿ ಸಲುಗೆಯಿಂದ ಮಾತನಾಡುತ್ತಲೇ ಮಾತು ಮುಂದುವರೆಸಿದ್ದಳು.

ಗಿರಿಧರನೇ ಎರಡು ಮೂರು ಸಲ ತನ್ನ ಇರುವನ್ನು ಜ್ಞಾಪಿಸುವ ಪ್ರಯತ್ನ ಮಾಡಿದ. ಕಡೆಗೇ ಆಟ ಬೇಸರವಾಯಿತೇನೋ ಸುಮನ್ ಎದ್ದಳು.

ರಾಜು ಸುಮನ್‌ಳ ಮೇಲೆ ಒಂದು ಮಾದಕ ನೋಟ ಎಸೆದು ಒಳಗೆದ್ದು ಹೋದ.

"ಸುಮನ್, ಎಸ್ಟೇಟಿನಲ್ಲಿ ಅಡ್ಡಾಡಿ ಬರೋಣವಾ!" ಎಂದು ಸ್ವಲ್ಪ ಪ್ರಯಾಸದಿಂದಲೇ ಸುಮನ್‌ಳನ್ನು ಕರೆದುಕೊಂಡು ಹೊರಗೆ ಬಂದು ಏನಾದರೂ ಸರಿ ಈ ಸುಮನ್‌ಳನ್ನು ಕರೆದುಕೊಂಡು ಹೋಗಿ ಅವಳು ಎಸ್ಟೇಟಿಗೆ ಬರದ ಹಾಗೆ ನೋಡಿಕೊಳ್ಳಬೇಕು ಎಂದುಕೊಂಡ ಗಿರಿಧರ. ಅದು ಸಫಲವಾಗುವ ನಂಬಿಕೆ ಅವನಿಗಿಲ್ಲದಿದ್ದರೂ ಪ್ರಯತ್ನವಂತೂ ಮಾಡಲೇಬೇಕಾಗಿತ್ತು. "ಸುಮನ್ ನೀನು ಇಲ್ಲಿದ್ದರೆ ಅಲ್ಲಿ ನನಗೆ ತಲೆ ಚಿಟ್ಟುಹಿಡಿದುಹೋಗುತ್ತೆ" ಎಂದ ಮಡದಿಯನ್ನು ಒಂದು ಕೈಯಲ್ಲಿ ಬಳಸಿ ಹತ್ತಿರಕ್ಕೆಳೆದುಕೊಳ್ಳುತ್ತ.

ಸುಮನ್ ಗಂಡನ ಎದೆಗೆ ತನ್ನ ಕೆನ್ನೆಯನ್ನು ಉಜ್ಜುತ್ತ ಹೆಮ್ಮೆಯಿಂದ ನಕ್ಕಳೇ ವಿನಹ ಮಾತನಾಡಲಿಲ್ಲ. ಗಂಡನ ಮೇಲೆ ಅವಳಿಗೆ ಪೂರ್ಣ ಅಸಮಾಧಾನವಿತ್ತು.

"ಡ್ಯಾಡಿ ಎಷ್ಟೋ ಸಲ ಹೇಳಿದರು. ನೀವು ಅಲ್ಲಿ ತಗೊಳೋ ಸಂಬಳ ನಮ್ಮ ಚೋಮ ತಗೋತಾನೆ. ಆ ಕೆಲಸ ದೇಶಪಾಂಡೆ ಅಳಿಯನಿಗೆ ಶೋಭಿಸುವಂಥದಲ್ಲ ಅಂತ."

ಗಿರಿಧರನ ಮನಸ್ಸಿಗೆ ನೋವಾಯಿತು. ಆ ಹುದ್ದೆಯ ಬೆಲೆ ತಿಳಿಯದ ಇವಳ ಬಳಿ ಪುನಃ ಪುನಃ ಚರ್ಚಿಸಿ ಪ್ರಯೋಜನವಿಲ್ಲವೆಂದುಕೊಂಡ. ಮಾತು ಮರೆಸಲು ಎಷ್ಟೋ ಪ್ರಯತ್ನಪಟ್ಟ. ಅವಳು ಪದೇ ಪದೇ ಅದೇ ನುಡಿಗಳನ್ನು ಆಡುತ್ತಿದ್ದಳು.

ಹೇಗೊ.... ಎಂತೋ... ಅಂದು ಗಿರಿಧರ ಅಲ್ಲೇ ಉಳಿಯಲು ನಿಶ್ಚಯಿಸಿದ. ರಾಜು ಗೌರವಾರ್ಥ ಒಂದು ಸಣ್ಣ ಪಾರ್ಟಿ ಅರೇಂಜಾಯಿತು. ಅದಕ್ಕೆ ಬಂದವರು ಕೇವಲ ಹಲವಾರು ಮಂದಿ, ಅವರಲ್ಲಿ ಗಿರಿಧರನೂ ಒಬ್ಬ.

ಬೀರು, ವಿಸ್ಕಿ ಬಾಟಲುಗಳ ಸದ್ದು ಕೋಣೆಯಲ್ಲೆಲ್ಲ ತುಂಬಿಹೋಯಿತು. ಎಲ್ಲ ಕೈಬಾಯಿಗಳು ನಗುತ್ತ ತಮ್ಮ ಕೆಲಸವನ್ನು ಪ್ರಾರಂಭಿಸಿತು. ದೇಶಪಾಂಡೆ, ಶ್ರೀಮತಿ ದೇಶಪಾಂಡೆ ಎಲ್ಲರಿಗಿಂತ ತುಸು ಹೆಚ್ಚಾಗಿಯೇ ಪಾನೀಯ ಸೇವಿಸಿದರು. ಸುಮನ್ ಏನೂ ಹಿಂದುಳಿಯಲಿಲ್ಲ. ರಾಜು ತಾನೇ ಲೋಟಕ್ಕೆ ಬಗ್ಗಿಸಿ ಅವಳ ತುಟಿಗೆ ಹಿಡಿದ. ಮಾದಕ ನಗುವಿನೊಂದಿಗೆ ಗುಟುಕರಿಸಿದಳು. ಸುಮನ್ ಎರಡು ಸಲ ಬಗ್ಗಿಸಿ ಗಂಡನ ತುಟಿಯ ಬಳಿ ಒಯ್ದಳು. ಅವನು ಕುಡಿಯಲು ಪ್ರಯತ್ನಪಟ್ಟರೂ ಅವನ ತುಟಿಗಳು ತೆರೆಯಲಿಲ್ಲ. ನಾಲಿಗೆ ಹೀರಲಿಲ್ಲ.

ದೇಶಪಾಂಡೆಯವರ ತೊದಲಿನ ಅಣತಿಯಂತೆ ಜವಾನ ರೇಡಿಯೋಗ್ರಾಂ ಹಚ್ಚಿ ಹೋದ. ವಿದೇಶೀ ಸಂಗೀತ ಕೋಣೆಯಲ್ಲೆಲ್ಲ ವ್ಯಾಪಿಸಿತು. ಒಬ್ಬೊಬ್ಬರೇ ಎದ್ದವರು ಜೋಡಿಯಾಗಿ ಕುಣಿಯತೊಡಗಿದರು. ಸುಮನ್ ಗಂಡನ ಇರುವನ್ನೇ ಮರೆತು ರಾಜುವಿನೊಂದಿಗೆ ಕುಣಿದಳು. ಗಿರಿಧರನಿಗೆ ಇನ್ನು ಅಲ್ಲಿ ಕುಳಿತಿರುವುದು ಆಗದ ಕೆಲಸವಾಯಿತು. ನೇರವಾಗಿ ಎದ್ದು ಕೋಣೆಗೆ ಬಂದುಬಿಟ್ಟ. ಅವನ ಕಣ್ಣಲ್ಲಿ ನೀರು ಇಳಿಯತೊಡಗಿತು. ಸುಮನ್ ತಾನು ಕೂಡಿ ಬಾಳುವುದು ಅಸಾಧ್ಯವೆನ್ನಿಸಿತು. ಇವನು ಯಾವುದನ್ನು ಕಂಡು ಮೆಟ್ಟಿ ಹಿಂಜರಿಯುವನೋ ಅದನ್ನೇ ಸುಮನ್ ಲೀಲಾಜಾಲವಾಗಿ ತನ್ನ ಜೀವನದಲ್ಲಿ ಅಳವಡಿಸಿಕೊಂಡಿದ್ದಳು.

ಸುಮನ್ ಕೋಣೆಗೆ ಬಂದಾಗ ಹನ್ನೆರಡು ಸಮೀಪವಾಗಿತ್ತೇನೋ. ಗಿರಿಧರ ತಲೆಯ ಮೇಲೆ ಕೈಹೊತ್ತು ಕುಳಿತೇ ಇದ್ದ. ಬಂದವಳೇ ಸುಮನ್ ಗಂಡನನ್ನು ಬಲವಾಗಿ ಅಪ್ಪಿಕೊಂಡಳು. ಗಿರಿಧರ ಅವಳ ಕೈ ಕಿತ್ತೆಸೆದು ಮಂಚದ ಮೇಲೆ ಮಲಗಿದ. ಅವಳ ಬಾಯಿಂದ ಯದ್ವಾತದ್ವಾ ಇಂಗ್ಲಿಷ್ ಪದಗಳು ಅರ್ಥವಿಲ್ಲದೇ ಹೊರಬೀಳುತ್ತಿದ್ದವು.

ಗಿರಿಧರ ಬೆಳಕು ಹರಿಯುವವರೆಗೂ ಕುಳಿತೇ ಇದ್ದ. ಮುಂದುವರಿದ ಶ್ರೀಮಂತ ಮನೆತನದ ಹೆಣ್ಣಾದ ಸುಮನ್‌ಳಲ್ಲಿ ಅವನ ನಿರೀಕ್ಷೆಗೂ ಮೀರಿದಂಥ ಅತಿರೇಕಗಳಿದ್ದವು.

ಪ್ರಿನ್ಸಿಪಾಲರಿಂದ ತಪ್ಪೊಪ್ಪಿಗೆ ಕೇಳಿ ಕ್ಷಮೆಯಾಚಿಸಿದರೂ ಪರವಾಗಿಲ್ಲ. ಸುಮನ್‌ಳನ್ನು

ಇಲ್ಲಿ ಬಿಟ್ಟು ಹೋಗಬಾರದೆಂಬ ನಿರ್ಧಾರಕ್ಕೆ ಬಂದ ಗಿರಿಧರ ಅವಳು ಏಳುವವರೆಗೂ ಅಲ್ಲೇ ಉಳಿಯಲು ನಿಶ್ಚಯಿಸಿದ. ಹನ್ನೊಂದರ ವೇಳೆಗೆ ಸುಮನ್ ಮಗ್ಗಲು ಬದಲಾಯಿಸಿದಳು. ಗಿರಿಧರ ತನ್ನ ಮನಸ್ಸಿಗೆ ವಿರುದ್ಧವಾಗಿ ಅವಳನ್ನು ರಮಿಸಿ ಎಬ್ಬಿಸಿದ. ರಾತ್ರಿಯ ಗುಂಗು ಇನ್ನೂ ಸರಿದಿರಲಿಲ್ಲ.

"ಸುಮನ್, ನಿನಗಾಗಿ ಕಾಲೇಜಿಗೂ ಹೋಗದೇ ಕಾದು ಕುಳಿತಿದ್ದೇನೆ" ಎಂದು ರಮಿಸಿ ಕೊನೆಗೂ ಕ್ವಾರ್ಟರ್ಸ್‌ಗೆ ಬರಲು ಒಪ್ಪಿಸಿದ.

ಇವರಿಬ್ಬರೂ ಕ್ವಾರ್ಟರ್ಸ್‌ಗೆ ಹಿಂದಿರುಗಿದಾಗ ಸಂಜೆ ಮುಸುಕು ಕತ್ತಲೆಗೆ ಮೆಲ್ಲಮೆಲ್ಲನೆ ಆಹ್ವಾನ ಕೊಡತೊಡಗಿತ್ತು.

ದಿನ ಕಳೆದಂತೆ ಸುಮನ್‌ಳಲ್ಲಿ ಆ ಪರಿಸ್ಥಿತಿಯಲ್ಲೂ ಅತೃಪ್ತಿ ಬೆಳೆಯುತ್ತಲೇ ಸಾಗಿತು. ಅವಳು ಬಯಸಿದ ಗಂಡು ಗಿರಿಧರನಲ್ಲವೆನಿಸಿತು. ಅವನ ಕಣ್ಣಿನಲ್ಲಿ ಕಾಣುವ ನಿರ್ಮಲ ನೋಟಕ್ಕೆ ಬದಲಾಗಿ ಮಾದಕ ನೋಟ ಬೇಕೆನ್ನಿಸಿತು. ಅವನ ಮೃದುವಾದ ಸಮತೋಲನದ ಅಪ್ಪಿಗೆಯ ಬದಲು ಒರಟುತನ ಬೇಕೆನ್ನಿಸಿತು. ತನ್ನ ಜೊತೆ ಕುಡಿದು, ಕುಡಿದು ಕುಪ್ಪಳಿಸುವಂಥ ಗಂಡ ಬೇಕೆನ್ನಿಸಿತು.

ಗಿರಿಧರ ಶಕ್ತಿ ಮೀರಿ ಸುಮನ್‌ಳನ್ನು ಸಂತೋಷದಿಂದ ಇಡಲು ಪ್ರಯತ್ನಿಸುತ್ತಿದ್ದ. ಅವಳು ಎಸ್ಟೇಟಿಗೆ ಹೋಗಬೇಕೆಂದಾಗ ತಾನೇ ಕರೆದೊಯ್ಯುತ್ತಿದ್ದ. ಏನು ಮಾಡಿದರೇನು, ಇಪ್ಪತ್ತೊಂದು ವರ್ಷ ಬೆಳೆದ ಪರಿಸರದ ಪ್ರಭಾವ ಗಿರಿಧರನಂಥ ಸಭ್ಯ ಜೀವಿಯ ಜೊತೆಯಲ್ಲಿ ತೃಪ್ತಿ ಕಾಣಲು ಇಷ್ಟಪಟ್ಟೀತೆ!

ಇದ್ದಕ್ಕಿದ್ದ ಹಾಗೆ ಭಾಸ್ಕರನಿಂದ ಬಂದ ಟ್ರಂಕಾಲ್‌ಗೆ ಬೆಚ್ಚಿಬಿದ್ದ. ಅಂತಹ ಆತಂಕಕ್ಕೆ ಕಾರಣವಿಲ್ಲವೆಂದು ಭಾಸ್ಕರ ತಿಳಿಸಿದ್ದರೂ ಅವನ ಹೃದಯ ಕಾಣದ ಭಯದಿಂದ ವಿಲಿವಿಲಿ ಒದ್ದಾಡಿತು.

ಸುಮನ್ ತಾಯಿ ಮಗಳನ್ನ ಅಲ್ಲೇ ಇರಿಸಿಕೊಂಡಿದ್ದರಿಂದ ಮಡದಿಯ ಬಗ್ಗೆ ಯೋಚಿಸುವಂತಿರಲಿಲ್ಲ. ಎಂದುಕೊಂಡರೂ ಅವಳನ್ನು ಮದುವೆಯಾದಾಗಿನಿಂದ ಒಂದಲ್ಲ ಒಂದು ಯೋಚನೆಗೆ ಗುರಿಯಾಗಿದ್ದ.

ತಾಯಿಯನ್ನು ಜೊತೆಯಲ್ಲಿ ಕರೆದೊಯ್ಯುವ ಮನಸ್ಸಾದರೂ ಗಿರಿಧರ ಕರೆದುಕೊಂಡು ಹೋಗಲಿಲ್ಲ.

ಇವನು ಮನೆ ತಲುಪಿದಾಗ ನಲಿದಾಡುತ್ತಿದ್ದ ಮನೆ ಮೌನವನ್ನು ಧರಿಸಿತ್ತು. ಅವನ ಎದೆ ಹೊಡೆದುಕೊಳ್ಳಲು ಪ್ರಾರಂಭಿಸಿತ್ತು.

ಇವನ ಬರವು ತಿಳಿದು ಹೊರಬಂದ ಗಿರಿಜಮ್ಮ ಎಂದಿನಂತೆ ಆತ್ಮೀಯವಾಗೆ ಮಾತನಾಡಿದರೂ, ಹಿಂದಿನ ಗೆಲುವನ್ನು ಅವರ ಮುಖದಲ್ಲಿ ಕಾಣಲಾಗಲಿಲ್ಲ ಗಿರಿಧರನಿಗೆ.

"ಯಾಕೋ ಶಶಿಗೆ ಎರಡು ಮೂರು ದಿನದಿಂದ ಹುಷಾರಿಲ್ಲ, ಮಲಗಿಬಿಟ್ಟಿದಾಳೆ.

ನಿನ್ನ ನೋಡಬೇಕು ಅಂದಳು. ಅದಕ್ಕೆ ಭಾಸ್ಕರ್ ಟ್ರಂಕಾಲ್ ಮಾಡಿದ್ದು. ಗಾಬರಿಗೆ ಏನೂ ಕಾರಣವಿಲ್ಲ" ಎಂದರು ಗಿರಿಜಮ್ಮ.

ಗಿರಿಧರ ಸುಸ್ತಾದವನಂತೆ ತಂಗಿಯ ಕೋಣೆಯ ಕಡೆ ಹೆಜ್ಜೆಹಾಕಿದ. ಮಂಚಕ್ಕೆ ಹಾಕಿದ್ದ ಏರದೆಯನ್ನು ಸರಿಸಿ ತಂಗಿಯ ಮುಖ ನೋಡಿದ. ಬಹಳಷ್ಟು ಬಿಳುಚಿಕೊಂಡ ಶಶಿ, ರೋಗಿಯಂತೆ ಕಾಣಿಸಿದಳು ಅಂತಹ ಬಡತನದಲ್ಲೂ ದುಂಡು ದುಂಡಾಗಿದ್ದ ಶಶಿ ಹೀಗೇಕಾದಳು? ಅವನ ಹೃದಯ ವೇದನೆಯಿಂದ ದ್ರವಿಸಿಹೋಯಿತು.

"ಶಶಿ..." ಎಂದುಬಿಟ್ಟ, ಅವನಿಗೆ ಅರಿಯದಂತೆ.

ಥಟ್ಟನೆ ಕಣ್ಣು ತೆರೆದ ಶಶಿ ಅಣ್ಣನನ್ನು ತಬ್ಬಿಕೊಂಡು ಕಣ್ಣೀರು ಸುರಿಸಿದಳು. ಅವನಿಗೊಂದೂ ಅರ್ಥವಾಗಲಿಲ್ಲ.

ತಾಯಿ ಫೋನ್ ಮಾಡಿದ್ದ ಕಾರಣ ಭಾಸ್ಕರ ಮನೆಗೆ ಬಂದ. ನೇರವಾಗಿ ಕೋಣೆಗೆ ಹೋದ. ಶಶಿ ಗಿರಿಧರನ ಎದೆಯ ಮೇಲೆ ತಲೆ ಇಟ್ಟು ಕಣ್ಣೀರು ಸುರಿಸುತ್ತಿದ್ದಳು. ಈ ದೃಶ್ಯ ಅವನಿಗೆ ನೋಡಲಾಗಲಿಲ್ಲ.

"ಗಿರಿ, ಯಾವಾಗ ಬಂದಿದ್ದು?" ಎಂದ. ಎಲ್ಲಿಂದ ಮಾತು ಶುರು ಮಾಡಬೇಕೆಂದು ತಿಳಿಯದೆ ಹಾಗೆ ಕೇಳಿದ್ದ.

"ಈಗಲೇ ಭಾವ..." ಎಂದು ಗಿರಿಧರ ಭಾಸ್ಕರನ ಕಡೆ ತಿರುಗಿದ. ಎಂದೂ ಗೆಲುವಿನಿಂದ ವಿಜೃಂಭಿಸುತ್ತಿದ್ದ ಮುಖ ಇಂದು ಪೆಚ್ಚುಪೆಚ್ಚಾಗಿತ್ತು.

ಶಶಿ ಕಣ್ಣೊರೆಸಿಕೊಂಡು ಸರಿಯಾಗಿ ಕುಳಿತಳು.

"ಶಶಿ, ತಿಂಡಿ ತಿಂದೆ ತಾನೇ!" ಎಂದ ಭಾಸ್ಕರ.

ಶಶಿ ತಿಂದೆ ಎನ್ನುವಂತೆ ಗೋಣಲ್ಲಾಡಿಸಿದಳು.

ಎಷ್ಟೋ ಹೊತ್ತಿನ ಮೇಲೆ ಭಾಸ್ಕರ ಗಿರಿಧರ ಇಬ್ಬರೂ ಎದ್ದು ಹೊರಗೆ ಬಂದರು.

"ಗಿರಿ, ಹೋಗಿ ಕೈಕಾಲು ತೊಳೆದುಕೊಂಡು ಬಾ" ಎಂದು ಅಣತಿ ಇತ್ತು ಅಡಿಗೆಯ ಕೋಣೆಯೊಳಕ್ಕೆ ಹೋದರು ಗಿರಿಜಮ್ಮ.

ಇಬ್ಬರೂ ಹೋಗಿ ಡ್ರಾಯಿಂಗ್ ರೂಮಿನಲ್ಲಿ ಕುಳಿತರು. ಇಬ್ಬರೂ ಮಾತನಾಡಲಾರದಷ್ಟು ವೇದನೆಗೊಳಗಾಗಿದ್ದರು.

"ಗಿರಿ, ನನಗೆ ಒಂದೂ ಅರ್ಥವಾಗ್ತಾ ಇಲ್ಲ. ಈಗ ಹದಿನೈದು ದಿನದಿಂದಲೂ ಮಂಕಾಗಿದ್ದಳು. ಹೆಚ್ಚು ಮಾತಾಡುತ್ತಿರಲಿಲ್ಲ. ಯಾವುದರಲ್ಲೂ ಆಸಕ್ತಿ ತೋರುತ್ತಿರಲಿಲ್ಲ. ಇದು ದೈಹಿಕ ಪರಿಣಾಮದ ಸುಸ್ತು ಎಂದು ಭಾವಿಸಿ ನರ್ಸಿಂಗ್ ಹೋಂಗೆ ಕರೆದೊಯ್ದು ಪರೀಕ್ಷೆ ಮಾಡಿಸಿ ಟಾನಿಕ್, ಮಾತ್ರೆ ಎಲ್ಲ ತಂದಾಯಿತು. ನಾನು ಬಲವಂತ ಮಾಡಿಕೊಟ್ಟರೆ ಮಾತ್ರ ಟಾನಿಕ್ ತೆಗೆದುಕೊಳ್ಳುತ್ತಿದ್ದಳು. ಇಲ್ಲದಿದ್ದರೆ ತಾನಾಗಿ ಕುಡಿಯುತ್ತಿರಲಿಲ್ಲ. ಅದರ ಮಧ್ಯೆ ಎರಡು ದಿನ ಜ್ವರ ಬಂತು. ಜ್ವರ ನಿಂತು

ಚೇತರಿಸಿಕೊಂಡರೂ ಮೊದಲಿನ ಗೆಲುವನ್ನು ಪಡೆಯಲಿಲ್ಲ. ಸದಾ ಏನಾದರೂ ಯೋಚಿಸೋದು, ಇಲ್ಲ ಮಂಕಾಗಿ ಇರುವುದು, ರಾತ್ರಿಯೆಲ್ಲ ಕನವರಿಸಿಕೊಂಡು ಏಳುವುದು, ಇದಿಷ್ಟೇ ವಿಚಾರ. ನಿನ್ನ ನೋಡಬೇಕೆಂಬ ಹಂಬಲ ಅಧಿಕವಾಯಿತು. ಇವಳನ್ನು ಈ ಸ್ಥಿತಿಯಲ್ಲಿ ನೋಡಿದರೆ ವೇದನೆಪಡ್ತೀಯ. ಸ್ವಲ್ಪ ಚೇತರಿಸಿಕೊಂಡ ಮೇಲೆ ನಾನೇ ಕರ್ಕೊಂಡು ಬರೋಣ ಅಂದುಕೊಂಡಿದ್ದೆ..." ಎಂದು ಭಾಸ್ಕರ ದೊಡ್ಡ ನಿಟ್ಟುಸಿರನ್ನು ಬಿಟ್ಟ.

ತಂಗಿಯ ಸ್ವಭಾವ ಅರಿತ ಗಿರಿಧರನಿಗೂ ವಿಚಿತ್ರವಾಗಿ ತೋರಿತು. ಭಾಸ್ಕರನ ಕಡೆಗೆ ನೋಡಿದ. ಅವನ ನಿಷ್ಕಳಂಕ ಕಣ್ಣುಗಳಲ್ಲಿ ಯಾವುದನ್ನೂ ಗುರ್ತಿಸುವುದಾಗಲಿ, ಏನನ್ನೂ ಊಹಿಸುವುದಾಗಲಿ ಅವನಿಂದ ಆಗಲಿಲ್ಲ.

"ಇದರಲ್ಲಿ ನನ್ನ ಅಪರಾಧ ಏನೋ ಇರಬಹುದು ಎಂಬುದೇ ನನ್ನ ಊಹೆ. ಶಶಿ ಬಹಳಷ್ಟು ಒಳ್ಳೆಯ ಹುಡುಗಿ. ಅವಳು ಸಾಧಾರಣವಾದ ಸಣ್ಣ ವಿಚಾರಗಳನ್ನು ಇಷ್ಟು ಮನಸ್ಸಿಗೆ ಹಚ್ಚಿಕೊಳ್ಳಲಾರಳು. ಏನೋ... ಎಂತೋ ಮಾಡಿದವನಲ್ಲ..." ಎಂದು ಭಾಸ್ಕರ ಗಿರಿಧರನ ಎರಡು ಕೈಗಳನ್ನು ಹಿಡಿದುಕೊಂಡು ಗಳಗಳನೆ ಅತ್ತುಬಿಟ್ಟ.

ಭಾಸ್ಕರನ ಕಣ್ಣೀರು ಗಿರಿಧರನಿಗೆ ಕೆಟ್ಟದಾಗಿ ಕಾಣಿಸಿತು.

"ಭಾವ, ದಯವಿಟ್ಟು ನೀವು ಸುಮ್ಮನಿರಿ. ನಿಮ್ಮ ಸ್ವಭಾವ ನನಗೆ ಗೊತ್ತು..." ಎಂದ ಗಿರಿಧರ ಹೆಚ್ಚು ಪ್ರಾಜ್ಞನಲ್ಲದಿದ್ದರೂ ತನಗೆ ತಿಳಿದ ನಾಲ್ಕಾರು ಸಮಾಧಾನದ ಮಾತುಗಳನ್ನು ಆಡಿದ.

ಭಾಸ್ಕರನ ಅಳುವ ಸರದಿ ಮುಗಿದ ಮೇಲೆ ಗಿರಿಧರ ಮನಃಪೂರ್ತಿ ಅತ್ತ. ಅಳು ಹೆಣ್ಣುಗಳ ಸೊತ್ತು ಎಂಬುದನ್ನು ಹೃದಯವಿದ್ದ ಭಾವ, ಮೈದುನ ಸುಳ್ಳು ಮಾಡಿದ್ದರು.

ಆ ರಾತ್ರೀನೇ ಶ್ರೀನಿವಾಸ ಗೀತಾಳನ್ನು ಕರೆದುಕೊಂಡು ಬಂದ. ಮೂರು ಮೂರು ದಿನಕ್ಕೂ ಬಂದು ಹೋಗುವ ಗೀತ ತಾಯಿಯನ್ನೇನೂ ಮರೆತಿರಲಿಲ್ಲ. ತಾಯಿಯ ಮಡಿಲೇರಿ ತಾನು ಕಲಿತಿದ್ದ ಅಕ್ಷರ, ಮಗ್ಗಿಯನ್ನಲ್ಲದೇ ಪುಟಾಣಿ ಪದ್ಯಗಳನ್ನೂ ಹೇಳಿದಳು. ತಂದೆಗೆ ತನ್ನ ನರ್ಸರಿ ಸ್ಕೂಲಿನ ಬಗ್ಗೆ, ಅಲ್ಲಿನ ಗೆಳತಿಯರ ಬಗ್ಗೆ ಮುದ್ದುಮುದ್ದಾಗಿ ಹೇಳಿದಳು.

ತಂಗಿಯ ಕೋಣೆಯಿಂದ ಹೊರಗೆ ಬಂದ ಗಿರಿಧರ ಶಶಿಯನ್ನು ತಾನು ಕರೆದೊಯ್ಯುವುದಾಗಿ ಭಾಸ್ಕರನಿಗೆ ತಿಳಿಸಿದ. ಅವನ ಮುಖ ನೋವಿನಿಂದ ಹಿಂಡಿತು. ಅವನು ಖಂಡಿತ ಮಡದಿಯನ್ನು ಅಗಲಿ ಇರಲಾರದಷ್ಟು ಪತ್ನಿಪ್ರಿಯನಾಗಿದ್ದ.

"ನಿಮ್ಮ ನೋವು ನನಗೆ ಅರ್ಥವಾಗುತ್ತೆ. ಆದರೆ ಈಗ ಅವಳ ಮನಸ್ಸು ನೋಯಿಸುವಂತಿಲ್ಲ. ಅವಳೇ ಬರುತ್ತೀನಿ ಎನ್ನುತ್ತಿದ್ದಾಳೆ."

ಭಾಸ್ಕರ ನಿರುತ್ತರನಾಗಿದ್ದ.

ಮಧುರಗಾನವನ್ನು ನುಡಿಸುತ್ತಿದ್ದ ತನ್ನ ದಾಂಪತ್ಯ ಜೀವನ ಯಾಕೆ ಅಪಸ್ವರ

ಹಾಡುತ್ತಿದೆ? ಎಲ್ಲಿ ಕುಂದಿದೆ? ಎಂದು ಕೆದಕಿ ನೋಡಲಾರಂಭಿಸಿತು ಅವನ ಮನಸ್ಸು.

ಗಿರಿಜಮ್ಮನವರಿಗಂತೂ ಸೊಸೆಯನ್ನು ಕಳುಹಿಸಿಕೊಡಲು ಮನಸ್ಸಿಲ್ಲ. ಆದರೂ ಅವಳು ಈ ಸಂದರ್ಭದಲ್ಲಿ ಸಂತೋಷವಾಗಿರುವುದು ಮುಖ್ಯವಾಗಿತ್ತು.

ಶಶಿ ಅಣ್ಣನ ಜೊತೆ ಹೊರಡುವುದಕ್ಕೆ ಮುಂಚೆ ಮೈಮೇಲಿನ ಬೆಲೆಬಾಳುವ ಒಡವೆಗಳನ್ನೆಲ್ಲ ಕಳಚಿಟ್ಟಳು. ಸಾಧಾರಣ ಸೀರೆಗಳನ್ನು ಮಾತ್ರ ತನ್ನ ಸೂಟ್‌ಕೇಸಿಗೆ ಸೇರಿಸಿಕೊಂಡಳು.

ಮಡದಿಯ ಈ ಪರಿಯನ್ನು ನೋಡಿ ಬೆಚ್ಚಿಬಿದ್ದ. ಕಾಣದ ಭಯವೊಂದು ಅವನನ್ನು ಕ್ಷಣಕಾಲ ಅಲ್ಲಾಡಿಸಿಬಿಟ್ಟಿತು. ಖಂಡಿತ ಇದರಲ್ಲೆಲ್ಲೋ ತನ್ನ ತಪ್ಪಿದೆ ಎಂದುಕೊಂಡ.

"ಶಶಿ, ಯಾಕಮ್ಮ ಗರ್ಭಿಣಿ ಹೆಣ್ಣು ಒಡವೆಗಳನ್ನೆಲ್ಲ ತೆಗೆದಿಟ್ಟು ಹೋಗ್ತಾ ಇದ್ದೀಯಾ?" ಎಂದರು ಗಿರಿಜಮ್ಮ ವೇದನೆಯ ಧ್ವನಿಯಲ್ಲಿ.

ಶಶಿ ತುಟಿ ಬಿಚ್ಚಿ ಏನೂ ಹೇಳಲಿಲ್ಲ.

ಶ್ರೀನಿವಾಸ ಕಾರನ್ನು ಅಣಿ ಮಾಡಿದ. ತಂದೆಯನ್ನು ಬಿಟ್ಟು ಗೀತಾ ಕಾರು ಹತ್ತಲು ಒಪ್ಪಲಿಲ್ಲ. ಗಿರಿಧರ ಎಷ್ಟೋ ಉಪಾಯ ಮಾಡಿದ, ಶ್ರೀನಿವಾಸ ಎಷ್ಟೋ ಆಸೆ ತೋರಿಸಿದ; ಏನೂ ಪ್ರಯೋಜನವಾಗಲಿಲ್ಲ. ರೇಗಿ ಅವಳನ್ನು ಕರೆದೊಯ್ಯಬಹುದಾಗಿತ್ತು. ಅದು ಯಾರಿಗೂ ಇಷ್ಟವಿರಲಿಲ್ಲ.

ಕಡೆಗೆ ಭಾಸ್ಕರ ಮಗಳನ್ನು ಎತ್ತಿಕೊಂಡು "ಆದರೆ ನಾನು ಭಾನುವಾರ ಬರ್ತೀನಿ. ಆಗ ಕರ್ಕೊಂಡು ಬರ್ತೀನಿ" ಎಂದ.

ಹೊರಡುವುದಕ್ಕೆ ಮುನ್ನ ಮಡದಿಯನ್ನು ಏಕಾಂತದಲ್ಲಿ ಕಾಣಲು ಬಂದ ಭಾಸ್ಕರನಿಗೆ ಅಯ್ಯೋ ಎನ್ನಿಸಿತು.

"ಶಶಿ..." ಎಂದ ಮೃದುವಾಗಿ, ಶಶಿ ಮಾತನಾಡದೇ ಮೌನವಹಿಸಿದ್ದಳು.

ಮಡದಿಯ ಹತ್ತಿರ ಹೋಗಿ ನಿಂತು ಅವಳ ಮುಖವನ್ನು ತನ್ನ ಬೊಗಸೆಯಲ್ಲಿ ತೆಗೆದುಕೊಂಡು "ಶಶಿ, ನಾನು ಎಂದೂ ನಿನ್ನ ಮನಸ್ಸು ನೋಯಿಸೋಕೆ ಪ್ರಯತ್ನಪಟ್ಟಿಲ್ಲ. ಮುಂದೆ ಅಂತಹ ಸಾಹಸ ಮಾಡುವ ಪ್ರವೃತ್ತಿಯೂ ನನ್ನಲ್ಲಿಲ್ಲ. ತಿಳಿದೇ ಏನಾದರೂ ತಪ್ಪು ಮಾಡ್ದೋ, ಇಲ್ಲ ಉದಾಸೀನವಾಗಿ ನಿನ್ನ ನೋಡಿದ್ದರೆ ದಯವಿಟ್ಟು ಕ್ಷಮಿಸಿಬಿಡು. ಕೈಹಿಡಿದವಳು ಬರೀ ದೈಹಿಕ ಸಂಗಾತಿ ಮಾತ್ರವಲ್ಲ, ಮಾನಸಿಕವಾಗಿ ಅವನಲ್ಲಿ ಬೆರೆತುಹೋದವಳು. ಅಂತಹ ಹೆಣ್ಣು ನನಗೆ ಪೂಜ್ಯನೀಯಳು" ಎಂದು ಮಡದಿಯ ಕಣ್ಣಲ್ಲಿ ಕಣ್ಣಿಟ್ಟು ನೋಡಿದ. ಇಬ್ಬರು ಕಣ್ಣುಗಳಲ್ಲೂ ಕಣ್ಣೀರಿನ ತೆರೆ ಅಡ್ಡವಾಗಿದ್ದುದರಿಂದ ಅಷ್ಟು ಹತ್ತಿರದಲ್ಲಿದ್ದರೂ ಸ್ಪಷ್ಟವಾಗಿ ಒಬ್ಬರನ್ನೊಬ್ಬರು ನೋಡದಾದರು.

ಡ್ರೈವರು ಸೀಟಿನಲ್ಲಿ ಕುಳಿತಿದ್ದ ಶ್ರೀನಿವಾಸ ಕಡೇ ಗಳಿಗೆಯಲ್ಲಿ ಇಳಿದು, ಬೇರೊಬ್ಬ ಪರಿಚಿತರನ್ನು ಕಳುಹಿಸಿಕೊಟ್ಟು ತಾನು ಅಲ್ಲೇ ಉಳಿದ.

ಶ್ರೀನಿವಾಸ ಇದ್ದದ್ದು ಕತ್ತಲಿನ ನಡುವೆ ಮಿಣುಕು ದೀಪ ಕಂಡಂತೆ ಆಯಿತು. ಇಬ್ಬರು ಒಟ್ಟಿಗೆ ಅಂಗಡಿಗೆ ಹೋದರು ಗೀತಳೊಡನೇ. ಯಾರಿಗೂ ಉತ್ಸಾಹವಿಲ್ಲ ಕಾರು ಹೊರಡುವವರೆಗೂ ತಂದೆಯ ಬಳಿ ಸುಮ್ಮನಿದ್ದ ಗೀತ ಕಾರು ಹೊರಟ ಮೇಲೆ ಒಂದೇ ಸಮ ಅಳು ಶುರು ಮಾಡಿದಳು. ಅವಳನ್ನು ಮರೆಸುವುದಕ್ಕಾಗಿ ಶ್ರೀನಿವಾಸ ಅಂಗಡಿಯಲ್ಲಿ ಭಾಸ್ಕರನನ್ನು ಬಿಟ್ಟು ಹೊರಗೆ ಹೋದ.

ಊಟದ ವೇಳೆಗೆ ಅಣ್ಣನನ್ನು ಕರೆದುಕೊಂಡು ಶ್ರೀನಿವಾಸ ಗೀತಾಳೊಂದಿಗೆ ಮನೆಗೆ ಬಂದ.

ಊಟ ಮಾಡಿದ ಗೀತ ಮಲಗಿಬಿಟ್ಟಳು.

ಬೇಸರಗೊಂಡಿದ್ದ ಗಿರಿಜಮ್ಮ ತಮ್ಮ ದೂರದ ನೆಂಟರ ಮನೆಗೆ ಹೋದರು. ಮನೆಯಲ್ಲಿ ಉಳಿದಿದ್ದು ಅಣ್ಣ ತಮ್ಮ ಮಾತ್ರ.

ಇಬ್ಬರೂ ಡ್ರಾಯಿಂಗ್ ರೂಮಿನಲ್ಲಿ ಕುಳಿತರು. ಅತ್ತಿಗೆಯ ಮನಸ್ಥಿತಿಯ ಮಾರ್ಪಾಟಿಗೆ ಕಾರಣ ತಿಳಿಯಬೇಕೆಂಬುದೇ ಶ್ರೀನಿವಾಸನ ಹಂಬಲ. ಹೇಗೆ... ಕೇಳೋದು ಎಂದು ಶ್ರೀನಿವಾಸ ಯೋಚಿಸಿದರೆ, ಅವನು ಕೇಳಿದರೇ ತಾನು ಏನು ಹೇಳಲಿ ಎಂದು ಭಾಸ್ಕರ ಯೋಚಿಸಿದ.

ಶ್ರೀನಿವಾಸ "ಅಣ್ಣ..." ಎಂದು ಸುಮ್ಮನಾದ. ಭಾಸ್ಕರ ಏನೋ ಹೇಳಲು ಹೊರಟು ಹೇಳಲಾರದೇ ಸುಮ್ಮನೇ ಕುಳಿತ.

"ಅತ್ತಿಗೇನಾ ನೋಡಿ ಡಾಕ್ಟರ್ ಏನು ಹೇಳಿದರು?"

ಭಾಸ್ಕರ ತಮ್ಮನ ಮಾತಿಗೆ ತಲೆ ಎತ್ತಿದ.

"ಅವರು ಶಶಿ ದೈಹಿಕವಾಗಿ ಸ್ವಲ್ಪ ವೀಕಾಗಿದ್ದಾಳೆ ಅಷ್ಟೆ. ಬೇರೇನು ತೊಂದರೆ ಇಲ್ಲ. ಆದರೆ ಅವರ ಮಾನಸಿಕ ಸ್ಥಿತಿ ಸರಿಯಾಗಿದ್ದ ಹಾಗೇ ಕಾಣುತ್ತಿಲ್ಲ. ಏನೋ ಮನಸ್ಸಿಗೆ ಯೋಚನೆ ಹತ್ತಿಸಿಕೊಂಡು ಕೊರುಗುತ್ತಿದ್ದಾಳೆ ಅಂತಾರೆ" ಎಂದ ಭಾಸ್ಕರ.

"ಇದ್ದಕ್ಕಿದ್ದ ಹಾಗೇ ಹೀಗೇಕಾಯಿತು? ಮದುವೆಯಾದಾಗಿನಿಂದ ಅಷ್ಟು ಚೆನ್ನಾಗಿದ್ದವರು. ನಿನ್ನ ಪ್ರೀತಿಯ ಬಗ್ಗೆ ಅತ್ತಿಗೆಗೆ ಸಂದೇಹ ಬಂದಿರಬಹುದು. ಇನ್ನು ನೀನು ದೊಡ್ಡ ಅತ್ತಿಗೇನಾ ಮರೆತಿಲ್ಲ ಅನ್ನೋದಕ್ಕೆ ಏನೋ ಕಾರಣ ಸಿಕ್ಕಿರಬಹುದು ಅಷ್ಟೆ."

"ನೀನು ಹೇಳೋದು ಸರಿ, ಶಶಿ ಸಾಧಾರಣ ವಿಷಯಕ್ಕೆ ಹೀಗೆ ಆಡುವವಳಲ್ಲ. ಹಿಂದಿನ ವಿಷಯವೆಲ್ಲ ಅವಳಿಗೆ ತಿಳಿದೇ ಇತ್ತು. ಅವಳಿಂದ ಯಾವುದನ್ನೂ ಬಡವರ ಮನೆಯ ಹೆಣ್ಣೆಂದು ಮುಚ್ಚಿಡಲು ಪ್ರಯತ್ನಿಸಲಿಲ್ಲ. ಅವಳ ಮನಸ್ಥಿತಿ ಕೆಡುವುದಕ್ಕೆ ಸಂಪೂರ್ಣ ಜವಾಬ್ದಾರ ನಾನೇ ಎನ್ನಿಸುತ್ತೆ. ಎಲ್ಲಿ ತಪ್ಪಿದೆ ಎಂದು ನನಗೆ ಗೊತ್ತೇ ಇಲ್ಲ" ಎಂದ ಭಾಸ್ಕರ ಕೈಯನ್ನು ಗಲ್ಲಕ್ಕೆ ಊರಿ ಯೋಚನಾಪರವಶನಾದ.

ಶ್ರೀನಿವಾಸನಿಗೆ ಏನು ಹೇಳುವುದಕ್ಕೂ ತೋಚಲಿಲ್ಲ. ಗೀತಳನ್ನು ಕರೆದೊಯ್ದಿದ್ದಕ್ಕೆ ಬೇಸರಗೊಂಡಿರಬಹುದೆಂದುಕೊಂಡರೇ ಅವರೇ ಬಲವಂತ ಮಾಡಿದ್ದರು, ಶಿವಮೊಗ್ಗದಲ್ಲಿ ನರ್ಸರಿ ಶಾಲೆಗೆ ಸೇರಿಸುವುದಕ್ಕೆ. ಇನ್ನು ನನ್ನ ಶಾಂತಿಯನ್ನು ಕಂಡರೇ ಬಹಳ ಪ್ರೀತಿಸುತ್ತಾರೆ. ಎಲ್ಲೋ ಮೈಮರೆತು ಅಣ್ಣ ಮೊದಲ ಮಡದಿಯ ಪ್ರೇಮ ಪ್ರಕರಣಗಳನ್ನು ಮಡದಿಗಿಯು ಮುಂದೆ ಊದಿದ್ದಾರೆ, ಆ ಅತ್ತಿಗೆಗಿಂತ ಈ ಅತ್ತಿಗೆ ಹೆಚ್ಚಿನ ಚೆಲುವೆ, ಗುಣವತಿಯಾದರೂ ಸತ್ತವರ ಮೇಲೆ ಬಹಳ ಅಭಿಮಾನ ಜನಕ್ಕೆ. ಅದಕ್ಕೆ ಅಣ್ಣ ಹೊರತಾಗಿರಲಾರ. ಇವನು ಮೈ ಮರೆತು ಆಡಿದ ಮಾತುಗಳು ಆಕೆಯ ಮನಸ್ಥಿತಿಯನ್ನು ಈ ಮಟ್ಟಕ್ಕೆ ತಂದಿರಬೇಕೆಂದುಕೊಂಡ. ಅವರು ಸಹ ಸಾಧಾರಣ ಹೆಣ್ಣು ತಾನೆ? ಎಲ್ಲ ಹೆಣ್ಣುಗಳಂತೆ ಆಕೆಯೂ ಗಂಡನ ಪ್ರೀತಿ ತನ್ನೊಬ್ಬಳಿಗೆ ಮೀಸಲಾಗಿರಬೇಕು ಎಂದು ಆಶಿಸದೇ ಇರಲಾರಳು. ಅದು ಪೂರ್ತಿ ತನ್ನದಲ್ಲ ಎಂದು ತಿಳಿದಾಗ ಕ್ಷುದ್ರಳಾಗುವುದು ಸಾಮಾನ್ಯ. ಆದರೆ ತನ್ನ ಅಸಮಾಧಾನವನ್ನು ಸಿಟ್ಟು ಅಸಮಾಧಾನಕ್ಕೆ ಬಲಿಕೊಡದೇ ಅದನ್ನು ತಾನೇ ನುಂಗಿ ಬೇರೆ ಯಾರಿಗೂ ಹೇಳದೇ ಕೊರಗುತ್ತಿರಬೇಕು ಎಂದು ಕಡೆಗೆ ತೀರ್ಮಾನಿಸಿದ.

ತನ್ನ ಮನಸ್ಸಿನಲ್ಲಿದ್ದುದನ್ನು ಅಳುಕದೇ ಅಣ್ಣನಿಗೆ ತಿಳಿಸಿ ಅವನ ಉತ್ತರಕ್ಕಾಗಿ ಕಾದು ಕುಳಿತ.

ಭಾಸ್ಕರ ಯೋಚಿಸಿದ. ತಮ್ಮನ ಮಾತಿನಲ್ಲಿ ನಿಜಾಂಶ ಇರುವುದನ್ನು ಅರಿತ.

ತಿಂಗಳ ಹಿಂದೆ ನಡೆದ ಘಟನೇ ಅವನ ಮನಃಪಟಲದ ಮೇಲೆ ಹಾದುಹೋಯಿತು.

ಗೆಳೆಯ ದಾಸ್ ಮಾದರಿಗಾಗಿ ಕೆಂಪಿನ ನೆಕ್ಲೇಸ್‌ಗೆ ಬಂದಿದ್ದು, ತಾನಾಗಿ ವಿಮಲಳನ್ನು ಬಾಯಿತುಂಬ ಹೊಗಳಿ, ಅವಳ ಕೊರಳಿಗೆ ಅದು ಎಷ್ಟು ಚೆನ್ನಾಗಿ ಒಪ್ಪುತ್ತಿದ್ದ ಸಂಗತಿಯನ್ನು ತಿಳಿಸಿ ವೇದನೆಪಟ್ಟಿದ್ದು, ಅಂದೆಲ್ಲ ಅವಳ ತನ್ನ ಮದುವೆಯ ಅಲ್ಬಮ್‌ನ್ನು ನೋಡುತ್ತ ಕುಳಿತಿದ್ದು. ಆ ಸಂದರ್ಭದಲ್ಲಿ ಮಾತನಾಡಿಸಲು ಬಂದ ಶಶಿಯ ಮಾತಿನ ಕಡೆಗೆ ಗಮನ ಕೊಡದೆ ಉದಾಸೀನ ಮಾಡಿದ್ದು. ಅಂದು ರಾತ್ರಿ ಶಶಿಯ ಕೈ ತನ್ನ ತೋಳು ಮೇಲಿದ್ದಾಗ ತೆಗೆದು ಸರಿಸಿ ಮಗ್ಗಲು ಬದಲಿಸಿದ್ದು. ಮತ್ತೊಂದು ಮಾತು ಅವನ ನೆನಪಿಗೆ ಬಂತು-ದಾಸ್ ಹೋಗುವ ಮುನ್ನ ಹಿಂದೇ ತಾನಾಡಿದ ಮಾತನ್ನು ಜ್ಞಾಪಿಸಿ ಹೋಗಿದ್ದು.

"ಆ ಮಕ್ಕಳು ಆರೋಗ್ಯವಾಗಿದ್ದರೆ ತಾನು ಖಂಡಿತ ಮದುವೆಯಾಗುತ್ತ ಇರಲಿಲ್ಲ. ಈಗ ಅಮ್ಮ, ಅಪ್ಪನ ಗಲಾಟೆಗಾಗಿ ಮಾತ್ರ ಮದುವೆಯಾಗಬೇಕು."

ಭಾಸ್ಕರನಿಗೆ ತನ್ನ ಸಂಪೂರ್ಣ ತಪ್ಪಿನ ಅರಿವಾಯಿತು. ತನ್ನ ಮೂರ್ಖತನಕ್ಕಾಗಿ ಮುಖ ಕಿವುಚಿಕೊಂಡ. ಎಲ್ಲವನ್ನು ತಮ್ಮನಿಗೆ ವರದಿ ಒಪ್ಪಿಸಿದ.

"ಮಹಾರಾಯ, ನೀನು ಯಾವಾಗಲೋ ಹೀಗೆ ಮಾಡ್ತಿ ಅನ್ನೋ ಭಯ

ನನಗಿಲ್ಲದೇ ಹೋಗಿರಲಿಲ್ಲ. ನಿನ್ನ ಮದುವೆಗೆ ಮೊದಲೇ ಹೇಳಿದ್ದೆ. ಹಿಂದಿನ ಅತ್ತಿಗೆಯ ನೆನಪಿನಲ್ಲಿ ಈ ಅತ್ತಿಗೆಗೆ ದ್ರೋಹ ಮಾಡಬೇಡ. ಸತ್ತವರ ನೆನಪಿನಲ್ಲಿ ಇದ್ದವರನ್ನು ಉದಾಸೀನ ಮಾಡುವುದೆಂದರೆ ಅರ್ಥವಿಲ್ಲದ ಮೂರ್ಖತನ, ಸತ್ತವರು ನಿನ್ನ ವ್ಯಾಪ್ತಿಯಲ್ಲಿಲ್ಲ. ಅವರಿಗೆ ನಿನ್ನ ಪ್ರೀತಿಯ ಅವಶ್ಯಕತೇ ಇಲ್ಲ. ನಿನ್ನ ಪೂರ್ಣ ಪ್ರೀತಿಯ ಅವಶ್ಯಕತೆಯಿದ್ದವರಿಗೆ ದ್ರೋಹ ಮಾಡಿ ಸತ್ತವರನ್ನು ನೆನೆಸಿಕೊಂಡು ನಿಟ್ಟುಸಿರು ಇಡೋ ಜನಾನ ಕಂಡರೇ ನನಗೆ ರೇಗಿಹೋಗುತ್ತೆ" ಎಂದ ಶ್ರೀನಿವಾಸ ಕೋಪ, ಬೇಸರವನ್ನು ಹತ್ತಿಕ್ಕಲಾರದೇ.

ಭಾಸ್ಕರನಿಗೆ ತಮ್ಮನ ಕೋಪದ ನುಡಿಗಳನ್ನು ಕೇಳಿ ಬೇಸರವಾಗಲಿಲ್ಲ. ಅದರ ಹಿಂದೆ ಇರುವ ಅಪಾರ ಪ್ರೀತಿಯ ಅರಿವಾಯಿತು ಅವನಿಗೆ.

"ಶೀನಿ, ಕೆಲವು ವಿಷಯಗಳಲ್ಲಿ ನೀನು ನನಗಿಂತ ಬುದ್ಧಿವಂತ. ಈಗ ನಾನೇನು ಮಾಡಲಿ?" ಎಂದ ಭಾಸ್ಕರ.

ವಾಚಾಳಿ ಶ್ರೀನಿವಾಸನು ಸ್ವಲ್ಪ ಹೊತ್ತು ಸುಮ್ಮನೆ ಕುಳಿತ. ಹೆಣ್ಣಿನ ಮನಸ್ಸಿನಲ್ಲಿ ಅಸಮಾಧಾನ, ಕೋಪ ಮೂಡುವುದು ಎಷ್ಟೋ ಬೇಗನೆ, ಅಷ್ಟೇ ನಿಧಾನ ಅವರ ಹೃದಯದಿಂದ ಅದು ಅಳಿಸಿಹೋಗುವುದು. ಎಲ್ಲ ಹೆಣ್ಣುಗಳು ಹಾಗಲ್ಲವೇನೋ. ಶಾಂತಿ ಎಷ್ಟು ಬೇಗ ಅಸಮಾಧಾನ ಮಾಡಿಕೊಳ್ಳುವಳೋ, ಅಷ್ಟೇ ಬೇಗ ಪ್ರಸನ್ನಳಾಗಿಬಿಡುತ್ತಾಳೆ. ಒಂದು ಬಗೆಯ ಹೆಣ್ಣುಗಳು ಹೊಗಳಿಕೆ, ಒಡವೆ ವಸ್ತುಗಳನ್ನು ಕಂಡು ತಮ್ಮ ಅಸಮಾಧಾನವನ್ನೇ ಅಲ್ಲ ಎಷ್ಟೋ ದೊಡ್ಡ ವಿಷಯಗಳನ್ನು ಮರೆತುಬಿಡಬಲ್ಲರೇನೋ! ಎನ್ನಿಸಿತು. ಖಂಡಿತ ನನ್ನ ಶಶಿ ಅತ್ತಿಗೆ ಆ ಗುಂಪಿಗೆ ಸೇರಿಲ್ಲ. ಬಡತನದಲ್ಲಿ ಹುಟ್ಟಿ ಬಡತನದಲ್ಲಿ ಬೆಳೆದಿದ್ದರೂ ಶಶಿ ಅತ್ತಿಗೆಗೆ ಅಂತಹ ಆಸೆ ಇದ್ದಹಾಗೆ ಕಾಣಲಿಲ್ಲ. ಗಂಡನ ಉದಾಸೀನದಿಂದ ಸಂಕಟಪಟ್ಟವರು ಅವನ ಪ್ರೀತಿಯಿಂದಲೇ ಚೇತರಿಸಿಕೊಳ್ಳಬೇಕು ಎಂದು ತೀರ್ಮಾನಕ್ಕೆ ಬಂದ.

ಅಣ್ಣನಿಗೆ ಏನೇನೋ ಹೇಳಿ ಗೀತಾನ ಅಲ್ಲೇ ಬಿಟ್ಟು ರಾತ್ರಿ ಬಸ್ಸಿನಲ್ಲೇ ಶಿವಮೊಗ್ಗಕ್ಕೆ ಹಿಂದಿರುಗಿದ. ಮಡದಿಯ ಬಳಿಯೂ ಅಣ್ಣ, ಅತ್ತಿಗೆಯರ ನಡುವೆ ಉಂಟಾಗಿರುವ ವಿರಸವನ್ನು ಹೇಳಲಿಲ್ಲ. ಬರೀ ಶಶಿ ಅತ್ತಿಗೆಯ ದೇಹ ಸ್ಥಿತಿ ಚೆನ್ನಾಗಿಲ್ಲ ಎಂದು ಹೇಳಿದ.

ಶಶಿ ಅಣ್ಣನ ಜೊತೆಯೇನೋ ಬಂದಳು. ಆದರೆ ಅವಳ ಮನದ ನೆಮ್ಮದಿಯೇ ಕದಡಿಹೋಗಿತ್ತು. ತಾನು ದುಡುಕಿದೆನೇನೋ! ಯಾರೂ ಮಾಡದ ತಪ್ಪು ಗಂಡನೇನು ಮಾಡಲಿಲ್ಲ. ಮೊದಲ ಮಡದಿಯನ್ನು ನೆನೆಸಿಕೊಂಡು ವೇದನೆಪಡುವುದು ಅವನ ದೊಡ್ಡತನವೇ ವಿನಹ ತನ್ನ ಬಗೆಗಿನ ಉದಾಸೀನವಲ್ಲ. ಮದುವೆಯಾಗುವ ಮೊದಲೇ ತಾನು ವಿಮಲ ಮನಃಪೂರ್ತಿ ಉಂಡ ಎಂಜಲಿನ ಪ್ರೀತಿಯೇ ತನ್ನ ಪಾಲಿನದೆಂದು ತಿಳಿದಿದ್ದರೂ ಯಾಕೀ.... ನೋವು? ಯಾಕೀ.... ಸಂಕಟ? ಯಾರ ಮೇಲೆ ಕೋಪ? ಈ ಕೋಪ, ಅಸಮಾಧಾನದಿಂದ ಮತ್ತೇನಾದರೂ ಪ್ರಯೋಜನವಿದೆಯೇ? ಇದರಿಂದ

ಎಷ್ಟು ಜೀವಿಗಳಿಗೆ ನೋವು! ಮೊದಲೇ ದಾಂಪತ್ಯದಲ್ಲಿ ನೋಯುತ್ತಿರುವ ಅಣ್ಣ ಪ್ರೀತಿಯ ತಂಗಿಯಾದರೂ ಸಂತೋಷವಾಗಿದ್ದಾಳೆಂದು ಸಂತೋಷದಿಂದಿದ್ದ. ನಾನು ಈಗ ಅವನಿಗೆ ಹೊಸ ಚಿಂತೆಯನ್ನು ತಂದೊಡ್ಡಿದಂತೆ ಆಯಿತು. ಇನ್ನು ಅಮ್ಮ... ಅವಳಿಗೆ ನೋವೋ ನಲಿವೋ ಒಂದೂ ತಿಳಿಯುವುದಿಲ್ಲ. ಎಲ್ಲಕ್ಕಿಂತ ಹೆಚ್ಚಾಗಿ ತನ್ನವರನ್ನು ಮನೆಗೆ ಬಂದವರೇ ಶಶಿ... ಎಂದು ಧಾವಿಸುತ್ತಿದ್ದ ಮೊದಲ ಮಡದಿಯನ್ನು ಕಳೆದುಕೊಂಡು ನಿರಾಶಾ ಜೀವನ ಸಾಗಿಸುತ್ತಿದ್ದ ಅವರು ಪುನಃ ಮದುವೆಯಾದಾಗ, ಗೀತಾ ಹುಟ್ಟಿದಾಗ ಬಾಳಿನಲ್ಲಿ ಆಶಾದೀಪ ಕಂಡಿದ್ದರೇನೋ! ಈಗ ಅವರ ಪಾಲಿಗೆ ಅದು ಮುಸುಕಾಯಿತೇನೋ!

ನಿಜವಾದ ಪ್ರೀತಿ ಇದ್ದ ಕಡೇ ಒಬ್ಬರು ಮತ್ತೊಬ್ಬರನ್ನು ನಿಂದಿಸಲಾರರೇನೋ! ಏನಾದರೂ ವಿರಸ ಬಂದಾಗ ತಾವುಗಳು ತಪ್ಪಿತಸ್ಥರೆಂದು ವೇದನೇಪಡುವವರೇ ವಿನಃ ಒಬ್ಬರು ಮತ್ತೊಬ್ಬರು ತಪ್ಪಿತಸ್ಥರೆಂದು ನಿಂದಿಸಿ ಮನಸ್ಸನ್ನು ಕೆಡಿಸಿಕೊಳ್ಳುವುದಿಲ್ಲ. ಇಂತಹ ವಿರಸ ಹೆಚ್ಚು ಕಾಲ ನಿಲ್ಲಲಾರದು. ಸೂರ್ಯನ ರಶ್ಮಿಗೆ ಮಂಜು ಹೇಗೆ ಕರಗುವುದೋ ಹಾಗೆ ಒಬ್ಬರನ್ನು ಬಿಟ್ಟು ಒಬ್ಬರು ಅಗಲಿದ ಕೂಡಲೇ ವಿರಸ ಅಳಿಸಿಹೋಗಿ ಆ ಹೃದಯಗಳಲ್ಲಿ ಪ್ರೀತಿಯ ಜ್ವಾಲೆ ಹತ್ತಿ ಉರಿಯುವುದು.

ಶಶಿಗೆ ಈಗ ಗಂಡನ ಬಳಿ ಧಾವಿಸುವ ಆತುರ. ಅವನ ಎದೆಯಲ್ಲಿ ಮುಖ ಹುದುಗಿಸಿ ಮೈಮರೆಯುವ ಕಾತುರ. ಆದರೆ ಅದನ್ನು ಬಾಯಿಬಿಟ್ಟು ಹೇಳಲಾರಳು.

ಗಿರಿಧರ ವ್ಯಾಕುಲದಿಂದಲೇ ತಂಗಿಯನ್ನು ಕರೆದುಕೊಂಡು ಬಂದಿದ್ದ. ಇವಳು ಮೊದಲಿನ ಶಶಿಯಾದರೇ ಸಾಕಪ್ಪ ಎಂದು ಹತ್ತಾರು ದೇವರಲ್ಲಿ ಮೊರೆ ಇಟ್ಟಿದ್ದ. ಆದರೆ ಇವನ ಚಿಂತೆ ಇಷ್ಟು ಸುಲಭವಾಗಿ ಪರಿಹಾರವಾಗಬಹುದೆಂದು ಊಹಿಸಿಕೊಂಡಿರಲಿಲ್ಲ. ಬಂದ ಮೂರು ದಿನ ಮಂಕಾಗಿದ್ದ ಶಶಿ ನಾಲ್ಕನೇ ದಿನ ಚೇತರಿಸಿಕೊಂಡಳು ಸ್ವಲ್ಪಮಟ್ಟಿಗೆ. ಅಂದೇ ಶ್ರೀನಿವಾಸನೂ ಬಂದ.

ಅತ್ತಿಗೆಯ ಮುಖದ ಮೇಲೆ ಅಸಮಾಧಾನದ ಕಳೆ ತಗ್ಗಿದ್ದನ್ನು ನೋಡಿ ಶ್ರೀನಿವಾಸ ಸಮಾಧಾನದ ಉಸಿರುಬಿಟ್ಟ.

"ಹೇಗಿದ್ದೀರಾ... ಅತ್ತಿಗೆ?" ಎಂದ ಮೃದುವಾಗಿ ಅಲ್ಲೇ ಕುಳಿತು.

ಶಶಿಯ ಮುಖ ಸಂಕೋಚದ ಮುದ್ದೆಯಾಯಿತೇ ವಿನಃ ಮಾತುಗಳು ಹೊರಡಲಿಲ್ಲ.

"ನಾನು ಇವತ್ತು ಬರದಿದ್ದರೆ ಅಪ್ಪಾಜೀನೇ ಬರ್ತಾ ಇದ್ದರು. ಶಾಂತಿ ಕೂಡ ಹೊರಟಿದ್ದಳು. ನಾನೇ ಬೇಡ ಅಂದೆ" ಎಂದು ಪುನಃ ಶ್ರೀನಿವಾಸನೇ.

ಶಶಿಗೆ ಗಂಡನ ಬಗ್ಗೆ ಕೇಳುವ ಆಸೆ. ಆದರೆ ಕೇಳದೇ ಸುಮ್ಮನಿದ್ದಳು.

"ಶಿವಮೊಗ್ಗದಲ್ಲಿ, ಬೆಂಗಳೂರಿನಲ್ಲಿ ಎಲ್ಲರು ಚೆನ್ನಾಗಿದ್ದಾರಾ....?"

"ನೋಡೋಕೇನು ಎಲ್ಲ ಚೆನ್ನಾಗಿದ್ದಾರೆ. ಆದರೆ ಪ್ರತಿಯೊಬ್ಬರ ತೂಕಾನೂ ನಾಲ್ಕು ನಾಲ್ಕು ಪೌಂಡ್ ಇಳಿದಿದೆ. ಅಣ್ಣನವರ ತೂಕವಂತೂ ಹತ್ತು ಪೌಂಡ್‌ಗಳಷ್ಟು

ಇಳಿದಿದೆ..." ಎಂದ ರಾಗವಾಗಿ.

ಶಶಿ ಅವನ ಮಾತಿಗೇನು ಹೇಳದಿದ್ದರೂ ಮನದಲ್ಲೇ ಅಪಾರ ವೇದನೆಪಟ್ಟಳು.

ಶ್ರೀನಿವಾಸ ಇರೋ ಅಷ್ಟು ಹೊತ್ತು ಅತ್ತಿಗೇನ ನಗಿಸಿ, ತಾನು ನಕ್ಕು ಊರಿಗೆ ಹೊರಟ.

ಗಂಡನ ಬಗ್ಗೆ ಶಶಿಯ ಹೃದಯ ಹಗುರವಾದರೂ ಅಣ್ಣನ ಬಗ್ಗೆ ಹೆಚ್ಚು ಚಿಂತಿಸತೊಡಗಿದಳು. ಇವಳು ಅಲ್ಲಿಗೆ ಹೋದ ಮೇಲೆ ಸುಮನ್ ಒಂದು ದಿನವೂ ಅಲ್ಲಿಗೆ ಬಂದಿರಲಿಲ್ಲ. ಗಿರಿಧರನೇ ಎರಡು ದಿನಕ್ಕೊಮ್ಮೆ ಸಂಜೆ ಹೋಗಿ ರಾತ್ರಿ ಅಲ್ಲೇ ಇದ್ದು ಬೆಳಗಿನ ಕಾಲೇಜಿನ ವೇಳೆಗೆ ಹಿಂದಿರುಗುತ್ತಿದ್ದ. ಅವನ ಮುಖದಲ್ಲಿ ತೃಪ್ತಿಯ ನಗೆ, ಉಲ್ಲಾಸವನ್ನು ಶಶಿ ಕಾಣಲೇ ಇಲ್ಲ. ಅವನ ನಗೆ, ಉಲ್ಲಾಸ ಎಲ್ಲ ಕೃತ್ರಿಮವಾಗೇ ಕಾಣುತ್ತಿತ್ತು ಶಶಿಗೆ.

ಒಂದು ಸಂಜೆ ಅಣ್ಣ ತಂಗಿ ವಾಕಿಂಗ್ ಹೊರಟಾಗ ಶಶಿಯೇ ಹೇಳಿದಳು.

"ಇನ್ನೇನು ಅವರು ಇಷ್ಟರಲ್ಲೇ ಬಂದು ಕರೆದೊಯ್ಯಬಹುದು. ನಾನು ಅತ್ತಿಗೇನ ನೋಡಲೇ ಇಲ್ಲ. ನೀನು ನಾಳೆ ಹೋದಾಗ ಕರ್ಕೊಂಡು ಬಾ."

ಗಿರಿಧರನಿಗೆ ಏನು ಹೇಳಬೇಕೋ ತಿಳಿಯದಾಯಿತು. ಶಶಿ ಬಂದಿರುವ ವಿಷಯವನ್ನು ಮಡದಿಯ ಬಳಿ ಎರಡು ಮೂರು ಸಲ ಪ್ರಸ್ತಾಪಿಸಿದ್ದ. ಆದರೆ ಸುಮನ್ ಆ ಮಾತಿನ ಕಡೆಗೆ ಗಮನವೇ ಕೊಟ್ಟಿರಲಿಲ್ಲ. ಈಗಂತೂ ಅವಳು ಇಲ್ಲಿಗೆ ಬರಲು ಒಪ್ಪಲಾರಳು. ಇನ್ನು ಶಶೀನ ಅಲ್ಲಿಗೆ ಕರೆದೊಯ್ದರೇ... ಖಂಡಿತ ಬೇಡ.

"ಅಮ್ಮ ಈ ಸಲ ನಿನ್ನ ಹೆರಿಗೇ ಇಲ್ಲೇ ಮಾಡಬೇಕು ಅಂತ ಇದ್ದಾಳೆ. ಆ ಅಪೇಕ್ಷೆ ನನ್ನದೂ ಸಹ. ಇದಕ್ಕೆ ನಿನ್ನ, ಭಾವಾಜಿಯ ವಿರೋಧವಿಲ್ಲ ಅಂತ ಭಾವಿಸ್ತೀನಿ." ಎಲ್ಲಿಗೋ ತಿರುಗಿಸಿದ ಗಿರಿಧರ ಮಾತನ್ನು.

ಈ ಮಾತಿಗೆ ಭಾಸ್ಕರ ಒಪ್ಪಿದರೂ ಶಶಿ ಒಪ್ಪಲಾರದ ಸ್ಥಿತಿಯಲ್ಲಿದ್ದಳು. ಯಾವುದೋ ಅವಿವೇಕದಲ್ಲಿ ಏನೇನನ್ನೋ ಊಹಿಸಿ, ಏನೇನನ್ನೋ ಕಲ್ಪಿಸಿಕೊಂಡು ತಾನೂ ನೊಂದು ಗಂಡನನ್ನು ನೋಯಿಸಿದ್ದಳು. ಈಗ ಯಾವ ಕಾರಣಕ್ಕೂ ಗಂಡನನ್ನು ಅವಳು ಅಗಲಿರಲಾರಳು.

"ಅವರು ಒಪ್ಪೋದಿಲ್ಲ."

"ನಾನು ಭಾವಾಜೀನ ಒಪ್ಪಿಸ್ತೀನಿ. ಆದರೆ ನೀನೇ ಇರೋಕೆ ಇಷ್ಟಪಡ್ತಾ ಇಲ್ಲ." ಅಷ್ಟರಲ್ಲಿ ಹಿಂದಿನಿಂದ ಬಂದ ಕಾರಿನ ಹಾರ್ನ್ ಕೇಳಿ ಪಕ್ಕಕ್ಕೆ ಸರಿದು ಸಹಜವಾಗಿ ಹಿಂದಿರುಗಿ ನೋಡಿದ. ನಗೆಮುಖದ ಭಾಸ್ಕರ ಇಳಿದು ಕಾರಿನಲ್ಲಿದ್ದವರೊಂದಿಗೆ ಏನೋ ಮಾತನಾಡುತ್ತಿದ್ದ. ಗಿರಿಧರ ಕಾರಿನ ಬಳಿ ಹೋದ. ಭಾಸ್ಕರ ಗಿರಿಧರನ ಪರಿಚಯವನ್ನು ಅವರಿಗೆ ಮಾಡಿಕೊಟ್ಟ, ಕಾರು ಮುಂದಕ್ಕೆ ಹೊರಟಿತು. ಭಾಸ್ಕರ

ತಲೆತಗ್ಗಿಸಿ ನಿಂತಿದ್ದ ಮಡದಿಯ ಬಳಿ ಬಂದ. ಅವನಲ್ಲಿ ಮಾತನಾಡಲು ಶಬ್ದಗಳೇ ಇರಲಿಲ್ಲ.

"ಭಾವ, ಆ ಸೂಟ್‌ಕೇಸನ್ನು ಇಲ್ಲಿ ಕೊಡಿ. ನಾನು ಜೋಸೆಫ್ ಬರ್ತಾ ಇದ್ದಾನೆ. ಅವನ ಬೈಕ್‌ನಲ್ಲಿ ಹೋಗಿ ಅಮ್ಮನಿಗೆ ಸುದ್ದಿ ಮುಟ್ಟಿಸ್ತೀನಿ" ಎಂದವನೇ ಭಾಸ್ಕರನ ಕೈಯಲ್ಲಿದ್ದ ಪುಟ್ಟ ಸೂಟ್‌ಕೇಸನ್ನು ಸೆಳೆದುಕೊಂಡು ಬರುತ್ತಿದ್ದ ಜೋಸೆಫ್‌ನ ಬೈಕನ್ನು ಸನ್ನೆ ಮಾಡಿ ನಿಲ್ಲಿಸಿ ಹತ್ತಿ ಹೊರಟೇಬಿಟ್ಟ ಗಿರಿಧರ.

ಅಂತೂ ನಮ್ಮ ಗಿರಿ ಬುದ್ಧಿವಂತನಾಗಿದ್ದಾನೆ ಎಂದುಕೊಂಡ ಭಾಸ್ಕರ ಮನದಲ್ಲೇ.

ಅಷ್ಟೊಂದು ಜನಸಂದಣಿಯ ರಸ್ತೆಯಾಗಿರದಿದ್ದರಿಂದ ಸಂಕೋಚ ಪಡದೇ ಭಾಸ್ಕರ ಮಡದಿ ಭುಜವನ್ನು ಕೈಯಿಂದ ಬಳಸಿ ಹತ್ತಿರಕ್ಕೆ ಎಳೆದುಕೊಂಡ. ಸ್ಪರ್ಶವೊಂದೇ ಅವರಿಬ್ಬರ ತನುಮನಗಳನ್ನು ಗರಿಕೆದರಿದ್ದು ಅಲ್ಲದೇ ಒಂದು ರೀತಿಯ ಉದ್ರೇಕವನ್ನುಂಟುಮಾಡಿತು.

ಇಬ್ಬರ ಹೃದಯಗಳೂ ತಾವು ತಾವೇ ತಪ್ಪಿತಸ್ಥರೆಂದು ಸಂಕೋಚಪಡುತ್ತಿತ್ತು.

"ಎಂದೋ ನಿನ್ನ ಬಳಿ ಹಾರಿ ಬಂದುಬಿಡ್ತಾ ಇದ್ದೆ. ಆ ಸೀನೀನೇ ತಡೆದ" ಎಂದು ತಮ್ಮನನ್ನು ಮೃದುವಾಗಿ ಆಕ್ಷೇಪಿಸಿ ಅವಳ ತಲೆಕೂದಲಿಗೆ ತನ್ನ ಗದ್ದವನ್ನು ಉಜ್ಜಿದ.

ಅವಳ ನಿರ್ಮಲ ನೇತ್ರಗಳೇ ಅವಳ ಹೃದಯದ ಕಾತರ, ಪ್ರೀತಿಯನ್ನು ಅವನಿಗೆ ಅರಿವಾಗುವಂತೆ ಬಿತ್ತರಿಸುತ್ತಿದ್ದವು. ಇನ್ನು ಒಣಮಾತುಗಳಿಗೆ ಸ್ಥಳವೆಲ್ಲಿ!

ಹತ್ತಾರು ನಿಮಿಷಗಳು ಸರಿದಾಗ ಅವರಿಬ್ಬರ ಬಿಗಿದ ಬಾಯಿಗಳು ತಮ್ಮ ಕೆಲಸವನ್ನು ಪ್ರಾರಂಭಿಸಿದವು. ಶಶಿ ಮೃದುವಾಗಿ ಕ್ಷಮಾಪಣೆ ಕೇಳಿದರೆ, ಭಾಸ್ಕರ ನೊಂದು ಅವಳ ಬಳಿ ತನ್ನ ಮನವನ್ನು ತೋಡಿಕೊಂಡ.

ಇವರು ಮನೆ ತಲುಪುವ ವೇಳೆಗೆ ಸಂಜೆ ಸರಿದು ಕತ್ತಲಿಗೆ ಆಹ್ವಾನವಿತ್ತು ಹೋಗಿತ್ತು.

ತುಂಗಮ್ಮನವರು ಯಾವುದೂ ಬಾಯಿಬಿಟ್ಟು ಆಡದಿದ್ದರೂ ಅವರ ನಡಿಗೆ ಕಾರ್ಯತತ್ಪರತೆಯೇ ಸೂಚಿಸುತ್ತಿತ್ತು. ಅಳಿಯನ ಬಗ್ಗೆ ಸಂಭ್ರಮ. ಗಿರಿಧರ ಅಡಿಗೆಯ ಮನೆಗೂ ಹೊರಕ್ಕೂ ಓಡಾಡಿ ತಾಯಿಗೆ ಸಹಾಯ ಮಾಡುತ್ತಿದ್ದ.

ಗಿರಿಧರನ ಬಲವಂತಕ್ಕೆ ಭಾಸ್ಕರ ಮತ್ತೊಂದು ದಿನ ಉಳಿದರೂ ಮಡದಿಯನ್ನು ಇಲ್ಲೇ ಬಿಟ್ಟು ಹೋಗಲು ಒಪ್ಪಲಿಲ್ಲ. ಅದನ್ನು ನಯವಾಗಿ ಗಿರಿಧರನಿಗೆ ತಿಳಿಸಿ ಹೇಳಿದ.

ಶಶಿ ಗಂಡನ ಜೊತೆ ಹೊರಟುಹೋದ ಮೇಲೆ ಗಿರಿಧರನಿಗೆ ಜಗತ್ತೇ ಶೂನ್ಯವೆನಿಸಿತು. ಬೇಸರದಿಂದ ಮಡದಿಯ ಬಳಿ ಹೋದರೂ ಅದರ ಎರಡರಷ್ಟು ಬೇಸರ ಹೊತ್ತು ಹಿಂದಿರುಗುತ್ತಿದ್ದ. ದಿನದಿನಕ್ಕೂ ಅವನ ಮನಸ್ಸು ಪರಿಹಾರ ಸಿಗದ

ಸಮಸ್ಯೆಗಳಿಗೆ ನೆಲೆಯಾಯಿತು.

* * *

ರಾಜು ಎಸ್ಟೇಟಿನಲ್ಲಿ ಹೊಸ ಹೊಸ ಪ್ರಯೋಗಗಳನ್ನು ಮಾಡುವ ಸಲುವಾಗಿ ಅಲ್ಲೇ ಉಳಿದಿದ್ದ. ಸದಾ ಅವನು ಸುಮನ್‌ಳ ಜೊತೆಗೂಡಿ ಇರುತ್ತಿದ್ದ. ತಾಯ್ತನದ ಭಾರ ಹೊತ್ತ ಸುಮನ್ ಸದಾ ಒಂದಲ್ಲ ಒಂದು ಕಾರಣಕ್ಕೆ ಅಸಮಾಧಾನಗೊಳ್ಳುತ್ತಲೇ ಇದ್ದಳು. ಗಿರಿಧರ ಹೋದಾಗ ಕೆಲವು ವೇಳೆ ಕೆರಳಿದ ಸರ್ಪಿಣಿಯಾಗಿ ಅವನನ್ನು ಅಪರಾಧದ ಸ್ಥಾನದಲ್ಲಿ ನಿಲ್ಲಿಸಿ ವ್ಯಂಗ್ಯವಾಗಿ ಮಾತನಾಡುತ್ತಿದ್ದಳು. ಆಗೆಲ್ಲ ಗಿರಿಧರ ಮಾತು ಬಾರದ ಮೌನಿ.

ದುಃಖ, ಬೇಸರ, ಸಂತೋಷಕ್ಕೆ ಕಾಲದ ಪರಿಮಿತಿ ಇರಲಿಲ್ಲ. ಅದು ನಿರ್ಲಿಪ್ತ ಭಾವದಿಂದ ಸರಿದುಹೋಗುತ್ತಿತ್ತು. ಸುಮನ್ ಗಂಡು ಮಗುವಿನ ತಾಯಾದಳು. ಅವನಿಗೆ ವಿಷಯ ತಿಳಿದಿದ್ದು ಹೆರಿಗೆಯಾದ ಮರುದಿನ.

ಪ್ರಥಮ ಬಾರಿ ತಂದೆಯಾಗುತ್ತಿರುವ ಗಿರಿಧರನಿಗಂತೂ ಹೇಳಿಕೊಳ್ಳಲಾರದಷ್ಟು ಸಂತೋಷ. ಜೋಸೆಫ್, ಪಾರ್ಥಸಾರಥಿಗಲ್ಲದೇ ಇನ್ನೂ ಕೆಲವು ಸಹೋದ್ಯೋಗಿಗಳಿಗೆ ವಿಷಯ ತಿಳಿಸಿ ಬಂದ. ಅವನು ಎಸ್ಟೇಟಿಗೆ ಹೊರಟು ನಿಂತಾಗ ತುಂಗಮ್ಮನವರೂ ಸಹ ಹೊರಟರು.

ಇಬ್ಬರೂ ಎಸ್ಟೇಟನ್ನು ತಲುಪಿ ಲಗುಬಗೆಯಿಂದ ಬಂಗ್ಲೆ ಕಡೆಗೆ ಹೆಜ್ಜೆ ಹಾಕಿದರು. ಅದು ಎಂದಿನಂತೆ ಇತ್ತೇ ವಿನಹ ಯಾವ ಬದಲಾವಣೆಯನ್ನೂ ಕಂಡಿರಲಿಲ್ಲ. ಬಾಗಿಲಿನಲ್ಲಿ ನಿಂತಿದ್ದ ಶ್ವೇತವಸನಧಾರಿ, ಶ್ರೀಮತಿ ದೇಶಪಾಂಡೆಯವರು ಇವರನ್ನು ನೋಡಿ ವಟಗುಟ್ಟುತ್ತ ಸರಿದುಹೋದರು. ಅವು ಯಾವುದನ್ನೂ ಗುರ್ತಿಸುವ ಮನಸ್ಥಿತಿಯಲ್ಲಿರಲಿಲ್ಲ ತಾಯಿ, ಮಗ.

ಕೆಲಸದ ಆಯಾ ಅವರಿಬ್ಬರನ್ನೂ ಸುಮನ್‌ಳ ಕೋಣೆಗೆ ಕರೆದೊಯ್ದಳು. ಬೆಚ್ಚಗೆ ಹೊದ್ದು ಮಲಗಿದ್ದ ಸುಮನ್‌ಳ ಮುಖ ಆಯಾಸದಿಂದ ಬಳಲಿತ್ತೇ ವಿನಹ ಯಾವ ಭಾವನೆಗೂ ಎಡೆ ಇರಲಿಲ್ಲ.

ತುಂಗಮ್ಮನವರೂ ಸಹ ಹೆಣ್ಣು, ಹೆಣ್ಣಿನ ಕಷ್ಟ ಸುಖದ ಅರಿವು ಅವರಿಗೂ ಇತ್ತು. ಸೊಸೆಯ ವಿಷಯದಲ್ಲಿ ಅವರ ಹೃದಯ ಮೃದುವಾಯಿತು. ತೀರ ಹತ್ತಿರಕ್ಕೆ ಹೋಗಿ ನಿಂತರು.

ಹೆಜ್ಜೆಯ ಸದ್ದಿಗೇ ಕಣ್ಣು ತೆರೆದ ಸುಮನ್ ಅತ್ತೆಯನ್ನು ನೋಡಿ ಮುಖವನ್ನು ಪಕ್ಕಕ್ಕೆ ತಿರುವಿಬಿಟ್ಟಳು. ವೇಷಭೂಷಣಗಳನ್ನು ನೋಡಿ ಮೂಢ ಹೆಣ್ಣೆಂದು ತುಂಗಮ್ಮನವರನ್ನು ಅಂದುಕೊಳ್ಳಬಹುದಾದರೂ ಸೊಸೆ ಮುಖ ತಿರುವಿದ್ದರ ಅರ್ಥ ತಿಳಿಯಲಾರದಷ್ಟು ಮೂಢರಾಗಿರಲಿಲ್ಲ.

ಹಿಂದಕ್ಕೆ ಬಂದ ತುಂಗಮ್ಮ ಬಾಗಿಲ ಬಳಿ ನಿಂತ ಆಯಾ ಬಳಿ ಹೋಗಿ ಮಗು ಎಲ್ಲೆಂದು ವಿಚಾರಿಸಿದರು. ಅವಳು ಪಕ್ಕದ ರೂಮಿನ ಕಡೆ ಕೈ ತೋರಿಸಿದಳು. ಮಮತೆ ಅವರನ್ನು ಅಲ್ಲಿಗೆ ಎಳೆದೊಯ್ದಿತು.

ಮುದ್ದುಮುದ್ದಾಗಿದ್ದ ಮಗುವಿನ ಮುಖದ ಮೇಲೆ ಅಪ್ಯಾಯಮಾನವಾಗಿ ಕೈಯಾಡಿಸಿದರು ತುಂಗಮ್ಮ. ಅಷ್ಟಕ್ಕೆ ಅವರ ಮನಸ್ಸು ಸಮಾಧಾನಗೊಳ್ಳಲಿಲ್ಲ. ಮಗುವನ್ನು ಮೃದುವಾಗಿ ಎತ್ತಿಕೊಂಡರು. ಕಿಟಕಿಯಿಂದ ಹೊರಗೆ ನೋಡುತ್ತ ನಿಂತಿದ್ದ ನರ್ಸ್ ಥಟ್ಟನೆ ಬಂದು ತುಂಗಮ್ಮನವರ ಕೈಯಲ್ಲಿದ್ದ ಮಗುವನ್ನು ಎತ್ತಿಕೊಂಡು ತೊಟ್ಟಿಲಿನಲ್ಲಿ ಮಲಗಿಸಿ ಇಂಗ್ಲಿಷಿನಲ್ಲಿ ಏನೋ ಗೊಣಗಿಕೊಂಡಳು. ಅದು ತುಂಗಮ್ಮನವರಿಗೆ ಅರ್ಥವಾಗಲೇ ಇಲ್ಲ. ಅರ್ಥವಾಗದಿದ್ದುದು ಒಳ್ಳೆಯದೇ. ತನ್ನ ಮಗನ ಮಗುವನ್ನು ಸ್ವತಂತ್ರವಾಗಿ ಎತ್ತಿಕೊಳ್ಳಲಾಗದ ಹೆಣ್ಣು ಆ ನರ್ಸಿನ ಮಾತಿಗೆ ಇನ್ನೆಷ್ಟು ವ್ಯಥೆಗೊಳ್ಳುತ್ತಿದ್ದಳೋ!

ತುಂಗಮ್ಮನವರಿಗೆ ಇನ್ನು ಅಲ್ಲಿ ನಿಲ್ಲಲು ಸಾಧ್ಯವಾಗಲೇ ಇಲ್ಲ. ಹತ್ತಾರು ಬಾಗಿಲುಗಳಿದ್ದ ಆ ಬಂಗ್ಲೆಗೆ ಹೊರಬಾಗಿಲು ಯಾವುದೆಂದು ಅವರಿಗೆ ತಿಳಿದಿರಲಿಲ್ಲ. ತಿಳಿದುಕೊಳ್ಳುವ ಪ್ರಯತ್ನವನ್ನು ಸಹ ಮಾಡದೇ ದೂರದಲ್ಲಿ ನಿಂತು ಮಗುವನ್ನು ಆಸೆಯ ಕಣ್ಣುಗಳಿಂದ ನೋಡತೊಡಗಿದರು.

ಗಿರಿಧರನೂ ಸಹ ಮಂಕಾಗಿಯೇ ಹೊರಗೆ ಬಂದವನು ಪಕ್ಕದ ಕೋಣೆಯಲ್ಲಿದ್ದ ಮಗುವಿನ ಬಳಿ ಬಂದ ಮಗು ಅಲ್ಲಿರುವುದನ್ನು ಮಡದಿಯಿಂದಲೇ ಅರಿತಿದ್ದ. ತಾಯಿ ಮಗು ಒಂದೇ ಕೋಣೆಯಲ್ಲಿದ್ದರೆ ಮಗುವಿನ ಅಳು, ಗಲಾಟೆಯಿಂದ ಸುಮನ್ ವಿಶ್ರಾಂತಿಗೆ ಧಕ್ಕೆಯೆಂದು ಶ್ರೀಮತಿ ದೇಶಪಾಂಡೆಯವರು ಆಳವಾಗಿ ಯೋಚಿಸಿ ಈ ಕ್ರಮ ಕೈಗೊಂಡಿದ್ದರು. ಆ ಮಗುವಿನ ಪಾಲನೆಗೆ ಬೇರೆ ನರ್ಸ್ ನೇಮಕಗೊಂಡಿದ್ದಳು.

ಗಿರಿಧರ ತನ್ಮಯನಾಗಿ ಮಗುವಿನ ಬಳಿ ಹೋಗಿ ನಿಂತ. ಅವನ ಅಸಮಾಧಾನವೆಲ್ಲ ಕ್ಷಣಮಾತ್ರದಲ್ಲಿ ಕರಗಿಹೋಯಿತು. ಇಂಥ ಮುದ್ದಾದ ಕೂಸನ್ನು ಕೊಟ್ಟ ಸುಮನ್‌ಳಿಗೆ ಅವನು ಆಭಾರಿಯಾಗಿದ್ದ. ಅದನ್ನು ತೋರಿಸಿಕೊಳ್ಳುವ ಪರಿಸ್ಥಿತಿಯಲ್ಲಿ ಸಹ ಅವನಿರಲಿಲ್ಲ.

ತಾಯಿ, ಮಗ ಇಬ್ಬರೂ ಒಟ್ಟಿಗೆ ಹೊರಗೆ ಬಂದರು. ಅವರನ್ನು ಮಾತನಾಡಿಸುವವರೇ ಇರಲಿಲ್ಲ. ಶ್ರೀಮತಿ ದೇಶಪಾಂಡೆ ಇವರು ಹೋಗುವಾಗಲೂ ನೋಡಿದರು. ಆದರೂ ಮಾತನಾಡಿಸುವ ಗೋಜಿಗೆ ಹೋಗಲಿಲ್ಲ. ಪ್ಯಾರಿಸ್ ಸೆಂಟ್, ರಂಗುರಂಗಿನ ಬೆಲೆಬಾಳುವ ಬಟ್ಟೆಗಳಿಂದ ನಲಿಯುತ್ತಿರುವ ಆಕೆಗೆ ತುಂಗಮ್ಮನವರನ್ನು ಕಂಡು ಅಸಹ್ಯವೇ ಆಗಿತ್ತು.

ಎಸ್ಟೇಟ್ ದಾಟಿ ಹೊರಗೆ ಬಂದ ತಾಯಿ ಮಗ ಒಂದು ಮರದ ನೆರಳಿನಲ್ಲಿ ಬಸ್ಸಿಗಾಗಿ ಕಾದು ನಿಂತರು. ಅರ್ಧಗಂಟೆ ನಿಂತು ಸೋತ ತುಂಗಮ್ಮನವರು ಮರದ ಬುಡದ ಬೇರಿನ ಮೇಲೆ ಉಸ್ಸಪ್ಪ ಎಂದು ಕುಳಿತರು. ಅವರ ಹೃದಯದಲ್ಲಿ ಎದ್ದ

ಆಂದೋಳನ ಚಿಂತೆಯೆಂಬ ಬಂಡೆಗೆ ಹೊಡೆದು ಅಬ್ಬರಿಸುತ್ತಿತ್ತು. ಬರೀ ವ್ಯಥೆ, ಕಷ್ಟಗಳಿಂದಲೇ ಜೀವನವನ್ನು ಸಾಗಿಸಿದ್ದ ತುಂಗಮ್ಮ ಮೇಲುನೋಟಕ್ಕೆ ಅದನ್ನು ತಡೆದು ಶಾಂತಚಿತ್ತರಾಗಿ ಕುಳಿತಿದ್ದರು.

ಗಿರಿಧರ ತುಟಿ ಎರಡು ಮಾಡದೇ ನಿಂತಿದ್ದ. ಅತ್ತೆಯ ಮನೆಯಲ್ಲಿ ಅವನಿಗೆ ಎಂಥಾ ಅದ್ಭುತ ಸ್ವಾಗತ! ಇದು ಹೊಸದಾಗಿರದಿದ್ದರೂ ಇಂದು ಅವನ ಮನಸ್ಸಿಗೆ ಬಹಳ ನೋವಾಗಿತ್ತು. ಶ್ರೀಮಂತ ಎಸ್ಟೇಟ್ ಒಡೆಯ ದೇಶಪಾಂಡೆ ಬಹಳ ಬಡವನಾಗಿ ಕಂಡ. ಮಮತೆ, ಆತ್ಮೀಯತೆ, ಮಾನವತೆಯೆಂಬ ಅಮೂಲ್ಯ ವಸ್ತುಗಳಿಗೆ ಹೊರತಾದ ಒಬ್ಬ ಬಿಕಾರಿಯ ಹಾಗೆ ಕಂಡ. ಅವನ ಶ್ರೀಮಂತ ಪರಿವಾರವು ಅರ್ಥಪೂರ್ಣವೆನಿಸಲಿಲ್ಲ.

"ಅಮ್ಮ, ಬಸ್ಸುಗಳು ಒಂದೂ ಬರಲಿಲ್ಲ. ಲಾರಿ ಬರ್ತಾ ಇದೆ; ನಿಲ್ಲಿಸಿದರೆ ಹೋಗಿಬಿಡೋಣವಾ!" ಎಂದ ತಾಯಿಯ ಕಡೆ ಕನಿಕರದಿಂದ.

ತುಂಗಮ್ಮ ಹ್ಞೂ ಎನ್ನುವಂತೆ ತಲೆಯಾಡಿಸಿದರು.

ಬಂದ ಲಾರಿ ನಿಲ್ಲದೇ ನಿರಾಶೆಗೊಳಿಸಿದರೂ ಎರಡು ಮಾರು ಹೋಗಿ ನಿಂತಿತು. ಗಿರಿಧರ ಏದುಸಿರುಬಿಡುತ್ತ ಓಡಿದ, ತುಂಗಮ್ಮನವರು ಓಡದಿದ್ದರೂ ದಾಪುಗಾಲು ಹಾಕುತ್ತ ಮಗನನ್ನು ಹಿಂಬಾಲಿಸಿದರು.

ಲಾರಿಯ ಚಾಲಕ ಸಂಭಾವಿತ. ತುಂಗಮ್ಮನವರನ್ನು ಪ್ರಯಾಸದಿಂದ ಗಿರಿಧರನ ಜೊತೆ ಹತ್ತಿಸಿಕೊಂಡ.

ಕ್ವಾರ್ಟರ್ಸ್‌ಗಿಂತ ಸ್ವಲ್ಪ ದೂರದಲ್ಲೇ ಗಿರಿಧರ ಇಳಿದು ತಾಯಿಯನ್ನು ಮೆಲ್ಲನೇ ಇಳಿಸಿಕೊಂಡು ಡ್ರೈವರ್‌ಗೆ ದುಡ್ಡು ಕೊಡಲು ಹೋದ. ಡ್ರೈವರ್ ಬೇಡವೆನ್ನುತ್ತ ತಲೆಯಾಡಿಸಿ ಹೊರಟೇಬಿಟ್ಟ.

ತಾಯಿ ಮಗ ಇಬ್ಬರೂ ಕ್ವಾರ್ಟರ್ಸ್ ಕಡೆ ಹೆಜ್ಜೆ ಹಾಕಿದರು.

ಮಗುವಿನ ಬಗ್ಗೆ ಕೇಳಲು ಬಂದ ಎಲ್ಲರಿಗೂ ಗಿರಿಧರನ ಸತ್ವಹೀನ ಮುಗುಳು ನಗುವೇ ಉತ್ತರವಾಯಿತು. ಆದ್ದರಿಂದ ಯಾರೂ ಪ್ರಶ್ನಿಸುವುದಕ್ಕೆ ಹೋಗಲಿಲ್ಲ.

ಭಾಸ್ಕರನಿಗೆ ಪತ್ರ ಬರೆಯುವಾಗ ತಂಗಿಯ ಬಗ್ಗೆ ನೂರು ಮಾತು ಬರೆದ ಕಡೆಗೆ ಸುಮನ್ ಗಂಡು ಮಗುವನ್ನು ಹೆತ್ತು ತಾಯಿ ಮಗು ಆರೋಗ್ಯವಾಗಿರುವ ಬಗ್ಗೆ ಒಂದೇ ನುಡಿ ಬರೆದಿದ್ದ.

ಪತ್ರ ಓದಿದ ಭಾಸ್ಕರನಿಗೆ ಒಂದು ರೀತಿಯ ಆಘಾತವಾಗಿ ಗಿರಿಧರನ ಉದಾಸೀನದ ಬಗ್ಗೆ ಕೋಪಗೊಂಡ. ಅದು ಕೆಲವು ಕ್ಷಣಗಳು, ಮರುಕ್ಷಣವೇ ಅವನ ಪರಿಸ್ಥಿತಿಯ ಬಗ್ಗೆ ಮರುಕಗೊಂಡ.

ಶಶಿ ಅತ್ತೇಬಿಟ್ಟಳು. ಪ್ರೀತಿಯ ಅಣ್ಣನ ಮಗುವನ್ನು ನೋಡುವ ಅವಕಾಶ ಸಹ ತನಗಿಲ್ಲದೇ ಹೋಯಿತಲ್ಲ ಎಂದು.

ಹೆಚ್ಚಿಗೆ ಮಾತನಾಡದ ತುಂಗಮ್ಮನವರು ಮಗ ಎಸ್ಟೇಟಿಗೆ ಹೋಗಿ ಬಂದನೆಂದರೆ ಹತ್ತಾರು ಪ್ರಶ್ನೆಗಳನ್ನು ಮಗುವಿನ ಬಗ್ಗೆ ಹಾಕತೊಡಗಿದರು. ತಾಯಿಯ ಪ್ರಶ್ನೆಗಳಿಗೆ ಉತ್ತರಿಸಲಾರದೇ ಗಿರಿಧರ ತಡಬಡಿಸತೊಡಗಿದ. ಶಶಿಯ ಹೆರಿಗೆಯ ನೆಪವೊಡ್ಡಿ ತಾಯಿಯನ್ನು ಕರೆತಂದು ಬೆಂಗಳೂರಿನಲ್ಲಿ ಬಿಟ್ಟು ಹೋಗಿ ಸಮಾಧಾನದಿಂದ ಉಸಿರಾಡಿದ.

ಸುಮನ್ ಮಗುವಿಗೆ ಎದೆಹಾಲನ್ನು ಕೊಡಬಾರದೆಂದು ಶ್ರೀಮತಿ ದೇಶಪಾಂಡೆಯವರು ಡಾಕ್ಟರಿಗೆ ಹೇಳಿ ಅವಳ ಎದೆಯ ಹಾಲನ್ನು ಇಂಗಿಸಿಬಿಟ್ಟರು. ಮಗುವಿನ ಲಾಲನೆ ಪಾಲನೆಯೆಲ್ಲ ನರ್ಸಿನದೇ. ದಿನಕ್ಕೊಮ್ಮೆ ಸುಮನ್ ಹೋಗಿ ಮಗುವನ್ನು ನೋಡಿ ಪ್ರೀತಿಯಿಂದ ಚುಂಬಿಸಿ ಬರುತ್ತಿದ್ದಳು. ರಾಜು ಒಡನಾಟ ತಾಯಿ ತಂದೆಯರ ನಡುವೆ ತನ್ನ ತಾಯಿತನದ ಬಗ್ಗೆ ಯೋಚಿಸುವುದಕ್ಕೆ ಪುರುಸೊತ್ತೇ ಇರಲಿಲ್ಲ ಅವಳಿಗೆ.

ಈಗೀಗ ಬೆಚ್ಚಗೆ ಬಟ್ಟೆ ಧರಿಸಿ ಅಡ್ಡಾಡುತ್ತಿದ್ದ ಸುಮನ್, ರಾಜು ಜೊತೆ ಮಾತಾಡುವುದೋ ಇಲ್ಲ ಇಸ್ಪೀಟು ಆಡುತ್ತಲೋ ಕಾಲ ಕಳೆಯುತ್ತಿದ್ದಳು. ಮುಂದೆ ಅವನೊಂದಿಗೆ ಎಸ್ಟೇಟಿನಲ್ಲೆಲ್ಲ ಅಡ್ಡಾಡುವ ಜೊತೆಗೆ ಸಿನಿಮಾ, ಷಾಪಿಂಗ್ ಎಂದು ಶಿವಮೊಗ್ಗೆಗೆ ಹೋಗಿ ಬರತೊಡಗಿದಳು. ಅದಕ್ಕೆ ಯಾವ ಅಡ್ಡಿ, ಆತಂಕಗಳೂ ಇರಲಿಲ್ಲ. ಅದೊಂದು ಸಾಧಾರಣ ವಿಷಯವೆಂದು ತಿಳಿದುಕೊಂಡಿದ್ದಳು. ಹಿಂದಿನಿಂದ ಅವಳ ಅದೇ ಆವರಣದ ಚೌಕಟ್ಟಿನಲ್ಲಿ ಬೆಳೆದುದ್ದರಿಂದ ಅವು ಸಾಮಾನ್ಯ ವಿಷಯವಾಗಿ ಕಂಡರೂ ಅದಕ್ಕಿಂತ ಭಿನ್ನ ಸ್ಥಿತಿಯಲ್ಲಿ ಬೆಳೆದ ಗಿರಿಧರ ಸದಾ ಚಿಂತಿಸಿ ಹಣ್ಣಾಗುತ್ತಿದ್ದ. ಸಮಾಜ ಏನನ್ನುವುದೋ ಎಂದು ಭಯದಿಂದ ಸಮಾಜದ ಕಡೆ ಧೈರ್ಯದಿಂದ ತಲೆ ಎತ್ತಿ ನೋಡದಾದ.

ಮೂರು ತಿಂಗಳು ತುಂಬಿದ ಮೇಲೆ ಗಿರಿಧರ ಸುಮನ್‌ಳನ್ನು ಕ್ವಾರ್ಟರ್ಸ್‌ಗೆ ಬರಲು ಒತ್ತಾಯಪಡಿಸತೊಡಗಿದ. ಸುಮನ್ ನಕ್ಕು ಸುಮ್ಮನಾಗುತ್ತಿದ್ದಳೇ ವಿನಹ ಮತ್ತೇನೂ ಹೇಳುತ್ತಿರಲಿಲ್ಲ.

ಗಿರಿಧರ ಬೆಂಗಳೂರಿನಿಂದ ತಾಯಿಯನ್ನು ಕರೆತರಲು ಇಷ್ಟಪಡಲಿಲ್ಲ. ಶಶಿಯ ಎರಡನೆ ಮಗು ಕಿಶೋರನ ಲಾಲನೆಯಲ್ಲಿ ಎಲ್ಲ ಮರೆತಂತೇ ಇರುವ ತಾಯಿಯನ್ನು ಕರೆತಂದು ತನ್ನ ವಿಚಿತ್ರ ದಾಂಪತ್ಯದ ಕಷ್ಟವನ್ನು ಉಣಬಡಿಸಲು ಅವನು ಸಿದ್ಧನಿರಲಿಲ್ಲ. ಒಂದೆರಡು ಸಲ ಶಶಿಯನ್ನು ನೋಡುವ ಸಲುವಾಗಿ ಹೋದದ್ದು ಅಲ್ಲದೇ ನಾಮಕರಣಕ್ಕಾಗಿ ಬಂದವನು ಎಂಟುದಿನ ನಿಂತ. ಭಾಸ್ಕರ ಏನೋ ಹೇಳಬೇಕೆಂದು, ಏನೋ ಕೇಳಬೇಕೆಂದು ಎಷ್ಟೋ ಸಲ ಪ್ರಯತ್ನಿಸುತ್ತಿದ್ದ. ಅವನ ನಿರ್ಮಲ ನೇತ್ರದಲ್ಲಿ ಕಾಣಬರುತ್ತಿದ್ದ ವೇದನೆಯನ್ನು ಗುರ್ತಿಸಿ ಸುಮ್ಮನಾಗುತ್ತಿದ್ದ. ಬೇರೆ ಯಾವುದೋ ವಿಷಯವಾಗಿದ್ದರೆ ಅವನು ಅಳುಕುತ್ತಿರಲಿಲ್ಲ. ಅವನ ವೇದನೆಯ ಕಾರಣ ಗುರ್ತಿಸಿ ಅದರ ನಿವಾರಣೆಗಾಗಿ ಪ್ರಯತ್ನಪಡುತ್ತಿದ್ದ. ಇದು ಗಂಡಹೆಂಡಿರ ಅಸಮತೆ ಇದಕ್ಕೆ

ಬೇರೊಬ್ಬರ ಪ್ರವೇಶದ ಅಗತ್ಯವಿರಲಿಲ್ಲ. ಗಿರಿಧರನನ್ನು ಮೆಚ್ಚಿ ಮದುವೆಯಾದವಳು ಸುಮನ್. ದೊಡ್ಡ ಎಸ್ಟೇಟಿನ ಮಾಲೀಕನ ಮಗಳಾದರೂ ಸಾಮಾನ್ಯ ಲೆಕ್ಚರರ್ ಗಿರಿಧರನನ್ನು ಪ್ರೇಮಿಸಿ ಕೈ ಹಿಡಿದವಳು ಸುಮನ್. ಅವಳು ವಿದ್ಯಾವಂತೆ, ಇವನು ವಿದ್ಯಾವಂತ. ಇಬ್ಬರು ಯೋಚಿಸಿ ಒಬ್ಬರನ್ನೊಬ್ಬರು ಅರಿತು ಅನ್ಯೋನ್ಯವಾಗಬಹುದು. ಆದರೆ ಗಿರಿಧರ ಅವಳ ಮಟ್ಟಕ್ಕೆ ಇಳಿಯಲಾರ, ಸುಮನ್ ಅವನ ಮಟ್ಟಕ್ಕೆ ಏರಲಾರಳು. ಈಗಾಗಲೇ ಇಬ್ಬರ ನಡುವೆಯ ಕೊಂಡಿ ಪರಸ್ಪರ ಇಬ್ಬರೂ ವಿರುದ್ಧ ದಿಕ್ಕಿನಲ್ಲಿ ಎಳೆದಾಡಿದ್ದರಿಂದ ಅದಾಗಲೇ ಸವೆಯತೊಡಗಿತ್ತು.

ಒಂದು ರಾತ್ರಿ ಗಿರಿ, ಭಾಸ್ಕರ ಇಬ್ಬರೇ ಡ್ರಾಯಿಂಗ್ ರೂಮಿನಲ್ಲಿ ಉಳಿದರು. ಮನೆ ವಿಷಯದಿಂದ ರಾಜಕೀಯದವರೆಗೂ ಮಾತಾಡಿ ಕಡೆಗೇ ಸುಮನ್‌ಳ ವಿಷಯ ಬಂದಾಗ ಗಿರಿಧರ ಸುಮ್ಮನೇ ಕುಳಿತುಬಿಟ್ಟ.

"ಗಿರಿ..., ಸುಮನ್ ನಿನ್ನ ಹಾಗೆ ಸಾಮಾನ್ಯ ಬದುಕನ್ನು ಬದುಕಲು ಇಷ್ಟಪಡಲಾರಳು. ಹೇಗೂ ಶ್ರೀಮಂತ ಮಾವ; ದೊಡ್ಡ ಎಸ್ಟೇಟಿನ ಒಡೆಯ, ಸುಮ್ಮನೇ ಕೆಲಸಬಿಟ್ಟು ಅಲ್ಲೇ ಉಳಿದುಬಿಡು. ಆದ್ದರಿಂದ ಯಾರಿಗೂ ಒಳಿತಾಗದಿದ್ದರೂ ನಿನ್ನ ಬದುಕಾದರೂ ನೆಮ್ಮದಿಯಿಂದ ಸಾಗಬಹುದು. ಅಮ್ಮನ ವಿಷಯಾನೇ ನೀನು ಯೋಚಿಸಬೇಕಾಗಿಲ್ಲ. ನಿನ್ನ ಪರಿಸ್ಥಿತಿ ನನಗೆ ಖಂಡಿತ ಅರ್ಥವಾಗಿದೆ. ಬೇರೆ ಯಾರಾದರೂ.... ನಿನ್ನ ಸ್ಥಿತಿಯಲ್ಲಿದ್ದರೆ..." ಮುಂದೆ ಭಾಸ್ಕರ ಹೇಳದಾಗಿದ್ದ. ಅವನಿಗೂ ಗಿರಿಧರ ಹೋಗಿ ಎಸ್ಟೇಟಿನಲ್ಲಿ ಉಳಿಯುವುದು ಇಷ್ಟವಿಲ್ಲದ ಸಂಗತಿ. ಆದರೆ ಗಿರಿಧರನ ನೆಮ್ಮದಿಗೆ ಅದು ಬಿಟ್ಟು ಬೇರೆ ದಾರಿ ಇರಲಿಲ್ಲ. ಅದಕ್ಕಾಗಿ ಅದನ್ನು ಸೂಚಿಸಿದ್ದ.

ಗಿರಿಧರ ಮದುವೆಯಾದ ಮೇಲೆ ಯಾರೊಡನೆಯಾಗಲಿ ತನ್ನ ಮತ್ತು ಸುಮನ್‌ಳ ವಿಷಯ ಮಾತನಾಡಲು ಇಷ್ಟಪಡುತ್ತಿರಲಿಲ್ಲ. ಈ ದಿನ ಭಾವನ ಮುಂದಾದರೂ ಸ್ವಲ್ಪ ಹೇಳಿ ಮನಸ್ಸನ್ನು ಹಗುರ ಮಾಡಿಕೊಳ್ಳಲು ನಿಶ್ಚಯಿಸಿದ.

"ನೀವು ಹೇಳಿದ ಹಾಗೆ ಮಾಡಿದರೂ ನನ್ನ ಮತ್ತು ಸುಮನ್‌ಳ ಬಾಳಚಿತ್ರಗಳು ಕೂಡಿ ಸಂಸಾರದ ರಥವನ್ನು ಎಳೆಯಲಾರದು. ಯಾವುದರ ಬಗ್ಗೆ ನನಗೆ ಹೇಯ, ತುಚ್ಛ ಭಾವನೆ ಇದೆಯೋ ಅದಕ್ಕೆಲ್ಲ ಅವಳು ದಾಸಳು. ನಾನು ನಿರೀಕ್ಷಿಸುವ ಮುಗ್ಧ ಪ್ರೀತಿಯನ್ನು ಅವಳೆಂದೂ ನೀಡಲಾರಳು. ಅವಳು ನಿರೀಕ್ಷಿಸುವ ಕುಡಿದು, ಕಾಮಮತ್ತನಾಗಿ ಮಾದಕದ ಉದ್ರೇಕತೆಗೆ ಬಲಿಯಾಗಿ ಅವಳನ್ನು ಸಮೀಪಿಸುವ ಗಂಡು ನಾನೆಂದೂ ಆಗಲಾರೆ. ನನ್ನ ಸ್ವಭಾವವನ್ನು ಅವಳು ತಿರಸ್ಕಾರದಿಂದ ಕಾಣುತ್ತಾಳೆ. ಅವಳ ನಡತೆಯನ್ನು ಕಂಡಾಗ ನಾನು ನಾಚಿ ವೇದನೆಯಿಂದ ತಲೆ ತಗ್ಗಿಸುತ್ತೇನೆ. ನಮ್ಮಿಬ್ಬರದು ಕವಲು ದಾರಿ. ಅದೆಂದೂ ಮುಂದೆ ಸರಿಹೋಗುವ ಸಂಭವವಿಲ್ಲ ಎನ್ನಿಸುತ್ತೆ. ಆದರೆ... ಆ ಕುಡಿ..." ಗಿರಿಧರನ ಗಂಟಲು ಗದ್ಗದವಾಯಿತು. ಮುಂದೆ ಮಾತುಗಳು ಹೊರಡದೇ ತಡೆದು ನಿಂತವು ಗಂಟಲಿನಲ್ಲೇ.

ಭಾಸ್ಕರನ ನಿರೀಕ್ಷೆಗಿಂತ ಸುಮನ್ ಬಹಳಮಟ್ಟಿಗೆ ಮುಂದುವರಿದ ಹೆಣ್ಣೆನ್ನಿಸಿದಳು

ಅವನಿಗೆ. ಹೇಗೆ ಇದನ್ನು ಸರಿಪಡಿಸುವುದು? ತಾಯಿತಂದೆಯರ ಪೂರ್ಣ ಬೆಂಬಲದಿಂದಿರುವ ಸುಮನ್‌ಳ ಸ್ವಭಾವವನ್ನು ಮಾರ್ಪಾಟು ಮಾಡುವುದು ಸಾಧ್ಯವಿಲ್ಲದ ಕೆಲಸ. ಇನ್ನು ಗಿರಿಧರನನ್ನು ಹೇಗೆ ಒಗ್ಗಿಕೋ ಎಂದು ಹೇಳುವುದು? ಇದು ಬಹಳ ಜಟಿಲವಾದ ಸಮಸ್ಯೆಯಾಗಿ ಕಾಣಿಸಿತು ಭಾಸ್ಕರನಿಗೆ.

"ಭಾವ, ನೀವು ಈ ವಿಷಯಗಳಿಗಾಗಿ ತಲೆ ಕೆಡಿಸಿಕೊಳ್ಳಬೇಕಾಗಿಲ್ಲ. ಕಾಲವೇ ಅದನ್ನು ನಿರ್ಧರಿಸುತ್ತೆ" ಎಂದವನೇ ಗಿರಿಧರ ಎದ್ದುಬಿಟ್ಟ.

ಗಿರಿಧರ ಹೋದ ಎಷ್ಟೋ ಹೊತ್ತಿನವರೆಗೂ ಭಾಸ್ಕರ ಸುಮ್ಮನೇ ಕುಳಿತೇ ಇದ್ದ. ಅವನ ಅಂತಃಕರಣ ಗಿರಿಧರನಿಗಾಗಿ ಮಿಡಿಯುತ್ತಿತ್ತು.

* * *

ಪರೀಕ್ಷೆ ಮುಗಿದು ಕಾಲೇಜಿಗೆ ರಜೆ ಬಂದುದರಿಂದ ಗಿರಿಧರ ಹೋಗಿ ಎಸ್ಟೇಟಿನಲ್ಲೇ ಉಳಿಯಲು ನಿರ್ಧರಿಸಿದ. ಅದಕ್ಕೆ ಪ್ರಬಲವಾದ ಕಾರಣ ಇಲ್ಲದೆ ಇರಲಿಲ್ಲ. ತನ್ನ ಮಗುವಿನ ಸಾಮೀಪ್ಯ ಇರುವ ಅದೃಷ್ಟ ಒಂದು ಕಡೆಯಾದರೆ ಅಲ್ಪಸ್ವಲ್ಪವಾದರೂ ಮಡದಿಯ ಅತಿಯಾದ ನಡತೆಯನ್ನು ಬುದ್ಧಿವಂತಿಕೆಯಿಂದ ತಿದ್ದಬೇಕೆಂದು. ಅದು ಅಷ್ಟು ಸುಲಭವಾದ ವಿಷಯವಲ್ಲ ಎಂದು ತಿಳಿದಿದ್ದರೂ, ಮನುಷ್ಯ ಆಶಾಜೀವಿ; ಜೀವನದಲ್ಲಿ ಕೈಗೂಡದ ಎಷ್ಟೋ ವಿಷಯಗಳನ್ನು ಮುಂದೆ ಕೈಗೂಡುವ ನಂಬಿಕೆ ಇಲ್ಲದಿದ್ದರೂ, ಕೈಗೂಡಬಹುದೆಂಬ ಆಸೆಯಿಂದ ಜೀವನವನ್ನು ಸಾಗಿಸುತ್ತಾನೆ; ಅದಕ್ಕೆ ಗಿರಿಧರ ಹೊರತಲ್ಲ. ಮನುಷ್ಯರಿಗೆ ಇದೊಂದು ದೈವ ಇತ್ತ ಕೊಡುಗೆ.

ಸುಮನ್‌ಳ ದೇಹಸ್ಥಿತಿ ಎಲ್ಲ ವಿಧದಿಂದಲೂ ಸುಧಾರಿಸಿತ್ತು. ಅವಳೀಗ ಸಂಪೂರ್ಣ ಆರೋಗ್ಯದ ನವಯೌವ್ವನದ ತರುಣಿ. ಅವಳು ತಾಯಿ ಎನ್ನುವುದಕ್ಕೆ ಇದ್ದ ಮಗುವೊಂದು ಸಾಕ್ಷಿಯೇ ವಿನಃ ಬೇರೆ ಯಾವ ಚಿಹ್ನೆಯೂ ಅವಳಲ್ಲಿ ಕಾಣಬರುತ್ತಿರಲಿಲ್ಲ. ಗರ್ಭಿಣಿಯಾದ ಮೇಲೆ ಮುಜುಗರದಿಂದ ಸೀರೆ ಉಡುತ್ತಿದ್ದ ಸುಮನ್ ಈಗ ಅವುಗಳಿಗೆಲ್ಲ ತಿಲಾಂಜಲಿ ಇತ್ತು ಬೆಲ್‌ಬಾಟಮ್, ಮ್ಯಾಕ್ಸಿ, ಲುಂಗಿ ಷರಟಿನೊಂದಿಗೆ ವಿರಾಜಿಸ ತೊಡಗಿದಳು. ದಿನೇದಿನೇ ಅವಳು ವಿದೇಶೀ ಮದ್ಯಗಳ ದಾಸಿಯಾದಳು. ಅದಕ್ಕಾಗಿ ಅವಳು ಯಾವ ಶ್ರಮವನ್ನೂ ತೆಗೆದುಕೊಳ್ಳುವುದು ಬೇಕಾಗಿರಲಿಲ್ಲ. ಒಂದು ಕೋಣೆಯಲ್ಲಿ ವಿವಿಧ ಪಾನೀಯಗಳ ಸಂಗ್ರಹವಿತ್ತು. ರಾಜುವಿನ ಯೌವನ ಮತ್ತು ಮಾದಕ ನೋಟ ಅವಳನ್ನು ದಿನದಿಂದ ದಿನಕ್ಕೆ ಆಕರ್ಷಿಸತೊಡಗಿತ್ತು. ಅವಳ ಎಲ್ಲ ಅಭ್ಯಾಸಗಳಿಗೂ ಅವನು ಜೊತೆಗಾರನಾಗಿದ್ದ. ಗಿರಿಧರ ಎರಡು ಸಲ ಯಾವ ಮೋಡಿಗೋ ಕುಡಿದು ತನ್ನ ಅಧಃಪತನಕ್ಕಾಗಿ ಹಗಲಿರುಳೂ ಚಿಂತಿಸಿದ. ಇಲ್ಲಿಗೆ ಬಂದು ನಿಂತ ಮೇಲೆ ಮಡದಿಯ ಜೀವನದ ಪೂರ್ಣ ಪರಿಚಯ ಅವನಿಗೆ ಆಯಿತು. ಅವನು ಪ್ರೀತಿಸಿ ಕಲ್ಪಿಸಿಕೊಂಡಿದ್ದ ಸುಮನ್ ಅವನ ಪಾಲಿಗೆ ಎಂದೋ ಸತ್ತುಹೋಗಿದ್ದಳು. ಸುಮನ್‌ಳ ಸ್ವಭಾವ ಸ್ವಲ್ಪವಾದರೂ ಮೆಚ್ಚಿಗೆಯಾಗಿದ್ದ ಪಕ್ಷದಲ್ಲಿ ಅವನು ಕೆಲಸಕ್ಕೆ ರಾಜೀನಾಮೆ

ಕೊಟ್ಟು ಇಲ್ಲೇ ಉಳಿದುಬಿಡುತ್ತಿದ್ದನೇನೋ! ಹೆಚ್ಚು ಕಡಿಮೆ ಎಲ್ಲ ವೇಳೆಯನ್ನೂ ಮಗುವಿನ ಬಳಿಯೇ ಕಳೆಯುತ್ತಿದ್ದನೇನೋ! ಪೂರ್ಣ ರಜೆಯನ್ನು ಅಲ್ಲೇ ಕಳೆಯಲು ಒಂದು ಘಟನೆ ನಡೆದು ತಿರುಗುಮುರುಗಾಯಿತು.

ಬೆಳದಿಂಗಳ ರಾತ್ರಿ ವಿಶೇಷ ಪಾರ್ಟಿಯೊಂದು ಏರ್ಪಾಟಾಗಿತ್ತು. ಅದಕ್ಕಾಗಿ ಪ್ರಮುಖ ಅತಿಥಿಗಳು ಎಸ್ಟೇಟಿಗೆ ಆಗಮಿಸಿದ್ದರು. ಪಾರ್ಟಿಗಳಿಗೆಂದು ಪ್ರತ್ಯೇಕವಾಗಿ ಮೀಸಲಾಗಿಟ್ಟಿದ್ದ ಬಂಗ್ಲೆ ವರ್ಣರಂಜಿತವಾಗಿ ಅಲಂಕಾರಗೊಂಡಿತು. ಆ ದಿನವೆಲ್ಲ ಸೇವಕರು ಒಂದಲ್ಲ ಒಂದು ಕೆಲಸದಲ್ಲಿ ನಿರತರಾಗಿದ್ದರು. ರಾತ್ರಿ ಒಂಭತ್ತರ ವೇಳೆಗೆ ಬಂದ ಅತಿಥಿಗಳೊಂದಿಗೆ ಮನೆಯವರೆಲ್ಲ ಅಲ್ಲಿ ಜಮಾಯಿಸಿದ್ದರು. ನಗುವಿನೊಂದಿಗೆ ಶುರುವಾದ ಪಾರ್ಟಿ, ಸಿಗರೇಟು ಹೊಗೆ ಪಾನೀಯಗಳ ಸೇವನೆಯೊಂದಿಗೆ ಮುಂದುವರೆದಿತ್ತು. 'ನಿನಗೆ ಅಲ್ಲಿನ ಸಂಪ್ರದಾಯ ಗೊತ್ತಿಲ್ಲ. ಬಂದು ಅವಮಾನಕ್ಕೆ ಒಳಗಾಗುವುದು ಬೇಡ'ವೆಂದು ಗಂಡನಿಗೆ ಹೇಳಿ ಹೋಗಿದ್ದಳು ಸುಮನ್.

ಗಿರಿಧರ ಹನ್ನೊಂದರ ವೇಳೆಗೆ ಬೇಸರದಿಂದ ಅಡ್ಡಾಡಿ ಬರಲು ಬಂಗ್ಲೆಯಿಂದ ಹೊರಗೆ ಬಂದ. ಅತಿಥಿಗಳ ಪಾರ್ಟಿಯ ಬಂಗ್ಲೆಯಿಂದ ಹೊರಬರುತ್ತಿದ್ದ ಹುಚ್ಚುಹುಚ್ಚಾದ ಅರ್ಥವಿಲ್ಲದ ಮಾತು, ನಗು ಇಡೀ ಎಸ್ಟೇಟಿನಲ್ಲೇ ಪ್ರತಿಧ್ವನಿಸುವಂತಿತ್ತು. ಅವನಿಗೆ ಅರಿಯದಂತೆ ಅವನ ಕಾಲು ಆ ಬಂಗ್ಲೆ ಕಡೆ ಸಾಗಿದವು.

ರಾಜು ಸುಮನ್‌ಳ ನಡುವನ್ನು ಬಳಸಿ ವಿಸ್ಕಿ ಗ್ಲಾಸನ್ನು ಅವಳ ತುಟಿಯ ಮುಂದೆ ಹಿಡಿದಿದ್ದ. ಅವಳು ಮಾದಕ ನೋಟ ಬೀರುತ್ತ ನೃತ್ಯ ಮಾಡುತ್ತಿದ್ದಳು. ಸ್ವಲ್ಪ ಹೆಚ್ಚು ಕಮ್ಮಿ ಎಲ್ಲರೂ ಇಂತಹ ಸ್ಥಿತಿಯಲ್ಲಿದ್ದರೆಂದೇ ಹೇಳಬಹುದು. ಗಿರಿಧರನು ಎಲ್ಲರನ್ನೂ ಗಮನಿಸುವ ಸ್ಥಿತಿಯಲ್ಲಿರಲಿಲ್ಲ. ಅವನ ನೋಟವಿದ್ದುದು ಮಡದಿಯ ಮೇಲೆ ಮಾತ್ರ. ಕೊನೆಗೆ ರಾಜು ಸುಮನಳ ಬಾಯಲ್ಲೊಂದು ಸಿಗರೇಟು ಇಟ್ಟು ತನ್ನ ಬಾಯಲ್ಲಿ ಮತ್ತೊಂದನ್ನು ಇಟ್ಟುಕೊಂಡು ಎರಡಕ್ಕೂ ಅವನೇ ಬೆಂಕಿ ಹಚ್ಚಿದ. ನುರಿತವರಂತೆ ಸುಮನ್ ಸಿಗರೇಟ್ ಸೇದಿ ಹೊಗೆ ಉಗುಳತೊಡಗಿದಳು. ಗಿರಿಧರನ ಹೃದಯದಲ್ಲಿ ಸಾವಿರ ಈಟಿಗಳು ಒಂದೇ ಸಮನೆ ಚುಚ್ಚುವಂತೆ ಭಾಸವಾಯಿತು. ಅಲ್ಲಿ ಇನ್ನು ನಿಂತು ಮುಂದಿನ ದೃಶ್ಯ ವೀಕ್ಷಿಸಲಾರದೇ ಹೋದ. ಆದರೆ ಅವನ ಕಾಲುಗಳು ಮುಂದಕ್ಕೆ ಹೆಜ್ಜೆ ಹಾಕದಷ್ಟು ಶಕ್ತಿಹೀನವಾಗಿತ್ತು. ಕಣ್ಣು ಕತ್ತಲೆಯಾಯಿತು. ಗೋಡೆಯನ್ನು ಹಿಡಿದುಕೊಂಡ. ಕಣ್ಣು ಮುಚ್ಚಿ ಸಾವರಿಸಿಕೊಂಡ. ತಕ್ಷಣ ವಿದೇಶೀ ಸಂಗೀತ ಪ್ರಾರಂಭವಾಯಿತು. ಹೆಣ್ಣು ಗಂಡುಗಳು ಜೊತೆಜೊತೆಯಾಗಿ ಎದ್ದು ಕುಣಿಯತೊಡಗಿದರು. ಸುಮನ್ ರಾಜುವಿನ ಜೊತೆಗೆ ಕುಣಿಯಲು ತನ್ನ ಹೆಜ್ಜೆ ಸೇರಿಸಿದಳು. ಆ ಭಾಷೆ, ಆ ಹಾಡು, ಆ ಕುಣಿತ ಗಿರಿಧರನಿಂದ ನೋಡಲಾಗಲಿಲ್ಲ. ಕಡೆಯ ದೃಶ್ಯ ಅವನನ್ನು ಅಲ್ಲಾಡಿಸಿಬಿಟ್ಟಿತು. ಮತ್ತಿನಲ್ಲಿದ್ದ ಸುಮನ್‌ಳನ್ನು ತಬ್ಬಿ ಕೋಣೆಯೊಳಕ್ಕೆ ಕರೆದೊಯ್ದ ರಾಜ. ಗಿರಿಧರ ದೊಪ್ಪನೆ ಕುಸಿದು ಕುಳಿತ. ಅವನ ಸುತ್ತಲೂ ಭೂತಗಳ ನರ್ತನ ನಡೆಯುವಂತೆ ಭಾಸವಾಯಿತು. ಅಷ್ಟರಲ್ಲಿ ಯಾರೋ

ಅವನ ಹೆಗಲ ಮೇಲೆ ಕೈಹಾಕಿ ಎಬ್ಬಿಸಿಕೊಂಡು ಹೋಗಿ ಮಲಗಿಸಿದರು. ಅವರು ಯಾರು? ಏನು? ಎಲ್ಲಿದ್ದೀನಿ....? ಎನ್ನುವ ಅರಿವೂ ಸಹ ಅವನಿಗಿರಲಿಲ್ಲ.

ಕಣ್ಣು ತೆರೆದಾಗ ಬಹಳ ಸುಸ್ತಾಗಿದ್ದ. ಶ್ರೀಪತಿ, ಮಂಜುಳಾ ಮಂಚದ ಬಳಿ ನಿಂತಿದ್ದರು. ಯಾವುದೋ ಮಾತನಾಡಲಾಗದ ನಿಶ್ಶಕ್ತಿಯೊಂದು ಅವನನ್ನು ಆವರಿಸಿತ್ತು.

ಕೋಣೆಯೊಳಕ್ಕೆ ಬಂದ ಕಮಲಾಪತಿಗಳು "ಮಂಜು, ಹೋಗಿ ಓವಲ್‌ಟೀನ್ ತಗೊಂಡು ಬಾ. ಮಾಸ್ಟರ್‌ರಿಗೆ ಎಚ್ಚರ ಬಂದ ಹಾಗಿದೆ" ಎಂದು ಮಂಚದ ಬಳಿಯ ಸೋಫಾದ ಮೇಲೆ ಕುಳಿತರು.

ಮಂಜುಳಾ ಹೋಗಿ ಓವಲ್‌ಟೀನ್ ಹಿಡಿದು ಬಂದಳು. ಸನ್ನೆ ಮಾಡಿ ಮಂಜುಳಾ, ಶ್ರೀಪತಿಯನ್ನು ಹೊರಗೆ ಕಳಿಸಿದ ಕಮಲಾಪತಿಗಳು ಗಿರಿಧರನ ಭುಜ ಹಿಡಿದು ಮೇಲಕ್ಕೆಬ್ಬಿಸಿ ತಾವೇ ನಿಧಾನವಾಗಿ ಓವಲ್‌ಟೀನ್ ಕುಡಿಸಿದರು.

ಗಿರಿಧರನಿಗೆ ಸ್ವಲ್ಪ ತ್ರಾಣ ಬಂದ ಹಾಗಾಯಿತು. ರಾತ್ರಿಯ ದೃಶ್ಯ ಅವನ ಕಣ್ಮುಂದೆ ಬಂದು ನಿಂತಿತು. ನಿಸ್ಸಹಾಯಕನಾದ ಅವನು ಅಳುವುದೊಂದನ್ನು ಬಿಟ್ಟು ಬೇರೇನೂ ಮಾಡಲಾರದಷ್ಟು ಅಸಮರ್ಥ. ಸಂತೋಷ. ಅಳುವಿಗೆ ಗಂಡು ಹೆಣ್ಣೆಂಬ ಭೇದವಿಲ್ಲವೆಂಬ ಮಾತು ನಿಜವಾಯಿತು. ಅರ್ಧ ಗಂಟೆ ಗಿರಿಧರ ಒಂದೇ ಸಮನಾಗಿ ಅತ್ತು ತನ್ನ ಹೃದಯ ಹಗುರ ಮಾಡಿಕೊಂಡ.

"ದಯವಿಟ್ಟು ನೀವು ನನ್ನ ಕ್ವಾರ್ಟರ್ಸ್‌ಗೆ ತಲುಪಿಸಿಬಿಡಿ. ಹೆಚ್ಚು ಹೊತ್ತು ಇಲ್ಲಿದ್ದರೆ ನನಗೆ ಹುಚ್ಚೇ ಹಿಡಿದುಬಿಡುತ್ತೆ" ಎಂದು ಹಲುಬಿದ.

"ಆಯಿತು, ಸಮಾಧಾನ ಮಾಡ್ಕೊಳ್ಳಿ. ನಿಮ್ಮಂಥ ಸಭ್ಯರಿಗೆ ಸುಮನ್ ಎಂದೂ ಮಡದಿಯಾಗುವಂಥ ಹೆಣ್ಣಲ್ಲ. ಇದೆಲ್ಲ ದೇವರ ವಿಚಿತ್ರ ಆಟ" ಎಂದು ತಮಗೆ ತಿಳಿದ ಹತ್ತಾರು ಸಮಾಧಾನದ ನುಡಿಗಳನ್ನು ಆಡಿದರು ಕಮಲಾಪತಿಗಳು.

ಗಿರಿಧರ ಹೊರಟು ನಿಂತಾಗ ಶ್ರೀಪತಿ, ಮಂಜುಳಾ ಇಬ್ಬರೂ ಬಂದು ಎದುರು ನಿಂತರು. ಅವರ ಕಣ್ಣುಗಳಲ್ಲಿ ಕೃತಜ್ಞತೆ ಮಿನುಗುತ್ತಿತ್ತು. ಕಾಲೇಜಿನಲ್ಲಿ ಹಿಂದೆ ನಡೆದ ಘಟನೆ ನೆನಪಾಯಿತು. ಪ್ರಿನ್ಸಿಪಾಲರು ಕಮಲಾಪತಿಗಳ ದೊಡ್ಡ ಗುಣವನ್ನು ಹೊಗಳಿದ್ದರು. ಅಂತಹ ಕಮಲಾಪತಿಗಳು ಅವನ ಎದುರಿನಲ್ಲಿ ನಿಂತಿದ್ದರು. ಹಿಂದೆ ಎಷ್ಟೋ ಬಾರಿ ಅವರನ್ನು ನೋಡಿದ್ದರೂ ಇಂದು ಅವರಲ್ಲಿ ಅವನಿಗೆ ಗೌರವ ಮೂಡಿತು.

"ನೋಡಿ ಸ್ವಾಮಿ, ತಮ್ಮ ಶಿಷ್ಯರಿಬ್ಬರು. ಪ್ರಿನ್ಸಿಪಾಲರು ನಮಗೆ ದೊಡ್ಡ ಉಪಕಾರವನ್ನೇ ಮಾಡಿದರು. ನಮ್ಮ ಶ್ರೀಪತಿಗೆ ಸರಿಯಾದಂಥ ಬುದ್ಧಿ ಕಲಿಸಿದ್ದು ಅಲ್ಲದೇ ಚಿನ್ನದಂಥ ಹುಡುಗಿ ಅವನ ಕೈಹಿಡಿಯೋ ಹಾಗೆ ಮಾಡಿದರು."

ಕಮಲಾಪತಿಗಳ ಬಾಯಿಂದ ಬಂದ ಮಾತುಗಳು ಬೇಕಾಬಿಟ್ಟಿಯ ಮಾತುಗಳಾಗಿರಲಿಲ್ಲ. ಪ್ರಿನ್ಸಿಪಾಲರ ಬಗ್ಗೆ ಅವರಿಗಿದ್ದ ಗೌರವ, ಸೊಸೆಯ ಬಗ್ಗೆ ಇದ್ದ ಮೆಚ್ಚಿಗೆ ಆ ಮಾತುಗಳನ್ನು ಆಡಿಸಿದ್ದವು.

"ಆ ಗಲಾಟೆ ನಡೆದು ಕಾಲೇಜು ಕೌನ್ಸಿಲ್ ತಮ್ಮ ತೀರ್ಮಾನವನ್ನು ಹೊರಹಾಕಿದ ಎಂಟು ದಿನಗಳೊಳಗಾಗಿ ಇವರಿಬ್ಬರ ಮದುವೆಯನ್ನು ಮಾಡಿ ಮುಗಿಸಿ ಬೆಂಗಳೂರಿಗೆ ಸಾಗುಹಾಕಿಬಿಟ್ಟೆ. ಅಲ್ಲಿ ಸ್ವಲ್ಪ ಬಂಡವಾಳ ಕೊಟ್ಟು ಒಂದು ಪ್ರೆಸ್ ಹಾಕಿಕೊಟ್ಟಿದ್ದೀನಿ. ಹೇಗೋ ಸುಖವಾಗಿದ್ದಾರೆ; ನಿಮ್ಮಗಳ ಆಶೀರ್ವಾದದಿಂದ" ಪುನಃ ಕಮಲಾಪತಿಗಳೇ ಹೇಳಿದರು.

ಗಿರಿಧರನ ಮನಸ್ಥಿತಿ ಸರಿ ಇಲ್ಲದ್ದರಿಂದ ಹೆಚ್ಚು ಮಾತನಾಡುವುದಾಗಲಿ, ಅಲ್ಲಿ ನಿಲ್ಲುವುದಾಗಲಿ ಅವನಿಂದ ಆಗಲಿಲ್ಲ. ಶ್ರೀಪತಿಯೇ ಅವನನ್ನು ಕಾರಿನಲ್ಲಿ ಕರೆದುಕೊಂಡು ಹೊರಟ. ದಾರಿಯುದ್ದಕ್ಕೂ ಮಂಜುಳೆಯ ಗುಣಗಾನವನ್ನೇ ಮಾಡಿದ ಶ್ರೀಪತಿ.

ಗಿರಿಧರ ಪೂರ್ತಿ ಮಾರ್ಪಾಟಾದ. ಹಗಲಿರುಳು ಯಾವುದೋ ಪುಸ್ತಕಗಳಲ್ಲಿ ಮುಳುಗಿರುತ್ತಿದ್ದ. ಆದಷ್ಟು ಸುಮನ್ ಜ್ಞಾಪಕ ಬರದ ಹಾಗೆ ಜಾಗ್ರತೆ ವಹಿಸಿದ್ದ. ಅದು ಅಷ್ಟು ಸುಲಭವಾದ ಕೆಲಸವಾಗಿರಲಿಲ್ಲ. ಈಗಲೂ ಅವನು ಅವಳನ್ನೇನೂ ದ್ವೇಷಿಸುತ್ತಿರಲಿಲ್ಲ. ಆದರೆ ಇನ್ನು ಮುಂದೆ ಅವಳೊಡನೆ ಬಾಳುವೆ ಮಾಡುವ ಮನಸ್ಥಿತಿ ಅವನಿಗಿರಲಿಲ್ಲ. ಆ ರಾತ್ರಿಯ ಪ್ರತಿಯೊಂದು ದೃಶ್ಯವೂ ಪದೇ ಪದೇ ಅವನ ನೆನಪಿಗೆ ಬಂದು ಘಾಸಿಗೊಳಿಸುತ್ತಿತ್ತು. ಆದ್ದರಿಂದ ತಪ್ಪಿಸಿಕೊಳ್ಳಲಾರದೇ ಒದ್ದಾಡುತ್ತಿದ್ದ.

ಕಾಲೇಜು ಶುರುವಾದ ಕೂಡಲೇ ಹೋಗಿ ತಾಯಿಯನ್ನು ಕರೆತಂದ. ತಾಯಿಯ ಪ್ರತಿಯೊಂದು ಪ್ರಶ್ನೆಗೂ ಮೌನವಾಗಿರುವುದನ್ನು ಕಲಿತ. ವಾರಕ್ಕೊಮ್ಮೆಯಾದರೂ ಹೋಗಿ ತನ್ನ ಮಗು ರಾಜೇಶನನ್ನು ಕಂಡುಬರುತ್ತಿದ್ದ. ಕೆಲವು ವೇಳೆ ಸುಮನ್ ಕಾಣಸಿಗುತ್ತಿದ್ದಳು. ಕೆಲವೊಮ್ಮೆ ಅವಳು ಕಾಣುತ್ತಲೇ ಇರಲಿಲ್ಲ. ಈಗೇನು ಅವನಿಗೆ ಮಡದಿಯನ್ನು ಕಾಣಬೇಕೆಂಬ ಹಂಬಲವಿಲ್ಲದ್ದರಿಂದ ಅವನಿಗೇನೂ ಬೇಸರವಾಗುತ್ತಿರಲಿಲ್ಲ.

ಒಂದು ಸಲ ಸುಮನ್ ತಾಯಿಯ ಜೊತೆ ಬಾಂಬೆಗೆ ಹೊರಟಿದ್ದಾಗ ಗಿರಿಧರ ಎಸ್ಟೇಟಿಗೆ ಹೋದ. ಮಗುವನ್ನು ನೋಡಿಕೊಳ್ಳುತ್ತಿದ್ದ ಆಯಾ ಅನಾರೋಗ್ಯದಿಂದ ಮಲಗಿಬಿಟ್ಟಿದ್ದಳು. ಗಿರಿಧರ ಧೈರ್ಯವಾಗಿ ಮಗುವನ್ನು ಕರೆದೊಯ್ಯುವ ವಿಷಯ ತಿಳಿಸಿದ. ಬಾಂಬೆಗೆ ಹೋಗುವ ತರಾತುರಿಯಲ್ಲಿದ್ದ ಸುಮನ್ ಹ್ಞೂ ಎಂದುಬಿಟ್ಟಳು.

ಗಿರಿಧರನ ಆನಂದಕ್ಕಂತೂ ಪಾರವಿಲ್ಲವಾಯಿತು. ಮಗುವನ್ನು ಎತ್ತಿಕೊಂಡು ಹೊರಟೇಬಿಟ್ಟ. ಸುಮನ್‌ಳೇ ಕಾರಿನಲ್ಲಿ ಕಳಿಸಿಕೊಟ್ಟಳು. ಅವಳು ಅಪ್ಯಾಯಮಾನದಿಂದ ಮಗುವಿನ ಹಣೆಗೆ ಮುತ್ತಿಟ್ಟಿದ್ದನ್ನು ಗಿರಿಧರ ಮರೆಯಲಿಲ್ಲ.

ಮೊಮ್ಮೊಗ ಮನೆಗೆ ಬಂದ ಮೇಲೆ ತುಂಗಮ್ಮನವರನ್ನು ಹಿಡಿಯುವವರೇ ಇರಲಿಲ್ಲ. ಸದಾ ಅವರಿಗೆ ಮೊಮ್ಮಗನ ಸೇವೆಯೇ, ಹೆಚ್ಚು ಮಾತಾಡದಿದ್ದವರು ಈಗ ಮಗ ಬಂದ ಕೂಡಲೇ ಮೊಮ್ಮೊಗನ ಆಟ, ಪಾಠ, ಕೇಕೆ, ತೊದಲು ನುಡಿಯನ್ನು ತುಂಬು ಉತ್ಸಾಹದಿಂದ ಹೇಳುತ್ತಿದ್ದರು. ಬರಡಾದ ಗಿರಿಧರನ ಹೃದಯ ಮಗನ

ನಗುವಿನಿಂದ ಅರಳುತ್ತಿತ್ತು. ಕಾಲೇಜು ಬಿಟ್ಟರೇ ಸದಾ ಮಗನ ಬಳಿಯಲ್ಲೇ ಕಾಲ ಕಳೆಯುತ್ತಿದ್ದ. ಬಾಂಬೆಯಿಂದ ಸುಮನ್ ಅಮೆರಿಕಾಕ್ಕೆ ಹೋದುದರಿಂದ ರಾಜೇಶ್ ಇಲ್ಲೇ ಉಳಿದ. ಪುಟ್ಟ ಪುಟ್ಟ ಹೆಜ್ಜೆ ಇಟ್ಟು ಮನೆಯಲ್ಲೆಲ್ಲ ಅಡ್ಡಾಡತೊಡಗಿದ. ಪಾರ್ಥಸಾರಥಿ ಮಗ ಅವನ ಸಂಗಾತಿಯಾಗಿದ್ದ. ಆಟದಲ್ಲಿ ಅವನು ಸ್ವಲ್ಪ ದೊಡ್ಡವನಾಗಿದ್ದರಿಂದ ರಾಜೇಶನನ್ನು ಆಡಿಸಿ–ಕಾಡಿಸಿ, ಅಳಿಸಿ ನಗಿಸುತ್ತಿದ್ದ.

ಎರಡು ಮೂರು ಸಲ ಮಗನನ್ನು ಬೆಂಗಳೂರಿಗೆ ಕರೆದೊಯ್ದಿದ್ದ ಗಿರಿಧರ. ಅಣ್ಣನ ಮಗನನ್ನು ಕಂಡು ಶಶಿಗೆ ಹಿಗ್ಗೋ ಹಿಗ್ಗು. ಭಾಸ್ಕರನಂತೂ ಅಪ್ಪಿ ಮುದ್ದಾಡುತ್ತಿದ್ದ. ಮಗುವಿನಿಂದ ಗಿರಿಧರ ಸ್ವಲ್ಪಮಟ್ಟಿಗೆ ಸುಖಿಯಾಗಿದ್ದ.

ಸುಮನ್ ಕಾರಿನಿಂದ ಇಳಿದು ಕ್ವಾರ್ಟರ್ಸ್ ಪ್ರವೇಶಿಸಿದಾಗ ರಾಜೇಶ ಕೈಯಲ್ಲಿದ್ದ ಪುಟಾಣಿ ರೈಲನ್ನು ಎತ್ತಿ ಕುಕ್ಕುತ್ತಿದ್ದ. ತುಂಗಮ್ಮ ಬಾಯಿಬಿಟ್ಟುಕೊಂಡು ಮೊಮ್ಮಗನ ಚೇಷ್ಟೆಯನ್ನು ನೋಡುತ್ತಿದ್ದರು.

"ಹೇ ರಾಜೇಶ್, ಇಲ್ಲಿ ಬಾ" ಎಂದಳು ಒಳಗೆ ಬಂದ ಸುಮನ್.

ರಾಜೇಶ್ ತಾಯಿಯ ಮಾತಿಗೆ ಕಿವಿಕೊಡದೇ ತನ್ನ ಚೇಷ್ಟೆಯಲ್ಲಿ ಮಗ್ನನಾಗಿದ್ದ.

"ಹೇ ರಾಜೇಶ್... ಬಾ ಇಲ್ಲಿ..." ಎಂದಳು ಸುಮನ್ ನಿಂತ ಕಡೆಯೇ.

ರಾಜೇಶ್ ಒಡೆಯುವುದನ್ನು ನಿಲ್ಲಿಸಿ ಧ್ವನಿ ಬಂದ ಕಡೇ ತಿರುಗಿದ. ಅವನಿಗೆ ಅದು ಹೊಸ ಮುಖ, ತನಗೆ ಅಪ್ಪಿಕೊಂಡು ಮುತ್ತು ಕೊಟ್ಟು ಮುದ್ದಿಸುವ ಶಶಿ ಅತ್ತೆಯಲ್ಲ. ತನ್ನ ಜೊತೆ ಆಟ ಆಡುವ ಶಾಂತಿ ಅತ್ತೆ ಅಲ್ಲ, ದಿನ ಗೋಪಾಲನ ಕೈಹಿಡಿದು ಬರುವ ಕುಸುಮ ಆಂಟಿ ಅಲ್ಲ, ಇವಳು ಯಾರು? ಎನ್ನುವಂತೆ ರಾಜೇಶನ ತುಂಟ ಕಣ್ಣುಗಳು ಅಗಲಿಸಿ ನೋಡಿದವು. ಮರುಗಳಿಗೆಯೇ ಅಜ್ಜಿಯ ಬಳಿ ಓಡಿಬಿಟ್ಟ.

ಓಡಿ ಬಂದ ಮೊಮ್ಮಗನನ್ನು ಎತ್ತಿಕೊಂಡು "ಅಮ್ಮ ಕಣಪ್ಪ, ಹೋಗು" ಎನ್ನುತ್ತ ಮೇಲಕ್ಕೆದ್ದು ಬಂದು ಸುಮನ್‌ಳ ಬಳಿ ರಾಜೇಶನನ್ನು ಹಿಡಿದು "ಅಮ್ಮ, ಹೋಗು ಮರಿ" ಎಂದರು.

ರಾಜೇಶ ಅಜ್ಜಿಯ ಸೊಂಟವನ್ನು ಬಲವಾಗಿ ಕಚ್ಚಿಕೊಂಡು ಮುಖವನ್ನು ಹಿಂದಕ್ಕೆ ತಿರುವಿ ಅಳು ಪ್ರಾರಂಭಿಸಿಯೇ ಬಿಟ್ಟ.

"ಕೂತ್ಕೋಮ್ಮ..." ಎಂದವರೇ ಮೊಮ್ಮಗನನ್ನು ಕಂಕುಳಲ್ಲಿ ಎತ್ತಿಕೊಂಡು ಕಾಫೀ ಮಾಡುವ ಸಲುವಾಗಿ ಅಡಿಗೆಯ ಮನೆಗೆ ಹೋದರು.

ಸುಮನ್ ಸೋಫಾ ಮೇಲೆ ಕುಳಿತು ಸುತ್ತ ಕಣ್ಣಾಡಿಸಿದಳು. ಅದು ಚೊಕ್ಕಟವಾಗಿದ್ದರೂ ಬಂಗ್ಲೆಯಿಂದ ಬಂದ ಹೆಣ್ಣಿಗೆ ಜುಗುಪ್ಸೆಯಾಗದೇ ಹೋಗಲಿಲ್ಲ. ರಾಜೇಶ ತಂದೆ ಬರೋವರೆಗೂ ಅಡಿಗೆಯ ಮನೆಯಲ್ಲಿದ್ದ ಅಜ್ಜಿಯ ಸೆರಗು ಬಿಟ್ಟು ಹೊರಬರಲಿಲ್ಲ.

ಪಾರ್ಥಸಾರಥಿ, ಗಿರಿಧರನೊಂದಿಗೆ ಕಾಲೇಜಿನಿಂದ ಬಂದವನು ಸೋಫಾ ಮೇಲೆ ಕುಳಿತಿದ್ದ ಸುಮನ್‌ಳನ್ನು ಕಂಡು ನಿಬ್ಬೆರಗಾದ. ಗಿರಿಧರನಲ್ಲಿ ಯಾವ ರೀತಿಯ ಭಾವನೆಗಳೂ ಉದ್ಭವವಾಗಲಿಲ್ಲ. ಅವಳ ಬಗೆಗಿನ ಎಲ್ಲ ಭಾವನೆಗಳು ಎಂದೋ ಅವನಲ್ಲಿ ಸತ್ತುಹೋಗಿದ್ದವು.

ಪಾರ್ಥಸಾರಥಿ ಏನೋ ಹೇಳಿ ಹಿಂದಿರುಗಿಬಿಟ್ಟ.

"ಯಾವಾಗ ಬಂದೆ ಸುಮನ್? ಹೇಗಿತ್ತು ಪ್ರವಾಸ?" ಎಂದ ಮಡದಿಯ ಎದುರಿಗಿದ್ದ ಸೋಫಾ ಮೇಲೆ ಕುಳಿತು.

"ಬಹಳ ಚೆನ್ನಾಗಿತ್ತು..." ಎಂದವಳೇ ಹತ್ತು ನಿಮಿಷ ಪ್ರವಾಸದ ಮುಖ್ಯ ವಿಷಯಗಳನ್ನು ಹತ್ತಾರು ನುಡಿಗಳಲ್ಲಿ ಹೇಳಿ ಮುಗಿಸಿದಳು. ಅವಳಲ್ಲಿ ಹೇಳುವ ಹುಮ್ಮಸ್ಸಿದ್ದರೂ ಗಿರಿಧರನಿಗೆ ಕೇಳುವ ಮನಸ್ಸಿರಲಿಲ್ಲ.

ಇಷ್ಟು ಸಮಯದ ಮೇಲೆ ಗಂಡನನ್ನು ನೋಡುತ್ತಿದ್ದರೂ ಸುಮನ್ ಯಾವ ಉದ್ವೇಗಕ್ಕೂ ಒಳಗಾಗಲಿಲ್ಲ. ಮಕರಂದವನ್ನು ಕಾಯ್ದಿಟ್ಟು ದುಂಬಿಗಾಗಿ ಧಾವಿಸಿ ಬಂದಿರಲಿಲ್ಲ ಆಕೆ. ಆಗಾಗ ಹೂವಿನ ಮಕರಂದವನ್ನು ಹೀರಿ ಅದನ್ನು ತೃಪ್ತಿಯ ಸ್ಥಾನದಲ್ಲೇ ಇಟ್ಟಿದ್ದಿತು ಬೇರೆ ದುಂಬಿಗಳು.

ಗಿರಿಧರ ಗಡಿಯಾರದ ಕಡೇ ನೋಡಿ "ಕಾಲೇಜಿಗೆ ಹೊತ್ತಾಗುತ್ತೆ, ಊಟ ಮಾಡೋಣ" ಎಂದು ಮೇಲಕ್ಕೆದ್ದವನು "ರಾಜೇಶ್, ರಾಜೇಶ್" ಎಂದ ಅವನ ಹೃದಯದ ಒಲವೆಲ್ಲ ಆ ಪದದಲ್ಲಿ ಸುರಿಯಿತು.

ಅಡಿಗೆಯ ಮನೆಯಿಂದ ತಲೆ ಹೊರಹಾಕಿದ ರಾಜೇಶ್ ತಂದೆಯ ಬಳಿಗೆ ಓಡಿ ಬಂದ. ಗಿರಿಧರ ಮಗನನ್ನು ಎತ್ತಿಕೊಂಡು ಮುಖವನ್ನೆಲ್ಲ ಪ್ರೀತಿಯಿಂದ ಚುಂಬಿಸಿದ. ಸುಮನ್‌ಳ ರಕ್ತ ಈರ್ಷ್ಯೆಯಿಂದ ಕುದಿಯಿತು.

"ನಾನು ನೀವು ಕರ್ಕೊಂಡು ಬರೋಕೆ ಒಪ್ಕೋಬಾರದಾಗಿತ್ತು..." ಎಂದಳು. ಸುಮನ್ ಯಾವ ಉದ್ದೇಶಕ್ಕಾಗಿ ಆ ಮಾತು ಆಡಿದಳೊ ಗಿರಿಧರನಿಗೆ ಅರ್ಥವಾಗಲಿಲ್ಲ. ಅದನ್ನು ಅರ್ಥಮಾಡಿಕೊಳ್ಳುವ ಅಪೇಕ್ಷೆಯೂ ಅವನಿಗಿರಲಿಲ್ಲ.

ಆ ಮಾತು ತನಗೆ ಸಂಬಂಧಿಸಿದ್ದು ಅಲ್ಲವೆನ್ನುವಂತೆ ಮಡದಿಯ ಕಡೇ ತಿರುಗಿ "ರಾಜೇಶ್, ನಿನ್ನ ಮಮ್ಮಿ ನೋಡು" ಎಂದ ಆ ಮಾತು ಸಹಜವಾಗಿ ಹೊರಬಿದ್ದಿತು ಅವನ ಬಾಯಿಂದ.

ರಾಜೇಶ್ ಆ ಕಡೆ ತಿರುಗಲೇ ಇಲ್ಲ. ತಂದೆಯ ಕುತ್ತಿಗೆಯನ್ನು ಬಿಗಿಯಾಗಿ ಹಿಡಿದ. ಸುಮನ್ ಸಹ ಬಲವಂತದಿಂದ ಮಗನನ್ನು ಎತ್ತಿಕೊಳ್ಳುವ ಪ್ರಯತ್ನ ಮಾಡಲಿಲ್ಲ.

ಗಿರಿಧರ್ ಮಗನನ್ನು ಕೆಳಕ್ಕೆ ಇಳಿಸಿ ಬಟ್ಟೆ ಬದಲಾಯಿಸಲು ಕೋಣೆಗೆ ನಡೆದ. ಒಂದು ವರ್ಷದ ಮೇಲೆ ಭೇಟಿಯಾಗುತ್ತಿರುವ ದಂಪತಿಗಳಿವರು ಆದರೆ ಎಂತಹ ನೀರಸವಾದ ಭೇಟಿ!

ಸುಮನ್ ಗಂಡನ ಹಿಂದೆಯೇ ಕೋಣೆಯೊಳಕ್ಕೆ ಬಂದಳು. ಬಟ್ಟೆಗಳನ್ನು ಕಳಚಿ ಹ್ಯಾಂಗರಿಗೆ ಹಾಕಿಟ್ಟ ಗಿರಿಧರ ಬರೀ ಬನಿಯನ್, ಪಂಚೆಯಲ್ಲಿ ನಿಂತ. ಅವನ ಹರವಾದ ಎದೆ ಕೃಶವಾಗಿದ್ದರೂ ಆಕರ್ಷಣೆಯೇನನ್ನೂ ಕಳೆದುಕೊಂಡಿರಲಿಲ್ಲ.

ಸುಮನ್ ಗಂಡನ ಕಡೆ ನೆಟ್ಟ ನೋಟ ಬೀರಿದಳು. ಗಾಜುವಿನಲ್ಲಿಲ್ಲದ ಯಾವುದೋ ಗಾಂಭೀರ್ಯ, ಆಕರ್ಷಣೆ ಗಂಡನಲ್ಲಿದೆ ಎಂದುಕೊಂಡಳು.

ಮನಸ್ಸಿಗೆ ತೋರಿದ್ದನ್ನು ಮಾಡಿಬಿಡುವ ದಿಟ್ಟ ಹೆಣ್ಣಲ್ಲವೇ ಸುಮನ್! ಗಂಡನಿಗೆ ಹೋಗಿ ತೆಕ್ಕೆಬಿದ್ದಳು.

ಮಡದಿಯ ಬರೀ ಸ್ಪರ್ಶದಿಂದಲೇ ಗಿರಿಧರ ಸುಸ್ತಾದ. ಅವನ ತಲೆಯಲ್ಲಿ ಹತ್ತಾರು ಇಟ್ಟಿಗೆಗಳು ಒಮ್ಮೆಲೇ ಕುಟ್ಟಿದ ಅನುಭವವಾಯಿತು. ಅವನಲ್ಲಿರೋ ತಾರುಣ್ಯದ ಎಲ್ಲ ಭಾವನೆಗಳು ಸತ್ತುಹೋಗಿದ್ದುದರಿಂದ ಅಲ್ಲಿ ಯಾವ ಭಾವನೆಗೂ ಎಡೆ ಇರಲಿಲ್ಲ. ಹಿಂದೆ ಆಗಿದ್ದರೆ ಮಡದಿಯ ಒಂದು ಸ್ಪರ್ಶಕ್ಕೆ ಕರಗಿ ಹೋಗುತ್ತಿದ್ದ. ಈಗ ಆ ಗಿರಿಧರನ ವ್ಯಕ್ತಿತ್ವ ಅವನಲ್ಲಿ ಸತ್ತುಹೋಗಿತ್ತು.

"ಸುಮನ್... ಊಟ ಮಾಡೋಣ. ಕಾಲೇಜಿಗೆ ಹೊತ್ತಾಗುತ್ತೆ" ಎಂದು ಅವಳ ಭುಜವನ್ನು ಮೃದುವಾಗಿ ತಟ್ಟಿ ಹೊರಗೆ ನಡೆದುಬಿಟ್ಟ.

ಸುಮನ್‌ಗೆ ಇದು ದೊಡ್ಡ ಪರಾಭವವೆನ್ನಿಸಿತು. ಗಿರಿಧರನ ವ್ಯಕ್ತಿತ್ವ ಬಲ್ಲ ಅವಳು ಅವನೆಂದೂ ಬೇರೆ ಹೆಣ್ಣುಗಳೊಡನೆ ಬೆರೆತಿರಲಾರ. ಹೇಗೆ ಬಂತು ಅವನಿಗೆ ಈ ಸಂಯಮ ಎಂದುಕೊಂಡಳು.

ಸೋಫಾದ ಮುಂದಿದ್ದ ಟೀಪಾಯಿ ಮೇಲೆ ತಟ್ಟೆಹಾಕಿ ಗಿರಿಧರನೇ ಬಡಿಸಿದ. ಅವನಿಗೆ ಬಂದ ಅತಿಥಿಯ ಸತ್ಕಾರ ಎನ್ನಿಸಿತೇ ವಿನಹ ಬೇರೇನೂ ಅನ್ನಿಸಲಿಲ್ಲ.

ಮೊದಲು ಊಟ ಬೇಡವೆಂದ ಸುಮನ್ ಪುನಃ ತಟ್ಟೆಯ ಬಳಿ ಕುಳಿತಳು. ಏನೋ ಸ್ವಲ್ಪ ತಿಂದ ಶಾಸ್ತ್ರ ಮಾಡಿದಳು. ಗಿರಿಧರನೇನು ಅವಳ ಊಟವನ್ನು ಗಮನಿಸಲೂ ಇಲ್ಲ; ಅವಳನ್ನು ಸರಿಯಾಗಿ ಊಟ ಮಾಡುವಂತೆ ಬಲವಂತಪಡಿಸಲೂ ಇಲ್ಲ.

ಗಿರಿಧರ ಮಗನಿಗೆ ಊಟ ಮಾಡಿಸಿ ತಾನು ಊಟ ಮಾಡಿ ಬಟ್ಟೆ ಧರಿಸಿ ಹೊರಟು ನಿಂತವನು ಸುಮನ್‌ಳ ಕಡೇ ತಿರುಗಿ "ಸ್ವಲ್ಪ ಮಲಗಿ ವಿಶ್ರಾಂತಿ ತಗೋ" ಎಂದವನೇ "ರಾಜೇಶ್..." ಎಂದು ಮಗನನ್ನು ಕರೆದು ಅವನ ಹಣೆಗೆ ಮುತ್ತಿಟ್ಟು ಅವನು ಟಾಟಾ ಮಾಡುತ್ತ ಬಾಗಿಲಿನಲ್ಲಿ ನಿಂತಾಗ ಹಿಂದಿರುಗಿ ನೋಡುತ್ತ ಕಾಲೇಜಿಗೆ ಹೊರಟ.

ಸುಮನ್‌ಳಿಗೆ ಬೇಸರದಿಂದ ತಲೆ ಚಟಗುಟ್ಟತೊಡಗಿತು. ಎಸ್ಟೇಟಿಗಾದರೂ ಹೋಗೋಣವೆಂದರೇ ಕಾರು ಅವಳ ಅಣತಿಯ ಮೇರೆಗೆ ಎಸ್ಟೇಟಿಗೆ ಹಿಂದಿರುಗಿತ್ತು. ಯಾಕೋ ಮುದ್ದು ಮುದ್ದಾಗಿದ್ದ ರಾಜೇಶನನ್ನು ಕರೆದು ಅಪ್ಪಿ ಮುದ್ದಾಡಬೇಕೆನ್ನಿಸಿತು.

ಅದೊಂದು ಕ್ಷಣಮಾತ್ರ, ಮರುಕ್ಷಣ ಅವಳು ಈಗಲೇ ತಾಯಿ ಪಟ್ಟಕ್ಕೆ ಏರಲು ಸಿದ್ಧವಿರಲಿಲ್ಲ. ಬೇರೆಯವರೊಡನೆ ರಾಜೇಶನನ್ನು ತನ್ನ ಮಗನೆಂದು ಹೇಳಿಕೊಳ್ಳುವುದು ಸಹ ಅವಳಿಗೆ ಇಷ್ಟವಿರದ ಸಂಗತಿ.

ಸೋಫಾ ಮೇಲಿಂದ ಎದ್ದು ಆಕಳಿಸಿ ಕೋಣೆಗೆ ಹೋಗಿ ಮಂಚದ ಮೇಲೆ ಬಿದ್ದುಕೊಂಡಳು. ಅವಳಿಗೆ ಗಿರಿಧರನ ಮೇಲೆ ಅಸಾಧ್ಯ ಕೋಪ ಬಂತು. ಅವನು ಎದುರಿಗಾದರೂ ಇದ್ದಿದ್ದರೆ ಮಾತಿನ ಮೊನೆಯಿಂದ ಚುಚ್ಚಿ ಅವನನ್ನು ನೋಯಿಸಿ ತನ್ನ ಕೋಪವನ್ನು ತಣ್ಣಗಾಗಿಸಿಕೊಳ್ಳುತ್ತಿದ್ದಳೇನೋ! ಈಗ ಅದನ್ನೂ ಸಹ ಅವಳು ಮಾಡುವ ಹಾಗಿರಲಿಲ್ಲ. ಅವನ ಬಲಿಷ್ಠ ಬಾಹುಗಳಲ್ಲಿ ನಲುಗಿಹೋಗುವ ಆಸೆ ಅವಳಿಗೆ. ಅದಕ್ಕೆಲ್ಲ ತಣ್ಣೀರೆರಚಿ ಹೋಗಿದ್ದ ಗಿರಿಧರ.

ರಾಜೇಶ ಮುದ್ದುಮುದ್ದಾಗಿ ಅಜ್ಜಿಯ ಬಳಿ ತೊದಲು ನುಡಿಗಳನ್ನು ಆಡುತ್ತಿದ್ದ. ಅವು ಮಲಗಿದ್ದ ಸುಮನ್‌ಳ ಕಿವಿ ತಲುಪದೇ ಹೋಗಲಿಲ್ಲ.

ತುಂಗಮ್ಮನವರು ರಾಜೇಶ ನಿದ್ರಿಸಿದಾಗ ಎತ್ತಿಕೊಂಡು ಬಂದು ಮಲಗಿದ್ದ ಸುಮನ್‌ಳ ಪಕ್ಕದಲ್ಲಿ ಮಲಗಿಸಿ ಹೋದರು. ನಿದ್ದೆ ಬರದ ಸುಮನ್ ಪಕ್ಕಕ್ಕೆ ಹೊರಳಿದ್ದಳು. ತನ್ನ ಕರುಳಿನ ಕುಡಿಯನ್ನು ಪ್ರಥಮ ಬಾರಿ ತದೇಕಚಿತ್ತಳಾಗಿ ನೋಡತೊಡಗಿದಳು. ಮಾಸ್ಟರ್ ಗಿರಿಧರ್ ತಂದೆಯ ತದ್ರೂಪು. ಮಗುವಿನ ತುಂಟ ಕಳೆಯ ಜೊತೆ ತಂದೆಯ ನಿರ್ಮಲ ಮುಖ ಕಾಂತಿ ಆ ಮುಖದ ಮೇಲೆ ಮೂಡದೇ ಹೋಗಿರಲಿಲ್ಲ. ರಾಜೇಶ್‌ನ ಕೆಂಪು ಮಿಶ್ರಿತ ಬಿಳಿಯ ಬಣ್ಣ. ನೀಳವಾದ ಮೂಗು, ತಂದೆಯಂತೆ ವಿಶಾಲವಾದ ಕಣ್ಣುಗಳು, ದಟ್ಟವಾದ ಪೊದೆಯಂತಹ ತುಂಬುಗೂದಲು ತಲೆಯಲ್ಲಿ, ನೋಡುವವರ ಕಣ್ಣಿಗೆ ಸೆಲ್ಯೂಲಾಯಿಡ್ ಬೊಂಬೆಯಂತಹ ಮಗು.

ಸುಮನ್ ಕೈಯಿಂದ ರಾಜೇಶನ ಹಣೆಯ ಮೇಲೆ ಹರಡಿದ್ದ ಕೂದಲನ್ನು ಪಕ್ಕಕ್ಕೆ ಸರಿಸಿ ಹಣೆಗೆ ಮುತ್ತಿಟ್ಟಳು. ಪ್ರಕೃತಿಯ ಪ್ರಭಾವವೋ ದೈವದ ಕಟ್ಟಳೆಯೋ, ಮಗುವಿನ ಪಕ್ಕದಲ್ಲಿ ಹಾಯಾಗಿ ನಿದ್ರಿಸಿದಳು.

ಗಿರಿಧರ ಮನೆಗೆ ಬಂದಾಗ ಸುಮನ್ ರಾಜೇಶ್ ಇಬ್ಬರೂ ಎದ್ದಿರಲಿಲ್ಲ. ಕೋಣೆಗೆ ಬಂದಾಗ ಆ ದೃಶ್ಯ ಅವನ ಮನಕ್ಕೆ ತುಂಬ ಸಂತಸವನ್ನೇ ತಂದಿತು. ಕಡೆಗೆ ನಿರಾಶೆಯ ನಿಟ್ಟುಸಿರುಬಿಟ್ಟು ಬಟ್ಟೆ ಬದಲಾಯಿಸಿ ಹೊರಗೆ ಹೋದ.

ಹಿಂಬಾಗಿಲಿನಲ್ಲಿ ನಿಂತ ಗಿರಿಧರ ಸ್ವಲ್ಪ ದೂರದೃಷ್ಟಿ ಹೊರಳಿಸಿದ. ಮಣ್ಣಿನಲ್ಲಿ ಆಟವಾಡುತ್ತಿದ್ದ ಮಗನನ್ನು ಕುಸುಮ, ಪಾರ್ಥಸಾರಥಿ ಒಂದೊಂದು ಕೈ ಹಿಡಿದು ಎಳೆ ತರುತ್ತಿದ್ದರು. ಇಬ್ಬರೂ ಮುಖಗಳನ್ನು ಸಂತೃಪ್ತಿ ತಾಂಡವಾಡುತ್ತಿತ್ತು. ಅಷ್ಟಲ್ಲದೇ ಮಗನ ಮೇಲೆ ಅವರಿಗಿದ್ದ ಮಮತೆಯನ್ನೂ ಸೂಚಿಸುತ್ತಿತ್ತು.

ಪ್ರೇಮ ಕುರುಡು ಅನ್ನೋ ನುಡಿ ಬಹಳಷ್ಟು ನಿಜವಿರಬೇಕು. ತಾನು ಸುಮನ್‌ಳನ್ನು ಪ್ರೇಮಿಸುವಾಗ, ಮದುವೆಯಾಗುವಾಗ ಮುಂದಿನದನ್ನು ಯೋಚಿಸದೇ ಕಣ್ಣುಮುಚ್ಚಿಯೇ

ನಡೆದೆ. ಅದೇ ಪಾರ್ಥಸಾರಥಿ ಕುಸುಮಳನ್ನು ಮದುವೆಯಾಗುವುದಾಗಿ ತಿಳಿಸಿದಾಗ ನಾನು ಆಶ್ಚರ್ಯಪಟ್ಟೆ. ಕುಸುಮ ನೋಡಿದರೆ ಅಂತಹ ಮೇಲ್ಮಟ್ಟದ ಸ್ಫುರದ್ರೂಪಿಯಾದ ಹೆಣ್ಣಲ್ಲ. ಹೆಚ್ಚಿನ ವಿದ್ಯಾರ್ಹತೆಯನ್ನೂ ಪಡೆದವಳಲ್ಲ. ಕಡೆಗೆ ಸಾಮಾನ್ಯರಂತೆ ಯೋಚಿಸಿದರೆ ಅವನಿಗಿಂತ ಕೀಳು ಜಾತಿಯವಳು. ತಂದೆ ತಾಯಿಯರಿಗೆ ವಿರುದ್ಧವಾಗಿ ನಿಂತು ಅವನು ಏಕೆ ಮದುವೆಯಾದ? ಅವರಿಬ್ಬರ ನಡುವೇ ಅಂತಹ ಪ್ರೀತಿಯೇನೂ ಬೆಳೆದಿರಲಿಲ್ಲ. ಬೆಳೆಯುವುದಕ್ಕೆ ಅವಕಾಶವೂ ಇರಲಿಲ್ಲ. ಅವನು ಒಂದೆರಡು ಸಲ ಮುತ್ತುವನ್ನು ನೋಡಲು ಹೋದಾಗ ಅವಳನ್ನು ನೋಡಿರಬಹುದು ಅಷ್ಟೇ. ಅಂಥದ್ದರಲ್ಲಿ ಅವನು ಯಾಕೆ ಅವಳನ್ನು ಮದುವೆಯಾಗಲು ಇಚ್ಛೆಸಿದ. ಇದು ವಿಧಿವಿಲಾಸ! ಅದನ್ನು ಬುದ್ಧಿಜೀವಿಗಳು ಒಪ್ಪದಿರಬಹುದು. ಆದರೆ ಈ ಸ್ಥಿತಿಗೆ ಪ್ರಬಲ ಕಾರಣಗಳು ಕಣ್ಣು ಕಾಣದ ಪ್ರೀತಿಯೋ! ಯೌವನದ ಪ್ರಥಮ ಸೋಪಾನಾವಸ್ಥೆಯ ಮಬ್ಬೋ! ಹೇಗೋ... ಏನೋ ಅಂತೂ ಕುಸುಮ, ಪಾರ್ಥಸಾರಥಿ ಒಬ್ಬರನ್ನೊಬ್ಬರು ಅರಿತುಕೊಂಡು ಸುಖಜೀವಿಗಳಾಗಿದ್ದಾರೆ. ಆದರೆ ತನ್ನ ಮತ್ತು ಸುಮನ್‌ಳ ಬಾಳುವೆ ಅವನಿಗೆ ಅರ್ಥವಿಲ್ಲದ ಹುಚ್ಚು ನಗುವನ್ನು ನಗಬೇಕೆನ್ನಿಸಿತು. ಆದರೆ ನಗಲಿಲ್ಲ.

"ಗಿರಿ..." ಎಂದಾಗಲೇ ಅವನು ವಾಸ್ತವಕ್ಕೆ ಬಂದದ್ದು. ತುಂಗಮ್ಮನವರು ಕಾಫೀ ತಂದು ನಿಂತಿದ್ದರು.

"ಅಮ್ಮ, ನಾನು ನೀರು ಹಿಡಿದು ತುಂಬೋ ವೇಳೆಗೆ ರಾಜೇಶ್ ಏಳ್ತಾ ಇದ್ದ. ಅವನಿಗೆ ಹಾಲು ಬಿಸಿಮಾಡಿ ಕೊಟ್ಟು ನಾನೇ ಕಾಫೀ ಮಾಡ್ತ ಇದ್ದೆ" ಎಂದರೂ ತಾಯಿಯ ಕೈಯಲ್ಲಿದ್ದ ಲೋಟ ತೆಗೆದುಕೊಂಡು ಕಾಫೀ ಕುಡಿಯದೇ ಹೋಗಲಿಲ್ಲ.

ಈಗ ಗಿರಿಧರ ಆದಷ್ಟು ಮನೆಯಲ್ಲಿರುವ ವೇಳೆಯಲ್ಲಿ ಶ್ರಮದ ಕೆಲಸವನ್ನೆಲ್ಲ ತಾನೇ ಮಾಡುವುದಲ್ಲದೇ ಪ್ರತಿಯೊಂದು ಕೆಲಸದಲ್ಲೂ ತಾಯಿಗೆ ಸಹಾಯ ಮಾಡುತ್ತಿದ್ದ. ತುಂಗಮ್ಮನವರು ಎಷ್ಟೋ ಸಲ ಕೊಸರಿಕೊಂಡರೂ ಗಿರಿಧರ ಕೇಳುತ್ತಿರಲಿಲ್ಲ.

"ಗಿರಿ, ರಾಜು ಎದ್ದ ಅಂತ ಕಾಣಿಸುತ್ತೆ..." ಎಂದರು ಅಕ್ಕಿ ಆರಿಸುತ್ತ ತುಂಗಮ್ಮ.

ಗಿರಿಧರ ಕೋಣೆಗೆ ಬಂದಾಗ ರಾಜೇಶ ನಿದ್ದೆಗಣ್ಣಿನಲ್ಲಿಯೇ ಮಂಚದಿಂದ ಇಳಿಯುತ್ತಿದ್ದ.

"ಬಾ ಮರಿ..." ಎಂದು ಎತ್ತಿಕೊಂಡು ಹೋದ ಗಿರಿಧರ ಅವನಿಗೆ ಮುಖ ತೊಳಿಸಿ ಹಾಲು ಕುಡಿಸಿ ಕೆಳಗೆಬಿಟ್ಟ. ಎಲ್ಲೋ ಹೋಗಿದ್ದ ಪಾರ್ಥಸಾರಥಿ ಗಿರಿಧರನ ಕ್ವಾರ್ಟರ್ಸ್‌ನ ಮುಂದೆ ಹಾದುಹೋದಾಗ ರಾಜೇಶ ಅವನ ಹಿಂದೆ ಬಿದ್ದ.

ಮನೆಯೊಳಕ್ಕೆ ಬಂದು ಹೇಳಿ ರಾಜೇಶನನ್ನು ಎತ್ತಿಕೊಂಡು ಹೋದ ಪಾರ್ಥಸಾರಥಿ.

ಸುಮನ್ ಏಳುವ ವೇಳೆಗೆ ಆರೂವರೆಯಾಗಿತ್ತು. ಗಿರಿಧರ ಕಾಂಪೌಂಡಿನಲ್ಲಿದ್ದ ಗಿಡಗಳಿಗೆ ನೀರು ಹಾಕುವುದರಲ್ಲಿ ಮಗ್ನನಾಗಿದ್ದ.

ಮುಖ ತೊಳೆದು ಬಂದ ಸೊಸೆಗೆ ತುಂಗಮ್ಮನವರೇ ಕಾಫೀ ಮಾಡಿಕೊಟ್ಟರು.

ಇದ್ದಿದ್ದರಲ್ಲೇ ಮುಖಾಲಂಕಾರ ಮುಗಿಸಿದ ಸುಮನ್ ಬಾಗಿಲಿನಲ್ಲಿ ನಿಂತಳು. ಬಿಳಿ ಬನಿಯನ್, ಬಿಳಿ ಪಂಚೆಯಲ್ಲಿನ ಗಿರಿಧರ ತೀರಾ ಸಾಮಾನ್ಯನಾಗಿ ಕಂಡ.

"ಯಾರಾದರೂ ಆಳುಗಳು ಮಾಡೋ ಅಂಥ ಕೆಲಸ" ಎನ್ನುತ್ತ ಸುಮನ್ ಮುಖ ಸಿಂಡರಿಸಿದಳು.

ಗಿರಿಧರನ ಮುಖದಲ್ಲಿ ಗಂಭೀರವಾದ ತೆಳುನಗೆ ತೇಲಿಹೋಯಿತೇ ವಿನಃ ಅವನ ಕೆಲಸದಲ್ಲೇನೂ ವ್ಯತ್ಯಾಸವಾಗಲಿಲ್ಲ.

ಹಿಂದೆ ಆಗಿದ್ದರೆ ಮಡದಿಯನ್ನು ಮೆಚ್ಚಿಸುವುದಕ್ಕಾಗಿ ಟ್ರಿಮ್ಮಾಗಿ ಕಾಣಿಸಿಕೊಳ್ಳಲು ಆದಷ್ಟು ಪ್ರಯತ್ನಪಡುತ್ತಿದ್ದ. ಅದಕ್ಕೆ ಕಾರಣವಿಲ್ಲದೇ ಇರಲಿಲ್ಲ. ಹೇಗಾದರೂ ಸಂಸಾರದಲ್ಲಿ ಸಾಮರಸ್ಯ ಮೂಡಲಿ ಎಂದು. ಈಗ ಅವನ ಮನಸ್ಸು ಎಲ್ಲಾದರಿಂದಲೂ ವಿರಕ್ತಿ ಹೊಂದಿತ್ತು.

ಅವಳು ನಿಂತಿರೋ ರೀತಿ ನೋಡೇ ಕಾರಿಗಾಗಿಯೋ, ಬೇರೇ ಯಾರಿಗಾಗಿಯೋ ಕಾಯುತ್ತಿದ್ದಾಳೆ ಎಂದುಕೊಂಡನೇ ವಿನಹ ಪ್ರಶ್ನಿಸುವುದಕ್ಕೆ ಹೋಗಲಿಲ್ಲ.

ಏನೋ ಸುಮನ್ ಗೊಣಗಾಡಿದಾಗ ಕೇಳಿದರೂ ಕೇಳಿಸದಂತಿದ್ದ.

ಬಕೆಟನ್ನು ಬಚ್ಚಲು ಮನೆಯಲ್ಲಿಟ್ಟು ಇನ್ನೊಮ್ಮೆ ತಣ್ಣೀರಿನಿಂದ ಮುಖ ತೊಳೆದು ಟವಲಿನಿಂದ ಮುಖ ಉಜ್ಜುತ್ತ ಕೋಣೆಗೆ ಬಂದ. ಅಂದಿನ ರಾತ್ರಿಯ ನೆನಪು ನುಗ್ಗಿ ಬಂದು ಅವನನ್ನು ಚಿತ್ರವಧೆ ಮಾಡಿತು.

ಕ್ರಾಪ್ ಬಾಚಿಕೊಂಡು ತಾಯಿಗೆ ಏನೋ ಹೇಳಿ ಬಾಗಿಲ ಬಳಿ ಬಂದ. ಅಲ್ಲೇ ನಿಂತಿದ್ದ ಸುಮನ್‌ಳನ್ನು ಮಾತನಾಡಿಸದೇ ಹೋಗುವುದು ಅವನಿಂದ ಆಗಲಿಲ್ಲ.

"ಸುಮನ್, ವಾಕ್ ಹೊರಟಿದ್ದೀನಿ, ಬರ್ತೀಯಾ" ಎಂದ. ಅವನು ಏಳು ಗಂಟೆಯ ಮೇಲೆ ಮಗನನ್ನು ಕರೆದುಕೊಂಡು ಸುತ್ತಾಡಿ ಬರುತ್ತಿದ್ದ. ಹೆಚ್ಚು ಕಡಿಮೆ ಅದೇ ವೇಳೆಗೆ ಪಾರ್ಥಸಾರಥಿ ದಂಪತಿಗಳು ಮಗನೊಂದಿಗೆ ತಾವೂ ಹೊರಡುತ್ತಿದ್ದರು. ಒಂದೊಂದು ದಿನ ಕುಸುಮ ಹೋಗದೇ ನಿಂತರೂ ಪಾರ್ಥಸಾರಥಿ ಮಗನೊಂದಿಗೆ ಹೋಗಿಬರುತ್ತಿದ್ದ.

ಗಂಡನ ಸ್ವಭಾವ ಬಹಳಷ್ಟು ಮಾರ್ಪಾಟಾಗಿದೆ ಎನ್ನಿಸಿತು ಸುಮನ್‌ಳಿಗೆ. ಮಾತನಾಡದೆ ಹೊರಟು ನಿಂತಳು.

ಪಾರ್ಥಸಾರಥಿ ಮನೆಯ ಮುಂದೆ ಹೋಗುವ ವೇಳೆಗೆ ಕಾಂಪೌಂಡ್‌ನಲ್ಲಿ ಆಡುತ್ತಿದ್ದ ರಾಜೇಶ "ಡ್ಯಾಡಿ, ಡ್ಯಾಡಿ" ಎಂದು ಮುದ್ದುಮುದ್ದಾಗಿ ಕೂಗಿ ಕೇಕೆ ಹಾಕಿದ.

ಗಿರಿಧರ ತಾನೇ ಹೋಗಿ ಮಗನ ಅಂಗಿಗೆ ಮೆತ್ತಿದ್ದ ಧೂಳನ್ನು ಕೊಡವಿ "ಮಾವ ಎಲ್ಲಿ?" ಎಂದ.

ರಾಜೇಶನ ಕೂಗು ಕೇಳಿ ಹೊರಗೆ ಬಂದ ಪಾರ್ಥಸಾರಥಿ "ಗಿರಿ ಬಾ..." ಎಂದವನೇ ಗಿರಿಧರನಿಗಿಂತ ಹತ್ತಾರು ಹೆಜ್ಜೆ ಮುಂದೆ ಹೊರಟಿದ್ದ ಸುಮನ್‌ಳನ್ನು "ಬನ್ನಿ ಮಿಸಸ್ ಗಿರಿಧರ್..." ಎಂದ.

ಸುಮನ್ ಆ ಮಾತು ತನಗೆ ಸಂಬಂಧಿಸಿಲ್ಲವೆನ್ನುವಂತೆ ನಡೆದುಬಿಟ್ಟಳು.

ಪಾರ್ಥಸಾರಥಿಗೆ ಅವಳ ಅತಿ ಅಹಂಕಾರ ಅರಿಯದ್ದೇನಲ್ಲ. ಆದರೂ ಗೆಳೆಯನ ಮತ್ತು ಸಹೋದ್ಯೋಗಿಯ ಮಡದಿಯೆಂದು ಮರ್ಯಾದೆಯಿಂದ ಆಹ್ವಾನಿಸಿದ. ಅವನಿಗೆ ಬೇಸರಕ್ಕಿಂತ ಹೆಚ್ಚಾಗಿ ಜುಗುಪ್ಸೆಯಾಯಿತು.

"ಹೋಗಿಬಿಟ್ಟು ಬನ್ನಿ ಗಿರಿಧರ್; ಆಮೇಲೆ ನೋಡ್ತೀನಿ" ಎಂದವನೇ ಪಾರ್ಥಸಾರಥಿ ಒಳಗೆ ಹೊರಟುಬಿಟ್ಟ.

ಮಗನ ಬೂಡ್ಸಿಗೆ ಮೆತ್ತಿದ್ದ ಮಣ್ಣನ್ನು ಸಹ ಕೊಡವದೇ ಗಿರಿಧರ ಅವನನ್ನು ಎತ್ತಿಕೊಂಡು ಹೆಜ್ಜೆ ಹಾಕಿದ.

ಸುಮನ್ ಬಹಳಷ್ಟು ದೂರ ಮುಂದೆ ಸಾಗಿ ಹೋಗಿದ್ದಳು. ಇವನು ಬೇಗಬೇಗನೆ ಹೆಜ್ಜೆ ಹಾಕಿ ಅಂತರವನ್ನು ಕಡಿಮೆ ಮಾಡಬಹುದಾಗಿತ್ತು. ಅದರಲ್ಲಿ ಅವನಿಗೆ ಉತ್ಸಾಹವಿರಲಿಲ್ಲ.

ಮಗನ ಬಾಲಭಾಷೆಯ ಪ್ರಶ್ನೆಗಳಿಗೆ ಉತ್ತರಿಸುತ್ತ ನಿಧಾನವಾಗಿ ನಡೆಯತೊಡಗಿದ.

ಹಿಂದಿನ ಒಂದು ಘಟನೆ ಅವನ ನೆನಪಿನ ಸುರಳಿಯನ್ನು ಬಿಚ್ಚಿಕೊಂಡು ಹೊರಗೆ ಬಂತು.

ಅಂದು ಸುಮನ್ ಗರ್ಭಿಣಿಯೆಂದು ತಿಳಿದಾಗ ಆಶ್ಚರ್ಯ, ಆನಂದಮಿಳಿತವಾದ ಒಂದು ವಿಚಿತ್ರವಾದ ಅನುಭೂತಿ ತನ್ನಲ್ಲಿ ಉಂಟಾಗಿತ್ತು. ಆದರೆ ಸುಮನ್...

"ನಾನು ತಾಯಿ ಆಗೋಕೆ ಖಂಡಿತ ಇಷ್ಟಪಡೋಲ್ಲ.." ಎಂದು ನಿಷ್ಠುರವಾಗಿ ಹೇಳಿದ್ದಳು.

"ಸುಮನ್, ನೀನು ಆತುರಪಡ್ತಾ ಇದ್ದೀಯಾ, ಸ್ತ್ರೀಯರಿಗೆ ಮಾತೃತ್ವದ ಮೇಲೆ ಅತಿಯಾದ ಮಮಕಾರ. ಅದಕ್ಕೆ ನೀನು ಹೊರತಾಗಲು ಸಾಧ್ಯವಿಲ್ಲ" ಎಂದಿದ್ದ.

"ಸ್ತ್ರೀಯರ ಸೌಂದರ್ಯವನ್ನು ಅಪಹರಿಸಿಕೊಂಡು ಹೋಗುವ ಈ ತಾಯಿತನಕ್ಕೆ ದಿಕ್ಕಾರವಿರಲಿ" ಎಂದು ಆಕ್ರೋಶದಿಂದ ಕೂಗಾಡಿದ್ದಳು.

ಸ್ತ್ರೀ, ತಾಯಿತನವನ್ನು ಹೊತ್ತಾಗ ಸಹನೆ, ಶಾಂತಿ, ಸೌಶೀಲ್ಯದಿಂದ ಕಂಗೊಳಿಸುತ್ತಾಳೆ. ಆಗಲೇ ಅವಳ ನಿಜವಾದ ಸೌಂದರ್ಯಕ್ಕೆ ಬೆಲೆ ಎಂದಿದ್ದ. ಅದು ಪುಸ್ತಕದ ಮಾತುಗಳಾಗಿರದೆ ತಾಯಿತನವನ್ನು ಹೊತ್ತು ನಿಂತ ಶಶಿಯ ಪರಿಪೂರ್ಣ ಸೌಂದರ್ಯ ಕಂಡಿದ್ದರಿಂದಲೇ ಈ ಮಾತುಗಳು ಅವನ ಬಾಯಿಂದ ಬಂದಿದ್ದವು.

"ನೀವು ಏನಾದರೂ ಹೇಳಿ! ನಾನು ಮಾತ್ರ ಒಪ್ಪಿಕೊಳ್ಳೋಕೆ ಸಿದ್ಧವಿಲ್ಲ" ಎಂದು

ಆಕ್ರೋಶದಿಂದ ಕೂಗಾಡಿದ್ದಳು.

ಪ್ರತಿ ಹೆಣ್ಣು ತಾಯಿಯಾಗುವುದು ಪ್ರಕೃತಿಯ ಧರ್ಮ. ಪ್ರತಿಯೊಂದು ಹೆಣ್ಣೂ ತನ್ನ ತಾತ್ಕಾಲಿಕ ಯೌವನ, ಸೌಂದರ್ಯವನ್ನು ಕಾಪಾಡಿಕೊಳ್ಳುವುದಕ್ಕಾಗಿ ಮಾತೃತ್ವವನ್ನು ನಿರಾಕರಿಸಿದರೆ! ಆಗ ಸೃಷ್ಟಿ ಧರ್ಮವೇ ತಿರುಗುಮುರುಗು ಆಗಬಹುದು. ಪ್ರತಿ ಮರ, ಗಿಡ, ಹೂ, ಹಣ್ಣುಗಳಿಂದ ವಿಕಸಿಸಿದಾಗಲೇ ಜೀವನದ ಸಾಫಲ್ಯವನ್ನು ಪಡೆಯುವುದು ಎಂದುಕೊಂಡಿದ್ದ ಮನಸ್ಸಿನಲ್ಲಿ. ಆದರೆ ಬಾಯಿಬಿಟ್ಟು ಹೇಳಲಿಲ್ಲ.

ದೂರದಲ್ಲಿ ಬರ್ತಿರೋ ಮೋಟರ್‌ಬೈಕ್ ನೋಡೇ ಶ್ರೀಪತಿ ಎಂದು ಊಹಿಸಿಕೊಂಡ ಗಿರಿಧರ. ಅವನ ನಿರೀಕ್ಷೆಗೆ ಮೀರಿದ ವೇಗದಲ್ಲಿ ಮೋಟಾರ್ ಬೈಕ್ ಬಂದು ಇವನ ಮುಂದೆ ನಿಂತಿತು.

"Good Evening.... ಸಾರ್" ಎಂದ ಶ್ರೀಪತಿ ಕೆಳಗಿಳಿದು ಮಾತನಾಡಿಸಿ, ತಾನು ನೆನ್ನೆ ಎಸ್ಟೇಟಿಗೆ ಬಂದುದಾಗಿಯೂ ಪುನಃ ನಾಳೆ ಹಿಂದಿರುಗುವುದಾಗಿಯೂ ಹೇಳಿ ಬೀಳ್ಕೊಂಡು ಹೊರಟ.

ಅಂದು ಮಂಜುಳಾ, ಶ್ರೀಪತಿಯರನ್ನು ಒಟ್ಟಿಗೆ ನೋಡಿದಾಗಲೇ ಹುಡುಗ ಬದಲಾಗಿದ್ದಾನೆ. ಅಂತೂ ಮಂಜುಳಾ, ಗಂಡನನ್ನು ಹತೋಟಿಯಲ್ಲಿಟ್ಟುಕೊಂಡಿದ್ದಾಳೆ ಎಂದುಕೊಂಡಿದ್ದ. ಇಂದು ಅದು ನಿಜವೆನ್ನಿಸಿತು. ಆದರೆ ಸುಮನ್... ಮದುವೆಯಾದ ಮೇಲೂ ಬದಲಾಗಲಿಲ್ಲ. ಕಡೆಗೆ ತಾಯಿಯಾದ ಮೇಲೂ ಬದಲಾಗಿಲ್ಲ. ಬದಲಾಗುವ ಹೆಣ್ಣು ಅವಳಲ್ಲವೇನೋ! ಇಲ್ಲ ಬದಲಾಯಿಸುವ ಜಾಣತನ ತನ್ನಲ್ಲಿಲ್ಲವೇನೋ!"

ಗಿರಿಧರ ಸುಮನ್‌ಳ ಹತ್ತಿರಕ್ಕೆ ಹೋದಾಗ ಅವಳು ಎತ್ತಲೋ ನೋಡುತ್ತ ನಿಂತಿದ್ದಳು. ತನ್ನ ತಪ್ಪಿನ ಬಗ್ಗೆ ಗಿರಿಧರನಿಗೆ ಪ್ರಾಯಶ್ಚಿತ್ತವಾಯಿತು. ಅವಳ ಮುಖ ನೋಡಿದ. ಅದು ಕೋಪದಿಂದ ಭುಸುಗುಟ್ಟುತ್ತಿತ್ತು. ತಿರಸ್ಕಾರದಿಂದ ಅವನ್ನೊಮ್ಮೆ ನೋಡಿದವಳೇ ಹೊರಟುಬಿಟ್ಟಳು. ಹಿಂದೆ ಆಗಿದ್ದರೆ ವೇದನೆಪಡುತ್ತಿದ್ದನೇನೋ, ಈಗ ಆದಷ್ಟು ಸುಧಾರಿಸಿದ್ದ.

ಮಗನನ್ನು ಕೆಳಗಿಳಿಸಿ ಕೈಹಿಡಿದು ಹಿಂದಕ್ಕೆ ಹೆಜ್ಜೆ ಹಾಕತೊಡಗಿದ. ರಾಜೇಶ ತಂದೆಯ ಕೈಯಿಂದ ನುಸುಳಿಕೊಂಡು ದಢದಢನೆ ಓಡಿದವನು ಸ್ವಲ್ಪ ದೂರ ಹೋಗಿ ತಂದೆಯ ಕೂಗನ್ನು ಕೇಳಿ ನಿಂತು ಹಿಂದಿರುಗಿಸಿ ಚಪ್ಪಾಳೆ ತಟ್ಟಿ ನಕ್ಕ. ಮತ್ತೊಮ್ಮೆ ಓಡಿ ಬಿದ್ದು ಅತ್ತ, ತಂದೆಯ ಹೆಗಲೇರಿದ. ಗಿರಿಧರ ಮಗನನ್ನು ಎತ್ತಿಕೊಂಡು ನಡೆದ.

ಪ್ರೇಮ, ಅನುರಾಗ, ಆತ್ಮೀಯತೆ ಕಥೆಗಳಿಗೆ ಮಾತ್ರ ಸೀಮಿತವೇ! ಇದು ತಮಗಿದೆಯೆಂದು ತೋರಿಸಿಕೊಳ್ಳುವುದು ಮೂರ್ಖತನವೇ! ಅದನ್ನು ಅಳವಡಿಸಿ ಕೊಳ್ಳುವುದು ಒಂದು ರೀತಿಯ ನಾಟಕವೇ!

ಅವನಿಗೆ ಆ ಕ್ಷಣ ತನ್ನ ಓದಿಗೆ ಸಹಾಯ ನೀಡಿದ ರಾಮೇಗೌಡ ಮಿತ್ರರ

ನೆನಪಾಗಲಿಲ್ಲ. ಅಷ್ಟೇ ಅಲ್ಲ, ಆತ್ಮೀಯತೆಯಲ್ಲೇ ಎರಕಗೊಂಡಿದ್ದ ತಂಗಿಯ ಕುಟುಂಬವಾಗಲಿ ಅವನಿಗೆ ಜ್ಞಾಪಕಕ್ಕೇ ಬರಲಿಲ್ಲ.

ಬರೀ ಸ್ವಾರ್ಥದಿಂದ ತುಂಬಿದ ಈ ಜಗತ್ತಿನಲ್ಲಿ ಅವರಿಗೆ ಅವರೇ ಯಾವುದೋ ಒಂದು ವಿಧವಾದ ಸ್ವಾರ್ಥವಿಲ್ಲದೆ ಒಬ್ಬರು ಇನ್ನೊಬ್ಬರಲ್ಲಿ ಬೆರೆಯಲಾರರು. ಅವರಲ್ಲಿ ಆತ್ಮೀಯತೇ, ಪ್ರೇಮ ಖಂಡಿತ ಶೂನ್ಯ.

ಈ ಜಗತ್ತು ಒಂದು ನಾಟಕರಂಗ, ಪ್ರತಿಯೊಬ್ಬರು ನಟನೆಗಾಗಿ ಬಣ್ಣ ಬಳಿಯುತ್ತಾರೆ ಸ್ಟೇಜಿನ ಮೇಲೆ, ಪಾತ್ರ ಮುಗಿಸಿದ ಮೇಲೆ, ಬಣ್ಣ ಅಳಿಸಿದ ಮೇಲೆ ಅವರ ನಿಜವಾದ ಬಣ್ಣ ಬಹಿರಂಗವಾಗುತ್ತದೆ.

ಸುಮನ್‌ಳ ಸುಂದರ ಮುಖ ಎಂತ ಕುರೂಪ ಹೃದಯವನ್ನು ಹೊತ್ತಿದೆ. ಬಾಹ್ಯ ಸೌಂದರ್ಯ ಯಾವಾಗಲೂ ಕ್ಷಣಿಕ, ಅದಕ್ಕಾಗಿ ಹಂಬಲಿಸುವುದು ಮೂಢತನ. ಆಂತರಿಕವಾಗಿ ಒಂದು ಸೌಂದರ್ಯವಿದೆ. ಅದೇ ನಿಜವಾದ ಸೌಂದರ್ಯ. ಅವರ ಅವರ ಗುಣ, ಸ್ವಭಾವಗಳನ್ನು ಅನುಸರಿಸಿ ಪ್ರವರ್ಧಮಾನಕ್ಕೆ ಬರುತ್ತದೆ. ಆಂತರಿಕವಾದ ಸೌಂದರ್ಯವುಳ್ಳವನೇ ನಿಜವಾದ ಸುಖವನ್ನು ಅನುಭವಿಸಬಲ್ಲನು. ಅದೇ ನಿತ್ಯನೂತನವಾದ ಸೌಂದರ್ಯ ಅದೇ ಜೀವನಕ್ಕೆ ನಿಜವಾದ ಮಾಧುರ್ಯವನ್ನು ಪ್ರಸಾದಿಸಿ ಬದುಕನ್ನು ಆನಂದಮಯವಾಗಿ ಮಾಡುತ್ತೆ.

ಆಲೋಚಿಸುತ್ತಲೇ ಮನೆ ತಲುಪಿದ. ಇಂದೇಕೋ ರಾಜೇಶ ತಂದೆಯ ಹೆಗಲಿನ ಮೇಲೆಯೇ ನಿದ್ರಿಸಿಬಿಟ್ಟಿದ್ದ. ಅವನನ್ನು ಮಂಚದ ಮೇಲೆ ಮಲಗಿಸಿ ಹೊರಕ್ಕೆ ಬಂದ. ಸುಮನ್ ಸೋಫಾ ಮೇಲೆ ಕುಳಿತು ಯಾವುದೋ ಪತ್ರಿಕೆ ತಿರುವಿ ಹಾಕುತ್ತಿದ್ದಳು. ಅವಳಲ್ಲಿದ್ದ ಕೋಪ ಇನ್ನೂ ಕಮ್ಮಿಯಾಗಿಲ್ಲವೆಂದು ಅವಳ ಕೆಂಪಡರಿದ ಮುಖವೇ ಸೂಚಿಸುತ್ತಿತ್ತು. ಗಿರಿಧರ ಅವಳನ್ನು ಮಾತಾಡಿಸಿ ಅವಳ ಕೋಪವನ್ನು ಕೆದಕುವುದಕ್ಕೆ ಇಷ್ಟಪಡಲಿಲ್ಲ.

ನೇರವಾಗಿ ಅಡಿಗೆಯ ಮನೆಗೆ ಹೋದ. ತುಂಗಮ್ಮನವರು ಸೊಸೆಗಾಗಿ ಪ್ರತ್ಯೇಕ ಅಡಿಗೆಯ ತಯಾರಿಕೆಯಲ್ಲಿದ್ದರು. ಸುಮನ್ ಹೆಣ್ಣು, ತನ್ನ ತಾಯೀನು ಹೆಣ್ಣು. ಆದರೆ ಅವರಿಬ್ಬರಲ್ಲಿ ಎಷ್ಟು ವ್ಯತ್ಯಾಸ!

ಸ್ತ್ರೀ ಹೃದಯ ಬೆಣ್ಣೆಗಿಂತ ಮೃದು ಅನ್ನುತ್ತಾರೆ, ಹೂವಿಗಿಂತ ಕೋಮಲ ವಾದುದೆನ್ನುತ್ತಾರೆ. ಅನುರಾಗವತಿಯ ಹೃದಯದಲ್ಲಿ ಉದ್ಭವವಾಗುವುದು ಅಮೃತವೆನ್ನುತ್ತಾರೆ; ಆದರೆ ತನ್ನ ಸುಮನ್!

ಅಷ್ಟರಲ್ಲಿ ಬಿಸಿ ಪಾತ್ರೆ ಬರೀ ಕೈಯಲ್ಲಿ ಮುಟ್ಟಿ ಕೈ ಸುಟ್ಟುಕೊಂಡ ತುಂಗಮ್ಮ "ಹಾ" ಎಂದರು.

"ನೀನು ನನ್ನ ಮಾತು ಕೇಳೋದೇ ಇಲ್ಲ..." ಎಂದು ಗೊಣಗಿಕೊಂಡ ಗಿರಿಧರ ಬರ್ನಾಲ್ ಹುಡುಕಿಕೊಂಡು ಬಂದ.

ಮಗನ ಕೈಯಿಂದ ಕೈ ಕೊಸರಿಕೊಂಡುಬಿಟ್ಟತು.

"ಇದು ಯಾವ ಮಹಾ! ಈ ಸ್ವಲ್ಪ ಬಿಸಿ ತಡೆಯಲಾರದಷ್ಟು ಮೃದುವಾಗಿಲ್ಲ ಬಿಡು ಬಾಳಾ, ಇವೆಲ್ಲ ಆಗಾಗ ಇದ್ದವೇ" ಎಂದುಬಿಟ್ಟರು.

"ಹೋಗಿ ನಿನ್ನ ಹೆಂಡತಿನ ಊಟಕ್ಕೆ ಎಬ್ಬಿಸಪ್ಪ; ಮಧ್ಯಾಹ್ನನು ಸರಿಯಾಗಿ ಊಟ ಮಾಡಿಲ್ಲ" ಎಂದು ಪುನಃ ತಾವೇ ಹೇಳಿದರು ತುಂಗಮ್ಮ.

"ಸುಮನ್, ಊಟ ಮಾಡೇಳು–" ಎಂದ ಗಿರಿಧರ ಎಲ್ಲೋ ನೋಡುತ್ತ. ಅವಳ ನೇರ ದೃಷ್ಟಿ ಎದುರಿಸಲು ಇಷ್ಟಪಡದೇ.

"ಬೇಡ..." ಎಂದಳು ನಿರ್ಲಕ್ಷ್ಯವಾಗಿ.

ಈಗ ಏನು ಮಾಡಬೇಕು? ಅವಳನ್ನು ಮೊದಲಿನ ಹಾಗೆ ಲಲ್ಲೆಗರೆಯಲೇ? ಖಂಡಿತ ಸಾಧ್ಯವಿಲ್ಲ. ರಾಜು ಮನಃಪೂರ್ತಿ ಹೀರಿದ ಅವಳ ತುಟಿಗಳನ್ನು ಸ್ಪರ್ಶಿಸಲಾರೇ. ಕುಡಿದು, ಕುಣಿದು ಅವನ ಬಾಹುಗಳಲ್ಲಿ ಸೇರಿಹೋದ ಅವಳನ್ನು ಖಂಡಿತ ತನ್ನ ಬಾಹುಗಳಿಂದ ಬಂಧಿಸಲಾರೇ. ಇದು ಖಂಡಿತ ತನ್ನಿಂದ ಆಗದ ಕೆಲಸ.

"ಎದ್ದು ಊಟ ಮಾಡಿ ಮಲ್ಕೋ ಸುಮನ್" ಎಂದ. ಅದರಲ್ಲಿ ಯಾವ ಭಾವಗಳೂ ಇರಲಿಲ್ಲ.

ಯಾಕೋ...? ಏನೋ...? ಸುಮನ್ ಊಟಕ್ಕೇ ಎದ್ದೇಬಿಟ್ಟಳು. ಬಹಳ ಹೊಟ್ಟೆ ಹಸಿದಿತ್ತು. ಅಂತ ಕಾಣಿಸುತ್ತೆ. ಚೆನ್ನಾಗೆ ಊಟ ಮಾಡಿದಳು.

ಊಟ ಮಾಡದೇ ಮಲಗಿದ ರಾಜೇಶನನ್ನು ಬಲವಂತದಿಂದ ಎಬ್ಬಿಸಿ ಹಾಲು ಕುಡಿಸಿ ಮಲಗಿಸಿದ ಗಿರಿಧರ.

ತುಂಗಮ್ಮನವರು ತಮ್ಮ ಹಾಸಿಗೆಯ ಪಕ್ಕದಲ್ಲೆ ಮೊಮ್ಮಗನ ಹಾಸಿಗೆ ಹಾಸಿ ಮಂಚದ ಮೇಲಿದ್ದ ಮೊಮ್ಮಗನನ್ನು ಎತ್ತಿ ತಂದು ಮಲಗಿಸಿಕೊಂಡರು.

ತಾಯಿಯ ದೂರದೃಷ್ಟಿಗೆ ಗಿರಿಧರ ಮೆಚ್ಚಿಕೊಂಡರೂ, ನಿನ್ನ ಮಗ ಆ ಸ್ಥಿತಿಯಲ್ಲಿ ಉಳಿದಿಲ್ಲ ಎಂದು ಕಿರುಚಿಕೊಳ್ಳಬೇಕೆನ್ನಿಸಿದರೂ ಆಗದೆ ಸುಮ್ಮನಾದ.

ಗಿರಿಧರ ವರಾಂಡದಲ್ಲಿ ಕುಳಿತು ಪೇಪರ್ ನೋಡತೊಡಗಿದ. ಊಟ ಮಾಡಿ ಕೋಣೆ ಸೇರಿದ ಸುಮನ್ ಹೊರಗೆ ಬರಲೇ ಇಲ್ಲ. ಪೇಪರ್ ಪಕ್ಕಕ್ಕಿಟ್ಟ ಗಿರಿಧರ ನಾಳೆ ಮಾಡಬೇಕಾದ ಪಾಠಗಳನ್ನೊಮ್ಮೆ ಅಭ್ಯಾಸ ಮಾಡತೊಡಗಿದ.

"ಗಿರಿ, ಸಾಕು ಮಲಗು ಹೋಗಪ್ಪ" ಎಂದು ತುಂಗಮ್ಮನವರು ಹೇಳಿದಾಗ ಗಿರಿಧರ ಪುಸ್ತಕಗಳನ್ನು ಮುಚ್ಚಿಟ್ಟು ಮೈಮುರಿದು ಆಕಳಿಸಿ ಕೋಣೆಗೆ ಬಂದ.

ಅವಳ ವ್ಯಾನಿಟಿ ಬ್ಯಾಗ್‌ನಲ್ಲಿದ್ದ ಎಲ್.ಎಸ್.ಡಿ.ಗುಳಿಗೆ ಸುಮನ್‌ಳ ಹೊಟ್ಟೆ ಸೇರಿತ್ತು. ಬೆಳಿಗ್ಗೆ ಬರುವಾಗ ಧರಿಸಿದ್ದ ಬೆಲ್‌ಬಾಟಮ್ ಉಡುಪುಗಳನ್ನು ಕಳಚಿ ಸಂಜೆ ಸೀರೆ ಉಟ್ಟಿದ್ದಳು. ಈಗ ಅದನ್ನು ಕಳಚಿ ಒಂದು ವಿಧವಾದ ಗೌನ್‌ನಲ್ಲಿದ್ದಳು.

ಈಗಾಗಲೇ ಎರಡು, ಮೂರು ಸಿಗರೇಟು ಸೇದಿ ಹಾಕಿದ್ದ ಸುಮನ್ ಮತ್ತೊಂದು ಸಿಗರೇಟನ್ನು ಸೇದುತ್ತಿದ್ದಳು. ಅವಳ ಭಾವ ಭಂಗಿಯಿಂದಲೇ ಅವಳ ಮೈಮೇಲಿನ ಹತೋಟಿಯನ್ನು ಅವಳು ಕಳೆದುಕೊಂಡಿದ್ದಾಳೆಂದು ತಿಳಿಯಬಹುದಾಗಿತ್ತು. ಅವಳ ಕಣ್ಣುಗಳು ಅರೆ ಮುಚ್ಚಿದ್ದವು-ಬಾಬ್ ಕೂದಲು ಅಲುಗಾಡುವ ತಲೆಗನುಸಾರವಾಗಿ ಮುಖದ ಮೇಲೆ ತೂಗಾಡುತ್ತಿದ್ದವು.

ಕೋಣೆಯೊಳಗೆ ಬಂದ ಗಿರಿಧರ ದಿಗ್ಭ್ರಮೆಗೊಂಡ. ಅವಳ ಈ ಅಭ್ಯಾಸಗಳನ್ನು ತಿಳಿದಿದ್ದನಾದರೂ ಅದನ್ನು ಇಲ್ಲೇ ಕಾರ್ಯಗತ ಮಾಡುತ್ತಾಳೆಂದು ತಿಳಿದಿರಲಿಲ್ಲ.

ಗಿರಿಧರ ಒಳಗೆ ಬಂದ ಅರಿವು ಅವಳಿಗೆ ಹೇಗೆ ಆಯಿತೋ ಎದ್ದು ತೂರಾಡುತ್ತ ಅವನ ಬಳಿಗೆ ಬಂದಳು. ಗಿರಿಧರ ಪಕ್ಕಕ್ಕೆ ಸರಿದರೂ ಆ ಸಣ್ಣ ಕೋಣೆಯಲ್ಲಿ ಅವನನ್ನು ಆಕ್ರಮಣ ಮಾಡುವುದು ಸಾಧ್ಯವಾಗದ ಕೆಲಸವೇನಲ್ಲ.

ಸುಮನ್ ಅವನನ್ನು ಅಪ್ಪಿಕೊಂಡು "ಡಿಯರ್... ಐ ವಾಂಟ್ ಯು" ಎಂದು ಕೈಗಳನ್ನು ಅವನ ದೇಹದ ಮೇಲೆಲ್ಲ ಹರಿದಾಡಿಸಿದಳು.

ಯಾವ ಕೈ ಸ್ಪರ್ಶದಿಂದ ಅವನ ಮೈಮನ ಮಧುರಗೊಳ್ಳಬೇಕಾಗಿತ್ತೋ ಆ ಕೈ ಸ್ಪರ್ಶ ಅವನನ್ನು ಜುಗುಪ್ಸೆಗೊಳಗಾಗಿಸಿತು. ಯಾವ ಮೈ ಸ್ಪರ್ಶದಿಂದ ಅವನಲ್ಲಿ ಇರುವ ಆಸೆಗಳು ಕೆರಳಬೇಕಾಗಿತ್ತೋ ಆ ಮೈ ಅಸಹ್ಯಗೊಳಿಸಿತು.

ಗಿರಿಧರನಲ್ಲಿ ಯಾವ ಶಕ್ತಿ ಪ್ರವಹಿಸಿತ್ತೋ ಏನೋ, ಅವಳನ್ನು ದೂರಕ್ಕೆ ದೂಡಿ ಕೋಣೆಯಿಂದ ಹೊರಕ್ಕೆ ಬಂದು ಚಿಲಕ ಹಾಕಿದ.

ಅವನ ಮೈ ಲಘುವಾಗಿ ಕಂಪಿಸುತ್ತಿತ್ತು. ಬೇಟೆಗಾರರ ಬಲೆಯಿಂದ ತಪ್ಪಿಸಿಕೊಂಡ ಪ್ರಾಣಿಯಂತಾಗಿತ್ತು ಅವನ ಸ್ಥಿತಿ.

ಸೊಸೆಯ ಬಾಯಿಂದ ಬರುತ್ತಿದ್ದ ಲಯವಿಲ್ಲದ ಅರ್ಥವಾಗದ ಒಡಕು ಇಂಗ್ಲೀಷ್ ಶಬ್ದಗಳಿಗೆ ಎಚ್ಚರಗೊಂಡ ತುಂಗಮ್ಮ ಎದ್ದು ಹಾಸಿಗೆಯ ಮೇಲೆ ಕುಳಿತರು.

ಒಂದು ಕ್ವಾರ್ಟರ್ಸ್ ಮತ್ತೊಂದು ಕ್ವಾರ್ಟರ್ಸ್ ನಡುವೇ ಅಂತರವಿದ್ದುದ್ದರಿಂದ ಒಂದು ಕ್ವಾರ್ಟರ್ಸ್‌ನಲ್ಲಿ ನಡೆಯುವ ಕಾರ್ಯಕಲಾಪ, ಮಾತುಕತೆಗಳು ಸ್ಪಷ್ಟವಾಗಿ ಕೇಳಿಸದಿದ್ದರೂ ಅಸ್ಪಷ್ಟವಾಗಿ ಕೇಳಿಸುತ್ತಿತ್ತು. ರಾತ್ರಿಯ ನಿಶ್ಶಬ್ದ ವಾತಾವರಣದಲ್ಲಿ ಸ್ವಲ್ಪ ಚೆನ್ನಾಗಿ ಕೇಳಿಸುತ್ತಿತ್ತು.

ಗಿರಿಧರ ಸುಮ್ಮನೇ ಬಂದು ಮಗನ ಪಕ್ಕದಲ್ಲಿ ಮಲಗಿಕೊಂಡು ತಾಯಿಯನ್ನು ಮಲಗುವಂತೆ ಸನ್ನೆ ಮಾಡಿದನೇ ವಿನಹ ಮಾತಾಡಲಿಲ್ಲ.

ಸಿಕ್ಕಾಪಟ್ಟೆ ಕುಡಿದು ಚರಂಡಿಗಳಲ್ಲಿ ಉರುಳಾಡುವ ಕೂಲಿ ಜನಕ್ಕಿಂತ ಸುಮನ್ ಅವನಿಗೆ ಭಿನ್ನವಾಗಿ ಕಾಣಲಿಲ್ಲ. ಜೀವನದಲ್ಲಿ ಸುಖವನ್ನೇ ಕಾಣಲಾರದ ಕಷ್ಟಜೀವಿಗಳು ಯಾವುದೋ ಕಾಣದ ವ್ಯಾಮೋಹಕ್ಕೆ ಒಳಗಾಗಿ ಸೆರೆಯನ್ನು ಕುಡಿದು ಮೈಮರೆಯುತ್ತಾರೆ. ಆದರೆ ಶ್ರೀಮಂತರು ತಮಗೆ ದೇವರಿತ್ತ ಎಲ್ಲ ಬಗೆಯ ಸುಖಗಳನ್ನು ಕಾಲಿನಿಂದ

ಒದ್ದು ಈ ಮಾದಕ ಪಾನಿಯಗಳಿಗೆ ದಾಸರಾಗಿ ತಮ್ಮ ವ್ಯಕ್ತಿತ್ವವನ್ನೇ ಬಲಿಗೊಡುತ್ತಾರೆ.

ಸುಮನ್‌ಳ ಮಾತುಗಳು ನಿಂತರೂ ಗಿರಿಧರನ ಬಳಿ ನಿದ್ದೆ ಸುಳಿಯಲಿಲ್ಲ. ಯಾರಾದರೂ ಕುಡಿದು ಬೀದಿಯಲ್ಲಿ ತೂರಾಡುತ್ತಿದ್ದರೆ ಓಡಿ ಬಂದು ಮನೆಯ ಬಾಗಿಲನ್ನು ಹಾಕಿಕೊಳ್ಳುತ್ತಿದ್ದ ಸಭ್ಯ ಗಿರಿಧರನಿಗೆ ಎಂಥಾ ಸಂಗಾತಿ ಸುಮನ್!

ಬೆಳಿಗ್ಗೆ ರಜ ಹಾಕಿ ಮನೆಯಲ್ಲೇ ಉಳಿದ. ಹನ್ನೊಂದು ಗಂಟೆಯ ಸುಮಾರಿಗೆ ದೇಶಪಾಂಡೆಯವರ ಕಾರು ಆಗಮಿಸಿತು. ಡ್ರೈವರ್ ಸ್ಥಾನದಲ್ಲಿ ರಾಜು ಇದ್ದ. ಆಗತಾನೇ ಎದ್ದಿದ್ದ ಸುಮನ್ ಸ್ನಾನ ಕೂಡ ಮಾಡದೇ ಉಟ್ಟಬಟ್ಟೆಯಲ್ಲೇ ರಾಜುವಿನ ಜೊತೆ ಹೊರಟುಬಿಟ್ಟಳು.

ಈ ಘಟನೆ ನಡೆದ ಮೇಲೆ ಗಿರಿಧರ ಮತ್ತಷ್ಟು ಖಿನ್ನನಾದ.

* * *

ಇದ್ದಕ್ಕಿದ್ದ ಹಾಗೆ ದೇಶಪಾಂಡೆಯವರಿಂದ ಗಿರಿಧರನಿಗೆ ಕರೆ ಬಂದಾಗ ಆಶ್ಚರ್ಯಗೊಂಡ. ಮೆದು ಮನಸ್ಸು ಅಳುಕಿದರೂ ಇದ್ದಿದ್ದರಲ್ಲೇ ಧೈರ್ಯ ತಂದುಕೊಂಡು ಹೋದ.

ಇವನು ಎಸ್ಟೇಟ್ ತಲುಪಿದಾಗ ಸಂಜೆ ಐದರ ಸಮಯ. ಇವನು ಬಸ್ಸಿನಿಂದ ಇಳಿದ ಕೂಡಲೇ ಮೋಟಾರ್ ಬೈಕಿನಲ್ಲಿ ಬಂದ ಜೋಸೆಫ್, ಪಾರ್ಥಸಾರಥಿ ಎಸ್ಟೇಟಿನ ಬಾಗಿಲಿನಲ್ಲೇ ಎದುರುಗೊಂಡರು.

"ನೀನೇನೋ ಬೇಡ ಅಂತ ಹೇಳಿ ಬಂದುಬಿಟ್ಟೆ. ಆಮೇಲೆ ಪಾರ್ಥ ಬಂದು ವಿಷಯ ತಿಳಿಸಿದ. ಅದಕ್ಕೆ ಇಬ್ಬರು ಬಂದಿದ್ದೀವಿ ನೀನೇನು ಹೆದರಬೇಡ ಕಮಲಾಪತಿ ಎಸ್ಟೇಟ್ ಮೇನೇಜ್‌ಮೆಂಟ್ ನೋಡಿಕೊಳ್ಳುತ್ತಿರುವವರೆಗೂ ಇಲ್ಲಿ ಯಾವ ಅನಾಹುತಾನೂ ನಡೆಯೋಲ್ಲ. ಆದರೆ." ಎಂದು ಬಾಯಿಂದ ಬಂದ ಎಂಜಲನ್ನು ಪಕ್ಕಕ್ಕೆ ಉಗಿದ ಜೋಸೆಫ್, ಗಿರಿಧರನ ಭುಜದ ಮೇಲೆ ಕೈ ಹಾಕಿ ಅವನನ್ನು ಎಳೆದುಕೊಂಡೇ ನಡೆದ.

ಗಿರಿಧರನಿಗೆ ಅವರಿಬ್ಬರು ಬಂದಿದ್ದು ಮೇಲೆನ್ನಿಸಿತು. ಆದರೆ ದೇಶಪಾಂಡೆಯವರು ತಪ್ಪು ತಿಳಿಯಬಹುದು. ತನ್ನ ಅಳುಕಿನ ಬಗ್ಗೆ ಹೀನವಾಗಿ ಮಾತಾಡಬಹುದು. ಇವರೆದುರಿಗೆ ಅವಮಾನ ಮಾಡಬಹುದು. ಅವರೆಷ್ಟೇ ಆತ್ಮೀಯರಾದರೂ ಅವರ ಮುಂದೆ...

"ಗಿರಿ, ಪೆಚ್ಚು ಮುಖ ಹಾಕಿಕೊಳ್ಳದೇ ಧೈರ್ಯವಾಗಿ ನಡೆ" ಎಂದ ಪಾರ್ಥಸಾರಥಿ.

ಗಿರಿಧರನ ಉದ್ಯೋಗಿ ಜೀವನದಲ್ಲಿ ಪಾರ್ಥಸಾರಥಿ, ಜೋಸೆಫ್ ಇಬ್ಬರೂ ಆತ್ಮೀಯ ವ್ಯಕ್ತಿಗಳಾಗಿದ್ದರು. ಅವರುಗಳಲ್ಲಿ ಆತ್ಮೀಯತೆ ಹೆಚ್ಚಾದ ಹಾಗೆಲ್ಲ ಮಿಸ್ಟರ್ ಗಿರಿಧರ್ ಬರೀ ಗಿರಿಯಾಗಿದ್ದ. ಮಿಸ್ಟರ್ ಪಾರ್ಥಸಾರಥಿ ಬರೀ ಪಾರ್ಥನಾಗಿದ್ದ,

ಜೋಸೆಫ್ ಮಾತ್ರ ಹಾಗೇ ಉಳಿದಿದ್ದ.

ಇಬ್ಬರು ಹೊರಗೆ ಉಳಿದು ಗಿರಿಧರನೊಬ್ಬನನ್ನು ಮಾತ್ರ ಒಳಗೆ ಕಳಿಸಿದ್ದರು. ಅವರುಗಳ ಮಧ್ಯೆ ಏನಾದರೂ ಮಮತೆಯ ಬೆಸುಗೆ ಉಂಟಾಗುವ ಸಂಭವವಿದೆಯೋ ಏನೋ. ನಾವುಗಳು ಮಧ್ಯೆ ಹೋಗಿ ಯಾಕೆ ಕೆಡಿಸಬೇಕು ಎಂದೇ ಹೊರಗೆ ಉಳಿದಿದ್ದರು.

ಗಿರಿಧರ ಹೋಗಿ ಅತಿಥಿಗಳಿಗೆ ಮೀಸಲಾಗಿದ್ದ ಕೋಣೆಯಲ್ಲಿ ಕುಳಿತು ಆಳಿಗೆ ಬಂದ ವಿಷಯ ತಿಳಿಸಲು ಹೇಳಿಕಳಿಸಿದ.

ಅರ್ಧ ಗಂಟೆಯಾದ ಮೇಲೆ ದೇಶಪಾಂಡೆಯವರು ಪೈಪ್ ಸೇದುತ್ತ ಬಂದವರು ಕೆಕ್ಕರಿಸಿಕೊಂಡು ಅಳಿಯನ ಕಡೇ ನೋಡಿದರು. ಸುಮನ್ ಏನು ಹೇಳಿದ್ದಳೋ ಏನೋ!

ನಿನಗೆ ಸುಮನ್‌ನ ಮದುವೆಯಾಗುವ ಯೋಗ್ಯತೆಯೇ ಇಲ್ಲ. ಹಾಗೇ ಹೀಗೆ ಏನೇನೋ ಅಂದರು. ಅದೆಷ್ಟೋ ತಪ್ಪುಗಳನ್ನು ಅವನ ಮೇಲೆ ಹೊರಿಸಿದರು. ಆ ತಪ್ಪುಗಳ ಕಲ್ಪನೆಯೂ ಸಹ ಇಲ್ಲದ ಗಿರಿಧರ ಅವನ್ನ ಹೇಗೆ ಮಾಡಲು ಸಾಧ್ಯ? ಅವರು ಹೇಳಿದ್ದಕ್ಕೆಲ್ಲ ಗಿರಿಧರ ಸುಮ್ಮನೇ ಕುಳಿತಿದ್ದನೇ ವಿನಹ ತುಟಿ ಎರಡು ಮಾಡಲಿಲ್ಲ. ಅವರು ತೆರೆದಿಟ್ಟ ಪತ್ರಕ್ಕೆ ಹೇಳಿದ ಕಡೇ ಸೈನ್ ಮಾಡಿ ಮೇಲಕ್ಕೆ ಎದ್ದ ತನ್ನ ಕೆಲಸ ಮುಗಿಯಿತೆಂದು. ಆ ಪತ್ರ ಡೈವರ್ಸಿಗಾಗಿ ಎಂದು ಮಾತ್ರ ತಿಳಿದಿತ್ತು ಗಿರಿಧರನಿಗೆ.

ಗಿರಿಧರ ಹೊರಟಾಗ ದೇಶಪಾಂಡೆಯವರು "ಈ ಎಸ್ಟೇಟ್ ಮಾಲೀಕ ದೇಶಪಾಂಡೆ ಮೊಮ್ಮಗ ನಿನ್ನಂಥವನ ಬಳಿ ನಿಕೃಷ್ಟವಾಗಿ ಬದುಕಬೇಕಾಗಿಲ್ಲ. ಅವನನ್ನು ನಾಳೇನೇ ಕರ್ಕೊಂಡು ಬರೋಕೆ ಕಾರು ಕಳಿಸ್ತೀನಿ."

ಗಿರಿಧರ ಮಾತು ಸಹ ಆಡದೇ ಹಿಂದಿರುಗಿ ಸಹ ನೋಡದೆ ಅವರ ಮಾತಿಗೆ ಯಾವ ಪ್ರತಿಕ್ರಿಯೆಯನ್ನು ತೋರಿಸದೇ ಹೊರಗೆ ಬಂದುಬಿಟ್ಟ.

ಹೊರಗೆ ಕಲ್ಲುಬೆಂಚಿನ ಮೇಲೆ ಕಾದು ಕೂತಿದ್ದ ಪಾರ್ಥಸಾರಥಿ, ಜೋಸೆಫ್ ಗಿರಿಧರನ ಕಂಗೆಟ್ಟ ಮುಖವನ್ನು ನೋಡಿಯೇ ಏನೋ ನಡೆಯಬಾರದ್ದೇ ನಡೆದಿದೆ ಎಂದುಕೊಂಡರು.

"ಗಿರಿ..." ಎಂದ ಪಾರ್ಥಸಾರಥಿ. ಗಿರಿಧರನ ಭುಜದ ಮೇಲೆ ಕೈಹಾಕಿ.

"ಮೊದಲು ಎಸ್ಟೇಟಿನಿಂದ ಹೊರಗೆ ಹೋಗೋಣ" ಎಂದ ಗಿರಿಧರ ಅವನ ಮಾತಿನಲ್ಲಿ ದುಃಖ, ವ್ಯಥೆ, ಭಯ ಮಿಳಿತವಾಗಿತ್ತು.

ಎಸ್ಟೇಟಿನಿಂದ ಮೂವರೂ ಹೊರಗೆ ಬಂದರು. ಅವರಿಬ್ಬರ ಮನಸ್ಸಿಗೆ ಸಮಾಧಾನವೇನೋ ಇರಲಿಲ್ಲ. ಆದರೆ ಗಿರಿಧರನ ಹೃದಯದಲ್ಲಿ ದೊಡ್ಡ ಅಗ್ನಿಪರ್ವತವೇ ಸಿಡಿಯುತ್ತಿತ್ತು.

ಮರದ ಬಳಿ ಬಂದು ನಿಂತ ಗಿರಿಧರ ನಾಲ್ಕೇ ಮಾತಿನಲ್ಲಿ ವಿಷಯ ವಿವರಿಸಿದ. ದೇಶಪಾಂಡೆಯವರ ಕಡೆಯ ಮಾತನ್ನು ಹೇಳಲು ಹತ್ತಾರು ನಿಮಿಷಗಳನ್ನೇ

ತೆಗೆದುಕೊಂಡ.

"ಮೊಮ್ಮಗನಂತೆ! ಏನು ಆಸೆ ಅಕ್ಕರೇನೋ! ಯಾವ ಕಾರಣಕ್ಕೂ ರಾಜೇಶನ್ನ ಕೊಡೋಕೆ ಒಪ್ಕೋಬೇಡ. ಬೇಕಾದರೆ ಕಾನೂನು ರೀತೀಲೇ ಹಿಂದಕ್ಕೆ ಪಡೆದುಕೊಳ್ಳಲಿ" ಎಂದ ಜೋಸೆಫ್ ಕೋಪದಿಂದ.

ಪಾರ್ಥಸಾರಥೀನು ಏನೋ ಹೇಳಿದ. ಆದರೆ ಗಿರಿಧರನಿಗೇನೂ ಅರ್ಥವಾಗಲಿಲ್ಲ.

ಮೋಟಾರ್ ಬೈಕ್ ಮೂವರನ್ನೂ ಹೊತ್ತು ನಡೆಯಿತು. ಇವರ ಎದುರಿಗೆ ಬಂದ ಕಾರಿನಲ್ಲೇ ರಾಜೇಶನಿದ್ದ ಎಂಬ ಅರಿವು ಯಾರಿಗೂ ಉಂಟಾಗಲಿಲ್ಲ.

ಗಿರಿಧರ ಮನೆಗೆ ಬಂದಾಗ ತುಂಗಮ್ಮ ಎಂದೂ ಅಳದಿದ್ದವರು ದೊಡ್ಡ ಧ್ವನಿಯಲ್ಲಿ ಅಳುತ್ತಿದ್ದರು. ಕುಸುಮ ಅಲ್ಲದೇ ಜೋಸೆಫ್ ಮನೆಯವರೆಲ್ಲ ಅಲ್ಲೇ ಉಳಿದು ಸಮಾಧಾನ ಹೇಳುತ್ತಿದ್ದರು, ತುಂಗಮ್ಮನಿಗೆ.

ವಿಷಯ ತಿಳಿದ ಗಿರಿಧರ ಕುಸಿದು ಕುಳಿತ. ಇದೊಂದು ಆತಂಕಕ್ಕಾಗಲಿ, ಕಾನೂನಿಗಾಗಲಿ ಸಂಬಂಧಪಡದ ವಿಷಯ. ತಾಯಿ ತನ್ನ ಸ್ವಂತ ಮಗುವನ್ನು ಕರೆದೊಯ್ದಳು. ಆದರೆ ಯಾವ ರೀತಿ? ಪ್ರೀತಿ, ಪ್ರೇಮದಿಂದಲ್ಲ, ಕೆಟ್ಟ ಹಟದಿಂದ. ತನ್ನ ನಡೆ, ನುಡಿಗಳಿಗೆ ಹೊಂದಿಕೊಂಡು ತನ್ನನ್ನು ತೃಪ್ತಿಪಡಿಸಲಾರದ ಗಂಡನ ಮೇಲಿನ ಸೇಡಿಗಾಗಿ.

"ಯಾಕೆ ಅಳ್ತೀರಮ್ಮ? ಅವರಮ್ಮ ಪ್ರೀತಿಗೆ ಮಗೂನ ಕರ್ಕೊಂಡು ಹೋಗಿದ್ದಾಳೆ. ಅಲ್ಲಿ ಸ್ವಲ್ಪ ದಿನ ಇದ್ದು ಬರಲಿ?" ಎಂದು ಜೋಸೆಫ್ ತುಂಗಮ್ಮನವರಿಗೆ ಸಮಾಧಾನ ಹೇಳತೊಡಗಿದ. ಯಾಕೋ ತುಂಗಮ್ಮನವರಿಗೆ ಆ ಮಾತುಗಳು ನಿಜವೆನ್ನಿಸಲಿಲ್ಲ. ಅವರ ಹೃದಯವಂತೂ ಮೊಮ್ಮಗನಿಗಾಗಿ ಹಂಬಲಿಸತೊಡಗಿತು.

ಕಾಂಪೌಂಡಿನಲ್ಲಿ ಆಡುತ್ತಿದ್ದ ಮಗುವನ್ನು ಡ್ರೈವರನ ಸಹಾಯದಿಂದ ಬಲವಂತದಿಂದ ಕರೆದೊಯ್ದರು.

ವಿಷಯ ತಿಳಿದ ಭಾಸ್ಕರ, ಶಶಿ ಓಡಿ ಬಂದರು. ಅವರಿಗಿಂತ ಮೊದಲು ಬಂದರು ಶ್ರೀನಿವಾಸ, ಶಾಂತಿ. ಎಲ್ಲರೂ ಈ ವಿಷಯದಲ್ಲಿ ನಿಸ್ಸಹಾಯಕರು. ಅವರುಗಳು ಅಲ್ಲಿದ್ದ ರಾಜೇಶನನ್ನು ಕರೆದೊಯ್ದಂತೆ ಇವರುಗಳು ಕರೆತರುವುದು ಸುಲಭವಲ್ಲ. ಇನ್ನು ಕಾನೂನಿನ ಮೊರೆ ಹೋಗಬೇಕು. ಅದರಿಂದ ಎಷ್ಟು ಪ್ರಯೋಜನವಾಗುತ್ತೋ ತಿಳಿಯದು. ಜನ್ಮಕ್ಕೆ ಕಾರಣನಾದ ತಂದೆಗಿಂತ ಜನ್ಮಕೊಟ್ಟ ತಾಯಿಗೆ ಮಗುವಿನ ಮೇಲೆ ಹೆಚ್ಚು ಅಧಿಕಾರವಿದೆಯೆನ್ನಿಸಿತು. ಅದಕ್ಕೂ ಮಿಗಿಲಾಗಿ ಗಿರಿಧರ ಇದಕ್ಕೆ ಒಪ್ಪುವ ರೀತಿಯಲ್ಲಿರಲಿಲ್ಲ.

ದಿನಗಳು ಉರುಳುತ್ತಿದ್ದವು. ಗಿರಿಧರನನ್ನು ಕವಿದ ಮಂಕು ಹರಿಯಲಿಲ್ಲ. ಎಲ್ಲಕ್ಕಿಂತ ಹೆಚ್ಚಾಗಿ ತುಂಗಮ್ಮನವರು ಹಾಸಿಗೆ ಹಿಡಿದುಬಿಟ್ಟರು. ಸದಾ ಅವರಿಗೆ ಮೊಮ್ಮಗನ ಹಂಬಲವೇ. ಮನೆಯಲ್ಲಿರುವಾಗ ಗಿರಿಧರ ಸದಾ ತಾಯಿಗೆ ಉಪಚಾರ ಮಾಡುತ್ತ

ಸಮಾಧಾನದ ನುಡಿಗಳನ್ನು ಆಡುತ್ತಿದ್ದ. ಗಿರಿಧರ ಕಾಲೇಜಿಗೆ ಹೋದ ಮೇಲೆ ಕುಸುಮ ಮಗನೊಡನೇ ಬಂದು ಇಲ್ಲೇ ಇರುತ್ತಿದ್ದಳು. ಅವಳ ಏಕೈಕ, ಬಂಧುವೆನ್ನಿಸಿದ ಅಣ್ಣ ಮುತ್ತು ದುಬೈನಲ್ಲಿ ಹತ್ತು ವರ್ಷ ಕೆಲಸ ಮಾಡುವುದಕ್ಕೆ ಒಪ್ಪಿ ಅಲ್ಲಿಗೆ ಹೊರಟುಹೋಗಿದ್ದ. ಇನ್ನು ಇದ್ದ ಎಲ್ಲ ಬಂಧುಗಳೂ ದೂರ ಸರಿದು ಹೋಗಿದ್ದರು. ಈಗ ಅವಳ ಪಾಲಿಗೆ ಗಂಡನನ್ನು ಬಿಟ್ಟರೆ ತುಂಗಮ್ಮ, ಗಿರಿಧರನೇ ಆತ್ಮೀಯ ವ್ಯಕ್ತಿಗಳು.

* * *

ರಾಜೇಶನ ಅಳು ನಿಲ್ಲಿಸುವುದು ಎಲ್ಲರಿಗೂ ಅಸಾಧ್ಯ ಕೆಲಸವಾಯಿತು. ಸದಾ ಅವನು ಡ್ಯಾಡಿ, ಅಜ್ಜಿ ಎಂದೇ ಹಂಬಲಿಸುತ್ತಿದ್ದನು. ಸುಮನ್ ಪರಿಸರದಿಂದ ಅವಳ ವ್ಯಕ್ತಿತ್ವ ಬೇರೆಯಾಗಿರಬಹುದೇ ವಿನಹ ಅವಳು ಹೆಣ್ಣು; ಅವಳು ಮನಪೂರ್ತಿ ಬಯಸದಿದ್ದರೂ ತಾಯಿ.

"ರಾಜು, ನಿನ್ನ ಕಾರಿನಲ್ಲಿ ಕರ್ಕೊಂಡು ಹೋಗ್ತೀನಿ..." ಇನ್ನೂ ಏನೇನೋ ಹೇಳಿ ಸ್ವತಃ ರಮಿಸಲು ಪ್ರಯತ್ನಪಟ್ಟಳು. ಆದರೆ ರಾಜೇಶ ಅವಳ ಯಾವ ನುಡಿಗೂ ಮರುಳಾಗಲಿಲ್ಲ.

"ಬೇಡ ಬೇಡ, ನನಗೆ ಡ್ಯಾಡಿ ಬೇಕು, ಅಜ್ಜಿ ಬೇಕು" ಒಂದೇ ಹಟ.

ಬೇಸತ್ತ ಶ್ರೀಮತಿ ದೇಶಪಾಂಡೆ ಅವನಿಗೆ ಮತ್ತು ಬಂದು ನಿದ್ರಿಸುವ ಪಾನೀಯ ಕುಡಿಸಿ ಮಲಗಿಸುವ ಅಭ್ಯಾಸ ಮಾಡಿಸಿದರು. ಅದು ಒಂದೆರಡು ದಿನಗಳು ಮಾತ್ರ, ಮೂರನೇ ದಿನ ರಾಜೇಶ ಯಾರು ಹತ್ತಿರಕ್ಕೆ ಬಂದರೂ ಜೋರಾಗಿ ಚೀರುತ್ತಿದ್ದ.

ದೇಶಪಾಂಡೆ ಮನೆಯವರಿಗೆಲ್ಲ ಇವನದೊಂದು ತಲೆನೋವಾಯಿತು.

ಕಮಲಾಪತಿಗಳು ನಡುವೆ ಹೋಗಿ ಸ್ವಲ್ಪ ರಾಜೇಶ ಈ ಪರಿಸರಕ್ಕೆ ಒಗ್ಗಿಕೊಳ್ಳುವವರೆಗೂ ತಮ್ಮ ಬಳಿಯಲ್ಲೇ ಇರಲಿ ಎಂದು ತಮ್ಮ ಮನೆಗೆ ಕರೆದೊಯ್ದರು. ಶ್ರೀಮತಿ ಕಮಲಾಪತಿ ಆರು ಮಕ್ಕಳ ತಾಯಿ-ಮಗುವನ್ನು ರಮಿಸುವ ಕಲೆ ಅವರಿಗೆ ಕರಗತವಾಗಿತ್ತು. ಆದರೂ ರಾಜೇಶನನ್ನು ಒಗ್ಗಿಸಿಕೊಳ್ಳುವುದು ಅವರಿಗೂ ಸುಲಭವಾದ ಕೆಲಸವಾಗಿರಲಿಲ್ಲ.

ದೇಶಪಾಂಡೆ ಇಡೀ ಎಸ್ಟೇಟಿಗೆ ಮಾಲೀಕರಾದರೂ ಎಸ್ಟೇಟಿನ ಬಗ್ಗೆ ಅವರಿಗೇನೂ ತಿಳಿದಿರಲಿಲ್ಲ. ಅದನ್ನು ತಿಳಿಯುವ ಪ್ರಯತ್ನವನ್ನು ಸಹ ಮಾಡಲಿಲ್ಲ. ಸದಾ ತಮ್ಮ ಕುಡಿತ, ವಿನೋದಗಳಲ್ಲಿ ಮಗ್ನರಾಗಿದ್ದರು. ಕಮಲಾಪತಿ ಹೇಳಿದಕ್ಕೆ ತಲೆಯಾಡಿಸುವುದನ್ನು ಮಾತ್ರ ಕಲಿತಿದ್ದರು. ಕಮಲಾಪತಿಯಂಥ ದಕ್ಷ, ಪ್ರಾಮಾಣಿಕ ವ್ಯಕ್ತಿ ಅದರ ಸ್ಥಿತಿಗತಿಗಳನ್ನು ನೋಡಿಕೊಳ್ಳದಿದ್ದರೆ ಇದುವರೆಗೆ ಎಂದೋ ಬೀಳುಬೀಳಾಗುತ್ತಿತ್ತು. ಅದನ್ನು ಅರಿತ ದೇಶಪಾಂಡೆ ಕಮಲಾಪತಿಯವರ ಮಾತಿಗೆ ಎಂದೂ ಎದುರಾಡುತ್ತಿರಲಿಲ್ಲ. ಆದ್ದರಿಂದ ಎಸ್ಟೇಟಿನಲ್ಲಿ ಕಮಲಾಪತಿಗಳಿಗೆ ಒಂದು ವಿಶಿಷ್ಟವಾದ ಗೌರವವಿತ್ತು. ಆದರೆ ಅದನ್ನೆಂದೂ

ಅವರು ದುರುಪಯೋಗಪಡಿಸಿಕೊಳ್ಳಲು ಹೋಗುತ್ತಿರಲಿಲ್ಲ.

ಸಭ್ಯ ಗಿರಿಧರನ ಬಗ್ಗೆ ಕಮಲಾಪತಿಗಳಿಗೆ ಅತಿಯಾದ ಗೌರವ. ದೇಶಪಾಂಡೆಯವರ ರೀತಿನೀತಿಗಳಿಗಾಗಿ ಅವರ ಮನ ಎಷ್ಟೋ ಬಾರಿ ನೋಯುತ್ತಿತ್ತು. ಆದರೆ ಮಾಲೀಕನ ಸ್ವಂತ ವ್ಯವಹಾರಗಳಲ್ಲಿ ಕೈಹಾಕುವ ಅಧಿಕಾರ ತನಗಿಲ್ಲವೆಂದು ಸುಮ್ಮನಾಗುತ್ತಿದ್ದರು.

ಗಿರಿಧರ ಒಪ್ಪಿಗೆ ಕೊಟ್ಟಿದ್ದರಿಂದ ದೇಶಪಾಂಡೆಯಂತಹ ಶ್ರೀಮಂತನ ಮಗಳಿಗೆ ಒಬ್ಬ ಬಡ ಕಾಲೇಜು ಮೇಷ್ಟ್ರರಿಂದ ಡೈವರ್ಸ್ ಸಿಗುವುದು ಕಷ್ಟಕರವಾದ ವಿಷಯವಾಗಿರಲಿಲ್ಲ.

ಸುಮನ್‌ಗೆ ಡೈವರ್ಸ್ ಸಿಕ್ಕ ಕೂಡಲೇ ರಾಜು ಮದುವೆಗಾಗಿ ಅವಸರ ವ್ಯಕ್ತಪಡಿಸಿದ. ಸುಮನ್‌ಳಂತ ಹೆಣ್ಣಿನ ಮನಸ್ಸು ಯಾವ ಕಾಲಕ್ಕೆ ಹೇಗೋ, ಆದಷ್ಟು ಬೇಗ ಅವಳನ್ನು ಮದುವೆಯಾಗಿ ಅವಳ ಎಸ್ಟೇಟಿನ ಮುಂದಿನ ಮಾಲೀಕನಾಗುವಿಕೆಯನ್ನು ಸ್ಥಾಪಿಸಿಬಿಡಬೇಕೆಂಬುದೇ ಅವನ ಅಭಿಲಾಷೆ. ಇದಕ್ಕೆ ಅವನ ತಾಯಿತಂದೆಯವರ ಉತ್ತೇಜನವೂ ಸೇರಿತ್ತು. ಸುಮನ್ ಎಂದೋ ಅವನೊಂದಿಗೆ ಬೆರೆತುಹೋಗಿದ್ದಲ್ಲದೆ ಸ್ವೇಚ್ಛೆಯಾಗೇ ವರ್ತಿಸುತ್ತಿದ್ದಳು. ಆದ್ದರಿಂದ ಅವಳ ಬಗ್ಗೆ ಅವನು ಕನಸು ಕಾಣುವ ಸ್ಥಿತಿಯಲ್ಲಿ ಇರಲಿಲ್ಲ.

ರಾಜು ಬಂದ ಹೊಸದರಲ್ಲಿ ಕಮಲಾಪತಿಗಳಿಗೂ, ರಾಜೂಗೂ ಕೆಲವು ವಿಷಯಗಳಲ್ಲಿ ವಿರಸ ಉಂಟಾಯಿತು. ಆದರೆ ರಾಜುವಿಗೋಸ್ಕರವೇ ಅಲ್ಲ, ಯಾರಿಗೋಸ್ಕರವಾಗಿಯಾದರೂ ಸರಿ, ಕಮಲಾಪತಿಗಳನ್ನು ಎದುರು ಹಾಕಿಕೊಳ್ಳಲು ದೇಶಪಾಂಡೆ ಒಪ್ಪುತ್ತಿರಲಿಲ್ಲ. ಎಸ್ಟೇಟಿನ ಕೂಲಿಗಾರರೆಲ್ಲ ಕಮಲಾಪತಿಯನ್ನು ಸ್ವಂತ ದೇವರೆನ್ನುವಂತೆ ಕಾಣುತ್ತಿದ್ದರು. ಅವರೊಬ್ಬರನ್ನು ಎದುರು ಹಾಕಿಕೊಂಡರೆ ಇಡೀ ಎಸ್ಟೇಟಿನ ಕೂಲಿಗಾರರೆಲ್ಲ ಎದುರುಬೀಳುವ ಸಂಭವವಿತ್ತು. ಇಂದು ನಂದನವನವಾಗಿದ್ದ ಎಸ್ಟೇಟ್ ನಾಳೆ ಕೂಲಿಗಾರರ ಕೋಪಕ್ಕೆ ತುತ್ತಾಗಿ ಪಾಳುಬೀಳುವ ಸಂಭವವಿತ್ತು. ಅದಕ್ಕಾಗಿ ರಾಜುವನ್ನು ಕರೆಸಿ ಯಾವ ಕಾರಣಕ್ಕೂ ಕಮಲಾಪತಿಯವರೊಂದಿಗೆ ವಿರಸ ಬೇಡವೆಂದಿದ್ದರು.

ಒಂದು ದಿನ ಸುಮನ್ ಕಾನೂನಿನ ಪ್ರಕಾರ ರಾಜುವಿನ ಮಡದಿಯಾಗೇ ಹೋದಳು. ಅಂದು ನಡೆದ ಪಾರ್ಟಿಗೆ ಹೆಚ್ಚಿನ ಸಂಖ್ಯೆಯಲ್ಲಿ ಗಣ್ಯವ್ಯಕ್ತಿಗಳೆಂದು ಸಮಾಜದಲ್ಲಿ ಕರೆಸಿಕೊಳ್ಳುತ್ತಿರುವವರು, ಉನ್ನತ ರಾಜಕಾರಣಿಗಳು, ಅಧಿಕಾರಿಗಳು ಆಗಮಿಸಿ ಹೆಚ್ಚಿನ ಕಳೆಯನ್ನು ಕೊಟ್ಟಿದ್ದರು ಪಾರ್ಟಿಗೆ. ಆದರೆ ಪುಟ್ಟ ರಾಜೇಶ್ ಮಾತ್ರ ಕಮಲಾಪತಿಯವರ ಮಡದಿಯ ಮಡಿಲಲ್ಲಿ ಮಲಗಿ ತಂದೆಗಾಗಿ ಹಂಬಲಿಸುತ್ತಿದ್ದ.

ಎಸ್ಟೇಟಿನಿಂದ ಕಾಲೇಜಿಗೆ ಬರುವ ನಾಲ್ಕಾರು ಯುವಕರು ರಾಜೇಶನ ಬಗ್ಗೆ ಪಾರ್ಥಸಾರಥಿಗೆ ವಿಷಯ ತಿಳಿಸುತ್ತಿದ್ದರು. ಯಾರೂ ಗಿರಿಧರನಿಗೆ ಹೇಳುವ ಧೈರ್ಯ ಮಾಡುತ್ತಿರಲಿಲ್ಲ.

ತುಂಗಮ್ಮ ಪೂರ್ಣವಾಗಿ ಹಾಸಿಗೆ ಹಿಡಿದು ಮಲಗಿಬಿಟ್ಟರು. ಮೊಮ್ಮಗನ ಹಂಬಲದ ಜೊತೆ ಗಂಡನ ಹಂಬಲವೂ ಸೇರಿಕೊಂಡುಬಿಟ್ಟಿತ್ತು. ಭಾಸ್ಕರನ ಜೊತೆ ಬಂದ ಶಶಿ ತಾಯಿಯ ಉಪಚಾರಕ್ಕಾಗಿ ಇಲ್ಲೇ ನಿಂತಳು.

ಶ್ರೀನಿವಾಸ ಶಿವಮೊಗ್ಗದಿಂದ ಡಾಕ್ಟರನ್ನು ಕರೆತಂದು ಔಷಧೋಪಚಾರ ಮಾಡಿಸಿದ. ಯಾವುದಕ್ಕೂ ತುಂಗಮ್ಮನ ಅನಾರೋಗ್ಯ ಬಗ್ಗಲಿಲ್ಲ.

ಆಗತಾನೇ ಗಿರಿಧರ ಕಾಲೇಜಿನಿಂದ ಬಂದಿದ್ದ. ಷೂ ಬಿಚ್ಚಿ ಪಕ್ಕಕ್ಕಿಟ್ಟು, ಉಡುಪು ಬದಲಾಯಿಸಿ ತಾಯಿಯ ಬಳಿ ಬಂದ.

ತುಂಗಮ್ಮ ಮಗನ ಕೈಯನ್ನು ಹಿಡಿದುಕೊಂಡು "ಗಿರಿ, ರಾಮೇಗೌಡ, ಮಲ್ಲಿಕಾರ್ಜುನ ಅವರನ್ನೆಲ್ಲ ನೋಡಬೇಕು, ಅಗ್ರಹಾರಕ್ಕೆ ಹೋಗಿ ಬರಬೇಕು. ಎಲ್ಲಕ್ಕಿಂತ ಹೆಚ್ಚಾಗಿ ಜೋಯಿಸರನ್ನು ನೋಡಬೇಕು" ಎಂದರು.

"ಅಮ್ಮ, ನಿನ್ನ ಆರೋಗ್ಯ ಸುಧಾರಿಸಲಿ, ಹೋಗಿಬರೋಣ."

ಮಗನ ಮಾತಿನ ಕಡೆ ಗಮನ ಕೊಡದ ತುಂಗಮ್ಮ "ಇದೊಂದು ಮಾತು ನಡೆಸಿ ಕೊಡು ಬಾಳಾ" ಎಂದರು ದೈನ್ಯದಿಂದ.

ಗಿರಿಧರ ಮೌನದಿಂದ ತಲೆಯಾಡಿಸಿ, ಆಗಲೇ ಶ್ರೀನಿವಾಸನಿಗೆ ಫೋನ್ ಮಾಡಿ ವಿಷಯ ತಿಳಿಸಿದ.

ಮರುದಿನ ಬೆಳಿಗ್ಗೆ ಶ್ರೀನಿವಾಸ ಟ್ಯಾಕ್ಸಿಯ ಸಮೇತ ಬಂದಿಳಿದ.

ತುಂಗಮ್ಮನಿಗೆ ಮಗನನ್ನು ಬಿಟ್ಟರೆ ಹೆಚ್ಚಿನ ಆತ್ಮೀಯ ವ್ಯಕ್ತಿಗಳು ಕುಸುಮ, ಪಾರ್ಥಸಾರಥಿ. ಅವರಲ್ಲದೇ ಆಗಾಗ ಬಂದು ಹೋಗುವ ಜೋಸೆಫ್ ಮತ್ತು ಅವರ ಮನೆಯವರು.

ಹೊರಡುವ ಮುನ್ನ ಎಲ್ಲರನ್ನೂ ಕರೆಸಿ ಮಾತಾಡಿದ್ದರು. ಮೊಮ್ಮಗನನ್ನು ನೆನೆಸಿಕೊಂಡು ಅತ್ತು ಕಾರು ಏರಿದರು. ಅವರ ಜೊತೆ ಗಿರಿಧರನಲ್ಲದೇ ಶಶಿ, ಅವಳ ಮಗ ಕಿಶೋರ್, ಶ್ರೀನಿವಾಸ ಹೊರಟರು.

ಶಿವಮೊಗ್ಗದಲ್ಲೂ ಸಹ ಟ್ಯಾಕ್ಸಿ ನಿಲ್ಲದೇ ಬೆಂಗಳೂರಿನ ಕಡೆ ಧಾವಿಸಿತು.

ಗಿರಿಜಮ್ಮ ಆತ್ಮೀಯತೆಯಿಂದ ಆದರಿಸಿ ತುಂಗಮ್ಮನವರನ್ನು ಒಳಗೆ ಕರೆದೊಯ್ದರು. ಅಂದೇ ತುಂಗಮ್ಮ ಅಗ್ರಹಾರಕ್ಕೆ ಹೋಗಬೇಕೆಂದರು. ಭಾಸ್ಕರ ಒಪ್ಪದೇ ಮರುದಿನ ಬೆಳಿಗ್ಗೆ ಶ್ರೀನಿವಾಸನಿಗೆ ಅಂಗಡಿಯನ್ನು ಒಪ್ಪಿಸಿ, ತಾನೇ ಕಾರಿನಲ್ಲಿ ಕರೆದೊಯ್ದ. ಕಿಶೋರ ಮಾತ್ರ ಈ ಅಜ್ಜಿಯ ಬಳಿ ಉಳಿದುಬಿಟ್ಟ.

ಒಂದರ ವೇಳೆಗೆ ಕಾರು ಅಗ್ರಹಾರವನ್ನು ತಲುಪಿತು. ಜೋಯಿಸರು ತೀರಾ ಹಣ್ಣಾಗಿದ್ದರಿಂದ ಕುಳಿತ ಕಡೆಯಿಂದಲೇ ಅವರುಗಳನ್ನು ಬರಮಾಡಿಕೊಂಡರು.

"ಏನು ತುಂಗಮ್ಮ, ಹೀಗಾಗಿಬಿಟ್ಟಿದ್ದೀಯ. ನಿನ್ನ ಮದುವೆ, ಮಕ್ಕಳನ್ನು

ನೋಡಿದವನು ನಾನಿನ್ನೂ ಗೂಟದ ಹಾಗಿದ್ದೀನಿ. ಹೆಚ್ಚು ಓಡಾಡೋಕೆ ಆಗೋಲ್ಲ; ಕಣ್ಣು ಸ್ವಲ್ಪ ಮಂಜು. ಅದೆರಡು ಬಿಟ್ಟರೇ ನಾನಿನ್ನು ಗಟ್ಟಿಯಾಗೇ ಇದ್ದೀನಿ" ಎಂದು ನಕ್ಕರು ಜೋಯಿಸರು.

ಜೋಯಿಸರ ಸೊಸೆ ಎಲ್ಲರಿಗೂ ಅಡಿಗೆ ಮಾಡಿ ಬಡಿಸಿದರು. ತಾವಿದ್ದ ಮನೆಗೆ ಹೋಗಿಬರಬೇಕೆಂದು ತಿಳಿಸಿದರು ತುಂಗಮ್ಮ ಮಗನಿಗೆ.

ಆ ಮಾತು ಕೇಳಿ ಜೋಯಿಸರು ನಕ್ಕೇಬಿಟ್ಟರು.

"ನೋಡಿದೆಯಾ! ಮನುಷ್ಯನಿಗೆ ಎಂತಾ ಹುಚ್ಚು ವ್ಯಾಮೋಹ!"

ವಿಷಯ ತಿಳಿದ ರಾಮೇಗೌಡ, ಗೆಳೆಯರು ಓಡಿಬಂದರು. ಗಿರಿಧರನ ಮೇಲೆ ರೇಗಿದರು, ತುಂಗಮ್ಮನ ಸ್ಥಿತಿಯನ್ನು ಕಂಡು ಮರುಕಗೊಂಡರು.

"ನೀವು ಇಲ್ಲೇ ಇದ್ದುಬಿಡಿ ಅಮ್ಮ, ಗಿರಿಧರ ಒಬ್ಬನೇ ಮಗನ! ನಾವೂ ನಿಮ್ಮ ಮಕ್ಕಳ ಹಾಗೆ..." ಎಂದ ರಾಮೇಗೌಡ.

"ಹೌದಪ್ಪ, ಅದಕ್ಕೇ ಇಲ್ಲಿಗೆ ಬಂದುಬಿಟ್ಟೆ..." ಎಂದವರು ರಾಮೇಗೌಡ, ಮಲ್ಲಿಕಾರ್ಜುನನ ಸಹಾಯದಿಂದಲೇ ಮನೆಯಲ್ಲಿ ಓಡಾಡಿ ಬಂದರು. ಆ ಒಕ್ಕಲು ಮಕ್ಕಳನ್ನು ಮುಟ್ಟಬಾರದೆಂಬ ಮಡಿಪ್ರಜ್ಞೆ ಅವರಲ್ಲಿ ಶೂನ್ಯಗೊಂಡಿತ್ತು.

ಸುಸ್ತಾದ ತುಂಗಮ್ಮನವರನ್ನು ಗಿರಿಧರ ಚಾಪೆಯ ಮೇಲೆ ಮಲಗಿಸಿದ. ಅಗ್ರಹಾರದ ಹಲವಾರು ಪರಿಚಯದವರು ಬಂದು ಮಾತಾಡಿಸಿಕೊಂಡು ಹೋದರು.

ಎಲ್ಲರೂ ಹೋದ ಮೇಲೆ ತುಂಗಮ್ಮನ ಜೊತೆ ಉಳಿದವರು ಮಗ, ಮಗಳು, ಅಳಿಯ, ಎಂದೂ ಅಳಿಯನ ಜೊತೆ ತಾವೇ ಮಾತನಾಡದವರು ಆಗ ನಾಲ್ಕಾರು ಮಾತುಗಳನ್ನು ಆಡಿ ಶಶಿಯ ಕೈ ಜೊತೆ ಗಿರಿಧರನ ಕೈಯನ್ನು ಭಾಸ್ಕರನ ಕೈಯಲ್ಲಿಟ್ಟರು. ಭಾಸ್ಕರ ಬರೀ ಅಳಿಯ ಮಾತ್ರವಲ್ಲ, ಅವರ ಪಾಲಿಗೆ ಗೌರವಾನ್ವಿತ ವ್ಯಕ್ತಿ.

ಕಡೆಗೆ ಮಗನ ಕಡೆಗೆ ತಿರುಗಿದರು.

"ಗಿರಿ, ಒಂದಲ್ಲ ಒಂದು ದಿನ ಅವರು ಬರ್ತಾರೆ. ಆಗ ಅವರನ್ನು ಉದಾಸೀನ ಮಾಡಬೇಡಪ್ಪ."

ಗಿರಿಧರನಿಗೆ ಆ ಇಕ್ಕಟ್ಟಿನ ಸನ್ನಿವೇಶದಲ್ಲೂ ನಗು ಬಂತು. ತನ್ನ ತಾಯಿಯ ಕಷ್ಟಸುಖದಲ್ಲಿ ಪಾಲ್ಗೊಳ್ಳದ ಬರೀ ಎರಡು ಮಕ್ಕಳು ಜೊತೆ ಜೀವನ ನಿರ್ವಹಣೆಯನ್ನು ಅವರ ಕುತ್ತಿಗೆಗೆ ಕಟ್ಟಿ ಓಡಿಹೋದ ಹುಚ್ಚು ಗಂಡನ ಮೇಲೆ ಎಂಥಾ ವ್ಯಾಮೋಹ! ಅದೂ ಅಲ್ಲದೇ ಓಡಿಹೋಗಿ ಎಷ್ಟೋ ವರ್ಷಗಳಾದರೂ ಇನ್ನೂ ಬದುಕಿರುವ ಬಗ್ಗೆ ನಂಬಿಕೆ; ಹಿಂದಿರುಗಿ ಬರುವ ಬಗ್ಗೆ ನಂಬಿಕೆ. ಅದೇ ಸುಮನ್, ತನ್ನನ್ನು ಮರೆತು ಬೇರೊಬ್ಬನನ್ನು ಮದುವೆಯಾಗಿರುವ ಸುಮನ್. ಇಬ್ಬರಲ್ಲಿ ಎಷ್ಟು ವ್ಯತ್ಯಾಸ?

ಗಿರಿಧರ ಮೌನವಾಗಿ ಕುಳಿತೇ ಇದ್ದ. ಭಾಸ್ಕರ ತುಂಗಮ್ಮನವರಿಗೇನೋ ಆಶ್ವಾಸನೆ

ಕೊಟ್ಟ. ಅದೇನೆಂದು ಗಿರಿಧರ ಕೇಳಿಸಿಕೊಳ್ಳದಿದ್ದರೂ ತಂದೆಯ ವಿಷಯವೆಂದು ಊಹಿಸಿಕೊಂಡ.

ಶಶಿ ಯಾರೋ ಪರಿಚಿತರು ಬಂದು ಕರೆದಿದ್ದರಿಂದ ಅವರ ಮನೆಗೆ ಹೋದಳು. ರಾಮೇಗೌಡ ಬಂದು ಗಿರಿಧರ, ಭಾಸ್ಕರನನ್ನು ಬಲವಂತದಿಂದ ಕರೆದೊಯ್ದ. ಇವರಿಬ್ಬರು ಹೋಗಲು ಆತಂಕಪಟ್ಟಾಗ ತುಂಗಮ್ಮನವರೇ ಬಲವಂತ ಮಾಡಿ ಕಳಿಸಿದರು. ಜೋಯಿಸರ ಮೊಮ್ಮಗ ಶ್ರೀಪಾದು ಮಾತ್ರ ತುಂಗಮ್ಮನವರ ಬಳಿ ಉಳಿದ.

ಭಾಸ್ಕರ, ಗಿರಿಧರ ಹಿಂದಿರುಗುವ ವೇಳೆಗೆ ಅರ್ಧ ಗಂಟೆ ಆಗಿತ್ತು. ಶಶಿಯ ಅಳುವೇ ತುಂಗಮ್ಮನವರ ಸಾವನ್ನು ಸಾರುತ್ತಿತ್ತು. ಗಿರಿಧರನಂತೂ ಪೂರ್ಣ ವೇದನೆಗೊಳಗಾದ. ತಾಯಿಯ ಶವದ ಮೇಲೆ ಬಿದ್ದುಬಿದ್ದು ಅತ್ತ. ಶಶಿ ಅಳುತ್ತಲೇ ಹೇಳಿದಳು. ತಾಯಿಯ ಅಂತಿಮ ಮಾತು ಬರೀ ರಾಜೇಶನದೇ ಎಂದು. ಈ ಮಾತು ಕೇಳಿದ ಮೇಲಂತೂ ಗಿರಿಧರನ ದುಃಖಕ್ಕೆ ಕೊನೆ ಇಲ್ಲದಾಯಿತು. ಭಾಸ್ಕರನ ಕಣ್ಣಲ್ಲಿ ಎರಡು ತೊಟ್ಟು ಕಂಬನಿ ಜಿನುಗಿತು. ಭಾಸ್ಕರನಿಗೆ ಅನಿರೀಕ್ಷಿತವಾಗಿರಲಿಲ್ಲ. ಕಡೆ ಗಳಿಗೆಯಲ್ಲಾದರೂ ನೆಮ್ಮದಿಯಿಂದ ಪ್ರಾಣಬಿಡಲಿಲ್ಲವೆಂಬುದೇ ಅವನ ಕೊರಗು.

ಭಾಸ್ಕರ ಸುಮ್ಮನೇ ಕೂಡುವಂತಿರಲಿಲ್ಲ. ಬೆಂಗಳೂರಿಗೆ ಚಿದಾನಂದ ಮೂರ್ತಿ ಕೈಯಲ್ಲಿ ಹೇಳಿಕಳಿಸಿ, ಜೋಯಿಸರ ಅದೇಶದಂತೆ ತಾನೇ ನಿಂತು ಎಲ್ಲ ಏರ್ಪಾಟು ಮಾಡಿದ.

ಅದೇ ಅಗ್ರಹಾರದಲ್ಲೇ ತನ್ನ ಜೀವನದ ಹೆಚ್ಚು ಕಾಲ ಕಳೆದ ತುಂಗಮ್ಮ ಅದೇ ಅಗ್ರಹಾರದಲ್ಲಿ ಕಾಷ್ಠಕ್ಕೇರಿ ತನ್ನ ಅಂತಿಮ ಯಾತ್ರೆ ಕೈಗೊಂಡಳು.

ಭಾಸ್ಕರನೇ ಪ್ರಿನ್ಸಿಪಾಲರಿಗೆ ಟೆಲಿಗ್ರಾಮ್ ಕಳಿಸಿ ವಿಷಯ ತಿಳಿಸಿದ. ವಿಷಯ ತಿಳಿದ ಕೂಡಲೇ ಜೋಸೆಫ್, ಪಾರ್ಥಸಾರಥಿ ಮೋಟಾರ್ ಬೈಕಿನಲ್ಲಿ ಹೊರಟೇಬಿಟ್ಟರು.

ಜಡಿಮಳೆಯ ಕಾರಣ ಬೆಳಗಿನವರೆಗೂ ಅಂತಿಮ ಸಂಸ್ಕಾರಕ್ಕಾಗಿ ಕಾಯಲೇಬೇಕಾಯಿತು. ಆ ವೇಳೆಗೆ ಜೋಸೆಫ್, ಪಾರ್ಥಸಾರಥಿ ಬಂದೇಬಿಟ್ಟರು.

ಅಂತೂ ತುಂಗಮ್ಮನನ್ನು ಸುಟ್ಟು ಬೂದಿ ಮಾಡಿ ಎಲ್ಲರೂ ಮನೆಗೆ ಬಂದರು.

ಜೋಯಿಸರು ಅದೇ ಮನೆಯಲ್ಲೇ ಆಕೆಯ ಕರ್ಮಾಂತರಗಳನ್ನು ತೀರಿಸುವಂತೆ ಹೇಳಿದ್ದರಿಂದ ಗಿರಿಧರ ಅಲ್ಲೇ ನಿಲ್ಲಬೇಕಾಯಿತು.

ಪೂರ್ಣಯ್ಯನವರು ಮಗನನ್ನು ಅಲ್ಲೇ ನಿಂತು ಎಲ್ಲ ಏರ್ಪಾಟು ಮಾಡುವಂತೆ ಹೇಳಿ ಹೋದ್ದರಿಂದ ಭಾಸ್ಕರ ಮಡದಿಯೊಂದಿಗೆ ಅಲ್ಲೇ ನಿಂತ. ಶಾಂತಿ ಬೆಂಗಳೂರಿಗೆ ಬಂದಿದ್ದರಿಂದ ಗಿರಿಜಮ್ಮ ಅಗ್ರಹಾರಕ್ಕೆ ಬಂದರು.

ಯಾವ ಕೊರತೆಯೂ ಆಗದಂತೆ ಭಾಸ್ಕರ ನೋಡಿಕೊಂಡ. ಗಿರಿಧರ ಎರಡು ಮೂರು ಸಲ ದುಡ್ಡಿನ ವಿಷಯವಾಗಿ ಮಾತನಾಡಲು ಪ್ರಯತ್ನಪಟ್ಟ. ಆದರೆ ಭಾಸ್ಕರ ರೇಗಿ ಅವನ ಬಾಯನ್ನು ಮುಚ್ಚಿದ. ಅದೆಷ್ಟು ಖರ್ಚಾಯಿತೋ ಗಿರಿಧರನಿಗೆ ಗೊತ್ತೇ

ಆಗಲಿಲ್ಲ. ಭಾಸ್ಕರ ಎಲ್ಲ ವೆಚ್ಚ ಭರಿಸಿದರೂ ರಾಮೇಗೌಡ ಮತ್ತು ಅವನ ಸ್ನೇಹಿತರು ತಮ್ಮ ಕೈಲಾದುದನ್ನು ಮಾಡೇ ಮಾಡಿದರು.

ಎಲ್ಲ ಮುಗಿಸಿ ಗಿರಿಧರ ಬೆಂಗಳೂರಿಗೆ ಬರುವ ವೇಳೆಗೆ ಅವನ ರಜಾದ ಅವಧಿ ಮುಗಿದುಹೋಗಿತ್ತು. ಅವನು ಕೂಡಲೇ ಹೊರಡಬೇಕಾಗಿತ್ತು. ಶಶಿ ಭಾಸ್ಕರನಿಗೆ ಅವನನ್ನು ಕಳುಹಿಸಿಕೊಡಲು ಸುತರಾಂ ಇಷ್ಟವಿಲ್ಲ. ಈಗ ಅವನ ಜೀವನದಲ್ಲಿ ಏನೂ ಉಳಿದಿರಲಿಲ್ಲ. ಆದರೆ ಗಿರಿಧರ ಇಲ್ಲಿ ನಿಲ್ಲಲು ಒಪ್ಪಲಿಲ್ಲ.

ಗಿರಿಧರ ಹೊರಟುನಿಂತಾಗ ಶಶಿ ಕಣ್ಣೀರು ಮಿಡಿಯುತ್ತ ನಿಂತಳು. ಗಿರಿಧರ ಅವಳ ಬಳಿಗೆ ಹೋಗಿ ತನ್ನ ಕೈಯಲ್ಲಿದ್ದ ಕರ್ಚೀಫ್‌ನಿಂದ ಅವಳ ಕಣ್ಣೀರನ್ನು ಒರೆಸಿದ.

"ಶಶಿ, ನೀನು ಅತ್ತರೆ ಮಾತ್ರ ನಾನು ಸಹಿಸಲಾರೆ. ನಿನ್ನ ನಗುವೇ ನನ್ನ ಹೃದಯಕ್ಕೆ ಚೇತನ. ಎಂಟು ದಿನಕ್ಕೊಮ್ಮೆ ನಿಮ್ಮಣ್ಣ ಓಡಿಬರ್ತಾನೆ, ತನ್ನ ಮುದ್ದು ತಂಗಿ ಶಶಿಯ ನಗುಮುಖ ನೋಡಲು" ಎಂದ. ಅವನ ಗಂಟಲು ಗದ್ಗದವಾಯಿತು. ಕಡೆಗೆ ತಂಗಿಯನ್ನು ಅಪ್ಪಿಕೊಂಡು ತಾನೂ ಅತ್ತುಬಿಟ್ಟ.

ಇಬ್ಬರಿಗೂ ಭಾಸ್ಕರನೇ ಸಮಾಧಾನ ಹೇಳಿದ.

ಗಿರಿಜಮ್ಮನವರು ಸಹ "ಗಿರಿ, ನಿನಗೆ ಬೇಸರವಾದರೇ ಕೆಲಸಕ್ಕೆ ರಾಜಿನಾಮೆ ಕೊಟ್ಟು ಇಲ್ಲಿಗೆ ಬಂದುಬಿಡು. ಭಾಸ್ಕರ, ಶ್ರೀನಿವಾಸನ ಜೊತೆ ನೀನೂ ಒಬ್ಬ" ಎಂದಿದ್ದರು.

ಗಿರಿಧರ ತಲೆಯಾಡಿಸಿ ಅವರ ಕಾಲು ಮುಟ್ಟಿ ಕಣ್ಣಿಗೆ ಒತ್ತಿಕೊಂಡ.

ಗಿರಿಧರನನ್ನು ಬಸ್ಸು ಹತ್ತಿಸುವ ಮುನ್ನ ಭಾಸ್ಕರ "ಗಿರಿ, ನೀನು ಯಾವ ಸಂಕೋಚನೂ ಇಟ್ಟುಕೊಳ್ಳಬೇಡ. ನಿನಗೆ ಶಿವಮೊಗ್ಗದ ಮನೆ ಬೇರೆಯಲ್ಲ. ಶಾಂತೀನ ನಿನ್ನ ಇನ್ನೊಬ್ಬ ತಂಗಿ ಅಂತ ತಿಳ್ಕೋ. ನೀನು ಕ್ವಾರ್ಟರ್ಸ್ ಖಾಲಿ ಮಾಡಿಬಿಟ್ಟು ಶಿವಮೊಗ್ಗದಿಂದಲೇ ಸಾಧ್ಯವಾದರೆ ಹೋಗಿ ಬಂದುಮಾಡು. ಆದಷ್ಟು ಯೋಚನೆ ಮಾಡೋದನ್ನು ಕಮ್ಮಿ ಮಾಡು" ಎಂದಿದ್ದ.

ಕಣ್ಣೀರಿನಿಂದ ತುಂಬಿದ ಕಣ್ಣುಗಳಲ್ಲಿ ಬಲವಂತದ ನಗೆಯನ್ನು ತಂದು ತಲೆಯಾಡಿಸಿದ.

ಗಿರಿಧರ ಇಲ್ಲಿಗೆ ಬಂದಮೇಲೆ ಪಾರ್ಥಸಾರಥಿ ಅವನ ಊಟ ಉಪಚಾರಗಳಲ್ಲಿ ಆಸಕ್ತಿವಹಿಸಿದ. ಮೊಂಡಾಟ ಮಾಡಿಯಾದರೂ ಗಿರಿಧರನನ್ನು ಊಟ, ತಿಂಡಿಗಾಗಿ ತನ್ನ ಮನೆಗೆ ಕರೆದೊಯ್ಯುತ್ತಿದ್ದ ಎಲ್ಲರಿಗಿಂತ ಹೆಚ್ಚಾಗಿ ಪಾರ್ಥಸಾರಥಿಯ ಮಗ ಗಿರಿಧರನ ಸಂಗಾತಿಯಾದ.

ಸತ್ತ ತಾಯಿಯನ್ನು ಹೇಗೋ ಗಿರಿಧರ ಮರೆಯಬಲ್ಲವನಾಗಿದ್ದ. ತನ್ನ ಜೀವನದಲ್ಲಿ ಎಷ್ಟು ಬೇಗ ಪ್ರವೇಶಿಸಿದಳೋ, ಅಷ್ಟೇ ಬೇಗ ನಿರ್ಗಮಿಸಿದ ಸುಮನ್‌ಳನ್ನು ಉದಾಸೀನ ಮಾಡಬಲ್ಲವನಾಗಿದ್ದ. ಆದರೆ ರಾಜೇಶನನ್ನು ಮರೆಯಲು ಅವನಿಂದ ಸಾಧ್ಯವಾಗದ

ವಿಷಯ. ಸದಾ ಅವನಿಗೆ ಅವನದೇ ನೆನಪು.

* * *

ಶ್ರೀಮತಿ ಕಮಲಾಪತಿ ಎಷ್ಟು ಆರೈಕೆ ಮಾಡಿದರೂ ರಾಜೇಶ ಕ್ಷೀಣಿಸತೊಡಗಿದ. ಸುಮನ್ ಊರಿನಲ್ಲಿ ಇರುತ್ತಿದ್ದುದೇ ಅಪರೂಪ. ಸದಾ ರಾಜುವಿನೊಂದಿಗೆ ಸುತ್ತಾಟ. ಎಂದಾದರೂ ಬಂದರೂ ರಾಜೇಶ ಅವಳ ಬಳಿಗೆ ಹೋಗಲಾರ.

ರಾಜೇಶನಿಗೆ ಎರಡು ದಿನದಿಂದ ಬಂದ ಜ್ವರ ಬಿಟ್ಟಿರಲಿಲ್ಲ. ಕಮಲಾಪತಿಗಳೇ ವೈದ್ಯರನ್ನು ಕರೆತಂದು ತೋರಿಸಿ ದೇಶಪಾಂಡೆಯವರಿಗೆ ಸುದ್ದಿ ಮುಟ್ಟಿಸಿದರು. ಅವರು ತಮ್ಮ ಶ್ರೀಮತಿಯವರೊಂದಿಗೆ ಬಂದು ನೋಡಿಕೊಂಡು ಹೋದರು.

ನಾಲ್ಕು ದಿನವಾದರೂ ರಾಜೇಶನ ಜ್ವರ ಇಳಿಯಲಿಲ್ಲ. ಕಮಲಾಪತಿಗಳಿಗೆ ಚಿಂತೆಗಿಟ್ಟುಕೊಂಡಿತು. ರಾಜೇಶನ ಹಂಬಲ ಅವರಿಗೆ ಗೊತ್ತು. ಆದರೆ ಏನು ಮಾಡಲು ಸಾಧ್ಯ? ಆ ಮಗುವಿನ ಒಂದು ವಿಷಯ ಬಿಟ್ಟು ದೇಶಪಾಂಡೆಯವರ ಸ್ವಂತ ವಿಷಯಗಳಿಗೆ ಅವರು ಕೈ ಹಾಕಿದವರೇ ಅಲ್ಲ. ಆದರೆ ಈಗ ಕೈ ಹಾಕಲೇಬೇಕಾಗಿತ್ತು. ರಾಜೇಶನಂಥ ಮುದ್ದು ಮಗುವನ್ನು ತಂದೆಯಿಂದ ಅಗಲಿಸಿ ಸಾವಿಗೀಡು ಮಾಡಲು ಅವರು ಸಿದ್ಧರಾಗಿರಲಿಲ್ಲ. ಅವರು ಹೆಂಡತಿಯೊಂದಿಗೆ ಚರ್ಚಿಸಿ ಒಂದು ನಿರ್ಧಾರಕ್ಕೆ ಬಂದರು.

ಬೆಳಿಗ್ಗೆ ಎದ್ದವರೇ ದೇಶಪಾಂಡೆಯವರ ಬಂಗ್ಲೆಗೆ ಹೋದರು. ಆ ಬಂಗ್ಲೆಯಲ್ಲಿ ಸದಾ ಅವರಿಗೆ ಸುಸ್ವಾಗತವೇ. ಕಮಲಾಪತಿಗಳು ಎಸ್ಟೇಟಿನ ವಿಷಯ ಮಾತನಾಡುತ್ತ ನೇರವಾಗಿ ವಿಷಯಕ್ಕೆ ಬಂದರು. ರಾಜೇಶನ ಸ್ಥಿತಿ ವಿವರಿಸಿ, ಅವನನ್ನು ಆದಷ್ಟು ಬೇಗ ಗಿರಿಧರನ ಬಳಿಗೆ ಕಳುಹಿಸಿಕೊಡುವುದೇ ಉತ್ತಮವೆಂದರು. ದೇಶಪಾಂಡೆಯವರು ಸಾಧಾರಣಕ್ಕೆ ಈ ವಿಷಯವನ್ನು ಒಪ್ಪುವ ಸಾಧ್ಯತೆಯೇ ಇರಲಿಲ್ಲ. ಮೊಮ್ಮಗನ ಮೇಲಿನ ಪ್ರೀತಿ ಹೇಗಾದರೂ ಇರಲಿ, ಇದು ಅವರ ಗೌರವದ ಪ್ರಶ್ನೆಯಾಗಿತ್ತು. ಸಮಾಧಾನವಾಗಿ ಹೇಳಿ ಸೋತ ಕಮಲಾಪತಿಗಳು ಹಟವಾದಿಗಳಾಗಿ ನಿಂತರು. ಆ ಮಗುವನ್ನು ಗಿರಿಧರನ ಬಳಿ ಕಳಿಸಲೇಬೇಕೆಂದು ಒತ್ತಿ ಹೇಳಿದರು.

ಶ್ರೀಮತಿ ದೇಶಪಾಂಡೆಯವರು ಯೋಚಿಸಿ ಕಡೆಗೆ ಕಳುಹಿಸಿಬಿಡುವುದೇ ಉತ್ತಮವೆಂದುಕೊಂಡರು. ಸುಮನ್, ರಾಜು ಕ್ರಿಕೆಟ್ ಮ್ಯಾಚ್ ನೋಡಲು ಬೆಂಗಳೂರಿಗೆ ಹೋಗಿದ್ದರಿಂದ ಅವರೇನೂ ಈಗ ಹೇಳುವಂತಿರಲಿಲ್ಲ. ಇವರುಗಳಿಗೆ ಅವರನ್ನು ವಿಚಾರಿಸಬೇಕೆನ್ನಿಸಲು ಇರಲಿಲ್ಲ. ಹೆಂಡತಿ ರಾಜೇಶನನ್ನು ಗಿರಿಧರನಿಗೆ ಒಪ್ಪಿಸಿಬಿಡಿ ಎಂದಾಗ ದೇಶಪಾಂಡೆಯವರು ಸುಮ್ಮನೇ ಎದ್ದುಹೋದರು.

ಕಮಲಾಪತಿಗಳ ಕಾರು ಬಂದು ಗಿರಿಧರನ ಕ್ವಾರ್ಟರ್ಸ್ ಬಳಿ ನಿಂತಾಗ ಗಿರಿಧರ ಕಾಂಪೌಂಡಿನಲ್ಲಿದ್ದ ಗಿಡಗಳಿಗೆ ನೀರು ಹಾಕುತ್ತಿದ್ದ. ಕಮಲಾಪತಿಗಳು ಕಾರಿನಿಂದ ತಾವು ಮೊದಲು ಇಳಿದರು. ಶ್ರೀಮತಿ ಕಮಲಾಪತಿಯವರು ರಾಜೇಶನನ್ನು ಎತ್ತಿಕೊಂಡು

ಇಳಿದು ಗಂಡನ ಜೊತೆಗೂಡಿ ಗಿರಿಧರನ ಮನೆಯ ಕಡೆಗೆ ನಡೆದರು.

ಇವರುಗಳನ್ನು ನೋಡಿ ಗಿರಿಧರ ಬಕೆಟ್ ಪಕ್ಕಕ್ಕಿಟ್ಟು ಆತ್ಮೀಯತೆಯಿಂದ ಸ್ವಾಗತಿಸಿದ. ಶ್ರೀಮತಿ ಕಮಲಾಪತಿಗಳು ರಾಜೇಶನನ್ನು ಮಂಚದಲ್ಲಿ ಮಲಗಿಸಿದರು. ಮಗನನ್ನು ನೋಡಿ ಗಿರಿಧರ ತನ್ನೆಲ್ಲ ಶಕ್ತಿಯನ್ನು ಕಳೆದುಕೊಂಡವನಂತೆ ನಿಂತ.

"ನಿನ್ನ ಮಗನನ್ನು ನಿನಗೆ ಒಪ್ಪಿಸಿದ್ದೀನಿ. ಜ್ವರದಿಂದ ತುಂಬ ಬಳಲಿ ಹೀಗಾಗಿದ್ದಾನೆ. ನೆನ್ನೆಯಿಂದ ಜ್ವರ ಇಲ್ಲ, ಸ್ವಲ್ಪ ಸುಸ್ತಿದೆ..." ಇನ್ನೂ ಏನೇನೋ ಹೇಳುತ್ತಲೇ ಇದ್ದರು. ಗಿರಿಧರನಿಗೆ ಅವರ ಮಾತಿನ ಮೇಲೆ ಗಮನವೇ ಇರಲಿಲ್ಲ. ಮಗನನ್ನು ಎತ್ತಿ ತಬ್ಬಿಕೊಂಡು ಒಂದು ವಿಚಿತ್ರವಾದ ಸುಖಾನುಭೂತಿಯನ್ನು ಅನುಭವಿಸುತ್ತಿದ್ದ. ಅದು ವರ್ಣಿಸಲು ಅಸಾಧ್ಯ.

ಆ ತಂದೆ ಮಕ್ಕಳನ್ನು ಹಾಗೇಬಿಟ್ಟು ತಾವು ಮಾಡಿದ ಒಳ್ಳೆಯ ಕೆಲಸಕ್ಕೆ ಸಂತೋಷಗೊಳ್ಳುತ್ತ ರಾಜೇಶನ ಕೆನ್ನೆಗೆ ಮುತ್ತಿಟ್ಟು ಗಿರಿಧರನಿಗೆ ಹೇಳಿ ಹೊರಟೇಬಿಟ್ಟರು.

ಈಗ ಗಿರಿಧರ ಸಂಪೂರ್ಣ ಸುಖಿ. ಮಗನ ಲಾಲನೆಪಾಲನೆಯಲ್ಲಿ ಅವನು ಎಲ್ಲ ಮರೆಯಬಲ್ಲವನಾಗಿದ್ದ. ಮಾಸ್ಟರ್ ಗಿರಿಧರ್ ಎಲ್ಲರ ಮುದ್ದು ಮಗುವಾಗಿ ಬೆಳೆಯತೊಡಗಿದ.

ದಿನಗಳು ಹೇಗೋ ಉರುಳಿ ಹೋಗುತ್ತಿದ್ದವು. ಆ ಸಂಜೆ ಗಿರಿಧರ ಮಗನ ಜೊತೆ ವಾಯುವಿಹಾರಕ್ಕೆ ಹೊರಟ. ರಾಜೇಶ ತಂದೆಯನ್ನು ಹಿಂದೆ ಬಿಟ್ಟು ಮುಂದೆ ಮುಂದಕ್ಕೆ ಓಡುತ್ತಿದ್ದ. ದೂರದಲ್ಲಿ ನಿಂತಿದ್ದ ಮೋಟಾರ್ ಬೈಕ್ ಅವನ ಗಮನ ಸೆಳೆದುಬಿಟ್ಟಿತು. ಅಲ್ಲಿವರೆಗೂ ಓಡೇಬಿಟ್ಟ. ಮೋಟಾರ್ ಬೈಕಿನ ಬಳಿ ನಿಂತಿದ್ದ ಹೆಣ್ಣು, ಗಂಡಿನ ದೃಷ್ಟಿ ರಾಜೇಶನ ಕಡೆ ಹೊರಳಿತು. ಆ ಹೆಣ್ಣಿನ ಹೃದಯ ಚೀರಿತು. ಹೌದು ಅದೇ ಮುಖ, ಅದೇ ಕಣ್ಣು, ಮೂಗು ಬಾಯಿ, ತಾನು ಸುಲಭವಾಗಿ ಸೋತ ಅದೇ ವಿಸ್ತಾರವಾದ ಎದೆ, ದೃಢವಾದ ಮೈಕಟ್ಟು. ಅದೇ... ಅದೇ... ಎಂದು ಅವಳ ಹೃದಯ ಕೂಗಿ ಹೇಳಿತು.

ಆ ಹುಡುಗನನ್ನು ಮಾತನಾಡಿಸಬೇಕೆಂದು ಅವಳ ಹೃದಯ ಹಾತೊರೆಯಿತು. ಅವನನ್ನು ತನ್ನ ಎದೆಯೊಳಗೆ ಸೇರಿಸಿಕೊಂಡುಬಿಡಬೇಕು. ಎಲ್ಲ ಬಯಕೆಗಳಷ್ಟೇ; ಕಾರ್ಯರೂಪಕ್ಕೆ ತರುವ ಶಕ್ತಿ ಅವಳಿಗಿರಲಿಲ್ಲ.

'ಇಲ್ಲಿ ಬಾ' ಎಂದು ಸನ್ನೆ ಮಾಡಿ ಕರೆದಳು. ಅಳುಕಿಕೊಂಡು ಹೆಜ್ಜೆ ಇಟ್ಟರೂ ಅದರಲ್ಲಿ ಒಂದು ಬಗೆಯ ದೃಢತೆ ಇತ್ತು. ಆಕೆಯ ಕೈ ಹತ್ತಿರ ಬಂದ ಹುಡುಗನ ಕ್ರಾಪಿನ ಮೇಲೆ ಆಡಿತು.

"What is your name?" ಎಂದು ಮೃದುವಾಗಿ ಪ್ರಶ್ನಿಸಿದಳು.

"My Name is Rajesh; Master Giridhar" ಎಂದು ಹೇಳಿ ಓಡೇಬಿಟ್ಟ. ಓಡಿದವನು ಅಪ್ಪರಲ್ಲಿ ಹತ್ತಿರಕ್ಕೆ ಬಂದಿದ್ದ ತಂದೆಯ ಕೈಯನ್ನು ಹೋಗಿ ಹಿಡಿದುಕೊಂಡ.

ಮಗನ ಕೈ ಹಿಡಿದುಕೊಂಡ ಗಿರಿಧರ ಸಹಜವಾಗಿ ಸಾಗಿ ಹೋದ.

ಅದರ ರಿಪೇರಿಯಲ್ಲಿ ತೊಡಗಿದ್ದ ರಾಜು ಕಡೆಗೇ ಹತ್ತಿ ಕುಳಿತು ಸ್ಟಾರ್ಟ್ ಮಾಡಿದ. ಸುಮನ್ ಯಾಂತ್ರಿಕವಾಗಿ ಹತ್ತಿ ಕುಳಿತಳು. ಅವಳ ಹೃದಯ "ಗಿರಿಧರ್, ಗಿರಿಧರ್" ಎಂದು ಜಪಿಸುತ್ತಿತ್ತು.

* * *